AF884183

'असामान्य शौर्याची एक खिळवून ठेवणारी कहाणी.'

– डेली टेलिग्राफ

'वर्णनात्मक लेखनशैलीचा एक उत्कृष्ट आणि जबरदस्त नमुना.'

– ऑब्झर्व्हर

'हे पुस्तक २० व्या शतकातील युद्धकथांमध्ये सन्मानपूर्वक स्थान मिळविण्यास पात्र आहे.'

– डेली मेल

'एचएमएस युलिसिस'ही कादंबरी 'द क्रुएल सी'च्याच गुणवत्तेची आहे.'

– इव्हिनिंग स्टँडर्ड

एचएमएस युलिसिस

ॲलिस्टर मॅक्लीन

अनुवाद

अनिल काळे

मेहता पब्लिशिंग हाऊस

Please contact us at **Mehta Publishing House,** Pune 411030.
✆ +91 020-24476924 / 24460313 / Mob. No. 9545000513
Email : production@mehtapublishinghouse.com
Website : www.mehtapublishinghouse.com

- *या पुस्तकातील लेखकाची मते, घटना, वर्णने ही त्या लेखकाची असून, त्याच्याशी प्रकाशक सहमत असतीलच असे नाही.*

HMS ULYSSES by **ALISTAIR MACLEAN**
First Published in Great Britain by Collins 1955

Translated into Marathi Language by Anil Kale

एचएमएस युलिसिस / अनुवादित कादंबरी

TBC-29 Book No. 1

अनुवाद : अनिल काळे
Email : author@mehtapublishinghouse.com

प्रकाशक : सुनील अनिल मेहता, मेहता पब्लिशिंग हाऊस,
१९४१, सदाशिव पेठ, माडीवाले कॉलनी, पुणे - ४११०३०.

मुद्रक : पार्कसन्स ग्राफिक्स

मुखपृष्ठ : चंद्रमोहन कुलकर्णी

प्रथमावृत्ती : डिसेंबर, २०१९

किंमत : ₹ ४५०

P Book ISBN 9789353173647
E Book ISBN 9789353173654
E Books available on : amazonkindle Apple Books Google Play Books

---

गिसेला हिस..

या, माझ्या मित्रांनो,
अजून फार उशीर झालेला नाही, एखादे नवीन जग शोधण्यास.
होडी पाण्यात सोडा, आणि सर्वांनी एका रांगेत बसून वल्ही मारा,
कारण सूर्यास्ताच्या आणि सर्व पश्चिमी ताऱ्यांच्या प्रकाशस्थानापलीकडे
मी मरेपर्यंत होडी घेऊन जाण्याचा माझा निर्धार अजून पक्का आहे.
कदाचित असे होईल की, समुद्र आपल्याला बुडवेल;
कदाचित असे होईल की, आपण आनंदाची बेटे गाठू,
आणि महान ॲचिलिसला भेटू, ज्याला आपण ओळखत होतो.
जरी आपण पूर्वीइतके शक्तिमान नसलो,
जेव्हा आपण आकाशपाताळ हलवत होतो,
जरी आपण बरेच काही गमावले असले,
तरी आपण जे आहोत तेच आहोत,
आपण सर्व जण विजिगीषू वृत्तीचे आहोत;
काळाने आणि नशिबाने कमजोर केले असले,
तरी आपली इच्छाशक्ती दुर्दम्य आहे;
यत्न न सोडण्यासाठी, शोध घेण्यासाठी,
आणि कोणत्याही परिस्थितीपुढे हार न मानण्यासाठी.

लेखकाचे मनोगत

या पुस्तकाच्या पूर्वतयारीसाठी माझे थोरले बंधू इयान एल. मॅक्लीन, मास्टर मरिनर यांनी मला शांतता काळातील नौकावाहतुकीच्या संदर्भात जे प्रचंड तांत्रिक साहाय्य आणि सल्ले दिले, त्याबद्दल मी त्यांचा शतशः ऋणी आहे.

संभाव्य गोंधळ टाळण्यासाठी येथे स्पष्टपणे सांगितले पाहिजे की, या पुस्तकातील एचएमएस युलिसिस आणि १९४४ सालच्या प्रारंभी सेवेत दाखल झालेले याच नावाचे अल्स्टर-क्लास डिस्ट्रॉयर जहाज – ज्याचे आता एका पूर्ण फ्रिगेटमध्ये रूपांतर करण्यात आले आहे – यांचा एकमेकांशी काहीही संबंध नाही. या पुस्तकात वर्णन केलेल्या घटनांनंतर सुमारे १२ महिन्यांनी हे खरे एचएमएस युलिसिस जहाज नौदलाच्या सेवेत दाखल झाले होते. तसेच ब्रिटिश आरमारामध्ये सेवेत असलेल्या किंवा पूर्वी सेवेत असलेल्या कोणत्याही जहाजांचा संबंध, या पुस्तकामध्ये स्कापा फ्लोमध्ये असल्याचे किंवा ताफ्यामध्ये दाखल असल्याचे वर्णन केलेल्या, त्याच नावाच्या जहाजांशी नाही.

ए. एम.

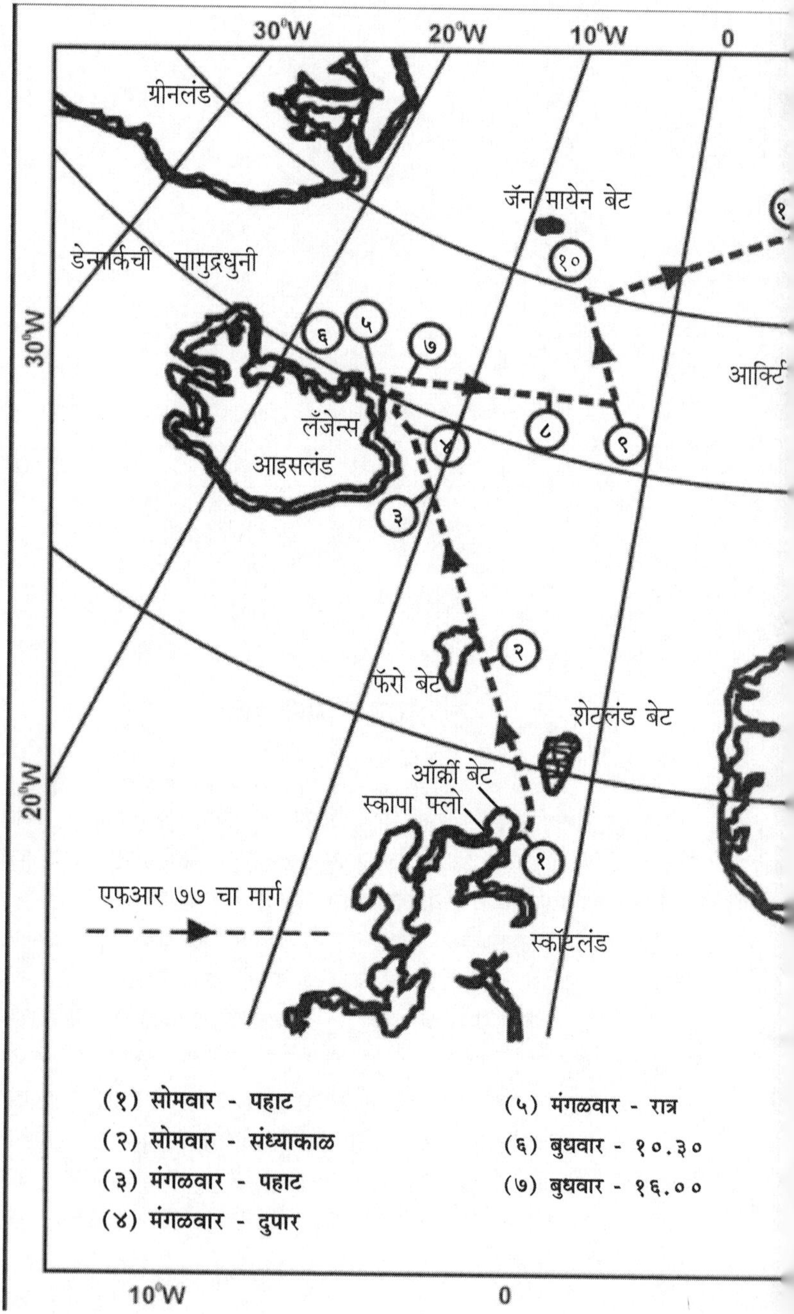
30°W
20°W
10°W
0
ग्रीनलंड
जॅन मायेन बेट
डेन्मार्कची सामुद्रधुनी
लँजेन्स
आइसलंड
फॅरो बेट
शेटलंड बेट
ऑर्क्नी बेट
स्कापा फ्लो
स्कॉटलंड
एफआर ७७ चा मार्ग
(१) सोमवार - पहाट
(२) सोमवार - संध्याकाळ
(३) मंगळवार - पहाट
(४) मंगळवार - दुपार
(५) मंगळवार - रात्र
(६) बुधवार - १०.३०
(७) बुधवार - १६.००
30°W
20°W
10°W
0

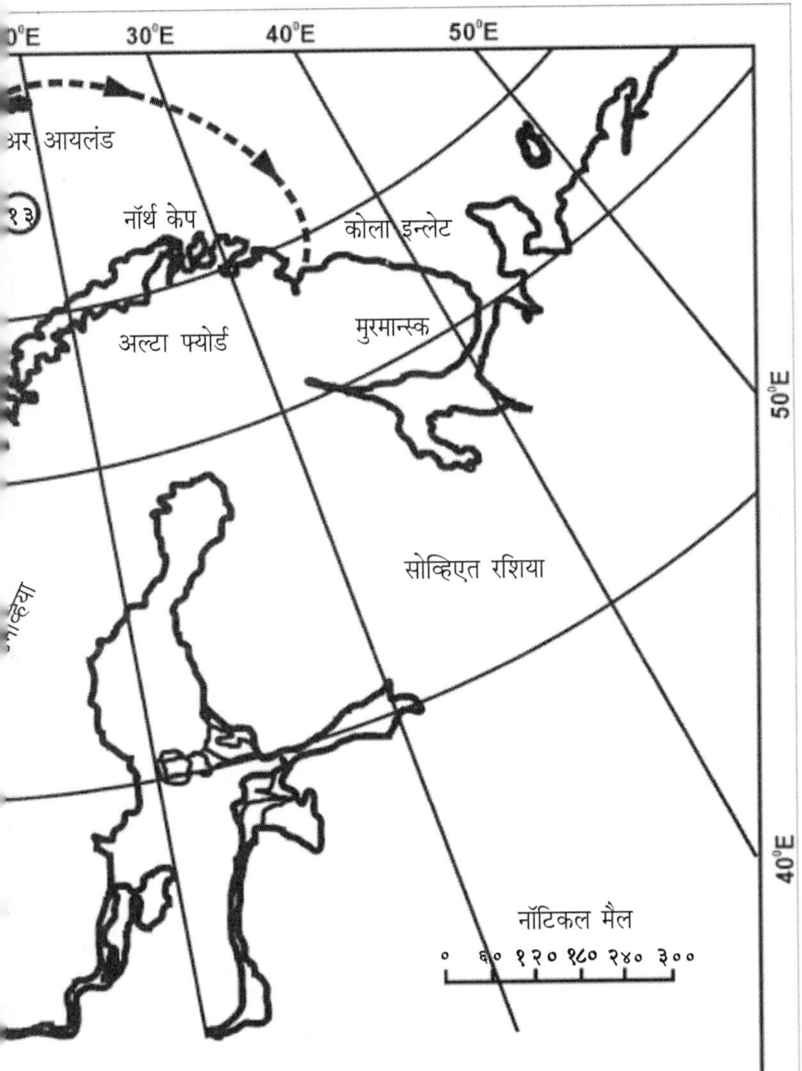

(८) गुरुवार - पहाट

(९) गुरुवार - १६.००

(१०) शुक्रवार - पहाट

(११) शनिवार - पहाट

(१२) शनिवार - १८.००

(१३) शनिवार - रात्र

(१४) रविवार - सकाळ

अनुक्रमणिका

उपोद्घात : रविवारची दुपार

स्टारनं त्याच्या बोटांतली सिगारेट चिरडून अगदी सावकाश विझवली. त्याच्याचकडे बघत असलेल्या कॅप्टन व्हॅलेरीला त्याच्या या साध्या हालचालीतून त्याचा निर्णय पक्का– परत न फिरवता येण्याइतका पक्का– झाल्याचं जाणवलं. आता पुढे काय होणार, हे त्याला समजून चुकलं, आणि पराभवाची, हताशेची कडवट जाणीव क्षणभर का होईना, त्याच्या डोक्यातून चढत गेली- हल्ली सतत जाणवत असलेल्या डोकेदुखीवर मात करून; पण क्षणभरच. आता तो खरोखर प्रचंड थकलेला होता; इतका, की त्याला हताशेचंही काही वाटेनासं झालं होतं.

"आय ॲम सॉरी! लोकहो, खरंच मनापासून वाईट वाटतंय मला," स्टार फिकट हसला. "या ऑर्डरसाठी नाही, खरोखरच नाही– आत्ताच्या या परिस्थितीत ॲडमिरल्टीनं घेतलेला निर्णयच सगळ्या दृष्टींनी योग्य आहे, हे मला स्वतःला पटलंय; पण मला वाईट वाटतंय ते तुम्ही आमचा दृष्टिकोन समजून घेऊ शकत नसल्याचं."

बोलणं थांबवून त्यानं आपली प्लॅटिनमची सिगारेटकेस उघडली आणि रिअर ॲडमिरलच्या केबिनमध्ये त्याच्याबरोबर टेबलाशी बसलेल्या बाकीच्या चौघांसमोर फिरवत खुणेनंच "घेणार का," असं विचारलं. चौघांनीही नकारार्थी माना हलवल्या. ते बघून मघाचं ते फिकट हसू पुन्हा त्याच्या ओठांवर आलं. एक सिगारेट घेऊन त्यानं केस मिटवून आपल्या करड्या डबलब्रेस्टेड सुटाच्या वरच्या खिशात सरकवून दिली. मग तो खुर्चीत मागे रेलून बसला. आता त्याचं ते हसू निघून गेलेलं होतं. या माणसाच्या अंगावर सामान्यतः या सूटच्या जागी त्याचा नेहमीचा, बाहीवर रुंद सोनेरी पट्टा असलेला युनिफॉर्म असायचा– 'व्हाईस ॲडमिरल व्हिन्सेंट स्टार, असिस्टंट डायरेक्टर ऑफ नेव्हल ऑपरेशन्स'चा युनिफॉर्म. त्यानं शांत आवाजात पुढे बोलायला सुरुवात केली–

"आज सकाळी जेव्हा मी विमानानं लंडनहून इकडे उत्तरेला आलो, तेव्हा मी चिडलो होतो. खरंच फार चिडलो होतो. कारण हे बघा, मला प्रचंड कामं असतात.

मला मनापासून वाटत होतं, की फर्स्ट सी-लॉर्ड माझा आणि त्यांचा स्वतःचाही– वेळ फुकट घालवताहेत. पण आता परत गेल्यावर मला त्यांची माफी मागावी लागेल. सर हम्फ्रेचं म्हणणं बरोबर होतं. ते बहुतेक वेळा बरोबरच बोलतात...''

बोलताबोलता स्टारचा आवाज बारीक झाला, आणि त्याच्या लायटरच्या फ्लिंटव्हीलचा 'चकचक' आवाज केबिनमधल्या तणावपूर्ण शांततेवर आघात करत गेला. टेबलाशी पुढे झुकून त्यानं मऊ आवाजात बोलायला सुरुवात केली–

''लोकहो, आपण अगदी मोकळेपणानं बोलण्यासाठीच इथे जमलो आहोत. या अगदी क्लेशकारक गोष्टीचं ताबडतोब निराकरण करण्यात मला तुमच्याकडून पूर्ण सहकार्याची अपेक्षा होती– किंबहुना, माझा हक्कच होता तो. क्लेशकारक गोष्ट?'' तो कोरडं हसला. ''उगाच शब्दांचे खेळ करण्यात काय अर्थ आहे? बंड हा सर्वांत योग्य आणि स्पष्ट शब्द आहे त्यासाठी– हा अत्यंत गंभीर गुन्हा आहे, हे मी तुम्हाला सांगायला नको. आणि इथे आल्यावर मला काय दिसलं?'' त्यानं सगळ्यांकडे सावकाश बघितलं. ''हिज मॅजेस्टीज नेव्हीच्या– ब्रिटनच्या नौदलातले कमिशन्ड अधिकारी; त्यात एक फ्लॅग ऑफिसरही आहे!–खालच्या डेकवरच्या खलाशांच्या बंडाला सहानुभूती दाखवतात. पाठिंबा देत नाहीत, हेच नशीब!''

'हा माणूस अतिशयोक्ती करतोय,' व्हॅलेरीनं उदासपणे मनात म्हटलं. डिवचतोय आपल्याला. त्याची भाषा, त्याचा आवाज आपल्याला आव्हान देतोय, की द्या उत्तर मला. कोणीच काही बोललं नाही. चौघंही जणू निर्विकारपणे, आपल्याला याच्याशी काही घेणंदेणंच नसल्यासारखे गप्प होते. ही चारही वेगवेगळी माणसं होती, तरीही त्यांचे चेहरे एकसारखेच दिसत होते– गप्प, जडशीळ, सुरकुत्यांचं जाळं पडलेले. डोळे कमालीचे थकलेले.

''तुम्हाला माझं म्हणणं पटलेलं नाही का, लोकहो?'' स्टार तसाच बोलत होता.

''माझी शब्दांची निवड– अं, फारशी बरोबर वाटत नाही का तुम्हाला?'' तो मागे टेकून बसला.

''हं...बंड.'' सावकाश ओठ घट्ट मिटून घेत त्यानं पुन्हा बाकीच्यांकडे बघितलं. ''खरंय. हा शब्द बरोबर वाटत नाही, हो ना? याऐवजी तुम्ही एखादा दुसरा शब्द वापराल का?'' मान हलवत तो पुन्हा पुढे झुकला, आणि त्यानं एक सिग्नलचा कागद काढून हातात घेऊन त्याच्यावरच्या सुरकुत्या जरा साफ केल्या.

''लोफोटेन्सवरील हल्ल्यावरून परत,'' त्यानं वाचायला सुरुवात केली. ''आता या वेळा नीट बघा. १५.४५– बंदरामध्ये प्रवेश केला. १६.१० – इंजिनांचे काम समाप्त. १६.३० - जहाजातील वस्तू, स्टोअरमधील वस्तू उतरवल्या, सीमन-स्टोकर्स यांच्या संमिश्र दलाला लुब्रिकेटिंग ड्रम्स खाली उतरवण्यास पाचारण.

१६.५० – कॅप्टनना कळविण्यात आले, की स्टोकर लोकांनी सीपीओ हार्टले यांना, त्यानंतर क्रमाने चीफ स्टोकर हेंड्री, लेफ्टनंट (ई), ग्रिअरसन, आणि कमांडर (ई) यांना काम करण्यास नकार दिला: त्यांचे पुढारी बहुधा स्टोकर रायले आणि स्टोकर पीटरसन. १७.०५ – कॅप्टनचे आदेश पाळण्यास नकार दिला. १७.१५ – मास्टर अ‍ॅट आर्म्स आणि रेग्युलेटिंग पीओ यांच्यावर आदेश पाळताना हल्ला करण्यात आला.'' त्यानं वर मान करून व्हॅलेरीकडे पाहिलं. ''कसले आदेश? पुढाऱ्यांना अटक करण्याचा प्रयत्न करण्याचे आदेश?'' व्हॅलेरीनं मूकपणे मान डोलावली.

''१७.१५ – सीमन लोकांनी काम थांबविले, बहुधा पाठिंबा देण्यासाठी. कोणतीही मारामारी नाही. १७.२५ – कॅप्टन सर्वांना उद्देशून लाउडस्पीकरवरून बोलले, परिणामांबाबत इशारा दिला. काम पुन्हा सुरू करण्याचा आदेश दिला. आदेश पाळण्यास नकार. १७.३० – मदतीसाठी कमांडिंग ऑफिसर-इन-चीफ यांना ड्यूक ऑफ कम्बरलॅंड येथे सिग्नल पाठवण्यात आला.''

स्टारनं पुन्हा मान वर केली आणि व्हॅलेरीकडे थंड नजरेनं पाहिलं.

''का बरं, अ‍ॅडमिरल्टीला सिग्नल का पाठवला? हे तर तुमचेही मरीन्स –

''मी हुकूम दिला होता तो.'' टिंडॉलनं खाडकन म्हटलं. ''आमच्या मरीन्सना, ज्यांच्याबरोबर त्यांनी अडीच वर्षं जहाजावर काढली, त्यांच्याच विरुद्ध आदेश द्यायचा? शक्यच नाही! निदान या जहाजावर तरी लोकांमध्ये एकमेकांविरुद्ध कसलीही शत्रुत्वाची भावना नाही, अ‍ॅडमिरल स्टार. आमच्या लोकांनी एकमेकांच्या सहकार्यानं, एकीच्या भावनेनं प्रचंड प्रतिकूल परिस्थितीशी सामना केलाय... एनी वे'' त्यानं कोरड्या आवाजात म्हटलं. ''मी जर तसा हुकूम दिला असता, तर आमच्या मरीन्सनी तो धुडकावून लावला असता, अशीच दाट शक्यता आहे. आणि हे विसरू नका, की आम्ही जर आमच्या माणसांना तसे आदेश दिले असते आणि त्यांनी हे... अं, बंड... चिरडलं असतं, तर एक लढाऊ जहाज म्हणून युलिसिस शिल्लकच राहिलं नसतं.''

स्टार त्याच्याकडे काही क्षण स्थिर नजरेनं बघत राहिला, आणि त्यानं पुन्हा त्या कागदाकडे नजर वळवली.

''१८.३० – कम्बरलॅंडवरून मरीन्सची एक तुकडी जहाजावर चढण्यासाठी आली. चढण्यासाठी कोणताही विरोध करण्यात आला नाही. सहा-आठ संशयित पुढाऱ्यांना अटक करण्याचे प्रयत्न करण्यात आले. स्टोकर आणि सीमन लोकांनी जोरदार विरोध केला, १९.०० पर्यंत पूप-डेक, स्टोकर्सचं मेस-डेक, आणि इंजिनिअर्सच्या राहण्याच्या जागेजवळ जोरदार मारामाऱ्या. पिस्तुलं, बंदुका इ. कोणतीही शस्त्रं वापरण्यात आली नाहीत, पण २ जण मृत, ६ जण गंभीर जखमी,

३५-४० जणांना किरकोळ जखमा.'' स्टारनं वाचणं संपवलं आणि संतापानं तो कागद चुरगाळला. ''तुम्हाला सांगू का लोकहो, तुमचं म्हणणं निदान काही प्रमाणात तरी बरोबर वाटतंय मला.'' त्याच्या आवाजात आता तिरकसपणा ठासून भरलेला होता. ''याला 'बंड' हा शब्द अगदीच चुकीचा आहे. पन्नास जण मेलेत किंवा जखमी झालेत. खरं म्हणजे याला 'लढाई' म्हणणं जास्त शोभून दिसेल.''

त्याच्या शब्दांवर, बोलण्याच्या पद्धतीवर, चाबकाच्या सपकाऱ्यांसारख्या त्याच्या आवाजावर काहीच प्रतिक्रिया उमटली नाही. ते चौघंही जण तसेच निश्चल, निर्विकार बसून होते. ॲडमिरल स्टार मात्र चिडला.

''मला वाटतं लोकहो, तुमच्या लक्षात येत नाहीये अजून. तुम्ही लोक इथे फार दिवस आहात, आणि बाकीच्यांपासून दूर, असं एकाकी राहिलं, की माणसाच्या दृष्टिकोनामधली व्यापकता नाहीशी होते. युद्धकाळामध्ये एका व्यक्तीच्या भावभावना, अडचणी, यातना वगैरेंना काहीही महत्त्व नसतं, हे मी तुमच्यासारख्या अनुभवी, वरिष्ठ अधिकाऱ्यांना वेगळं सांगायला नको. एकमेव गोष्ट महत्त्वाची उरते, ती म्हणजे आपला देश. आणि आरमार.'' त्यानं आपल्या म्हणण्याला जोर देण्यासाठी टेबलावर थाप मारली. ''लक्षात घ्या लोकहो, साऱ्या जगाचं भवितव्य पणाला लागलंय, आणि तुम्ही मात्र तुमच्याच फालतू अडचणींमध्ये बुडालेले आहात, तुमचं बाकीच्या सगळ्याच महत्त्वाच्या गोष्टींकडे साफ दुर्लक्ष होतंय, आणि या सगळ्यामध्ये तुम्ही जगाचं भवितव्य धोक्यात आणताय!''

कमांडर टर्नर स्वतःशीच उपहासानं हसला. काय पण भाषण केलंस, व्हिन्सेंट बेटा! फारच सुंदर. पण हे जरा व्हिक्टोरियन काळातल्या एखाद्या नाटकातल्या मेलोड्रॅमॅटिक स्वगतासारखं होतं, बरं का – ते दातओठ खाऊन बोलणं, टेबलावर थाप मारणं वगैरे. या माणसानं खरं म्हणजे पार्लमेंटसाठी उभं राहायला हवं होतं. कुठल्याही सरकारी पक्षाच्या बाजूला पुढच्या बाकावर शोभला असता हा. पण हा माणूस राजकीय पुढारी म्हणून शोभणार नाही– त्यासाठी जो निर्लज्जपणा आणि खोटारडेपणा लागतो, तो कुठाय याच्यात? हा तर फारच सच्चा आहे.

''या पुढारी लोकांना निश्चितपणे पकडलं जाईल आणि शिक्षाही होईल – जबरदस्त शिक्षा होईल.'' स्टारचा आवाज एकदम करडा, धारदार बनला. ''यादरम्यान १४ वी एअरक्रॉफ्ट कॅरिअर स्क्वाड्रन ठरल्याप्रमाणे डेन्मार्कच्या सामुद्रधुनीमध्ये पोचेल– मंगळवारच्या ऐवजी बुधवारी सकाळी १०.३० ला. आम्ही हॅलिफॅक्सला रेडिओ सिग्नल पाठवून तिचं प्रयाण तेवढं पुढे ढकललंय. तुम्ही उद्या सकाळी ०६.०० ला निघायचंय.'' त्यानं ॲडमिरल टिंडॉलकडे कटाक्ष टाकला. ''ॲडमिरल, तू तुझ्या हाताखालच्या जहाजांना तसं ताबडतोब कळव, प्लीज.''

टिंडॉल– त्याला संपूर्ण नौदलातले लोक फार्मर गाईल्स म्हणून ओळखत

होते– काहीच बोलला नाही. त्याचा नेहमी आनंदी, उत्साही असणारा गुबगुबीत चेहरा निश्चल आणि गंभीर होता. त्याची व्यथित नजर कॅप्टन व्हॅलेरीवर खिळलेली होती, आणि तो मनातल्या मनात विचार करत होता, या कनवाळू, संवेदनशील माणसाला काय यातना होत असतील या क्षणी! पण व्हॅलेरीच्या ओढलेल्या, थकलेल्या चेहऱ्यावरून त्याला काहीच समजत नव्हतं. त्याचा वरवर दिसणारा निर्विकार, कशातच रस राहिला नसल्यासारखा चेहरा म्हणजे केवळ देखावा आहे, हे मात्र टिंडॉलला पक्कं ठाऊक होतं. त्यानं मनातल्या मनात एक शिवी हासडली.

"यापलीकडे आणखी काही बोलण्यासारखं राहिलंय, असं मला वाटत नाही, लोकहो." स्टार बोलतच होता. "तुमचा हा प्रवास सोपा आणि सुखाचा आहे, असं मी मुळीच म्हणत नाही. किंबहुना, मागच्या तीन मोठ्या काफिल्यांचं – पीक्यू १७, एफआर ७१ आणि एफआर ७४ – काय झालं, हे माझ्यापेक्षा तुम्हालाच जास्त चांगलं माहीतंय. अजून आपल्याला अ‍ॅर्क्टिक टॉर्पेडो आणि ग्लायडर बॉम्बवर उत्तर सापडलेलं नाही. शिवाय ब्रेमेन आणि कीलमधल्या आपल्या हेरांकडून माहिती मिळालीय, की यू-बोटींचं सगळ्यात ताजं धोरण असं आहे, की आधी काफिल्याच्या रक्षक बोटींवर हल्ले करायचे. आणि याचं प्रत्यंतर अ‍ॅटलांटिक महासागरात आपल्याला आधीच आलंय... कदाचित या भागातलं हवामान तुम्हाला वाचवू शकेल."

'किती सूड घेशील रे, हरामखोरा,' टिंडॉलनं मनात म्हटलं. 'बोल तू, बोलत राहा. मजा वाटतेय ना तुला?'

"आता माझं बोलणं तुम्हाला जरा व्हिक्टोरियन काळातल्या एखाद्या नाटकातल्या मेलोड्रामॅटिक स्वगतासारखं वाटू शकेल, पण इलाज नाही –" टर्नरला मध्येच खोकल्याची उबळ आली, ती शमेपर्यंत स्टार अस्वस्थपणे थांबला. "आपण असं म्हणू या, की आपल्या नौदलानं युलिसिसला प्रायश्चित्त घ्यायची एक संधी दिलीय. त्यानंतर तुमची रवानगी भूमध्य समुद्रात. पण त्याआधी ही आताची कामगिरी– एफआर ७७ काफिला मुरमान्स्कला घेऊन जाणे– वाटेल ते झालं तरी, जगबुडी आली तरीही ही कामगिरी झालीच पाहिजे!" शेवटच्या शब्दाला त्याचा आवाज फुटला, आणि त्याच्या वरकरणी शांत आवाजाखाली खदखदत असलेला संताप उफाळून वर आला. "युलिसिसला समजलंच पाहिजे, की हुकमांची अंमलबजावणी नाकारणं, कर्तव्याकडे दुर्लक्ष करणं, संघटित उठाव आणि राजद्रोह या गोष्टी आपलं आरमार कधीही सहन करणार नाही!"

"हॅ! रबिश!" या अनपेक्षित बोलण्याच्या आवाजानं स्टारला धक्काच बसला. तो खुर्चीत एकदम मागे सरकला. त्यानं एकदम जोरात वळून सर्जन-कमांडर ब्रुक्सकडे बघितलं. ब्रुक्सच्या देखण्या, घनदाट चंदेरी केसांखालून त्याचे कमालीचे निळेशार डोळे कधी नव्हे ते भडकलेले दिसत होते.

टिंडॉललाही ब्रुक्सचे संतापलेले डोळे दिसले, त्याचा चेहरा लाल होताना दिसला, आणि तो तोंडातल्या तोंडात कण्हला. ही कशाची चिन्हं आहेत, हे त्याला चांगलंच ठाऊक होतं. ओल्ड सॉक्रेटिसच्या– हे ब्रुक्सचं टोपणनाव होतं– संतापाचा स्फोट होणार होता. टिंडॉलनं बोलायला तोंड उघडलं, पण स्टारनं नजरेनंच त्याला गप्प राहायचा इशारा दिला.

"काय म्हणालास तू, कमांडर?" स्टारनं मऊ आवाजात, थंडपणे विचारलं.

"रबिश!", ब्रुक्सनं पुन्हा एकदा स्पष्टपणे म्हटलं. "रबिश असं म्हणालो मी. आपण मोकळेपणानं बोलायला इथे जमलो आहोत, असं म्हणालात ना तुम्ही? ठीक आहे, सर. मी मोकळेपणानं बोलतो. कर्तव्याकडे दुर्लक्ष करणं, संघटित उठाव आणि राजद्रोह' म्हणे. हॅ!! पण मला वाटतं जे काही घडलं, त्याला तुम्हाला काहीतरी नाव देणं भागच होतं; जमलं तर तुमच्या अनुभव क्षेत्रातलं. पण काल युलिसिसवर जो गडबड-गोंधळ झाला, त्याचा संबंध तुम्ही तुम्हाला संपूर्णपणे परिचित असलेल्या एकमेव वर्तनाच्या पद्धतीशी कसा काय जोडलात, देवच जाणे!" ब्रुक्स काही क्षण थांबला. त्या शांततेमध्ये त्यांना दुसरं एक जहाज जवळून जातानाचा आवाज ऐकू आला. "मला सांगा, ॲडमिरल स्टार, हे जे वेडेपणाचं भूत आमच्या लोकांच्या अंगात संचारलंय, ते आपण कसं बाहेर काढायचं म्हणताय? फटके मारून? शॉक देऊन? आणि या लोकांना जो टीबी झालाय, तो त्यांना एक-दोन महिने कैदेत ठेवलं की बरा होईल, असं वाटतं का तुम्हाला?"

"काय बोलतोयस तू, ब्रुक्स? वेडेपणा, भूत, फटके, टीबी – काय म्हणायचंय तरी काय तुला?" स्टारनं चिडून म्हटलं. "बोल- स्पष्ट सांग."

त्यानं अस्वस्थपणे टेबलावर बोटांनी वाजवलं. त्याच्या भुवयांच्या कमानी होऊन त्या पार कपाळावर आलेल्या केसांमध्ये घुसलेल्या होत्या. "ब्रुक्स, या तुझ्या उद्धटपणाचं योग्य स्पष्टीकरण असलं पाहिजे तुझ्याकडे. नसेल तर..."

"माझी पक्की खात्री आहे सर, की कमांडर ब्रुक्सचा उद्देश कोणताही उद्धटपण करण्याचा नव्हता." कॅप्टन व्हॅलेरीनं प्रथमच तोंड उघडलं.

"तो फक्त....." "प्लीज कॅप्टन व्हॅलेरी." स्टारनं मध्येच म्हटलं. "ते ठरवायला मी समर्थ आहे, मला वाटतं" तो जेमतेम हसला. "बोल तू, ब्रुक्स."

"माझ्या बोलण्याचं स्पष्टीकरण देऊ?" ब्रुक्स फिकटसं हसला. त्याच्या स्मितामधूनही त्याचा प्रचंड थकवा सहज दिसत होता. "नाही, सर. मला नाही वाटत, की मी काही स्पष्टीकरण देऊ शकेन." त्याच्या बोलण्यातला किंचितसा तिरकसपणा स्टारला जाणवल्यावाचून राहिला नाही. त्याच्या चेहऱ्यावर फिकटशी लाली आली. "पण मी तसा प्रयत्न मात्र करेन. कोण जाणे, त्यातून निदान काहीतरी चांगलं निपजू शकेल कदाचित." काही क्षण तो आपल्या भरघोस चंदेरी केसांमधून

एक हात फिरवत, दुसऱ्या हाताचं कोपर टेबलावर टेकवून गप्प बसून राहिला. आणि मग त्यानं एकदम वर बघितलं.

"तुम्ही एवढ्यात, शेवटचं समुद्रावर कधी गेला होतात, ॲडमिरल स्टार?" त्यानं विचारलं.

"शेवटचं समुद्रावर?" स्टारच्या कपाळावर आठ्या पसरल्या. "त्याचा तुझ्याशी किंवा आत्ता आपण बोलत असलेल्या विषयाशी काय संबंध?" त्यानं जोरात विचारलं.

"फार जवळचा संबंध आहे, सर." ब्रुक्सनंही जोरात उत्तर दिलं. "प्लीज, माझ्या प्रश्नाचं उत्तर दिलंत तर बरं होईल ॲडमिरल."

"मला वाटतं तुलाही माहीत असेल, ब्रुक्स," स्टारनं सरळ आवाजात म्हटलं. "मी या युद्धाच्या सुरुवातीपासून लंडनमध्ये, नेव्हल ऑपरेशन्सच्या हेड क्वार्टर्समध्ये आहे. तुला नेमकं काय म्हणायचंय?"

"काहीच नाही. तुमची स्वतःची सचोटी आणि शौर्य वादातीत आहे, सर. ते तर जगजाहीर आहे. मला फक्त तुम्ही शेवटचं समुद्रावर कधी कामगिरीला गेला होतात, एवढंच हवं होतं." ब्रुक्स खुर्चीवर पुढे सरकून बसला.

"मी नौदलातला एक डॉक्टर आहे, ॲडमिरल स्टार. गेली तीस वर्षं मी डॉक्टर आहे." ब्रुक्स फिकट हसला. "कदाचित मी चांगला डॉक्टर नसेन, कदाचित मी वैद्यकीय क्षेत्रात काय नवीन घडामोडी चालल्या आहेत, कोणते नवीन शोध लागताहेत याची, मी जशी घ्यावी तशी दखल नियमितपणे घेत नसेन; पण माणसाच्या स्वभावाची बरीच माहिती मला आहे, असं मात्र मी नक्कीच ठामपणे म्हणू शकतो. ही उगाचच विनय वगैरे दाखवायची वेळ नाही– मानवाचं मन कसं काम करतं, त्याचं मन आणि शरीर यांच्यात कसा सुंदर, सूक्ष्म पातळीवर ताळमेळ आहे, समन्वय आहे, याची बारीकसारीक माहिती मला आहे.

"बाकीच्यांपासून दूर, असं एकाकी राहिलं, की माणसाच्या दृष्टिकोनामधली व्यापकता नाहीशी होते, असं म्हणालात तुम्ही मघाशी, ॲडमिरल स्टार. एकाकीपणामध्ये एकटं पडणं, जगापासून, विश्वापासून दूर होणं अभिप्रेत आहे. तुमचं हे म्हणणं काही प्रमाणात खरं होतं. पण – आणि सर, हाच महत्त्वाचा मुद्दा आहे – प्रत्येकाचं एक वेगळं विश्व असतं. त्याचं कुटुंब, काम करण्याची जागा, तिथले लोक, आजूबाजूची परिस्थिती वगैरे गोष्टींनी मिळून त्याचं विश्व बनलेलं असतं. तसं, उत्तर समुद्र, आर्क्टिक महासागर, रशियाकडे जाण्याचा ब्लॅक आउट समुद्री मार्ग – हे एक वेगळंच विश्व आहे आणि सध्या ते आमचं आहे. तुमच्या विश्वापेक्षा सर्वस्वी वेगळं. हे विश्व असं आहे, की ज्याची तुम्हाला पुसटशी कल्पनासुद्धा असणं शक्य नाही, सर. त्यामुळे प्रत्यक्षात, आमच्या विश्वापासून तुम्ही पूर्णपणे तुटलेले आहात."

स्टारनं स्वतःशीच एक हुंकार दिला– तो चिडून दिला होता की तिरस्कारानं, सांगणं शक्य नव्हतं, आणि त्यानं बोलायला तोंड उघडलं; पण ब्रुक्सनं तिकडे लक्ष न देता आपलं बोलणं तसंच सुरू ठेवलं.

''त्या भागात सध्या अशी परिस्थिती आहे, की युद्धाच्या इतिहासात अशी परिस्थिती कधीच नव्हती. रशियासाठी नौदलाचे ताफे पाठवणं, हीसुद्धा मानवाच्या इतिहासातली एक नवीनच, खास गोष्ट आहे, सर.''

मध्येच थांबून त्यानं केबिनच्या जाड काचेमधून बाहेर बघितलं. बाहेर स्लीटचा, थिजून बर्फ झालेल्या पावसाच्या तिरक्या थेंबांचा वर्षाव नजर जाईल तिथवर समुद्राच्या करड्या पाण्यावर, आणि स्कापाच्या बंदरापलीकडच्या टेकड्यांवर होत होता. कोणीही बोलत नव्हतं. सर्जन-कमांडर ब्रुक्स मनात शब्द जुळवत गप्प बसलेला होता- पार थकून गेलेल्या माणसाला विचार करायला वेळ लागणारच.

''माणूस मात्र नवीन परिस्थितीशी जुळवून घेऊ शकतो, आणि घेतोही.' तो जणू स्वतःशीच बोलत असल्यासारखा शांत आवाजात बोलत होता. ''जीवशास्त्राच्या दृष्टीनं आणि शारीरिक दृष्टीनं युगानुयुगं तो हे करत आलाय, जगण्यासाठी, तगून राहण्यासाठी; पण त्याला वेळ लागतो, लोकहो. खूप काळ जावा लागतो त्यासाठी. वीस दशकांमध्ये झालेले बदल तुम्ही केवळ एखाद दुसऱ्या वर्षात कोंबून बसवू शकत नाही. अर्थात, तुम्ही तसा प्रयत्न मात्र करू शकता. आणि माणसाची जीवशास्त्रीय आणि शारीरिक आणि मानसिक शक्ती, त्यातून पुन्हा वर येऊन पूर्ववत होण्याची वृत्ती इतकी प्रचंड आहे, की तो ते सहनही करू शकतो– मात्र फारच थोड्या काळासाठी. पण लवकरच या जुळवून घेण्याच्या बाबतीतली संपृक्ततेची मर्यादा गाठली जाते. मग मात्र कडेलोट होतो. त्या मर्यादेपलीकडे माणसांना जायला लावलं, की काहीही घडू शकतं. मी 'काहीही' असं फक्त म्हणतोय; कारण मग माणसाच्या व्यक्तिमत्त्वाला कशा स्वरूपाचे तडे जाऊ शकतात, हे अजून आम्हाला नक्की समजलेलं नाही– पण तडे जातात हे मात्र नक्की. हे दुभंगणं कशाच्याही बाबतीत असू शकतं– शारीरिक, मानसिक, आध्यात्मिक – ते मी सांगू शकणार नाही. पण एक गोष्ट मात्र मला निश्चितपणे माहीत आहे. ॲडमिरल स्टार– युलिसिसवरची माणसं या कडेलोटापर्यंत आणि त्याही पलीकडे आधीच गेली आहेत– नव्हे, त्यांना जायला भाग पाडण्यात आलंय.''

''इंटरेस्टिंग, कमांडर.'' स्टारचा आवाज निर्विकार, कोरडा ठणठणीत होता. ''आणि खूपच नवीन माहिती दिलीस तू. पण दुर्दैवानं तुझी ही थिअरी– आणि ही फक्त थिअरीच आहे– मुळीच मान्य होण्यासारखी नाही.''

''थिअरी? सर, ही गोष्ट कुणाचं मत विचारण्यासारखीसुद्धा नाही. ही तर सत्य परिस्थिती आहे.''

"नॉन्सेन्स, मॅन, नॉन्सेन्स." स्टारचा चेहरा रागानं लाल झालेला होता. "तू ज्या गोष्टी गृहीत धरल्या आहेस ना, त्याच मुळात काल्पनिक, खोट्या आहेत." प्रत्येक शब्दावर जोर देत तो टेबलावर बोटानं वाजवत होता. "रशियाला जहाजांचे ताफे घेऊन जाण्याचं काम आणि समुद्रावरचं नौदलाचं नेहमीचं काम यांच्यात जी प्रचंड दरी आहे असं तू म्हणतोयस, तीच अस्तित्वात नाही. या उत्तर समुद्रात जी आहे आणि जगात बाकी कुठेही जी दिसत नाही, अशी एकतरी परिस्थिती तू दाखवून देऊ शकतोस का, कमांडर ब्रुक्स?"

ब्रुक्सवर या बोलण्याचा काहीही परिणाम झालेला नव्हता. "नाही, सर. पण मी एक सत्य परिस्थिती मात्र सांगू शकतो, की जिच्याकडे नेहमी दुर्लक्ष केलं जातं– प्रकारांमधल्या फरकांपेक्षा प्रमाणामधल्या फरकांचे फार मोठे आणि दूरगामी परिणाम होऊ शकतात. माझं म्हणणं थोडं आणखी स्पष्ट करून सांगतो.

"भीती. ही नैसर्गिक गोष्ट आहे, हे तरी कबूल आहे ना? भीतीमुळे माणूस पार खलास होऊ शकतो. युद्धात तुम्हाला कोणत्याही युद्ध क्षेत्रात भीती अपरिहार्यपणे दिसतेच. पण मी ठामपणे म्हणतो, की आर्क्टिक समुद्रातल्या ताफ्यांसारखी पराकोटीची, सर्वव्यापी आणि सातत्यपूर्ण भीती बाकी जगात कुठल्याही युद्ध क्षेत्रात आढळणं शक्य नाही.

"शंका, अनिश्चितता, तणाव– यांच्यामुळे कोणीही माणूस मोडून जाऊ शकतो. ही गोष्ट तर मी फार म्हणजे फारच वेळा स्वतः बघितलीय. आणि जेव्हा तुम्ही इतक्या प्रचंड तणावाखाली असता- कधीकधी तीन-तीन आठवडे असता. आणि जेव्हा तुमचं काय होऊ शकतं याचं स्मरण तुम्हाला बुडणाऱ्या जहाजांच्या स्वरूपात, तरंगणाऱ्या मृतदेहांच्या स्वरूपात वारंवार करून दिलं जात असतं तेव्हा, सर, आम्ही तर माणसं आहोत, यंत्रं नाही. अशा वेळी कधी ना कधी, काही ना काही तुटणारच असतं– आणि ते तुटतंच. मला वाटतं, ॲडमिरल, की गेल्या दोन सफरींनंतर आम्हाला एकोणीस अधिकारी आणि नौसैनिकांना वेड्यांच्या हॉस्पिटलमध्ये दाखल करावं लागलं, ही गोष्ट तुम्हाला माहीतच असेल, हो ना?"

आता ब्रुक्सनं दोन्ही हातांचे जाडजूड पंजे टेबलावर पसरले, आणि तो उभा राहून थेट स्टारच्या नजरेला नजर भिडवून बोलू लागला.

"भूक. भुकेमुळे माणसाच्या अंगातला जोश, उत्साह नाहीसा होतो, ॲडमिरल स्टार. तिच्यामुळे त्याची ताकद नाहीशी होते, त्याच्या प्रतिक्रिया मंदावतात, त्याची लढण्याची, किंबहुना त्याची जगण्याची इच्छासुद्धा नष्ट होते. तुम्हाला आश्चर्य वाटतंय ना, ॲडमिरल? आजच्या काळातल्या सर्व साधनसामग्री भरपूर असलेल्या जहाजांमध्ये भुकेमुळे हे एवढं सगळं होणं अशक्य आहे, असं वाटतंय? पण हे नुसतं अशक्यच नव्हे, तर अटळ असतं, ॲडमिरल स्टार. रशियन सीझन संपल्यावर,

जेव्हा रात्री आणि दिवस जवळजवळ एकसारखेच होतात, आमच्या दिवसातल्या चोवीस तासांपैकी वीस तास फक्त पहारा करण्यात आणि ॲक्शन स्टेशन्सवर जातात, तेव्हा तुम्ही लोक आम्हाला एकसारखे मोहिमांवर पाठवता, आणि अशा काळात आम्हाला भरपूर खायला-प्यायला वेळ मिळेल, अशी तुमची अपेक्षा असते!''

त्यानं खाडकन आपला हात टेबलावर आपटला. ''मोहिमेत कुक लोकांना जेव्हा त्यांचा निम्म्याहून जास्त वेळ मॅगझिन्समध्ये, गन टरेट्सवर किंवा एखाद्या हल्ल्यात लागलेल्या आगी विझवण्यात किंवा मोडतोडीची दुरुस्ती करण्यात घालवावा लागतो, तेव्हा आम्हाला कुठून खायला मिळणार, सर? फक्त बेकर आणि खाटकांना अशी कामं न करण्याची परवानगी असते. आणि मग आम्हाला मिळतं काय, तर फक्त कॉर्न-बीफ सँडविचेस. दिवसचे दिवस, आठवडेचे आठवडे फक्त कॉर्न-बीफ सँडविचेस खाऊन काढावे लागतात आम्हाला!''

सर्जन-कमांडर ब्रुक्सनं तिरस्कारानं थुंकल्यासारखा आविर्भाव चेहऱ्यावर आणला. शाबास, ओल्ड सॉक्रेटिस! टर्नरनं खूष होऊन मनात म्हटलं. हाण साल्याला! टिंडॉलही गंभीरपणे मान डोलावत होता. फक्त व्हॅलेरी तेवढा अस्वस्थ होता– पण ते ब्रुक्स जे बोलत होता त्यामुळे नव्हे, तर ते ब्रुक्स बोलत होता, म्हणून. मी कॅप्टन आहे, पण बोलणी मात्र भलत्याच माणसाला खावी लागताहेत.

''भीती, अनिश्चितता, शंका, संशय, भूक.'' ब्रुक्सनं आवाज एकदम खाली आणला. ''याच गोष्टींमुळे माणूस पार मोडून जातो. आगीमुळे, बंदुकीच्या गोळीमुळे जसा माणूस खलास होतो, तितक्याच अटळपणे तो या गोष्टींमुळेही खलास होतो.

''पण या गोष्टी तर काहीच नव्हेत, ॲडमिरल स्टार. हे तर आमच्या खऱ्या भयंकर मारेकऱ्यांचे केवळ साथीदार आहेत. आमचे खरे, भयंकर, हिंस्र मारेकरी कोण आहेत, सांगू तुम्हाला, ॲडमिरल? ते आहेत हाडं गोठवणारी थंडी, दिवसचे दिवस झोपेचा अभाव, आणि पराकोटीचा थकवा. मानसिक थकवा आणि शारीरिक थकवा.

''फेब्रुवारी महिन्यातल्या एखाद्या रात्री जॅन मायेन बेट आणि बेअर आयलंड यांच्या दरम्यान कसं वातावरण असतं, तो अनुभव कसा असतो, माहीतंय का तुम्हाला, ॲडमिरल स्टार? छे! तुम्हाला माहीत असणं शक्यच नाही. आर्क्टिक समुद्रात शून्याखाली साठ अंश तापमान गेलेलं असतं, आणि तरीही समुद्र गोठलेला नसतो, तेव्हा कसं वाटतं, माहीतंय? उत्तर ध्रुवावरच्या आणि ग्रीनलंड बेटावरच्या गोठून गेलेल्या, बर्फाळ भागांवरून उणे वीस अंश तापमानाचे थंडगार वारे सोंऽसोंऽ करत सुसाट वेगानं येतात आणि कोणत्याही जाड कपड्यांमध्ये स्काल्पेलपेक्षाही जास्त सहजपणे घुसतात, तेव्हा काय वाटतं, माहीतंय? डेकवर पाचशे टन बर्फ

जमतं तेव्हा, एखादा अवयव चुकून जरी उघडा राहिला, तरी पाच मिनिटांच्या आत फ्रॉस्टबाईट होते तेव्हा, बोटीचं नाक लाटांमधल्या खोल घळीत घुसतं आणि त्याचे तुषार अंगावर येण्याआधीच गोठून जातात आणि भयंकर वेगानं अंगावर आदळतात तेव्हा, टॉर्चची बॅटरीसुद्धा त्या थंडीत झटक्यात उतरते, तेव्हा काय होतं, माहीतंय तुम्हाला? अं? ॲडमिरल स्टार, माहीतंय तुम्हाला? माहीतंय?'' मशिनगनच्या फैरीसारखे ब्रुक्सचे शब्द स्टारच्या रोखानं सुसाटत जात होते.

''जेव्हा दिवसचे दिवस झोप घेता येत नाही, आठवड्यांमागून आठवडे कशीबशी दोन-तीन तास झोप मिळते, तेव्हा काय वाटतं, माहीतंय तुम्हाला? तुमच्या शरीरातली प्रत्येक नस आणि मेंदूतली प्रत्येक पेशी मर्यादेच्या बाहेर ताणली गेलेली असते आणि तुम्हाला वेडेपणाच्या कडेलोटाकडे ढकलत असते, तेव्हा कसं वाटतं, माहीतंय, ॲडमिरल स्टार? केवळ डोळे मिटून स्वतःला सैल सोडून देण्यासाठी तुम्ही तुमचे आई-बाप, बायको-मुलं, मित्र, जगातली सगळी सुखं सोडून द्यायला तयार असता, पण ते शक्य होत नाही, सर.

''आणि थकवा. पराकोटीचा थकवा. इतका प्रचंड थकवा, की तो तुम्हाला कधीच सोडत नाही. हाडं गोठवणारी थंडी, कित्येक दिवस न मिळालेली झोप, अर्धपोटी राहिल्यामुळे मुळातच कमजोर झालेलं शरीर, आणि सततचं खराब हवामान, या सगळ्यांचा एकत्रित झालेला तो परिणाम असतो. तुम्हालासुद्धा माहीत असेल सर, की सतत खालीवर होत असलेल्या डेकवर काही ताससुद्धा एका जागी राहणं किती त्रासदायक असतं. आणि आमची माणसं हे महिनेच्या महिने करत आलीयत – आर्क्टिक समुद्रात वादळं सारखीच होत असतात. मी तुम्हाला निदान दोन-तीन डझन अशी म्हातारी झालेली माणसं दाखवू शकेन, की ज्यांचं खरं वय वीस वर्षंसुद्धा नाही.''

खुर्ची मागे सारून ब्रुक्सनं अत्यंत अस्वस्थपणे केबिनमध्ये येरझारा मारायला सुरुवात केली. टिंडॉल आणि टर्नरनं आधी एकमेकांकडे, मग व्हॅलेरीकडे सहेतुकपणे कटाक्ष टाकले. व्हॅलेरी मान खाली घालून शून्यात बघत पुतळ्यासारखा निश्चल बसून होता. त्याची नजर टेबलावर ठेवलेल्या आपल्या हातांकडे होती. स्टार तिथे आहे की नाही, इकडे कोणाचंही लक्ष नव्हतं.

''हे सगळं एक भयंकर दुष्टचक्र आहे, सर.'' केबिनच्या भिंतीशी टेकून उभं राहत ब्रुक्सनं म्हटलं. त्याचे दोन्ही हात खिशांमध्ये होते, आणि नजर धुकं जमलेल्या काचेमधून बाहेर कुठेतरी लागलेली होती. ''तुम्हाला जितकी कमी झोप मिळेल, तितके तुम्ही जास्त थकता. तुम्ही जितके जास्त थकता, तितकी तुम्हाला जास्त थंडी लागते. आणि मग हे असंच सुरू राहतं. त्यातच भर पडत असते भुकेची आणि सततच्या तणावाची. प्रत्येक घटक जणू दुसऱ्याबरोबर हातमिळवणी करतो आणि

चढाओढीनं माणसाला पार मोडून काढतो – शारीरिक दृष्टीनं, मानसिक दृष्टीनं. आणि मग माणूस आपोआपच रोगांना बळी पडण्याइतका कमजोर होतो, हो ॲडमिरल, रोगांना.''

ब्रुक्स स्टारकडे बघून किंचित हसला, पण त्यात हास्याचा लवलेशही नव्हता. ''हेरिंग मासे जसे एखाद्या बॅरलमध्ये बंद करून ठेवावेत, तसं अशा आधीच कमजोर झालेल्या माणसांना डेकच्या खाली दिवसचे दिवस कोंबून ठेवलं, की मग दुसरं काय होणार? टीबीच होणार! हे तर अटळ आहे.'' त्यानं खांदे उडवले. ''अजून माझ्यासमोर हाताच्या बोटांवर मोजण्याइतक्याच टीबीच्या केसेस आल्या आहेत, हे खरंय; पण माझी पक्की खात्री आहे, की लोअर डेकमध्ये फुप्फुसाच्या सक्रिय क्षयाची मोठ्या प्रमाणात लागण झालीय.

''एकंदर वातावरण आणि माणसांची दयनीय अवस्था बघता, असं काहीतरी होणार, याचा अंदाज मला कित्येक महिन्यांपूर्वीच आला होता.'' पार थकून गेल्यासारखे त्यानं खांदे उडवले.

''मी अनेकदा नौदलाच्या सर्जनना कळवलं, धोक्याचे इशारे दिले. मी ॲडमिरल्टीलासुद्धा दोनदा पत्र लिहून कळवलं. त्यांनी फक्त सहानुभूती दाखवली. आणि मग त्यांच्या सबबींचा पाढा वाचला – 'जहाजं कमी आहेत, माणसं कमी आहेत...' गेल्या शंभर दिवसांमुळे हे झालं, सर – गेल्या काही महिन्यांनंतरच्या शंभर दिवसांमुळे. अक्षरशः नरकयातनांनी भरलेले शंभर दिवस. एकही दिवस किनाऱ्यावर जाऊन रजा मिळाली नाही. किनाऱ्यावरसुद्धा कशाला जायचं, तर फक्त दारूगोळा भरून घ्यायला – बाकीचं सारं सामान समुद्रावरच असलेल्या कॅरियर्समधून मिळालं. आणि प्रत्येक दिवस प्रचंड थंडी आणि भूक आणि धोक्यांनी आणि यातनांनी आणि हालअपेष्टांनी पुरेपूर भरलेला! माय गॉड, ॲडमिरल!'' तो किंचाळला. ''आम्ही माणसं आहोत सर, यंत्रं नव्हेत!'' तो निघाला आणि स्टारकडे चालत आला. त्याचे हात अजूनही तसेच खिशांमध्ये कोंबलेले होते.

''मला खरं म्हणजे हे कॅप्टन व्हॅलेरीच्या समोर बोलायचं नव्हतं, तरी पण सांगतो तुम्हाला, ॲडमिरल. आमच्या जहाजावरच्या प्रत्येक ऑफिसरची– कॅप्टन व्हॅलेरी सोडून - पक्की खात्री आहे, की आमच्या माणसांनी केव्हाच– तुमच्याच शब्दांत सांगायचं तर– बंड केलं असतं, पण त्यांनी ते का केलं नाही, याला एकमेव कारण आहे, ते म्हणजे स्वतः कॅप्टन व्हॅलेरी. या कॅप्टनवर त्यांची इतकी अपार निष्ठा आहे, इतकी नितांत श्रद्धा आहे, त्यामुळेच फक्त आमच्या जहाजावर बंड झालं नाही. आपल्या मुख्य अधिकाऱ्यावर इतकी पराकोटीची निष्ठा असल्याचं दुसरं उदाहरण निदान माझ्या तरी पाहण्यात दुसरं नाही, ॲडमिरल स्टार.'' टिंडॉल आणि टर्नरनंही पुटपुटत त्याला दुजोरा दिला. व्हॅलेरी मात्र आधीसारखाच निश्चल बसून होता.

"पण त्यालाही काही मर्यादा आहेच. आणि गोष्टी तिथपर्यंत कधी ना कधी येणारच होत्या. आणि आता तुम्ही या माणसांना शिक्षा देण्याची, तुरुंगात टाकायची भाषा करता आहात. हे म्हणजे फारच झालं. हे म्हणजे एखाद्याला महारोग झाल्यामुळे फाशी देण्यापैकी, किंवा अल्सर झाल्यामुळे तुरुंगात टाकण्यापैकी आहे! त्या सिंह आणि कोकराच्या गोष्टीतल्या सिंहासारखं – तू नाही तर तुझ्या बापानं खाल्लं असेल म्हणे." ब्रुक्सनं निराशेनं मान हलवली. "आमचे नौसैनिक त्या कोकरासारखेच निरपराध आहेत. त्यांना आता बरोबर नि चूक यांच्यांतला फरकच समजेनासा झालाय. त्यांना आता सरळ विचारही करता येत नाहीय. त्यांना आता नितांत गरज आहे ती फक्त विश्रांतीची. काही दिवस शांततेत घालवण्याची. या गोष्टी मिळण्यासाठी ते वाटेल ती गोष्ट करायला तयार आहेत, आणि यापलीकडे ते विचारच करू शकत नाहीयेत. हे दिसत नाही का तुम्हाला, ॲडमिरल? समजत नाही का?"

पुढचं जवळजवळ एक मिनिट ॲडमिरलच्या केबिनमध्ये पूर्ण शांतता होती. सगळे जणू गप्प होते. वाऱ्याचा सोंऽसोंऽ आवाज, स्लीटची सरसरसुद्धा नको इतकी मोठ्यानं ऐकू येत असल्यासारखं वाटत होतं. त्यानंतर स्टारनं हात लांब करून आपले ग्लोव्ह्ज हातात घेतले. व्हॅलेरीनं प्रथमच डोकं वर करून तिकडे पाहिलं, आणि त्याच क्षणी तो समजून चुकला, की ब्रुक्सच्या बोलण्याचा काहीही उपयोग झालेला नाही.

"माझा बार्ज बोलाव, कॅप्टन व्हॅलेरी. ताबडतोब." त्यानं तुटक, पूर्णपणे कोरड्या आवाजात म्हटलं. "जहाजाचं संपूर्ण ऑइलिंग, दारूगोळा चढवणं, खाण्यापिण्याचं आणि बाकीचं लागेल ते सामान चढवणं लवकरात लवकर करा. ॲडमिरल टिंडॉल, तुमचा आणि तुमच्या स्क्वाड्रनचा प्रवास यशस्वी होण्यासाठी माझ्या शुभेच्छा. आणि कमांडर ब्रुक्स, तुझ्याबद्दल सांगायचं, तर तुझं म्हणणं मला पूर्णपणे पटतंय– निदान जिथपर्यंत तुझा संबंध आहे तिथपर्यंत तरी नक्कीच."

तो किंचित हसला. त्याचं ते हसणं बाहेरच्या वातावरणाइतकंच थंड होतं. "तू फारच चिंतेत दिसतोयस. तुला थोडे दिवस रजेची फार गरज आहे. त्यामुळे आज मध्यरात्रीच्या आधी तुझ्या जागेवर काम करणारा एक डॉक्टर जहाजावर येऊन पोचेल. चल माझ्याबरोबर, कॅप्टन..." तो दाराकडे जायला वळला आणि त्यानं दोन पावलं टाकली, तेवढ्यात व्हॅलेरीचा आवाज ऐकून तो जागच्या जागी थबकून उभा राहिला. "एक मिनिट, सर. प्लीज."

स्टारनं गर्रकन मागे वळून बघितलं. कॅप्टन व्हॅलेरी जागेवरच बसून होता. त्याच्या चेहऱ्यावर स्मित होतं. स्टारच्या हुद्द्याबद्दलचा आदरभाव, त्याची परिस्थिती समजलेली असल्याचं दाखवणारा भाव – आणि तरीही त्याचा स्वतःचा निर्धार, असं सगळंच त्या स्मितातून दिसत होतं. त्यामुळे स्टार काहीसा अस्वस्थ झाला. "सर्जन

कमांडर ब्रुक्स हा एक अगदी वेगळा ऑफिसर आहे.'' व्हॅलेरी एक एक शब्द स्पष्ट बोलत होता. ''त्याची जागा कोणीही घेऊ शकणार नाही, आणि युलिसिसला त्याची नितांत गरज आहे. मला तो आमच्या जहाजावर हवाय.''

''मी माझा निर्णय घेतलाय, कॅप्टन.'' स्टार फटकन बोलला. ''मला वाटतं, की या प्रकरणाच्या शोधासाठी अॅडमिरल्टीनं मला दिलेले अधिकार तुला माहीत असतीलच.''

''हो, सर. पूर्णपणे माहीत आहेत.'' कॅप्टन व्हॅलेरी अगदी शांत होता. ''पण तरीही मी पुन्हा सांगतो, की ब्रुक्सच्या दर्जाचा ऑफिसर गमावणं आम्हाला मुळीच परवडणार नाही.'' त्याचे शब्द, त्याचा आवाज अगदी नम्र होता; पण त्याच्या बोलण्याचा अर्थ सहज समजण्याजोगा होता. भयंकर अस्वस्थपणे ब्रुक्सनं एक पाऊल पुढे टाकलं, पण तो काही बोलण्याआधीच टर्नरनं त्याला रोखून बोलायला सुरुवात केली. तोही अत्यंत सभ्यपणे बोलू लागला.

''मला वाटतं, की मला काही नुसतंच मीटिंगची शोभा वाढवायला बोलावलेलं नव्हतं.'' तो खुर्चीत मागे टेकून बसला. ''माझ्या मते आता मी काहीतरी बोलण्याची वेळ आलीय. मी ब्रुक्सच्या सगळ्या बोलण्याला संपूर्णपणे पाठिंबा देतोय. त्याच्या प्रत्येक शब्दाला मी दुजोरा देतोय.''

स्टारचा चेहरा पांढराफटक पडला. त्यानं टिंडॉलकडे बघितलं. ''आणि तू, अॅडमिरल?'' टिंडॉलनं मान वर करून बघितलं. त्याच्या चेहऱ्यावरचा सगळा ताण आणि चिंता एकदम नाहीशी झालेली होती. आता त्याला त्याचं फार्मर गाईल्स हे नाव आणखी शोभून दिसत होतं, कारण आता तो अॅडमिरलसारखा दिसण्यापेक्षा पश्चिम भागातल्या एखाद्या शेतकऱ्यासारखाच जास्त दिसत होता. त्याला एक क्षणभरच वाटून गेलं, की आता आपलं करिअर इथेच संपणार बहुतेक. पण करिअरसुद्धा अचानक किती कमी महत्त्वाचं वाटू शकतं, नाही?

''मी या स्क्वाड्रनचा ऑफिसर कमांडिंग आहे. आणि त्या नात्यानं स्क्वाड्रन पूर्ण क्षमतेनं काम करेल हे पाहणं, हा एकमेव मुद्दा माझ्या दृष्टीनं सर्वांत महत्त्वाचा आहे. काही लोकांची जागा खरोखरच दुसरं कोणी घेऊ शकत नाही. कॅप्टन व्हॅलेरीच्या मतानं ब्रुक्स हा असाच एक माणूस आहे. त्यामुळे कॅप्टनचं म्हणणं मला पूर्णपणे मान्य आहे.''

''आय सी, जंटलमेन. आय सी.'' स्टारनं जड आवाजात म्हटलं. त्याचे गाल लाल होत होते. ''जहाजांचा काफिला हॅलिफॅक्सहून निघालाय, आणि माझे हात बांधलेले आहेत. पण अॅडमिरल्टीच्या मुख्यावर पिस्तुलं रोखून तुम्ही फार मोठी घोडचूक करताय, लोकहो. व्हाइटहॉलमध्ये या गोष्टी कधीच विसरल्या जात नाहीत. तुम्ही परत आल्यावर आपण या गोष्टीबद्दल व्यवस्थित, सविस्तर बोलू. गुड डे, जंटलमेन!''

केबिनमधून बाहेर आल्यामुळे जास्त गारठलेला ब्रुक्स केबिनची शिडी उतरून खाली डेकवर आला आणि जहाजाच्या 'दवाखाना' भागात– सिक बेमध्ये- शिरला. लीडिंग सिक बे अटेंडंट जॉन्सननं दवाखान्याच्या खिडकीतून बाहेर बघितलं. ''काय जॉन्सन, आपली आजारी आणि जखमी मंडळी काय म्हणताहेत?'' ब्रुक्सनं विचारलं. 'सैनिकांसारखी झुंजताहेत?''

''जॉन्सननं तिथल्या आठ बेड्स आणि त्यांवर झोपून असलेल्या माणसांकडे चिडलेल्या नजरेनं एक कटाक्ष टाकला.

''काही नाही, सर. नुसते आराम करायला आलेत इथे. यांच्यापैकी निम्मी माणसं माझ्यापेक्षा जास्त फिट आहेत. तिकडे त्या स्टोकर रायलेकडे बघा जरा – तोच तो, बोट मोडलेला माणूस, शेजारी रीडर्स डायजेस्टच्या अंकांचा भला मोठा ढिगारा असलेला. त्यातले सगळे मेडिकलवरचे लेख वाचून काढतोय, आणि मला सल्फा द्या, पेनिसिलिन द्या, अँटिबायोटिक्स द्या, असं मधूनच ओरडतोय. त्यातल्या कितीतरी औषधांची नावंसुद्धा उच्चारता येत नाहीयेत त्याला. त्याला वाटतंय की तो आता मरणार आहे.''

'अरेरे! फार वाईट बातमी आहे.' ब्रुक्स पुटपुटला, आणि त्यानं स्वतःशीच खेदानं मान हलवली. ''त्या कमांडर डॉडसनला या माणसात काय एवढं दिसतं, कोण जाणे...! बरं, हॉस्पिटलची काय नवीन खबरबात?''

जॉन्सनचा चेहरा पांढराफटक पडला. ''आत्ताच त्यांचा फोन आला होता, सर.'' त्यानं दुःखी आवाजात म्हटलं. ''तीन वाजता ऑर्डिनरी सीमन राल्स्टनला मृत्यूनं गाठलं.''

ब्रुक्सनं मान डोलावली. त्याला हा अंदाज होताच. ठिकठिकाणी हाडं मोडलेल्या राल्स्टनला हॉस्पिटलमध्ये पाठवणं हासुद्धा केवळ उपचाराचा भाग होता. एक क्षणभर त्याला स्वतःलासुद्धा थकल्यासारखं, पराभूत झाल्यासारखं वाटलं. त्याला सगळे 'ओल्ड सॉक्रेटिस' म्हणायचे, आणि गेल्या काही दिवसांपासून खरोखरच आपलं वय झाल्यासारखं त्याला वाटत होतं. कदाचित एक रात्रभर शांत झोप घेतली तर बरं वाटेल, त्यानं मनात म्हटलं; पण तरी शंकाच आहे.

''जे घडलं ते तुला मुळीच पटलेलं दिसत नाही, खरं ना?''

''केवळ अठरा वर्षांचा होता तो, सर. केवळ अठरा.'' जॉन्सनचा आवाज एकदम कडवट झालेला होता. ''आत्ताच मी या बर्गेसशी बोलत होतो– तो, त्या बेडवर पडलाय तो. त्यानं सांगितलं, त्या वेळी राल्स्टन बाथरूममध्ये जात होता, त्याच्या खांद्यावर त्याचा टॉवेल होता. तेवढ्यात त्याच्याजवळून माणसांचा एक घोळका धावत पुढे गेला, आणि मग अचानक एक गोरिलासारखा प्रचंड सैनिक आला तिथे, आणि त्यानं हातातल्या रायफलचा दस्ता सरळ राल्स्टनच्या डोक्यात

घातला, आणि त्याला भरपूर बुकललं. आपल्याला काय लागलं हेही बिचाऱ्याला समजलं नाही. आणि का, तेही नाही.'' ब्रुक्सनं फिकटसं एक स्मित केलं. ''यालाच 'बंडखोर बोलणं' म्हणतात, जॉन्सन.'' त्यानं हळूच म्हटलं.

''सॉरी, सर! म्हणजे मला तसं काहीच''

''जाऊ दे, जॉन्सन. फार मनावर घेऊ नकोस. माणसाला विचार करण्यापासून तर रोखता येत नाही, हो ना? पण मोठ्यानं बोलू नकोस. ते नौदलाच्या शिस्तीला धरून नाही...जा, तो रायले बोलावतोय तुला. त्याला हवी तर एखादी डिक्शनरी आणून दे.''

वळून तो सर्जरी विभागाचे पडदे दूर सारून आत शिरला. त्याच्या पायांचा आवाज एकून डेंटिस्टच्या खुर्चीवर बसलेला काळ्याभोर केसांचा जॉनी निकोल्स चटकन उठून उभा राहिला. तो सध्या ॲक्टिंग सर्जन लेफ्टनंट म्हणून काम बघत होता. त्याच्या डाव्या हातात बरीच काही रिपोर्ट कार्ड होती. ''हॅलो, सर! बसा ना.'' त्यानं आतल्या रिकाम्या खुर्चीकडे हात केला. ब्रुक्सला हसू आलं.

'छान! बरं बाटलं, निकोल्स. आजच्या काळात तुझ्यासारख्या, वरिष्ठांचा मान राखणाऱ्या ज्युनियर ऑफिसरला भेटून खरंच फार बरं वाटलं. थँक यू, थँक यू!'

तो खुर्चीत चढला आणि कण्हत मागे टेकून बसला, आणि खुर्चीच्या नेक-रेस्टशी खटपट करू लागला.

''जरा ती फूट-रेस्ट नीट करतोस का, पोरा...हं. वा. थँक यू!'' तो मागे टेकून व्यवस्थित बसला, आणि मान नेक-रेस्टवर नीट टेकवून पुन्हा कण्हला. ''म्हातारा झालो मी, जॉनी. वय झालं आता.''

''काहीतरीच काय, सर! थोडे थकलेले दिसताय इतकंच. मी तुम्हाला एक चांगलं टॉनिक देतो...''

निकोल्स एका कपाटाकडे गेला, आणि त्यानं आतून दोन ग्लास आणि वर 'पॉयझन' असं लेबल लावलेली एक गडद हिरव्या रंगाची बाटली काढली. दोन ग्लास भरून त्यानं एक ग्लास ब्रुक्सच्या हातात दिला. ''माझी खास आवडती आहे, सर! सोऽसोऽ टू युअर हेल्थ.''

ब्रुक्सनं ग्लासातल्या पिवळसर रंगाच्या द्रवाकडे बघितलं. ''हल्ली तुम्हाला युनिव्हर्सिटीमध्ये हे असले उपचार शिकवतात का रे? काय शिकवतील हल्ली, काही सांगता येत नाही. बरं, असू दे. काय नाव याचं?''

''उत्कृष्ट दर्जाची आहे, सर! कोल बेटावर बनवलीय.''

ब्रुक्सनं जॉनी निकोल्सकडे साशंक नजरेनं बघितलं. ''कोल बेटावर डिस्टिलरीज आहेत? मला माहीतच नव्हतं.''

''तिकडे डिस्टिलरीज नाहीच आहेत, सर. मी फक्त कोल बेटावर बनवलीय

एवढंच म्हटलं...सर, वर मीटिंगमध्ये काय झालं?''

''वाट लावली त्या ॲडमिरलनं. आपल्या सगळ्यांना तुरुंगात टाकायची धमकी दिली. विशेषतः माझ्यावर तर फारच भडकला तो. म्हणाला, ''आत्ताच्या आत्ता तुझ्या xxx वर लाथ घालून तुला नेव्हीमधून हाकलून देतो, आणि तसं करायलाही निघाला होता!''

''तुम्हाला?'' निकोल्सचे खोल गेलेले, झोप नसल्यामुळे लाल झालेले डोळे एकदम मोठे झाले. ''चेष्टा करताय ना माझी, सर?''

''नाही, खरं तेच सांगतोय. पण जाऊ दे. मी काही जात नाहीय कुठे. त्या तिघा वेडपटांनी – फार्मर गाईल्स, टर्नर आणि कॅप्टन व्हॅलेरी – ॲडमिरल स्टारला जवळजवळ स्पष्टच सांगितलं, की जर मी जाणार असेन, तर तुम्ही दुसऱ्या ॲडमिरल, कॅप्टन आणि कमांडरचाही शोध करायला लागा. त्यांनी असं करायला नको होतं. पण त्यामुळे व्हिन्सेंट स्टार मुळापासून हादरला. धुमसतच निघून गेला तो– तोंडातल्या तोंडात आम्हाला धमक्या देत गेला.''

''बेअकली कुठला!'' निकोल्सनं मनापासून म्हटलं.

''नाही रे! तो मुळीच बेअकली वगैरे नाही. खूप हुशार माणूस आहे तो. तुमच्याकडे काहीतरी असल्याशिवाय उगाच काही कुणी तुम्हाला डीएनओ करत नाही. स्ट्रॅटेजी आणि टॅक्टिक्स या दोन्ही बाबतींत अत्यंत हुशार आहे तो– गाईल्सनं सांगितलं मला, आणि आपल्याला दिसतो तितका तो वाईटही नक्कीच नाही. खरं म्हणजे काही प्रमाणात तरी, आपल्याला पुन्हा सफरीवर पाठवण्यासाठी त्याला दोष देण्यात अर्थ नाही. त्याच्यासमोरचे प्रश्नच असे आहेत की, त्यांच्यावर सध्यातरी उत्तरं नाहीत. त्याच्या हाताशी साधनसामग्री मर्यादित आहे. जगातल्या आणखी कितीतरी युद्ध क्षेत्रांमधून जहाजांसाठी आणि माणसांसाठी प्रचंड मागणी आहे. त्याच्याकडे आलेल्या निम्म्या मागण्यासुद्धा पुऱ्या करणं अशक्य आहे. त्याला बजेटही जेमतेम काम चालू शकेल इतकंच मिळतं. पण एवढं सगळं असूनही एक गोष्ट मान्यच केली पाहिजे, की तो निर्दय आहे- माणसांना समजून घेऊ शकत नाही.''

''मग नेमकं काय ठरलं?''

''काही नाही, पुन्हा मुरमान्स्कला जायला निघायचंय. उद्या सकाळी ०६.०० वाजता.''

''काय? पुन्हा? ही असली चालती-बोलती प्रेतं घेऊन?'' निकोल्सचा विश्वासच बसत नव्हता. ''असं कसं करू शकतात ते, सर? हॅ! याला काहीच अर्थ नाही!''

''हो, पण त्यांनी ते आधीच केलंय ना, पोरा. युलिसिसनं म्हणे– अं – पापाचं प्रायश्चित्त घेतलं पाहिजे.'' ब्रुक्सनं डोळे उघडले. ''आपल्या सफरीचा नुसता विचार

जरी केला ना, तरी अक्षरशः अंगावर काटा उभा राहतोय. पोरा, मघाचं ते ड्रिंक थोडं उरलं असलं तर...''

निकोल्सनं ती बाटली उचलून सरळ कपाटात ठेवून दिली, आणि पोर्टहोलमधून अगदी जवळच दिसत असलेल्या ड्यूक ऑफ कम्बरलँडकडे, त्या महाकाय युद्धनौकेकडे चिडून अंगठ्यानं निर्देश केला. ती प्रचंड युद्धनौका खुंटाला बांधलेल्या एखाद्या हत्तीसारखी तिच्या नांगराभोवती हलतडुलत उभी होती. ''नेहमी आपल्यालाच का पाठवतात ते, सर? एखाद वेळी तरी त्या निरुपयोगी तरंगत्या किल्ल्याला पाठवायला काय हरकत आहे? महिना-महिना आपली एकाच जागी उभी असते.''

''तेच म्हणतो मी,'' ब्रुक्सनं गंभीरपणे मध्येच म्हटलं. ''कॅपॉक किडच्या म्हणण्यानुसार गेल्या बारा महिन्यांमध्ये समुद्राच्या तळाशी प्रचंड प्रमाणात जे कंडेन्सड दुधाचे रिकामे कॅन्स आणि हेरिंग्ज-इन-टोमॅटो-सॉसचे रिकामे डबे जमलेत ना, त्यांच्यामुळे नांगरच टाकता येत नाहीये. बोटीचा नांगर टाकण्याचे सगळे प्रयत्न फोल ठरताहेत.''

पण त्याचं हे तिरकस बोलणं निकोल्सनं ऐकलेलंच नव्हतं. ''आठवडेच्या आठवडे, महिनेच्या महिने ते युलिसिसलाच पाठवतात. ते कॅरिअर्स बदलतात, डिस्ट्रॉयर्सना अधूनमधून विश्रांती देतात– पण युलिसिसला कधीच विश्रांती नाही देत. एकदाही नाही. थोडीसुद्धा उसंत देत नाहीत आपल्याला. पण त्या ड्यूक ऑफ कम्बरलँडकडे बघा. एवढी मोठी बोट, पण ती काय काम करते? तर ती फक्त आपल्या युलिसिसवर त्या गोरिलांसारख्या मरीन्सना पाठवते– आपल्या आजारी, जखमी माणसांना आणखी मारायला, त्यांची कत्तल करायला.

''शांत हो, पोरा,'' ब्रुक्सनं त्याला रागावून म्हटलं. ''तिकडे बाहेर आपली फक्त तीन माणसं मरून पडलीयत आणि काही थोडीफार माणसं जखमी झालीयत. याला तू कत्तल म्हणतोस? ते मरीन्स तरी काय, त्यांचं कर्तव्यच बजावत होते. आणि कम्बरलँडबद्दल बोलायचं, तर एक गोष्ट आपल्याला लक्षात घ्यायलाच हवी, की आपलं एकमेव जहाज असं आहे, की ज्याला आपल्या नौदलानं कॅरिअर कमांडसाठी सिद्ध केलंय.''

आपला ग्लास रिकामा करत निकोल्सनं ब्रुक्सकडे विचार करत बघितलं. ''कधीकधी ना सर, मला तर जर्मन लोक एकदम आवडतात.''

''तू आणि जॉन्सननं भेटलं पाहिजे एखाद्या वेळी,'' ब्रुक्सनं म्हटलं. ''तो स्टार तुम्हाला दोघांनाही बेड्या ठोकून चाबकाचे फटके मारील, अफवा पसरवून गोंधळ माजवल्याबद्दल – ओ, हॅलो!'' तो एकदम खुर्चीत सरसावून बसला. ''अरे, तिकडे त्या ड्यूककडे बघ, जॉनी! बरीच पळापळ चाललेयी दिसतेय – मंडळी खरोखरच पळताहेत फॉक्सल हेडच्या दिशेनं. इतकी गडबड पहिल्यांदाच दिसतेय मला

ड्यूकवर. काय भानगड असेल रे?''

"त्यांना रजा मिळाल्याचं समजलं असावं बहुतेक,'' निकोल्स गुरगुरला. "नाही तर दुसऱ्या कशानंही ही कामचोर, आळशी माणसं जागची हलणं शक्य नाही. आणि त्यांच्या कष्टांचं बक्षीस जर त्यांना मिळत असेल, तर आपण कशाला तक्रार करा उगाच? या उत्तर समुद्रातल्या भयंकर कष्टदायक वातावरणात इतके दिवस काम केल्यानंतर...''

त्याच क्षणी भोंग्याच्या कर्णकर्कश आवाजात त्याचं बाकीचं वाक्य वाहून गेलं. आपोआपच त्यांच्या नजरा एव्हाना खरखर करू लागलेल्या, शिट्ट्या मारू लागलेल्या लाउडस्पीकरकडे वळल्या, आणि मग लगेच त्यांनी चमकून, हादरून एकमेकांकडे बघितलं आणि काही कळायच्या आत ते ताबडतोब ॲक्शन स्टेशन्सकडे धावत सुटले.

"ओ नो! आता पुन्हा तेच?'' ब्रुक्सनं जणू कण्हत म्हटलं. "तेसुद्धा स्कापा फ्लोमध्ये? नको रे देवा, नको!''

"ओ, नो! आता पुन्हा तेच? तेसुद्धा स्कापा फ्लोमध्ये? नको रे देवा, नको!''

उत्तर समुद्रातल्या ऐन हिवाळ्यातल्या त्या संध्याकाळी पार थकून गेलेल्या, झोपेच्या अभावामुळे गांजलेल्या, अत्यंत कडवट बनलेल्या ७२७ लोकांच्या मनात, ओठांवर आणि हृदयांतही हेच शब्द घुमत होते. भोंग्याच्या आवाजानं डेकवर, डेकच्या खाली, इंजिन रूम्समध्ये, बॉयलर रूम्समध्ये, किचन्समध्ये, सगळीकडेच चाललेली कामं एकदम ठप्प झाली. बंदरात असल्यामुळे त्यांच्या मनात नाही म्हटलं तरी सुरक्षिततेची एक भावना निर्माण झालेली होती; पण भोंगा वाजू लागल्यामुळे सगळ्यांच्या छातीत धस्स झालं. काही तासांपुरत्या का होईना, आपण सुरक्षित असल्याच्या समजुतीचा फुगा एकदम फुटला, आणि सगळ्यांना बाहेरच्या भयावह सत्य परिस्थितीची पुन्हा एकदा जाणीव झाली.

पण एका अर्थानं बघितलं, तर युलिसिससाठी तो एक निर्णायक क्षण होता. एक लढाऊ जहाज या नात्यानं हा क्षण युलिसिसला कायमचं मोडून निकालात काढू शकत होता. हा असा क्षण होता, की या वेळी बंदरातल्या, तुलनेनं सुरक्षित जागेत जहाजावरची सगळी थकून गेलेली, भुकेली, झोप नसल्यामुळे सैरभैर झालेली माणसं, जी काही प्रमाणात तरी शांत झालेली होती, ती त्यांच्या कष्टांचा, विश्रांतीच्या अभावाचा जराही विचार न करता त्यांच्यावर एकामागून एक सफरी लादत असलेल्या अधिकाऱ्यांच्या विरोधात, कदाचित संपूर्ण ब्रिटिश नौदलाच्याही विरोधात, ठामपणे उभं राहण्याचा निर्णय घेऊ शकत होती. नुकतंच जहाजावर जे घडलं होतं, त्याचा विचार केला तर हा निर्णय त्यांनी घेणं अपरिहार्य होतं. असं काही व्हायचं असेल, तर हाच तो क्षण होता.

तो क्षण आला आणि गेला. तो विचारही त्यांच्या मनात आला, पण तो फारच धूसर होता, आणि ॲक्शन स्टेशन्सवर पोचण्याच्या गडबडीत, घाईत तोही आला तसाच निघून गेला. कदाचित स्वतःचा जीव वाचवण्याची नैसर्गिक प्रवृत्ती याला कारणीभूत असावी, असं कोणी म्हटलं असतं; पण हे अशक्य होतं. युलिसिसनं हा विचार करण्याचं केव्हाच सोडून दिलेलं होतं. कदाचित वर्षानुवर्षं नौदलात काम केल्यानं अंगात भिनलेली शिस्त याला कारणीभूत असावी, किंवा कॅप्टन व्हॅलेरीवरची अपार निष्ठा कारणीभूत असावी. किंवा मानसशास्त्रज्ञ ज्याला 'कंडिशन्ड रिफ्लेक्स' म्हणतात, ते कारण असावं. करकचून ब्रेक दाबल्याचा आवाज ऐकताक्षणीच आपण जशी जीव वाचवायला उडी मारतो तसं, किंवा मग दुसरंच काहीतरी कारण असेल. जे काही असेल ते असो; पण फक्त डाव्या बाजूला पहारा करत असलेले लोक सोडून दोन मिनिटांच्या आत युलिसिस समोर येईल त्या परिस्थितीला तोंड देण्यासाठी सज्ज झाली.

स्कापा फ्लोसारख्या सुरक्षित ठिकाणी काही घडू शकेल, यावर अजूनही विश्वास न बसलेली माणसं आपापल्या स्वभावधर्मानुसार आपापल्या जागी धावत गेली. कोणी काही न बोलता, तर कोणी शिव्यांचा भडिमार करत, कोणी नाइलाजानं तर कोणी उत्साहानं, कोणी शांतपणे तर कोणी चिडून; पण सगळे जण गेले.

रिअर ॲडमिरल टिंडॉलही गेला. पण तो शांतपणे जाणाऱ्यांपैकी नव्हता. मोठ्यानं, मनापासून शिव्या हासडत तो शिडी चढून ब्रिजवर गेला, आणि डावीकडचं दार धाडकन उघडून कंपास प्लॅटफॉर्मवरच्या आपल्या उंच आरामखुर्चीत जाऊन बसला. त्यानं व्हॅलेरीकडे बघितलं.

"आता काय झालं, कॅप्टन? एवढी धावपळ कशासाठी?" त्यानं जोरात विचारलं. "मला तर सगळंकाही शांत दिसतंय."

"अजून समजलेलं नाही, सर." व्हॅलेरीनं संपूर्ण बंदरावरून नजर फिरवत म्हटलं. "सी-इन-सी कडून अलार्म सिग्नल आलाय, आणि आपल्याला ताबडतोब निघायला सांगितलंय."

"लगेच निघायचं? पण का म्हणून? का?" व्हॅलेरीनं नुसतेच खांदे उडवले. टिंडॉलनं नापसंतीनं जोरात मान हलवली. "तुला सांगतो, सगळ्यांनी कट केलाय, माझ्यासारख्या म्हाताऱ्यांना दुपारची झोपही धड मिळू नये म्हणून!"

"मला तर वाटतं, आपल्याला आणखी जरा हादरवण्याची लहर आली असावी त्या स्टारला." टर्नरनं तोंड वाकडं करत म्हटलं. "नाही, मला नाही तसं वाटत. तो नाही असं करू शकणार. त्याची तेवढी हिंमतच नाही. आणि तो काही सूडबुद्धी असलेला माणूस असेलसं वाटत नाही." टिंडॉलनं ठामपणे म्हटलं.

ब्रिजवर शांतता पसरली. फक्त स्लीट आणि गारा पडत असल्याचे आवाज,

आणि ॲस्डिकमधून– ही जहाजाची 'सोनार' सिस्टिम होती, जी पाण्याच्या पृष्ठभागाच्या खालच्या गोष्टींचा शोध घ्यायची- येणारा विचित्र असा 'पिंग, पिंग' आवाज तेवढा ऐकू येत होता.

अचानक व्हॅलेरीनं आपली दुर्बीण उचलली. ''माय गॉड, सर! ते बघा, तिकडे ती ड्यूक ऑफ कम्बरलॅंड तिचा नांगर उचलतेय!''

खरंच होतं ते! शंका घ्यायला जागाच नव्हती.

''पण कशाला -'' बोलणं मध्येच थांबवून टिंडॉलनं वर आकाशात बघितलं. ''एकही विमान दिसत नाहीये, वरून एखादा पॅराटूपर उतरताना दिसत नाहीय, रडारवरून काही समजलेलं नाहीय. ॲडिस्कवरूनही कुठे कॉंटॅक्ट झाल्याचं समजलेलं नाही, एखादी जर्मन बोट कुठे दिसत नाहीय.''

''ती आपल्याला सिग्नल पाठवतेय, सर!'' बेंटलेनं मध्येच म्हटलं. बेंटले हा चीफ योमन ऑफ सिग्नल्स होता. क्षणभर थांबून त्यानं कम्बरलॅंड दिव्यांच्या साहाय्यानं पाठवत असलेला सिग्नल वाचायला सुरुवात केली. 'ताबडतोब आपल्या जहाजं नांगरण्याच्या ठिकाणाच्या दिशेनं निघा. उत्तरेकडच्या बॉयवर जा, ''त्यांना कन्फर्म करायला सांग.'' व्हॅलेरीनं हुकूम सोडला, आणि तिथे उभ्या असलेल्या नौसैनिकाच्या हातातून फोन हातात घेतला.

''नंबर वन, मी कॅप्टन बोलतोय. काय परिस्थिती आहे आपली? ठीक आहे? गुड!'' तो ऑफिसर ऑफ द वॉचकडे वळला. ''दोन्ही इंजिनं, सावकाश पुढे जाऊ दे. उजवीकडे १० अंश.'' आणि मग त्यानं टिंडॉलकडे प्रश्नार्थक नजरेनं पाहिलं.

टिंडॉलनंही खांदे उडवले. ''मलाही अर्थ कळत नाहीय. संगीत खुर्चीसारखा एखादा समुद्रावरचा नवीन खेळ सुरू केलाय की काय? थांब जरा. ते बघ, कम्बरलॅंडच्या सगळ्या ५.२५ इंची तोफांची तोंडं बघ, एकदम खाली वळलीयत!''

व्हॅलेरीनं त्याच्या नजरेला नजर भिडवली. ''अरे, पण शक्यच नाही! माय गॉड, म्हणजे तुला असं वाटतंय का....'' तितक्यात ब्रिजच्या थोडंच पाठीमागे असलेल्या ॲस्डिकच्या लाउडस्पीकरनं त्याला त्याच्या शंकेचं उत्तर दिलं. लीडिंग ॲस्डिक ऑपरेटर क्रायस्लरचा आवाज अगदी स्पष्ट, शांतपणे ऐकू येऊ लागला.

''ॲस्डिक – ब्रिज, ॲस्डिक –ब्रिज. एको येतोय, रेड ३०. पुन्हा सांगतो, रेड ३०. स्पष्ट होतोय, जवळ येतोय.''

कॅप्टन व्हॅलेरीनं अविश्वासानं ते ऐकलं; पण पुढच्याच क्षणी काय होतंय, ते त्याच्या लक्षात आलं.

''डायरेक्टर कंट्रोलला कळवा लगेच! रेड ३०. सगळ्या विमानविरोधी तोफांची तोंडं एकदम खाली वळवा. टार्गेट पाण्याखाली आहे. टोर्पेडो- तो टोर्पेडो ऑफिसर- मार्शलकडे वळला. हा जन्मानं कॅनेडियन होता– ''डेप्थ चार्ज स्टेशन्स.''

मग तो टिंडॉलकडे वळला. "पण हे कसं शक्य आहे, सर? एक यू-बोट येते-ती यू-बोटच असावी असं समजतोय मी – आणि तीसुद्धा स्कापा फ्लोमध्ये? अशक्य!" प्राएनला ते अशक्य वाटलं नव्हतं. टिंडॉलनं म्हटलं.

"प्राएन?"

"कापितान लेफ्टनंट प्राएन– ज्यानं रॉयल ओक बुडवली तो. पण हे पुन्हा होणं शक्य नाही. बंदराच्या तोंडावरची नवी संरक्षण व्यवस्था..."

"...कोणत्याही नेहमीच्या पाणबुडीला बाहेरच रोखून धरेल." टिंडॉलनं त्याचं वाक्य पुरं केलं. त्यानं आवाज एकदम खाली आणला. "मागच्या महिन्यात आपल्याला आपल्या नव्या छोट्या, दोनच माणसांनी चालवायच्या पाणबुड्यांबद्दल काय सांगितलं होतं, आठवतंय ना– चॅरियट नावाच्या! त्याच पाणबुड्या, ज्या शेटलंड बेटांवरच्या नॉर्वेजियन मच्छीमार बोटी नॉर्वेला घेऊन जाणार होत्या? मला वाटतं, जर्मन लोकांनाही तीच कल्पना सुचलेली असावी." "हं. शक्य आहे!"' व्हॅलेरीनं मान डोलावली. मग त्यानं कम्बरलँडकडे तिरस्कारानं मानेनं निर्देश केला. "ती बघा, कम्बरलँड कशी पळ काढतेय, बंदराबाहेर." थोडं थांबून त्यानं विचार केला, आणि पुन्हा टिंडॉलकडे बघितलं. "काय, सर, कसं वाटतंय हे बघून?"

"कशाबद्दल म्हणतोयस?"

"एवढं प्रचंड, लाखो पौंड किमतीचं जहाज गमावणं परवडण्यासारखं नाही ना!" व्हॅलेरी दुष्ट हसला. "त्यामुळे कम्बरलँड गेली बंदराबाहेर पळून, जीव वाचवायला. पण मी तुम्हाला पैजेवर सांगतो सर, की ती आत्ता कुठाय याचं अचूक ठिकाण जर्मन नौदलातल्या गुप्तहेरांना ठाऊक असेल; अगदी शेवटच्या फुटापर्यंत. या ज्या छोट्या पाणबुड्या आहेत ना, त्यांच्यावर काढून घेता येणारी वॉरहेड्स असतात. त्यामुळे ती आता आपल्याच जहाजावर बसवली जाणार हे नक्की." टिंडॉलनं निर्विकार नजरेनं त्याच्याकडं पाहिलं. ॲस्डिक लाउडस्पीकरवरून क्षणाक्षणाला नवीन माहिती येत होती– टार्गेट डावीकडे होतं, आणि सतत जवळ येत होतं. मग एकदम व्हॅलेरीच्या म्हणण्याचा रोख त्याच्या लक्षात आला.

"बरोबर, अगदी बरोबर." तो पुटपुटला. "आपणच बळीचा बकरा आहोत." तोंड वाकडं करत तो निराशपणे हसला. "गॉड, काय चाललंय हे? ही म्हणजे आपल्या माणसांच्या पाठीवरची शेवटची गवताची काडी झाली. आपण नुकतीच केलेली भयानक सफर, आपला तथाकथित उठाव, कम्बरलँडवरून आलेले ते मरीन्स, ऐन बंदरात ॲक्शन स्टेशन्सची परिस्थिती– आणि आता हे! आपला जीव धोक्यात घालायचा, कोणासाठी, तर त्या xxx –" त्यानं तोंडातल्या तोंडात शिव्या हासडल्या, पण मग स्वतःवर ताबा मिळवला. तो शांतपणे बोलू लागला.

"पण तू आपल्या माणसांना काय सांगणार, कॅप्टन? बाप रे! अरे, त्यांनाच

काय, मलासुद्धा बंड करावंसं...'' मध्येच थांबून त्यानं व्हॅलेरीच्या खांद्यावरून पलीकडे प्रश्नार्थक नजरेनं बघितलं. व्हॅलेरीनंही मागे वळून बघितलं.

''यस, मार्शल?''

''सॉरी, सर! हा जो– एको येतोय,'' मागे उभ्या असलेल्या मार्शलनं अंगठ्यानं पाठीमागे लाउडस्पीकरच्या दिशेनं निर्देश केला. ''ही काय एखादी पाणबुडी– अगदी लहान पाणबुडी असू शकेल का?''

''शक्य आहे, मार्शल. का विचारतोयस?''

''म्हणजे राल्स्टन आणि मला वाटलं होतं तसंच दिसतंय, सर.'' मार्शल हसला.

''मग तिची कशी वाट लावायची याची आम्हाला एक कल्पना सुचलीय.''

व्हॅलेरीनं बाहेर एक नजर टाकून सुकाणू आणि इंजिनासाठीचे हुकूम दिले, आणि तो परत मार्शलकडे वळला. त्याला खोकल्याची एक जोरदार उबळ आली, पण त्यानं तसंच टेबलावर काचेखाली असलेल्या बंदराच्या नकाशाकडे बोट दाखवलं.

''तुम्ही जर या उथळ पाण्यात डेप्थ चार्ज टाकायचे म्हणत असाल, तर आपल्याच जहाजाची मागची बाजू...''

''नाही, सर. इथे तितकं उथळ सेटिंग मिळेल की नाही, याचीच शंका आहे मला. माझी– खरं तर राल्स्टनची– कल्पना अशी आहे, की आम्ही आपली मोटरबोट घ्यायची, त्यात थोडे २५ पौंडी डेप्थ चार्जेस, १८ सेकंदांचे फ्यूज, आणि केमिकल इग्नायटर्स घ्यायचे. यातून काही फार मोठा स्फोट मिळणार नाही, हे मला माहीतेय; पण ती जर छोटी पाणबुडी असेल, तर तिचा बाहेरचा पत्रा आणि सांगाडा काही फारसा जाड नसावा. आणि जर त्या पाणबुडीतली माणसं आत न बसता पाणबुडीवर बसलेली असली, तर ती लगेचच खलास होतील.''

व्हॅलेरी हसला. ''वा, मार्शल, कल्पना आहे. सर, तुम्हाला काय वाटतं?''

''प्रयत्न करायला तरी काहीच हरकत नाही.'' टिंडॉलनं मान डोलावली.

''इथे त्यांचं टार्गेट होऊन नुसतंच बसून राहण्यापेक्षा कितीतरी चांगलं.''

''ओके, करून टाका मग.''

व्हॅलेरीनं त्याच्याकडे प्रश्नार्थक मुद्रेनं पाहिलं. ''तुमचे एक्स्प्लोझिव्ह्ज एक्स्पर्ट कोण आहेत?''

''माझ्या मनात होतं की..''

''राल्स्टनलाच- मला वाटलंच होतं. कोणालाही बरोबर न्यायचं नाही, पोरा.'' व्हॅलेरीनं कडक आवाजात म्हटलं. ''माझा टॉर्पेडो ऑफिसर गमावणं परवडणार नाही मला.'' मार्शलनं त्याच्याकडे व्यथित नजरेनं पाहिलं, पण मग इलाज नसल्यासारखे

खांदे उडवले.

"चीफ टीजीएम आणि राल्स्टन– तो सीनियर टॉर्पेडो ऑफिसर आहे. दोघंही चांगले आहेत."

"ओके! बेंटले, त्यांच्याबरोबर बोटीत एक माणूस पाठव. आम्ही ॲस्डिकची बेअरिंग्ज इथून कळवत राहू. त्यांना बरोबर एक पोर्टेबल ॲल्डिस लॅम्पही न्यायला सांग." व्हॅलेरीनं आवाज एकदम खाली आणला. "मार्शल?"

"काय, सर?"

"राल्स्टनच्या धाकट्या भावाचा आज दुपारी हॉस्पिटलमध्ये मृत्यू झाला." त्यानं मागे उभ्या असलेल्या लीडिंग टॉर्पेडो ऑफिसर राल्स्टनकडे एक नजर टाकली. गंभीर चेहऱ्याच्या, उंच बांध्याच्या राल्स्टननं डुफेल जॅकेटच्या आत फिकटलेला निळा ओव्हरऑल घातलेला होता.

"त्याला समजलंय का अजून?" मार्शलनं डोळे मोठे करत व्हॅलेरीकडे टक लावून पाहिलं, मग राल्स्टनकडे नजर टाकली, आणि तोंडातल्या तोंडात शिव्यांचा भडिमार केला.

"मार्शल!" व्हॅलेरीनं जोरात दटावलं, पण मार्शलनं त्याच्याकडे, त्याच्या आवाजातल्या दटावणीकडे, आणि बाहेर पडत असलेल्या स्लीटकडे सारखंच दुर्लक्ष केलं. काही क्षण तो गप्प राहिला.

"नाही, सर." मग त्यानं हळूच म्हटलं. "त्याला अजून समजलेलं नाही. पण त्याला आज सकाळी दुसरीच एक बातमी समजली. गेल्या आठवड्यात क्रॉयडन शहरावर मोठा बॉम्बहल्ला झाला. त्याची आई आणि तीन बहिणी राहतात तिथे... राहत होत्या. चौघीही जणींच्या पार चिंधड्या झाल्या. काहीही हाती लागलं नाही." खाडकन वळून तो ब्रिजवरून खाली निघून गेला.

पंधरा मिनिटांनंतर कारवाई पूर्ण झालेली होती. युलिसिस तिच्या नेमून दिलेल्या जागी जात असतानाच उजवीकडची व्हेलर बोट आणि डावीकडची मोटरबोट पाण्यात उतरवण्यात आली. व्हेलर बोट युलिसिसला नेमून दिलेल्या बॉयच्या दिशेनं गेली, तर मोटरबोट जहाजाला तिरक्या दिशेनं पुढे गेली.

जहाजापासून चारशे यार्डांवर गेल्यानंतर, जहाजावरून दिव्यांच्या साहाय्यानं दिलेल्या सिग्नल्सच्या अनुसार राल्स्टननं खिशामधून एक पकड काढली आणि डेप्थ चार्जवर केमिकल फ्यूज दाबून घट्ट बसवला. त्यानंतर मोटरबोटीतल्या त्याच्या सहकाऱ्यानं स्टॉपवॉच लावलं, आणि बरोबर बारा सेकंद झाल्यावर डेप्थ चार्ज त्यांनी पाण्यात सोडला. मोटरबोट नंतर गोलाकार मार्गानं पाणी कापू लागली. पहिल्या डेप्थ चार्जनंतर असेच आणखी तीन डेप्थ चार्ज थोड्या थोड्या अंतरानं समुद्रात

टाकण्यात आले. पहिल्या तीन डेप्थ चार्जेसच्या स्फोटांमुळे बोटीचा मागचा भाग पाण्यातून वर उचलला गेला आणि परत पाण्यावर आपटला, आणि बोटीला जोरदार हादरा बसला, यापलीकडे काहीच झालं नाही. चौथ्या स्फोटानंतर मात्र हवेचा एक भला मोठा बुडबुडा पृष्ठभागावर आला, आणि त्यानंतर जरा लहान, चिकट बुडबुड्यांचा एक प्रवाहच वर आला. पाणी शांत झालं, तसा तेलाचा एक पातळसा तवंग पाण्यावर पसरत गेला...

जहाजावर ॲक्शन स्टेशन्सवरून दूर झालेले नौसैनिक वरून हे सगळं निर्विकार चेहऱ्यांनी बघत होते. मोटरबोट परत युलिसिसकडे आली. तिच्या स्टीअरिंग गिअरची बरीच नासधूस झालेली होती, आणि तिच्यात बऱ्यापैकी वेगानं पाणीही शिरत होतं. पण ती बुडण्याआधी वेळेत तिला परत जहाजावर उचलण्यात आलं.

ड्यूक ऑफ कम्बरलँड एव्हाना क्षितिजाच्या पलीकडे दिसेनाशी झालेली होती.

डोक्यावरची कॅप हातात घेऊन राल्स्टन कॅप्टन व्हॅलेरीसमोर बसलेला होता. व्हॅलेरी काहीही न बोलता थोडा वेळ त्याच्याकडे बघत बसून राहिला. काय बोलावं, कसं बोलावं, हेच त्याला समजत नव्हतं. हे काम त्याला कधीच आवडलं नव्हतं.

कॅप्टन रिचर्ड व्हॅलेरीला युद्धही आवडत नसे. कधीच आवडलं नव्हतं. आरामात जगत असलेल्या निवृत्तीच्या जीवनामधून त्याला युद्धानं खेचून बाहेर काढलं होतं, त्या दिवसापासूनच त्याला युद्ध आवडलं नव्हतं. 'खेचून काढलं' असं तो स्वतः म्हणत असला, तरी खरं म्हणजे १ सप्टेंबर १९३९ ला जेव्हा युद्ध सुरू झालं, तेव्हा त्यानं स्वतःहोऊन काम करण्याची इच्छा ॲडमिरल्टीकडे व्यक्त केली होती, आणि हे फक्त एकट्या टिंडॉलला माहीत होतं. ॲडमिरल्टीनं अर्थातच मोठ्या आनंदानं त्याला सेवेत घेतलं होतं.

तरीही त्याला युद्ध कधीच आवडत नव्हतं; पण युद्धामुळे त्याच्या साहित्य आणि संगीताच्या छंदामध्ये आणि अभ्यासामध्ये व्यत्यय आला होता म्हणून नव्हे; या दोन्ही क्षेत्रांमध्ये एक अभ्यासक म्हणून त्याला मोठा मान होता, त्याच्या सौंदर्याच्या आणि योग्यायोग्यतेच्या जाणिवेमध्ये युद्ध ही एक कायमची कटकट होती म्हणूनही नव्हे; त्याला युद्ध आवडत नव्हतं, कारण तो एक अत्यंत धार्मिक वृत्तीचा माणूस होता. त्याला मानवातलं भयंकर पशुत्व बघून कमालीचं दुःख होत असे. माणसाच्या खांद्यावरचा जीवनाचा क्रॉस युद्धामुळे होणाऱ्या शारीरिक आणि मानसिक यातनांच्या शिवायही आधीच प्रचंड अवजड असतो, असं त्याचं स्पष्ट मत होतं. त्याला युद्धाचा इतका मनापासून तिटकारा का होता, याचं सगळ्यात महत्त्वाचं कारण म्हणजे, त्याची अशी पक्की धारणा होती, की युद्ध म्हणजे एक भयंकर चूक आहे; मनाचा असा वेडेपणा आहे, की ज्यामुळे कोणतेही प्रश्न कधीही सुटत नाहीत, कोणतीही गोष्ट कधीही सिद्ध होत नाही. पण काही गोष्टी या त्याच्या कर्तव्याचा एक

भाग होत्या, आणि त्याला पूर्णपणे जाणीव होती, की युद्ध जर लढायचंच आहे, तर ते आपलंही आहे हे मानूनच लढणं भाग आहे. आणि यासाठीच तो लष्करी सेवेत परत आला होता, आणि जसजशी ती यातनामय वर्षं जात होती, तसतसा शरीरानं अधिक म्हातारा आणि कमजोर, आणि वृत्तीनं अधिकाधिक अनुभवी, दयाशील, सहनशील आणि सहिष्णू होत गेला होता. नौदलात आणि एकूणच सगळ्या माणसांमध्ये कॅप्टन रिचर्ड व्हॅलेरी हे एक अद्वितीय, वेगळंच व्यक्तिमत्त्व होतं. त्याला मोठा मान होता. त्याची नम्रता, मानवता, कनवाळूपणा, प्रेमळ स्वभाव या साऱ्या गुणांची त्याला जाणीवही नव्हती, हा त्याच्या मोठेपणातला सर्वांत महत्त्वाचा भाग होता.

व्हॅलेरीनं स्वतःशीच एक सुस्कारा सोडला. पण काय नि कसं बोलावं, कुठून सुरुवात करावी, या त्याच्या समस्येमधून राल्स्टननंच त्याला सोडवलं – राल्स्टननंच बोलायला सुरुवात केली.

''असू दे, सर.'' राल्स्टननं शांतपणे, निर्विकार आवाजात म्हटलं. त्याचा चेहराही अगदी स्तब्ध होता. ''मला समजलंय. टॉर्पेडो ऑफिसरनं सांगितलं मला.''

व्हॅलेरी नुसताच खाकरला. ''शब्द फार पोकळ, निरुपयोगी असतात, राल्स्टन. तुझा धाकटा भाऊ गेला– आणि तिकडे तुझी आई आणि बहिणीही गेल्या. आय ॲम व्हेरी सॉरी, पोरा! फार वाईट झालं.'' मग त्यानं त्याच्या निर्विकार चेहऱ्याकडे पाहिलं आणि एक कोरडं स्मित त्याच्या ओठांवर आलं. ''किंवा कदाचित तुला हे सगळं बोलणं औपचारिक, बोललंच पाहिजे म्हणून बोललेलं वाटत असेल! '' अनपेक्षितपणे, अचानक राल्स्टनच्या चेहऱ्यावरही किंचितसं हसू आलं.

''नाही, सर. मला नाही वाटत तसं. तुम्हाला या क्षणी काय वाटत असेल, हे मी समजू शकतो. कारण माझे डॅडी – तेही तुमच्यासारखेच एक कॅप्टन आहेत, ते म्हणतात की त्यांनाही असंच, तुमच्यासारखं वाटतं.'' व्हॅलेरीनं चकित होऊन त्याच्याकडे बघितलं.

''काय म्हणालास, राल्स्टन? तुझे वडीलही कॅप्टन आहेत.''

''हो, सर.'' व्हॅलेरीला राल्स्टनच्या शांत निळ्या डोळ्यांमध्ये एक अल्पशी चमक जाणवली. ''मर्चंट नेव्हीत आहेत ते. एका १६००० टनी टँकर जहाजाचे कॅप्टन.''

व्हॅलेरी काहीच बोलला नाही. राल्स्टन शांतपणे तसाच पुढे बोलू लागला. ''आणि बिलीबद्दल– माझ्या धाकट्या भावाबद्दल– बोलायचं सर, तर तसं कधी ना कधी होणारच होतं. ती माझीच चूक होती, कारण मीच त्याला आपल्या जहाजावर घ्यायला सांगितलं होतं. मीच दोषी आहे, सर– फक्त मीच.'' हातातल्या कॅपच्या कडेभोवती त्याची बोटं आवळली होती, कॅप चुरगाळली जात होती. व्हॅलेरीच्या मनात आलं, या बिचाऱ्याला लागोपाठ बसलेल्या दोन धक्क्यांचा परिणाम कमी

झाल्यावर, हा पुन्हा नीट विचार करायला लागल्यावर काय अवस्था होईल याची?

"हे बघ बेटा, मला वाटतं, तुला काही दिवस विश्रांतीची गरज आहे."

छे छे! किती निरर्थक बोलतोय हे आपण, व्हॅलेरीनं मनात म्हटलं. "पीआरओ तुझं रजेचं, प्रवासाचं वॉरंट बनवतोय. आज रात्रीपासून तू चौदा दिवसांच्या रजेवर, जायचंयस."

"कुठे जायचं वॉरंट आहे, सर?" त्याच्या हातातली कॅप आता पूर्णपणे चुरगाळलेली होती. "क्रॉयडनला का?"

"हो, अर्थातच क्रॉय-" व्हॅलेरी एकदम मध्येच थांबला. आपण केलेली प्रचंड चूक त्याला उमगली. "ओ हो! सॉरी, बेटा! काय मूर्खासारखं बोललो मी!"

"नको, सर. मला प्लीज कुठेही पाठवू नका." राल्स्टननं त्याच शांत आवाजात, पण कळवळून विनंती केली. "मला माहीतय की, तुमचा हेतू चांगलाच आहे, पण मी जाणार तरी कुठे, सर? माझं घर आता हेच – युलिसिस. मी इथे सतत काम करू शकेन, स्वतःला गुंतवून ठेवू शकेन...कोणाशीतरी बोलू शकेन..." त्याच्या शांत चेहऱ्याआड मनातली किती प्रचंड खळबळ लपलीय, ते सहज जाणवण्यासारखं होतं. स्वतःवर कसाबसा ताबा ठेवून तो बोलू शकत होता, हेच खूप होतं.

"माझ्या भावाला, आई-बहिणींना मारणाऱ्या शत्रूवर सूड उगवण्याची निदान संधी तरी मला इथे मिळू शकेल, सर." तो भराभर बोलत होता. "आज जसे मी ते फ्यूजेस दाबून बसवले, तशी एखादी संधी– ती तुम्हीच मला दिलीत, सर – ...सॉरी, सर; मला नीट सांगता येत नाहीय. मला धड शब्ददेखील सुचत नाहीयेत."

व्हॅलेरीला त्याचं बोलणं चांगलं समजत होतं. त्याला भयंकर थकल्यासारखं, उदास वाटत होतं. या सूडाच्या मानवी भावनेच्या ऐवजी काय देऊ शकतो मी या पोराला? काहीही नाही. हा ज्याचा तिरस्कार करणार नाही, ज्याला हसणार नाही असं काहीही देऊ शकत नाही मी याला. शांततेच्या, दयेच्या उपदेशाचे कडू डोस पाजण्याची ही वेळ नव्हे. त्यानं जड मनानं आणखी एक सुस्कारा सोडला.

"ओके, राल्स्टन! तुला इथेच राहायचंय ना? राहा तर इथे. खाली जाऊन पीआरओला ते वॉरंट फाडून टाकायला सांग. तुला माझी आणखी काही मदत लागली, तरी लगेच सांग मला."

"थँक यू, सर. थँक्स व्हेरी मच.

गुड नाइट, सर!"

"गुड नाइट, पोरा!"

दार हळूच बंद करून राल्स्टन निघून गेला.

सोमवारची सकाळ

"सर्व वॉटरटाइट दारं आणि हॅचेस बंद करा. बंदर सोडण्यासाठी सर्वांनी आपापल्या कामाच्या जागी रुजू व्हा." ब्रॉडकास्ट सिस्टिमचा यांत्रिक... मानवी वाटणारा आवाज जहाजातल्या प्रत्येक ठिकाणी, कान्याकोपऱ्यांत घुमत होता.

आणि कॉलच्या आदेशाचं पालन करण्यासाठी जहाजाच्या प्रत्येक कोनाकोपऱ्यांतून माणसं येत होती. भयंकर थकलेले, ओढलेले चेहरे. उत्तरेकडच्या अतिथंड वाऱ्यामुळे काकडणारी, कमालीची गारठलेली, आणि तरीही वरून पडत असलेलं बर्फ कॉलर आणि कफ्सच्या आत शिरत असल्यामुळे प्रचंड कुबट वास येत असलेला घाम येणारी माणसं. कारण थंडीनं बधिर झालेले हात गारठलेल्या दोरांना आणि कठड्यांना चिकटून बसलेले असल्यामुळे कोणाला ते बर्फ झटकणंही शक्य होत नव्हतं. सगळे जण भयंकर थकलेले होते; कारण जहाजात इंधन, सामान आणि दारूगोळा भरण्याचं काम रात्री खूप उशिरापर्यंत चाललं होतं, आणि त्यामुळे जवळजवळ कोणालाच तीन तासांहून जास्त झोप मिळाली नव्हती.

आणि ते सगळे जण अजूनही चिडलेले, आक्रमक झालेले होते. हुकमांचं पालन अर्थातच बिनबोभाट, एक प्रकारच्या यांत्रिक कार्यक्षमतेनं झालं होतं – तो ट्रेनिंगचा आणि कडक शिस्तीचा भाग होता. पण त्या सगळ्याखाली प्रचंड असंतोष, चीड, संताप खदखदत होता. पण अधिकारी लोकांनी सगळ्या खलाशांना अगदी हातात वेलवेटचे ग्लोव्हज घातल्यासारखं, नाजूकपणे, न दुखावता हाताळलं होतं : व्हॅलेरीनं तशा कडक सूचना देऊन ठेवलेल्या होत्या.

पण गंमत अशी, की *ड्यूक ऑफ कम्बरलँड*नं मोठ्या हुशारीनं, सोईस्करपणे केलेलं पलायन हे या असंतोषाचं सगळ्यात मोठं कारण नव्हतंच. काल संध्याकाळी ब्रॉडकास्ट सिस्टिमवर नित्याचीच सूचना दिली गेली होती, की "टपाल विभागाचं काम रात्री २०.०० वाजता बंद होईल.' पत्रं! जे लोक दिवसाचे चोवीस तास काम करत नव्हते, ते मेल्यासारखे झोपलेले होते, आणि कोणालाही पत्र लिहायचा विचारही त्यांच्या मनात येणं शक्य नव्हतं. 'बी' मेस-डेकचा पुढारी असलेल्या

लीडिंग सीमन डॉईलनं चांगल्या वर्तनाबद्दल तीन बॅजेस मिळवले होते ('चांगली वागणूक वगैरे काही नाही; गेल्या तेरा वर्षांत माझा एकही गुन्हा उघडकीला आलेला नाही', असं त्यानं आपल्या या बॅजेसचं विनम्र स्पष्टीकरण दिलं होतं). त्यानं पत्र लिहिण्याबद्दलचे आपले विचार अशा शब्दांत व्यक्त केले होते : ''माझी बायको जरी हेलन ऑफ ट्रॉय आणि जेन रसेल या दोघींचं मिश्रण असती ना– आणि तुम्ही तिचा फोटो बघितलाय आणि ही त्या दोघींची उघडउघड बदनामी आहे, हे तुम्हालाही माहीतेय – तरीही मी तिला एक साधं पोस्टकार्डही लिहिलं नसतं. प्रत्येक गोष्टीला एक मर्यादा असते. मी चाललो झोपायला.'' आणि त्यानं आपला हॅमॉक उघडला होता. तो एका गरम हवेच्या पाइपच्या बरोबर खाली येईल अशा रीतीनं बांधला होता –वरिष्ठ लोकांना अशा प्रकारचे खास हक्क होते– आणि दोन मिनिटांच्या आत तो झोपी गेला होता. डाव्या बाजूच्या पहारेकरी तुकडीतल्या प्रत्येकानं– अर्थातच प्रत्यक्ष पहाऱ्यावर असलेले लोक सोडून– त्याचं अनुकरण केलं होतं. टपालाची बॅग जवळजवळ रिकामीच बंदरावर गेली होती...

बरोबर ०६.०० च्या ठोक्याला *युलिसिस* बंदराच्या प्रवेशद्वाराकडे निघाली. करड्या रंगाच्या अर्धवट प्रकाशात, पाण्यानं ओथंबून खाली आलेल्या ढगांच्या आच्छादनाखाली ती एखाद्या भुताटकीसारखी आवाज न करता हळूच बंदरातून जात होती. मधूनच पडणाऱ्या हिमाच्या वावटळींचाही तिला लपण्यासाठी उपयोग होत होता.

तशीही त्या वातावरणात ती दिसणं अवघडच होतं. बाकीच्या जहाजांसारखा तिचा आकार काही भव्य वगैरे नव्हता, ती अवजड वाटत नव्हती, तिची आकृतीही ठळक दिसत नसे– जणू एखादं जहाज स्वप्नात दिसावं, तशी ती दिसत होती. एखाद्या जहाजाचा भास व्हावा, तशी ती होती– दंतकथेतल्या जहाजासारखी, अस्पष्ट– पण हे सगळं तिला शोभून दिसत होतं. क़ारण आपल्या छोट्याशा आयुष्यात *युलिसिस* खरोखरच एक दंतकथा बनलेली होती. उत्तरेकडच्या समुद्रात नेहमी प्रवास करणाऱ्या मर्चंट नेव्हीतल्या लोकांना ती चांगली परिचित होती, आणि आवडतही होती – सेंट जॉन्सपासून आर्चएंजलपर्यंत, शेटलंड्सपासून जॉन मायेनपर्यंत, ग्रीनलंडपासून दूरवर स्पिट्सबर्जेनपर्यंत ती चांगली परिचित होती. जिथे धोका असेल, मृत्यूचा वावर असेल, अशा भागांमध्ये का कोण जाणे, आता धुक्यामधून, लाटांमधून मार्ग काढत येताना *युलिसिस* दिसणार, अशी सगळ्यांचीच अपेक्षा असायची.

युलिसिस ही एक प्रकारे दंतकथाच होती. तसं तिचं वय अगदीच कमी होतं; पण जन्मापासून अति उत्तरेकडच्या समुद्रातून रशियन जहाजांच्या ताफ्यांना घेऊन जात असल्यामुळे, आर्क्टिक समुद्रात पहाऱ्याचं काम करत असल्यामुळे, ती

अकाली म्हातारी झालेली होती. दुसऱ्या कुठल्याच समुद्रात, दुसऱ्या एखाद्या कामगिरीवर ती कधीच गेलेली नव्हती. सुरुवातीला ती एक-एक, दोन-दोन जहाजं घेऊन जायची; पुढे तिनं तिच्या जहाजांच्या स्क्वाड्रनशिवायच काम केलं होतं : १४ वा एस्कॉर्ट कॅरिअर ग्रुप ही तिची स्क्वाड्रन होती.

पण खरं म्हणजे *युलिसिस*नं एकटीनं कधीच प्रवास केलेला नव्हता. तिचा एक साथीदार कायमच, इमाने इतबारे तिच्यासोबत असायचा : मृत्यू. त्यानं एखाद्या तेलवाहू जहाजाकडे बोट केलं, की त्याचा प्रचंड स्फोट व्हायचा; एखाद्या मालवाहू जहाजाकडे बोट केलं, की लगेच ते एखाद्या जर्मन टॉर्पेडोच्या भक्ष्यस्थानी जायचं आणि सगळ्या युद्धसामग्रीसकट समुद्राचा तळ गाठायचं; एखाद्या डिस्ट्रॉयर जहाजाकडे बोट केलं, की ते बॅरेंट्सच्या समुद्राच्या तळाशी जायचं, बाकीचं काम त्याची अजूनही चालू असलेली इंजिनं पार पाडायची; एखाद्या यू-बोटीकडे बोट केलं, की ती लगेच पाण्यावर यायची आणि टपलेल्या तोफांची शिकार व्हायची किंवा हळूच समुद्राच्या तळाशी जायची, अशा वेळी तिच्यात अडकलेले दुर्दैवी जीव कळवळून प्रार्थना करायचे, की तळाशी जाऊन गुदमरत, हळूहळू मरण येण्याऐवजी आमच्या पाणबुडीचा पत्रा फाटून आत पाणी भरू दे आणि आम्हाला लगेच मरण येऊ दे. *युलिसिस* जिथे जाईल तिथे तिच्याबरोबर मृत्यू जायचा; पण त्यानं तिला मात्र कधीच स्पर्श केला नाही. तशी *युलिसिस* सुदैवी होती. सुदैवी होती आणि तिला चटकन शोधणंही अवघड काम होतं– म्हणूनच तिला 'घोस्ट शिप' म्हणायचे सगळे जणू! आणि आर्क्टिक समुद्र हे तिचं घर होतं.

तिच्यातला हा 'भुताटकी' चा गुण खरं म्हणजे काल्पनिकच होता, पण तोसुद्धा मुद्दाम होऊन निर्माण केलेला होता. *युलिसिस*ची रचना एका खास कामासाठी, एका खास समुद्रासाठी केलेली होती. तिची बाहेरची रेखाकृती मुद्दाम तुटक केलेली होती, आणि करडा, पांढरा आणि अगदी फिकट निळा हे रंग अशा खुबीनं वापरलेले होते, की ती आर्क्टिक समुद्रातल्या वैराण धुक्यात, पाण्याच्या रंगात सहज मिसळून जावी. आणि हे रेखाकृती आणि रंगांचं छद्मावरण म्हणजे ती उत्तरेकडच्या समुद्रासाठीच सर्वथा योग्य असल्याचा फक्त बाह्यतः दिसणारा पुरावा होता.

तांत्रिक दृष्टीनं बोलायचं, तर *युलिसिस* हे एक हलक्या जातीचं क्रूझर जहाज होतं. अशा प्रकारचं दुसरं जहाज नव्हतं. *'डायडो'* या प्रसिद्ध जहाजप्रकारात योग्य सुधारणा करून ५,५०० टनी *युलिसिस* बनवलेली होती. तिची एकूण लांबी पाचशे दहा फूट होती, आणि मागचा भाग खास क्रूझरसारखा चौकोनी होता. दिसायला आणि कामालाही हे लढाऊ जहाज अतिशय चपळ, वेगवान, सुटसुटीत, धोकेबाज आणि टिकाऊ होतं.

कोणत्याही लढाऊ जहाजानं युद्धकाळामध्ये तीन गोष्टी करणं नितांत गरजेचं

असतं! 'शत्रूला शोधा.. शत्रूला लढायला भाग पाडा.. शत्रूचा नायनाट करा.' आणि या तिन्ही गोष्टी वेगानं, अचूकपणे करण्याच्या दृष्टीनं *युलिसिस* परिपूर्ण होतं.

उदाहरणार्थ, शत्रूला शोधण्याच्या बाबतीत बोलायचं, तर त्यासाठी माणसांची नितांत गरज होती, आणि जहाजावरून दिवसाचं प्रत्येक मिनिट टेहळणी करणं आणि कडक पहारा करणं, आणि सिग्नल्स घेणं आणि पाठवणं या गोष्टींचं कमालीचं महत्त्व व्हॅलेरीसारखा अत्यंत अनुभवी, हुशार कॅप्टन पुरेपूर जाणून होता. ब्लॅकआउट होणं, तांत्रिक चुका, मशिनरी नादुरुस्त होणं वगैरेंसारख्या गोष्टींचा परिणाम मानवाच्या नजरेवर होत नाही. त्यामुळे टेहळणी आणि पहाऱ्याचं काम मुख्यतः माणसांवरच सोपवलेलं होतं. रेडिओवरून येणाऱ्या रिपोर्ट्सचंही वेगळं महत्त्व होतं, आणि मानवी नजरेला न दिसणाऱ्या पाणबुडीसारख्या गोष्टींविरुद्ध ॲस्डिक हे एकमेव संरक्षणाचं साधन होतं. पण शत्रू कुठे आहे हे ओळखण्याच्या बाबतीतलं *युलिसिस*चं खरं बलस्थान दुसरंच होतं : *युलिसिस* हे रडारयंत्रणेनं सज्ज असलेलं जगातलं पहिलं जहाज होतं. पुढच्या आणि मागच्या भागात लावलेले रडार स्कॅनर्स दिवसरात्र ३६० अंशांमध्ये फिरत दूरवर, क्षितिजापलीकडे असलेल्या शत्रूचाही शोध घेत असत. डेकच्या खाली रडार रूम्समध्ये– अशा एकूण आठ रडार रूम्स जहाजावर होत्या– उत्तम रीतीनं प्रशिक्षण घेतलेले नौसैनिक सतत पडद्यांकडे बघत असत. पडद्यावरचे अगदी बारीकसारीक बदलही अचूक टिपण्याचं प्रशिक्षण त्यांना दिलेलं होतं. रडारच्या निर्मात्यांनी रडारची रेंज ४०-४५ मैल असल्याचं सांगितलं होतं. *युलिसिस*वर रडारयंत्रणा बसवल्यानंतर तिची जेव्हा पहिली चाचणी घेण्यात आली, तेव्हा रडारनं ८५ मैलांवरचं एक कॉन्डॉर विमान हेरलं होतं, पण त्याच वेळी ते विमान एका ब्लेनहाइम विमानानं पाडलं होतं.

शत्रूला लढायला भाग पाडा, ही पुढची स्टेप होती. आता, शत्रूला लढायला भाग पाडायचं, तर आधी एकतर त्याला आपल्याजवळ येऊ द्यावं लागतं, किंवा आपणच त्याच्यापर्यंत पोचावं लागतं. कधीकधी शत्रू तुमच्यापर्यंत यायचा; पण बहुतेक वेळा जहाजालाच त्याच्यापर्यंत पोचावं लागत असे. अशा वेळी सगळ्यात महत्त्वाची गोष्ट होती, ती म्हणजे वेग. *युलिसिस* अत्यंत वेगवान होती. तिला चार प्रॉपेलर लावलेले होते, आणि ते चार प्रचंड ताकदवान पार्सन्स इंजिनांवर चालवले जात होतेत– दोन पुढच्या इंजिन रूममध्ये, आणि दोन मागच्या इंजिन रूममध्ये. या चारही इंजिनांमधून इतकी प्रचंड शक्ती निर्माण व्हायची, की त्या मानानं नवीन असलेल्या अनेक लढाऊ विनाशिका तिच्यापुढे कमकुवत ठरायच्या. तिचा वेग ३३.५ नॉट असल्याचं अधिकृत रीत्या सांगितलेलं होतं; पण पूर्ण वजन घेऊन पूर्ण शक्तीनं इंजिनं चालवण्याच्या पहिल्याच चाचणीमध्ये तिनं विश्वास बसणार नाही इतका– ३९.२ नॉट इतका – वेग घेतला होता. त्या वेळी तिच्या पत्र्यावर लावलेलं

प्रत्येक रिव्हेट थरथर आवाज करत होतं, तिचं नाक पाण्यावर उचललं गेलं होतं आणि मागचा भाग एखाद्या स्पीडबोटीसारखा पाण्यात खोल रुतला होता, आणि आजूबाजूचं पाणी बोटीच्या प्रॉपेलर्समुळे प्रचंड फेसाळलं होतं. त्या वेळी 'ड्यूड' – म्हणजे इंजिनिअर-कमांडर डॉडसन– जणू काही त्याला याची आधीच कल्पना असल्यासारखा हसला होता – "अरे, मी तर अजून इंजिनं खऱ्या ताकदीनं चालवलेलीच नाहीत; एखादी ॲब्दिएल किंवा मॅक्समनसारखी बोट समोर येऊ द्या, आणि मग बघा मी काय करतो ते." या दोन्ही प्रसिद्ध बोटी समुद्रात माइन्स टाकणाऱ्या, माइन-लेअर प्रकारच्या होत्या, आणि त्यांचा वेग ४४ नॉट असल्याचं मानलं जात होतं. त्यामुळे डॉडसन या बोटींचा व्यावसायिक पातळीवर द्वेष करतोय की काय, असं नौदलातल्या वरिष्ठ मंडळींना वाटलं होतं. पण मनातल्या मनात मात्र त्यांना डॉडसनचा आणि *युलिसिस*चा अभिमानच वाटला होता.

शत्रूचा नाश करणं. सारा अट्टाहास याचसाठी तर होता. शत्रूवर तोफा रोखा आणि त्याचा नायनाट करा. या बाबतीतही *युलिसिस* अत्यंत सुसज्ज होती. तिच्यावर दोन-दोन तोफांची चार गन-टरेट होती– दोन पुढे, आणि दोन मागे. प्रत्येकी ५.२५ इंची असलेल्या या तोफा अतिशय वेगानं मारा करू शकत होत्या, आणि त्या विमानं आणि पाण्यावरची जहाजं, अशा दोन्हींच्या विरुद्ध सारख्याच प्रभावी होत्या. त्यांचं नियंत्रण डायरेक्टर टॉवर्समधून केलं जात असे. हे डायरेक्टर टॉवर ब्रिजच्या थोडे मागे आणि थोडेसे वर होते. या टॉवर्समधून दिशा, वाऱ्याचा वेग, वाऱ्याची दिशा, स्वतःचा वेग, शत्रूचा वेग, मार्गांचे कोन वगैरेंसारखी महत्त्वाची माहिती ट्रान्समिशन स्टेशनमधल्या प्रचंड इलेक्ट्रॉनिक कम्प्यूटिंग टेबल्सकडे पाठवली जायची. हे ट्रान्समिशन स्टेशन जहाजाच्या अगदी पोटात, पाण्याच्या पातळीच्याही खाली होतं. तिथून ही सगळी माहिती स्वयंचलित पद्धतीनं थेट टरेट्सकडे जायची आणि तीही फक्त दोन सोप्या, साध्या आकड्यांच्या स्वरूपात : टरेट वर किंवा खाली करण्याचा कोन, आणि नेमकं लक्ष्य. ही टरेट्स अर्थातच एकेकटीसुद्धा मारा करू शकत होती.

ही होती मुख्य मारक शस्त्रं. बाकीच्या काही तोफांच्या बॅटरीज केवळ विमानविरोधी होत्या– दोन पौंडी गोळे मारणाऱ्या. या काही खास अचूक वगैरे नव्हत्या, पण त्या अत्यंत वेगानं मारा करू शकत असल्यामुळे त्या गोळ्यांचा एक पडदाच उभारू शकत होत्या. त्यामुळे शत्रूचे वैमानिक फार जवळ यायला धजावत नसत. याशिवाय दोन-दोन ऑर्लिकॉन मशिनगन्सच्या काही एकेकट्या बॅटरीज होत्या– या मात्र अत्यंत वेगवान, कमालीचा अचूक मारा करू शकत असत.

युलिसिस एक क्रूझर जातीची विनाशिका होती, त्यामुळे तिच्यामध्ये डेप्थ चार्जेस आणि टॉर्पेडो असणं स्वाभाविकच होतं. फक्त ३६ चार्जेस ती घेऊन जाऊ शकत असे. इतर डिस्ट्रॉयर जहाजांच्या मानानं ही संख्या नगण्यच होती. एका वेळी

एकाच पॅटर्नमध्ये जास्तीत जास्त सहा डेप्थ चार्ज सोडण्याची व्यवस्था होती. पण एका डेप्थ चार्जमध्ये तब्बल ४५० पौंड अमाटॉल होतं, आणि *युलिसिस*नं मागच्या हिवाळ्यात दोन यू-बोटी नष्ट केल्या होत्या. तिच्यावर २१ इंची टॉर्पेडोही होते, त्या प्रत्येकावर ७५० पौंडांचं टीएनटीचं वॉरहेड बसवलेलं होतं. मुख्य डेकवर असलेल्या तीन-तीन ट्यूबच्या सेट्समध्ये हे भयानक टॉर्पेडो शांतपणे पहुडलेले होते. ते अजून वापरलेले नव्हते.

तर अशी होती *युलिसिस.* एक परिपूर्ण असं युद्ध संयंत्र. विज्ञान आणि स्वतःमधलं हिंस्त्र पशुत्व यांचा संयोग करण्याच्या मानवाच्या प्रयत्नांचं एक मूर्तिमंत उदाहरण. एक परिपूर्ण असं युद्ध संयंत्र खरं; पण ते चालवणारे लोक तरबेज असतील, तरच त्याचा उपयोग. कोणतंही जहाज चालवणारे लोक जितके तरबेज, एकमेकांच्या समन्वयानं एक टीम म्हणून काम करणारे आणि अनुभवी असतील, तितकं ते जहाज चांगलं किंवा वाईट असतं. इथे मात्र *युलिसिस* आता हळूहळू कमजोर होत चाललेली होती. तिच्यावरचे नौसैनिक आता वाढत्या वेगानं तुटत, फुटत चाललेले होते– मनानं आणि शरीरानं. सध्यापुरतं या ज्वालामुखीवर झाकण घातलं गेलं होतं, पण त्याच्या पोटातली खदखद चालूच होती.

पुढे वाढून ठेवलेल्या संकटांची चिन्हं बंदर सोडल्यापासून तीन तासांच्या आतच दिसू लागली. नेहमीप्रमाणे माइन स्वीपर प्रकारची जहाजं पुढच्या मार्गात कुठे पाणसुरुंग दिसतात का हे बघत होती, आणि असले तर ते नष्ट करत होती. पण नेहमीप्रमाणेच व्हॅलेरी कोणताही धोका पतकरत नव्हता. तो– आणि *युलिसिस* – अजूनपर्यंत खलास झाले नव्हते, याचं हे एक मोठं कारण होतं. ०६.२० ला त्यानं जहाजाचे पॅराव्हेन्स सुरू केले– जहाजाच्या नाकाच्या प्रत्येक बाजूला एक असलेली ही टॉर्पेडोच्या आकाराची दोन साधनं खास पॅराव्हेन वायरला जोडलेली होती. प्रत्यक्ष पाणसुरुंग हा पाण्याच्या पृष्ठभागाच्या थोडासाच खाली तरंगत असतो, आणि समुद्राच्या पाण्याखाली सोडलेला जड पत्रा हा त्याचा आधार असतो. या आधाराशी तो वायरनं जोडलेला असतो. या वायर्स जहाजापासून दूर ढकलल्या जातात, त्या पॅराव्हेनकडे परत येतात आणि कटरच्या सहाय्यानं त्या कापल्या जातात. त्यामुळे समुद्राच्या पाण्याखाली असलेला पाणसुरुंग तरंगत पाण्यावर येतो, आणि मग छोट्या शस्त्रांनी त्याचा एकतर स्फोट केला जातो किंवा तो बुडवला जातो.

०९.०० वाजता व्हॅलेरीनं पॅराव्हेन्स परत आत घेण्याचा आदेश दिला. *युलिसिस*चा वेग कमी झाला. फर्स्ट लेफ्टनंट, लेफ्टनंट कमांडर कॅरिंग्टन म्हणजेच जहाजाचा 'नंबर वन'- हा या कामावर देखरेख करण्यासाठी फोरकॅसलवर गेला. बाकीचे काम करणारे लोकही आपापल्या जागेवर जाऊन थांबले.

चटकन रिकव्हरी बूम्स त्यांना अडकवलेल्या जागेतून सोडवण्यात आल्या, त्या जहाजाच्या बाहेर सोडून त्यांना रिकव्हरी वायर्स जोडल्या गेल्या. लगेच 'बी' गन-डेकवरच्या तीन टनी विंचेसच्या साहाय्यानं या वायर्स गुंडाळण्याचं काम सुरू झालं. थोड्याच वेळात पॅराव्हेन्स पाण्याच्या वर आले आणि त्या क्षणीच घात झाला.

जे झालं त्याला ए. बी. फेरीची चूक कारणीभूत होती, पण त्याला दुर्दैवाचीही बरीच मोठी जोड होती. दुर्दैवानं डाव्या बाजूची विंच नीट काम करेल की नाही, याची शंका होती. ती ज्या पॉवर सर्किटवर चालत होती, त्याचा सर्किट ब्रेकर सदोष होता; दुर्दैव असं होतं की ती विंच नेमका राल्स्टन– प्रचंड कडवटपणा, चीड मनात भरलेला राल्स्टन, ज्याला आता आपण काय करतो आणि बोलतो, याची फिकिर राहिलेली नव्हती – चालवत होता. पण पुढे जे काही घडलं, ती जबाबदारी मात्र कार्स्लेकची होती.

कार्ली फ्लोट्सवर उभा राहून डाव्या बाजूच्या वायरच्या हाताळणीवर देखरेख करणाऱ्या सब-लेफ्टनंट कार्स्लेकची तिथली उपस्थिती हा अनेक चुकांचा परिपाक होता. पहिली चूक होती ती त्याच्या निवृत्त रिअर ॲडमिरल असलेल्या वडिलांची – त्यांनी १९३९ मध्ये आपला मुलगा बराच मोठा, म्हणजे सव्वीस वर्षांचा झालेला असताना, तो आपल्यासारखाच लढाऊ वृत्तीचा, शूरवीर आहे अशा गैरसमजुतीनं त्याला केंब्रिजमधून अक्षरशः ओढून बाहेर काढलं होतं आणि त्याच्या इच्छेविरुद्ध त्याला नेव्हीत जायला लावलं होतं. दुसरी चूक होती त्याच्या पहिल्या कमांडिंग ऑफिसरची – एका कॉर्व्हेट प्रकारच्या युद्धनौकेचा कॅप्टन असलेल्या या माणसाचा कार्स्लेकच्या वडिलांशी परिचय होता, आणि त्यानं नौदलात कमिशनसाठी त्याची शिफारस केली होती. तिसरी चूक होती किंग अल्फ्रेडच्या सिलेक्शन बोर्डाची - कारण त्यांनी त्याची योग्यता नीट न बघताच, केवळ तो एका रिअर ॲडमिरलचा मुलगा आहे एवढ्या कारणासाठी त्याला कमिशन बहाल केलं होतं. आणि चौथी चूक होती कमांडरची – कार्स्लेक हा कामाला फारसा लायक नाही, हाताखालच्या लोकांना हाताळू शकत नाही, हे माहीत असूनही त्यानं त्याच्याकडे हे काम सोपवलं होतं.

कार्स्लेकचा चेहरा एखाद्या जास्त वाढ झालेल्या रेसच्या घोड्यासारखा होता – अरुंद आणि लांब, आणि त्याचे वरचे दात तोंडातून चांगलेच बाहेर आलेले होते, फिकट निळसर डोळेही बाहेर होते. त्याच्या विरळ पांढरट केसांखालच्या भुवया कायम प्रश्न पडला असल्यासारख्या वर गेलेल्या होत्या. लांब, टोकदार नाकाखालचा वरचा ओठ कायम छद्‌मीपणानं वर मुडपलेला होता. त्याचं साधं बोलणं म्हणजे इंग्लिश भाषेची मस्करी होती. त्याला सगळे ऱ्हस्व उच्चार लांबवत बोलायची, आणि दीर्घ उच्चार त्यापेक्षाही लांबवत बोलायची वाईट खोड होती, आणि व्याकरणाच्या नावानं बहुतेक वेळा बोंबच होती. त्याला एकूणच नौदलाचा मनापासून तिटकारा होता, आपल्याला केव्हाच बढती मिळून आपण लेफ्टनंट व्हायला हवे होतो; पण

अजूनही आपली बढती झाली नाही, याचा त्याला राग होता. आणि इतर लोक त्याचा ज्या पद्धतीनं तिरस्कार करायचे, त्याचाही त्याला तिटकारा होता. थोडक्यात सांगायचं, तर कार्स्लेक म्हणजे इंग्लिश पब्लिक-स्कूल व्यवस्थेनं निर्माण केलेलं एक कमालीचं बिघडलेलं पोर होतं : पोकळ, बढाईखोर, आढ्यताखोर, असभ्य, आणि महामूर्ख.

आताही तो स्वतःची शोभा करून घेत होता. तराफ्यांवर नाट्यपूर्ण रीतीनं दोन्ही पायांमध्ये मोठंथोरलं अंतर ठेवून, तोल सावरायचा कसाबसा प्रयत्न करत तो त्याच्या हाताखालच्या माणसांना कसलीही गरज नसताना उगाचच एकामागून एक हुकूम मोठमोठ्यानं ओरडून करत होता. सीपीओ हार्टले संताप कसाबसा दाबून चरफडत तोंडातल्या तोंडात पुटपुटत होता, पण शिस्त मोडायला नको म्हणून मोठ्यानं बोलत नव्हता. पण ए. बी. फेरीला मात्र त्याची फिकीर नव्हती.

"लॉर्डसाहेब बघ कसा देखावा करताहेत. केवळ कॅप्टनसाहेबांसमोर प्रदर्शन करतोय लेकाचा." त्यानं राल्स्टनकडे बघत हळूच म्हटलं, आणि कार्स्लेकपासून वीस फूट उंचावर, ब्रिजवरून वाकून बघत असलेल्या व्हॅलेरीकडे मानेनं निर्देश केला. "साहेबांना वाटतंय, की कॅप्टनसाहेब आपल्या कामावर खूष होतील."

"तू कार्स्लेककडे लक्ष देऊ नकोस, फक्त त्या वायरवर नजर ठेव," राल्स्टननं त्याला दटावलं. "आणि ते तुझे भलेमोठे ग्लोव्ह्ज काढ आधी. एक दिवस"

"हो, हो, माहीतय मला." फेरीनं चेष्टेनं म्हटलं. "त्या वायरमध्ये ते अडकतील आणि मी त्या ड्रमभोवती गुंडाळला जाईन." तो बोलताबोलता वायर सोडत होता. "काळजी करू नकोस, दोस्ता. माझ्या बाबतीत असं कधीच होणं शक्य नाही."

पण ते झालं, त्याच क्षणी झालं, आणि नेमकं तसंच झालं. राल्स्टनचं लक्ष त्या लोंबकळत असलेल्या पॅराव्हेनवर होतं, आणि त्याच वेळी त्याला वायर दिसली. वायरच्या तुटलेल्या काही तारा फेरीजवळच आलेल्या होत्या. त्या नेमक्या त्याच्या ग्लोव्हमध्ये अडकल्या, आणि ओरडायचीसुद्धा संधी मिळायच्या आत फेरी झपाट्यानं ड्रमकडे खेचला गेला. त्याच क्षणी, काय झालं ते राल्स्टनच्या लक्षात येऊन त्यानं वेगानं फूट-ब्रेककडे पाय नेला, पण फूट-ब्रेक केवळ सहा इंचांवर असूनही त्याचा पाय तिथे पोचायला उशीरच झाला. एका झटक्यात त्यानं कंट्रोल व्हील संपूर्ण उलट्या दिशेला फिरवलं. फेरीचा दंडाखालचा हात ड्रमच्या कडेशी दाबला जाऊन चेंगरला गेला, त्यानं असह्य वेदनेनं प्रचंड किंचाळी फोडली, आणि त्याच क्षणी एक दबक्या स्फोटाचा एका आवाज झाला, आणि विंचमधून भयंकर जळका वास येणाऱ्या धुराचा एक लोट उठला. विंचची ५०० पौंड किमतीची मोटर जळून गेल्याचा डोळे दिपवणारा प्रकाश क्षणभरच सगळ्यांना दिसला.

ताबडतोब वायर पुन्हा सुटू लागली. काही क्षण पॅराव्हेनच्या वजनामुळे तिचा

सुटण्याचा वेगही वाढला. वायरमध्ये अडकलेला फेरीसुद्धा तिच्याबरोबर जाऊ लागला. विंचपासून वीस फुटांवर वायर डेकवरच्या एका स्नॅच-ब्लॉकच्या भोकातून जात होती. आता फेरी जर सुदैवी असला, तर त्याचा फक्त हातच जाण्याची शक्यता होती.

पण तो स्नॅच-ब्लॉकपासून जेमतेम चार फुटांवर असतानाच राल्स्टननं ब्रेकवर जोरात पाय दिला. झपाट्यानं जात असलेलं ड्रम एकदम धडधड करत थांबलं, पॅराव्हेन परत समुद्रात जाऊन आदळलं, आणि आता काहीच वजन नसलेली वायर नुसतीच लोंबकळू लागली.

कार्स्लेक घाईघाईनं तराफ्यावरून उतरला. त्याचा चेहरा संतापानं लालबुंद झालेला होता. तो जोरानं चालत राल्स्टनकडे गेला. "बिनडोक कुठला!" तो संतापानं ओरडला. "तुझ्यामुळे ते पॅराव्हेन गेलं! माय गॉड, एलटीओ! काय झालं त्याचं स्पष्टीकरण द्यावं लागेल तुला. कोणतीही गोष्ट करायचा तुला हुकूमच कोणी दिला होता?"

राल्स्टननं ओठ घट्ट मिटून घेतले, पण त्यानं सभ्यपणानं उत्तर दिलं. "सॉरी, सर. मला ब्रेक लावणं भागच होतं. फेरीचा हात – "

"खड्ड्यात गेला फेरीचा हात!"

कार्स्लेक प्रचंड संतापून किंचाळला. "मी इथला मुख्य आहे – आणि काय करायचं ते हुकूम मी देणार. ते बघ! बघ!" त्यानं लोंबकळत असलेल्या वायरकडे हात केला. "तुझ्यामुळे झालं हे, राल्स्टन – मूर्खा, गेलं ना ते? समजतंय का तुला? गेलं!"

राल्स्टननं जणू प्रचंड आश्चर्य वाटल्यासारखं खाली डोकावून बघितलं.

"हो, गेलं खरं."

त्याचा आवाज कार्स्लेकला जणू डिवचत होता. त्यानं त्याच्याकडे बघत विंचवर हातानं थोपटलं. "आणि ही विंचही खलास झालीय, आणि तिचा खर्च त्या पॅराव्हेनपेक्षाही कितीतरी जास्त येणार आहे."

"जास्त शहाणपणानं बोलू नकोस!"

कार्स्लेक किंचाळला. त्याचा आवाज आता रागानं थरथरत होता. "शिस्तीनं कसं वागावं हेच कळत नाहीये का तुला? थांब, मीच शिकवतो तुला, शिस्त म्हणजे काय असते ते, यू बास्टर्ड!"

आता राल्स्टनचा चेहराही इतका वेळ कसाबसा दाबून ठेवलेल्या रागानं तांबडा लाल झाला. त्वेषानं एक पाऊल पुढे टाकत त्यानं हाताची मूठ वळून कार्स्लेकला मारण्यासाठी हात उचलला; पण सीपीओ हार्टलेनं त्याचा उगारलेला हात आपल्या मजबूत पकडीत घट्ट पकडून धरला. राल्स्टन शांत झाला. पण व्हायचं ते होऊन गेलं होतं. आता प्रकरण ब्रिजवर, कॅप्टनसाहेबांकडे नेण्याशिवाय पर्यायच नव्हता.

कार्स्लेकनं संतापानं ओरडत, किंचाळत जे काही सांगितलं, ते व्हॅलेरीनं शांतपणे ऐकून घेतलं. पण तो मुळीच शांत नव्हता. आधीच माझ्या डोक्याला शंभर कटकटी आहेत, त्यानं मनात म्हटलं, त्यात आता हे नवीन प्रकरण मुळीच नकोय. पण त्यानं आपल्याला होत असलेला त्रास चेहऱ्यावर मुळीच दिसू दिला नाही. त्याचा चेहरा आधीसारखाच शांत, निर्विकार होता.

"खरंय हे, राल्स्टन?" कार्स्लेकचं सांगून संपल्यावर त्यानं सहज स्वरात विचारलं. "तू हुकूम पाळला नाहीस? या लेफ्टनंटला शिव्या दिल्यास, त्याचा अपमान केलास?"

"नाही, सर." राल्स्टननं थकलेल्या स्वरात म्हटलं. "हे खोटं आहे." त्यानं निर्विकार चेहऱ्यानं कार्स्लेककडे वळून पाहिलं, आणि मग तो परत कॅप्टनकडे वळला. "मी हुकूम पाळला नाही असं मुळीच नाही. कारण मला काही हुकूमच केला नव्हता. चीफ पेटी ऑफिसर हार्टलेलाही माहीतय." त्याला घेऊन ब्रिजवर आलेल्या, आता निर्विकार मुद्रेनं उभा असलेल्या हार्टलेकडे त्यानं पाहिलं. "मला नौदलातल्या वकिलासारखं बोलायला आवडत नाही, पण सब-लेफ्टनंट कार्स्लेकनंच मला शिव्या दिल्या. कितीतरी वेळा दिल्या. याला अनेक साक्षीदार आहेत. आणि मी जर त्याचा अपमान केला असेल," तो फिकटसं हसला. "तर ते केवळ स्वतःचं रक्षण करण्यासाठी."

"विनोद करण्याची ही जागा नाही, राल्स्टन." व्हॅलेरीनं थंड आवाजात म्हटलं. त्याला राल्स्टनच्या वागण्याचा अर्थच कळत नव्हता. त्याचा कडवटपणा, चिडचिडेपणा तो समजू शकत होता, पण विनोद?

"हे बघा, काय घडलं ते मी स्वतः पाहिलंय. तुझी समयसूचकता, तूझी झटकन केलेली हालचाल – यांच्यामुळे त्या बिचाऱ्याचा हात वाचलाय, कदाचित जीवही. त्याच्या पुढे ते पॅराव्हेन आणि मोडलेली विंच काहीच नव्हे." त्याच्या बोलण्यातला गर्भितार्थ लक्षात येऊन कार्स्लेकचा चेहरा पांढराफटक पडला. "खूप चांगलं काम केलंस तू– थँक्यू. बाकीच्या बाबतीत सांगायचं, तर उद्या सकाळी कमांडर्स डिफॉल्टर्सच्या मीटिंगमध्ये काय ते पाहू. तू जा राल्स्टन, तुझ्या कामाला."

ओठ घट्ट मिटून घेऊन राल्स्टन काही क्षण व्हॅलेरीकडे पाहत राहिला, आणि मग लगेच सॅल्यूट करून निघून गेला.

कार्स्लेकनं याचनेच्या नजरेनं व्हॅलेरीकडे पाहिलं. 'कॅप्टन, सर..." पण व्हॅलेरीनं हात उंचावलेला बघून तो एकदम थांबला. "आत्ता नको, कार्स्लेक. नंतर पाहू." आवाजात आपली नापसंती लपवायचा थोडाही प्रयत्न व्हॅलेरीनं केला नाही. "तू जा. लेफ्टनंट. हार्टले, तू जरा थांब. थोडं बोलायचंय तुझ्याशी."

हार्टले एक पाऊल पुढे झाला. चव्वेचाळीस वर्षांचा हार्टले म्हणजे नौसैनिक

कसा असावा, याचा आदर्श होता. अत्यंत कडक, तितकाच कनवाळू, आणि तितकाच कार्यक्षम. तो सगळ्यांनाच आवडायचा– अगदी नवशिक्या ऑर्डिनरी सीमनपासून कॅप्टनपर्यंत. व्हॅलेरीचं त्याच्यावर खास प्रेम होतं, आणि तो त्याचा मानही तितकाच ठेवायचा. सुरुवातीपासूनच ते दोघं बरोबर होते.

"बोल, चीफ. आपल्या दोघांमध्येच हे राहील. काय घडलं ते स्पष्ट सांग."

"खरं म्हणजे खास काहीच नाही, सर." हार्टलेनं खांदे उडवले. "राल्स्टननं त्याचं काम चोख बजावलं. सब-लेफ्टनंट कार्स्लेकचा संतापानं तोल गेला. राल्स्टननं जरा अयोग्य वर्तन केलं असेलही, पण त्याला कार्स्लेकनं डिवचलं होतं. तरुण रक्त आहे, पण त्याच्या कामात तो एकदम तरबेज आहे, आणि त्याला कुचकामी लोकांनी त्याचं काम शिकवलेलं आवडत नाही."

व्हॅलेरीनं हसू दाबलं. "ही टीका समजायची का, चीफ?"

"हो, मला वाटतं, सर." त्यानं खालच्या दिशेनं मानेनं निर्देश केला. "खाली लोक अस्वस्थ, चिडलेले आहेत, सर. जे झालं ते बऱ्याच लोकांना मुळीच आवडलेलं नाही. मी -?"

"थँक्स, चीफ. शक्यतो तो विषय टाळायचा प्रयत्न कर."

हार्टले निघून गेल्यानंतर व्हॅलेरी टिंडॉलकडे वळला. "काय, सर, तुम्ही ऐकलंत ना सगळं? वाऱ्यावर आणखी एक गवताची काडी दिसतेय."

"एक काडी?" टिंडॉलनं कडवट आवाजात म्हटलं. "मला तर आख्खी गवताची गंजच दिसतेय...बरं, काल रात्री माझ्या दाराबाहेर कोण आलं होतं, काही समजलं?"

आदल्या रात्री मध्यरात्रीनंतरच्या वॉचच्या काळात टिंडॉलला त्याची राहण्याची खोली आणि त्याचं दिवसाचं कामाचं केबिन यांच्यादरम्यानच्या दाराबाहेर एक कसलातरी वेगळाच घासल्यासारखा आवाज ऐकू आला होता. तो स्वतःच काय चाललंय ते बघण्यासाठी गेला होता; पण दाराकडे जाण्याच्या घाईमध्ये त्याचा धक्का लागून एक खुर्ची खाली पडली होती, आणि त्यानंतर काही क्षणांनी त्याला कसलीतरी खुडबुड आणि पळून जाणाऱ्या पावलांचा आवाज ऐकू आला होता. पण त्यानं दार उघडल्यावर पॅसेजमध्ये कोणीच नव्हतं. काहीच नव्हतं तिथे– फक्त डेकवर नौदलाच्या कोल्ट .४४५ पिस्तुलांची पेटी होती, आणि तिच्यावर एक फाईल होती. सगळ्या पिस्तुलांच्या ट्रिगर गार्ड्समधून एक साखळी ओवून ठेवलेली असे, ती साखळी जवळजवळ निघालेली होती.

व्हॅलेरीनं नकारार्थी मान हलवली. "नाही, सर, काहीच कल्पना नाही." त्याचा चेहरा चिंताक्रांत झालेला होता. "पण हे जे झालं, ते बरोबर नाही. मुळीच बरोबर

नाही.''अचानक आलेल्या एका हिमाच्या झोतानं टिंडॉल काकडला. आणि मग तो दुष्ट हसला.

''कॅप्टनला धडा शिकवायचा बेत दिसतोय कुणाचा तरी, काय? पिस्तुलं आणि तलवारी घेऊन, डोळ्यांवर काळे पॅच लावून...''

व्हॅलेरीनं अस्वस्थपणे मान हलवली. ''नाही, तसं नाही, सर. तुम्हालाही माहीतय, उद्धटपणा असेल, आव्हानही देण्याचा प्रयत्न असेल – पण याहून जास्त काही वाटत नाही. मुख्य मुद्दा असा, की त्या पॅसेजच्या जवळच एक मरीन पहाऱ्यावर असतो, दिवसाचे चोवीस तास. रात्रंदिवस. त्यानंतरी नक्कीच पाहिलं असणार. पण तो म्हणतो की त्याला कुणीच दिसलं नाही –

''म्हणजे परिस्थिती इतकी खालावलीय की काय?'' टिंडॉलनं हलकेच शीळ घातली. ''आजचा दिवसच फार वाईट दिसतोय, कॅप्टन. आणि आपल्या त्या शूरवीर लढवय्या कॅप्टन ऑफ मरीन्सचं काय म्हणणं आहे यावर?''

''कोण, फॉस्टर? तो तर ही कल्पनाच धुडकावून लावतोय – आणि मिश्यांना जोरानं पीळ देतोय. पण भयंकर चिंतेत आहे तो. आणि त्याचा कलर-सार्जंट इव्हानही.''

''आणि मीसुद्धा!'' टिंडॉलनं मनापासून म्हटलं. त्यानं मोठे डोळे करून समोर बघितलं. त्याच्या थेट नजरेसमोर असलेला ऑफिसर ऑफ द वॉच उगाचच चुळबुळ करू लागला. ''आपल्या ओल्ड सॉक्रेटिसचं काय म्हणणं असेल? लोकांना गोळ्या देऊन कटवतो खरा; पण अत्यंत हुशार आणि विचारी आहे तो...अरे, हा बघ! सैतानाची नुसती आठवण काढायची खोटी!''

ब्रिजचं दार उघडून एक जाडसर, उदासवाणी दिसणारी, अंगावर जाड डुफेल कोट घातलेली, हातांवर जाडजूड ग्लोव्ह्ज चढवलेली, डोक्यावर रशियन बीव्हरस्किनचं हेल्मेट घातलेली आकृती– थोडक्यात, वादळात सापडलेल्या एखाद्या म्हाताऱ्या अस्वलासारखी दिसणारी– चालत पुढे आली. तो ब्रुक्सच होता.

''हा! *युलिसिस*वरची दोन सर्वांत थोर माणसं एकत्र! अलभ्य लाभ! काय पण रोमान्स चाललाय!'' तो खांद्यात आणखी वाकला, आणि आणखीच दुःखी दिसू लागला. ''माझ्यासारख्या सभ्य माणसांची ही जागाच नव्हे. पण काय करणार? तुम्हाला माहीतच आहे, कॉल ऑफ द ड्यूटी...''

टिंडॉल हसला. ''घाई करू नकोस, कॅप्टन. त्याची बडबड सुरू करायला जरा वेळ दे त्याला. अरे, हे डॉक्टर लोक सुरू व्हायला जरा वेळच घेतात, पण –''

ब्रुक्सचा आवाज आणि चेहरा एकदम गंभीर झाला. त्यानं मध्येच बोलायला सुरुवात केली. ''एक प्रॉब्लेम झालाय, कॅप्टन. फोनवरून सांगण्यासारखा नव्हता, म्हणून मीच आलो. अर्थात, त्याला किती महत्त्व आहे, हे मात्र सांगणं कठीण आहे.''

"प्रॉब्लेम?" व्हॅलेरीनं म्हटलं, आणि मग तो तोंडाला रुमाल लावून जोरानं खोकला. "सॉरी!" त्यानं म्हटलं. "प्रॉब्लेम? अरे, इथे आज फक्त प्रॉब्लेम्सच होताहेत. आमच्या इथेही नुकताच एक प्रॉब्लेम झालाय."

"कोण, तो बिनडोक कार्स्लेक ना? हो, हो. मला माहीतय. माझे हेर सगळीकडे असतात. खरंच, तो माणूस म्हणजे स्वतःच एक मोठा प्रॉब्लेम आहे. पण ते जाऊ दे, आधी माझी हकिगत सांगतो. काल रात्री उशिरा निकोल्स– म्हणजे माझा असिस्टंट– दवाखान्यात टीबीच्या नमुन्यांवर पॅथॉलॉजीचं काम करत होता. दोन-तीन तास तो तिथे होता. सिक बे मधले सगळे दिवे बंद केलेले होते, आणि तो तिथे आहे हे पेशंटना एक तर माहीत नव्हतं किंवा ते विसरले होते. त्यानं स्टोकर रायले– भयंकर त्रासदायक माणूस आहे हा– आणि बाकी काही लोकांचं बोलणं ऐकलं. त्यांचं बोलणं चाललेलं होतं की, कामावर परत गेल्यानंतर बॉयलर रूममध्ये दार बंद करून बैठा संप करायचा." बॉयलर रूममध्ये बैठा संप! देवा, काय पण कल्पना आहे! असो, पण निकोल्सनं तिकडे दुर्लक्ष केलं आपण काहीच ऐकलेलं नाही, असं भासवलं.'

"काय?" व्हॅलेरीनं चिडून जोरात म्हटलं. "आणि निकोल्सनं दुर्लक्ष केलं? काल रात्री हे झालं म्हणतोस तू, आणि त्यानं हे मला का नाही कळवलं ताबडतोब? निकोल्सला बोलाव इथे आत्ता, लगेच– नको, थांब, मीच बोलावतो." आणि त्यानं हात लांब करून फोन उचलला.

ब्रुक्सनं आपला हात व्हॅलेरीच्या खांद्यावर ठेवला. "जरा थांबा, सर. निकोल्स चांगला हुशार आणि चलाख आहे. त्याला माहीत होतं की, त्यांचं बोलणं ऐकल्याचं आपण त्यांना जाणवून दिलं, तर आपल्याला ते तुम्हाला सांगणं भाग आहे, हे त्यांच्या लक्षात आलं असतं. आणि मग तुम्हाला कारवाई करणं भाग पडलं असतं – आणि या क्षणी लोकांना काहीतरी तंटा निर्माण करायला उघडपणे उद्युक्त करणं आपल्याला मुळीच परवडण्यासारखं नाही. काल रात्री तुम्ही वॉर्डरूममध्ये स्वतःच तसं बोलला होतात."

व्हॅलेरीचा निश्चय डळमळीत झाला. "हो, प्रश्नच नाही, मी काल तसं बोललोच होतो. पण डॉक्टर, हा मामला वेगळा आहे. ही तर उठावाची कल्पना पसरवण्याची सुरुवात..."

"मी तुम्हाला आत्ताच सांगितलं ना, सर," ब्रुक्सनं मृदू आवाजात मध्येच म्हटलं. "जॉनी निकोल्स अतिशय डोकेबाज पोरगा आहे. त्यानं सिक बेच्या दाराबाहेर तांबड्या, जाडजूड अक्षरांत एक नोटीस लिहून चिकटवलीय– 'दूर राहा. स्कार्लेट फीव्हरची बाधा असल्याची शंका असलेले रुग्ण.' मला तर हसू आवरत नाही ती नोटीस वाचताना. आणि लोक तिथे जवळपास फिरकायलाही धजावत नाहीत. त्यामुळे स्टोकर्सच्या मेसमधल्या त्यांच्या साथीदारांशी संपर्कसुद्धा

साधणं त्यांना शक्य नाही.''

टिंडॉल खो खो हसू लागला. व्हॅलेरीच्या त्रासलेल्या चेहऱ्यावरही पुसटसं स्मित चमकलं.

''ठीक आहे. हरकत नाही, डॉक्टर. तरी पण मला सांगायला हवं होतं.''

''अरे, कॅप्टन, तुला रात्रीबेरात्री उठवून प्रत्येकच लहानसहान गोष्ट कशाला सांगायला पाहिजे?'' ब्रुक्सचा आवाज गंभीर होता. ''हा माझा केवळ स्वार्थ होता, पण त्याचं काय एवढं? परिस्थिती जेव्हा खरंच वाईट होते, तेव्हा तू आख्ख्या जहाजाचं ओझं तुझ्या एकट्याच्या पाठीवर वाहतोसच की! आणि अशा वेळी जेव्हा आम्हा सगळ्यांना तुझ्या एकट्यावर अवलंबून राहणं भाग पडतं, तेव्हा तू शक्य तितका तंदुरुस्त नसणं आम्हाला परवडणारच नाही. काय ॲडमिरल, बरोबर आहे ना माझं म्हणणं?''

टिंडॉलनंही गंभीरपणानं मान डोलावली. ''कबूल, सॉक्रेटिस महाराज. कॅप्टननं रात्री चांगली झोप घ्यावी असं सुचवण्याचा हा आडवळणी मार्ग झाला, पण तुझं म्हणणं पटतंय मला.''

ब्रुक्स कनवाळूपणानं हसला. ''ठीक आहे, मित्रहो. निघतो मी. कोर्ट-मार्शलच्या वेळी भेटूच परत– काही होणार असेल तर.'' त्यानं मान वळवून वाढत चाललेल्या हिमवर्षावाकडे एक सचिंत नजर टाकली. ''आत्ता आपण भूमध्य समुद्रात असतो तर – नुसती कल्पनाच किती मस्त आहे, नाही?'' त्यानं एक मोठा थोरला निःश्वास टाकला. ''वसंतातलं माल्टा. स्लाइमाचा समुद्र किनारा– मागे पांढरीशुभ्र घरं – आपण तिकडे पिकनिकला गेलो होतो त्याला मला वाटतं, आता शंभरेक वर्षं झाली असतील. मंद वारा, उबदार वारा लोकहो, निळं निरभ्र आकाश, आणि हातात चिआंतीचा ग्लास. आपण आरामात रंगीबेरंगी छत्र्यांखाली बसलोय –''

''नीघ इथून!'' टिंडॉल ओरडला. ''आत्ताच्या आत्ता माझ्या डोळ्यांसमोरून नाहीसा हो, नाहीतर मी –

''निघालो, गेलो!'' ब्रुक्सनं म्हटलं. ''बॉयलर रूममध्ये बैठा संप! वा!'' तो गेला, आणि दार बंद झालं. व्हॅलेरी सचिंत मुद्रेनं ॲडमिरल टिंडॉलकडे वळला.

''तुमचं म्हणणं बरोबर होतं असं दिसतंय, एकंदरीत.'' टिंडॉलनं नुसताच हुंकार दिला.

''शक्य आहे. अडचण अशी आहे, की या क्षणी लोकांना काहीच काम नाही, त्यामुळे सगळ्यांना नुसतं बसून विचार करायला मोकळा वेळ आहे. त्यामुळे त्यांच्या मनातली प्रत्येक गोष्टीबद्दलची कटुता उगाचच वाढतेय. पुढे सगळं काही स्थिरस्थावर होईल बहुतेक.''

''म्हणजे त्यांना करायला काम आल्यानंतर, असं म्हणताय?''

"हं. तसंच काहीसं. जेव्हा तुम्ही जीव वाचवायला, हे जहाज शाबूत ठेवायला धडपड करायला लागता, तेव्हा तुम्हाला विचार करायला, कारस्थानं करायला आणि अन्यायावर विचार करायला फारशी उसंत मिळत नाही. स्वतःचा जीव वाचवणं हा अजूनही निसर्गाचा सगळ्यात पहिला नियम आहे. आज रात्री तू आपल्या लोकांशी बोलणार का, कॅप्टन?"

"नेहमीप्रमाणे रेडिओवरून बोलेन. पहिल्या वॉचदरम्यान, जेव्हा आपण सगळे संध्याकाळच्या – डस्क ॲक्शन स्टेशन्सवर व्यस्त असतो तेव्हा." व्हॅलेरी किंचितसं हसला. "म्हणजे लोक जागे राहतील, याची खात्री होते."

"गुड! पुढच्या संकटांची भरपूर कल्पना दे सगळ्यांना– म्हणजे त्यांना विचाराला खाद्य मिळेल. आणि स्टारनं ज्या काही आडून सूचना दिल्या आहेत, त्यावरून मला असंच दिसतंय, की आपल्याला या सफरीवर भरपूर विचार करावा लागेल हे नक्की. म्हणजे ते कामात आणि विचारात मग्न राहतील."

व्हॅलेरी मोठ्यानं हसला. त्याचा संवेदनशील चेहरा त्या हास्यानं पूर्णपणे बदलून गेला. त्याला खरंच गंमत वाटलेली दिसत होती. टिंडॉलनं भुवया वर करून त्याच्याकडे प्रश्नार्थक नजरेनं बघितलं, आणि मग तोही हसला. "एक गमतीशीर विचार मनात येऊन गेला, सर. स्पेन्सर फॅगटनं म्हटलं असतं तसं, परिस्थिती एका मोठ्या मजेदार वळणावर येऊन ठेपलीय...जेव्हा फक्त शत्रूच आपल्याला वाचवू शकतो ना, तेव्हा परिस्थिती खरी वाईट असते."

सोमवारची दुपार

दिवसभर उत्तर-उत्तर-पश्चिम दिशेकडून एकाच गतीनं वारा वाहत होता. चांगला जोराचा वारा होता तो. अतिशय थंडगार आणि बरोबर जणू छोट्या छोट्या अणकुचीदार सुयांनी भरलेला वारा. त्या वाऱ्याबरोबर बर्फ आणि हिम येत होतं, आणि दूरवरच्या त्या महाकाय बर्फाच्या आवरणाचा विचित्र, मृतप्राय वासही येत होता. हा वारा काही वादळी किंवा मधूनच उठणाऱ्या वावटळींसारखा नव्हता, तर तो एकाच, पण बऱ्यापैकी गतीनं पहाटेपासून संध्याकाळपर्यंत बरोबर जहाजाच्या उजव्या बाजूच्या नाकावरून येत होता. अगदी हळूहळू, कळेल न कळेल अशा रीतीनं तो समुद्रावर फुगवटा उठवत होता. कॅरिंग्टन, व्हॅलेरी, हार्टले यांच्यासारखी अनुभवी, जगातल्या प्रत्येक समुद्राची चांगली माहिती असलेली माणसं त्या वाऱ्याकडे बघत होती; पण काही न बोलता हळूहळू मनातल्या मनात चिंता करत होती.

पारा हळूहळू खाली जात चाललेला होता. हिम जिथे पडत होतं, तिथेच जमत होतं. जहाजावरचे मोठमोठे ट्रायपॉड्स प्रचंड मोठ्या ख्रिसमसच्या झाडांसारखे चमकत होते. मुख्य मास्टवर मागच्या धुराड्यामधून निघणाऱ्या धुरामुळे मधूनच एक ब्राउन रंगाचा अगदी अस्पष्ट असा डाग उमटत होता, आणि काही वेळानंतर पुसूनही जात होता. डेकवर हिम पडत होतं, आणि मधूनच तरंगत उठून दुसरीकडे जात होतं. ते पुढच्या फोरकॅसल डेकवरच्या अँकर केबल्सवर जमल्यामुळे अँकर केबल्स पांढऱ्याशुभ्र लोकरीसारख्या मऊ, गुबगुबीत दिसत होत्या. गन-टरेट्सच्या आणि जहाजाच्या वरच्या भागांच्या पायथ्याशी त्याचे ढीग जमत होते, तिथून ते आवाज न करता हळूच सरकत ब्रिजमध्ये शिरत होतं, आणि ब्रिजवर पायांशी जणू त्याचा चिखल बनत होता. त्याच्यामुळे डायरेक्टरच्या रेंज फाइंडरचे भलेमोठे डोळे बंद होत होते. ते हळूच पॅसेजेसमध्ये आणि हॅचेसमध्ये शिरकाव करत होतं. धातूच्या, लाकडाच्या सगळ्या वस्तूंच्या लहानात लहान फटींमध्येही ते शिरत होतं, आणि त्यामुळे मेस-डेक ओलं, त्रासदायक बनत होतं. गुरुत्वाकर्षणाचे नियम धाब्यावर बसवून ते सहजगत्या पँटीमध्ये, कोटांमध्ये, जॅकेट्समध्ये खालच्या बाजूनं शिरत

होतं, त्यामुळे लोक आणखीच त्रासत होते, वैतागत होते. हे इथलं जग विचित्रच होतं : उदास, ओलं, तरीही मुख्यतः पांढरं, मऊमऊ आणि सुंदर, आणि सगळ्या प्रकारचे आवाज दाबून टाकणारं. दिवसभर ते तसंच, एकाच गतीनं पडत होतं, आणि *युलिसिस* शांतपणे त्या पाणफुगवट्यामधून चाललेली होती. भुताटकीसारखं जग, आणि त्यातून भुताटकीसारखीच आवाज न करता तरंगत, पुढे सरकत असलेली *युलिसिस*.

पण ती त्या जगात एकटी मात्र नव्हती. अलीकडे ती कधीच एकटी नसायची. तिला सोबत असायची, ती विश्वासू, हवीहवीशी वाटणारी होती. मालवाहू जहाजांना साथ करणाऱ्या, युद्धात तावून-सुलाखून निघालेल्या १४ व्या एअरक्राफ्ट स्क्वाड्रनची साथ. युद्धामध्ये गाजलेल्या फोर्स ८ ग्रुपसारखाच हा ग्रुपही गाजलेला होता. आता फोर्स ८ ग्रुप हा खाली दक्षिणेकडे माल्टाच्या ताफ्यांबरोबर काम करत होता. हे कामही उत्तर समुद्रातल्या कामासारखंच, तितकंच जिकिरीचं, अत्यंत धोक्याचं होतं.

*युलिसिस*सारखी ही स्क्वाड्रनही दिवसभर उत्तर-उत्तर-पश्चिम या एकाच दिशेनं जात होती. कुठेही मार्ग बदलण्यात आलेले नव्हते, की वळणावळणांनी प्रवास केला जात नव्हता. टिंडॉलला स्वतःलाच असा वळणावळणांचा प्रवास मान्य नव्हता. फक्त जिथे यू-बोटींचा वावर असल्याची पक्की माहिती असेल, अशा समुद्रातून तो जहाजं वळणावळणाच्या मार्गानं न्यायला परवानगी द्यायचा. त्याची अशी धारणा होती, की स्वतः शत्रूचा धोका वगळता वळणावळणांच्या प्रवासातच सगळ्यात जास्त धोके असतात – अनेक जहाजांचे कॅप्टनही याच मताचे होते. ॲटलांटिक महासागरात *क्युरेशिओ* हे ४२०० टनी क्रूझर नित्याप्रमाणे वळणंवळणं घेत पुढे जात असताना अवाढव्य असलेल्या *क्वीन मेरी* जहाजाच्या महाकाय पावलांखाली कसं चिरडलं जाऊन तळाशी गेलं होतं, हे त्यानं स्वतः डोळ्यांनी बघितलं होतं. ही गोष्ट तो कधी उघड बोलून दाखवत नसे; पण ती आठवण मात्र त्याच्या मनात अजूनही ताजी होती. *युलिसिस* तिच्या नेहमीच्या नेमून दिलेल्या ठिकाणी होती – स्क्वाड्रनचं फ्लॅगशिप या नात्यानं तिला त्याच ठिकाणी राहणं भाग होतं– ग्रुपच्या तेरा युद्धनौकांच्या शक्य तितकं मध्यावर. *युलिसिस*च्या थेट समोर *स्टर्लिंग* हे क्रूझर चाललेलं होतं– कार्डिफ क्लासमधलं हे क्रूझर *युलिसिस*च्या मानानं कितीतरी वर्षं जुनं आणि कितीतरी मंदगती होतं, तरी पण ते चांगलं मजबूत आणि विश्वासू जहाज होतं. त्याच्यावर पाच एकएकट्या सहा इंची तोफा होत्या– म्हणजे इतकी शस्त्रव्यवस्था त्याच्यासाठी पुरेशी होती; पण आर्क्टिक समुद्रातल्या वादळांना तोंड देण्यासाठी मात्र ते मुळातच बांधलेलं नव्हतं. खवळलेल्या समुद्रात ते आतून प्रचंड ओलं व्हायचं. स्क्वाड्रनचं रक्षण ही त्याची मुख्य भूमिका होती, तर फ्लॅगशिप जर बुडालं किंवा जायबंदी झालं, तर स्क्वाड्रनचं नेतृत्व स्वीकारणं ही दुय्यम भूमिका होती.

डिफेंडर, इन्व्हेडर, रेस्लर आणि *ब्लू रेंजर* ही चार कॅरिअर प्रकारची – विमानवाहू – जहाजं *युलिसिस*च्या डाव्या आणि उजव्या बाजूला त्यांच्या नेमून दिलेल्या ठिकाणी होती –*डिफेंडर* आणि *रेस्लर* ही *युलिसिस*च्या किंचित पुढे, तर बाकीची दोन जहाजं थोडीशी मागे. रक्षणासाठी असलेल्या या जहाजांची नावं मुद्दामच '-ईआर' ही अक्षरं शेवटी असलेली ठेवली की काय, असं दिसत होतं. आणि नौदलामध्ये आधीच एक *रेस्लर* होतं– हे फोर्स ८ मधलं डिस्ट्रॉयर प्रकारचं जहाज होतं, आणि शिवाय एक *डिफेंडर*ही होतं, पण ते काही महिन्यांपूर्वी टोब्रुकजवळ बुडालं होतं– या गोष्टीकडे मुद्दामच दुर्लक्ष केलेलं दिसत होतं. ही चार जहाजं म्हणजे नेहमीच्या आरमारातली ३५,००० टनी प्रचंड जहाजं नव्हती– उदाहरणार्थ, *इंडिफॅटिगेबल* आणि *इलस्ट्रिअस* -, तर ती त्या मानानं लहान अशी २०,००० टनी सहायक किंवा दुय्यम प्रकारची कॅरिअर जहाजं होती; यांना का कोण जाणे, 'बनाना बोट्स' या विचित्र नावानं ओळखलं जायचं. ही मूळची अमेरिकन व्यापारी जहाजं होती, आणि त्यांच्यामध्ये अमेरिकेतल्या मिसिसिपी राज्यातल्या पॅस्कागूलामध्ये आवश्यक ते बदल करून त्यांना कॅरिअर जहाजं बनवलं होतं, आणि ती ब्रिटिश-अमेरिकन अशा संमिश्र नौसैनिकांनी अॅटलांटिक महासागर पार करून युरोपमध्ये आणली होती.

ही जहाजं अठरा नॉट वेगानं जाऊ शकत होती– एकच प्रॉपेलर असलेल्या जहाजांच्या मानानं हा वेग जास्त होता. अर्थात, त्यांच्यापैकी *रेस्लर*ला दोन प्रॉपेलर होते, पण त्यांना बुश-सुल्झरची चार-चार डिझेल इंजिनं होती आणि ती एकाच प्रॉपेलरला जोडलेली होती. त्यांची ४५० फूट लांबीची फ्लाइट डेक चौकोनी आकाराची होती, आणि ती प्रत्येकी सुमारे तीस फायटर विमानं– ग्रुमान, सीफायर आणि बहुतेक वेळा कॉर्सेअर जातीचा– किंवा वीस हलकी बॉम्बर विमानं उडवू शकत होती. ही सगळी विमानं जुन्या प्रकारची, चालवायला त्रासदायक, आणि एकूणच लढाऊ विमानं म्हणून न शोभणारी होती; पण गेल्या काही महिन्यांमध्ये त्यांनी हवाई हल्ल्यांविरुद्ध हवाई छत्र पुरवण्याचं, शत्रूची विमानं, जहाजं आणि पाणबुड्या शोधून नष्ट करण्याचं काम उत्तम प्रकारे केलेलं होतं. पाण्यावर आणि पाण्याखालीही शत्रूची विमानं, जहाजं आणि पाणबुड्या नष्ट करण्याचं त्यांचं रेकॉर्ड फारच उल्लेखनीय होतं, आणि बऱ्याचदा अॅडमिरल्टी त्यांच्यावर विश्वासच ठेवायला तयार नसे.

कॅरिअर्सची ही अवस्था होती, तर डिस्ट्रॉयर जहाजांच्या फळीची स्थितीही फार काही वेगळी नव्हती. या फळीमुळे व्हाइट हॉलमधल्या नौदलाच्या उच्चस्तरीय धुरीण मंडळींच्या मनात आत्मविश्वास निर्माण होईल, अशी परिस्थिती मुळीच नव्हती. ही जहाजं म्हणजे एक प्रकारची सरमिसळच होती, आणि केवळ सौजन्य म्हणून त्यांना 'डिस्ट्रॉयर' म्हटलं जायचं.

नैर्न हे त्यांतलं एक जहाज म्हणजे रिव्हर वर्गातलं १,५०० टनी फ्रिगेट होतं, दुसरं *ईगर* नावाचं जहाज हे आरमारातलं पाणसुरुंग काढणारं माइन स्वीपर प्रकारचं जहाज होतं, तर तिसरं *गॅनेट* हे एक जुनं, जाम थकलेलं किंगफिशर कॉर्व्हेट प्रकारचं जहाज होतं. याचं काम खरं म्हणजे किनाऱ्याच्या आसपास असणं अपेक्षित होतं, पण त्यालाही उत्तरेकडच्या प्रचंड समुद्रात ढकललेलं होतं.

व्हेक्ट्रा आणि *व्हायकिंग* ही 'व्ही' आणि 'डब्ल्यू' ही, आता मोडीत काढलेल्या वर्गातली सुधारित डिस्ट्रॉयर्स होती. वेग आणि मारक शक्ती या दोन्ही बाबतींत ती फारच कमजोर होती; पण चांगली टिकाऊ होती. *बॅलिओल* हे हंट वर्गातलं डिस्ट्रॉयर होतं, पण तेही उत्तरेकडच्या प्रचंड समुद्रात अगदीच कुचकामी होतं. चार धुराडी असलेलं *पोर्टपॅट्रिक* हे पहिल्या महायुद्धात अमेरिकेनं मदत म्हणून ब्रिटनला पाठवलेलं, आकारानं अत्यंत सडसडीत डिस्ट्रॉयर होतं. याच्या वयाचा अंदाज कुणालाही करणं शक्य नव्हतं. खराब हवामानात या जहाजाचं काय होणार, हा प्रत्येकाच्या कुतूहलाचा विषय होता. अशीही एक वदंता होती, की या जहाजाच्या दोन 'बहिणी' अॅटलांटिक महासागरातल्या एका वादळात चक्क उलट्या झाल्या होत्या. आता परत असं वादळ झालं, तर हे जहाज उलटताना आपल्याला पहायला मिळावं, ही बऱ्याच लोकांची सुप्त इच्छा होती– खरोखर, मानवी स्वभावाला औषध नसतं, हेच खरं! आता, प्रत्यक्ष *पोर्टपॅट्रिक* जहाजावरच्या लोकांना काय वाटत असेल, हा विषय मात्र एकदम वेगळा.

ही सातही रक्षक जहाजं दिवसभर धुक्यामुळे आणि हिमवर्षावामुळे अस्पष्ट दिसत होती, पण ती आपापल्या नेमून दिलेल्या जागी राहून पुढे जात राहिली– यांतली फ्रिगेट आणि माइन स्वीपर जहाजं पुढे होती, डिस्ट्रॉयर जहाजं डाव्या-उजव्या बाजूंना, तर एकमेव असलेलं कॉर्व्हेट जहाज पाठीमागे होतं. आठवं रक्षक जहाज म्हणजे 'एस' क्लासमधलं एक वेगवान, आधुनिक जहाज होतं, त्याचं नाव होतं *सिरस*, आणि त्याचा प्रमुख अधिकारी म्हणजे कॅप्टन (डिस्ट्रॉयर्स), कमांडर ऑर हा होता. ते संपूर्ण काफिल्यामधून अस्वस्थपणे फिरत होतं. ऑरला दिलेल्या या कामाचा, काफिल्यातल्या प्रत्येक जहाजाच्या कमांडरला मनोमन मत्सर वाटत होता. खरं म्हणजे ऑरची भुणभुण नको म्हणून टिंडॉलनंच त्याला ही कामगिरी नेमून दिली होती. पण मत्सर जरी वाटत असला, तरी कोणीही आपल्याला हे काम का दिलं नाही, म्हणून टिंडॉलकडे तक्रार केली नव्हती की नापसंती व्यक्त केली नव्हती. कारण *सिरस*कडे संकटं आपण होऊन चालून येतात, अशी त्या जहाजाची ख्याती होती– लोहचुंबकाकडे जसं लोखंड आकर्षित होतं, तशा दबा धरून राहिलेल्या जर्मन यू-बोटी *सिरस*कडे आकर्षित व्हायच्या.

युलिसिसच्या फोरकॅसल डेकच्या उजव्या बाजूला पन्नास फूट लांबीची वॉर्डरूम होती. बाहेरच्या मानानं कितीतरी उबदार असलेल्या या वॉर्डरूमच्या पोर्टहोलमधून जॉनी निकोल्स बाहेर दिसणाऱ्या करड्या-पांढऱ्या आकाशाकडे बघत विचार करत होता. या बर्फामुळे जरी गोष्टी कितीही लपत असल्या, तरी या जुनाट, कालबाह्य झालेल्या विचित्र, जी केव्हाच मोडीत काढायला हवी होती, अशा जहाजांच्या काफिल्याला हा बर्फरूपी देवदूत किती काळ लपवून ठेवणार? त्यांचं रक्षण करू शकणार? त्याच्या मनात येत होतं.

खरं तर आपल्याला ॲडमिरल्टीमधल्या त्या लॉर्डमंडळींची, त्या महामहीम लोकांची, त्यांच्या त्या आलिशान लिमोसिन गाड्यांची, आरामखुर्च्यांची, त्यांच्या भिंतींवर लावलेल्या मोठमोठ्या नकाशांची, ओक लाकडाच्या टेबलांची, छोट्या-छोट्या फॅन्सी झेंड्यांची चीड यायला हवी. उबदार दालनात बसून याच लेकाच्यांनी ही मरतुकडी स्क्वाड्रन इतक्या भयंकर वातावरणात जणू यू-बोटींच्या घशातच पाठवली. पण एका अर्थी त्यांचंही बरोबरच आहे म्हणा! ॲडमिरल्टीनं या जहाजांच्या जागी डझनभर नव्या कोऱ्या डिस्ट्रॉयर जहाजांचा काफिलासुद्धा पाठवला असता– त्यांच्याकडे असता तर, त्यानं स्वतःशी विचार केला. पण त्याला कल्पना होती, की परिस्थिती फारच वाईट आहे, आणि या मंडळींना ॲटलांटिक आणि भूमध्य समुद्रातल्या नौदलाच्या गरजांचा सगळ्यात आधी विचार करणं भाग आहे.

स्क्वाड्रनमधल्या त्या सगळ्या जहाजांची त्याला कीव वाटायला हवी होती, पण तसंही नव्हतं. कारण ही जुनाट जहाजं काय करू शकतात आणि त्यांनी काय चमत्कार केले आहेत, हे त्यानं स्वतःच्या डोळ्यांनी बघितलं होतं. उलट, त्याला त्या जहाजांचं कौतुक आणि अभिमानही वाटत होता. एक खोल निःश्वास टाकून निकोल्स पोर्टहोलपासून दूर झाला. त्याची नजर आरामखुर्चीत शांत झोपलेल्या कॅपॉक किडकडे गेली. समोर इलेक्ट्रिकवर चालणाऱ्या शेकोटीच्या वर, फरचं लायनिंग असलेल्या त्याच्या फ्लाइंग-बूटची भलीमोठी जोडी ठेवलेली होती.

आपल्याला खरंतर कॅपॉक किडचा– म्हणजे *युलिसिस*चा नॅव्हिगेटर असलेल्या लेफ्टनंट ऑनरेबल अँड्र्यू कार्पेंटरचा, आपल्या या जिवलग दोस्ताचा– सार्थ अभिमान वाटायला हवा, निकोल्सनं मनात म्हटलं. निकोल्सनं पाहिलेला आजवरचा हा सगळ्यात जास्त उत्साही, बडबड्या आणि हरहुन्नरी माणूस होता. कॅपॉक किडला जवळजवळ प्रत्येकच गोष्ट अत्यंत सहजगत्या जमायची आणि हा माणूस कुठेही तितकाच शोभून दिसायचा. डान्स फ्लोअरवर, वेगानं चाललेल्या यॅटच्या कॉकपिटमध्ये, एखाद्या गार्डन पार्टीमध्ये, टेनिस कोर्टावर, किंवा त्याच्या त्या प्रचंड, तांबड्या-लाल बुगाटीमध्ये, विंडस्क्रीन खाली करून, गळ्याभोवतीचा सात फुटी स्कार्फ मागे फडकावत भयंकर वेगानं गाडी चालवताना. पण हा सगळा बाह्य देखावा

तितकाच फसवाही होता. कॅपॉक किडचं ब्रिटनच्या रॉयल आरमारावर जिवापाड प्रेम होतं, आणि या आरमाराला त्यानं जणू वाहून घेतलेलं होतं. त्याच्या या रंगीबेरंगी बाह्य रूपाच्या आड त्याचा अत्यंत हुशार मेंदू दडलेला होता, कमालीची रोमँटिक मनोवृत्ती दडलेली होती, समुद्र आणि जहाजांवरचं अलोट प्रेम दडलेलं होतं, आणि तो या सगळ्या गोष्टी त्याच्या सहकारी अधिकाऱ्यांपासून यशस्वीपणे लपवूनही ठेवत होता– निदान अशी त्याची स्वतःची कल्पना होती. पण हे सगळं प्रत्येकाला इतकं उघड दिसत आणि कळत होतं, की कोणी त्याचा कधी उल्लेख करायचीसुद्धा तसदी घेत नसे.

निकोल्सची आणि त्याची दोस्ती वेगळीच होती– दोन सर्वस्वी विरुद्ध व्यक्तिमत्त्वांची माणसं एकमेकांकडे जशी नैसर्गिक रीत्या आकर्षित होतात, तशी. कॅपॉक किड प्रचंड बडबड्या आणि उत्साही होता, तर निकोल्स तितकाच शांत आणि अंतर्मुख स्वभावाचा होता. कॅपॉक किडला नौदलातल्या प्रत्येक बारीकसारीक गोष्टीबद्दल नुसतं प्रेमच नव्हे तर भक्ती होती, तर जन्मानं आणि वृत्तीनं हाडाचा स्कॉटिश असलेल्या, कमालीच्या स्वतंत्र प्रवृत्तीच्या निकोल्सच्या मनात नौदलातली जाचक शिस्त, आणि खास नोकरशाही बिनडोक आणि हडेलहप्पी कारभाराचा तितकाच प्रचंड तिटकारा होता; कारण आपल्या हुशारीवर आणि स्वतंत्र विचार करण्याच्या वृत्तीवर हे आक्रमण आहे, असं त्याचं ठाम मत होतं. तीन वर्षांपूर्वी, जेव्हा तो ग्लासगोमधल्या एका मोठ्या हॉस्पिटलमध्ये इंटर्नशिप करत होता आणि युद्धानं त्याला तिथून खेचून काढलं होतं, तेव्हासुद्धा त्याच्या मनात जबर शंका होती, की आपलं या नौदलाशी कधीच जमणं शक्य नाही. आणि तसंच झालं होतं. पण नौदलाच्या कारभाराबद्दल एवढा तिटकारा मनात असूनही – किंवा कदाचित त्यामुळेच – निकोल्स एक उत्कृष्ट अधिकारी बनला होता. तरीसुद्धा आपल्याला या स्क्वाड्रनचं इतकं कौतुक का वाटतं, हा विचार त्याला काहीसा अस्वस्थच करत असे.

त्यानं आणखी एक निःश्वास सोडला. वॉर्डरूमच्या कोपऱ्यातल्या लाउडस्पीकरनं नुकतीच घसा साफ करायला सुरुवात केलेली होती. लाउडस्पीकर सुरू झाला याचा अर्थ बातमी चांगली नसणार, याचा त्याला पुरेपूर कटू अनुभव आलेला होता.

"सगळ्यांना ऐकू येतंय का? सगळ्यांना ऐकू येतंय का?" लाउडस्पीकरवरून यांत्रिक आवाज आला. कॅपॉक किड मात्र अगदी शांत झोपलेला होता. त्यानं साधी चाळवाचाळवही केली नाही. 'आज संध्याकाळी १७.३० वाजता कॅप्टन जहाजावरील कंपनीला उद्देशून बोलणार आहेत. पुन्हा ऐका, आज संध्याकाळी १७.३० वाजता कॅप्टन जहाजावरील कंपनीला उद्देशून बोलणार आहेत. दॅट्स ऑल.'

निकोल्सनं कॅपॉक किडला पायाच्या अंगठ्यानं ढोसून उठवलं. "चला उठा, राजेसाहेब. तुमच्या कामाला परत सुरुवात करण्याआधी काळ्याकुट्ट कॉफीचा कप

हवा असेल, तर हीच वेळ आहे.'' कार्पेंटरनं थोडी चाळवाचाळव केली, आणि झोपेनं – आणि झोपेच्या अभावानंही- लाल झालेला एक डोळा उघडून त्याच्याकडे पाहिलं. निकोल्स हसला. ''आणि वर काय सुंदर वातावरण आहे, बघ जरा. समुद्राचं पाणी वर येतंय, पारा खाली जातोय, आणि मोठा आल्हाददायक वारा सुटलाय. सगळं काही तुला आवडतं तसंच आहे.''

कॅपॉक किडनं स्वतःशीच कण्हत, शिवी पुटपुटत स्वतःला जागं केलं, आणि तो उठून काही क्षण मान खाली घालून, तोंड हातांमध्ये लपवून खांद्यांत वाकून नुसताच बसला.

''आता काय झालं?'' अजून पुरता जागा झालेला नसल्यामुळे तो बरळला. आणि मग किंचित हसला. ''मी आत्ता कुठे होतो, माहीतेय? थेम्सच्या काठावर होतो मी. छान, उबदार हवा होती. स्वच्छ उन्हं पडलेली होती. आणि ती माझ्या शेजारी बसलेली होती, सुंदर हिरवा ड्रेस घालून''

''काही नाही, अपचन झालंय तुला,'' निकोल्सनं चटकन म्हटलं. ''फार खाल्लं की होतं असं आणि मग हे असले भास होतात...साडेचार झालेत, म्हातारा अजून तासाभरानं रेडिओवरून बोलणार आहे. त्याआधी काहीतरी खाऊन घेतलेलं बरं. नंतर लगेच कामाला जावं लागेल.'' कार्पेंटरनं दुःखानं मान हलवली. ''त्या म्हाताऱ्याला काही भावनाच नाहीत.'' नेहमीप्रमाणेच त्याच्या अंगावर डोक्यापासून पायांपर्यंत एक वन-पीस रजईसारख्या सुती-सिल्कच्या कापडाचा जाडजूड कॅपॉक होता. म्हणूनच त्याला 'कॅपॉक किड' हे नाव पडलं होतं. कॅपॉकच्या उजवीकडच्या छातीवरच्या खिशावर एक मोठा थोरला सोनेरी भरतकाम केलेला 'जे' होता. आता या 'जे' चा नेमका अर्थ अजूनपर्यंत कोणालाच लावता आलेला नव्हता. त्यानं मान वळवून पोर्टहोलमधून बाहेर एक कटाक्ष टाकला, आणि तो शहारला.

''आज ते कशाबद्दल बोलणार असतील रे, जॉनी?''

''कोण जाणे! त्यांचा मूड कसा असेल, हा प्रसंग ते कसा हाताळणार, याची मलाही उत्सुकता आहे. कारण परिस्थिती जरा नाजूकच आहे.'' निकोल्स हसला, पण ते हसू त्याच्या डोळ्यांमध्ये दिसलं नाही. ''शिवाय आपण परत मुरमान्स्कला चाललोय हे आपल्या माणसांपैकी कोणालाच माहीत नाही– अर्थात, त्यांना तशी कल्पना आलेली असेलच.''

'हं,' कॅपॉक किडनं स्वतःशीच हुंकार दिला. ''आणि ते काही गुळमुळीत बोलतील, सारवासारवीचं बोलतीलसं वाटत नाही. म्हणजे, आपल्या प्रवासातल्या धोक्यांबद्दल म्हणतोय मी. किंवा आपली काही चूक लपवण्यासाठी काही कारणं सांगतील, असंही वाटत नाही. मला वाटतं, कोणाकडे दोष जातो, हे ते स्पष्ट सांगतील.''

''हो. असल्या गोष्टी ते कधीच करणं शक्य नाही.'' निकोल्सनं ठामपणे म्हटलं. ''आपल्या कॅप्टनसाहेबांच्या स्वभावातच नाही ते. ते कधीच लंगड्या सबबी पुढे करत नाहीत, आणि स्वतःची चूक असली तरी मोकळेपणानं कबूल करतात.'' काही क्षण तो शेकोटीकडे बघत गप्प राहिला, आणि नंतर त्यानं कॅपॉक किडकडे बघत शांतपणे म्हटलं, ''आपले कॅप्टनसाहेब आजारी आहेत; फार फार आजारी आहेत, अँडी.'' कॅपॉक किडला हा मोठाच धक्का होता.

''काय? आपले कॅप्टनसाहेब आजारी...काहीतरीच बोलतोयस तू!''

''काहीतरी नाही, खरं तेच सांगतोय मी.'' निकोल्सनं त्याचं बोलणं मध्येच तोडत म्हटलं. तो अगदी हळू आवाजात बोलत होता. जहाजावरचा पाद्री विंथ्रॉप– अगदी तरुण, जीवनाच्या प्रत्येक गोष्टीत कमालीचा रस असलेल्या या माणसाची प्रत्येक बाबतीत अत्यंत पक्की, घट्ट मतं होती– वॉर्डरूममधल्या पलीकडच्या कोपऱ्यात थकून-भागून झोपलेला होता. निकोल्सला जरी तो आवडायचा, तरी आपलं बोलणं त्यानं ऐकावं, अशी त्याची इच्छा नव्हती; कारण त्याला कोणतीही गोष्ट गुपित ठेवताच येत नसे. त्यामुळेच विंथ्रॉप कधीही चांगला पाद्री होऊ शकणार नाही, असं निकोल्सचं स्पष्ट मत होतं. कारण लोकांनी कन्फेशन देताना सांगितलेल्या गोष्टी स्वतःपाशी ठेवण्याला जो एक निर्धार आणि विवेक लागतो, तो त्याच्याकडे मुळीच नव्हता.

''ओल्ड सॉक्रेटिसच्या म्हणण्यानुसार ते बरेच गंभीर आजारी आहेत, आणि हे जर ओल्ड सॉक्रेटिस सांगत असेल, तर ते खरंच असणार.'' निकोल्सनं पुढे म्हटलं. ''काल रात्री म्हाताऱ्यानं त्याला त्याच्या केबिनमध्ये बोलावलं होतं. केबिनमध्ये जागोजागी रक्त पडलेलं होतं, आणि म्हातारा भयंकर जोरजोरात खोकत होता. खोकल्यातूनच ते रक्त पडत होतं. हेमोप्टायसिसचा जोरदार अ‍ॅटॅक आलेला होता त्यांना. ओल्ड सॉक्रेटिसला गेले अनेक दिवस ही शंका येतेय, पण कॅप्टनसाहेब स्वतःला तपासूच देत नाहीत. ओल्ड सॉक्रेटिसच्या मते हे जर आणखी काही दिवस असंच चालू राहिलं, तर म्हातारा– कॅप्टनसाहेब फार जगू शकणार नाहीत.'' मध्येच बोलणं थांबवून त्यानं विंथ्रॉपकडे हळूच एक कटाक्ष टाकला. ''फार बोलतो मी,'' त्यानं एकदम म्हटलं. ''माझा म्हणजे विंथ्रॉपच व्हायला लागलाय अलीकडे. मला वाटतं, कदाचित तुलाही हे सांगायला नको होतं मी– डॉक्टर-पेशंट यांच्यातली गुप्तता वगैरे. पण हे आता तुझ्याकडेच ठेव, अँडी. अजून कोणाला सांगू नकोस.''

''हो, हो. प्रश्नच नाही.'' कॅपॉक किड काही क्षण गप्पच होता. ''थोडक्यात तुझं म्हणणं असं, जॉनी– की कॅप्टनसाहेब मृत्युपंथाला लागलेत.''

''हो, अगदी तसंच. चल, कॉफी घेऊ.''

वीस मिनिटांनंतर निकोल्स खाली सिक बेमध्ये आला. अंधार पडत चाललेला होता, आणि *युलिसिस* जोरात हेलकावत होती. ओल्ड सॉक्रेटिस ब्रुक्स सर्जरीमध्ये होता. ''इव्हिनिंग, सर. आता कोणत्याही क्षणी संध्याकाळच्या डस्क ॲक्शन स्टेशन्सवर हजर व्हावं लागेल. आज रात्री मी इथे सिक बेमध्ये थांबलं तर चालेल?''

ब्रुक्सनं त्याच्याकडे विचार करत पाहिलं.

''नियम असं सांगतात,'' त्यानं जणू नियम वाचून दाखवत असल्यासारखं म्हटलं, ''की ज्युनिअर मेडिकल ऑफिसरचं रात्रीच्या वेळेचं कामाचं ठिकाण पाठीमागे इंजिनिअर्सच्या फ्लॅटमध्ये आहे. त्यामुळे

''प्लीज, सर.''

''का बरं? तुला एकटं वाटतंय, का आळस आलाय, का चक्क थकलायस तू?'' ब्रुक्सच्या उंचावलेल्या भुवयांमुळे त्याच्या बोलण्यातली स्पष्ट विचारणा झाकून गेलेली होती.

''नाही, मला जरा उत्सुकता आहे. कॅप्टनसाहेबांच्या रेडिओ ब्रॉडकास्टला स्टोकर रायले आणि त्याची– अं, गँग– काय प्रतिक्रिया देते, हे मला बघायचंय. बरंच काही समजू शकेल त्यातून.''

''शेरलॉक निकोल्स का! ऑल राइट, जॉनी. पण आधी डॅमेज कंट्रोल ऑफिसरला फोन करून कळव, की तू कसल्याशा कामात अडकलायस, किंवा मला ऑपरेशनमध्ये मदत करतोयस – काहीही सांग. लोक बिचारे किती सहज भूलथापांना बळी पडतात, नाही? लाजिरवाणी गोष्ट आहे.''

हसून निकोल्सनं फोन उचलला.

रात्रीच्या ॲक्शन स्टेशन्सला लोकांना जायचा इशारा देणारा भोंगा जेव्हा वाजला, तेव्हा निकोल्स दवाखान्यात बसलेला होता. सगळे दिवे बंद होते, सगळे पडदेही बंद केलेले होते. सिक बेमधले सगळे दिवे मात्र चालू होते, त्यामुळे तो बसल्या जागेवरून सिक बेमध्ये सगळीकडे सहज बघू शकत होता. सिक बेमधले पाच जण झोपलेले होते. बाकीच्यांपैकी दोघे जण– सावकाश बोलणारा प्रचंड देहाचा, अर्धा नॉर्वेजियन आणि अर्धा स्कॉट असलेला स्टोकर पीटर्सन, आणि लहानखोर चणीचा कॉकनी असलेला काळसर रंगाचा बर्गेस- हे दोघं बिछान्यावर बसून हळू आवाजात बोलत होते. दोघांच्याही नजरा त्यांच्या दरम्यानच्या बिछान्यावर झोपलेल्या काळसर, जाडजूड पेशंटकडे बघत होत्या. हाच स्टोकर रायले होता, आणि सध्या त्याचा दरबार भरलेला होता.

अल्फ्रेड ओ'हारा रायलेनं फार लहानपणीच जणू गुन्हेगारी हाच आपला पेशा ठरवला होता, आणि पुढे जरी त्याला सुधारण्याच्या अनेक संधी आल्या होत्या, तरी त्यानं आपला निर्धार मुळीच सोडला नव्हता. इतर कोणत्याही क्षेत्रात त्यानं जर हा

निश्चयी स्वभाव दाखवला असता, तर त्याला कितीतरी फायदा झाला असता, त्याची प्रशंसाही झाली असती. पण फायदा आणि प्रशंसा या दोन्ही गोष्टी त्याला लांबून बगल देऊन पुढे गेल्या होत्या.

प्रत्येक माणूस परिस्थिती आणि त्याच्या वंशपरंपरागत गुणावगुणांमुळे जसा बनायचा तसा बनतो. रायलेसुद्धा याला अपवाद नव्हता. निकोल्सला रायलेच्या पूर्वेतिहास आणि जडणघडणीची थोडीफार माहिती होती, आणि त्यालाही कल्पना होती, की जीवनानं या आडदांड माणसाला फारशी संधीच कधी दिली नव्हती. लिव्हरपूलमधल्या एका घाणेरड्या दाटीवाटीनं माणसं राहत असलेल्या झोपडपट्टीत त्याचा जन्म दारूड्या, निरक्षर आईच्या पोटी झाला होता, आणि सुरुवातीपासूनच बहिष्कृताचं जिणं त्याच्या वाट्याला आलं होतं. त्याचा प्रचंड, केसाळ एप माकडासारखा देह, कायम वाकडं असलेलं तोंड, कावेबाज काळेभोर डोळे, जाडजूड भुवया आणि जवळजवळ अस्तित्वातच नसलेलं, बुद्धिमत्तेचा कमालीचा अभाव दर्शवणारं कपाळ, या सगळ्या गोष्टी त्यानं निवडलेल्या पेशाला अगदी साजेशा होत्या. निकोल्सनं त्याच्याकडे कमालीच्या नापसंतीनं बघितलं : एक क्षणभर. त्याला पुढे होणाऱ्या अनिवार्य घटनेची कल्पना येऊन गेली.

गुन्हेगारीतसुद्धा रायले कधीच खऱ्या अर्थानं यशस्वी झाला नाही; कारण त्याची बौद्धिक पातळीच तितकी नव्हती. बहुधा त्यालासुद्धा त्याच्या मर्यादांची जाणीव असावी; कारण त्यानं जिथे बुद्धीची गरज लागते असे गुन्हे करण्याचं कायमच टाळलं होतं. चोरी- शक्यतो शारीरिक हिंसेसहित चोरी- हीच त्याची खासीयत राहिली. सहा वेळा त्यानं तुरुंगाची हवा खाल्लेली होती शेवटच्या वेळी तो दोन वर्षं आत होता.

रायले नौदलात कसा आला हे एक कोडंच होतं, आणि निकोल्सला आणि त्याला नौदलात घेणाऱ्या अधिकारी मंडळींनासुद्धा ते कधी उलगडलं नव्हतं. पण रायलेनं मात्र जीवनाचं हे दुर्दैवी वळण शांतपणे स्वीकारलं होतं, आणि पोर्टसमथमधल्या रॉयल आरमाराच्या, बॉम्बहल्ल्यांमुळे वाताहत झालेल्या बराकींमध्ये शिरून त्यानं मोठ्या वेगानं तिथल्या लोकांच्या सूटकेसेस आणि बॅगा आणि पाकिटांवर डल्ला मारला होता. अर्थात, त्याला पकडायला काहीच प्रयास पडले नव्हते. त्याला साठ दिवसांची शिक्षा झाली होती, आणि मग त्याला स्टोकर म्हणून *युलिसिस*वर पाठवण्यात आलं होतं.

*युलिसिस*वरची त्याची गुन्हेगारीची कारकीर्द फारच थोडा काळ टिकली होती, आणि त्याला त्याचा फारच त्रास झाला होता. तिथला त्याचा चोरीचा पहिलाच प्रयत्न शेवटचा ठरला होता– मरीन सार्जंट्सच्या मेसमधला एक लॉकर फोडण्याचा त्यानं एक अगदी बावळट प्रयत्न केला होता. कलर सार्जंट इव्हान्स आणि सार्जंट

मॅकिन्टोश या दोघांनी त्याला 'रंगे हाथ' पकडलं होतं. पण त्यांनी त्याच्यावर कोणतेही आरोप लावले नव्हते, आणि रायलेला पुढचे तीन दिवस सिक बेमध्ये पडून राहावं लागलं होतं. आपण शिडीवरून घसरून वीस फूट खाली पडलो, असं त्यानं लोकांना सांगितलं होतं; पण खरं काय घडलं हे सगळ्यांनाच माहीत होतं. शेवटी टर्नरनं त्याला सिक बेमधून डिस्चार्ज देण्याची शिफारस केली होती. सगळ्यांसाठीच आश्चर्याची गोष्ट अशी, की इंजिनिअर डॉडसननं त्याला एक शेवटची संधी द्यावी असं सांगितलं होतं. त्यामुळे रायलेची सुटका झाली होती.

या गोष्टीला आता चार महिने उलटून गेले होते, आणि रायलेनं तेव्हापासून जहाजावर कटकटी निर्माण करण्याकडे, लोकांना भडकवण्याकडेच आपलं लक्ष केंद्रित केलं होतं. मरीन्सशी झालेल्या झटापटीमुळे अनिच्छेनं का होईना, नौदलामध्ये राहण्याच्या त्याच्या सहनशक्तीचा अंत झाला होता, आणि त्या जागी त्याच्या मनात नौदलाविषयी प्रचंड द्वेष निर्माण झाला होता. काही प्रमाणात हे समजण्यासारखंही होतं. लोकांमध्ये असंतोष भडकवण्याच्या कामात त्याला काही प्रमाणात यश मिळालं होतं– जे त्याला गुन्हेगारीत कधीच मिळालं नव्हतं. त्याला असंतोष जागवायला भरपूर वाव होता हे खरं; पण त्याच्या या यशाचं श्रेय– याला श्रेय म्हणावं का, हीच एक शंका आहे – त्याचा कावेबाजपणा, जनावरासारखं रूप आणि ताकद आणि वृत्ती, त्याच्या सहकाऱ्यांवरची त्याची पकड या गोष्टींनाही जातं. त्याचा घोगरा आवाज मोठा प्रभावी होता, आणि त्याचे बारीक काळेभोर डोळेही तितकेच प्रभावी होते. काही दिवसांपूर्वी याच प्रभावाचा उत्तम वापर करून त्यानं उठाव घडवून आणला होता– त्यात स्टोकर राल्स्टनचा आणि एका मरीनचा बळी गेला होता – त्या मरीनला रहस्यमय रीत्या मान मोडल्यामुळे मरण आलं होतं. दोन्ही मृत्यूंसाठी निःसंशयपणे रायलेच जबाबदार होता, पण तितक्याच निःसंशयपणे हे सिद्ध करणं अशक्य होतं. 'आता या माणसाच्या डोक्यात काय कारस्थान शिजत असेल कोण जाणे!' निकोल्सनं मनात म्हटलं. फक्त हा रायलेच *युलिसिस*मधल्या कोणत्याही भांडणाच्या मुळाशी कसा असतो, हे त्याला समजत नव्हतं, आणि त्याचबरोबर हाच रायले मांजराची पिल्लं, जखमी झालेले पक्षी *युलिसिस*वर आणून त्यांची तितक्याच प्रेमानं काळजी कशी घेतो, हेही त्याला समजत नव्हतं.

तेवढ्यात लाउडस्पीकर जिवंत झाला, आणि जसे त्याचे विचार थांबले, तसंच सिक बेमधलं बोलणंही थांबलं. जहाजावर सगळीकडेच जे कोणी लोक बोलत असतील, त्यांचं बोलणंही त्याच क्षणी थांबलं. फक्त वाऱ्याचा आवाज, जहाजाचं नाक दोन लाटांमधल्या खोलगट पाण्यात घुसत असल्याचे आवाज, बॉयलर रूममधल्या हवा आत खेचणाऱ्या पंख्यांची दबलेली गुरगुर, आणि शंभरेक इलेक्ट्रिक मोटर्सचे 'हम' आवाजच काय ते ऐकू येत होते. संपूर्ण जहाजामध्ये सगळीकडे, जहाजातल्या ७३०

ऑफिसर आणि नौसैनिकांच्या मनांमध्ये प्रचंड तणाव भरून राहिलेला होता.

''मी कॅप्टन बोलतोय. गुड इव्हिनिंग!'' त्या शांत, सुस्पष्ट आवाजात कोणत्याही प्रकारचा थकवा किंवा ताण जाणवत नव्हता. ''तुम्हा सगळ्यांना माहीतच आहे, की प्रत्येक सफर सुरू झाल्यानंतर तुम्हाला पुढे कोणत्या परिस्थितीला तोंड द्यावं लागणार आहे, हे लवकरात लवकर तुम्हाला सांगण्याचा माझा प्रघात आहे. तुम्हाला ते समजण्याचा हक्क आहे, आणि तुम्हाला सांगणं हे माझं कर्तव्य आहे, असं मी मानतो. हे काम नेहमीच आनंददायक असतं असं नव्हे– किंबहुना, गेल्या काही महिन्यांमध्ये ते कधीच आनंददायक नव्हतं. या वेळी मात्र मला आनंदच होतोय.'' बोलणं काही क्षण थांबलं. आणि मग सावकाश, शांतपणे उच्चारलेले पुढचे शब्द ऐकू येऊ लागले. ''ब्रिटनच्या रक्षणासाठी नेमलेल्या नौदलाच्या भागाचं एक युनिट म्हणून आपली ही शेवटची कामगिरी आहे. देवाच्या मनात असलं, तर आणखी महिन्याभरानं आपण भूमध्य समुद्रात असू.''

'बरं झालं, सर,' निकोल्सनं मनात म्हटलं. ही कडू गोळी शक्य तितकी गोड करायचा जास्तीत जास्त प्रयत्न करा. पण कॅप्टनसाहेबांच्या मनात काहीतरी वेगळंच होतं.

''पण लोकहो, त्याच्या आधी आपली आत्ताची कामगिरी बघू या. आपली आत्ताची कामगिरी आहे मुरमान्स्क– आधीसारखीच. बुधवारी सकाळी १०.३० वाजता आपण आइसलंडच्या उत्तरेला, हॅलिफॅक्समधून निघालेल्या एका काफिल्याला भेटणार आहोत. त्या काफिल्यात अठरा जहाजं आहेत– सगळी जहाजं मोठी आणि वेगवान, ५० नॉट किंवा त्यापेक्षा जास्त वेगानं जाणारी आहेत. हा आपला तिसरा मोठा रशियन काफिला– एफआर ७७ आहे. पुढे तुमच्या नातवंडांना जर तुम्हाला ही हकिगत सांगायची असली, तर तुम्हाला माहिती असावी म्हणून मुद्दाम सांगितलं,'' कॅप्टननं कोरड्या स्वरात म्हटलं. ''ही सगळी जहाजं रणगाडे, विमानं, दारूगोळा, विमानाचं इंधन आणि तेल घेऊन चालली आहेत. त्यांच्यावर दुसरं काहीही सामान नाही.''

''आपल्या कामगिरीतले धोके मी तुमच्यापासून लपवून ठेवण्याचा प्रयत्न करणार नाही. रशियाची परिस्थिती सध्या किती वाईट आहे, त्याला या सामग्रीची किती निकड आहे, हे तुम्हाला माहीतेय. आणि तुम्ही याचीही खात्री बाळगायला हरकत नाही, की ही गोष्ट जर्मनांनाही माहीत आहे, आणि जर्मन गुप्तहेर खात्यानं या काफिल्यामधल्या सामग्रीची आणि तो किती तारखेला निघाला, याची माहिती नक्कीच कळवलेली असेल.'' कॅप्टन व्हॅलेरी मध्येच थांबला, आणि तो तोंडाशी रुमाल धरून जोरजोरानं खोकत असल्याचा आवाज जहाजावरच्या शांततेत सगळीकडे ऐकू आला. ''या काफिल्यामध्ये इतकी लढाऊ विमानं आणि पेट्रोल आणि दारूगोळा

आहे, की त्याच्यामुळे रशियामधल्या युद्धाचं संपूर्ण चित्र बदलून जाईल. हा काफिला रशियापर्यंत पोचता कामा नये, यासाठी नाझी सैन्य आकाशपाताळ एक करेल, याची खात्री बाळगा.

"मी तुम्हाला फसवण्याचा किंवा खोटं सांगण्याचा कधीही प्रयत्न केलेला नाही, आणि आताही मी तसं करणार नाही. एकूण चिन्हं मुळीच ठीक दिसत नाहीत. आपल्या बाजूनं ज्या गोष्टी आहेत, त्या म्हणजे, एकतर आपला वेग, आणि दुसरं म्हणजे– निदान अशी आशा करायला तरी हरकत नाही– धक्कातंत्र. आपण थेट नॉर्थ केपमधून धडक मारायचा प्रयत्न करणार आहोत.

"आपल्या विरोधात जाणाऱ्या चार मुख्य गोष्टी आहेत. हवा कशी हळूहळू बिघडत चाललीय, हे तुम्हा सगळ्यांच्या लक्षात आलंच असेल. आपण अत्यंत प्रतिकूल हवामानाच्या दिशेनं चाललो आहोत– तेसुद्धा आर्क्टिक समुद्रातल्या प्रतिकूल हवामानाच्या दिशेनं. या हवामानामुळे कदाचित– मी पुन्हा सांगतो, कदाचित – यू-बोटींनासुद्धा अडचणी येऊ शकतील किंवा दुसऱ्या बाजूला असंही होऊ शकेल, की आपल्या काफिल्यामधली काही छोटी जहाजं आपल्याला गमवावी लागतील. कारण आत्ता इथे नांगर टाकून थांबायचं आणि खरी खराब हवा आल्याबरोबर तिला मागे ठेवून वेगानं पुढे जायचं, इतका वेळ आपल्याकडे नाही. एफआर ७७ सरळ पुढे येतोय, आणि... याच अर्थ असा, की विमानवाहू नौकांना त्यांची विमानं त्या काफिल्याला हवाई संरक्षक छत्र देण्यासाठी आकाशात पाठवणं शक्य होणार नाही, हे जवळजवळ निश्चित आहे."

माय गॉड! कॅप्टनसाहेबांचं डोकंबिकं फिरलंय की काय, निकोल्सनं स्वतःशी म्हटलं. ते जे सांगताहेत, त्यामुळे लोकांचं उरलंसुरलं नीतिधैर्यसुद्धा खलास होईल– आधी फारसं नीतिधैर्य मुळात उरलंयच कुठे? काय बोलताहेत हे.

"दुसरी गोष्ट." व्हॅलेरी शांतपणे बोलतच होता. "या काफिल्यात आपण, बुडत असलेल्या जहाजांमधून समुद्रात पडलेल्या लोकांना वर उचलून घेण्यासाठीची कोणतीही रेस्क्यू जहाजं बरोबर घेणार नाही. तुम्हाला माहीतच आहे, की सध्या अनेक ताफ्यांमध्ये या प्रकारची जहाजं असतात. स्टॉकपोर्ट आणि जफारान या रेस्क्यू जहाजांचं काय झालं हे तुम्हाला माहीतच आहे, तरी पण पुन्हा सांगतो.*

---

* शत्रूनं प्रचंड हल्ले करून वाताहत केलेल्या एका काफिल्यामधली माणसं वाचवताना जफारानला जलसमाधी मिळाली. स्टॉकपोर्ट टॉर्पेडो लागून बुडालं. त्या जहाजात असलेले सगळे सैनिक आणि अधिकारी, आणि इतर जहाजांमधून वाचवलेले सगळे लोक त्याच्याबरोबर बुडाले. आपल्याबरोबर रेस्क्यू जहाजं नसतील, कारण आपल्याला थांबून समुद्रातल्या लोकांना उचलून घेण्याइतका वेळच नाही. त्यापेक्षा तुम्ही आहात तिथेच जास्त सुरक्षित आहात.

“तिसरी गोष्ट. उत्तर ७० अक्षांशाच्या आसपास दोन– किंवा कदाचित तीन– यू-बोटींच्या टोळ्या जागोजागी विखरून थांबलेल्या आहेत, याची माहिती आम्हाला आहे, आणि आपले उत्तर नॉर्वेमधले गुप्तहेर सांगताहेत, की त्या भागात जर्मन बॉम्बर विमानांची मोठी जमवाजमव चालू आहे.

“आता शेवटचा मुद्दा. आम्हाला अगदी विश्वसनीय माहिती मिळालीय, की *टिरपिट्झ* जहाज बाहेर पडण्याच्या तयारीत आहे.” पुन्हा तो थांबला– फारच जास्त वेळ. जणू त्याला कल्पना असावी, की या बातमीमुळे सगळ्यांनाच केवढा प्रचंड धक्का बसला आहे, आणि तो पचेपर्यंत त्याला वेळ द्यायचा होता.

“याचा अर्थ काय, हे मी तुम्हाला सांगायची गरज नाही. हा काफिला रोखण्यासाठी जर्मन आरमार या जहाजालासुद्धा बळी द्यायला तयार होऊ शकेल – आणि आपल्या ॲडमिरल्टीला तर उलट तशी आशाच आहे. आपल्या सफरीच्या पुढच्या भागात आपल्या देशाच्या रक्षणासाठी ठेवलेल्या विभागातली मोठी जहाजं – यांत बहुधा *व्हिक्टोरियस* आणि *फ्युरियस* या विमानवाहू नौका आणि तीन क्रूझर असतील– आपल्या मार्गाच्या समांतर मार्गावर, आपल्यापासून बारा तासांच्या अंतरावर येतील. या जर्मन जहाजांना आणि यू-बोटींना सापळ्यात पकडण्यासाठी ही आपली जहाजं बराच काळ वाट बघताहेत. आणि आपण म्हणजे हा सापळा बंद करण्यासाठी लावलेलं भक्ष्य आहोत…

“या सगळ्या योजनेत गडबड होण्याचीही शक्यता आहे. कितीही उत्तम योजना केली तरी ती यशस्वी होतेच, असं नाही…किंवा कदाचित आपण रचलेला सापळा मिटायला उशीर होऊ शकेल. काहीही झालं तरी हा काफिला रशियाला पोचलाच पाहिजे. कॅरिअर जहाजांवरून जर आपली विमानं उड्डाण करू शकली नाहीत, तर एफआर ७७ ला कव्हर करण्याचं काम *युलिसिस*ला करावं लागेल. याचा अर्थ तुम्हाला माहीत आहेच. हे सगळं काही तुम्हाला पूर्णपणे स्पष्ट समजलं असेल अशी आशा मला आहे.”

पुन्हा एकदा खोकल्याची भलीमोठी उबळ ऐकू आली, पुन्हा बराच वेळ बोलणं थांबलं. आणि मग जेव्हा त्यानं पुन्हा बोलायला सुरुवात केली, तेव्हा त्याचा आवाज कमालीचा शांत झालेला होता. “मी तुम्हाला काय करायला सांगतोय, याची मला पूर्ण कल्पना आहे. तुम्ही किती थकलेले आहात, किती निराश झाला असाल, याचीही मला पूर्ण कल्पना आहे; तुम्ही किती भयंकर परिस्थितीशी, संकटांशी सामना केलाय, हे तर माझ्यापेक्षा दुसरा कोणीच समजू शकत नाही. तुम्हाला विश्रांतीची नितांत गरज आहे आणि ती तुम्हाला मिळेलच. पोर्टसमथला पोचल्याबरोबर अठरा तारखेपासून या जहाजावरचे सगळे लोक दहा दिवसांच्या रजेवर जातील, आणि नंतर डागडुजी करण्यासाठी आपण अलेक्झांड्रियाला जाणार आहोत.” त्याचे हे शब्द

अगदी सहज बोलल्यासारखे, जणू त्याच्यासाठी त्यांना काहीच महत्त्व नसल्यासारखे वाटत होते. ''पण त्याआधी मात्र– मला खरोखर कल्पना आहे की हे तुम्हाला अत्यंत अमानुष वाटेल– ही कामगिरी पार पाडायला तुम्हाला सांगणं मला भाग आहे, सगळ्या त्याच संकटांना पुन्हा तोंड द्यायला सांगणं भाग आहे. कदाचित आतापर्यंत कधीच आली नव्हती अशी भयंकर संकटंही आपल्यासमोर येतील. पण त्याला माझाही नाइलाज आहे– खरंतर कोणाचाच काही इलाज नाही.'' आता प्रत्येक वाक्य बऱ्याच अंतरानं, आणखी हळू आवाजात येत होतं. त्याचं बोलणं नेमकं ऐकता येईनासं होत होतं.

''ही कामगिरी तुम्हाला पुन्हा करायला सांगायचा कोणालाही हक्क नाही. मला तर नाहीच नाही. मला खात्री आहे की, तुम्ही ती पार पाडालच. तुमच्यावर माझा प्राणांपलीकडे विश्वास आहे. मला खात्री आहे की तुम्ही– आणि फक्त तुम्हीच– *युलिसिस*ला यातून सहीसलामत तारून न्याल. गुड लक! गुड लक अँड गॉड ब्लेस यू ऑल! गुड नाईट!''

जहाजावरचे सगळे लाउडस्पीकर बंद झाले, पण शांतता मात्र तशीच राहिली. कोणीही बोलत नव्हतं, कोणीही हलत नव्हतं. कोणाचे डोळेसुद्धा हलत नव्हते. जे लोक स्पीकर्सकडे बघत होते, ते तसेच बघत राहिले. किंवा स्वतःच्या हातांकडे बघत राहिले, किंवा सिगारेट ओढायची बंदी असूनही शिलगावलेल्या हातातल्या सिगारेटकडे, थकलेल्या डोळ्यांत सिगारेटचा धूर जात असूनही बघत राहिले. जणू प्रत्येकालाच एकटं राहावंसं वाटत होतं, आणि माहीत होतं की, आपण दुसऱ्या कोणाच्या डोळ्यांकडे बघितलं, की आपण एकटे उरणार नाही. कमालीची सर्वव्यापी, निःशब्द शांतता होती ती. अशी शांतता, की जी माद्रिद आणि बार्सिलोनामधल्या बुलफाइटच्या भयंकर खेळामध्ये मॅटाडोरच्या हातातली तलवार जेव्हा लक्ष्याचा अचूक वेध घेते, तेव्हा तो खेळ बघणाऱ्या हजारो प्रेक्षकांमध्ये तत्क्षणीच पसरते. स्पॅनिश लोकांनी त्या क्षणाला मोठं समर्पक नाव दिलंय – 'द मोमेंट ऑफ ट्रुथ'.

सिक बे मधल्या घड्याळाची टिकटिक पुढचं मिनिटभर मोठ्यानं ऐकू येत होती. निकोल्सनं एक अवजड सुस्कारा सोडून– याच्याआधीचा श्वास आपण केव्हा घेतला होता, हेच त्याला आठवत नव्हतं– हळूच पडद्यांमागच्या स्लायडिंग डोअरपाशी जाऊन दिवा लावला. त्याला अचानक ब्रुक्स आलेला दिसला. तो केव्हा आला, हे त्याला समजलंच नव्हतं. त्यानं एकवार त्याच्याकडे बघितलं, आणि मग नजर वळवली. ''काय, जॉनी?'' ब्रुक्सनं अगदी सहज स्वरात विचारलं; जणू गप्पा मारत असल्यासारखं. ''कोण जाणे, सर. मला काही समजतच नाहीय. काही बोलताच

येत नाहीय.'' निकोल्सनं स्वतःशीच मान हलवली. ''सुरुवातीला मला वाटलं, की ते सगळा गोंधळ करतील, सगळ्यांना जाम घाबरवून सोडतील. आणि माय गॉड!'' त्याच्या आवाजात आश्चर्य होतं. ''त्यांनी नेमकं तेच केलं, फक्त सगळं काही खरं खरं सांगून केलं. वादळं काय, टिरपिट्झ काय, यू-बोटींचे पॅक्स काय आणि तरीही...''

''काय, आणि तरीही काय?'' ब्रुक्सनं त्याच्याच आवाजाची नक्कल करत चेष्टेनं विचारलं. ''तेच तर. तुम्हा हल्लीच्या तरुण डॉक्टर लोकांचा हाच प्रॉब्लेम आहे– नको इतके हुशार समजता तुम्ही स्वतःला. इथे अंधारात बसून कॅप्टनसाहेबांच्या बोलण्याचा तिथल्या जखमी जवानांच्या मनावर काय परिणाम होतोय, याचं निरीक्षण करत होतास तू– एखाद्या बोगस मानसतज्ज्ञासारखा. आणि त्याच वेळी त्यांच्या बोलण्याचा तुझ्यावर काहीच परिणाम होऊ दिला नाहीस.''

ब्रुक्सचा आवाज एकदम शांत झाला. ''फार सुंदर बोलले ते. नाही, सुंदर हा शब्द बरोबर नाही. कारण ते आधी विचार करून काहीच बोलले नाहीत. पण तुझ्या लक्षात नाही का येत? पुढच्या सफरीचं शक्य तितकं जास्तीत जास्त काळंकुट्ट चित्र रंगवलं त्यांनी. हा तर आत्महत्या करण्याचा फक्त एक आडवळणी मार्ग झाला. कोणताही खोटा आशावाद नाही, आश्वासनं नाहीत. अगदी तो अलेक्झांड्रियाचा उल्लेखसुद्धा जाता जाता सहज केल्यासारखा होता. कसलीही आमिषं नाहीत, आशा नाहीत, आवाहनंही नाहीत– आणि तरीही त्यांच्या बोलण्यात किती प्रभावी आवाहन होतं... काय म्हणाले ते, जॉनी?''

''मला नाही सांगता येत.'' निकोल्स कमालीचा अस्वस्थ झालेला होता. मग अचानक त्यानं मान वर केली, आणि किंचितसं स्मित केलं. ''कदाचित त्यांच्या बोलण्यात आवाहन नव्हतंच. ऐका जरा.'' आवाज न करता त्यानं दार पुन्हा सरकवलं, आणि दिवे मालवले. आता रायलेचा जाडाभरडा आवाज ऐकू येऊ लागला. तो अगदी कुजबुजत, पण तावातावानं बोलत होता -

''थापा आहेत सगळ्या! अलेक्झांड्रिया? भूमध्य समुद्र? क्लॅप-ट्रॅप! शक्यच नाही. तुम्ही तिकडे पोचणंच शक्य नाही – तुम्हाला स्कापा फ्लोसुद्धा परत दिसणं शक्य नाही. डीएसओ पदक मिळवलेला कॅप्टन रिचर्ड व्हॅलेरी! थेरड्याला काय हवंय माहीतेय? त्याला त्या पदकावर आणखी एक बार चढलेला हवाय– किंवा व्हिक्टोरिया क्रॉससुद्धा! आणि त्यासाठी काय मी माझा जीव धोक्यात घालू? शक्यच नाही. 'तुमच्यावर माझा प्राणांपलीकडे विश्वास आहे, म्हणे!' त्यानं तोंड वेडंवाकडं करत त्याची नक्कल केली. ''द ओल्ड बास्टर्ड!'' क्षणभर थांबून तो पुन्हा बोलू लागला. ''*टिरपिट्झ?* आणि तिला काय, आपण रोखणार? आपण? हे काय जहाज आहे का? अरे, ही तर खेळण्यातली बोट आहे त्या *टिरपिट्झ*पुढे! आणि आपण भक्ष्य

आहोत म्हणे! आपण आणि भक्ष्य?'' त्याचा आवाज वाढला. ''मी सांगतो तुम्हाला, दोस्तांनो, त्याला आपल्या जिवाची मुळीच पर्वा नाही! हे लोक आपल्याला लांडग्यांच्या समोर टाकून पसार होणार बघा! आणि तो थेरडा तर-''

''चूप!'' हा आवाज पीटरसेनचा होता– हळू, प्रचंड संतापानं थरथरत असलेला. एका क्षणात त्याचा हात लांब झाला, आणि त्याच्या जबरदस्त पकडीत रायलेच्या मनगटाचं हाड काडकन मोडल्याच्या आवाजानं आधी उलट ब्रुक्स आणि निकोल्सच्या चेहऱ्यांवरच त्या जीवघेण्या वेदनेची कळ उठली. ''मला कायमच तुझ्याबद्दल संशय होता,'' त्यानं सावकाश म्हटलं. ''पण आता नाही. तुझी शिसारी येते मला!'' रायलेचा हात जोरानं ढकलून देऊन त्यानं तोंड दुसरीकडे वळवलं. असह्य वेदनेनं कळवळत रायले आपलं मनगट चोळू लागला आणि त्यानं बर्गेसकडे पाहिलं.

''अरे, काय झालंय काय याला? काय...'' आणि तो मध्येच थांबला. बर्गेस त्याच्याकडे बराच वेळ एकटक बघत राहिला. मग सावकाश, मुद्दाम केल्यासारखं तो बेडवर आडवा झाला, आणि पांघरूण गळ्यापर्यंत ओढून घेऊन त्यानंही रायलेकडे पाठ फिरवली.

लगेच ब्रुक्स चटकन उठला, आणि दार परत सरकवून त्यानं दिवे लावले. ''अंक पहिला, प्रवेश पहिला! कट! लाइट्स!'' तो पुटपुटला. ''मी काय म्हणत होतो, समजलं, जॉनी?''

''हो, सर.'' निकोल्सनं सावकाश मान डोलावली. ''निदान तसं वाटतंय तरी.''

''लक्षात ठेव बेटा, हे फार काळ चालणार नाही. निदान इतक्या जोरात तरी नाहीच.'' ब्रुक्स हसला. ''पण कदाचित आपण मुरमान्स्कपर्यंत पोचेपर्यंत चालू शकेल. काही सांगता येत नाही.''

''तसंच होऊ दे, सर. थँक्स फॉर द शो.'' निकोल्सनं उठून आपला जाडजूड कोट उचलला. ''मला वाटतं, आता मी जायला हवं.''

''जा तर मग. आणि जॉनी''

''काय, सर?''

''जाता जाता ती स्कार्लेट फीव्हरची नोटीस काढून समुद्रात फेकून द्यायला हरकत नाही. यापुढे तिची गरज लागेलसं वाटत नाही.'' निकोल्सनं हसून दार हळूच बंद केलं.

सोमवारची रात्र

डस्क ॲक्शन स्टेशन्स– म्हणजे संध्याकाळ होतानाच्या वेळेस आपापल्या ॲक्शन स्टेशनवर हजर राहण्याचा नित्यक्रम. याची मुदत संध्याकाळच्या तेवढ्या एका तासाची असे– सुरू झालं, आणि एक एक मिनिट करत संपलं. त्या संध्याकाळी अशा इतर शंभरेक संध्याकाळींप्रमाणेच हा एक तासाचा अवधी म्हणजे केवळ एक निरुपयोगी कटकट होती; किंवा निदान सगळ्यांची तशी कल्पना होती. पण हा सोपस्कार अत्यंत गंभीरपणे पार पाडणं गरजेचं होतं; तो कितीही अनावश्यक वाटला तरी. पहाटेच्या वेळी शत्रूचे हल्ले होणं ही नित्याची बाब होती; पण संध्याकाळच्या वेळी हल्ले झालेले फारसे ऐकिवात नव्हते. *युलिसिस*वर डस्क ॲक्शन स्टेशन्स जितक्या नेमानं आणि अत्यंत शिस्तीनं, बारकाईनं पार पाडली जायची, तशी ती इतर जहाजांच्या बाबतीत होत नसत. *युलिसिस* जहाज सुदैवी आहे, असं मानलं जायचं. हे प्रत्येकालाच माहीत होतं. व्हॅलेरीलासुद्धा हे ठाऊक होतं. पण ते सुदैवी का आहे, हे मात्र त्यालाच ठाऊक होतं. प्रत्येक क्षणीची सतर्कता हे त्याचं एक आरमार अधिकारी आणि जहाजाचा कॅप्टन म्हणून पहिलं तत्त्व होतं.

आणि डस्क ॲक्शन स्टेशन्स हा या सतर्कतेचा एक अविभाज्य भाग होता. व्हॅलेरीनं जहाजाच्या रेडिओवरून केलेल्या भाषणानंतर थोड्याच वेळानं रडारनं आकाशात एक विमान दिसत असल्याचं कळवलं. ते शत्रूचं विमान असणार, हे उघड होतं. जहाजाचा सीनिअर एअर आर्म ऑफिसर कमांडर वेस्टक्लिफच्या समोर, फायटर डायरेक्शन रूममधल्या भिंतीवर एक नकाशा होता, आणि त्याच्यावर कोस्टल आणि फेरी कमांडच्या अखत्यारीतल्या सगळ्या विमानांचे मार्ग दाखवलेले होते आणि या मार्गांपासून जहाज बरंच दूर होतं. पण रडारच्या रिपोर्टची फारशी कोणी दखल घेतली नाही. नाही म्हणायला टिंडॉलनं फक्त जहाजाचा मार्ग ४५ अंशांनी बदलायचा हुकूम दिला, तेवढंच. हा विशिष्ट रिपोर्ट म्हणजे जवळजवळ डस्क ॲक्शन स्टेशन्सइतकाच नित्यक्रमाचा भाग होता. जहाजाचा जुना दोस्त– म्हणजे एक जर्मन टेहळणी विमान- चार्ली नेहमीप्रमाणे त्यांना भेट द्यायला येत होतं.

'चार्ली' हे बहुतेक वेळा एक चार इंजिनांचं फॉक-वुल्फ कॉन्डॉर जातीचं विमान असे – हे एव्हाना रशियाला जात असलेल्या जहाजांच्या ताफ्यांचं नित्याचं प्रकरण झालेलं होतं. गेल्या शतकात दूर दक्षिणेकडच्या समुद्रांमध्ये, 'रोअरिंग फॉर्टीज' अक्षांशांमध्ये प्रवास करणाऱ्या दर्यावर्दी लोकांना अल्बाट्रॉस हा अमर मानला जाणारा पक्षी दिसायचा– हे एक येणाऱ्या संकटांची चाहूल देणारं दुश्चिन्ह मानलं जायचं. सगळे त्याला भयंकर घाबरायचे, पण त्याला निमूटपणे स्वीकारायचे. आता रशियाला जाणाऱ्या जहाजांच्या बाबतीत या अल्बाट्रॉसची जागा 'चार्ली' नं घेतली होती. सुरुवातीच्या, कॅम शिप्स * आणि एस्कॉर्ट कॅरियर जहाजांचा वापर सुरू होण्यापूर्वीच्या काळात हा चार्ली अनेकदा पहाटेपासून अंधार पडेपर्यंत दिसलेल्या काफिल्यावर घिरट्या मारत असे आणि काफिल्याचं नेमकं, अचूक ठिकाण रेडिओवरून कळवत असे.

ब्रिटिश जहाजं आणि चार्लीसारख्या जर्मन टेहळणी विमानांमध्ये सिग्नलवरून बऱ्याचदा संवादही व्हायचे. हवापाण्याच्या गप्पा तर नेहमी व्हायच्या. अनेकदा चार्लीनं चक्क ब्रिटिश जहाजांनाच "मी नेमका कुठे आहे, सांगता का, प्लीज?" अशा स्वरूपाच्या विनंत्याही केलेल्या होत्या, आणि जहाजांवरच्या लोकांनीही त्याला तो कुठे आहे, त्याचे असे अक्षांश आणि रेखांश वगैरे सांगितले होते, की जे चार्ली थेट दक्षिण पॅसिफिक महासागरात असल्याचं सांगायचे. एक अत्यंत गमतीशीर गोष्टही घडली होती : एका काफिल्याच्या प्रमुख कमोडरनं चार्लीला चक्क सिग्नल पाठवला होता, 'प्लीज उलट्या दिशेनं विमान न्या. तुमच्याकडे बघताना आम्हाला चक्कर येतेय!' आणि चार्लीनंही नम्रपणे 'थँक्यू' असं म्हणून विमान उलट दिशेनं वळवलं होतं. खरं-खोटं देव जाणे! हा सिग्नल आमच्याच जहाजावरून पाठवला होता, असं निदान डझनभर जहाजांवरचे लोक छातीठोकपणे सांगत असत.

आताशा मात्र या दोघांमधली ही मैत्री म्हणा किंवा सभ्यता, नाहीशी झालेली होती. चार्लीलाही महिनेच्या महिने तेच एकसुरी काम केल्याचा कंटाळा आला असावा कदाचित, आणि शिवाय कॅरिअर जहाजांवरूनही लढाऊ विमानं हवेत

---

* ('कॅम शिप्स' ही खरं म्हणजे मुळात व्यापारी जहाजं होती. त्यांचे पुढचे भाग, म्हणजे फोरकॅसल्स खास मजबूत केलेले असत. या जहाजांवर पुढच्या आणि मागच्या भागांवर विशिष्ट कोनात चढत जाणारे रॅम्प लावलेले असत, आणि या रॅम्पवरून सुधारित 'हरिकेन'सारखी लढाऊ विमानं काफिल्याचं रक्षण करण्यासाठी 'कॅटापुल्ट' यंत्रणेच्या साहाय्यानं आकाशात उडवली जायची. रक्षणासाठीची लढाई झाल्यानंतर या विमानांच्या वैमानिकांना एकतर पॅराशूटच्या साहाय्यानं समुद्रात उडी मारणं, किंवा विमानच समुद्रात उतरवणं हे दोनच पर्याय असत. या मूठभर, शूर वैमानिकांची वाचण्याची शक्यता फारशी नसे.)

पाठवली जायला लागली होती. त्यामुळे हल्ली तो फक्त संध्याकाळीच दर्शन देत असे. आताशा बहुधा तो काफिल्याभोवती एकच चक्कर मारायचा, आणि अंधारात दिसेनासा व्हायचा. आज रात्रीही तसंच झालं. चालू असलेल्या हिमवर्षावामधून जहाजावरच्या लोकांना चार्लीचं पुसटसं दर्शन झालं, आणि लगेच तो वाढत चाललेल्या अंधारात नाहीसा झाला. काफिल्याचं नेमकं ठिकाण, दिशा वगैरे तो कळवणार, हे उघड होतं. टिंडॉललाही जवळजवळ खात्री होती, की आपण मार्गात केलेल्या बदलामुळे जर्मन गुप्तहेर खातं फसणं शक्य नाही. बासष्ट उत्तर अक्षांशाजवळ, फॅरोज बेटांच्या किंचित पूर्वेला एक जहाजांचा काफिला आहे आणि तो उत्तर-उत्तर-पश्चिम दिशेनं चाललाय, ही माहिती त्यांना चार्लीनं दिली असणार, आणि शिवाय हॅलिफॅक्समधून एक काफिला निघाल्याचं त्यांना जवळजवळ नक्कीच समजलेलं असणार. या दोन गोष्टींचा अन्वयार्थ न समजण्याइतकं जर्मन गुप्तहेर खातं नक्कीच दूधखुळं नव्हतं. शेवटी, दोन आणि दोनची बेरीज चारच असते!

विमानवाहू जहाजांवरून सीफायर विमानं पाठवण्याचा कोणताही प्रयत्न झाला नाही. चार्लीचं कॉन्डॉर विमान अंधारात दिसेनासं व्हायच्या आत त्याचा पाठलाग करण्याची क्षमता फक्त याच विमानांमध्ये होती. कारण परत येताना पुन्हा अंधारात आपलं कॅरिअर जहाज शोधून काढणं– रेडिओ बीमच्या साहाय्यानंसुद्धा अवघड होतं. रात्री विमान जहाजावर उतरवणं धोक्याचं होतं, आणि केवळ अंदाजानं आणि देवावर भार टाकून भर हिमवर्षावात, काळ्याकुट्ट अंधारात, सतत हेलकावे खात असलेल्या डेकवर ते उतरवणं म्हणजे तर जणू आत्महत्याच होती. जरा जरी चूक झाली, केसभर जरी अंदाज चुकला, तरी विमान तर खलास झालंच असतं, शिवाय एक तरबेज वैमानिकही गमवावा लागला असता. कारण टॉर्पेडोसारखा निमुळता आकार असलेलं सीफायर विमान, त्याच्या नाकात बसवलेल्या रोल्स-रॉईस 'मर्लिन' गनच्या भयंकर वजनामुळे, एकदा पाण्यात उतरलं किंवा पडलं, की त्याचा अक्षरशः मृत्यूचा सापळा व्हायचा. ते वेगानं बुडत खाली जायचं.

काफिल्यानं पुन्हा आपली दिशा बदलून पहिल्यासारखी केली. वाढत चाललेल्या वादळात *युलिसिस* आंधळ्यासारखी शिरत चालली. ॲक्शन स्टेशन्स सोडून जहाजावरचे लोक पुन्हा नित्यक्रमाला लागले. चार तास पहारा, चार तास सुट्टी. चार तास काम, चार तास आराम. म्हणजे दिवसाचे बारा तास आराम. फार काही थकवणारी गोष्ट नाही, असं कुणालाही वाटेल. ते खरं होतंही; जर गोष्ट एवढीच असती तर. पण या बारा तास कामाव्यतिरिक्त जहाजावरच्या लोकांना दररोज नित्यक्रमाचा भाग म्हणून तीन तास ॲक्शन स्टेशन्सवर राहावं लागायचं, एक दिवसाआड दुपारी बारापूर्वीच्या पहाऱ्याच्या काळात काम करावं लागायचं. पहाऱ्यावर नसतील तेव्हा,

आणि याव्यतिरिक्त किती वेळ ॲक्शन स्टेशन्सवर राहावं लागेल, ते देवालाच माहीत! या सगळ्याच्याही शिवाय, सगळी जेवणं– जेव्हा जेवणं असतील तेव्हा – काम किंवा पहारा करत नसतानाच्या वेळेतच घ्यावी लागत. दिवसाभरात एकूण तीन ते चार तास झोप म्हणजे भरपूर झोप झाली, असं मानलं जायचं- न झोपता सलग अठ्ठेचाळीस तास राहावं लागलं, तर यात काहीच विशेष नाही, असं म्हटलं जायचं.

हळूहळू, मंद गतीनं थर्मामीटर आणि बॅरोमीटर, दोघंही हातात हात घालून घसरत चाललेले होते. आता लाटांची उंची वाढलेली होती, दोन लाटांमधल्या दऱ्यांची खोली आणखी वाढलेली होती, त्यांची शिखरं वाढत्या क्रमानं सरळसोट होत होती, आणि हाडं गोठवून टाकणारा वारा बर्फाच्या आंधळं करणाऱ्या वावटळी उठवत होता. रात्र भयंकर स्वरूप धारण करत होती. डेकवर, डेकखाली, पहाऱ्यावर असलेल्या, पहाऱ्यावर नसलेल्या कोणालाही झोप घेणं केवळ अशक्य झालेलं होतं.

ब्रिजवर फर्स्ट लेफ्टनंट कॅरिंग्टन, कॅपॉक किड, सिग्नलचं काम करणारे लोक, सर्चलाइटचा एलटीओ, पहारेकरी वगैरे सगळे जण निराशेनं बाहेरच्या हिमवर्षावामुळे पांढऱ्या झालेल्या रात्रीकडे बघत होते, आणि मनात विचार करत होते, की आत्ता जर आपल्याला ऊब मिळाली तर काय मजा येईल! सगळ्यांनी अंगावर जर्सी, कोट, ओव्हरकोट, डुफेल कोट, ऑइलस्किन, स्कार्फ, हॅट, हेल्मेट, जे काही मिळेल ते चढवलेलं होतं. डोळ्यांच्या समोर ठेवलेली छोटीशी फट सोडली, तर सगळ्यांनी स्वतःभोवती जणू लोकरीचे कोश बनवलेले होते, आणि तरीही ते काकडत होतेच. ब्रिजभोवती असलेल्या वाफेच्या पाइपांवर आपले पाय त्यांनी ठेवलेले होते, कोणी तर त्या पाइपांनाच मिठी मारलेली होती, आणि तरीही सगळे गोठून गेलेले होते. पॉम-पॉम गन्सवर काम करत असलेल्या लोकांनी गनच्या पाठीमागे आसरा घेतलेला होता आणि ते तिथे मुटकुळी करून बसलेले होते, आणि ऊब येण्यासाठी एकसारखे शरीरावर, हातांवर हात आपटत होते, पाय खाली आपटत होते. आणि तिथून दूर असलेल्या ऑर्लिकॉन गन्सवर असलेला, एकटा पडलेला गनर गनजवळच्या बिल्ट-इन हीटरशी टेकून, लोकांच्या सगळ्यात वाईट शत्रूशी– अनावर होत असलेल्या झोपेशी- निकराचा सामना करत होता.

उजव्या बाजूला, खालच्या मेस-डेकमध्ये असलेल्या पहारेकऱ्यांची स्थितीही काही फार वेगळी नव्हती. *युलिसिस*मधल्या नौसैनिकांसाठी झोपायला बंक्सची सोय नव्हती. त्यांना फक्त हॅमॉक्स दिलेले होते, आणि जहाज बंदरात उभं असल्याशिवाय हे हॅमॉक्स बांधायची कोणालाच परवानगी नव्हती. याला अर्थातच तशी सबळ कारणंही होती. एखाद्या सामान्य नागरिकाच्या घराच्या मानानं नौदलामधल्या युद्धनौकांमध्ये स्वच्छता आणि टापटिपीचा दर्जा फार वरचा असतो – असावाच लागतो. अगदी सामान्यांतला सामान्य नौसैनिकसुद्धा, अंगावर पूर्ण ड्रेस असेल

तर स्वप्नातही कधी हॅमॉकमध्ये चढून झोपणार नाही. आणि रशियन काफिल्यामध्ये प्रवास करत असताना तर अंगावरचे कपडे उतरवण्याचा विचारही कोणी करणं शक्य नव्हतं. कमालीच्या थकल्याभागल्या माणसाला हॅमॉक काढून तो दोन आधारांना बांधून त्यात झोपायला जाण्याचे परिश्रम फारच जास्त होते. शिवाय अचानक, आणीबाणीच्या परिस्थितीत जर हॅमॉकमधून बाहेर निघायची पाळी आली, तर त्यासाठी जो थोडा जास्त वेळ लागतो, तेवढा वेळसुद्धा जीवन आणि मृत्यू यांच्यातलं अंतर बनू शकतो. त्याही पलीकडे बांधलेल्या हॅमॉकचा मोठा अडथळा बाकीच्या लोकांना, विशेषतः झपाट्यानं हालचाली करण्यामध्ये होणार, हे उघड आहे. आणि आज रात्री तर जहाज इतक्या मोठ्या प्रमाणात हेलकावत होतं, भेलकांडत होतं, की दोन टोकं बांधलेल्या हॅमॉकमध्ये झोपून कसलीही विश्रांती मिळणं दुरापास्त होतं.

आणि त्यामुळे जहाजावरची माणसं जिथे आणि जशी जागा मिळेल तशी झोपलेली होती. अर्थातच संपूर्ण अंगावर भरपूर आणि जाडजूड कपडे घालून. टेबलांच्या वर, टेबलांच्या खाली, अरुंद नऊ इंची स्टुलांवर, खाली जमिनीवर, हॅमॉकच्या शेल्फमध्ये... कुठेही. जहाजावर झोपायची सगळ्यात आवडती जागा होती, ती म्हणजे गॅलीच्या– म्हणजे किचनच्या– बाहेरच्या अरुंद कॉरिडॉरमध्ये, खालच्या उबदार डेक-प्लेट्सच्या वर. हे कॉरिडॉर रात्रीच्या अंधारात जरा भीतिदायकच दिसत असे, कारण तिथे फक्त एक लालभडक दिवा लागलेला असे, आणि त्याच्या प्रकाशात ते एखाद्या वाईट स्वप्नात बघितल्यासारखं दिसायचं. शिवाय इथून वरचं डेक जेमतेम दहा फुटांवर होतं, आणि या कॉरिडॉर आणि ते डेक यांच्यामध्ये फक्त एक पडदा असायचा : बुडत्या जहाजात डेकच्या खाली अडकून पडण्याची भीती सगळ्यांच्याच मनात कायम जागी असे.

डेक्सच्या खालच्या भागातसुद्धा भयंकर थंडी होती. गरम हवा खेळवण्याची जी व्यवस्था होती, ती फक्त 'बी' आणि 'सी' मेस-डेक्सवर चांगली चालायची, आणि तिथेसुद्धा तापमान कसंबसं शून्याच्या वर जायचं. वरच्या डेक्समधून इथे गारठ्यामुळे वाफेचं झालेलं पाणी सतत गळायचं, आणि भिंतींवरून त्याचे शेकडो लहानमोठे ओघळ गळून खाली पाण्याची थारोळी जमायची. त्यामुळे इथलं वातावरण भयंकर दमट, थंड होतं. शिवाय इथे खेळती हवा नसायची, आणि त्यामुळे टीबीचे जंतू निर्माण व्हायला ही परिस्थिती चांगलीच पोषक होती. त्यामुळेच सर्जन-कमांडर ब्रुक्सला सतत जहाजावर टीबीच्या प्रादुर्भावाची धास्ती होती. अशा वातावरणामुळे, जहाज सतत हलत असल्यामुळे आणि प्रत्येक वेळी जहाजाचं नाक दोन लाटांमधल्या खोलगट दरीच्या तळावर आदळल्यानंतर बसत असलेल्या हादऱ्यांमुळे– या हादऱ्यांचं प्रमाणही हळूहळू वाढत चाललेलं होतं– व्यवस्थित झोप येणं शक्यच नव्हतं.

जहाजावरच्या जवळजवळ प्रत्येकच माणसानं झोपेसाठी हवा भरलेल्या लाइफबेल्टची उशी केलेली होती. लाइफबेल्ट फुगवून त्याची मधोमध एक घडी घातली, आणि ती टेपनं चिकटवली की चांगली उशी बनायची. लाइफ बेल्ट हा प्रत्येकानं ॲक्शन स्टेशन्सच्या दरम्यान, आणि जिथे शत्रू असल्याचं निश्चित माहीत आहे अशा समुद्रात सतत घातलाच पाहिजे, असे कायमस्वरूपी, स्पष्ट हुकूम सगळ्यांना होते; पण अजूनपर्यंत लाइफबेल्टचा उपयोग फक्त आणि फक्त एकाच कारणासाठी होत होता– उशी बनवण्यासाठी. या हुकमाकडे सगळ्यांनीच साफ दुर्लक्ष केलेलं होतं – ज्यांच्यावर या हुकमाची अंमलबजावणी होते की नाही हे पाहण्याची जबाबदारी होती, त्या सगळ्या डिव्हिजनल ऑफिसर्ससकट सगळ्यांनी. प्रत्येकाच्या अंगावरच्या जाडजूड कपड्यांमध्ये इतकी हवा अडकलेली असे, की तिच्या जोरावर समुद्रात पडलेला माणूस किमान तीन मिनिटं तरंगू शकेल. त्यापेक्षाही जास्त वेळ जर त्याला वर काढायला लागला, तर तो तसाही मेलेलाच असे. कारण इतक्या उत्तरेकडच्या समुद्रातल्या भयंकर थंड पाण्यात यापेक्षा जास्त वेळ कोणी जिवंत राहण्याची शक्यताच फारशी नसे. ९६ अंश फॅरनहीट तापमान असलेला माणूस समुद्रात पडला, की त्याचं तापमान काही सेकंदांच्या आत साधारण ७० अंश फॅरनहीटनं उतरायचं. हा जो प्रचंड आघात शरीरावर व्हायचा, त्यातून वाचणं अशक्य होतं. कारण आर्क्टिक समुद्रात पाण्याचं तापमान अनेकदा पाणी गोठण्याच्या बिंदूखाली जातं. त्याहीपेक्षा वाईट गोष्ट अशी, की मुळात वाऱ्याचंच तापमान शून्याच्या खाली असे, आणि हा वारा पाण्यात पडलेल्या माणसाच्या अंगावरच्या ओल्याचिंब झालेल्या कपड्यांमधून हजारो अणकुचीदार सुयांसारखा आत घुसायचा, आणि त्यामुळे त्याच्या शरीराच्या तापमानात क्षणार्धात १०० अंशांचा बदल झाल्यामुळे त्याचं हृदयच बंद पडायचं. पण असा मृत्यू क्षणातच, कोणत्याही वेदना न होता होतो, त्यामुळे तो एक प्रकारे त्या दुर्दैवी जीवावर दयाच करतो, असं लोक म्हणायचे. ते खरंही होतं.

मध्यरात्रीला दहा मिनिटं कमी असताना कमांडर टर्नर आणि मार्शल, असे दोघे जण ब्रिजवर जायला निघाले. इतकी रात्र झालेली असूनही, हवा इतकी भयंकर असूनही कमांडर टर्नर नेहमीसारखाच दिसत होता- बिनधास्त आणि आनंदी, सडपातळ. जीवनातल्या प्रत्येक गोष्टीचा आनंद घेण्यात त्याला कमालीचा रस होता. त्याच्या जाडजूड डुफेल कोटाचं हूड नेहमीसारखंच मागे खांद्यांवर पडलेलं होतं, आणि त्याच्या डोक्यावरची कॅप ऐटबाज कोनात घातलेली होती. ब्रिजच्या दाराचं हँडल धरून त्यानं दार उघडून ब्रिजवर प्रवेश केला, आणि डोळे ब्रिजवरच्या अंधाराला सरावण्यासाठी तो दारात मिनिटभर थांबला. सगळ्यात आधी त्याची नजर फर्स्ट लेफ्टनंट कॅरिंग्टनवर गेली, आणि त्यानं त्याच्या पाठीवर जोरदार थाप मारली.

"काय वॉचमन, रात्र काय म्हणतेय?" त्यानं उत्साहानं जोरात म्हटलं. "गुड, गुड! चांगलं चाललेलं दिसयंय तुझं. परिस्थिती नेहमीसारखीच हाताबाहेर आहे, हो ना? आणि आपले शत्रू कुठे आहेत?" त्यानं काही क्षण बाहेरच्या हिमवर्षावातून पलीकडचं बघण्याचा एक निष्फळ प्रयत्न करून पाहिला, आणि मग सोडून दिला. "दिसत नाहीत वाटतं कुठे? गेलेले दिसताहेत लांब कुठेतरी."

"ठीक चाललंय, सर." कॅरिंग्टननं हसून म्हटलं. पूर्वी मर्चंट नेव्हीत कॅप्टन आर एन आर ऑफिसर असलेल्या या माणसावर व्हॅलेरीचा संपूर्ण विश्वास होता. लेफ्टनंट-कमांडर कॅरिंग्टन हा मुळात गंभीर, फारसं कधी न हसणारा माणूस होता. पण तो आणि टर्नर यांच्यात एक वेगळंच नातं होतं– दोन अत्यंत तरबेज नेव्हल ऑफिसर्समध्ये नेहमी आढळणारी एकमेकांबद्दलच्या सन्मानाची भावना.

"अधूनमधून आपली कॅरिअर्स दिसताहेत आम्हाला, पण बौडेन आणि त्याच्या माणसांची त्यांच्यावर बिनचूक नजर आहे– निदान ते तसं सांगताहेत."

"हे बघ, तू जे बोलतोस ते बौडेनला ऐकू जाणार नाही, याची काळजी घे." टर्नरच्या शेजारीच उभ्या असलेल्या मार्शलनं त्याला सल्ला दिला. "बौडेनला तर असं वाटतं, की माणूस गुहेतून बाहेर येऊन राहायला लागल्यापासून त्यानं प्रगतीच्या दिशेनं टाकलेलं एकमेव पाऊल म्हणजे रडारचा शोध." तेवढ्यात आलेल्या वाऱ्याच्या झोतानं तो भयंकर कुडकुडला, आणि त्यानं वाऱ्याकडे पाठ फिरवली. "एनी वे, मी जर त्याच्या जागी काम करत असतो, तर फार बरं झालं असतं. इथे तर अल्बर्टामधल्या हिवाळ्यापेक्षाही भयंकर थंडी आहे."

"हॅ! काहीतरीच बोलतोयस, पोरा." टर्नरनं मोठ्यानं म्हटलं. "हाच प्रॉब्लेम आहे तुम्हा हल्लीच्या मुलांचा. फार आळशी आणि घरबशा वृत्तीची झाला आहात तुम्ही." त्यानं मोठ्या कौतुकानं ती थंडगार हवा उरात भरून घेतली. "अरे, हेच खरं जीवन आहे!" मग तो कॅरिंग्टनकडे वळला.

"आज तुझ्याबरोबर इथे ड्यूटीवर कोण आहे, नंबर वन?"

कोपऱ्यातल्या अंधारातून एक काळी आकृती पुढे आली. "आहा, हा तर आपला नॅव्हिगेटिंग ऑफिसर, ऑनरेबल कार्पेंटर दिसतोय. नेहमीप्रमाणेच कुठेतरी हरवलेला, आणि आजूबाजूच्या सगळ्या पोरी मागे लागल्या पाहिजेत असे कपडे घातलेला. तू या कपड्यांत कसा दिसतोयस, सांगू पायलट? खोल समुद्रात डायव्हिंग करणारा डायव्हर आणि मिशेलिन टायर्सच्या जाहिरातीतला तो माणूस यांच्यातल्या क्रॉससारखा दिसतोयस तू!

"हॅ! काय हे, सर!" कॅपॉक किडनं चेहरा वेडावाकडा केला. "करा सर, तुम्ही चेष्टा करा." मग त्यानं अंगावरच्या कॅपॉकवरून स्वतःच्या छातीवर थोपटलं. "आपण सगळे एकदम पाण्यात पडलो, की मग बघा, सर. बाकीचे

सगळे जण गोठून जातील, आणि मी मात्र मस्तपैकी कोरडा ठणठणीत राहून तुमच्याजवळून तरंगत पुढे जाईन, आणि एक सिगारेट शिलगावून तुम्हा सगळ्यांना बाय-बाय करेन.''

"बस्स, पुरे. पळ इथून. आपला कोर्स काय आहे, नंबर वन?''

"तीनशे वीस, सर. वेग पंधरा नॉट.'' आणि कॅप्टन कुठे आहेत?

"आत, त्यांच्या जागेत.''

कॅरिंग्टननं मागच्या बाजूला, ब्रिजच्या मागच्या टोकाला असलेल्या एका गोलाकार भक्कम स्टीलच्या केसिंगकडे मानेनं निर्देश केला. या केसिंगच्या वर डायरेक्टर टॉवर होता, आणि या टॉवरची कंट्रोल सर्किट्स केसिंगमधून एका पाइपमधून वर नेलेली होती. केसिंगमध्ये कॅप्टननं झोपायला किंवा बसायला वापरण्यासाठी एक अगदी साधा बंक होता. "झोपले असावेत. निदान अशी मला आशा आहे; पण ते खरंच झोपले असतील याची शंकाच आहे. त्यांनी मध्यरात्री बारा वाजता कॉल करायचा हुकूम दिलाय. का?'' टर्नरनं जोरात विचारलं.

"कोण जाणे, सर. बहुधा नेहमीप्रमाणे काय चाललंय हे बघायचं असेल त्यांना.''

"तो हुकूम कॅन्सल करा.'' टर्नरनं म्हटलं.

"बाकी सगळ्यांसारखं कॅप्टननंही हुकूम पाळायला शिकलं पाहिजे– विशेषतः डॉक्टरांचे हुकूम. मी सगळी जबाबदारी घेतो याची. गुड नाइट, नंबर वन!''

ब्रिजचं दार बंद झालं आणि मार्शलनं टर्नरकडे वळून बघितलं. "सर, आपले कॅप्टनसाहेब– सर, मला माहीतय की मी हे विचारू नये, पण....'' तो किंचित अडखळला. "ते ठीक आहेत ना?''

टर्नरनं चटकन इकडेतिकडे बघितलं. त्याचा आवाज एकदम खाली आला. "ब्रुक्सच्या हातात जर सारं काही असतं, तर कॅप्टनसाहेबांना हॉस्पिटलमध्येच पाठवलं असतं त्यानं.'' क्षणभर तो गप्प होता, आणि मग त्यानं गंभीरपणे म्हटलं, "तरीसुद्धा त्याला फार उशीर झालेला असू शकेल.''

मार्शल काहीच बोलला नाही. थोडा वेळ तो अस्वस्थपणे तसाच उभा राहिला, आणि मग मागच्या, डाव्या बाजूच्या सर्चलाइट कंट्रोल पोझिशनकडे गेला. टर्नर जागेवरच थांबला. पाच मिनिटं त्याला मार्शलच्या आणि तिथल्या माणसाच्या बोलण्याचे अस्पष्ट आवाज येत होते. मार्शल परत आला, तसं त्यानं कुतूहलानं त्याच्याकडे बघितलं.

"राल्स्टनशी बोलत होतो, सर.'' टॉर्पेडो ऑफिसर मार्शलनं म्हटलं. "मला वाटतं, तो जर कोणाशी बोललाच, तर फक्त माझ्याशीच बोलेल.''

"मग? बोलला का?''

“बोलला ना, सर. फक्त त्याला जे बोलायचं होतं, तेच बोलला. बाकी एक शब्दही नाही. त्यानंतर जणू गळ्यात एक बोर्डच लिहून घातलाय – ‘दूर राहा’. अत्यंत सभ्य, अत्यंत नम्रपणे बोलतो, पण कोणालाही त्याच्याजवळ जायला मज्जाव आहे. त्याचं काय करायचं, हेच समजत नाही, सर.”

“त्याला एकटाच सोड.” टर्नरनं सल्ला दिला. “तूच काय, कोणीही काही करू शकणार नाही.” त्यानं खेदानं मान हलवली. “काय नशिबानं खेळ मांडलाय त्या बिचाऱ्या पोराच्या आयुष्याचा!”

पुन्हा एकदा शांतता पसरली. आता बर्फ पडायचं प्रमाण जरा कमी झालेलं होतं, पण वाऱ्याचा जोर मात्र वाढतच होता. जहाजावरचे मास्ट, केबल्स वगैरेंमधून जाताना त्याचे विचित्र आवाज येत होते. त्यातच ॲस्डिकमधून सतत येणाऱ्या ‘पिंग, पिंग’ आवाजांची भर पडत होती. दोघांचं मिळून जणू एक भुताटकीसारखं युगुलगीत चाललेलं होतं. दोन्ही आवाज भीतिदायक होते, आणि त्यांचा एक अव्यक्त परिणाम सगळ्यांच्या मनावर होत होता. खरं म्हणजे जहाजावरच्या लोकांना त्यांची सवय होती, पण वर्षानुवर्षं ते ऐकल्यावर त्या आवाजांची एक प्रकारची धास्ती सगळ्यांच्याच मनात बसायची.

साडेबारा वाजून गेले, एक वाजून गेला, मग दीडही वाजून गेला. ‘आता कॉफी घ्यावी की कोको,’ टर्नरच्या मनात आलं. ‘चला, कोकोच घेऊ या,’ त्यानं ठरवलं. गरमगरम वाफाळता, भरपूर चॉकोलेट आणि साखर घातलेला कोको. तो ब्रिजवरच्या निरोप्याचं काम करणाऱ्या क्रायस्लरकडे वळला– हा क्रायस्लर म्हणजे जहाजाच्या लीडिंग ॲस्डिक ऑपरेटर क्रायस्लरचा भाऊ होता.

‘डब्ल्यूटी ब्रिज, डब्ल्यूटी – ब्रिज.’ अचानक ॲस्डिक कॅबिनेटच्या वर असलेल्या लाउडस्पीकरला जाग आली. बोलणारा आवाज भराभर, घाईनं बोलत होता. टर्नरनं पटकन हँड ट्रान्समिटर उचलला.

“ब्रिज.” त्यानं ओरडून म्हटलं. “*सिरस*वरून सिग्नल आलाय. पुढच्या, डाव्या बाजूनं एको येताहेत, ३०० अंश, जोरात येताहेत, जवळ येताहेत. पुन्हा सांगतो, पुढच्या, डाव्या बाजूनं एको येताहेत, ३०० अंश, जोरात येताहेत, जवळ येताहेत.”

एको येताहेत, डब्ल्यूटी? तू ‘एको’ म्हणालास?”

“हो, सर. पुन्हा सांगतो, एको येताहेत.”

बोलत असतानाच एकीकडे टर्नरचा हात अंधारात चमकत असलेल्या ‘इमर्जन्सी ॲक्शन स्टेशन्स’ ची सूचना देणाऱ्या स्विचकडे गेलेला होता.

सगळ्या जगात असलेल्या आवाजांपैकी माणसाला अगदी मरेपर्यंत लक्षात राहील असा जर कुठला आवाज असेल, तर तो ‘इमर्जन्सी ॲक्शन स्टेशन्स’ ची सूचना देणाऱ्या शिट्टीचा आवाज असतो. दुसरा कोणताही आवाज त्याच्या जवळपासही येऊ

शकणार नाही. हा आवाज मुळीच मंजूळ नसतो किंवा अंगातलं रक्त सळसळवणारा नसतो. ही फक्त एक शिट्टी असते– कर्णकर्कश, बॉम्बहल्ल्याच्या सूचना देणाऱ्या भोंग्यासारखी वर-खाली होणारी, निर्मम, कान किटवणारी, आणि मनात भयंकर धोक्याची भीती जागी करणारी. ती एखाद्या धारदार चाकूसारखी, कितीही थकूनभागून गाढ झोपेत असलेल्या माणसाच्या कानात घुसते आणि काही क्षणांच्या आत त्याला जागं करून पायांवर उभा करते. त्याला उभा करताकरताच त्याच्या ह्रदयाचे ठोके वाढवते, त्याच्या रक्तात भरपूर अॅड्रेनॅलिन सोडते.

दोन मिनिटांच्या आत *युलिसिस*वरचे लोक अॅक्शन स्टेशन्सवर पोचून संकटाचा सामना करण्यासाठी जय्यत तयारीत होते. कमांडर टर्नर मागच्या बाजूच्या डायरेक्टर टॉवरवर गेलेला होता, आणि व्हॅलेरी आणि टिंडॉल ब्रिजवर आलेले होते.

दोन मैलांवर डावीकडे असलेली *सिरस* अर्धा तास *युलिसिस*च्या संपर्कात राहिली. तिला मदत करण्यासाठी *व्हायकिंग*ला रवाना करण्यात आलं. आणि *युलिसिस*मध्ये डेकच्या खाली अधूनमधून डेप्थ चार्जेस सोडल्याचे खास धातू एकमेकांवर आपटल्यासारखे आवाज येत होते. शेवटी *सिरस*वरून सिग्नल आला, 'काही उपयोग नाही, कॉंटॅक्ट गेलं: तुम्हाला काही झालं नसेल अशी खात्री आहे.' टिंडॉलनं दोन्ही डिस्ट्रॉयर जहाजांना परत बोलावून घेतलं, आणि सगळं काही ठीक असल्याचं सांगणारा, लोकांना अॅक्शन स्टेशन्स सोडायला परवानगी देणारा भोंगा वाजला.

ब्रिजवर परत येऊन कमांडर टर्नरनं पुन्हा क्रायस्लरला कोको आणायला पाठवलं. क्रायस्लर पुढच्या भागातल्या सीमन लोकांच्या गॅलीकडे गेला– कारण ऑफिसर्स मेसमधलं पाणचट पेय कमांडरसाहेब फेकून देणार, हे त्याला माहीत होतं – आणि एक जग भरून कोको आणि एका वायरमध्ये गोवलेले बरेच काही जाडजूड मग्ज घेऊन परत आला. तो घट्ट कोको जगमधून हळूहळू मगमध्ये पडताना बघून टर्नर खूश झाला, आणि पहिला घुटका घेऊन त्यानं समाधानानं मिटकी मारली.

"वा, क्रायस्लर पोरा, मस्त! मजा आणलीस."

"टॉर्पेडो ऑफिसर,जरा जहाजावर नजर ठेव, प्लीज."

डाव्या बाजूच्या चार्टरूममध्ये जाऊन त्यानं दार बंद केलं आणि तो आरामात खुर्चीवर बसला. त्यानं मग चार्ट टेबलवर ठेवला, आणि त्याच्याशेजारी आपले पाय लांब करून ठेवले, आणि एक सिगारेट पेटवून पहिला खोल झुरका घेतला. पुढच्याच क्षणी तो शिवी हासडत ताडकन उभा राहिला : पुन्हा एकदा डब्ल्यूटीचा लाउडस्पीकर किंचाळू लागला. या वेळी पोर्टपॅट्रिकवरून संदेश आलेला होता. पोर्टपॅट्रिकवरचे संदेश बऱ्याच साशंकपणे घेतले जात असत; याला तशी कारणंही होती. पण या वेळी मात्र संदेश बराच खात्रीपूर्वक आलेला दिसत होता. टर्नरनं

नाइलाजानं 'इमर्जन्सी ॲक्शन स्टेशन्स' ची सूचना देणारा स्विच सुरू केलं. वीस मिनिटांनी पुन्हा एकदा लोकांना ॲक्शन स्टेशन्स सोडायला परवानगी देणारा भोंगा वाजला. पण त्या रात्री कमांडर टर्नरच्या नशिबातच कोको नव्हता. संदेश येऊन ॲक्शन स्टेशन्सवर जायचं, आणि काही वेळानं पुन्हा सगळंकाही नेहमीसारखं व्हायचं, हा प्रकार त्या रात्री आणखी तीन वेळा झाला. आणि शेवटच्या वेळेनंतर काही मिनिटांतच नित्याप्रमाणे पहाटेच्या ॲक्शन स्टेशन्सचा भोंगा वाजला.

रोज जशी पहाट होताना सूर्य वर येताना दिसतो, तशी पहाट इथे अस्तित्वातच नव्हती. जेमतेम जाणवेल न जाणवेल, इतका अंधार जरा कमी झाला, एवढंच. आधीच जाम थकलेले, रात्रीच्या त्या प्रकारानंतर वैतागलेले लोक कसेबसे आपापल्या ॲक्शन स्टेशन्सवर गेले. उत्तर समुद्रातल्या युद्धाची एकंदर परिस्थिती ही अशी होती. इथे देशासाठी हसतहसत मृत्यूला कवटाळणं, 'पवित्र कर्तव्य' बजावणं, आग आणि धूर ओकणाऱ्या तोफा-रणगाडे, हातघाईच्या लढाया वगैरे काही नव्हतं. इथे फक्त कित्येक आठवड्यांमध्ये अजिबात झोप न मिळालेली, विश्रांतीच्या अभावानं थकलेली, गळाठलेली, भुकेनं आणि तणावानं गांजलेली, ओली, काकडणारी माणसं कशीबशी आपापली कामं करत होती.

व्हॅलेरी नेहमीप्रमाणेच ब्रिजवर हजर होता. सभ्य, विचारी, कनवाळू असलेला हा माणूस भयंकर थकलेला, चेहरा ओढलेला, आणि रोगिष्ट दिसत होता. लालबुंद झालेले त्याचे डोळे खोल गेलेले होते, ओठ पांढरे पडलेले होते. आधीच तो व्याधिजर्जर होता, आणि त्यातच काल भयंकर खोकल्यामधून पडलेलं रक्त आणि जवळजवळ रात्रभराचं जागरण, यामुळे त्याच्या तब्येतीवर फारच परिणाम झालेला होता.

सकाळच्या जेमतेम उजेडात हळूहळू स्क्वाड्रनमधली सगळी जहाजं एकएक करत दिसू लागली. आश्चर्य म्हणजे जवळजवळ सगळीच जहाजं त्यांच्या नेमून दिलेल्या ठिकाणीच होती. फ्रिगेट आणि माइन-स्वीपर ही दोन जहाजं जोडीनं सगळ्या स्क्वाड्रनच्या पुढे, बरीच दूर होती. त्यांच्या दृष्टीनं ते बरोबरही होतं. एखाद्या प्रचंड क्रूझर किंवा कॅरिअर जहाजाच्या पायाखाली आपण चिरडले जाऊ, अशी त्यांना सार्थ भीती वाटत होती, त्यामुळे ही दोन लहान जहाजं मुद्दामच– निदान रात्रीच्या अंधारात तरी– बाकीच्या स्क्वाड्रनच्या पुढे राहिली होती. हे टिंडॉलच्याही लक्षात आलं होतं, त्यामुळे तो गप्प राहिला होता. इन्व्हेडर मात्र आपली जागा सोडून भरकटलं होतं. टिंडॉलनं त्याला एक खरमरीत संदेश पाठवल्याबरोबर ते आडव्या बाजूनं येणाऱ्या लाटांमुळे जोरजोरानं हेलकावत लगबगीनं परत आपल्या जागी आलं.

०८.०० वाजता पहाटेच्या ॲक्शन स्टेशन्सची वेळ संपली. इतका वेळ पहारा देत असलेले लोक ०८.१० वाजता खाली जाऊन चहा बनवणं, ब्रेकफास्टसाठी

रांगेत उभं राहणं वगैरे उद्योगांत मग्न असताना एका दबक्या स्फोटाच्या आवाजानं संपूर्ण *युलिसिस* जोरात हादरली. हातातले टॉवेल, साबण, ट्रे वगैरे वस्तू एकतर फेकून देण्यात आल्या किंवा जागेवरच ठेवण्यात आल्या, आणि सगळे जण शिव्यांची लाखोली वाहत आपापल्या ॲक्शन स्टेशन्सवर जायला पळत सुटले. त्यानंतर व्हॅलेरीनं 'इमर्जन्सी ॲक्शन स्टेशन्स' ची सूचना देणारा स्विच सुरू केला.

तिथून जेमतेम अर्ध्या मैलावर *इन्व्हेडर* वेगानं एका अर्धगोलाकार मार्गानं फिरत होतं. त्याचं डेक एकदम तिरपं झालेलं होतं. आता पुन्हा बर्फवृष्टी जोरानं सुरू झालेली होती, तरी पण *इन्व्हेडर*च्या ब्रिजच्या पुढच्या भागातून येणारे धुराचे प्रचंड लोट बर्फवृष्टीच्या आड लपत नव्हते – तेलाला आग लागावी अशा काळ्याकुट्ट धुराचे लोट. *युलिसिस*वरच्या माणसांच्या नजरेसमोरच ते थांबलं, आणि उंच लाटांमधल्या खोल घळींमध्ये जोरानं हेलकावत उभं राहिलं.

"काय बिनडोक माणसं आहेत!" टिंडॉलनं अत्यंत कडवट आवाजात म्हटलं : व्हॅलेरीलासुद्धा त्याच्या आवाजातला अवाजवी कडवटपणा जाणवला. पण तो व्हॅलेरीजवळसुद्धा कबूल करणं शक्य नव्हतं, की आपल्याला हे कमांडचं ओझं, ताण किती असह्य झालाय. आताशा हे वरचेवर घडत होतं. बारीकसारीक कारणावरूनही टिंडॉल भडकायचा. "हे बघ कॅप्टन, एखादं जहाज आपली जागा सोडून भरकटलं, की हे असं होतं! पण ती त्यांच्याइतकीच माझीही चूक आहे – मी त्याला परत आणण्यासाठी एखादं डिस्ट्रॉयर पाठवायला हवं होतं." दुर्बिणीतून परत एकवार तिकडे बघून तो व्हॅलेरीकडे वळला. "त्यांना प्लीज एक सिग्नल पाठव– 'तुमच्या नुकसानाचा अंदाज कळवा.' ... त्या नालायक यू-बोटीनं पहाटेपासून त्याचा पाठलाग केला असणार, आणि टप्प्यात येईपर्यंत वाट बघितली असणार."

व्हॅलेरी काहीच बोलला नाही. आपल्या कमांडखालच्या एखाद्या जहाजाचं इतकं प्रचंड नुकसान झालेलं बघितल्यावर टिंडॉलला काय वाटत असेल, याची त्याला कल्पना होती. इन्व्हेडर अजून त्याच जागी, एकदम तिरक्या अवस्थेत उभं होतं. आता धुराचे लोट सरळ वर जात होते; पण ज्वाला मात्र कुठे दिसत नव्हत्या.

"तुम्ही जाऊन बघणार का, सर?" व्हॅलेरीनं विचारलं. टिंडॉलनं ओठ चावत थोडा विचार केला. "हो, मला वाटतं. आपणच करू या ते. बाकीच्या स्क्वाड्रनला असंच, याच वेगानं पुढे जायला सांग. बॅलिओल आणि नैर्न या दोघांना इन्व्हेडरपाशी थांबायला सांग."

यार्डआर्मवर फडकत असलेली निशाणं बघत व्हॅलेरी उभा होता. त्याला आपल्याजवळ कोणीतरी येऊन उभं राहिल्यासारखं वाटलं. त्यानं अर्धवट वळून पाहिलं.

तो कॅपॉक किड होता. ''यू-बोट वगैरे काहीही नव्हतं, सर.'' कॅपॉक किडनं ठामपणे म्हटलं. ''इन्व्हेडरला टॉर्पेडो लागलेला असणं शक्य नाही.''

ते बोलणं टिंडॉलनं ऐकलं. त्यानं आपली खुर्ची गर्रकन त्याच्याकडे वळवली. ''तुम्हाला काय माहीत हो, सर?'' तो गुरकावला. एखादा ॲडमिरलसारखा उच्च हुद्द्याचा अधिकारी जेव्हा हाताखालच्या माणसाला 'सर' म्हणतो, तेव्हा ती वेळ तिथून शेपटी पायात घालून पळ काढण्याची असते. कॅपॉक किड शरमेनं नखशिखान्त लाल झाला. अर्थात, त्याच्या त्या कॅपॉकमधून ते दिसणं शक्य नव्हतं; पण त्यानं जागा मात्र सोडली नाही.

''असं आहे सर, की सिरस जरी इन्व्हेडरच्या बरीच पुढे असली, तरी तिनं इन्व्हेडरची डावी बाजू कव्हर केलीय-अगदी तुम्ही परत बोलावण्याचा सिग्नल पाठवला, तेव्हापासून. बराच वेळ ती त्या भागात लक्ष ठेवून आहे. मला खात्री आहे की, कमांडर ऑरला ती दिसली असती. दुसरं असं, की आत्ता समुद्र इतका खवळलाय, की कोणतीही यू-बोट नेम धरणं तर सोडाच, नुसती पेरिस्कोप वर आणण्याइतकी खोली कायम राखणंसुद्धा अशक्य आहे. आणि त्या यू-बोटीनं टॉर्पेडो सोडलाच असता तर एक नाही, सहा सोडायला पाहिजे होते, आणि त्या कोनातून बघितलं, तर आपली बाकीची स्क्वाड्रन इन्व्हेडरच्या पाठीमागे एखाद्या मजबूत भिंतीसारखी दिसत असली पाहिजे. पण दुसऱ्या कोणत्याच जहाजाला टॉर्पेडो किंवा डेप्थ-चार्ज, काहीही लागलेलं नाही... सर, मी तीन वर्षं काढलीयत या धंद्यात.''

''मी तर दहा वर्षं काढलीयत.'' टिंडॉल गुरगुरला. ''फक्त अंदाज बांधतोयस तू, फक्त अंदाज.''

''नाही, सर.'' कार्पेंटरनं आपला मुद्दा सोडला नाही.

''मुळीच नाही. आता मी हे छातीठोकपणे सांगू शकत नाही –'' त्यानं डोळ्यांना दुर्बीण लावली. ''पण माझी जवळजवळ खात्री आहे, की इन्व्हेडर मागे चाललीय. कदाचित याचं कारण असं असेल की, तिच्या पुढच्या भागाचं – म्हणजे पाण्याखालच्या पुढच्या भागाचं नुकसान झालेलं असावं किंवा तो तुटलेला असावा. बहुतेक हे काम एखाद्या पाणसुरुंगाचं असावं. बहुधा ॲकाउस्टिक प्रकारच्या पाणसुरुंगाचं.''

''हो, हो. अगदी बरोबर आहे.'' टिंडॉलनं तिरकस स्वरात म्हटलं. ''६००० फूट खोल पाण्यात पेरलेल्या सुरुंगाचं, हो ना?''

''तरंगत असलेला पाणसुरुंग, सर.'' कॅपॉक किडनं शांतपणे म्हटलं. ''किंवा एखादा जुना ॲकाउस्टिक टॉर्पेडो– जर्मनांनी सोडलेला, पण न फुटलेला टॉर्पेडो. असे टॉर्पेडो नेहमीच बुडतात असं नाही, सर.''

"मला वाटतं, आता तू मला त्या टॉर्पेडोचा मेक आणि तो केव्हा सोडला होता, हेही सांगशील." टिंडॉल गुरगुरला. पण तरीही तो कॅपॉक किडवर मनोमन खूश झालेला होता. इन्व्हेडर खरोखरच मागे चाललेली होती. सावकाश जात होती, तिला पुरेसा वेग मिळत नव्हता. अजूनही ती असहायपणे लाटांमधल्या प्रचंड खोल दऱ्यांमध्ये हेलकावत होती.

तेवढ्यात *इन्व्हेडरवर*च्या उघडमिट करणाऱ्या सिग्नल लॅम्पनं पाठवलेला सिग्नल पोचल्याचं सांगणारा सिग्नल *युलिसिस*वरच्या ॲल्डिस लॅम्पनं पाठवला. बेंटलेनं सिग्नलचा कागद सिग्नल पॅडवरून फाडून व्हॅलेरीकडे दिला.

"इन्व्हेडर टु ॲडमिरल." व्हॅलेरी वाचू लागला. "आमच्या पुढच्या उजव्या बाजूला मोठे भगदाड पडले आहे. तरंगत्या पाणसुरुंगामुळे असावे, अशी शंका. नुकसानाची तपासणी चालू. लवकरच रिपोर्ट करू."

टिंडॉलनं त्याच्याकडून तो कागद घेऊन सावकाश वाचला. नंतर मागे वळून बघत तो किंचित हसला. "तुझंच म्हणणं एकदम बरोबर होतं असं दिसतंय, पोरा. म्हाताऱ्याला माफ कर."

कार्पेंटर तोंडातल्या तोंडात काहीतरी पुटपुटला आणि मागे वळला. पुन्हा एकदा तो शरमेनं लाल झालेला होता. टिंडॉलनं व्हॅलेरीकडे बघत एक अस्पष्ट स्मित केलं, आणि तो विचारमग्न झाला. "मला वाटतं कॅप्टन, की, आपण त्या कॅप्टनशी स्वतः बोललं पाहिजे. बार्लो नाव आहे ना त्याचं? एक सिग्नल पाठव तसा."

ते दोघं दोन डेक्स उतरून खाली फायटर डायरेक्शन रूममध्ये आले. वेस्टक्लिफनं उठून आपली खुर्ची टिंडॉलला बसायला दिली ."कॅप्टन बार्लो?" त्यानं हॅंडपीसमध्ये म्हटलं.

"हो, बोलतोय." बार्लोचा आवाज त्याच्या डोक्यावरच्या लाउडस्पीकरमधून ऐकू आला.

"ॲडमिरल बोलतोय. काय परिस्थिती आहे?"

"आम्ही इथलं निस्तरू, सर. पण आमच्या जहाजाचा पुढचा जवळजवळ सगळाच भाग नष्ट झालाय. बरेच लोकही मेलेत किंवा जखमी झालेत. ऑइलला आगी लागल्या आहेत, पण त्या नियंत्रणात आहेत. सगळी डब्ल्यूटी – वॉटर-टाइट – दारं चांगली आहेत. आणि इंजिनियर्स आणि डॅमेज कंट्रोलचे लोक बल्कहेड्समधल्या इलेक्ट्रिक वायर्स शॉर्ट करताहेत."

"तुम्ही सावकाश का होईना, पुढे जाऊ शकताय का, कॅप्टन?"

"जमू शकेल, पण या असल्या समुद्रात आणि हवेत ते फार धोक्याचं आहे, सर."

“बेसवर परत जाऊ शकाल असं वाटतंय?”

“जाताना हा वारा आणि समुद्र आमच्या पाठीवर असेल, त्यामुळे शक्य आहे. तरी पण तीन-चार दिवस लागू शकतील.”

“ऑल राइट, कॅप्टन.” टिंडॉलचा आवाज गंभीर होता. “मग जा तुम्ही. अशा अवस्थेत आम्हाला तुमचा काहीच उपयोग नाही! डॅम्ड हार्ड लक, कॅप्टन बाली. आणि हो! तुमच्याबरोबर मी बॅलिओल आणि नैर्न यांना पाठवतोय, रक्षणासाठी. आणि तुम्हाला घेऊन जाण्यासाठी मोठ्या समुद्रात जाणारा एक टग पाठवायला सांगतोय– गरज भासली तर.”

“थँक्यू, सर. बरं वाटलं. आणखी एक गोष्ट, सर– आम्हाला उजव्या बाजूच्या स्क्वाड्रनच्या इंधनाच्या टाक्या रिकाम्या करायला परवानगी द्या. खूप पाणी घुसलंय जहाजात, ते सगळंच काढून टाकता येणार नाही– त्यामुळे आमचा समतोल परत आणायचा हाच एक मार्ग आहे.”

टिंडॉलनं एक सुस्कारा सोडला. “ठीक आहे. मला वाटलंच होतं. काही इलाज नाही आणि आम्ही या हवेत इंधन तुमच्यावरून काढूनही घेऊ शकणार नाही. गुड लक, कॅप्टन! गुड बाय!”

“थँक्यू व्हेरी मच, सर. गुड बाय!”

वीस मिनिटांनी *युलिसिस* स्क्वाड्रनमधल्या आपल्या जागेवर परत आलेली होती. थोड्या वेळानंतर त्यांना इन्व्हेडर– आता ती इतकी कललेली नव्हती– वळून सावकाश दक्षिण-पूर्वेला निघाली. तिच्याबरोबरची ती दोन हलकी जहाजंही – तिच्या डाव्या-उजव्या बाजूला एकएक – वळली, पण वळताना ती चांगलीच जोरात हेलकावत होती. आणखी दहा मिनिटांनी ती तिन्ही जहाजं दिसेनाशी झालेली होती– अचानक सुरू झालेल्या हिमवृष्टीच्या पडद्याआड लपून गेलेली होती. स्क्वाड्रनमधली तीन जहाजं गेलेली होती, आणि आता अकराच शिल्लक होती. पण आता उलट या अकरा जहाजांनाच एकटं पडल्यासारखं वाटत होतं.

मंगळवार

इन्व्हेडर आणि तिला पाणसुरुंग लागून ती जायबंदी होऊन परत जाणं वगैरे जे काही घडलं होतं, त्या घटनेचा थोड्याच वेळात सगळ्यांना विसर पडला. त्या प्रसंगानंतर अगदी थोड्या वेळात स्वतः १४ व्या एअरक्राफ्ट कॅरिअर स्क्वाड्रनच्या मागेच इतक्या कटकटी लागल्या, की इन्व्हेडरचा विसर पडणं साहजिकच होतं. तिला त्या कटकटींना तोंड द्यायचं होतं, आणि एका महाभयानक शत्रूचाही सामना करायचा होता– कुठलाही पाणसुरुंग, यू-बोट किंवा टॉर्पेडोपेक्षाही प्रचंड संहारक शत्रू होता तो. स्वतः निसर्ग!

जहाजाच्या सततच्या हेलकाव्यांना तोंड देण्यासाठी टिंडॉल आणखी सावरून बसला, आणि त्यानं व्हॅलेरीकडे एक कटाक्ष टाकला. 'हा भयंकरच आजारी दिसतोय, असं त्याला त्या सकाळी निदान दहाव्यांदा तरी जाणवून गेलं. ''काय कॅप्टन, एकंदर परिस्थिती कशी वाटते तुला? फारशी काही चांगली नाही, हो ना?''

''हो, सर. फारच कठीण दिसतंय मला. निसर्ग तर जणू सूडच उगवतोय आपल्यावर. कॅरिंग्टननं सहा वर्षं वेस्ट इंडीजमध्ये काढलीयत, डझनभर मोठ्या वादळांचा सामना केलाय त्यानं तिकडे. तोही म्हणतो, की त्यानं बॅरोमीटर खूप खाली गेलेला बघितलाय; पण आताच्या इतका कधीच नाही. निदान इतक्या उत्तरेला तरी नाहीच. शिवाय अजून हवेचा दाब वेगानं उतरतोच आहे. ही तर नाटकाची नांदी आहे, सर.

''वा, वा! इतकं उत्साहवर्धक बोलणं? थँक्यू, कॅप्टन,'' टिंडॉलनं कोरड्या आवाजात म्हटलं. ''चांगली जोरदार चाललेली दिसतेय तुझी नांदी.''

आणि ते खरंच होतं. वारा एकाच वेगानं– ब्युफर्ट स्केलवर फोर्स ९ इतक्या वेगानं– वाहत होता, आणि बर्फवृष्टीही थांबलेली होती. पण हे थोडाच वेळ टिकणार, हे सगळ्यांनाच ठाऊक होतं – खूप दूरवर, उत्तर-पश्चिमेला आकाश जणू संतापलेलं दिसत होतं. जांभळ्या रंगाचं; तो रंग वाढतही नव्हता, कमीही होत नव्हता. सगळीकडे एकसारखा रंग दिसत होता. चांगलाच भीतिदायक. ज्या लोकांनी

या उत्तरेच्या आर्क्टिक समुद्रातल्या आकाशाचे सगळे रंग बघितलेले होते– भर उन्हाळ्यातही प्रचंड काळोखीपासून नॉर्दर्न लाइट्सच्या अत्यंत मनोवेधक देखाव्यांपर्यंत, त्यांनाही आजचा हा प्रकार अगदी नवीन होता.

पण ॲडमिरल टिंडॉल बोलत होता, ते समुद्राविषयी होतं. संपूर्ण सकाळभर समुद्राच्या लाटा वाढत आलेल्या होत्या. सावकाश, पण सातत्यानं. पण आता माध्यान्ह झालेली होती, आणि आताचं चित्र खरोखरच अठराव्या शतकातल्या एखाद्या समुद्रातल्या वादळाच्या चित्रासारखं दिसत होतं. एकापाठोपाठ ओळीनं चालून येत असलेल्या हिरवट करड्या लाटा, सरळ, नियमित आकाराच्या, आणि प्रत्येकीच्या शिखरावर सुंदर पांढराशुभ्र फेस काढलेला. फक्त इथे दोन लाटांच्या शिखरांमध्ये ५०० फूट अंतर होतं, आणि त्यांना सरळ, थेट अंगावर घेत चाललेल्या त्या जहाजांच्या स्क्वाड्रनला प्रचंड त्रास होत होता.

त्यातल्या त्यात छोट्या जहाजांची पुरती तारांबळ उडत होती. दर पंधरा सेकंदांनी त्यांची नाकं त्या पांढऱ्या फेसामध्ये घुसत होती, आणि परत वर येत होती. त्यातून सावरतात न सावरतात, तोच पुढची लाट होतीच त्यांच्या स्वागताला. पण त्याहीपेक्षा एक छुपा, पण अत्यंत धोकेबाज शत्रू हजर होता– थंडी. तापमान केव्हाच गोठणबिंदूखाली गेलेलं होतं, आणि तरीही पारा खालीखालीच चाललेला होता.

थंडी आता खरोखरच भयंकर झालेली होती : मेस-डेक्सवर आणि केबिन्समध्ये आता बर्फ जमत होतं, गोडं पाणी वाहून नेणाऱ्या यंत्रणा सगळ्या गोठून गेलेल्या होत्या, धातूच्या गोष्टी आकुंचन पावलेल्या होत्या, हॅचवरची झाकणं गोठून घट्ट बसलेली होती, दाराच्या बिजागरीसुद्धा काम करेनाशा झाल्या होत्या, सर्च लाइट कंट्रोल्समधलं तेल घट्ट झालेलं होतं, त्यामुळे कंट्रोल्सही चालेनासे झालेले होते. कुठेही, विशेषतः ब्रिजवर पहारा करणं म्हणजे अक्षरशः संकट होतं. त्या अतिथंड वाऱ्याच्या पहिल्या दणक्यानं फुप्फुसं जणू जाळून निघत होती, त्या माणसाला श्वास घेणंसुद्धा अशक्यप्राय होत होतं; तो जर हातात ग्लोव्ह्ज घालायचं– सगळ्यात आधी सिल्कचे ग्लोव्ह्ज, त्यावर लोकरीचे मिटन्स, त्याच्याही कातड्याचे ग्लोव्ह्ज– विसरला असेल आणि त्यानं कठड्यावर हात ठेवला, तर त्याच्या तळहातांची कातडी एखाद्या प्रचंड तापलेल्या धातूमुळे जळावी तशी जळून निघत होती; जहाजाचं नाक दोन लाटांमधल्या खोलगट दरीत घुसल्यावर जर तो वाकायचं विसरला, तर लाटेच्या पाण्याचे तुषार एका सेकंदात घट्ट बनून अणकुचीदार सुयांसारखे त्याच्या चेहऱ्यावर आपटून पार त्याच्या चेहऱ्याची हाडं उघडी पडत होती; हात गोठून जात होते, हाडं जणू बधिर होत होती, आणि शरीरात घुसलेल्या त्या भयंकर थंडीची लाट पावलांमधून वर जात संपूर्ण शरीर गोठवून टाकत होती. नाक आणि हनुवटी बर्फदंशामुळे पांढरीफटक पडून त्याला ताबडतोब थेट दवाखान्यातच

जावं लागत होतं; आणि याहीपेक्षा वाईट गोष्ट म्हणजे, तो पहारा संपवून डेकवरून खाली आला, की अंगातला रक्तप्रवाह परत सुरू होतानाच्या असह्य, जीवघेण्या वेदना. पण हे सगळं वर्णन करायला शब्द फारच पोकळ आणि कुचकामी ठरतात. काही गोष्टी या बहुतांश माणसांच्या ज्ञानाच्या, माहितीच्या आणि अनुभवांच्या पलीकडे असतात, आणि मग मात्र कल्पनाशक्तीसुद्धा एका सर्वस्वी अज्ञात जगात शिरते.

पण हे जे सगळे होते, ते प्रत्येकाला व्यक्तिशः सोसावे लागत असलेले त्रास होते. ते एक वेळ दुर्लक्ष करण्यासारखे होते; पण खरा धोका एका वेगळ्याच गोष्टीचा होता– जमत चाललेल्या बर्फाचा.

आधीच *युलिसिस*वर तीनशे टनांहून जास्त बर्फ जमलेलं होतं, आणि मिनिटागणिक त्यात भरच पडत होती. मुख्य डेक, फोरकॅसल, गन-डेक्स आणि ब्रिजेसवर त्याचा जाडजूड, एकसारखा थर जमत होता. टरेट्स, कठडे वगैरेंवर त्याचे लांब लांब, खडबडीत स्तंभ बनत होते. प्रत्येक वायरचा, आधारासाठी लावलेल्या प्रत्येक केबलचा, बांधलेल्या दोराचा आकार बर्फ जमल्यामुळे तिप्पट वाटत होता. बर्फ जमून सगळ्या उंच, शिडशिडीत मास्टचे प्रचंड मोठे वृक्ष बनलेले होते. सगळीकडेच ते जमत होतं, आणि त्याच्या निसरडेपणामुळे ते आणखीच जास्त धोकादायक बनलेलं होतं. जुन्या पद्धतीच्या कोळशावर चालणाऱ्या व्यापारी जहाजांवर हा धोका बर्फावर गरम राख आणि निखारे टाकून बराच कमी करता येत असे; पण आताच्या आधुनिक, तेलावर चालणाऱ्या युद्धनौकांवर या समस्येवर फारसं परिणामकारक उत्तर नव्हतं. *युलिसिस*वर लोकांनी बर्फावर वाळू आणि मीठ पसरलेलं होतं. आता काय होईल ते बघत बसण्यापलीकडे दुसरा पर्याय नव्हता.

निसरडेपणापेक्षाही बर्फाचा मोठा धोका होता, तो त्याच्या वजनाचा. नौकाशास्त्राच्या तांत्रिक भाषेत सांगायचं, तर एखादं जहाज 'स्टिफ' असतं, किंवा 'टेंडर' असतं. ते जर स्टिफ असेल, तर त्याचा गुरुत्वमध्य खाली असतो, ते चटकन हेलकावू शकतं, पण तितक्याच वेगानं सावरूही शकतं. असं जहाज अतिशय स्थिर आणि सुरक्षित असतं. जहाज जर टेंडर असलं, तर त्याचा गुरुत्वमध्य उंचावर असतो, ते लवकर हेलकावत नाही, पण हेलकावलं तर लवकर सावरतही नाही. असं जहाज अस्थिर आणि असुरक्षित असतं. आणि अशा टेंडर जहाजावर जर शेकडो टन बर्फाचे थर जमत गेले, तर त्याचा गुरुत्वमध्य अतिशय धोकादायक उंचीवर जातो... स्क्वाड्रनमधली कॅरिअर जहाजं आणि डिस्ट्रॉयर्स– विशेषतः *पोर्टपॅट्रिक* - या बाबतीत फारच असुरक्षित होती. कॅरिअर जहाजांचं वजन वरच्या बाजूला जास्त असल्यामुळे ती आधीच वजनाच्या दृष्टीनं समतोल नव्हती, त्यातच त्यांची उंचीही फार होती, त्यामुळे त्यांचे गुरुत्वमध्य आधीच भरपूर उंचावर होते. आणि त्यांच्यावर बसवलेल्या

मजबूत, जाडजूड, सपाट फ्लाइट डेक्सवर वरून पडणारं बर्फ वेगानं जमणार, हे उघड होतं. आधी, काही तासांपूर्वीपर्यंतसुद्धा, ही फ्लाइट डेक्स त्या मानानं साफ ठेवता येत होती. त्यासाठी माणसं सतत त्यांची उपकरणं, मीठ आणि वाफ सोडणारे होजपाइप घेऊन प्रयत्नांची पराकाष्ठा करत होती. पण आता हवामान इतकं बिघडलेलं होतं, की एकसारखे हेलकावे खात असलेल्या, प्रचंड निसरड्या झालेल्या फ्लाइट डेकवर एखाद्या माणसाला पाठवणं म्हणजे त्याला मृत्यूच्या तोंडात ढकलण्यासारखंच होतं. *रेस्लर* आणि *ब्लू रेंजर* या दोन मिसिसिपी क्लासच्या कॅरिअर जहाजांवर फळ्यांची फ्लाइट डेक्स होती, आणि फ्लाइट डेक्सच्या खाली जरा वेगळ्या पद्धतीच्या हीटिंग सिस्टिम्स बसवलेल्या होत्या. पण इतक्या भयानक हवामानात त्या असल्या काय आणि नसल्या काय, काहीच फारसा फरक नव्हता.

डिस्ट्रॉयर जहाजांची अवस्था त्याहूनही जास्त वाईट होती. त्यांना तर जमलेल्या बर्फाबरोबरच समुद्रावरून येणाऱ्या बर्फालाही तोंड द्यावं लागत होतं. लाटांमधल्या घळींमध्ये त्यांची नाकं जोरानं एकसारखी घुसत होती, आणि त्यामुळे त्यांच्या फोरकॅसल्सवर पाण्याच्या तुषारांचे प्रचंड ढगच्या ढग येऊन आदळत होते, आणि डेकवर पोचायच्या आतच त्यांचं बर्फ बनत होतं. आधीच जमून राहिलेल्या बर्फाच्या थराची जाडी वाढतच होती – काही ठिकाणी तर ती एक फुटापेक्षाही जास्त होती. जमलेल्या बर्फापैकी बरंचसं बर्फ पुढच्या बाजूला जमत असल्यामुळे त्या लहान- लहान जहाजांची नाकं खाली दाबली जात होती – इतकं प्रचंड वजन होतं त्या बर्फाचं. प्रत्येक वेळी नाक लाटेखाली गेलं की बर्फ वाढत होतं, आणि त्यामुळे प्रत्येक वेळी परत वर येताना जहाज आणखी सावकाश, आणखी कष्टानं वर येत होतं. कॅरिअर जहाजांच्या, आणि डिस्ट्रॉयर जहाजांच्याही कप्तानांच्या हाती फक्त असहायपणे ब्रिजवरून सगळं बघत राहण्यापलीकडे दुसरं काहीही उरलेलं नव्हतं.

असेच दोन तास गेले. या दोन तासांत तापमान शून्यावर आलं, मग तिथे थोडा वेळ रेंगाळलं, आणि नंतर त्याच वेगानं आणखी खाली जात राहिलं. बॅरोमीटरही पाऱ्याची साथ सोडायला तयार नव्हता. गंमत म्हणजे, हिमवृष्टी अजूनही थांबलेली होती. उत्तर-पश्चिमेकडचं संतापून जांभळं झालेलं आकाश अजूनही बरंच दूर होतं, तर दक्षिण आणि पूर्वेकडचं आकाश एकदम स्वच्छ झालेलं होतं. उंच आकाशातून बघणाऱ्या माणसाला पाण्यातून चाललेल्या स्क्वाड्रनचं चित्र फार छान दिसलं असतं – शुगर आइसिंग केलेल्या, पांढऱ्याशुभ्र, हिरवट करड्या पाण्यात छानपैकी चमकत असलेल्या, लाटांमध्ये नाजूक हेलकावे घेत असलेल्या छोट्याछोट्या खेळण्यातल्या बोटी; वाटेल ती धडपड करत दूरदूर असलेल्या चमकदार जांभळ्या क्षितिजाकडे चाललेल्या.

रिअर ॲडमिरल टिंडॉलला मात्र या दृश्यात काहीही सौंदर्य दिसलं नाही.

मी कधीही चिंता करत नाही, असं छातीठोकपणे सांगणारा टिंडॉल आता मात्र कमालीच्या चिंतेत पडलेला होता. तो अतिशय गंभीर आणि चिडचिडा झालेला होता, आणि ब्रिजवर त्याच्या आसपास वावरणाऱ्या लोकांच्या लक्षात येत होतं, की त्याच्या बोलण्यातली नेहमीची नम्रता, सभ्यपणा, फार्मर गाईल्सचा तो सुस्वभावीपणा जवळजवळ नाहीसा झालेला होता. त्याची नजर एकसारखी संपूर्ण स्क्वाड्रनवरून भिरभिरत होती, तो सारखा खुर्चीत चुळबुळ करत होता. शेवटी तो ब्रिजवरून खाली आला आणि कॅप्टनच्या विश्रांतीच्या त्या गोलाकार जागेकडे गेला.

व्हॅलेरीनं आत दिवा लावलेला नव्हता, त्यामुळे आत अर्धवट उजेडच होता. तो त्याच्या त्या अरुंद बाकड्यासारख्या सेटीवर निजलेला होता. त्याच्या अंगावर दोन-तीन ब्लँकेटं पांघरलेली होती. तिथल्या अर्धवट उजेडात त्याचा चेहरा एखाद्या प्रेतासारखा भेसूर दिसत होता. त्याच्या उजव्या हातात रक्ताचे डाग पडलेला रुमालाचा गोळा होता. तो लपवण्याचा त्यानं जराही प्रयत्न केला नाही. मोठ्या कष्टांनी तो उठला आणि टिंडॉलनं त्याला थांबवण्याच्या आत त्यानं पाय खाली जमिनीवर आणले, आणि एक खुर्ची ओढून घेतली. टिंडॉलच्या ओठांवर 'नको, नको' आलेलं होतं; पण ते शब्द गिळून टाकून तो शांतपणे त्या खुर्चीवर बसला.

"मला वाटतं, तुझ्या त्या नाटकाची नांदी संपून पडदा उघडणार आहे, डिक... शी! का स्क्वाड्रन कमांडर झालो मी? काय गरज होती?"

व्हॅलेरी त्याच्याकडे सहानुभूतीनं बघत कसबसं फिकट हसला. "मलाही तुमचा हेवा वाटतोय असं मुळीच नाही, सर. आता काय करणार तुम्ही?"

"तू काय केलं असतंस?" टिंडॉलनं उदासपणे विचारलं.

व्हॅलेरी मोठ्यानं हसला. त्या हसण्यानं क्षणभर त्याचा चेहरा पार बदलून गेला- जवळजवळ तो एखाद्या निरागस लहान मुलासारखा दिसला, पण क्षणभरच. पुढच्याच क्षणी त्याचं हसणं थांबून त्याची जागा जोरदार कोरड्या खोकल्याच्या उबळीनं घेतली. रुमाल तोंडाशी धरून तो बराच वेळ मोठमोठ्यानं खोकत राहिला. खोकला थांबला, तेव्हा रुमालावरचा रक्ताचा डाग बराच वाढलेला होता. मग त्यानं वर बघून हलकंसं स्मित केलं.

"आपल्यापेक्षा वरिष्ठ अधिकाऱ्याला हसण्याची शिक्षा होती ही. मी काय केलं असतं? मी तर नांगर टाकून इथेच थांबून राहिलो असतो. त्याहीपेक्षा चांगला उपाय म्हणजे, चक्क शेपूट पायात घालून इथून पळ काढला असता."

टिंडॉलनं मान हलवली. "तुला धड खोटंसुद्धा बोलता येत नाही, डिक. कोण विश्वास ठेवेल तुझ्या या बोलण्यावर?"

थोडा वेळ दोघंही न बोलता गप्प बसून होते. मग व्हॅलेरीनं वर बघितलं. "अजून

आपल्याला किती जायचंय, सर?''

कार्पेंटरच्या म्हणण्यानुसार अजून साधारण एकशे सत्तर मैल.''

व्हॅलेरीनं मनगटावरच्या घड्याळात बघितलं. ''म्हणजे अजून वीस तास या असल्या हवेत. आपल्याला पोचलंच पाहिजे!'' टिंडॉलनं जडपणे मान डोलावली. ''अठरा जहाजं वाट बघत असतील– नाही, व्हालफ्योर्डमधून आलेलं माइन स्वीपर धरून एकोणीस. आणि शिवाय स्टारचं ब्लडप्रेशर...''

तेवढ्यात दारावर पडलेल्या थापेमुळे तो बोलायचं थांबला, पाठोपाठ एका माणसानं– तो बेंटले होता- दार अर्धवट उघडून आत डोकावून बघितलं.

''दोन सिग्नल आलेत, कॅप्टन, सर.''

''तिथूनच फक्त वाचून दाखव, बेंटले.''

''पहिला सिग्नल *पोर्टपॅट्रिक*कडून आलाय : पुढच्या भागाच्या लोखंडी प्लेट्स निसटल्या, वेगानं पाणी शिरत आहे. पंप सुरू. आणखी नुकसान झालं असण्याची शक्यता. प्लीज, काय करायचं ते कळवा.'' टिंडॉलनं एक शिवी हासडली.

व्हॅलेरीनं शांतपणे विचारलं, ''आणि दुसरा सिग्नल?''

'तो *गॅनेट*वरून आलाय. ''ब्रेकिंग अप.' ''

''हो, समजलं. पण पुढचं वाच ना.''

''एवढाच सिग्नल आहे, सर. 'ब्रेकिंग अप.''

''काय हे! भलताच मितभाषी दिसतोय.'' टिंडॉलनं काहीसं चिडून म्हटलं. ''बेंटले, जरा दोन मिनिटं थांब.'' खुर्चीत मागे टेकून बसून तो हनुवटी खाजवत आपल्या थकल्याभागल्या मेंदूला ताण देत विचार करायचा प्रयत्न करू लागला. तेवढ्यात व्हॅलेरी काहीतरी पुटपुटला. लगेच टिंडॉलनं भुवया उंचावत त्याच्याकडे पाहिलं.

''समुद्र खवळलाय, सर. कदाचित कॅरिअर्स –''

टिंडॉलनं आपल्या गुडघ्यावर थाप मारली. ''अगदी नेमका हाच विचार करत होतो मी. दोन मनं, पण एकच विचार. वा! बेंटले, दोन सिग्नल्स कर. एक सिग्नल कॅरिअर्स सोडून बाकीच्या जहाजांसाठी– त्यांना कॅरिअर्सच्या अगदी जवळ, किंचित मागे जाऊन थांबायला सांग. दुसरा सिग्नल कॅरिअर्सना पाठवायचा. त्यांना त्यांच्या पुढच्या आणि मागच्या, डाव्या आणि उजव्या बाजूच्या लोडिंग पोर्ट्समधून प्रत्येकी एक ऑइल होज– कॅप्टन, साधारण किती प्रमाणात ऑइल सोडायचं पाण्यात

''साधारण मिनिटाला वीस गॅलन, सर?''

''मिनिटाला वीस गॅलन, बेंटले. समजलं ना? जा, आणि लगेच हे सिग्नल पाठवून दे. आणि हो– बेंटले, नॅव्हिगेटरला त्याचा चार्ट घेऊन इकडे यायला सांग.'' बेंटले गेल्यानंतर तो पुन्हा व्हॅलेरीकडे वळला. ''आपल्यालासुद्धा नंतर इंधन भरून

घ्यावं लागेल, आणि ते आपण इथे करू शकणार नाही. एकंदरीत असं दिसतंय, की, मुरमान्स्कच्या या बाजूला आसरा घेण्याची ही आपली शेवटची संधी आहे...आणि जर पुढच्या चोवीस तासांमध्ये कॅरिंग्टन म्हणतो तितकी जर वाईट परिस्थिती असेल, तर आपली काही छोटी जहाजं टिकाव धरू शकतील की नाही, याची शंका आहे मला...आहा! ये, पायलट. आपण नेमके कुठे आहोत ते बघू या. आणि वारा कसा आहे?''

''फोर्स १० चा वेग आहे वाऱ्याचा, सर.'' *युलिसिस*च्या सततच्या जोरदार हेलकाव्यांमुळे सावरून उभा राहत कॅपॉक किडनं कॅप्टनच्या बंकवर नकाशा व्यवस्थित उघडून ठेवला. ''किंचित कमी होतोय.''

''म्हणजे उत्तर-पश्चिमेकडून येतोय, बरोबर?'' टिंडॉलनं हातांवर हात चोळले. ''व्हेरी गुड. आता सांग, आपण कुठे आहोत?''

''१२.४० पश्चिम रेखांश ६६.१५ उत्तर अक्षांश.'' कॅपॉक किडनं नकाशाकडे न बघताच सांगितलं. टिंडॉलनं भुवया उंचावल्या, पण तो काहीच बोलला नाही.

''आणि आपला कोर्स?''

''३१० अंश, सर.''

''आता मला सांग, आपल्याला जर इंधन भरून घेण्यासाठी आसरा शोधायचा असेल, आपली दिशा बरोबर २९० अंश असली पाहिजे,''

''सर, ही बघा, इथे मी पेन्सिलनं दाखवलीय. साधारण साडेचार तास जावं लागेल.''

''लेका, तुला कसं -'' टिंडॉल चिडून ओरडला. ''तुला कोणी सांगितलं की आपल्याला–''

''मी आत्ता पाच मिनिटांपूर्वीच अंदाज केला, सर. हे– हे करावंच लागेल, असं वाटलं मला. २९० अंशाच्या मार्गावरून आपण गेलो, तर आपण लँजेन्सच्या द्वीपकल्पामध्ये काही मैल आत शिरू. तिथे भरपूर आसरा, आडोसा वगैरे असला पाहिजे, सर.'' कार्पेंटर गंभीरपणे बोलला.

''करावंच लागेल म्हणे!'' टिंडॉल गरजला. ''ऐकतोयस का तू, कॅप्टन व्हॅलेरी? करावंच लागेल म्हणे! अरे, आत्ताच तर सुचली मला ही कल्पना! काय माणूस आहे... गेट आउट! तुझा तो फॅन्सी ड्रेस हाकल इथून!''

कॅपॉक किड काहीच बोलला नाही. आपण काय करायला गेलो आणि काय झालं, असा निष्पाप चेहरा करून त्यानं चार्ट गुंडाळला आणि तो निघाला. तो दारापाशी पोचतो न पोचतो इतक्यात टिंडॉलच्या आवाजानं तो थबकला.

''पायलट!''

''सर?'' कॅपॉक किडनं मागे वळून टिंडॉलकडे न बघता म्हटलं.

“बाकीची जहाजं आपल्या सिग्नलप्रमाणे ठरवून दिलेल्या जागी पोचली, की लगेच सगळ्यांना आपला नवीन कोर्स कळवायला सांग बेंटलेला.”

“हो, सर. सांगतो.” तो चुळबुळ करत जागेवरच थांबला. टिंडॉल हसला. “ऑल राइट, ऑल राइट.” त्यानं नाइलाज झाल्यासारखं म्हटलं. “पुन्हा एकदा या म्हाताऱ्याला....आणि जाताना ते दार बंद कर! इथे आम्ही बसल्या जागी गोठून जातोय!”

आता वाऱ्याचा वेग वाढत चाललेला होता आणि पाण्यावर पांढऱ्या रिबिनींसारखे लांबच लांब पट्टे उठू लागलेले होते. लाटांची उंची आणखी वाढत होती, आणि त्याच प्रमाणात दोन लाटांमधल्या दऱ्यांची खोलीही वाढत होती. हळूहळू जहाजावरच्या केबल्स, दोर यांच्यामधून वारा जातानाचे शीळ घातल्यासारखे होणारे आवाजही जोर पकडत होते. अधूनमधून जहाजाच्या मास्ट्स वगैरेंवर जमलेल्या बर्फाचे मोठमोठे तुकडे हादऱ्यांमुळे सुटून खाली डेक्सवर पडत होते.

कॅरिअर जहाजांमधून प्रवास करताकरता पाण्यावर जे तेल सोडलं जात होतं, त्याचा परिणाम थक्क करणारा होता. त्यांच्या जवळपास चालत असलेली छोटी जहाजं अजूनही जोरानं हेलकावे खात होती, त्यांच्यावर तेल उडत होतं, पण तेलाच्या वजन आणि पृष्ठीय ताणामुळे पाणी जहाजांवर येईनासं झालेलं होतं. टिंडॉल आता स्वतःवरच खूश झालेला दिसत होता.

दुपारी साडेचारच्या सुमाराला आसऱ्यापासून जहाजं अजूनही निदान पंधरा मैलांवर होती. पण एव्हाना टिंडॉलच्या मनातली– आणि लहान जहाजांवरही पसरलेली – खुशी निवळून गेली होती. कारण आता चक्क पूर्ण ताकदीनं वादळच सुरू झालेलं होतं, त्यामुळे टिंडॉलला वेग कमी करण्याचा सिग्नल सगळ्या जहाजांना पाठवणं भाग पडलं.

डेकवरून समुद्र आणखीच भयानक दिसत होता. आता त्यानं खरं रौद्र रूप धारण केलेलं होतं. पर्वतप्राय लाटा हृदयात धडकी भरवत होत्या. कॅपॉक किड आणि निकोल्सची ड्यूटी आता संपलेली होती. ते दोघं मुख्य डेकवर, डाव्या बाजूला अडकवून ठेवलेल्या व्हेलर बोटीच्या खाली आडोशाला उभे होते. आधारासाठी त्यांनी तिथली एक कडी धरलेली होती, आणि मधूनच अंगावर चाल करून येणाऱ्या तुषारांच्या ढगांपासून स्वतःला वाचवण्यासाठी त्यांना पाठीमागे उडी मारावी लागत होती. एवढा समुद्र खवळलेला होता, तरी वर आकाश मात्र निळंशार दिसत होतं. हा विरोधाभास कमालीचा खिळवून ठेवणारा, आणि तरीही भयंकर धडकी भरवणारा होता. *युलिसिस*च्या थोडं मागे *डिफेंडर, व्हल्ट्रा* आणि *व्हायकिंग* ही जहाजं वेड्यागत हेलकावे खात येत होती, तिकडे *निकोल्स* बघत होता.

“बाप रे! हे असंही असू शकतं, हे आम्हाला आमच्या मेडिकल स्कूलमध्ये

कुणीच सांगितलं नाही.'' त्यानं म्हटलं. ''अँडी, तू तरी कधी बघितलंयस का हे असलं दृश्य?''

''एकदाच बघितलंय. आम्ही निकोबार बेटांच्या जवळ एकदा प्रचंड वादळात सापडलो होतो, तेव्हा बघितलंय. आणि नंबर वन तर म्हणतो, की हे काहीच नाही अशी परिस्थिती रात्री होणार आहे. आणि तो कधीच फालतू बडबड करत नाही. माय गॉड! मी आत्ता हेन्लेमध्ये असतो, तर किती बरं झालं असतं.''

निकोल्सनं त्याच्याकडे कुतूहलानं पाहिलं. ''नंबर वनला – फर्स्ट लेफ्टनंट कॅरिंग्टनला - मी फारसं ओळखत नाही. इतरांपासून जरा दूरच असतो तो, हो ना? पण सगळे जण– अगदी ओल्ड गाइल्स, आपले कॅप्टनसाहेब, कमांडर, तू स्वतः त्याच्याबद्दल फार जपून बोलता. एवढं काय खास आहे त्याच्यात? मीही त्याला मान देतो– सगळेच देतात – पण शेवटी तो तरी माणूसच आहे; सुपरमॅन थोडाच आहे?''

''समुद्राच्या लाटा फुटायला सुरुवात झालीय.'' आपल्याच विचारात हरवलेल्या कॅपॉक किडनं हळूच म्हटलं. ''नीट बघितलंस तर तुला दिसेल, की मधूनच एखादी लाट बाकीच्या लाटांच्या मानानं निम्म्याच उंचीची येतेय. दर सातवी लाट अशी येते, असं अनुभवी खलाशी सांगतात. नाही, जॉनी, तो सुपरमॅन नाही; पण त्याच्याइतका महान खलाशी तुला दिसणार नाही. दोन मास्टर्स-टिकेट्स मिळवलीयत त्यानं. आपण प्रायमरी शाळेत होतो, तेव्हा तो साध्या फिनिश बार्जेसमधून केप हॉर्नला नियमित जात होता. प्रचंड अनुभव आहे त्याच्याकडे. कॅप्टनसाहेब त्याच्याबद्दल तुला इतकं सांगू शकतील, की त्याचं एक स्वतंत्र पुस्तक होऊ शकेल.'' क्षणभर थांबून तो शांतपणे पुढे बोलू लागला.

''तो खरोखरच आत्ता हयात असलेला सर्वोत्तम खलाशी आहे, जॉनी. आपले टर्नरसाहेब स्वतः काही कमी नाहीत; पण तेसुद्धा सगळ्यांना मोकळेपणानं सांगतात, की आपण कॅरिंग्टनच्या जवळपासही येऊ शकत नाही... मी काही कोणाला हीरो वगैरे मानणाऱ्यांपैकी नाही, हे तुलाही माहीतंय. पण पूर्वीचे लोक जे शॅकल्टनबद्दल बोलायचे, ते आपण कॅरिंग्टनबद्दल बोलू शकतो. जेव्हा सगळं काही संपल्यासारखं वाटेल, जराही आशा उरलेली नसेल, तेव्हा गुडघे टेका आणि कॅरिंग्टनला पाठव अशी देवाची प्रार्थना करा. माझ्यावर विश्वास ठेव, जॉनी. आत्ता इथे कॅरिंग्टन आहे, ही अत्यंत चांगली गोष्ट आहे.''

निकोल्स आश्चर्यानं त्याच्याकडे बघत होता. अत्यंत फालतू बोलणं, अपमानास्पद बोलणं हा कॅपॉक किडचा स्थायीभाव होता. कोणतीही गोष्ट तो कधीही गंभीरपणे घेत नसे, आणि त्यानं कुणाबद्दल गौरवानं बोललेलं तर त्यानं कधीच ऐकलेलं नव्हतं. असा हा माणूस कॅरिंग्टनची इतकी तोंड फाटेपर्यंत स्तुती करतोय, तर हा कॅरिंग्टन नक्की आहे तरी कसा? निकोल्सच्या मनात आलं.

हवा पराकोटीची थंड झालेली होती. वारा लाटांच्या टोकांवरून पाण्याचे झोतच्या झोत अक्षरशः ओरबाडून काढत होता आणि तुषारांच्या अत्यंत बारीक कणांचा भडिमार जहाजाच्या नाकावर आणि बाजूंवर करत होता. तिकडे पाठ फिरवल्याशिवाय, नाकातोंडाभोवती लोकरीचे थरावर थर गुंडाळल्याशिवाय श्वासही घेणं शक्य होत नव्हतं. दोघांचेही चेहरे निळे-पांढरे पडलेले होते, दोघंही जोरजोरानं कुडकुडत होते; पण कोणीही खाली जायचं नाव घेत नव्हतं. बाकीचे लोकही निसर्गाचं ते महाभयानक तांडव मंत्रचळ्यासारखे, भयचकित होऊन बघत होते– एखाद्या चर्चच्या टॉवरला सहज गिळून टाकतील अशा प्रचंड उंचीच्या, हजार- हजार, दोन-दोन हजार फूट लांबीच्या लाटा, आणि त्यांना प्रचंड ताकदीनं पुढे रेटत नेणारा ताशी ६० नॉट वेगाचा भयानक वारा. आणि वर कमालीचं निरभ्र निळं आकाश.

तेवढ्यात पाठीमागचं अवजड दार धाडकन वाजल्याचा आवाज ऐकून त्या दोघांनी मागे वळून पाहिलं. डुफेल कोट अंगात घातलेली एक आकृती जोरदार शिव्या हासडत, *युलिसिस*च्या हेलकाव्यांना न जुमानता ते दार बंद करायचा प्रयत्न करत होती. शेवटी एकदाचं दार बंद झालं. तो लीडिंग सीमन डॉईल होता, आणि जरी त्याचा निम्म्याहून जास्त चेहरा दाढीनं झाकलेला असला, तरी बाकी दिसणाऱ्या चेहऱ्यावरून सहज समजत होतं, की हा माणूस जीवनाला पुरता विटलाय.

त्याच्याकडे बघून कार्पेंटरला हसूच आलं. त्यानं आणि डॉईलनं काही महिने चीनमध्ये एकत्र काम केलं होतं. फार भाग्यवान होता डॉईल. "अरे वा! एन्शंट मरिनर स्वतः आलाय इथे! काय डॉईल, खाली काय परिस्थिती आहे एकंदर?"

"भयानक आहे, सर." त्याच्या चेहऱ्याइतकाच त्याचा आवाजही दुःखी होता. "प्रचंड थंडी आहे खाली, आणि सगळ्या गोष्टी खाली पडल्या आहेत. कप, बश्या, प्लेट्स, सगळ्या काचेच्या गोष्टींचा चक्काचूर झालाय. निम्म्याहून जास्त लोक –"

तो अचानक बोलायचा थांबला. हळूहळू त्याचे डोळे कमालीच्या अविश्वासानं विस्फारले. निकोल्स आणि कार्पेंटर यांच्यामधून तो पलीकडे समुद्राकडे डोळे फाडफाडून बघत राहिला.

"निम्म्याहून जास्त लोकांचं काय सांगत होतास तू?.....काय झालं, डॉईल?"

"ओ गॉड अल्माइटी!" डॉईल सावकाश म्हणाला. त्याला जे काही दिसलं होतं, त्यानं त्याला जबरदस्त धक्का बसलेला होता.

"ओ गॉड अल्माइटी!" त्यानं परत म्हटलं. म्हणजे जवळजवळ तो प्रार्थनाच करत असल्यासारखं बोलत होता. बोलताबोलता त्याचा आवाज एकाएकी वाढत गेला. निकोल्स आणि कार्पेंटरही गर्रकन मागे वळले. *डिफेंडर* जहाज– तब्बल पाचशे फूट लांबीची ती विमानवाहू नौका– एका इतक्या प्रचंड उंचीच्या लाटेवरून

वर चढत होती, की अशी लाटेची उंची असू शकते, याची कुणी कल्पनाही करू धजणार नाही. काय चाललंय याचं पुरतं आकलन व्हायच्या आधीच त्यांच्या नजरेसमोरच ती चढत गेली, तिनं लाटेचं शिखर गाठलं, तिथे ती जणू काहीशी रेंगाळली, मग तिची मागची बाजू वरच्या दिशेला गेली– पार तिचे प्रॉपेलर आणि रडर पाण्यातून वर येऊन दिसेपर्यंत– आणि मग ती जशी वर चढली होती, त्याच्यापेक्षाही जास्त वेगानं ती नाक खाली करून लाटेवरून खाली उतरू लागली.

युलिसिस पासून *डिफेंडर* बऱ्यापैकी लांब होती, वाराही भयंकर वेगानं वाहत होता, आणि तरीही तिचं नाकाड पाण्यात आदळल्याचा भयंकर आवाज एखाद्या बॉम्बस्फोटापेक्षाही जोरानं ऐकू आला. जणू पुढची बरीच काही वर्षं ती पाण्यात घुसत असल्यासारखं वाटत होतं. फेसाळत्या पांढऱ्या समुद्रात ती पूर्ण बुडालेली होती. त्या समुद्रात ती अशी नाक खाली करून किती वेळ बुडालेल्या अवस्थेत राहिली, हे नंतर कोणालाही सांगता आलं नाही : पण थोड्या वेळानंतर अगदी आश्चर्यकारकपणे, सावकाश, जणू इच्छेविरुद्ध ती वर येऊ लागली. आणि ती अखेरीस पाण्याच्या पृष्ठभागावर परत आली. तिच्या सगळ्या बाजूंनी पाण्याचे मोठमोठे धबधबे कोसळले. पण आता तिची जी अवस्था झालेली होती, ती डोळ्यांना दिसत होती म्हणूनच केवळ तिच्यावर विश्वास बसत होता. अशी अवस्था आजपर्यंत कुठेही, कधीही, कुठल्याही जहाजाची झालेली कोणीही पाहिली नव्हती. हजारो टन पाण्याच्या त्या प्रचंड जोरामुळे, ज्याच्यावर विमानं उडवली आणि उतरवली जातात, ते तिच्यावरचं प्रचंड फ्लाइट-डेक मुळापासून संपूर्णपणे उकललं जाऊन त्याची पाठीमागे जवळजवळ ब्रिजपर्यंत 'यू' आकाराची गठडी वळली होती. ते दृश्य पाहणाऱ्या सगळ्यांचाच आपल्या डोळ्यांवर, आकलनबुद्धीवर विश्वास बसत नव्हता. कोणीही एक शब्दही बोलण्याच्या परिस्थितीत नव्हतं. आणखी अशी एक जरी महाप्रचंड लाट आली असती, तरी *डिफेंडर* त्यातून वाचली नसती. सगळी उत्तम, मजबूत ताकदवान जहाजं धातूच्या अतिशय पातळ अशा प्लेट्सपासून बनलेली असतात. आणि *डिफेंडर*च्या प्लेट्स जशा वाकल्या, पिरगाळल्या गेल्या होत्या, तितक्या प्रमाणात अशा लाटेचा विलक्षण जोर कोणत्याही जहाजाच्या प्लेट्स सहन करू शकणं केवळ अशक्य होतं.

पण अशा आणखी लाटा आल्या नाहीत. ही एक लाट म्हणजे समुद्राच्या त्या अतर्क्य, अगम्य लीलांचा परिणाम होता. हा केवळ एक अपघात होता, ज्याला काहीही कार्यकारणभाव नव्हता. क्वचित प्रसंगी, जेव्हा कधी बेफाम, बेपर्वा बनलेल्या मानवाला आपल्या अचाट शक्तीची चुणूक दाखवायचं निसर्गाच्या मनात येतं, तेव्हा अशा अभूतपूर्व लाटा जगातल्या सगळ्याच महासागरांमध्ये कधी ना कधी निर्माण झालेल्या आहेत, आणि पुढेही होत राहतील. मानव आपल्यापुढे किती कःपदार्थ,

असहाय आहे, हे निसर्ग मानवाला अशा लाटांच्या किंवा इतर महाभयानक आपत्तींच्या माध्यमातून दाखवून देत असतो... नंतर अशी एकही लाट निर्माण झाली नाही, आणि संध्याकाळी पाच वाजेपर्यंत, जरी जमीन अजून आठ-दहा मैलांवर होती, तरी जहाजांची ती स्क्वाड्रन लँजेन्सच्या द्वीपकल्पाच्या भूशिराच्या मागच्या, तुलनेनं शांत पाण्यात पोचलेली होती.

अधूनमधून *डिफेंडर*चा कॅप्टन– या माणसाला बहुतेक जे काही घडलं होतं, त्याची प्रचंड मजा वाटत होती– ॲडमिरल टिंडॉलला मोठे आश्वासक सिग्नल पाठवत होता, तेही विनोदी भाषेत. जहाजात भरपूर पाणी शिरतंय, पण आम्ही सर्व प्रयत्न करतो आहोत, थँक्यू. फ्लाइट-डेकचा आताचा आकार इतका सुंदर आहे, की लवकरच त्याची फॅशन येईल नौदलामध्ये. सरळ, सपाट फ्लाइट-डेक्समध्ये कल्पनाशक्तीचा अभाव असतो, आणि मला वाटतं, तुम्हीही माझ्या या मताशी सहमत व्हाल. फ्लाइट-डेकच्या सध्याच्या आकारामुळे आम्हाला वाऱ्यापासून आणि लाटांपासून मोठंच संरक्षण मिळतंय, आणि पुढे-मागे त्याचा शिडासारखाही वापर करता येईल. त्याचा शेवटचा सिग्नल असा होता, की आमच्या जहाजावरून आता विमानं उडवायला जरा अडचण येईल. आधीच डोक्याला प्रचंड त्रास असलेल्या ॲडमिरल टिंडॉलचा रागावरचा ताबा आता मात्र सुटला. त्यानं *डिफेंडर*च्या कॅप्टनला एक इतका खरमरीत सिग्नल पाठवला, की *डिफेंडर*वरून सिग्नल येण्याचं ताबडतोब बंद झालं.

संध्याकाळी सहाच्या सुमाराला स्क्वाड्रन अखेर लँजेन्सच्या आडोशाला येऊन उभी राहिली. किनाऱ्यापासून दोन मैलांवर समुद्रात सगळ्या जहाजांनी नांगर टाकले. लँजेन्सला फारशी उंची नसल्यामुळे वारा न थांबता त्याच जोरानं येत होता, पण इथला समुद्र मात्र त्या मानानं बराच शांत होता. अर्थात, जहाजं अजूनही जोरात हेलकावे खातच होती, पण त्यांचं प्रमाण बरंच कमी होतं. ताबडतोब कॅरिअर्स सोडून बाकी सगळ्या जहाजांनी *पोर्टपॅट्रिक* आणि *गॅनेट* ही दोन जहाजं वगळून कॅरिअर्समधून इंधन भरून घ्यायला सुरुवात केली. टिंडॉलनं मोठ्या अनिच्छेनं, बराच विचार करून निर्णय घेतला, की *पोर्टपॅट्रिक* आणि *गॅनेट* या जहाजांना जायबंदी झालेल्या *डिफेंडर*बरोबर सोबत म्हणून स्कापा फ्लोकडे परत पाठवून द्यायचं. ही दोन जहाजं पुढचा प्रवास पूर्ण करू शकतील की नाही; किंबहुना त्यांच्यामुळे आपल्यालाच त्रास होईल का, अशी मोठी शंका त्याच्या मनात होती.

थकवा. हात लावला तर स्पर्शसुद्धा करता येईल इतक्या प्रचंड प्रमाणावर हा थकवा *युलिसिस*मध्ये सगळीकडे भरून राहिलेला होता. गेल्या बऱ्याच काळाबरोबर या थकव्याला मोठ्या प्रमाणात वाढवायला जबाबदार होती कालची भयंकर, डोळ्याला डोळा लागू न दिलेली रात्र. क्षणभरही उसंत न लाभलेली रात्र. शरीराबरोबरच – किंबहुना त्यापेक्षाही कितीतरी जास्त मनानंही पार थकून गेलेल्या *युलिसिस*वरच्या

नौसैनिकांनी रेडिओवरून झालेली घोषणा ऐकली : हवामान सुधारल्यानंतर *डिफेंडर*, *पोर्टपॅट्रिक* आणि *गॅनेट* ही तीन जहाजं स्कापा फ्लोला परत जातील. म्हणजे स्क्वाड्रनमधली जवळजवळ निम्मी जहाजं– सहा जहाजं – परत गेलेली होती, आणि आठच जहाजं शिल्लक राहिली होती. त्यामुळे त्या बिचाऱ्या लोकांना पराकोटीची हताशा, चीड वाटली तर त्यात काहीच आश्चर्य नव्हतं. 'हे लोक आपल्याला लांडग्यांच्या समोर टाकून पसार होणार बघा!' हे रायलेचे शब्द जर त्यांना खरे वाटले, तर तेसुद्धा योग्यच होतं.

पण आश्चर्य म्हणजे, जहाजावर अजूनही लोकांमध्ये फार कमी कडवटपणा जाणवत होता. कोणताही विरोध किंवा साधी विरोधी प्रतिक्रियासुद्धा व्यक्त न करता समोर आलेली परिस्थिती स्वीकारण्याच्या या लोकांच्या वृत्तीची जाणीव ब्रुक्सला मात्र होती. लोकांची प्रतिक्रिया देण्याची वृत्तीच जणू जळून गेल्यासारखी त्याला वाटत होती. पण त्यामागचं कारण मात्र त्याला विचार करूनही सापडत नव्हतं. वाघाच्या तावडीत सापडलेलं एखादं हरिण जसं काही एका विशिष्ट मर्यादेनंतर हतबल होऊन प्रतिकार करायचं सोडून देतं आणि समोर आलेल्या मृत्यूचा निमूटपणे स्वीकार करतं, तसं काहीसं जहाजावरच्या लोकांच्या बाबतीत घडत असल्यासारखं त्याला वाटत होतं. सगळ्या जीवांच्या अस्तित्वाच्या, जगण्याच्या जाणिवांचा, जीव वाचवण्याच्या नैसर्गिक प्रवृत्तींचा एक 'रसातळ' असतो. इथे जगण्याच्या, जीव वाचवण्याच्या सगळ्या प्रक्रिया थंडावतात. आपल्या जहाजावरच्या लोकांनी महिनेच्या महिने सतत अत्यंत प्रतिकूल परिस्थितींचा सामना केल्यामुळे त्यांनी हा 'रसातळ' गाठला असू शकेल का, आणि असला, तर ते वैद्यकीय दृष्टीनं योग्य नसलं तरी समजण्यासारखं मात्र नक्कीच आहे, आणि त्याहीपेक्षा अपरिहार्य आहे... त्यानं मनात म्हटलं. ...आणि तरीही त्याला एक अगदी पुसट अशी अंतःप्रेरणा सतत जाणीव करून देत होती, की या कोड्याचं उत्तर हे नाही; काही वेगळंच आहे. पण त्याचं थकलेलं मन ते ओळखू शकलं नाही.

ते उत्तर जे काही असेल ते असो; पण ती उदासीनता किंवा भावहीनता नव्हती. त्या संध्याकाळी अगदी काही क्षण जहाजावर संतापाची एक ज्वाला उठली, आणि मग तिचं रूपांतर लोकांवर झालेल्या अन्यायाविरुद्धच्या नाराजीत झालं. व्हॅलेरीनंसुद्धा कबूल केलं, की लोकांना संताप येण्यासाठी अगदी योग्य असं कारण झालंय; पण त्याला त्याचाही नाइलाज होता.

एका अगदी साध्या घटनेनं याची सुरुवात झाली होती. जहाजावरच्या विशिष्ट यंत्रणा बरोबर काम करताहेत की नाही, हे नेमानं तपासण्याची जहाजाची पद्धत होती. त्या संध्याकाळी अशा चाचण्या घेताना लक्षात आलं होतं, की खालच्या यार्डआर्मवरचे - हा एक आडवा, मजबूत लोखंडी बार होता- फायटिंग लाइट्स काम करत नाहीत. याचं कारण बर्फ हेच असणार, अशी शंका लगेचच सगळ्यांना आली होती.

हा यार्डआर्म आज संध्याकाळी पांढराशुभ्र दिसत होता, आणि त्यावर भरपूर बर्फ जमलेलं होतं. हा बार डेकला समांतर, डेकच्यावर साठ फुटांवरून, पाण्याच्या पातळीच्या वर ऐंशी फुटांवरून गेलेला होता. त्याच्या बाहेरच्या टोकाला फायटिंग लाइट्स लटकवलेले होते. लाइट्सची दुरुस्ती करायची, तर एकतर त्या यार्डआर्मवरच बसणं भाग होतं. हे म्हणजे फारच जिकिरीचं काम होतं; कारण त्या बारवरच डब्ल्यूटी ट्रान्समिशनची जड, जाड एरियलची केबल बोल्टच्या साहाय्यानं बसवलेली होती. किंवा दुसरा मार्ग म्हणजे बारलाच लटकवलेल्या बोझनच्या खुर्चीवर बसूनही हे काम करता येण्यासारखं होतं. कोणत्याही वेळी हे काम अत्यंत कठीण होतं. त्यातच आज ते जास्तीत जास्त झटपट करण्याची गरज होती; कारण या दुरुस्तीच्या कामामुळे संदेश पाठवण्याच्या कामात व्यत्यय येणार होता.

फायटिंग लाइट्सची दुरुस्ती करायची, तर ट्रान्समिशनसाठीचा ३००० व्होल्टचा पोलादी 'सेफ-टु-ट्रान्समिट' बोर्ड काढून, तो दुरुस्तीचं काम चालू असेपर्यंत ऑफिसर ऑफ द वॉचच्या - पहाऱ्याच्या कामाच्या मुख्य अधिकाऱ्याच्या - हातात द्यावा लागणार होता; हे अत्यंत गुंतागुंतीचं, अचूक प्रकारचं काम करणं भागच होतं, तेही तापमान शून्याखाली गेलेलं असताना, *युलिसिस* सतत हेलकावे खात असताना, त्या निसरड्या, बर्फाचे थर जमलेल्या बारवर बसून. त्यामुळे आतातर ते अत्यंत अवघड, अत्यंत धोक्याचं बनलेलं होतं. ड्यूटीवर असलेल्या एलटीओला ते काम द्यावंसं मार्शलला बरोबर वाटलं नव्हतं, कारण तो माणूस मध्यमवयीन होता, चांगला जाडजूड होता. तो त्या बारवर चढणं शक्यच नव्हतं. म्हणून मार्शलनं "हे काम करायला कोणी आपण होऊन तयार आहे का?'' असं बाकीच्या लोकांना विचारलं होतं, आणि जे कोणी पुढे आले, त्यांच्यामधून राल्स्टनला निवडलं होतं. तो राल्स्टनलाच निवडणार हे उघड होतं, कारण धोक्याची कामं स्वीकारणं ही राल्स्टनची वृत्तीच होती, आणि तो शारीरिक दृष्टीनं या कामासाठी एकदम तंदुरुस्त होता.

हे काम पुरं व्हायला अर्धा तास लागला होता मास्टवर चढून यार्डआर्मच्या टोकाशी जाणं, बोझनची खुर्ची अडकवणं, स्वत:च्या सुरक्षिततेसाठी एक लाइफलाइन बांधणं या सगळ्यासाठी वीस मिनिटं, आणि प्रत्यक्ष दुरुस्तीसाठी दहा मिनिटं. राल्स्टनचं काम संपायच्या बरंच आधीपासून चांगली शंभर-दोनशे थकलीभागली माणसं जेवण, विश्रांती, झोप वगैरे विसरून ते बघायला डेकवर जमलेली होती, आणि थंडगार, जोरदार वाऱ्याची पर्वा न करता तो काय आणि कसं काम करतो, हे भारल्यासारखी बघत उभी होती.

डेकपासून इतक्या उंचावर राल्स्टन बसलेली खुर्ची वेड्यासारखे हेलकावे खात होती. जोरदार वारा त्याच्या अंगावरचा डुफेल कोट आणि हूड उडवू बघत होता. दोन वेळा तर वाऱ्यामुळे तो जवळजवळ खुर्चीमधून उडालाच होता; पण त्यानं वेळीच त्या यार्डआर्मला प्राणांतिक भयानं घट्ट मिठी मारली होती, म्हणून तो वाचला होता.

दुसऱ्या वेळी त्याचा चेहरा त्या एरियलच्या केबलवर आपटल्यासारखा वाटला होता, कारण त्यानं चक्कर आल्यासारखं आपलं डोकं जोरात दाबून धरलेलं दिसलं होतं. पण याच धडपडीत त्याचे हातातले कातडी मोजे निसटून सरळ खाली समुद्रात पडले होते– त्यानं बहुधा दुरुस्तीमधलं काहीतरी बारीक काम करताना ते काढून मांडीवर ठेवलेले असावेत.

काही मिनिटांनंतर व्हॅलेरी आणि टर्नर हे दोघं, स्कापा फ्लोमध्ये मोटरबोटीचं जे नुकसान झालं होतं, त्याची पाहणी करत होते. तेवढ्यात एक बुटकी, जाडजूड आकृती जहाजाच्या पाठीमागच्या भागातल्या दारामधून आत आली होती, आणि अडखळत, धावत पुढच्या भागात आली होती. व्हॅलेरी आणि टर्नर दिसल्याबरोबर ती एकदम जागीच थांबली होती. तो मास्टर-अॅट-आर्म्स हेस्टिंग्ज होता.

"काय झालं, हेस्टिंग्ज?" व्हॅलेरीनं तुटकपणे विचारलं होतं. त्याला हा माणूस कधीच आवडत नव्हता, आणि आपली नापसंती दिसू न देणंही त्याला जड जात असे. हा माणूस त्याला गरज नसताना नको इतका वाईट बोलणारा, फार कडक वाटायचा. म्हणूनच तो त्याला आवडत नसे.

"ब्रिजवर गडबड झालीय, सर." हेस्टिंग्जनं धापा टाकत म्हटलं होतं. त्याच्या डोळ्यांमध्ये एक प्रकारचा आसुरी आनंद व्हॅलेरीला जाणवला होता. "नक्की काय झालंय हे समजलं नाही. फोनवर वाऱ्याच्या आवाजामुळे मला नीटसं ऐकू आलं नाही...पण तुम्ही ब्रिजवर आलेलं बरं, सर."

ब्रिजवर त्यांना फक्त तिघंजण दिसले होते. गनरी ऑफिसर इथर्टन चिंताक्रांत मुद्रेनं अजूनही फोन हातात धरून उभा होता. राल्स्टन दोन्ही हात त्याच्या बाजूंना, खाली असलेल्या अवस्थेत उभा होता, त्याच्या हातांचे पंजे फाटलेले, सुजलेले, चेहरा भयानक दिसत होता, हनुवटी बर्फदंश झाल्यामुळे पांढरीफटक दिसत होती, आणि कपाळावर गोठलेलं रक्त दिसत होतं. आणि एका कोपऱ्यात सब-लेफ्टनंट कार्स्लेक कण्हत पडलेला होता, त्याच्या डोळ्यांचे फक्त पांढरे भागच दिसत होते, आणि तो आपल्या फाटलेल्या तोंडाकडे, पुढचे दात पडल्यामुळे दातांमध्ये निर्माण झालेल्या मोकळ्या जागांकडे वेड्यासारखं बोट दाखवत होता.

"माय गॉड! माय गॉड!" व्हॅलेरीनं धक्का बसून म्हटलं होतं. त्याचा एक हात दारावर होता, आणि समोर दिसत असलेल्या दृश्यावरून नेमकं काय झालं असावं, याचा अंदाज वेगानं बांधायचा तो प्रयत्न करत होता. मग त्यानं गनरी ऑफिसर इथर्टनकडे वळून बघितलं होतं.

"काय घडलं इथे, इथर्टन?" त्यानं करड्या आवाजात विचारलं होतं. "काय चाललंय तरी काय, कार्स्लेक?"

"राल्स्टननं त्याला मारलं, सर." इथर्टननं पटकन सांगितलं होतं.

“बिनडोकासारखं बोलू नकोस, इथर्टन!'' टर्नरनं जरबेनं म्हटलं होतं. “तेच म्हणतो मी!'' व्हॅलेरीनं अस्वस्थपणे म्हटलं होतं.

“ते आम्हालाही दिसतंय. पण का?''

“डब्ल्यूटीमधला एकजण खालून 'सेफ-टु-ट्रान्समिट' बोर्डासाठी इकडे आला होता. कार्स्लेकनं ते त्याला दिले - साधारण दहा मिनिटांपूर्वी – बहुतेक.''

“बहुतेक? मग तू कुठे होतास तेव्हा, इथर्टन आणि तू का परवानगी दिलीस? तुला चांगलं माहीतय...'' तिथे राल्स्टन आणि हेस्टिंग्जही आहेत हे लक्षात आल्याबरोबर व्हॅलेरी एकदम बोलायचं थांबला होता.

इथर्टन तोंडातल्या तोंडात काहीतरी पुटपुटला होता. पण वाऱ्याच्या आवाजामुळे त्याचं बोलणं ऐकू आलं नव्हतं.

“मी खाली गेलो होतो, सर.'' इथर्टनची नजर डेककडे होती. “अगदी थोडाच वेळ.''

“आय सी. तू खाली गेला होतास.'' व्हॅलेरीनं शांत आवाजात म्हटलं होतं. पण त्या आवाजात असं काहीतरी होतं, की आता आपलं काही खरं नाही, असं इथर्टनला जाणवल्यावाचून राहिलं नव्हतं. तो टर्नरकडे वळला होता.

“फार लागलंय का त्याला, कमांडर?''

“जगेल तो.'' टर्नरनं म्हटलं होतं. त्यानं अजूनही कण्हत असलेल्या कार्स्लेकला धरून उभं केलं होतं. कार्स्लेकचा हात त्याच्या फाटलेल्या तोंडावर होता.

इतक्यात कॅप्टन व्हॅलेरीला राल्स्टन दिसला होता. काही सेकंद तो त्याच्याकडे टक लावून बघत राहिला होता, आणि मग त्यानं शांत आवाजात, पण जरबेनं एकच शब्द उच्चारला होता. त्याचा कॅप्टन म्हणून असलेला तीस वर्षांचा सारा अनुभव त्या शब्दामागे एकवटलेला होता.

“बोला.''

राल्स्टनचा चेहरा गोठलेला, पूर्णपणे निर्विकार होता. नजर कार्स्लेकवर खिळलेली होती.

“हो, सर. मीच मारलं त्याला. हरामखोर साला! बास्टर्ड!''

“राल्स्टन!'' मास्टर-ॲट-आर्म्स हेस्टिंग्ज कडाडला होता.

अचानक राल्स्टनचे खांदे वाकले होते. मोठ्या प्रयत्नानं त्यानं कार्स्लेकवरून नजर हटवली होती, आणि थकलेल्या डोळ्यांनी व्हॅलेरीकडे पाहिलं होतं. “आय ॲम सॉरी. मी विसरूनच गेले होतो.

त्याच्या खांद्यावर तर पट्टा आहे. अधिकारी आहे तो. फक्त साधे लोकच बास्टर्ड असतात.'' त्याच्या आवाजातल्या कडवटपणामुळे व्हॅलेरीला कसंसंच झालं होतं. पण त्यानं –तुला बर्फदंश झालाय.

''तुझ्या हनुवटीवर जोरात चोळ ना!'' टर्नरनं मध्येच जोरात म्हटलं होतं– मंदपणे, यांत्रिकपणे राल्स्टनं हनुवटीवर चोळलं होतं – हाताच्या मागच्या भागानं. त्याच्या तळहाताची भयंकर वाईट झालेली अवस्था व्हॅलेरीला दिसली होती. नकळतच त्याच्या तोंडातून 'स्स' असा आवाज निघाला होता. राल्स्टनच्या तळहाताची कातडी आणि मांसाच्या पट्ट्या लोंबत होत्या. हातमोजे वगैरे काहीच नसताना तो त्या यार्ड-आर्मवरून घसरत खाली उतरला होता. किती भयानक वेदना झाल्या असतील याला...

''त्यानं माझा खून करायचा प्रयत्न केला, सर. मुद्दाम होऊन.'' राल्स्टनचा आवाज थकलेला होता. ''तू काय म्हणतोयस त्याचा अर्थ कळतोय का तुला?'' व्हॅलेरीनं कमालीच्या थंड आवाजात म्हटलं होतं. पण त्याच क्षणी त्याला एक वेगळीच भीती वाटून गेली होती ...त्याच्या अंगावर काटा उभा राहिला होता.

''त्यानं माझा खून करायचा प्रयत्न केला, सर.'' राल्स्टननं निर्जीव आवाजात पुन्हा म्हटलं होतं. ''मी यार्डआर्मवरून खाली यायच्या पाच मिनिटं आधी त्यानं ते बोर्ड परत दिले. मी खाली येण्यासाठी मास्टवर पोचलो, त्याच क्षणी डब्ल्यूटीनं संदेश ट्रान्समिट करायला सुरुवात केली असणार.''

''वाटेल ते बोलू नकोस, राल्स्टन. असं म्हणायचा धीरच -''

''तो बरोबर बोलतोय, सर.'' इथर्टननं म्हटलं होतं. त्यानं नुकताच हातातला रिसीव्हर खाली ठेवलेला होता. ''मी आत्ताच विचारलंय.'' मघाच्या भीतीनं आता व्हॅलेरीच्या मनात घर केलं होतं. त्यानं तरीही म्हटलं, ''चूक काय, कुणाचीही होऊ शकते. दुर्लक्ष हाही अपराध असू शकतो,'' पण 'दुर्लक्ष?' राल्स्टननं जोरात म्हटलं होतं. त्याच्या आवाजातला मघाचा थकवा एका क्षणात नाहीसा झालेला होता. रागाच्या भरात त्यानं दोन पावलं पुढे टाकली होती. ''दुर्लक्ष? मी जेव्हा ब्रिजवर आलो, तेव्हा मी त्याला ते बोर्ड दिले होते, सर. मी 'ऑफिसर ऑफ द वॉच कुठाय' असं त्याला विचारलं, आणि तो म्हणाला, 'मीच आहे.' गनरी ऑफिसर इथर्टन ड्यूटीवर आहे, हे मला माहीत नव्हतं.

''ते बोर्ड फक्त माझ्याच हातात परत द्यायचे आहेत'' असं जेव्हा मी त्याला सांगितलं, तेव्हा त्यानं चक्क मला सांगितलं, की 'तुझा उद्धटपणा मी खपवून घेणार नाही, राल्स्टन. मला माझं काम माहीतंय – तू तुझं काम कर, मी माझं काम करतो. तू फक्त वर तिकडे जा आणि तुझी काय ती हिरोगिरी दाखव.' त्याला माहीत होतं, सर.

इतका वेळ टर्नरनं आधार दिलेला कार्स्लेक एकदम त्याच्या पकडीतून निसटला होता, वळला होता, आणि त्यानं कॅप्टनकडे याचनेनं बघितलं होतं. त्याचे पांढरे डोळे गरगर फिरत होते, संपूर्ण चेहरा बोलायचा प्रयत्न करत होता.

''साफ खोटं! हा एकदम खोटं बोलतोय, सर!'' पडलेल्या दातांमधून तो कसंबसं, अडखळत बोलायचा प्रयत्न करत होता. ''मी कधीच म्हटलं नाही...''

पण त्याच क्षणी राल्स्टनची भयंकर संतापानं, त्वेषानं वळलेली मूठ फाडकन त्याच्या त्या फाटलेल्या तोंडावर आदळली होती, आणि शब्दांच्या जागी एक भयानक किंकाळी, आणि पाठोपाठ जोरदार खोकला त्याच्या तोंडातून बाहेर पडला होता. तो अडखळत, धडपडत दारातून बाहेर गेला होता, धाडकन चार्ड रूममध्ये धडपडला होता, आणि अंगाचं मुटकुळं करून डेकखाली निपचित पडला होता. त्याच क्षणी टर्नर आणि हेस्टिंग्ज, दोघांनीही झेप घेऊन राल्स्टनचे हात जखडून धरले होते; पण राल्स्टननं हलायचा जराही प्रयत्न केला नव्हता.

वाऱ्याचा आवाज सोडला, तर ब्रिजवर एका क्षणात एक विचित्र शांतता पसरली होती. व्हॅलेरीनं बोलायला सुरुवात केली होती. त्याचा आवाज पूर्णपणे निर्विकार होता.

"कमांडर, फोन करून दोन मरीन्सना बोलावून घे. कार्स्लेकला त्याच्या केबिनमध्ये न्यायला सांग, आणि ब्रुक्सला त्याला तपासायला सांग."

"आणि मास्टर-ॲट्-आर्म्स" सर?"

"या माणसाला सिक बेमध्ये घेऊन जा. त्याच्यावर काय हवे ते उपचार करून घे, आणि याला तुरुंगाच्या सेलमध्ये टाक. सेलबाहेर एक सशस्त्र पहारेकरी ठेवा. समजलं?"

"समजलं, सर." हेस्टिंग्जच्या आवाजातला आनंद लपणं शक्य नव्हतं.

राल्स्टन आणि हेस्टिंग्ज गेले होते, नंतर दणकट शरीरयष्टीच्या दोघा मरीन्सनी अजूनही बेशुद्ध असलेल्या कार्स्लेकला उचलून खाली नेलं होतं. एवढा सगळा वेळ व्हॅलेरी, टर्नर आणि इथर्टन काहीही न बोलता उभे होते. मरीन्सच्या पाठोपाठ व्हॅलेरीही जायला निघाला होता, पण इथर्टनच्या आवाजामुळे तो थबकून उभा राहिला होता.

"सर?"

"तू मला नंतर भेट, इथर्टन." व्हॅलेरीनं मागे न वळताच म्हटलं होतं.

"नाही, सर. प्लीज थांबा. मी जे सांगणार आहे, ते फार महत्त्वाचं आहे."

त्याच्या आवाजात असं काहीतरी होतं, की त्यामुळे व्हॅलेरीला थांबावं लागलं होतं. त्रासिकपणे तो मागे वळला होता.

"मला माझ्या चुकीबद्दल लंगडी सबब सांगण्यात काहीही रस नाही, सर. माझ्याकडून निर्विवादपणे चूक झालीय." इथर्टनचे डोळे शांतपणे व्हॅलेरीकडे बघत होते. "राल्स्टननं जेव्हा ते बोर्ड कार्स्लेकच्या हातात दिले, तेव्हा मी ॲस्डिकच्या दारात उभा होतो. त्यांच्यात जे बोलणं झालं, तो प्रत्येक शब्द मला ऐकू आला, सर."

व्हॅलेरीचा चेहरा एकदम कडक बनला होता. त्यानं टर्नरकडे कटाक्ष टाकला होता. टर्नरही इथर्टन जे सांगत होता, ते उत्सुकतेनं ऐकत उभा होता.

"आणि राल्स्टननं त्या दोघांमध्ये जे बोलणं झालं असं आपल्याला सांगितलं,

त्याचं काय?'' प्रयत्न करूनही व्हॅलेरीला आवाज निर्विकार ठेवता आला नव्हता. त्याच्या आवाजात एक प्रकारची शंका, संशय जाणवत होता.

''त्यानं सांगितलेला प्रत्येक शब्द बरोबर आहे, सर.'' इथर्टननं जणू स्वतःशीच बोलत असल्यासारखं म्हटलं होतं. ''राल्स्टननं जे आणि जसं घडलं, तेच सांगितलंय.''

व्हॅलेरीनं क्षणभर डोळे घट्ट मिटून घेतले होते, आणि तो जड पावलांनी मागे वळला होता. टर्नरनं आधारासाठी त्याच्या खांद्यावर हात ठेवला होता, तरी तो काहीच बोलला नव्हता. दोघंही शिडीवरून खाली उतरले होते. ओल्ड सॉक्रेटिसनं त्याला हजार वेळा सांगितलं होतं, की, 'तू सबंध जहाजाचं ओझं तुझ्या पाठीवर वागवतोयस.' ते प्रचंड वजन त्याला आता जाणवत होतं.

व्हॅलेरी ॲडमिरल टिंडॉलच्या केबिनमध्ये त्याच्याबरोबर रात्रीचं जेवण घेत होता, त्याच वेळी तो संदेश आला. आपल्याच विचारात मग्न होऊन तो समोरच्या अन्नपदार्थांकडे बघत होता. टिंडॉलनं संदेशाचा कागद सरळ केला.

त्यानं खाकरून घसा साफ केला. ''बरोबर मार्गावर, वेळेवर आहोत. समुद्र फार खवळलेला नाही, वारा किंचित वाढत आहे. ठरलेल्या जागी ठरल्यानुसार तुमच्यासह भेट होणे अपेक्षित. कमोडर, ७७.''

टिंडॉलनं कागद खाली ठेवला. ''हा बघ, काय म्हणतोय. समुद्र फार खवळलेला नाही, वारा किंचित वाढत आहे! माय गॉड! आपण आणि ते एकाच समुद्रात आहोत ना नक्की?''

व्हॅलेरी फिकट हसला.

''ती वेळ आलीय, सर.'' ''ती वेळ आलीय.'' टिंडॉलनंही म्हटलं. तो संदेश घेऊन आलेल्या माणसाकडे वळला. ''एक सिग्नल बनवायला सांग. 'तुम्ही एका भयंकर वादळाच्या दिशेने चालला आहात. भेटण्याच्या ठिकाणामध्ये बदल नाही. तुम्हाला उशीर होऊ शकेल. तुम्ही पोचेपर्यंत आम्ही तेथेच थांबून राहू.' हे पुरेसं स्पष्ट आहे ना, कॅप्टन?''

''असावं. आणि रेडिओवरून संदेशांची देवाणघेवाण नको, असं कळवायचं का त्यांना?''

''हो, खरंच. त्या सिग्नलमध्ये रेडिओवरून संदेशांची देवाणघेवाण नको. 'ॲडमिरल, १४ वी कॅरिअर स्क्वाड्रन.' असं घालायला सांग. आणि लगेच पाठवायला सांग. समजलं? आणि डब्ल्यूटीलासुद्धा आपल्या जहाजावरून सगळं ट्रान्समिशन बंद करा, म्हणावं.''

केबिनचं दार हळूच बंद झालं. टिंडॉलनं स्वतःसाठी कॉफी ओतून घेतली, आणि मग व्हॅलेरीकडे बघितलं.

“अजून मघाचा तो प्रसंग डोक्यात आहे, डिक?” व्हॅलेरी नुसतंच हसला, आणि त्यानं एक सिगारेट शिलगावली. ताबडतोब त्याला जोराचा खोकला येऊ लागला.

“कशाला क्रूझरचा कॅप्टन झालो मी? ही कसली वेडी महत्त्वाकांक्षा?” त्यानं उदासपणे म्हटलं. टिंडॉलला हसू आलं.

“हे बोलणं पूर्वीही ऐकलंय मी...बरं, राल्स्टनचं काय करणार तू?”

“तुम्ही काय केलं असतं, सर?” व्हॅलेरीनं उलट विचारलं.

“आपण रशियाहून परत येईपर्यंत त्याला बंदिवासात ठेवलं असतं, फक्त ब्रेड आणि पाणी एवढंच देऊन. हवंतर बेड्या ठोकून ठेवलं असतं.”

“तुला कधीही नीट खोटं बोलता येत नाही, जॉन.”

टिंडॉल मोठ्यानं हसला. ‘तूशे!’ तो मनोमन खूश झालेला होता. रिचर्ड व्हॅलेरी स्वतःच ओढून घेतलेली कडक औपचारिकता सोडून फार क्वचित असं मोकळं बोलत असे. “ब्रिटनच्या नौदलामधल्या एका ऑफिसरला मारणं हा फार गंभीर गुन्हा आहे, आपल्याला सगळ्यांनाच माहीतंय. पण इथर्टननं जे सांगितलं ते खरं असेल, तर मला एकाच गोष्टीचं वाईट वाटतंय, की त्यानं त्या मूर्खाचा थोबडा बदलायचं काम ब्रुक्सला आणखी का वाढवून दिलं नाही?”

“इथर्टननं सांगितलेलं सगळं खरंच आहे.” व्हॅलेरीनं गंभीरपणे म्हटलं. “याचा अर्थ एवढाच आहे, की नौदलातल्या शिस्तीमुळे माझं हे बोलणं ऐकलं असतं, तर तो स्टार काय खूश झाला असता. मला एका अशा माणसाला शिक्षा द्यावी लागणार आहे, की जो एका संभाव्य खुन्याच्या हातून बळी पडला असता!” त्याला पुन्हा एक खोकल्याची जोरदार उबळ आली. टिंडॉल दुसरीकडे बघू लागला : व्हॅलेरीबद्दल आपल्याला वाटणारी कणव आपल्या चेहऱ्यावर दिसत तर नाही ना, अशी शंका त्याला आली. असा व्हॅलेरी, की ज्याच्यासारखा अत्यंत उमदा, शांत, सभ्य, सुसंस्कृत माणूस, आपला हा जिवलग दोस्त इथे खोकत जणू उभ्याउभ्याच मरतोय, आणि का, तर केवळ तिकडे दोन हजार मैलांवर लंडनमध्ये बसलेल्या त्या स्टारच्या आंधळ्या शिस्तीमुळे, अमानुषपणामुळे. “एक असा बळी पडणारा माणूस,” खोकला थांबल्यावर व्हॅलेरी पुढे बोलू लागला. “की ज्यानं आधीच त्याची आई, एक भाऊ आणि तीन बहिणी गमावल्या आहेत...मला वाटतं, त्याचे वडीलही समुद्रावरच कुठेतरी आहेत, कुठल्या तरी जहाजावर. आणि कार्स्लेकचं काय?”

“त्याला मी उद्या भेटणार आहे, सर. आणि तुम्हीही तिथे या. मी त्याला सांगणार आहे, की आपण स्कापा फ्लोला परतेपर्यंत तो या जहाजाचा ऑफिसर राहू शकतो, आणि मग त्यानं राजीनामा दिला पाहिजे...मला नाही वाटत की तो कोर्ट-मार्शलला हजर राहील. अगदी साक्षीदार म्हणूनही नाही.” त्यानं कोरडेपणानं

म्हटलं. ''तो वेडा असेल तरच तो कोर्ट-मार्शलच्या भानगडीत पडेल. पण मुळात त्याचं डोकं ठिकाणावर आहे की नाही, याचीच शंका आहे मला.'' टिंडॉलनं मान डोलावली. अचानक त्याच्या डोक्यात एक विचार आला. ''तो शहाणा आहे असं वाटतं तुला?''

''कार्स्लेक?'' व्हॅलेरी जरा अडखळला. ''हो, मला वाटतं. निदान पूर्वीतरी होता. ब्रुक्सला मात्र जरा शंकाच वाटतेय त्याबद्दल. तो म्हणतो, 'आत्ता तो काही फारसा ठीक दिसत नव्हता' – काहीतरी गडबड वाटत होती त्याला, आणि या आत्ताच्या परिस्थितीत तर कुणाला थोडंसं जरी भडकवलं, तर त्याचा परिणाम किती तरी जास्त मोठा होतो.'' व्हॅलेरी किंचितसं हसला. ''आणि कार्स्लेकच्या तर स्वाभिमानावर आणि शरीरावरही हल्ला झालाय.''

''त्यामुळे तो काही हे डिवचणं सहजगत्या सोडून देणं शक्य नाही.'' टिंडॉलनंही मान डोलावली. ''त्याच्यावर जरा नजर ठेवलेलीच बरी....ओ, डॅम! हे जहाज जरा कमी हललं तर किती बरं होईल! माझी निम्मी कॉफी टेबलक्लॉथवर सांडली, बघ. तो पोरगा, स्पायसर...'' त्यानं पॅट्रीकडे एक कटाक्ष टाकला. ''भडकेल आता. फक्त एकोणीस वर्षांचा आहे, पण हुकूमशहा आहे लेकाचा! अरे, इथलं पाणीतरी जरा शांत असायला हवं ना, डिक?''

''आहे ना...आता पुढे जे आपली वाट बघत थांबलंय ना, त्याच्या तुलनेत. हा आवाज ऐक जरा!'' व्हॅलेरीनं बाहेरच्या वाऱ्याच्या आवाजाकडे कान केला. ''आपलं हवामान खातं काय म्हणतंय, बघू जरा.'' त्यानं ट्रान्समिशन स्टेशनला फोन केला. थोडंसं बोलणं झाल्यावर त्यानं फोन ठेवून दिला. ''ट्रान्समिशन स्टेशन म्हणतंय की, नेमोमीटर वेड लागल्यासारखं करतोय. वाऱ्याचा वेग अधूनमधून ऐंशी नॉटपर्यंत जातोय. अजून उत्तर-पश्चिमेकडूनच येतोय. तापमान शून्याखाली दहा अंशावर कायम आहे.'' त्याच्या अंगावर शिरशिरी आली. ''शून्याखाली दहा!'' मग त्यानं विचारी नजरेनं टिंडॉलकडे बघितलं. ''बॅरोमीटर २७.८ वर जवळजवळ कायम आहे. काय?''

''हो. २७.८. निदान तेतरी असं म्हणताहेत. अशक्य वाटतंय, पण ते असंच म्हणताहेत.'' त्यानं हातातल्या घड्याळात बघितलं. ''पंचेचाळीस मिनिटं, सर... हा आत्महत्या करण्याचा एक आडवळणी मार्ग आहे.''

थोडा वेळ दोघंही गप्प होते. मग टिंडॉल बोलला. दोघांच्याही मनात त्या वेळी असलेल्या प्रश्नाचं उत्तरच जणू तो देत होता. ''आपल्याला निघालं पाहिजे, डिक. निघालंच पाहिजे. आणि हो, आपला तो लढवय्या कॅप्टन (डी)...ऑर आहे ना, त्याला आपल्याबरोबर सिरसमधून यायचंय...ठीक आहे, येऊ दे त्याला. थोडा वेळ बरोबर घेऊ. त्या पोराला बरंच शिकायचंय अजून.''

२०.२० वाजता सगळ्या जहाजांचं इंधन भरण्याचं काम झालेलं होतं. नांगर टाकलेले असल्यामुळे त्यांना त्या भयानक वाऱ्यामध्ये एका जागी स्थिर राहणं भयंकर कठीण गेलं होतं, पण तरी बाहेरच्या उघड्या समुद्राच्या मानानं ती सगळी जहाजं इथं कितीतरी सुरक्षित होती. सगळ्यांना हवामान जरा सुधारल्यावर निघायचे हुकूम देण्यात आले : डिफेंडर आणि त्याच्याबरोबर जाणार असलेल्या दोन जहाजांना स्कापा फ्लोकडे, तर फ्लॅगशिप असलेलं युलिसिस सोडून उरलेल्या स्क्वाड्रनला, एफआर ७७ काफिल्याशी ठरलेल्या भेटीच्या जागेपासून १०० मैल पूर्व-उत्तर-पूर्वेला जायला सांगण्यात आलं. कोणत्याही प्रकारच्या रेडिओ संदेशांच्या देवाणघेवाणीवर घातलेली बंदी सगळ्यांनी तंतोतंत पाळायला सांगण्यात आलं.

२०.३० वाजता *युलिसिस* आणि *सिरस* ही दोन जहाजं पूर्वेकडे जायला निघाली. त्यांना 'गुड लक' देणारे संदेशांचे दिवे त्यांच्या पाठीमागे चमकले. ब्लॅक-आऊटमुळे रात्री संदेशांसाठी दिवे न वापरण्याचा कडक नियम मोडल्याबद्दल टिंडॉलनं स्क्वाड्रनला उद्देशून शिव्यांचा भडिमार केला, पण नंतर त्याच्याच लक्षात आलं, की इथे *युलिसिस* आणि *सिरस* सोडून हे दिवे कोणालाही दिसणं शक्य नव्हतं, त्यामुळे लगेच त्यानं दिवे वापरूनच 'गुड लक' देणारे त्यांचे संदेश मिळाल्याचे उलट संदेश पाठवले.

२०.४५ वाजता दोन्ही जहाजं लँजेन्स पॉइंटपासून अजून दोन मैल अलीकडेच होती, पण एवढ्यातच *सिरस* प्रचंड लाटांवर भयंकर हेलकावे खाऊ लागली. तिच्या फोरकॅसलवर आणि मुख्य डेकवर प्रचंड प्रमाणात पाणी येत होतं.

२०.५० वाजता तिचा वेग कमी झालेला होता, आणि ती जवळपास दिसणाऱ्या जमिनीच्या प्रत्येक लहान-मोठ्या आडोशाकडे जाताना दिसू लागली. त्याच वेळी तिच्यावरच्या सहा इंची एल्डिस लॅम्पनं संदेश पाठवायला सुरुवात केली. ''डेकवरची दारं मोडून गेली. 'ए' गन टरेट काम करीत नाही. डाव्या बाजूच्या बॉयलर-रूम इन्टेक फॅन्समध्ये पाणी शिरत आहे.'' थोड्याच वेळात उत्तरादाखल *युलिसिस*वरून आलेला संदेश पाहून *सिरस*चा कमांडर ऑर लाजेनं लाल झाला : ''शब्द न वापरता मिळालेला धडा, क्रमांक १. ताबडतोब मागे फिरून स्क्वाड्रनकडे परत जा. मोठ्या माणसांमध्ये मिसळू नये. लहान मुलांनी लहान मुलांसारखेच वागावे.'' पण झालेली निराशा तशीच गिळून टाकून त्यानं उलट संदेश पाठवला : ''ऑल राइट. मला मोठा होऊ दे, मग बघा.'' नंतर त्यानं जहाज कसंबसं अर्धवर्तुळाकार मार्गानं मागे वळवलं, आणि सुटकेचा निःश्वास सोडत तो परत स्क्वाड्रनकडे जायला निघाला. *युलिसिस*वरून सिरस जवळजवळ लगेचच दिसेनासं झालं. २१.०० वाजता *युलिसिस* डेन्मार्कच्या सामुद्रधुनीमध्ये शिरलं.

मंगळवारची रात्र

युद्धकाळातलं हे निश्चितपणे सगळ्यांत मोठं आणि सगळ्यांत वाईट वादळ होतं. त्याच्या नोंदी जर ॲडमिरल्टीच्या तपासणीसाठी राखून ठेवल्या असत्या, तर एक गोष्ट निःसंशयपणे सिद्ध झाली असती, की पार अशा नोंदी ठेवायला सुरुवात झाली, तेव्हापासून झालेल्या सगळ्या वादळांपेक्षा हे वादळ कितीतरी जास्त महाभयंकर होतं. *युलिसिस*वरही प्रदीर्घ अनुभव असणाऱ्या माणसांची मुळीच कमतरता नव्हती; जगभरात सगळीकडे जहाजांवरून जाऊन आलेले अनेक लोक तिथे होते. पण सगळ्यांचंच एकमत झालं, की इतक्या वर्षांमध्ये आपण अनुभवलेलं एकही वादळ या वादळाच्या आसपासही येऊ शकणार नाही.

रात्री दहा वाजता जहाजावरची सगळी दारं आणि हॅचेस बंद करण्यात आल्या, कोणालाही डेकवर जायला मनाई करण्यात आली. जहाजाला पाण्यात सोडल्यापासून प्रथमच सगळ्या गन-टरेटवरच्या आणि मॅगझिन्सवरच्या माणसांना काढून घेण्यात आलं, आणि नेहमीचे सगळे पहारेसुद्धा बंद करण्यात आले. एवढ्या अनुभवी, अबोल स्वभावाच्या कॅरिंग्टनलाही कबूल करणं भाग पडलं, की कॅरिबिअन भागातल्या १९३४ आणि १९३७ सालच्या त्या दोन प्रचंड वादळांमध्ये, जेव्हा त्याला समुद्रात आता आपल्या ताब्यात असलेली दोन जहाजं कुठे न्यावी हेच कळेनासं झालं होतं, आणि या दोन्ही प्रसंगी वादळांच्या आवर्तांच्या अत्यंत धोक्याच्या असलेल्या खालच्या उजव्या एकचतुर्थांश भागात चक्क नांगर टाकावा लागला होता, ती वादळंसुद्धा या आताच्या वादळापुढे काहीच नव्हती. पण ती दोन जहाजं –एक ३००० टनी ट्रॅम्प आणि न्यूयॉर्कला डांबर वाहून नेत असलेला एक जुनाट, मोडीत काढायच्या लायकीचा टँकर – *युलिसिस*च्या तुलनेत समुद्रात नेण्याच्यासुद्धा लायकीची नव्हती. *युलिसिस* या वादळात तग धरेल याबद्दल त्याला जराही शंका नव्हती. पण त्याला, किंवा जहाजावरच्या इतर कोणालाच अंदाज नव्हता, की हे वादळ म्हणजे पुढे येणाऱ्या खऱ्या भयानक वादळाचा अग्रदूत आहे. उत्तर ध्रुवावरून येणारं ते खरं महाभयानक वादळ कोट्यवधी वर्षांपूर्वीच्या एखाद्या प्रचंड, हिंस्र जनावरासारखं दबा

धरून बसलेलं होतं. रात्री २२.३० वाजता *युलिसिस*नं आर्क्टिक अक्षवृत्त ओलांडलं आणि त्या पशूनं अखेर *युलिसिस*वर झेप घेतली.

त्या वादळानं केलेला हल्ला इतका जबरदस्त होता, की त्याच्या प्रचंड ताकदीमुळे माणसांची मनं आणि शरीरं सुन्न होऊन गेली. त्याची नखं म्हणजे भयानक वेगानं येणारे बर्फाचे अणकुचीदार बाण होते, आणि त्यांच्या आघातांमुळे माणसांचे चेहरे गोठून रक्तबंबाळ होत होते; त्याचे कराल सुळे म्हणजे शून्यापेक्षाही कमी तापमानाचा, १२० नॉटपेक्षाही वेगानं येणारा वारा होता, आणि तो अंगावरच्या खास आर्क्टिक थंडीसाठी बनवलेल्या कपड्यांना टिपकागदासारखा सहजगत्या फाडून थेट हाडांपर्यंत पोचत होता; त्याचा आवाज तर जणू प्रत्यक्ष सैतानानं फोडलेल्या डरकाळ्यांसारखा वाटत होता; त्याचं वजन म्हणजे त्या भयानक वाऱ्याचा प्रचंड जोर होता, त्यामुळे माणसं सहज उचलली जाऊन दूर कशावर तरी आदळून हाडंबिडं मोडून बेशुद्ध होऊन खाली पडत होती. ग्रीनलंडचा ५०० मैलांचा बर्फाच्छादित प्रदेश पार करून आलेलं हे वादळ आधीच भयंकर खवळलेल्या समुद्राशी सैतानी संधान बांधून एकट्याच कचाट्यात सापडलेल्या बिचाऱ्या *युलिसिस*वर हल्ल्यांवर हल्ले चढवत होतं.

खरं म्हणजे निसर्गाच्या त्या तांडवात *युलिसिस*ची अवतारसमाप्तीच व्हायला हवी होती. एवढ्या प्रचंड निसर्गप्रकोपात खरं तर कोणतीही मानवनिर्मित वस्तू वाचण्याची सुतराम शक्यता नव्हती. वादळाच्या आणि समुद्राच्या असह्य रेट्यापुढे ती पाण्यात दाबली जाऊन बुडायला हवी होती, किंवा उलटी व्हायला हवी होती, किंवा तिचा कणा मोडायला हवा होता, किंवा ती चक्क फुटून तिचे तुकडेतुकडे व्हायला हवे होते. पण *युलिसिस*चं असं काहीही झालं नाही.

ती एवढ्या महाभयानक संकटामधून कशी तगून राहिली, देवच जाणे! थेट समोरून अंगावर आदळणाऱ्या वाऱ्यामुळे ती कधी वर उचलली जात होती, तर कधी ४५ अंशांपेक्षाही जास्त कोनात पाण्यात कलंडत होती, कधी ४०-५० फूट उंचीच्या महाकाय लाटा तिला लीलया वर उचलत होत्या आणि ती त्याहीपेक्षा खोल दऱ्यांमध्ये अक्षरशः जाऊन आदळत होती, आणि त्या भयंकर हादऱ्यांमुळे तिची धातूची प्रत्येक प्लेट, प्रत्येक रिव्हेट प्रचंड जोरानं थर्रर असं वाजत होतं. कितीतरी वेळ वाजतच राहत होतं. त्या पोलादी प्लेट्सवर आणि रिव्हेट्सवर इतका प्रचंड दाब येत होता, की इतका दाब सहन करण्याच्या दृष्टीनं ती बनलेलीच नव्हती. तरीही त्या प्लेट्स यातूनही तग धरून राहत होत्या. ती टिकून राहिली हा एक मोठा चमत्कारच होता; पण इतक्या प्रचंड ताकदीच्या, एकामागून एक होणाऱ्या हल्ल्यांमुळे आता तिचीही शक्ती हळूहळू कमी होत होती. ती आता उजव्या कुशीवर असहाय अवस्थेत, थकून पडलेली होती. उजव्या बाजूच्या सगळ्या तोफा पार खाली माना

घालून पाण्याकडे बघत होत्या. आणि तिथून अर्ध्या मैलावर एक पर्वतासारखी उंचच उंच पाण्याची भिंत गर्जना करत, निपचित पडलेल्या *युलिसिस*वर चाल करून येत होती.

पण या वेळी 'ड्यूड' तिचा तारणहार ठरला. 'ड्यूड', किंवा त्याला काही जण 'पर्सिल' असंही म्हणायचे, पण तो होता इंजिनिअर-कमांडर डॉडसन. वादळ आलं, तेव्हा डॉडसन नेहमीप्रमाणेच स्वच्छ, पांढराशुभ्र ओव्हरऑल घालून इंजिन रूममध्ये आपल्या जागेवर बसलेला होता. जहाजाचा ताबा कुणाच्याच हाती नाहीय, पहिल्या दणक्यामधून ब्रिजवरचा कोणीही माणूस अजून सावरलेला नाहीय, क्वार्टर-मास्टर फेकला जाऊन व्हील हाउसच्या एका कोपऱ्यात बेशुद्ध पडलाय, आपला पोरसवदा साथीदार इतका सुन्न झालाय, की त्याला ते वेड्यासारखं फिरणारं व्हील हातात घ्यायचं भानच राहिलेलं नाहीय, हे काहीही समजण्याचा कोणताही मार्ग त्याच्याकडे नव्हता. पण त्याला हे मात्र माहीत होतं, की *युलिसिस* एका अंगावर पार कलंडलीय आणि तिची संपूर्ण आडवी बाजू जवळजवळ वादळाच्या समोर आलीय.

त्यानं ब्रिजशी बोलण्याच्या ट्यूबमध्ये अनेकदा ओरडून सांगितलं, पण तिकडून काहीच प्रतिसाद आला नाही. म्हणून शेवटी डावीकडच्या कंट्रोलच्या उपकरणांकडे हातानं दाखवत तो आपल्या इंजिनिअर डब्ल्यूओच्या कानात 'सावकाश' असं घसा फोडून ओरडला, आणि ताबडतोब त्यानं उजव्या बाजूच्या व्हीलकडे झेप घेतली.

फक्त अजून पंधरा सेकंदांचा उशीर झाला असता, तर *युलिसिस* खलास झाली असती. पण उजव्या बाजूच्या प्रॉपेलरचा वेग वाढू लागला, आणि त्यामुळे जहाजाची दिशा थोडीतरी बदलली, आणि ती प्रचंड पर्वतप्राय लाट जहाजाला आपल्या समोरच्या बाजूवर घेता आली, मागची बाजू पुरेशा प्रमाणात पाण्यात रुतली, आणि *युलिसिस* नाक वर करून त्या लाटेच्या शिखरावर आरूढ झाली. लगेचच ती लाटेमागच्या पाण्याच्या खोल दरीत कोसळली, आणि संपूर्ण जहाजामधून तेच हादऱ्याचे आवाज पुन्हा ऐकू आले. तिचं संपूर्ण नाक आणि पुढची बाजू पाण्यात खोलवर बुडाली, पण निदान आता तिचं नाक लाटांच्या समोर आलेलं होतं. ती पाण्याच्या वर आल्याबरोबर त्यानं आपल्या डब्ल्यूओला प्रॉपेलरचा वेग वाढवायची खूण केली, आणि उजव्या इंजिनचा वेग कमी केला.

डेक्सच्या खालच्या भागांमध्ये सगळीकडे सगळ्या प्रकारच्या वस्तू वाटेल तशा विखरून पडलेल्या होत्या. मेस-डेक्सवर स्टीलचे लॉकर्स जागा सोडून जिकडेतिकडे पडलेले होते, अनेक लॉकर्स फुटून आतलं सामान बाहेर पसरलेलं होतं. हॅमॉक्स त्यांच्या रॅक्सवरून खाली पडलेले होते, काचसामानाचा चुराडा तर सगळीकडेच दिसत होता. टेबलं, स्टुलं पिरगाळली गेलेली होती. पुस्तकं, पेपर, चहाची भांडी,

किटल्या...सगळीकडे पसरलेल्या वस्तूंचं साम्राज्य होतं. आणि या सगळ्या गोंधळात घाबरलेली, थकलेली, शिव्यांचा भडिमार करणारी शेकडो माणसं कसंबसं उठायचा प्रयत्न करत होती. कोणी वाकलेले होते, कोणी बसलेले होते, तर कोणी निपचित पडलेले होते.

सर्जन-कमांडर ब्रुक्स, लेफ्टनंट निकोल्स, आणि जवळजवळ तिसऱ्या डॉक्टरचं काम करणारा जहाजाचा पाद्री, तिघंही जण जखमी लोकांची शुश्रूषा करण्याचं काम अथकपणे करत होते. त्यांचा मदतनीस अनुभवी लीडिंग एसबीए जॉन्सनचा आधीच काही उपयोग नव्हता; त्याला जहाज आधीच लागलेलं होतं, आणि तो स्वतःच उलट्यांनी बेजार होता. त्यानं तर आपण काम करू अशी आशा करण्याचंच सोडून दिलेलं होतं.

जखमी माणसांनी ती छोटीशी सिक बे ओसंडून वाहत होती. एकीकडे *युलिसिस* कसाबसा जीव वाचवायचा प्रयत्न करत होती, आणि इकडे तिच्या पोटात जखमी लोकांची नुसती रीघ लागलेली होती. कोणी आपल्या पायांनी चालत येत होते, तर कित्येक जणांना उचलून आणलं जात होतं. साध्या जखमा, भळभळत्या जखमा, निखळलेले सांधे, तुटलेली हाडं... त्या रात्री त्या तिघा डॉक्टरांच्या समोर सगळ्या प्रकारांनी जखमी झालेली माणसं येत होती. नशिबानं गंभीर जखमी लोकांची संख्या फारच कमी होती, आणि तीन तासांनंतर सिक बेमध्ये ज्यांना दाखलच करून घ्यावं लागलं, असे फक्त नऊ लोक होते. त्यात ए. बी. फेरीचाही समावेश होता – त्याचा आधीच तुटलेला हात आणखी दोन नवीन ठिकाणी मोडला होता. जखमी लोकांना जागा करून देण्यासाठी रायले आणि त्याच्या साथीदारांची, त्यांच्या विरोधाला न जुमानता उचलबांगडी करण्यात आली.

साधारण २३.३० वाजता निकोल्सला कॅपॉक किडवर उपचार करण्यासाठी कॉल आला. प्रचंड हेलकावे खात असलेल्या त्या जहाजामधून तो आपटत, अडखळत, धडपडत निघाला, आणि शेवटी त्याला कॅपॉक किड त्याच्या केबिनमध्ये सापडला. फारच दुःखीकष्टी दिसत होता तो. निकोल्सनं त्याच्याकडे जरा बारकाईनं बघितलं. कॅपॉक किडला कपाळावर एक मोठी खोक पडलेली दिसत होती, आणि त्याच्या त्या कॅपॉकमधून त्याचा सुजलेला घोटा डोकावत होता. म्हणजे त्याला बरंच लागलेलं होतं खरं, पण काळजी करण्यासारखं काहीच नव्हतं. त्याचा चेहरा मात्र तो बराच काळजीत असल्याचं सांगत होता. निकोल्स मनातल्या मनात हसला.

"काय, होरेशिओ? काय झालंय म्हणे तुला?" निकोल्सच्या आवाजात त्याला जराही काळजी वाटत असल्याचं जाणवत नव्हतं. "परत दारू पितोयस की काय?"

"माझ्या पाठीला काहीतरी झालंय, जॉनी." कॅपॉक किड पुटपुटला, आणि

बंकवर पालथा झोपला. "जरा बघ ना."

निकोल्सच्या चेहऱ्यावर एकदम काळजी दिसू लागली. त्यानं एक पाऊल पुढे टाकलं, पण लगेच तो थबकला.

"कसं बघणार?" त्यानं कावून म्हटलं. "तुझा तो एवढा जाडजूड, घाणेरडा डगला घातलायस अंगात, मी कशी बघू तुझी पाठ?"

"तेच तर म्हणतोय मी." कॅपॉक किडनं चिंतातुर आवाजात म्हटलं. "अरे, मी त्या सर्चलाइटच्या कंट्रोल्सवर फेकला गेलो. इतकी सगळी बटनं आणि मुठी आहेत त्याला. बघ ना जरा. फाटलाय का तो कुठे? उसवलाय का? त्याची शिवण-"

"अं? म्हणजे तुला असं म्हणायचंय का -?" निकोल्सनं अविश्वासानं म्हटलं. कॅपॉक किडनं त्याच्याकडे मोठ्या आशेनं पाहिलं.

"म्हणजे माझी पाठ ठीक आहे म्हणतोयस?"

"हो, प्रश्नच नाही. त्या तुझ्या जाड डगल्यामधून तुला इतकं लागणं शक्यच नाही. तुझी पाठ दुखावली असती, तर तू असा नीट चालू शकला नसतास. पाठ दुखावली म्हणे! तुला डॉक्टरची नाही, शिंप्याची गरज आहे! मग मला कशाला?"

"बस. पुरे!" कॅपॉक किडनं चटकन उठून पाय खाली ठेवले, आणि एक हात वर केला. "जा, अजून बरंच काम आहे तुला." त्यानं कपाळावरच्या जखमेला हात लावला. "इथे टाके घाल. चल, आवर लवकर. मला कामं आहेत अजून. माझ्यासारख्या माणसाची ब्रिजवर फार गरज आहे... आपण नेमके कुठे आहोत याची निदान पुसटशी कल्पना असलेला मी एकटा माणूस आहे या जहाजावर." कापसाच्या बोळ्यानं त्याची जखम साफ करत निकोल्स हसला.

"असं? मग कुठे आहोत आपण?"

"कोण जाणे?" त्यानं मोकळेपणानं सांगितलं. "म्हणून तर घाई आहे मला...पण मी कुठे होतो हे मात्र मला चांगलं माहीतंय. मी हेन्लेमध्ये होतो. तुला एक गंमत सांगतो..."

युलिसिस तगूनच राहिली. संपली नाही. त्या रात्री ती नांगर टाकून उभी राहिली. तिच्या समोरून, उजव्या बाजूनं वारा येत होता. पुन्हापुन्हा तिचं नाक लाटांमधल्या खोल घळींमध्ये पाण्यात जाऊन आदळत होतं. आता ती काही पाण्याच्या त्या भयंकर घुसमटवणाऱ्या वजनातून, रेट्यातून वर येणं शक्य नाही असं वाटत होतं; पण पुन्हापुन्हा ती तशीच थरथरत, हेलकावत वर येत होती. पहाट होण्याआधी तिच्यावरच्या माणसांनी, तिला जन्म देणाऱ्या क्लाइड शिपयार्डचे हजारदा तरी आभार मानले, दुवा दिल्या. निदान हजार वेळा त्यांनी *युलिसिस*ची कसोटी पाहणाऱ्या त्या महाभयानक वादळाला शिव्याशाप दिले.

कधीकधी तर ते वादळ इतकं कावेबाजपणानं वागत होतं, की हा वादळाच्या रूपातला कोणी माणूस असावा की काय, अशी शंका यावी. पहिल्या हल्ल्यानंतर थोड्याच वेळात वाऱ्यानं अचानकपणे, निसर्गाचे सर्व नियम धाब्यावर बसवून, इतकी वेगानं दिशा बदलली होती, की *युलिसिस*ला वाऱ्याचा आणि लाटांचा भयानक मारा सहन करावा लागला होता. पहिल्याच झटक्यात तिचे प्राण जणू कंठाशी आले होते. युद्धात जसा गनिमी कावा असतो, किंवा 'सरप्राइज एलिमेंट' असतं, तशी अचानक कुठूनशी एक भयानक लाट *युलिसिस*च्या शेजारून जाताजाता अकल्पितपणे दिशा बदलून *युलिसिस*च्या डेकवर आदळायची, आणि डेकवरच्या एखादी बोट वगैरेच्या चिरफळ्या उडवायची. एका तासाच्या आत तिच्यावरचा तराफा, मोटरबोट आणि व्हेलर जातीच्या दोन बोटी खलास झालेल्या होत्या. अशाच लाटांमुळे जहाजावर घट्ट बांधलेले कार्ली राफ्टही वाहून गेले, आणि बाल्सा लाकडाचे चार फ्लोटही गेले.

पण वादळानं सगळ्यात जास्त धूर्तपणे चढवलेला हल्ला जर कोणता असेल, तर तो होता थेट पूप-डेकवरचा. वादळ ऐन भरात असताना सहा स्फोट झाले – जवळजवळ सहाच सेकंदांमध्ये आणि जहाजाचा मागचा भाग पाण्यामधून जवळजवळ पूर्णपणे वर उचलला गेला. मागच्या बाजूच्या मेस-डेक्सवर एकच गोंधळ उडाला. मागच्या इंजिनरूमच्या पाठीमागचा प्रत्येक दिवा फुटला किंवा लागेनासा झाला, त्या अंधारामुळे गोंधळात आणखीच भर पडली आणि 'जहाजाला टॉर्पेडो लागलाय!', 'पाणसुरुंग लागलाय!', 'जहाज बुडतंय!' वगैरे किंचाळ्या उठू लागल्या. थकलीभागली, जखमी झालेली, झोपलेली, जागी असलेली सगळी माणसं जिवाच्या आकांतानं दारांकडे आणि हॅचेसकडे सैरावैरा धावत सुटली. पण सगळी दारं आणि हॅचेस कडाक्याच्या थंडीमुळे गोठून घट्ट बसलेली होती. दिव्यांची सर्किट्स नादुरुस्त झाल्यामुळे कुठेकुठे ऑटोमॅटिक बॅटरीवरचे दिवे लागले होते; पण त्यांच्या त्या जेमतेम प्रकाशात धडपडत असलेल्या माणसांचे ते थकलेले, डोळे खोल गेलेले, मान पडलेले चेहरे आणखीच भेसूर दिसत होते. खरंतर परिस्थिती हाताबाहेर जाण्याच्या बेतातच आलेली होती; पण त्या सगळ्या गोंधळाच्या वर ताण करून एक खरमरीत, तिरकस आवाज सगळ्यांना ऐकू आला. तो आवाज राल्स्टनचा होता. रात्री नऊ वाजायच्या आधीच कॅप्टन व्हॅलेरीच्या हुकमावरून राल्स्टनची सुटका करण्यात आली होती. कैद्यांना बंदिवासात ठेवण्याच्या कोठड्या जहाजाच्या अगदी पुढच्या टोकाच्या भागात होत्या. इतक्या प्रचंड वादळात, थेट समोरून येणाऱ्या पर्वतप्राय लाटांमध्ये त्या कोठड्यांमध्ये कुणीही राहणं जवळजवळ अशक्यच होतं, त्यामुळे त्याला सोडलेलं होतं. तरीही हेस्टिंग्जनं मोठ्या कष्टांनी, अत्यंत अनिच्छेनं त्याला मुक्त केलं होतं.

"अरे बावळटांनो, ते आपलेच डेप्थ-चार्जेस उडताहेत! काही प्रकाश पडतोय

का डोक्यात - आपलेच डेप्थ-चार्जेस उडताहेत!'' त्याच्या बोलण्यातल्या शब्दांपेक्षा त्याच्या त्या आवाजातल्या बोचऱ्या तिरकसपणामुळेच निम्म्याहून जास्त काम झालं. डोकी सुन्न झालेली, पार गडबडून गेलेली माणसं जागीच थबकली. ''मी पुन्हा सांगतो तुम्हाला ते आपलेच डेप्थ-चार्जेस असले पाहिजेत, आणि ते लाटांमुळे समुद्रात वाहून गेल्यामुळे त्यांचे स्फोट होत असले पाहिजेत!''

तो बोलला ते खरंच होतं. लाटांच्या तडाख्यांमुळे एका रॅकवरचे सगळे डेप्थ-चार्जेस सुटले होते, आणि खाली समुद्रात पडले होते. कोणाच्या तरी नजरचुकीमुळे ते अगदी उथळ पाण्यात उडतील अशा पद्धतीनं सेट केले होते. बहुधा स्कापा फ्लो-मधल्या त्या छोट्या पाणबुडीसाठी असावेत - आणि ते समुद्रात पडून जहाजाच्या जवळजवळ थेट खाली त्यांचे स्फोट झाले होते. पण नशिबानं त्यांच्यामुळे अगदीच थोडं नुकसान झालेलं दिसत होतं.

अगदी पुढच्या भागात असलेल्या 'ए' मेस-डेकवर परिस्थिती यापेक्षाही वाईट होती. इथे खूपच जास्त नासधूस झालेली होती, नुकसानही झालेलं होतं, आणि जहाज लागल्यामुळे प्रचंड प्रमाणात उलट्या होऊन माणसं आजारी पडण्याचं प्रमाण खूप जास्तही होतं आणि गंभीरही होतं – इथे लोकांना अत्यंत वेदनादायक उलट्या होत होत्या, आणि त्यांत मोठ्या प्रमाणात रक्तही पडत होतं, कारण जहाजाचं नाक गेले कित्येक तास सतत, एकेका वेळी तीस, चाळीस, पन्नास फूट वर उचललं जात होतं, आणि त्यापेक्षाही प्रचंड वेगानं खाली उतरून पाण्यात घुसत होतं. पण आणखी एक अत्यंत वाईट गोष्ट होती, आणि तिच्यामुळे मेस-डेकवर थांबणं वाढत्या वेगानं अशक्य होत होतं.

मेस-डेकला लागूनच असलेल्या कॅप्स्टन फ्लॅटच्या पुढच्या टोकाला जहाजाची बॅटरीरूम होती, आणि या बॅटरीरूममध्ये शंभर पौंड वजनाच्या मोठमोठ्या अवजड लेडॲसिडच्या बॅटऱ्यांपासून अगदी छोट्या निकेल-कॅडमियम सेल्सपर्यंतच्या शंभरेक बॅटऱ्या एक तर नुसत्या ठेवलेल्या होत्या, किंवा चार्जिंगला लावून ठेवलेल्या होत्या. त्याचबरोबर इथे, तयार केलेल्या ॲसिडच्या मातीच्या बरण्या होत्या, आणि सौम्य न केलेल्या सल्फ्युरिक ॲसिडच्या मोठ्या काचेच्या बरण्याही होत्या. या सगळ्या गोष्टी तिथे कायमच्या साठवून ठेवलेल्या होत्या. समुद्र खवळलेला असला तर सल्फ्युरिक ॲसिडच्या काचेच्या मोठ्या बरण्यांभोवती घट्ट पट्टे बांधून त्या जखडून ठेवलेल्या असत, तशा त्या आताही जखडून ठेवलेल्या होत्या.

नेमकं काय झालं हे कुणालाच समजलं नाही. पण बहुतेक शक्यता अशीच होती, की जहाज सतत हेलकावे खात असल्यामुळे बॅटऱ्यांमधून बाहेर सांडलेल्या ॲसिडनं ते पट्टे जाळले असावेत. नंतर एखादी बॅटरी जागची सुटली असावी, मग ती दुसऱ्या, मग ती बॅटरी तिसऱ्या, अशा एकामागून एका बॅटऱ्या एकमेकींवर,

आणि मग त्या मातीच्या आणि काचेच्या मोठ्या बरण्यांवर आदळल्यामुळे बऱ्याचशा बॅटऱ्या आणि बरण्या फुटल्या होत्या, आणि सरतेशेवटी त्या संपूर्ण खोलीमध्ये पाच-सहा इंच उंचीचं सल्फ्युरिक ॲसिड खाली जमिनीवर सांडलं होतं. नशीब इतकंच, की ती संपूर्ण जमीन मुळातच ॲसिड-विरोधक बनवलेली होती.

नित्याची तपासणी करत असलेल्या एका टॉर्पेडोमननं खोलीचं दार उघडल्याबरोबर त्याला खाली सगळ्या खोलीभर सांडलेलं ॲसिड दिसलं होतं. तो गोंधळून गेला होता. शाळेत तो कुठे तरी शिकला होता, की कॉस्टिक सोडा ॲसिडला निष्प्रभ करतो – हा कॉस्टिक सोडाही बॅटरीरूमच्या बाहेरच मोठ्या प्रमाणात ठेवलेला होता – म्हणून त्यानं कॉस्टिक सोड्याचं एक चाळीस पौंडांचं खोकं बॅटरीरूममधल्या ॲसिडवर रिकामं केलं होतं. आता तो बिचारा आंधळा होऊन सिक बेमध्ये पडलेला होता. संपूर्ण कॅप्स्टन फ्लॅटवर ॲसिडच्या भयंकर वाफा पसरल्या होत्या. तिथे तर तोंडानाकाला ब्रीदिंगचं साहित्य लावल्याशिवाय जाणंही शक्य नव्हतं. आणि ॲसिड मंद गतीनं मागे, मेस-डेकमध्ये, शिरत होतं. त्यात भर म्हणून की काय, भरपूर मोठ्या प्रमाणात येणारं समुद्राचं खारं पाणी संपूर्ण कॅप्स्टन फ्लॅटभर, सुटलेल्या डेक-प्लेट्समधून आणि ट्यूबमधून डुचमळत होतं. एव्हाना हवेत क्लोरिन वायूचा वास जाणवायला लागलेला होता. तिथून लगेच वर असलेल्या डेकवर हार्टले आणि त्याच्या दोघा मदतनिसांनी दोरांनी स्वतःला बांधून घेऊन तिथली भोकं बुजवायचा मोठ्या धैर्यानं प्रयत्न केला होता, पण प्रचंड लाटांनी त्यांना आदळून-आपटून जवळजवळ बेशुद्ध केलं होतं, आणि शेवटी त्या तिघांना मिनिटाभरातच ओढत खाली न्यावं लागलं होतं.

खाली असलेल्या लोकांना भयंकर त्रास, धोके आणि आजार अशा तापत्रयीला तोंड द्यावं लागत होतं, तर वर ब्रिजवर असलेल्या मूठभर माणसांसाठी तर प्रत्यक्ष नरकच तिथे अवतरला होता – पौर्वात्य ग्रंथांमध्ये किंवा बायबलमध्ये वर्णन केलेला आगीचा नरक नव्हे; तर खास उत्तर युरोपातला, व्हायकिंग्ज, डेन्स, ब्योवुल्फचा, कायमची गोठवून टाकणारी थंडी असलेला नरक.

तापमान शून्याखाली फक्त १० अंश होतं, हे खरं. यापेक्षाही कितीतरी कमी तापमानात लोक जगतात, उघड्यावर कामही करतात, हे सर्वश्रुत आहे. पण जी इतकी सर्वश्रुत नाही अशी गोष्ट म्हणजे तापमान शून्याखाली, गोठणबिंदूच्या खाली गेल्यानंतर वाऱ्याच्या वेगाचा प्रत्येक जादा मैल हा तापमान आणखी एक अंशानं उतरण्यासारखा असतो. त्या रात्री एकदा नव्हे, तर कित्येक वेळा वाऱ्यानं ताशी १२५ मैलांपेक्षाही जास्त वेग गाठला– लाटांनासुद्धा सपाट करणारा, जहाजाची धुराडी जवळजवळ उपटून टाकणारा वेग होता तो. ॲनेमोमीटरला तर जणू वेड लागलंय की काय असं वाटावं, असा वेग. एकेका वेळी अनेक मिनिटं तो १००

मैलांपेक्षाही जास्त वेग कायम राखत होता– याचाच अर्थ, ब्रिजवरच्या त्या काकडलेल्या, जवळजवळ गोठून जायच्या परिस्थितीत आलेल्या जीवांसाठी तापमान शून्याच्या १०० अंशही खाली जात होतं.

एका वेळी माणूस पाच मिनिटांपेक्षा ब्रिजवर राहणं शक्य होतं. पाच मिनिटं झाली की लगेच त्याला कॅप्टनसाहेबांसाठी ठेवलेल्या त्या खास गोलाकार खोलीत पळावं लागत होतं. आणि त्या तशा वातावरणात ब्रिजवर कोणीतरी असणं ही तशीही एक औपचारिकताच होती– त्या भयाण वाऱ्यात डोळे उघडून कुठे बघणंही अशक्य होतं. थंडीनं डोळ्यांची बुब्बुळंसुद्धा गोठून गेली असती, आणि वाऱ्यानं ती बाहेर काढून फेकली असती. काचेच्या विंडस्क्रीन्समधून बाहेर बघणंही अशक्य होतं, कारण त्या वाऱ्याबरोबर येणाऱ्या बर्फाच्या कणांनी एखाद्या प्रचंड सँड-ब्लास्टरसारखे त्या काचांवर– प्लेटग्लास होती ती- असंख्य चरे आणि ओरखाडे उठवले होते.

रात्र असली तरी ती काही अंधारी रात्र नव्हती. वर, पाठीमागे, पुढे असलेल्या वस्तू दिसू शकत होत्या. वर गर्द निळं रात्रीचं आकाश, त्यात अधूनमधून चमकणारे थोडेफार तारेही दिसत होते – पण अगदी काही क्षणच, लक्तरं झालेल्या ढगांनी झाकेपर्यंत. मागे आणि पुढे दिसत होता काळाभोर समुद्र, आणि त्यावर जणू ओतलेला उकळता पांढरा रंग. काल एकामागून एक येत असलेल्या लाटांची दिसलेली परेड आता दिसत नव्हती, उंचच उंच लाटांनी डोक्यावर घातलेल्या फेसाच्या पांढऱ्या टोप्याही आता दिसत नव्हत्या. आता दिसत होते फक्त पाण्याचे छाती दडपून टाकणारे महाकाय, उंचच उंच पर्वत. फुटलेले, गोंधळलेले, कधी इकडे तर कधी तिकडे जात असलेले. पण त्यांनी दिशा मात्र एकच धरून ठेवलेली होती– दक्षिणेची. काही लाटा म्हणजे पाण्याचे फक्त लहान-मोठे उंचवटे होते. पण काही लाटांमध्ये अक्षरशः लाखो टन पाणी होतं, आणि त्या सत्तर-ऐंशी फूट उंच होत्या. क्षितिजाच्या पार्श्वभूमीवर उंचच उंच दिसणाऱ्या, हृदयात धडकी भरवणाऱ्या....कॅपॉक किडनं म्हटलं होतं तसं, अशा लाटांकडे बघायचंच नाही, चक्क दुर्लक्ष करायचं त्यांच्याकडे हाच एक उपाय होता, त्यांना न घाबरण्याचा. बहुतेक वेळा त्या लांबून पुढे निघून जात होत्या *युलिसिस*ला मधल्या पाण्याच्या खोलखोल गर्तांमध्ये ढकलून. अधूनमधून मात्र त्यांची डोकी *युलिसिस*च्या ब्रिजवर आदळत होती, आणि अशा वेळी तिथे असलेला वॉच ऑफिसर ओलाचिंब होऊन निघत होता. मग त्याला ताबडतोब तिथून हलवण्यावाचून पर्यायच नसे, कारण मिनिटाभराच्या आत त्याचा गोठून बर्फाचा पुतळा व्हायचा भयंकर धोका होता.

अजूनपर्यंत जहाज तग धरून होतं. ते इतका वेळ कसं तग धरून राहिलं, हेच मुळात एक मोठं आश्चर्य होतं. पण जहाजाला पुढचं काहीच दिसत नव्हतं; त्यामुळे आता पुढे काय होणार, ही चिंता सारखीच सगळ्यांना भेडसावायची. पुढचा समुद्र

कसा असेल? असाच म्हणजे आता होता तसाच– खवळलेला– असेल, की आणखी काही भयानक संकट पुढे वाढून ठेवलं असेल, ज्यामुळे जहाज पाण्याखाली गेल्यावर परत कधीच वर येणार नाही? हा सस्पेन्स कधीच कमी होत नव्हता. त्यात आणखी भर पडत होती, कारण जेव्हा *युलिसिस* लाटांवर चढून जोरात पुढच्या पाण्याच्या खाईत पडायची, तेव्हा ती आवाज न करता, आणि आंधळ्यासारखी पडायची. ती किती जोरात पडली, याचा अंदाज त्यांना फक्त तिच्या हालचालीवरून आणि बसणाऱ्या हादऱ्यांवरूनच करणं शक्य होतं : कारण समुद्राचे, लाटांचे आवाज त्या भयाण वेगानं वाहत असलेल्या वाऱ्याच्या आवाजात– तो वरच्या मास्टस, केबल्स, दोरांमधून जाताना जे सों-सों असे भयंकर आवाज करत होता, त्या आवाजांमध्ये पार लपून जात होते.

पहाटे दोनच्या सुमाराला– डेप्थ-चार्जेसच्या स्फोटांनंतर थोड्याच वेळानं – जहाजाच्या काही वरिष्ठ अधिकाऱ्यांनीही एक छोटंसं बंड केलं. त्याचं असं झालं, की एका तासापूर्वीच भयंकर थकून गेलेल्या, थंडीनं अक्षरश: काकडत, उडत असलेल्या कॅप्टन व्हॅलेरीला मोठ्या मिनतवाऱ्या करून ब्रिजवरून खाली जायला राजी करण्यात आलं होतं. पण डेप्थ-चार्जेसच्या स्फोटांच्या आवाजांमुळे त्याला परत जाग आली होती, आणि तो ब्रिजवर पुन्हा यायला निघाला होता. पण त्याला कमांडर टर्नर आणि कमांडर वेस्टक्लिफ या दोघांनी वाटेतच अडवलं, त्याची उचलबांगडी केली आणि एक शब्दही न बोलता सरळ त्याला त्याच्या त्या गोलाकार खोलीत नेऊन ठेवलं. टर्नरनं दार बंद करून घेतलं, आणि आतला दिवा लावला. व्हॅलेरी रागावला, पण त्यापेक्षा जास्त कोड्यातच पडला.

“हे काय? याचा– याचा अर्थ काय?”

“बंड!” टर्नरनं मोठ्यानं हसून म्हटलं. त्याचा चेहरा वाऱ्याबरोवर येणारे बर्फाचे टोकदार तुकडे लागून रक्ताळलेला होता.

“म्युटिनी ऑन द हाय सीज” असंच म्हणतात ना याला, ॲडमिरलसाहेब?”

“अगदी बरोबर.”

ॲडमिरलसाहेबांनी म्हटलं. व्हॅलेरीनं चमकून मागे वळून बघितलं. त्याच्या बंकरवर ॲडमिरल टिंडॉल शांतपणे आडवा पडलेला होता. “एका जहाजाच्या कॅप्टनवर त्याच्याच जहाजावर असताना माझा काहीही अधिकार नाही हे खरं, आणि शिवाय खरंतर मला काहीही दिसत नाहीय.” त्यानं जणू अतिशय थकल्यासारखे डोळे मिटून घेतले. पण आपण हे सोंग घेतलेलं नाही, हे फक्त त्याला एकट्यालाच माहीत होतं.

व्हॅलेरी काहीच बोलला नाही. एका कडीला धरून तो उभा होता : चेहरा पार ओढलेला, डोळे तांबडेलाल झालेले, आणि अर्धवट झोपेमुळे तो जणू नशेत आहे

की काय, अशी शंका यावी असे. त्याच्याकडे बघत असलेल्या टर्नरच्या काळजाला घरं पडत होती. त्यानं बोलायला सुरुवात केली. त्याचा आवाज अगदी हळू होता, आणि स्वरात अजिजी होती. तो असं कधीच बोलत नाही हे लक्षात येऊन व्हॅलेरीचं लक्ष त्याच्याकडे गेलं.

"सर, आत्ता या रात्री जहाजाच्या कॅप्टनचं तसं काहीच काम नाही. एक समुद्र आणि वारा सोडला, तर बाकी कुठलाही धोका जहाजाला असण्याची सुतराम शक्यता नाही, हे पटतंय?"

व्हॅलेरीनं न बोलता मान डोलावली.

"आत्ता फक्त जहाज चालवणाऱ्यांसाठी काम आहे. माझ्या म्हणण्याचा वेगळा अर्थ काढू नका, सर, पण आपल्यापैकी कोणीही कॅरिंग्टनच्या श्रेणीत मोडत नाही – माझ्यासकट. तो माणूसच ग्रेट आहे. त्याचा दर्जाच वेगळा आहे."

"माझ्याबरोबर तू स्वतःलाही कॅरिंग्टनपेक्षा कमी दर्जाचा गणतोयस, कमांडर. हे बघून फार बरं वाटलं." व्हॅलेरी पुटपुटला. "पण त्याची काहीच गरज नव्हती."

"फर्स्ट लेफ्टनंट कॅरिंग्टन आता उरलेली रात्रभर ब्रिजवर राहील. त्याच्याबरोबर हा वेस्टक्लिफही असेल. आणि मीही असेन,"

"आणि मीही." टिंडॉलनं मध्येच म्हटलं. "फक्त मी झोपलेला असेन." खरंतर तोसुद्धा जवळजवळ व्हॅलेरीइतकाच गळाठलेला, थकलेला दिसत होता.

"थँक्यू, सर!" टर्नरनं हसून म्हटलं. मग तो परत व्हॅलेरीकडे वळला. "चला, सर. आता ब्रिजवर रात्रभर जरा गर्दी असणार आहे....आपण ब्रेकफास्टनंतर भेटू."
"पण–"

"आता पण नाही आणि परंतु नाही," वेस्टक्लिफ पुटपुटला.

"प्लीज, सर." टर्नरनं आग्रहच धरला. "आता नाही म्हणू नका. आमच्यावर उपकार होतील तुमचे."

व्हॅलेरी त्याच्याकडे वळला. "या जहाजाचा कॅप्टन म्हणून...." तो मध्येच बोलायचा थांबला. "काय बोलावं हेच मला समजत नाहीय..."

"पण मला माहीतंय." टर्नरनं चटकन म्हटलं आणि आपला हात व्हॅलेरीच्या कोपरावर ठेवला.

"चला."

"मी एकटा जाऊ शकणार नाही असं वाटतंय, हो ना?"

व्हॅलेरी फिकट हसला.

"नक्कीच जाऊ शकाल, सर. पण मला कोणताही धोका पत्करायचा नाही."
"ऑल राइट, ऑल राइट." व्हॅलेरीनं नाइलाजानं सुस्कारा सोडत म्हटलं. "शांतपणे जगण्यासाठी काय-काय करावं लागतं माणसाला...आणि रात्रभरच्या झोपेसाठी!"

मोठ्या अनिच्छेनं, खूप प्रयत्न करून एकदाचं लेफ्टनंट निकोल्सनं स्वतःला गाढ झोपेच्या धुक्यामधून कसंबसं वर आणलं. अगदी सावकाश त्यानं डोळे उघडले. *युलिसिस* अजूनही आधीसारखीच प्रचंड हेलकावे खात होती, लाटांवरून खालच्या खोल गर्तांमध्ये कोसळत होती. त्यानं डोळे उघडले, आणि त्याच्यासमोर आला तो कॅपॉक किडचा हसरा चेहरा- कपाळावर बँडेज बांधलेला, आणि चेहऱ्यावरही ठिकठिकाणी रक्त असलेला.

"अरे वा, वा, वा." कॅपॉक किड मोठ्या मजेनं हसला. "आज कशी आहे आपली तब्येत?" त्यानं डॉक्टर लोकांचं ते खास वाक्य डॉक्टरांच्याच थाटात उच्चारलं. द ऑनरेबल कार्पेंटरमहाशयांच्या दृष्टीनं डॉक्टरी व्यवसाय अगदीच खालच्या दर्जाचा होता.

निकोल्सची भिरभिरती नजर एकदाची त्याच्या चेहऱ्यावर स्थिरावली. "काय झालं, अँडी? काही गडबड झालीय का?"

"मि. कॅरिंग्टन आणि मि. कार्पेंटरच्या हातात जहाज असताना काही गडबड होणं शक्यच नाही!" कॅपॉक किडनं मोठ्या तोऱ्यात म्हटलं. "वर येऊन कॅरिंग्टन कसं काम करतोय, बघायचंय? तो जहाज मागे वळवणार आहे. या असल्या वातावरणात तर जरूर बघावी अशी गोष्ट असेल ती!"

"काय? डॅम इट! एवढ्यासाठी उठवलंस तू मला?"

"अरे बाळा, जेव्हा जहाज वळेल तेव्हा तू उठशीलच आपोआप– बहुतेक डेकवर, मान मोडलेल्या अवस्थेत. पण आत्ता काय झालंय, की जिमीला तुझी मदत हवीय– निदान तुझ्या दवाखान्यात ते चौकोनी प्लेट- ग्लासचे तुकडे असतात ना, त्यांतला एक त्याला हवाय. पण दवाखान्याला कुलूप आहे; मी ते उघडायचा प्रयत्न केला, पण मला जमलं नाही ते." त्यानं निर्लज्जपणे म्हटलं.

"पण– प्लेट- ग्लास...म्हणजे त्याला कशाला-"

आता पहाट झालेली होती. कालच्या त्या भयावह दुःस्वप्नाला शोभेल अशीच, भीतिदायक. वाफेचे पांढऱ्या धुक्यासारखे दिसणारे विचित्र पट्टे– एखाद्या भयपटात शोभतील असे– अगदी जहाजाच्या मास्टच्या उंचीवरून मागे निघून जात होते, पण त्यांच्यावरचं आकाश चांगलं स्वच्छ, निरभ्र होतं. समुद्राच्या लाटांची उंची अजूनही प्रचंड असली तरी रात्रीच्या मानानं ती बरीच कमी झालेली होती. आणि जाडीही पुष्कळच उतरलेली होती. *युलिसिस*चा वेग एकदमच मंदावलेला होता, डोकं जेमतेम पाण्यावर ठेवण्याइतक्या वेगानं ती पुढे जात होती, आणि तरीही थेट समोरून येत असलेल्या लाटांचे प्रचंड रट्टे खात होती. वाऱ्याचा वेगही आता ताशी

पन्नास नॉटवर स्थिरावलेला होता, आणि तरीही त्या वाऱ्यानं, निकोल्सनं फ्लॅप-डेकवर पाय ठेवताक्षणीच त्याच्या फुफ्फुसांना जणू थंडगार चटके दिले, आणि त्याला बर्फानं आणि थंडीनं आंधळं केलं. घाईघाईनं त्यानं एकावर एक स्कार्फ आपल्या संपूर्ण चेहऱ्यावर बांधले, आणि केवळ स्पर्शज्ञानाचा वापर करत तो कसाबसा ब्रिजवर चढला. त्याच्यापाठोपाठ कॅपॉक किड हातात प्लेट-ग्लास घेऊन वर चढला. ते चढत असतानाच लाउड स्पीकर्समधून त्यांना कसलासा एक संदेश ऐकू आला. तो काय होता हे त्यांना जवळजवळ अजिबातच ऐकू गेलं नाही. पहाटेच्या त्या अर्धवट प्रकाशात ब्रिजवर फक्त टर्नर आणि कॅरिंग्टन असे दोघंच होते. इजिप्शियन ममीजसारखं त्यांनी आपलं संपूर्ण शरीर झाकून घेतलेलं होतं. त्यांचे डोळेसुद्धा दिसत नव्हते– त्यांनी गॉगल्स घातलेले होते.

"गुड मॉर्निंग, निकोल्स!" टर्नरनं मोठ्या उत्साहात ओरडून त्याचं स्वागत केलं. "तू निकोल्सच आहेस ना?" त्या थंडगार वाऱ्याकडे पाठ करून त्यानं डोळ्यांवरचा गॉगल काढला आणि तिरस्कारानं दूर भिरकावून दिला. "काहीएक दिसत नाही या गॉगल्समधून...आहा, नंबर वन! अरे, यांनी ती प्लेट-ग्लास आणलीय. कंपासप्लॅटफॉर्मच्या आसऱ्याआड निकोल्स वाकून उभा राहिला. एका कोपऱ्यात सगळीकडे गॉगल्स, डोळ्यांवर घालायची आय-शील्ड आणि गॅस-मास्क पडलेले होते. निकोल्सनं तिकडे मानेनं निर्देश केला. "हे काय चाललंय? क्लिअरन्स सेल लागलाय का इथे?"

"आपण मागे वळतोय, डॉक्टर." कॅरिंग्टननं परस्पर उत्तर दिलं. त्याचा आवाज नेहमीसारखाच शांत, स्वच्छ होता. तो थकलेला असल्याचं कसलंही चिन्ह त्याच्या आवाजात जाणवत नव्हतं. "पण आपण नेमके कुठे जातोय, हे तरी आपल्या दिसलं पाहिजे ना? आणि कमांडरसाहेब म्हणतात तसे हे इथे पडलेले गॉगल्स वगैरे अगदी निरुपयोगी आहेत. थंडीमुळे त्यांच्यावर लगेचच बर्फ जमतंय. त्यामुळे तू ही प्लेट-ग्लास धर. ही अशी, आणि अँडी, तू ती साफ करत चल." निकोल्सनं समुद्राकडे एकच कटाक्ष टाकला, आणि तो नखशिखान्त थरारला. "मला माहीत नाही म्हणून विचारतो, की आपण मुळात मागेच कशासाठी वळायचं?"

"कारण अगदी थोड्याच वेळात मागे वळणं अशक्य होणार आहे, म्हणून." कॅरिंग्टननं अगदी थोडक्यात उत्तर दिलं. मग तो किंचित हसला. "आता मला या जहाजावरचे सगळे लोक जाम शिव्या घालणार आहेत. आत्ताच आपण लाउड स्पीकरवरून सगळ्यांना धोक्याचा इशारा दिलाय.

"रेडी, सर?"

"स्टँड बाय, इंजिनरूम. स्टँड बाय, व्हीलहाउस. सगळे तयार राहा."

"तीस सेकंद, पाऊण मिनिट, एक संपूर्ण मिनिट कॅरिंग्टन निकोल्सच्या

हातातल्या प्लेट-ग्लासमधून एकटक, पापणीही न लवता बघत होता. निकोल्सचे हात गोठून गेले. जवळच कॅपॉक किड न थांबता काच पुसत होता.

नंतर :

''डावं इंजिन– निम्म्या पॉवरनं पुढे!''

''डावं इंजिन निम्म्या पॉवरनं पुढे!''

टर्नरनं तोच हुकूम परत दिला.

''उजवं इंजिन– वीस टक्के पॉवर!''

''उजवं इंजिन- वीस टक्के पॉवर!''

निकोल्सनं हळूच खांद्यावरून मागे कटाक्ष टाकला. डोळ्यांत पाणी येऊन त्याला दिसेनासं व्हायच्या आत त्याला एक प्रचंड लाट त्यांच्याच रोखानं येताना दिसली. जहाज एव्हाना तिच्यापासून दूर वळायला लागलेलंही होतं. माय गॉड! ही लाट जाईपर्यंत या कॅरिंग्टननं वाट का नाही बघितली?

हत्तीनं गवताची पेंडी उचलून फेकून द्यावी तितक्या सहजतेनं त्या प्रचंड लाटेनं *युलिसिस*चं नाकाड वर ढकलून दिलं, तिला उजव्या बाजूवर जोरानं दाबलं, आणि मग ती लाट तिच्याखालून निघून गेली. *युलिसिस* त्या लाटेच्या माथ्यावरून धडपडत पुढे गेली, भेलकांडत खाली घसरत गेली. झाडाच्या बुंध्यांसारखे घेरेदार दिसणारे तिचे ते बर्फानं लगडलेले, चमकदार पांढरे शुभ्र मास्टस जोरजोरात हेलकावत होते. आणि मग तिच्या डाव्या बाजूचे कठडे उंचावत चाललेल्या पुढच्या लाटेच्या पोटात घुसले.

''डावं इंजिन– फुल पॉवरनं पुढे!''

''डावं इंजिन– फुल पॉवरनं पुढे!''

''उजवं इंजिन- तीस टक्के पॉवर!''

''उजवं इंजिन– तीस टक्के पॉवर!''

पुढच्या लाटेनं *युलिसिस*च्या खालून जाताना फक्त तिला सरळ केलं. आता कुठे निकोल्सच्या डोक्यात प्रकाश पडला. त्याचा विश्वासच बसत नव्हता. इतक्या पुढे काय चाललंय हे दिसणं शक्य नव्हतं, तरीही कॅरिंग्टनला माहीत होतं. कसं माहीत होतं, देव जाणे! खुद्द कॅरिंग्टनलाही ते सांगता आलं नसतं की, तुलनेनं शांत असलेल्या समुद्राच्या त्या भागात लाटांच्या दोन परस्परविरुद्ध प्रणाली एकमेकींवर आदळणार होत्या, आणि त्याचाच फायदा घेऊन त्यानं नेमका क्षण हेरून जहाज वळवायला सुरुवात केली होती. कॅरिंग्टन खरोखरच अत्यंत अनुभवी, निष्णात असा खलाशी होता. आणि तसंच झालं. पुढचे पंधरा-वीस सेकंद या परस्परविरुद्ध लाटा एकमेकींवर आदळत असल्यामुळे समुद्र नुसता जागच्या जागी फेसाळत, उकळत होता– आणि *युलिसिस*नं तो भाग सहजगत्या पार केला. आणि मग आणखी एका

प्रचंड लाटेनं *युलिसिस* वळत असताना वाटेतच तिच्यावर संपूर्ण आडव्या बाजूनं भयानक ताकदीनं प्रहार केला. तिनं तिला जवळजवळ एका कुशीवर आडवंच केलं. ही लाट ज्या दिशेनं आली होती, तिच्या विरुद्ध बाजूचे तिचे कठडे एकदम पाण्याखाली जाऊन दिसेनासे झाले. निकोल्स उचलला जाऊन ब्रिजच्या भिंतीवर जोरात आदळला. त्याच्या हातातल्या काचेचा चक्काचूर झाला. त्याही परिस्थितीत त्याला जाणवलं, की कॅरिंग्टन आपल्याला मोठ्यानं हसतोय. तो कसाबसा परत कंपास प्लॅटफॉर्मच्या मध्यभागी आला.

अजूनही ती महाकाय लाट *युलिसिस*च्या खालून पुढे गेलेली नव्हती. तिच्या दणक्यानं *युलिसिस* पाण्याच्या खोल गर्तेमध्ये ४० अंशांनी कललेली होती, आणि ती लाट प्रचंड उंचावरून तिच्याच रोखानं येत होती– तिला पाण्याखाली दाबून टाकण्यासाठी. जहाज किती कलतंय हे दाखवणारा इन्क्लिनोमीटर अजूनही कलतच होता : ४५ अंश, ५० अंश, ५३ अंश, आणि मग पुढचं साधारण वर्षभर तो तिथेच थबकून राहिला. जहाजावरचे लोक कसेबसे जिवाच्या आकांतानं जहाजाच्या मिळेल त्या भागाला घट्ट पकडून बघत होते– आता बुडतंय जहाज! मेलो आपण. आता काही *युलिसिस* परत वर येणं शक्य नाही.

खूप वेळ असाच गेला. निकोल्स आणि कॅपॉक किड एकमेकांकडे निर्विकारपणे बघत होते. इतक्या प्रचंड प्रमाणात जहाज कललेलं असल्यामुळे ब्रिजवर वारा येत नव्हता. कॅरिंग्टन मात्र पूर्वीसारखाच कमालीचा शांत होता. त्यानं सहज बोललेलं त्यांना ऐकू आलं. "काळजी करू नका. ती ६५ अंशांनी कलली, तरी ती परत जागेवर येईल. इतक्यातच माना टाकू नका, लोकहो. आता मजा येणार आहे, बघा."

त्याचं वाक्य संपता संपता *युलिसिस* मुळापासून हादरली, मग अगदी सावकाश, मग जरा वेगानं, आणि मग जलद गतीनं ती सरळ झाली, मग झपाट्यानं पूर्णपणे विरुद्ध बाजूला कलली, आणि लगेचच सरळ झाली. पुन्हा एकदा निकोल्स ब्रिजच्या कोपऱ्यात फेकला गेला, पण *युलिसिस* मात्र आता जवळजवळ पूर्णपणे वळलेली होती.

कॅपॉक किडच्या चेहऱ्यावर सुटकेचं हसू फुललं. उठून उभा राहत तो कॅरिंग्टनकडे गेला, आणि त्यानं त्याच्या खांद्यावर हळूच थाप मारली. "लगेच बघू नका, सर, पण आपला मेन-मास्ट नाहीसा झालाय."

यात थोडीशी अतिशयोक्ती होती, तरी पण मुख्य मास्टचा सगळ्यात वरचा पंधरा फुटांचा भाग खरोखरच दिसत नव्हता– या भागावर मागच्या बाजूच्या रडारचा स्कॅनर लावलेला होता. मघाशी कललेल्या अवस्थेतून सरळ होताना जहाजानं जो जोरदार झटका दिला होता, तो झटका बर्फानं आधीच अवजड झालेल्या त्या

मास्टला सहन झालेला दिसत नव्हता.

“दोन्ही इंजिनं– सावकाश पुढे! सरळ जाऊ द्या!”

“दोन्ही इंजिनं– सावकाश पुढे! सरळ जाऊ द्या!”

“वेग वाढवू नका– असेच पुढे चला.”

युलिसिस पूर्ण वळलेली होती.

कॅपॉक किडनं निकोल्सकडे बघितलं आणि फर्स्ट लेफ्टनंट कॅरिंग्टनकडे मानेनं निर्देश केला.

“समजलं ना मी काय म्हणत होतो ते, जॉनी?”

“ हो.”

निकोल्स एकदम गप्प झालेला होता. “समजलं.” मग तो अचानक हसला. “पण पुढच्या वेळी जेव्हा तू असं काहीतरी सांगशील ना, तेव्हा मी सरळ तुझं म्हणणं मान्यच करून टाकेन. कारण तुझं म्हणणं सिद्ध करायला तू जे काही करतोस ना, त्याचा फार त्रास होतो मला.”

पाठीमागून येणाऱ्या प्रचंड लाटांच्या पुढे पळत असलेली *युलिसिस* आता बिलकूल हेलकावत नव्हती. वाराही थेट मागच्या दिशेनं येत होता, त्यामुळे ब्रिजवर आता वाऱ्याचा कसलाही त्रास होत नव्हता. वर असलेलं धुकं बरंच विरळ झालेलं होतं- जवळजवळ नाहीसंच झालेलं होतं. दूर दक्षिण-पूर्वेच्या क्षितिजावरून तेजाळलेला सूर्य वर निरभ्र आकाशात आलेला होता. ती अंत पाहणारी रात्र संपलेली होती.

तासाभरानं वाऱ्याचा वेग तीस नॉटपर्यंत उतरलेला होता. रडारनं पश्चिमेला बरीच जहाजं दिसल्याचं कळवलं. आणखी तासाभरानं वारा जवळजवळ थांबलेला होता, समुद्रही बराच शांतावलेला होता. इतक्यात क्षितिजावर धुराचे लोट दिसू लागले. १०.३० वाजता- ठरलेल्या वेळेवर- *युलिसिस*ची भेट हॅलिफॅक्सहून आलेल्या जहाजांच्या एफआर ७७ काफिल्याशी ठरलेल्या ठिकाणीच झाली.

बुधवारची रात्र

हॅलिफॅक्सहून येणारा तो जहाजांचा काफिला पश्चिमेकडून हळूहळू, आडव्या बाजूनं येणाऱ्या लाटांवर हेलकावत वर येत होता. लांडग्यांच्या टोळ्यांसारख्या गटागटानं सगळीकडे फिरत असलेल्या जर्मन पाणबुड्यांच्या दृष्टीनं हे भक्ष्य भलतंच मांसल आणि लुसलुशीत होतं. त्या काफिल्यात एकूण अठरा जहाजं होती. पंधरा महाकाय आधुनिक मालवाहू जहाजं होती, तीन १६,००० टनी ऑइल टँकर होते. विमानं, दारूगोळा, शस्त्रास्त्रं, तेल... काय नव्हतं त्या जहाजांमध्ये? आणि त्यांची किंमत तर पैशांत करताच येण्यासारखी नव्हती. पूर्वेकडच्या देशांमधून येणारे किमती मसाले, रेशीम, सोनंनाणं, हिरे, जडजवाहीर, अशा सगळ्या मालापेक्षा कितीतरी पट जास्त मौल्यवान वस्तू तो काफिला घेऊन येत होता. त्या काफिल्याच्या खऱ्या किमतीचा अंदाज बांधणं केवळ अशक्य होतं. आणि खरं म्हणजे अशा गोष्टींची किंमत पैशांत करायचीच नसते.

काफिल्यापर्यंत पोचून *युलिसिस* काफिल्यामधल्या डावीकडच्या आणि मधल्या रांगांच्या मधून पुढे जाऊ लागली, तसे त्या व्यापारी जहाजांमधले कर्मचारी डेकवर जमून कुतूहलानं तिच्याकडे बघू लागले. आणि मनोमन देवाचे आभार मानू लागले, की त्यानंच त्यांना त्या भयानक वादळापासून दूर ठेवलं. दुसऱ्या जहाजावरून बघितलं, तर *युलिसिस* विचित्रच दिसत होती. मास्ट मोडलेले, एकही तराफा शिल्लक नाही, की बोट शिल्लक नाही, आणि सकाळच्या स्वच्छ सूर्यप्रकाशात ती एखाद्या रत्नासारखी चमकत होती, कारण त्या तुफानी वाऱ्यानं तिच्यावरचं सगळं हलकं बर्फ उडवून दिलं होतं, आणि घट्ट बसलेलं सगळं बर्फ घासूनपुसून लखलखीत करून टाकलेलं होतं. पण तिच्या नाकाच्या दोन्ही बाजूंवर आणि ब्रिजच्या समोर मात्र तांबड्या लाल रंगाचे मोठमोठे डाग दिसत होते, कारण आदल्या रात्रीच्या त्या वादळरूपी अवाढव्य नैसर्गिक सँड-ब्लास्टरनं जहाज लपवण्यासाठी दिलेले सगळे रंग आणि त्यांच्याखाली असलेले मूळचे रंगांचे कोट खरवडून टाकलेले होते, आणि त्यामुळे जहाजाचं तांबडंलाल शिसं आता बाहेर आलेलं होतं.

काफिल्याला बरोबर घेऊन आलेली अमेरिकन संरक्षक जहाजं फारच थोडी होती – एक मोठं क्रूझर, त्याच्यावर टेहळणीसाठी ठेवलेलं एक समुद्री विमान, दोन डिस्ट्रॉयर प्रकारची जहाजं, आणि कोस्टगार्डच्या प्रकारातली दोन फ्रिग्रेट जहाजं. हा संरक्षक काफिला छोटा होता; पण पुरेसा होता. बरोबर संरक्षणासाठी विमानवाहू जहाजांची काहीच गरज नव्हती; जरी ही जहाजं अॅटलांटिकमधल्या ताफ्यांबरोबर अनेकदा पाठवली जायची तरी. कारण जर्मन लुफ्तवाफची विमानं इतक्या पश्चिमेला येऊ शकत नव्हती, आणि गटागटानं फिरणाऱ्या पाणबुड्या– खरंतर लांडग्यांच्या टोळ्या– गेल्या काही महिन्यांपासून आइसलंडच्या उत्तरेला आणि पूर्वेकडे कार्यरत झालेल्या होत्या– एकतर त्यांच्यासाठी तिथून त्यांचे तळ जवळ होते, आणि शिवाय तिथून मुरमान्स्कला जाणाऱ्या जहाजांच्या ताफ्यांच्या मार्गांवर दबा धरून बसणं त्यांना जास्त सुलभ होतं.

ही सगळी जहाजं, त्यांना घेऊन आलेली अमेरिकन जहाजं, आणि *युलिसिस*, असे मिळून पूर्व-उत्तर-पूर्व दिशेनं प्रवास करत होते. दुपारी उशिरा क्षितिजावर एका मोठ्या थोरल्या संरक्षक कॅरिअर जहाजाची आकृती दिसू लागली. त्यानंतर अर्ध्या तासानं म्हणजे १६.०० वाजता अमेरिकन जहाजांनी आपला वेग कमी केला, आणि ती मागे वळली. निरोपाचे आणि 'गुड लक' सांगणारे संदेशांचे दिवे मिचकावत ती हळू-हळू निघून जाऊ लागली. *युलिसिस*वरचे लोक जड मनानं तिकडे बघत होते. या जहाजांना जावंच लागेल; सेंट लॉरेन्स नदीच्या मुखाशी एव्हाना आणखी एक जहाजांचा काफिला जमूही लागलेला असेल, हे त्यांना माहीत होतं. खरं म्हणजे अशा वेळी या थकल्याभागल्या, खऱ्या अर्थानं युद्धाचे तडाखे झेललेल्या जिवांच्या मनात कटुता, मत्सर येणं साहजिक होतं; गेल्या काही आठवड्यांपर्यंत तो होताही; पण आता तसं काहीही नव्हतं. आता होता तो फक्त प्राप्त परिस्थितीचा मूक स्वीकार- अनेकदा दिखाऊ धैर्य, सततच्या तक्रारी, तोंडदेखले विनोद वगैरेंच्या आत दडवून टाकलेला.

१४ वी एअरक्राफ्ट कॅरिअर स्क्वाड्रन– जी काही अजून तग धरून होती, ती - आता त्यांच्यापासून फक्त दोन मैलांवर आलेली होती. टिंडॉल ब्रिजवर आला, आणि एका नजरेत त्यानं ओळखलं, की यात एक विमानवाहू जहाज आणि एक माईनस्वीपर जहाज कमी आहे. त्यानं शिव्यांची लाखोली वाहायला सुरुवात केली. *स्टर्लिंग*चा कॅप्टन जेफ्रीजला एक संतप्त सिग्नल गेला : हुकमांची अंमलबजावणी का झाली नाही? काफिल्यात दिसत नसलेली जहाजं कुठे आहेत? *स्टर्लिंग*वरून एक ॲल्डिस लॅम्प उत्तरादाखल सिग्नल पाठवू लागला. बेंटले तो सिग्नल वाचून गंभीर मुद्रेनं शेजारी बसलेल्या टिंडॉलला सांगत होता. रात्री *रेस्लर*ची *स्टिअरिंग*ची यंत्रणा नादुरुस्त झाली होती. लँजेन्सच्या आडोशाला असूनही तिथली परिस्थिती

वाईटच होती. मध्यरात्रीच्या सुमाराला वाऱ्याची दिशा बदलून तो उत्तरेकडून येऊ लागल्यामुळे परिस्थिती आणखीच बिघडली होती. *रेस्लर*ला दोन प्रॉपेलर होते, तरीही तिचा स्टिअरिंगवरचा ताबा जवळजवळ पूर्णपणे सुटला होता, आणि काहीही दिसत नसताना, एका जागेवर थांबून राहण्याच्या प्रयत्नांत ती बरीच पुढे जाऊन वेज्ले बँकवर चढली होती. पहाटेनंतर थोड्या वेळानं उरलेली स्क्वाड्रन लँजेन्समधून निघाली, तेव्हाही ती तिथेच अडकलेली होती, आणि तिच्या सोबतीला *ईगर* हे माइनस्वीपर जहाज थांबलं होतं.

काही वेळ टिंडॉल न बोलता बसून होता. नंतर त्यानं *रेस्लर*ला डब्ल्यूटी वरून पाठवण्यासाठी एक सिग्नल तिथल्या मदतनिसाकरवी लिहून घेतला; मग रेडिओ संदेश पाठवण्यावर आपणच घातलेली बंदी मोडावी की नाही, असा विचार करत तो आणखी थोडा वेळ बसला. शेवटी त्यानं 'तो सिग्नल पाठवू नका' असं सांगितलं, आणि काय झालं ते स्वतःच जाऊन बघायचं ठरवलं. लँजेन्स इथून तीन तासांवरच तर होतं. त्यानं *स्टर्लिंग*ला एल्डिस लॅम्पवरून 'तात्पुरती स्क्वाड्रनची सूत्रं हातात घ्या. आम्ही उद्या सकाळी परत येऊ.' असा सिग्नल पाठवला, आणि व्हॅलेरीला *युलिसिस* परत लँजेन्सकडे वळवायचा हुकूम दिला.

व्हॅलेरीनं मोठ्या नाइलाजानं मान डोलावली आणि जहाज परत फिरवायचे हुकूम दिले. त्याला प्रचंड चिंता वाटत होती, पण तो तसं दिसू न देण्याचा प्रयत्न करत होता. त्याची स्वतःची तब्येत हा त्याच्या चिंतेतला एक भाग होता; पण तो त्याच्या दृष्टीनं अगदीच गौण होता. आपली तब्येत अत्यंत बिघडलेली आहे, हे तो जरी इतरांसमोर कबूल करत नसला, तरी त्याला स्वतःला ते पक्कं ठाऊक होतं. आणि; 'आपण कबूल न केलं तरी ते सगळ्यांना माहीतच आहे की!' त्यानं मनात म्हटलं. इतर ऑफिसर लोक त्याच्या जबाबदाऱ्या, त्याचं कामाचं ओझं कमी करायचा– आणि तेसुद्धा त्याला जाणवू नये अशा पद्धतीनं, हसतखेळत- प्रयत्न करत होते, हे त्याला जाणवत नसतं, तरच नवल होतं. या गोष्टीची त्याला गंमतही वाटत होती, आणि त्याच वेळी त्यांच्या या प्रेमामुळे आत कुठेतरी त्याचं मन भरूनही येत होतं.

त्याला जहाजावरच्या त्याच्या माणसांची अतिशय चिंता वाटत होती. त्याला पूर्ण कल्पना होती, की आपलं जहाज शत्रूला आणि निसर्गाला तोंड देऊन रशियापर्यंत घेऊन जाण्याचं सोडा, आपले लोक अगदी हलकी कामं करण्याच्या, किंवा त्या जीवघेण्या थंडीमध्ये तग धरून राहण्याच्यासुद्धा परिस्थितीत नाहीत. स्कापा फ्लो सोडल्यानंतर ज्या एकामागून एक दुर्दैवी घटना घडल्या होत्या, त्यांचीही त्याला काळजी लागलेली होती; याचा अर्थ पुढेही आपल्यावर अशीच किंवा याहूनही वाईट संकटं कोसळणार की काय, अशी धास्ती त्याचं मन कुरतडत होती. आधीच

जायबंदी झालेल्या, संख्येनं घटलेल्या आपल्या स्क्वाड्रनच्या भवितव्याबद्दलही त्याला काळजी लागून राहिलेली होती. आणि राल्स्टन- त्या पोराबद्दलची काळजीसुद्धा त्याच्या मनात सतत होती.

राल्स्टन– स्कँडिनेव्हियन वंशाचा, उंचच उंच, पांढरट सोनेरी केसांचा आणि गर्द निळ्या डोळ्यांचा तरुण पोरगा, ज्याला जहाजावरचं कोणीही आजतागायत समजू शकलेलं नव्हतं. त्याला जहाजावर एकही जवळचा मित्र नव्हता. शांतपणे, न हसता, जणू स्वतःतच गुंग असल्यासारखा, सतत स्वतःला कामात गुंतवून घेतलेला पोरगा. राल्स्टन– गतायुष्याच्या आठवणी सोडल्या, तर ज्यासाठी झगडावं अशी एकही गोष्ट जगात न उरलेला, जहाजावरचा अत्यंत विश्वासू, उत्कृष्ट निर्णयशक्ती असलेला, कोणत्याही आणीबाणीच्या परिस्थितीत चटकन उपाय शोधून ते अमलात आणणारा, आणि स्वतःची काहीही चूक नसताना विनाकारण बंदिवास झालेला तो पोरगा.

आणि अशा राल्स्टनला बंदिवासात टाकावं लागलं, हे व्हॅलेरीला मनोमन डाचत होतं. काल रात्री त्यानं वादळाची सबब मोठ्या आनंदानं स्वीकारून त्याला बंदिवासातून बाहेर काढलं होतं, आणि जे झालं ते विसरून जायचं मनात ठरवलं होतं. पण मास्टर-ॲट-आर्म्स हेस्टिंग्जनं अगदी आवर्जून, व्हॅलेरीच्या हुकमाची वाट न बघताच त्याला परत आत टाकलं होतं. मास्टर-ॲट-आर्म्स अधिकारी – खरं तर हे शिस्त राखणारे वॉरंट ऑफिसर होते– कधीच दयाळू वृत्ती, कणव वगैरेंबद्दल प्रसिद्ध नव्हते. एकूण जीवनातही, आणि विशेषतः खालच्या डेकवरच्या साध्या सीमन लोकांबाबतही. कारण तसं असणं त्यांना परवडणारच नव्हतं. पण अशा लोकांमध्येसुद्धा हेस्टिंग्ज हा ठळक उठून दिसणारा माणूस होता. एक यंत्रवत, भावनाहीन. निर्विकार, जराही न वाकणारा, अत्यंत कडक शिस्तीचा फक्त त्याच्या स्वतःच्याच दृष्टिकोनातून न्यायी, पण थोडीसुद्धा दयामाया नसलेला माणूस. व्हॅलेरीच्या मनात आलं, हा हेस्टिंग्ज जर खालच्या लोकांशी असाच वागत राहिला, तर याचीही गत अगदी आताआतापर्यंत *ब्ल्यू रेंजर*चा अत्यंत खडूस म्हणून कुप्रसिद्ध असलेल्या त्या मास्टर-ॲट-आर्म्स लिस्टरसारखीच होईल. लिस्टरच्या बाबतीत नेमकं काय घडलं, हे कुणालाच समजलं नाही; फक्त, एकदा एका अंधाऱ्या रात्री त्याला कोणीतरी फ्लाइट डेकवर सहज फिरायला म्हणून नेलं होतं...

व्हॅलेरीनं एक खोल निःश्वास सोडला. त्यानं फॉस्टरला सांगितलं होतं, तसे त्याचेही हात बांधलेले होते. त्या वेळी कॅप्टन ऑफ मरीन्स फॉस्टरच्या मागे दुखावलेला, संतापलेला कलर-सार्जंट इव्हान्स उभा होता. फॉस्टरनं जोरदार तक्रार केली होती, की आपल्या मरीन लोकांना विश्रांतीची आणि जास्तीत जास्त झोपेची गरज असतानाही त्यांना राल्स्टनला बंदिवासात ठेवलेल्या जागेपाशी पहारे देण्याचं

काम करावं लागतंय. मनातून व्हॅलेरीला फॉस्टरचं म्हणणं पटत होतं; पण त्याला आपणच आधी दिलेला हुकूम मागे घेणंही परवडण्यासारखं नव्हतं – निदान अपराधी लोकांचं न्यायदान करण्याची 'कॅप्टन्स डिफॉल्टर्स' मीटिंग भरवून राल्स्टनला औपचारिकपणे अटक करेपर्यंत तरी....

त्यानं पुन्हा एक सुस्कारा सोडला, टर्नरला बोलावून घेतलं आणि त्याला पुढच्या कामाची पूर्वतयारी करायला सांगितली. त्याला शंका होती, की आपल्या तयारीची गरज लवकरच लागणार आहे. आणि झालंही तसंच. *युलिसिस* वेज्ले बँकपाशी पोचली, तेव्हा जवळजवळ अंधार पडलेला होता; पण *रेस्लर*ला शोधणं त्यांना फारच सोपं गेलं. दहा मिनिटांपूर्वी तिचं साधारण ठिकाण कुठे आहे, हे त्यांनी माहीत करून घेतलं होतं. आणि आता त्यांना *रेस्लर*ची बसकी, उंच आकृती उरल्यासुरल्या उजेडाच्या पार्श्वभूमीवर सहजच दिसली. वाईट गोष्ट म्हणजे, तिचं फ्लाइट-डेक जाणवण्याइतकं मागच्या बाजूला कललेलं होतं. तिच्या पाठीमागेच *ईगर* नांगर टाकून उभी होती. इथे समुद्र जवळजवळ शांत होता– अगदी हळुवार लाटा उठत होत्या. *युलिसिस*वरून एका झाकलेल्या, पण प्रकाश जेमतेम दिसेलइतकीच मोकळी जागा ठेवलेल्या ॲल्डिस लॅम्पवरून सिग्नल जाऊ लागला.

"काँग्रॅच्युलेशन्स! किती जमिनीवर चढला आहात तुम्ही?" *रेस्लर*वरूनही उत्तरादाखल एक लहानसा प्रकाशकिरण उघडमीट करू लागला.

"नाकापासून मागे १०० फुटांपर्यंत." बेंटलेनं सिग्नल मोठ्यानं वाचून दाखवला.

"वा! वंडरफुल!" टिंडॉलनं कडवटपणे म्हटलं.

"त्याला विचार, 'स्टीअरिंग गिअर कसे आहे?"

"डायव्हर मोडला आहे. डॉकयार्डमध्ये नेऊनच दुरुस्त करावे लागेल."

"माय गॉड!"

टिंडॉलनं धक्का बसून म्हटलं.

"डॉकयार्डमध्ये न्यावं लागेल. ग्रेट! त्याला विचार, 'तुम्ही काय उपाय केले आहेत?'

"सर्व इंधन आणि पाणी मागच्या भागात पंप केले. *ईगर* मागे खेचणार आहे. १२.००-१२.३०."

'म्हणजे ओहोटी संपून भरती लागल्यावर'- टिंडॉलनं मनात म्हटलं. "जमेल, जमेल." तो गुरगुरला.

"ए, मूर्खा, हे पाठवू नकोस! त्याला सांग, टोइंग केबल वर घेण्याची तयारी करा. तुमची स्वतःची टोइंग चेन जहाजाच्या मागच्या भागात आणा."

"संदेश समजला."

बेंटलेनं उत्तराचा संदेश वाचून दाखवला. त्याला विचार, 'तुमच्याकडे स्क्वाड्रनचं

जादा इंधन किती शिल्लक आहे?'

"८०० टन."

" समुद्रात टाकून द्या ते!"

"प्लीज कन्फर्म." बेंटलेनं पुन्हा उत्तराचा संदेश वाचून दाखवला.

"त्याला म्हणावं, ते सगळं इंधन समुद्रात सोडून द्या!" टिंडॉलनं डरकाळी फोडली.

*रेस्लर*वरून उत्तर पाठवणारा ॲल्डिस लॅम्प दुखावल्यासारखा एकदाच चमकून बंद झाला.

मध्यरात्री बारा वाजून गेल्यानंतर *युलिसिस*च्या पुढे *ईगर* सावकाश निघाली. *युलिसिस*च्या फोरकॅसल कॅप्स्टनला बांधलेली केबल *ईगर*ला बांधलेली होती. दोन मिनिटांनी *युलिसिस*ची चार प्रचंड शक्तिशाली इंजिनं खालच्या उथळ पाण्याला जोरजोरात घुसळू लागली, तशी *युलिसिस* हादरू लागली. तिच्या मागच्या पूप डेकवरून *रेस्लर*च्या मागच्या भागाला जखडलेला साखळदंड जेमतेम पंधरा फॅदम लांबीचा होता, आणि तो ३० अंशात वर चढत गेलेला होता. यामुळे *रेस्लर*चा पाठीमागचा भाग किंचित का होईना, पण खाली दाबला जाणार होता, आणि त्यामुळे *रेस्लर*च्या जमिनीत रुतलेल्या नाकाला वर काढायला मदत होणार होती. आणि त्याहून महत्त्वाची गोष्ट अशी, की *युलिसिस*चे वेगानं फिरणारे प्रॉपेलर खालच्या पाण्यात हवा घुसवत होते, त्यामुळे त्यांना पुरेसा जोर निर्माण करता येत नव्हता, पण ही दोन्ही जहाजं एकमेकापासून बरीच जवळ असल्यामुळे *रेस्लर* तिच्या तळाखाली खालच्या जमिनीतून पाण्यात शिरण्याचा मार्ग बनवण्याचा जो प्रयत्न करत होती, त्याला *युलिसिस*च्या प्रॉपेलर्सचा हातभार लागत होता.

भरती सुरू होण्याच्या वीस मिनिटं आधी *रेस्लर* सावकाश पण न डगमगता, सहजपणे जमिनीवरून घसरत पाण्यात आली. त्याबरोबर *युलिसिस*च्या नाकावरून ईगरला बांधलेली केबल काढून टाकण्यात आली, आणि इंजिनं बंद केलेल्या *रेस्लर*ला *युलिसिस* एका मोठ्या अर्धवर्तुळाकार मार्गानं पूर्वेकडे ओढत नेऊ लागली.

पहाटे एक वाजता *रेस्लर* दिसेनाशी झालेली होती. तिच्याबरोबर सोबत करायला आणि हवा बिघडली तर तिला खेचत न्यायला दिलेली *ईगर*ही दिसत नव्हती. *रेस्लर* दोनच प्रॉपेलरच्या साहाय्यानं दिशा राखण्याचा प्रयत्न करत होती, त्यामुळे ती वळणं घेत जात होती. *युलिसिस*च्या ब्रिजवरून ॲडमिरल टिंडॉल हे मूकपणे बघत होता.

"ते स्कापा फ्लोला पोचेपर्यंत त्यांना हे जमलेलं असेल," त्यानं म्हटलं. त्याला भयंकर थंडी वाजत होती, आणि थकवा जाणवत होता. आपल्या एअरक्राफ्ट कॅरिअर स्क्वाड्रनमधली तीन चतुर्थांश विमानवाहू जहाजं गमावल्यावर एखाद्या

ॲडमिरलची जशी मनःस्थिती असेल, तशीच त्याची झालेली होती. थकल्यासारखा सुस्कारा सोडत तो व्हॅलेरीकडे वळला. ''आपण आपल्या काफिल्यापर्यंत साधारण केव्हा पोचू, असं वाटतंय तुला?''

व्हॅलेरी विचार करू लागला, पण कॅपॉक किडनं चटकन उत्तर दिलं. ''सकाळी ०८.०५ वाजता.'' त्यानं अगदी नेमकी वेळ सांगितली. ''मी आत्ताच इथे काढलेल्या मार्गानं, सत्तावीस नॉट वेगानं आपण गेलो, तर.''

''ओ माय गॉड! हा आहेच का इथे?'' टिंडॉलनं म्हटलं. ''मी काहीतरी चांगली कामं केली असली पाहिजेत, म्हणूनच हा इथे आपल्याबरोबर आहे. पण बेटा, आपल्याला त्या काफिल्यापर्यंत पहाटेच्या आत पोचलंच पाहिजे. काही इलाजच नाही.''

''यस, सर.'' कॅपॉक किडनं जणू काही झालंच नाही अशा आविर्भावात म्हटलं. ''मला वाटलंच होतं. त्यासाठी मी आधीच अजून एक पर्यायी मार्ग आखून ठेवलाय. त्या मार्गानं, तेहतीस नॉट वेगानं गेलं, तर आपण पहाटेपूर्वी अर्धा तास पोचू.''

''मला वाटलंच होतं म्हणे! घेऊन जा रे याला!'' टिंडॉलनं वैतागून म्हटलं. ''याला आधी माझ्यासमोरून घेऊन जा, नाहीतर मी याला...!'' अंग अवघडल्यासारखा तो खुर्चीवरून उठला, आणि त्यानं व्हॅलेरीचा दंड धरला. ''चल कॅप्टन, आपण खाली गेलेलंच बरं. या नव्या, तरण्याबांड पोरांच्या राज्यात आपल्यासारख्या थेरड्यांचं काय काम? उलट, आपण सारखं त्यांच्या पायांत-पायांत न आलेलंच बरं!'' स्वतःशीच हसत तो व्हॅलेरीच्या पाठोपाठ दारामधून बाहेर गेला.

पहाटेच्या सुमाराला *युलिसिस*पासून जेमतेम एक मैलावर त्या जहाजांच्या काफिल्याच्या आकृती हळूहळू वाढत चाललेल्या उजेडामधून दिसू लागल्या. काफिल्याच्या उजव्या बाजूला किंचित मागे कॅरिअर *ब्ल्यू रेंजर*ची महाकाय आकृती सहज ओळखता येत होती. थोड्या लाटा उठत होत्या; पण त्या फारशी काळजी करण्यासारख्या नव्हत्या. वाऱ्याची मंद झुळूक पश्चिमेकडून येत होती, तापमान शून्याच्या थोडंसंच खाली होतं, आणि आकाश निरभ्र होतं. वेळ बरोबर ०७.००ची होती.

आणि ०७.०२ वाजता *ब्ल्यू रेंजर*वर टॉर्पेडो येऊन आदळला. *युलिसिस* त्या वेळी तिच्या उजव्या बाजूला किंचित मागे होती. त्या वेळी *युलिसिस*च्या ब्रिजवर असलेल्या लोकांना लागोपाठ दोन स्फोटांच्या लाटांचे दणके जाणवले, आणि लगेचच पहाटेच्या शांत वातावरणात त्यांना *ब्ल्यू रेंजर*मधून दोन प्रचंड अग्निज्वाळा उंच आकाशात चढताना दिसल्या. एक तिच्या ब्रिजपाशी, आणि दुसरी तिथून बऱ्याच मागच्या भागात.

पुढच्या सेकंदाला त्यांना *युलिसिस*वरचाच एक सिग्नलमन जोरात काहीतरी

ओरडत पुढच्या बाजूला आणि खाली हात करताना दिसला. तो आणखी एक टॉर्पेडो होता. तो *ब्ल्यू रेंजर*च्या मागे उठणाऱ्या चांदीसारख्या चमकणाऱ्या पाण्याच्या झोतामधून आडवा पलीकडे गेला, आणि आर्क्टिक समुद्रावरच्या अंधारात नाहीसा झाला. बाकीचा काफिला *ब्ल्यू रेंजर*च्या पुढे असल्यामुळे तो टोर्पेडो कोणत्याही जहाजावर न आदळता पुढे निघून गेलेला होता.

व्हॅलेरी व्हॉइस-पाइपमध्ये जोरजोरात ओरडत हुकूम देत होता; कारण अजूनही *युलिसिस* वीस नॉटपेक्षाही जास्त वेगानं जात होती, आणि वाटेत येत असलेल्या, कलत असलेल्या *ब्ल्यू रेंजर*शी टक्कर टाळण्यासाठी ती झपाट्यानं वेग कमी करून वळवणं भाग होतं. एव्हाना ॲल्डिस लॅम्पचे तीन सेट्स आणि फायटिंग लाइट्स भराभर उघडमीट करत बाकीच्या सगळ्या जहाजांना 'जागा सोडू नका' सांगणारे सांकेतिक सिग्नल पाठवत होते. फोनवर मार्शल डेप्थ चार्जच्या मुख्य ऑफिसरला तयार राहायला सांगत होता : सगळ्या तोफांची तोंडं खाली वाकून भुकेल्या लांडग्यांसारखी समुद्रात सावजं शोधत होती. *सिरस* या डिस्ट्रॉयर जहाजाला जाणारा सिग्नल मध्येच थांबला; कारण ती आधीच भर वेगानं काफिल्यामधून मार्ग काढत जिथे *ब्ल्यू रेंजर*वर टॉर्पेडो मारणारी यू-बोट असल्याचा अंदाज होता, त्या जागेकडे निघालेली होती.

जळत असलेल्या *ब्ल्यू रेंजर*पासून जेमतेम १५० फुटांवरून *युलिसिस* इतक्या प्रचंड वेगानं पुढे गेली, की तिच्या ब्रिजवरच्या लोकांना *ब्ल्यू रेंजर*ची नेमकी अवस्था नीटशी दिसलीसुद्धा नाही. काळ्याकुट्ट धुराचे लोट, त्यांच्यामधून उफाळत असलेल्या ज्वाळा, एका बाजूला झुकलेलं फ्लाइट डेक, त्याच्यावरून समुद्रात कोसळत असलेली विमानं, प्रचंड धक्का बसलेले माणसांचे चेहरे; आणि मग *युलिसिस* मागे वळली, आणि शत्रूच्या यू-बोटींची शिकार करायला झपाट्यानं दक्षिणेकडे निघाली.

मिनिटाभरातच काफिल्याबरोबर पुढे असलेल्या *व्हेक्ट्रा*चा सिग्नल लॅम्प उघडमीट करू लागला. "कॉंटॅक्ट, ग्रीन ७०, जवळ येत आहे : कॉंटॅक्ट, ग्रीन ७०, जवळ येत आहे."

"त्याला सिग्नल मिळाल्याचं कळव." टिंडॉलनं तुटकपणे सांगितलं. *युलिसिस*वरून एल्डिस लॅम्प सुरू होत होता, तेवढ्यात *व्हेक्ट्रा*वरून आणखी एक सिग्नल येऊ लागला.

"कॉंटॅक्ट्स, पुन्हा सांगतो, अनेक कॉंटॅक्ट्स, ग्रीन ९०, ग्रीन ९०, जवळ येताहेत. अनेक कॉंटॅक्ट्स. पुन्हा सांगतो, अनेक कॉंटॅक्ट्स." टिंडॉलनं तोंडातल्या तोंडात एक शिवी हासडली.

"सिग्नल मिळाल्याचं कळव. काय आहे ते पाहा." तो व्हॅलेरीकडे वळला. "चल, आपण त्याच्याकडे जाऊ या, कॅप्टन. आता ती वेळ आलीय. हा पहिला

लांडग्यांचा कळप दिसतोय– आणि बरेच लांडगे दिसताहेत. आता इथे थांबून चालणारच नाही.'' मग त्यानं कडवटपणे म्हटलं, ''ॲडमिरल्टीचे गुप्तहेर झोपा काढताहेतसं दिसतंय!''

युलिसिस पुन्हा मागे वळून *व्हेक्ट्रा*च्या दिशेनं निघाली. खरं म्हणजे आता आणखी उजाडलेलं असायला हवं होतं, पण *ब्ल्यू रेंजर*वरच्या स्क्वाड्रनच्या इंधनाच्या टाक्या धडाडून पेटलेल्या असल्यामुळे त्या उजेडात आजूबाजूचं वातावरण पुन्हा अंधारल्यासारखं दिसत होतं. पूर्व क्षितिजाच्या पार्श्वभूमीवर पेटलेली *ब्ल्यू रेंजर* एखाद्या अजस्र मशालीसारखी दिसत होती. *व्हेक्ट्रा*कडे जाण्याच्या *युलिसिस*च्या मार्गावर ती जवळजवळ आडवी आलेली होती, त्यामुळे ती मिनिटागणिक मोठी-मोठी होत चाललेली होती. टिंडॉलनं डोळ्यांवर अंधारात बघू शकणारी दुर्बीण– म्हणजे नाइट व्हिजन बायनॉक्युलर- लावलेली होती, आणि तो एकसारखा पुटपुटत होता, ''अरेरे! गरीब बिचारे! अरेरे!''

ब्ल्यू रेंजर आता जवळजवळ खलास झालेली होती. ती पाण्यात निपचित पडलेली होती, आणि तिच्यावरच्या दारूगोळ्याचे आणि इंधनाच्या टाक्यांचे एकामागून एक कानठळ्या बसवणारे स्फोट होत होते. अचानक एकामागून एक अशा दबक्या, शक्तिशाली स्फोटांचे आवाज समुद्रावरून दुमदुमत गेले. *ब्ल्यू रेंजर*चा संपूर्ण ब्रिजचा प्लॅटफॉर्म एकदम बाजूला झुकला, काही क्षण तसाच थबकून राहिला, आणि मग मोठ्या दिमाखात तो सावकाश अंधाऱ्या समुद्रात कोसळला. त्याच्या त्या पोलादी भिंतींमध्ये किती माणसं अडकून खाली समुद्रात बुडाली, देवच जाणे! पण खरं तर तीच सुदैवी होती.

आता जेमतेम दोन मैलांवर असलेली *व्हेक्ट्रा* झपाट्यानं अगदी लहानशा गोलाकार मार्गानं दक्षिणेकडे वळण घेत होती. व्हॅलेरीनं तिला पाहिलं आणि तिकडे जाण्यासाठी *युलिसिस*चा मार्ग थोडा बदलला. त्याला कंपास प्लॅटफॉर्मच्या पुढच्या कोपऱ्यात असलेला बेंटले काहीतरी जोरजोरात ओरडून सांगत असल्याचं ऐकू आलं. व्हॅलेरीनं मान हलवली, पण तो विंडस्क्रीनवरून हातानं काहीतरी दाखवत पुन्हा जिवाच्या आकांतानं काहीतरी ओरडला, आणि उडी मारून त्याच्याजवळ आला.

समुद्रच पेटलेला होता. थोड्याही लाटा नसलेल्या, अगदी शांत असलेल्या त्या समुद्रावर शेकडो टन इंधनाचं वजन होतं, आणि तो लपलपत असलेल्या अग्निज्वालांच्या एखाद्या प्रचंड मोठ्या चादरीसारखा दिसत होता. ते आणि फक्त तेवढंच दृश्य व्हॅलेरीला एक सेकंदभरच दिसलं, आणि नंतर पुढच्या क्षणी त्याला जे दिसलं, त्या दृश्यानं तर तो पुरता हादरून गेला : त्या पेटलेल्या समुद्रात त्याला जिवाच्या आकांतानं पोहत, जीव वाचवण्याची अखेरची धडपड करत असलेली माणसं

दिसली. पाच-दहा नव्हे, तीस-चाळीसही नव्हे, तर अक्षरशः शेकडो माणसं. आवाज न करता किंकाळ्या मारणारी माणसं, एकीकडे बुडून मृत्यू आणि दुसरीकडे भाजून मृत्यू, अशा मृत्यूच्या परस्परविरुद्ध, कराल दुहेरी पकडीत सापडलेली असहाय माणसं.

"*व्हेक्ट्रा*चा सिग्नल आलाय, सर." बेंटलेचा आवाज कमालीचा निर्विकार आणि कोरडा वाटत होता. "डेप्थ-चार्जिंग करत आहोत. ३, पुन्हा सांगतो, ३ कॉंटॅक्ट्स. त्वरित मदत हवी आहे."

आता टिंडॉलही व्हॅलेरीजवळ आला. बेंटलेनं सांगितलेलं त्यानं ऐकलं, मग तो काही क्षण व्हॅलेरीकडे टक लावून बघत राहिला, आणि नंतर त्याची नजर व्हॅलेरी डोळे विस्फारून बघत असलेल्या ठिकाणी गेली.

समुद्रात पडलेल्या माणसाच्या किंवा कुठल्याही प्राणिमात्राच्या दृष्टीनं, समुद्रात पडलेल्या तेलाइतकी महाभयंकर गोष्ट दुसरी नसेल. तेलामुळे त्याच्या हालचाली बांधल्या जातात, त्याच्या डोळ्यांची आग आग होते, फुप्फुसं जणू पेट घेतात आणि त्याला अगदी असह्य अशा एकापाठोपाठ उलट्या होऊन त्याच्या पोटाची वाताहत होते; पण तेच तेल जर पेटलेलं असलं, तर मात्र त्याचा मृत्यू कमालीचा यातनामय, अत्यंत सावकाश होतो : बुडून, जळून, गुदमरून – कारण त्या ज्वाला समुद्राच्या पृष्ठभागावरचा सगळा ऑक्सिजन अक्षरशः खेचून घेतात. आणि अशा परिस्थितीत, अत्यंत थंड असलेल्या आर्क्टिक महासागरातसुद्धा मृत्यू दयावंत होऊन त्या माणसाला थंडीनं गोठून मारत नाही; कारण तेलाचे थरावर थर बसलेलं त्याचं शरीर कडक होऊन त्याला सगळ्या प्रकारच्या यातना अगदी कडेलोट होईपर्यंत भोगायला भाग पाडतं, जिवंत ठेवतं. आणि हे सगळं व्हॅलेरीला चांगलं ठाऊक होतं.

त्याला हेही पक्कं ठाऊक होतं, की जळत असलेल्या *ब्ल्यू रेंजर*च्या पेटलेल्या पार्श्वभूमीवर *युलिसिस*नं जागेवर थांबणं म्हणजे मृत्यूला निमंत्रणच आहे. आणि समुद्रात जळत, बुडत असलेल्या माणसांना टाळण्यासाठी चटकन उजवीकडे वळण्यामध्ये फार मोलाची मिनिटं वाया गेली असती, त्यामुळे *व्हेक्ट्रा*ला मदत करण्याला उशीर तर झालाच असता, पण शिवाय अजून समुद्रात असलेल्या यू-बोटींनासुद्धा काफिल्यातल्या जहाजांवर निशाणा साधायला तेवढा जास्त वेळ मिळाला असता; आणि *युलिसिस*ची पहिल्या नंबरची जबाबदारी होती, ती म्हणजे काफिल्यातली जहाजं. या सगळ्याची व्हॅलेरीला पूर्ण जाणीव होती. पण त्या क्षणी त्याच्या मनात साध्या मानवतेचं, अपार करुणेचं पारडं जड झालेलं होतं. *युलिसिस*च्या नाकाच्या डाव्या बाजूला, *ब्ल्यू रेंजर*च्या जवळच्या भागात तेल सगळ्यात जास्त दाट पसरलेलं होतं, ज्वाळा सगळ्यात जास्त धडाडत होत्या : व्हॅलेरीनं मान मागे वळवून तिथे हजर असलेल्या ऑफिसर ऑफ द वॉचकडे बघितलं.

"डावीकडे १० अंश!"

"डावीकडे १० अंश, सर."

"व्हील मधोमध आणा."

"व्हील मधोमध आणलं, सर."

"आता असंच समोर जाऊ द्या."

दहा, पंधरा सेकंद *युलिसिस* तशीच बाणासारखी त्या जळत्या समुद्रातून पुढे गेली. *ब्ल्यू रेंजर*च्या अगदी जवळच्या, तेलानं भरलेल्या समुद्रात जिथे कशी कोण जाणे, जवळजवळ दोनशे माणसं एकत्र, एका घोळक्यानं जीव वाचवण्याची धडपड करत होती, हातवारे करत होती, पोहण्याचा प्रयत्न करत होती, तडफडत होती; पण जिवंत होती, त्या दिशेनं *युलिसिस* जात होती. त्याच क्षणी या घोळक्याच्या मधोमधच एक प्रचंड, मॅग्नेशियमच्या जळत्या तारेसारखी डोळे दिपवून टाकणारी अत्यंत तेजस्वी अग्निज्वाला उंच उठली. या ज्वालेनं ते सारं भयानक दृश्य *युलिसिस*च्या ब्रिजवरच्या लोकांच्या हृदयात आणि मनात अक्षरशः जाळून कोरलं : मशालीसारखी नखशिखांत पेटलेली, डोळ्यांसमोर जळत जाणारी, जिवाच्या आकांतानं तडफडणारी माणसं, जळून मरून पाण्यावर तरंगत असलेली माणसं; आणि मूठभर उरलेली, *युलिसिस*ला आपल्या रोखानं येताना बघून आता पुढे काय होणार याच्या मृत्युभयानं कसंतरी करून तिच्या मार्गामधून बाजूला होण्याची प्राणांतिक धडपड करणारी माणसं.

"उजवीकडे ३० अंश!" व्हॅलेरीनं अगदी हळू आवाजात म्हटलं, पण त्याचं ते बोलणं ब्रिजवरच्या प्रत्येकाला ऐकू गेलं.

"उजवीकडे ३० अंश, सर."

गेल्या दहा मिनिटांमध्ये तिसऱ्यांदा *युलिसिस* भर वेगात असताना झपकन वळली. वेगात असलेलं जहाज वळताना कधीच नाकासमोर वळू शकत नाही. एखादी गाडी जशी रस्त्यात बर्फ असताना अचानक वळल्यावर घसरते, तसंच तेही पाण्यात घसरतं, आणि ते जितक्या वेगात आणि जास्त कोनात वळेल, तितकं ते जास्त प्रमाणात घसरतं. *युलिसिस*ची आडवी बाजू, आता डावीकडे आलेल्या त्या बिचाऱ्या माणसांच्या घोळक्याच्या बाहेरच्या अंगावरून वळत पुढे गेली, आणि पुढच्याच क्षणी ती त्या प्रचंड अग्निज्वालेत, आणि पर्यायानं त्या मरणाऱ्या माणसांची सगळ्यात जास्त संख्या जिथे होती, त्या भागात जाऊन पोचली.

त्या दुर्दैवी जीवांपैकी बहुतेकांच्या दृष्टीनं हे मरण आधीपेक्षा खूपच सुसह्य होतं, यातनांमधून क्षणार्धात सोडवणारं होतं. जहाजाच्या चारही प्रॉपेलर्समुळे उठणाऱ्या पाण्याच्या भयानक आवर्तात ती माणसं सहजच खेचली गेली, आणि खोल खोल समुद्रात बुडाली...

ज्यांना मरण आणि विनाश ही जोडी हातात हात घालून रोजच येऊन भेटत होती आणि दिसत होती, अशी *युलिसिस*च्या ब्रिजवरची ती युद्धात तावूनसुलाखून निघालेली, निर्ढावलेली माणसं, आपण आपल्या त्या सहकाऱ्यांसाठी काहीही करू शकत नसल्याच्या निराशेनं फक्त मुठी वळत होती, वांझोट्या शिव्या देत होती. आणि लहान मुलांसारखी, कसलीही लाज न बाळगता रडत होती. खाली तेलानं भरलेल्या पाण्यात तरंगणारे भाजलेले, केविलवाणे चेहरे, *युलिसिस* आपल्याला वाचवणार म्हणून नव्यानं आशा पल्लवित होऊन वर बघणारे चेहरे, नंतर खरं काय घडतंय हे समजून आल्यावर पुन्हा प्रचंड धक्का बसलेले, घाबरलेले चेहरे बघून रडत होती.

अचानक काही क्षणांमध्येच समुद्र एकदम रिकामा झाला. एकदम शांत, रिकामा. हवेत जळालेल्या मांसाची आणि जळत्या डिझेलची अवजड दुर्गंधी केव्हापासूनच होती, ती सगळ्यांना आता कुठे जाणवली. *ब्ल्यू रेंजर*च्या ऐन मध्यावर आगीमुळे काळ्याकुट्ट धुराचे जे प्रचंड लोट आकाशात उठत होते, त्यांच्या खाली असलेल्या काळ्या पाण्यातून *युलिसिस*चा मागचा भाग जोरात वळत होता, तेवढ्यात तिच्यावर तीन तोफगोळे येऊन लागले.

ते ३.७ इंची तीन गोळे *ब्ल्यू रेंजर*वरूनच आलेले होते. त्या तोफा चालवायला तिथे जहाजावर कुणी जिवंत असणं शक्यच नव्हतं, पण आगीच्या उष्णतेमुळेच ते उडालेले असणार, हे उघड होतं. पहिला गोळा *युलिसिस*च्या आर्मर-प्लेटिंगवर आपटून उडाला, पण त्यामुळे जहाजाला काहीच झालं नाही. दुसऱ्या गोळ्यानं जहाजावरची एक स्टोअररूम उद्ध्वस्त केली, पण नशिबानं ती त्या वेळी रिकामीच होती. तिसरा गोळा मात्र डेक भेदून आतल्या ३ नंबरच्या लो पॉवर रूममध्ये घुसला आणि त्याचा तिथे स्फोट झाला. त्या वेळी तिथे एकूण नऊ जण होते- एक ऑफिसर, सात साधे नौसैनिक, आणि चीफ टॉर्पेडो गनरचा नोएस नावाचा एक सहकारी होता. त्या बंदिस्त जागेत सगळ्यांच्या क्षणात चिंधड्या झाल्या.

त्यानंतर काही सेकंदांतच एक मोठा स्फोट झाला आणि *ब्ल्यू रेंजर*च्या जलरेषेवर एक मोठं थोरलं खिंडार पडलं, आणि ती सावकाश, थकूनभागून उजव्या कुशीवर कलंडली. तिचं फ्लाइट-डेक पाण्यावर उभं झालं; जणू आता ती समाधानानं मरायला तयार झालेली होती, की माझ्या माणसांना वाचवण्याऐवजी बुडवणाऱ्या *युलिसिस*ला मी एक शेवटचा का होईना, टोला हाणला.

*युलिसिस*च्या ब्रिजवर व्हॅलेरी अजूनही त्या भेगाळलेल्या, टवके उडालेल्या विंडस्क्रीनशी रेलून खाली मान घालून उभा होता. त्याला उलटी होत होती– रक्ताची उलटी, आणि ते रक्त कमालीचं लालभडक दिसत होतं, आणि हे रक्त एखाद्या मोठ्या शुद्ध रक्तवाहिनीमधून आलेलं होतं. त्याच्याशेजारी टिंडॉल असहायपणे उभा

होता. काय करावं हेच त्याला समजत नव्हतं; त्याचं डोकंच काम करत नव्हतं. अचानक त्याला सरळ ढकलून सर्जन-कमांडर ब्रुक्स तिथे आला, आणि व्हॅलेरीच्या तोंडाशी एक पांढरा टॉवेल धरून तो त्याला हळूच आधार देत खाली घेऊन गेला. ब्रुक्स त्या क्षणी सिक बे मध्ये असायला हवा होता, हे सगळ्यांना माहीत होतं; पण कोणालाही काही बोलायचा धीर झाला नाही.

आता टर्नरनं ब्रिजचा ताबा घ्यावा म्हणून वाट बघत असलेल्या कॅरिंग्टननं *युलिसिस*ची दिशा ठरलेल्या मार्गावर सरळ केली. तीन मिनिटांनी *युलिसिस व्हेक्ट्रा*पाशी पोचली, आणि त्यांनी मिळून मघाशी दुर्लक्ष झालेल्या शत्रूचा पद्धतशीरपणे शोध सुरू केला. दोन वेळा त्यांना शत्रू कुठाय हे लक्षात आलं, आणि दोन वेळा त्यांनी झपाट्यानं डेप्थ-चार्जेस पाण्यात सोडले. काही क्षणांतच तेलाचा एक भला मोठा तवंग पाण्यातून वर आला आणि पाण्यावर पसरू लागला : कदाचित शत्रूची यू-बोट जायबंदी झालेली असावी किंवा बुडालेली असावी, किंवा कदाचित त्या यू-बोटीनं या जहाजांची दिशाभूल व्हावी म्हणून स्वतःच तेल वर सोडलं असावं; पण काही झालेलं असलं तरी दोन्ही जहाजांना आणखी तपास करायला तिथे थांबणं शक्यच नव्हतं. कारण मालवाहू जहाजांचा काफिला एव्हाना दोन मैल पुढे निघून गेलेला होता, आणि त्याच्या रक्षणासाठी फक्त *स्टर्लिंग* आणि *व्हायकिंग* ही दोनच लढाऊ जहाजं काफिल्याबरोबर होती. शत्रूनं जर नेटानं काफिल्यावर हल्ला केला, तर एवढं संरक्षण अगदीच अपुरं होतं.

युलिसिस आणि *व्हेक्ट्रा* एफआर ७७ काफिल्यापर्यंत येऊन पोचण्याआधीच्या मध्यंतरीच्या काळात त्या काफिल्याचं रक्षण कुणी केलं असेल, तर ते *ब्ल्यू रेंजर*नं. तिलाही कल्पना नसताना आपोआपच ते तिच्या हातून झालं. इतक्या उत्तरेकडच्या भागात पहाट जरा मंद गतीनं होते. तरीसुद्धा आता बऱ्यापैकी उजाडलेलं होतं, आणि हा काफिला त्या उजेडात, निरभ्र क्षितिजाच्या पार्श्वभूमीवर चांगला उठून दिसत होता. कुठल्याही यू-बोटीच्या कप्तानाचं हे तर स्वप्न असतं; कारण नेम साधायला यासारखी अनुकूल परिस्थिती दुसरी नसते. पण एव्हाना काफिल्याच्या दक्षिणेला असलेल्या त्या यू-बोटींच्या टोळीपासून काफिला पूर्णपणे झाकला गेला होता– याचं कारण होतं, जळत्या *ब्ल्यू रेंजर*मधून उठणारे काळ्याकुट्ट धुराचे प्रचंड लोट, आणि पश्चिमेकडून येणाऱ्या मंद वाऱ्यामुळे या धुराचा एक गडद असा पडदा बनलेला होता. त्यातून पलीकडचं काहीही दिसणं शक्य नव्हतं. या समुद्रात पहाटे अचानक हल्ला करण्याची यू-बोटींची जणू एक पद्धत ठरून गेली होती– पहाटेचा हल्ला त्या अशा ताफ्यांच्या मार्गाच्या उत्तरेकडून करायचा– म्हणजे मग त्यांची भक्ष्य त्यांना त्या स्वतः आणि उगवता सूर्य, यांच्या दरम्यान सापडायची. आता आजच त्यांनी दक्षिणेकडे थांबून हल्ला करायचं का ठरवलं होतं, याचं एक उत्तर 'गनिमी कावा'

असं असणं शक्य आहे. पण कारण काहीही असो; काफिला त्यामुळे वाचला, हे मात्र खरं. तासाभरातच काफिला झपाट्यानं यू-बोटींपासून बराच दूर निघून गेलेला होता, आणि आता तिथपर्यंत पुन्हा पोचणं यू-बोटींना शक्य नव्हतं.

*युलिसिस*वरून लंडनला एक सांकेतिक संदेश डब्ल्यूटीवरून पाठवला जात होता. टिंडॉलनं निर्णय घेतला होता, की आता डब्ल्यूटीवरून संदेश पाठवण्यावरची बंदी पाळण्याचं काहीच कारण नाही, कारण काफिला कुठे आहे हे शत्रूला आधीच समजलंय. एफआर ७७ काफिल्याचं रक्षण करायला आता एकही विमानवाहू जहाज उरलेलं नाही, ही बातमी समजल्याबरोबर जर्मन नेव्हीच्या हाय कमांडमध्ये कसं उत्साहाचं वातावरण पसरलेलं असेल, हे लक्षात येऊन टिंडॉल दातओठ खात स्वतःशीच हसला. त्यामुळे 'आता तासाभरातच चार्ली येऊन आपल्या डोक्यावरून घिरट्या घालून जाणार हे उघड आहे,' त्यानं स्वतःशीच म्हटलं.

तो संदेश असा होता : "ॲडमिरल, १४ एसीएस टु डीएनसी, लंडन. काल १०.३० वाजता एफआर ७७ शी भेट झाली. अत्यंत खराब हवामान. कॅरिअर जहाजांचे प्रचंड नुकसान. *डिफेंडर, रेस्लर* वापरण्याच्या स्थितीत नाहीत, इतर जहाजे बरोबर देऊन त्यांना बेसवर परत पाठविले. *ब्ल्यू रेंजर*ला आज ०७.०२ वाजता टॉर्पेडो लागला, ०७.३० वाजता ती बुडाली. काफिल्याच्या रक्षणासाठी फक्त *युलिसिस, स्टर्लिंग, सिरस, व्हेक्ट्रा, व्हायकिंग* बाकी. एकही माइनस्वीपर जहाज नाही. *ईगर* बेसकडे परतत आहे, व्हालफ्योर्डमधून येणारे माइनस्वीपर जहाज आले नाही. हवाई साहाय्याची त्वरित आवश्यकता. कॅरिअर बॅटल स्क्वाड्रन इकडे पाठवता येऊ शकेल का? दुसरा पर्याय : बेसवर परतण्याची परवानगी द्यावी. निर्णय त्वरित कळवावा."

'या संदेशातली भाषा जरा आणखी सुधारता आली असती,' टिंडॉलनं मनात म्हटलं. विशेषतः तो शेवटचा भाग. स्टारसाहेब त्या भागाचा अर्थ आपल्याला दिलेली धमकी असा घेऊ शकतील आणि भडकतील. हे काम करण्यासाठी *युलिसिस,* आणि आपणही स्वतः लायक नाही अशी जी त्या माणसाची ठाम समजून झालीय, तिचा हा पुरावाच आहे असं तो मानण्याची शक्यता आहे. शिवाय जर्मनांच्या *बिस्मार्कनं* हूडसारखी मोठी युद्धनौका समुद्राच्या तळाशी धाडल्यानंतर गेल्या जवळजवळ दोन वर्षांपासून *ॲडमिरल्टी*चं धोरण असंच राहिलं आहे, की प्रत्यक्ष ब्रिटनचं रक्षण करण्यासाठी ठेवलेल्या नौदलातल्या कोणत्याही मोठ्या युद्धनौका किंवा विमानवाहू जहाजं दुसरीकडे कामगिरीवर पाठवायची नाहीत. अपवादात्मक परिस्थितीत समुद्रावरच्या आधुनिक लढायांसाठी तुलनेनं फारच मंदगती असलेली जुनी जहाजं– *रॅमिलीज* आणि *मलाया* यांच्यासारखी– आर्क्टिक समुद्रातून जाणाऱ्या मालवाहू जहाजांच्या निवडक ताफ्यांच्या रक्षणासाठी बरोबर पाठवली गेली खरी; पण

असे अपवाद सोडले तर *ॲडमिरल्टी*चं अधिकृत धोरण हे ब्रिटनच्या रक्षणासाठी ठेवलेलं आरमार तसंच ठेवून जर्मन नौदलावर वर्चस्व कायम ठेवायचं- मग त्या ताफ्यांचं काहीही झालं तरी चालेल– असंच आहे. टिंडॉलनं संपूर्ण काफिल्यावरून एकवार एक नजर टाकली, आणि एक थकलेला सुस्कारा सोडून तो खाली जायला निघाला. 'मरू दे तिकडे, जाऊ दे तो संदेश,' त्यानं मनात म्हटलं. 'तो तयार करताना माझा वेळ वाया गेला, तसा तो वाचताना स्टारचाही वेळ फुकट जाईल. जाऊ दे गेला तर. होऊ दे त्याला थोडा त्रास.'

जड पावलं टाकत तो शिड्यांवरून खाली उतरला, आणि कॅप्टनच्या केबिनच्या दारातून आत शिरला. आत अर्धवट कपडे काढलेला व्हॅलेरी त्याच्या बंकवर झोपलेला होता. त्याच्या अंगावर पांढरीशुभ्र, इस्त्री केलेली पांघरुणं होती. नव्यानं पडलेला लालभडक रक्ताचा डाग त्या शुभ्र पांघरुणांवर फारच उठून दिसत होता. स्वतः व्हॅलेरी तर आताच मेल्यासारखा दिसत होता. अर्धवट वाढलेल्या दाढीच्या काळ्या खुंटांमधून दिसणारी वर आलेली गालफडं, पूर्णपणे पांढराफटक पडलेला चेहरा, डोळ्यांच्या खाचांमध्ये खोल गेलेले लालबुंद डोळे. त्याच्या तोंडाच्या कोपऱ्यातून पांढऱ्याफटक, खोल गेलेल्या गालावर रक्त ओघळत होतं. टिंडॉलनं दार बंद केलं तसं व्हॅलेरीनं त्याच्याकडे बघत आपला हाडकुळा, सगळ्याच्या सगळ्या रक्तवाहिन्या उठून दिसत असलेला अशक्त हात कसाबसा वर केला.

टिंडॉलनं मुद्दामच अगदी काळजीपूर्वक, सावकाश दार बंद केलं: व्हॅलेरीची अवस्था बघून त्याला बसलेला जबर धक्का त्याला कोणत्याही परिस्थितीत चेहऱ्यावर दिसू द्यायचा नव्हता. त्यासाठी पुरेसा वेळ मिळेल, इतक्या सावकाश त्यानं दार बंद केलं.

"आपला ओल्ड सॉक्रेटिस इथे आहे हे केवढं नशीब आहे आपलं!" त्यानं हळूच म्हटलं. "तुझ्या डोक्यात थोडीतरी अक्कल भरू शकेल, असा तो एकटा माणूस आहे या जहाजावर." तो बेडच्या अगदी कडेवर हळूच बसला. "आता कसं वाटतंय, डिक?"

व्हॅलेरी बेरकी हसला. पण त्याच्या त्या स्मितामध्ये जराही विनोद नव्हता. "तुम्ही कशाबद्दल म्हणताय, यावर ते अवलंबून आहे, सर. शारीरिकदृष्ट्या की मानसिक दृष्ट्या? मला जरा थकल्यासारखं वाटतंय; खास काही आजारी वाटतंय असं नव्हे. डॉक्टर म्हणतो की, तो मला थोडंफार बरं करू शकेल; निदान तात्पुरतं. तो मला प्लाझ्मा ट्रान्सफ्यूजन देणार आहे; माझं बरंच रक्त गेलंय म्हणे,"

"प्लाझ्मा?"

"हं, प्लाझ्मा. संपूर्ण रक्त जास्त योग्य ठरलं असतं, खरंतर; पण प्लाझ्मामुळे मला आणखी ॲटॅक्स येण्याची शक्यता कमी होऊ शकेल..." थांबून त्यानं ओठांवर

आलेला थोडासा फेस पुसला, आणि तो पुन्हा हसला– मघासारखाच याही वेळी त्याच्या हसण्यात विनोदाचा भाग मुळीच नव्हता. "खरं सांगू का तुला जॉन, मला डॉक्टरपेक्षा पाद्र्याची जास्त गरज आहे– आणि क्षमेची." त्याचं बोलणं हळूहळू मंद होत गेलं. केबिनमध्ये एकदम शांतता पसरली.

टिंडॉलनं अस्वस्थपणे बसल्या जागी चुळबुळ केली आणि खाकरून घसा साफ केला. आपण खरं म्हणजे लढवय्या वृत्तीचे आहोत, क्षमा वगैरे गोष्टी आपल्याला फारशा समजत नाहीत, हे त्याला प्रथमच प्रकर्षानं जाणवलं.

"क्षमा? तुला नेमकं काय म्हणायचंय, डिक?" टिंडॉलला हे इतक्या जोरात विचारायचं नव्हतं; पण ते वाक्य त्याच्या तोंडून जाणवण्याइतक्या जोरात निघून गेलं.

"मला काय म्हणायचंय हे तुला चांगलं समजतंय." व्हॅलेरीनं मऊ आवाजात म्हटलं. त्याला एखादी शिवी देताना, अपशब्द बोलताना क्वचितच कोणी ऐकलेलं होतं. "आज सकाळी माझ्याबरोबर ब्रिजवर होतास तू."

पुढची जवळजवळ दोन मिनिटं दोघंही एक शब्दही बोलले नाहीत. तेवढ्यात व्हॅलेरीला खोकल्याची आणखी एक जोरदार उबळ आली. त्याच्या हातातला टॉवेल रक्तानं लालभडक, ओला झाला. तो जेव्हा परत उशीवर रेलून बसला, तेव्हा टिंडॉल क्षणभर भयंकर घाबरला. त्यानं चटकन वाकून व्हॅलेरीकडे नीट बघितलं, आणि त्याचा वेगानं, वरच्या वर होणारा श्वासाचा आवाज ऐकल्यावर त्यानं हळूच सुटकेचा निःश्वास सोडला. व्हॅलेरीनं पुन्हा बोलायला सुरुवात केली. त्याचे डोळे बंदच होते.

"त्या लो पॉवर रूममध्ये मेलेल्या आपल्या लोकांचं विशेष काही नाही." तो जणू स्वतःशीच बोलत होता, इतका त्याचा आवाज खोल गेलेला होता. "मी *युलिसिस*ला *ब्ल्यू रेंजर*च्या फार जवळ नेलं ही मात्र माझीच चूक होती. बुडत असलेल्या जहाजाजवळ जाणं म्हणजे फारच मूर्खपणाचं असतं– विशेषतः ते जहाज जर जळत असलं तर...पण हे असं घडू शकतं...ऐन क्षणी एखादा धोका आपल्या लक्षात येत नाही..." त्याचा आवाज आणखी अस्पष्ट होत गेला. तो पुढे काय बोलला– किंबहुना तो काही बोलला की नाही, हे टिंडॉलला ऐकूच आलं नाही.

टिंडॉल तटकन उठला, आणि त्यानं आपले ग्लोव्ह्ज हातात घातले. "सॉरी, डिक!" त्यानं माफीच्या सुरात म्हटलं. "मी इथे यायलाच नको होतं आणि आलो तरी इतका वेळ थांबायला नको होतं. आता ओल्ड सॉक्रेटिस माझी सालटी काढेल."

"मला वाईट वाटतंय ते त्या बाकीच्यांचं– पाण्यात पडलेल्या लोकांचं." व्हॅलेरीनं बहुधा टिंडॉलचं बोलणं ऐकलेलंच नव्हतं. "मला ते करायचा मुळीच अधिकार

नव्हता. कदाचित त्यांच्यापैकी काही जण...'' पुन्हा त्याचा आवाज ऐकू येईनासा झाला. आणि मग त्यानं जरा जास्त ताकदीनं परत बोलायला सुरुवात केली. ''कॅप्टन रिचर्ड व्हॅलेरी, डीएसओ पदकाचा मानकरी– न्यायाधीश, ज्यूरी, आणि जल्लाद – तिन्ही मीच. मला सांग जॉन, जेव्हा माझी पाळी येईल, तेव्हा मी काय सांगू?''

तेवढ्यात दारावर थाप पडली आणि टिंडॉल दचकल्यासारखा एकदम मागे दाराकडे वळला– त्याच्या तोंडातून सुटकेचा एक भलामोठा निःश्वास हळूच बाहेर पडला.

''कम इन.'' त्यानं म्हटलं.

दार उघडून ब्रुक्स आत आला. टिंडॉल दिसल्याबरोबर तो एकदम वाटेतच थबकला. बरोबर आलेल्या पांढरा कोट घातलेल्या आपल्या मदतनिसाकडे– जॉन्सनकडे – तो वळला. त्या मदतनिसाच्या हातात स्टँड, बाटल्या, ट्यूब आणि आणखी बरंच काही साहित्य होतं.

''जॉन्सन, तू जरा बाहेर थांबतोस?'' त्यानं म्हटलं.

''मी तुला गरज लागली की बोलावेन.''

दार बंद करून ब्रुक्स व्हॅलेरीच्या बंकजवळ एक खुर्ची घेऊन बसला. एका हातानं व्हॅलेरीची नाडी तपासत त्यानं टिंडॉलकडे थंड नजरेनं पाहिलं. तेवढ्यात ब्रुक्सला आठवलं, की टिंडॉलही आजारी असल्याचं निकोल्स पुन्हापुन्हा सांगत होता. या क्षणी टिंडॉल थकलेला नक्कीच दिसत होता, पण त्यापेक्षा तो नाराज जास्त वाटत होता...व्हॅलेरीची नाडी वेगानं चाललेली होती– आणि अनियमितपणेही.

''तुम्ही त्रास देताय त्यांना.'' ब्रुक्सनं सरळच आरोप केला.

''कोण, मी? माय गॉड! नाही रे बाबा!'' टिंडॉलनं दुखावल्या स्वरात म्हटलं. ''डॉक्टर, मी तर त्याला त्रास होईल असं काहीच,''

''ते दोषी नाहीत, डॉक्टर,'' व्हॅलेरीनं मध्येच म्हटलं. आता त्याचा आवाज चांगला स्पष्ट झालेला होता. ''ते एक शब्दही बोलले नाहीत. दोषी आहे तो मी – अत्यंत दोषी.''

ब्रुक्सनं त्याच्याकडे काही क्षण निरखून बघितलं, आणि मग तो काय ते समजून हसला. त्याच्या नजरेत जाणीवही होती, आणि करुणाही होती.

''क्षमा, सर. तीच हवीय तुम्हाला. हो ना?'' टिंडॉलनं आश्चर्याचा धक्का बसून त्याच्याकडे एकदम मान वळवून पाहिलं.

व्हॅलेरीनं डोळे उघडले.

''सॉक्रेटिस!'' तो पुटपुटला. ''तुला नक्कीच समजलं असेल.''

''क्षमा. हं.'' ब्रुक्सनं स्वतःशी विचार करत म्हटलं. ''क्षमा. कोणाकडून हवीय? जिवंत असलेल्यांकडून, मेलेल्यांकडून– की न्यायाधीशाकडून?''

टिंडॉलला आणखी एक धक्का बसला. "तू – तू काय बाहेर थांबून ऐकत –"

"या सगळ्यांच्याचकडून, डॉक्टर. फार जास्त मागतोय मी, मला कल्पना आहे."

"मेलेल्यांकडून क्षमेच्या बाबतीत बोलायचं सर, तर तुमचं अगदी बरोबर आहे. ते तुम्हाला क्षमा करणारच नाहीत; उलट आशीर्वाद देतील ते. कारण क्षमा करण्यासारखं काही घडलंच नाही. मी एक डॉक्टर आहे, हे विसरू नका. मी त्या पाण्यात पडलेल्या माणसांना पाहिलंय...तुम्ही त्यांना होत असलेल्या यातना उलट कमी करून, सोप्या मार्गानं देवाघरी पाठवलं, सर. आता न्यायाधीशाबद्दल सांगायचं, तर तुम्हाला माहीतच आहे, की 'देव देतो, आणि देव परत नेतो' – ओल्ड टेस्टामेंटमधली ही देवाची कल्पना आहे– तो त्याला हवं तेव्हा देतो, आणि त्याला हवं तेव्हा परत नेतो, आणि दया-क्षमा, उपकार वगैरे गेले खड्ड्यात." तो टिंडॉलकडे बघून किंचित हसला. "असं माझ्याकडे बघू नका, सर. मी देवाला मुळीच शिव्या देत नाहीय. असा जर न्यायाधीश असेल, तर तुम्ही, मी, आणि ॲडमिरल टिंडॉलही त्याच्या जवळपासही फिरकणार नाही. पण प्रत्यक्षात असं नसतं, सर..."

व्हॅलेरी फिकटसं हसला, आणि उशीवर टेकून जरा बसता झाला. "हे औषध एकदम लागू पडलं, डॉक्टर. पण जिवंत माणसांचं काय? त्यांच्या वतीनं तर तू बोलणं शक्य नाही.

"नाही? मी त्यांच्या वतीनं बोलू शकणार नाही?" ब्रुक्सनं आपल्या मांडीवर जोरानं थाप मारली, आणि काहीतरी आठवून तो खदखदून हसू लागला. "फारच धमाल आली." आणि तो पुन्हा मनापासून जोरानं हसला. टिंडॉलनं नाटकीपणानं व्हॅलेरीकडे निराश झाल्यासारखा कटाक्ष टाकला.

"सॉरी," ब्रुक्सनं हसणं थांबवून म्हटलं. "आत्ता, पंधरा मिनिटांपूर्वीच एक भन्नाट विनोदी गोष्ट घडली. तीन-चार अत्यंत दयाळू अंतःकरणाच्या स्टोकर लोकांनी त्यांच्यातल्या एका पूर्णपणे बेशुद्ध असलेल्या स्टोकरला सिक बे मध्ये आणून टाकलं. कोण होता हा बेशुद्ध माणूस, काही अंदाज? तो होता आपला सगळ्यांचा जवळचा, जहाजावरचा पंचमस्तंभीय दोस्त– रायले! त्याच्या डोक्याला जरासा धक्का बसलाय आणि चेहऱ्यावर दोन-चार जखमा आहेत; पण रात्रीपर्यंत ठीक होईल तो. ते जाऊ दे, पण तो एकसारखा म्हणतोय की, त्याच्या मांजराच्या पिल्लांना त्याची फार गरज आहे."

व्हॅलेरीनं कुतूहलानं वर बघितलं. "आं?" त्याला हसूच आलं. 'धडपडला असेल परत कुठेतरी."

"मीही अगदी हाच प्रश्न विचारला, स– पण खरं-तर तो एखाद्या काँक्रीट

मिक्सरमध्ये पडल्यासारखा वाटत होता. ''नाही, सर.'' त्याला घेऊन आलेल्या माणसांपैकी एकानं म्हटलं. 'तो जहाजावरच्या मांजराला अडखळून पडलाय.' 'काय? जहाजावर मांजर आहे? कुठाय?' मी विचारलं. तेव्हा त्या माणसानं वळून त्याच्या सहकाऱ्याला विचारलं, 'नॉबी, आपल्या जहाजावर मांजर आहे; हो की नाही?' तेव्हा नॉबीनं अत्यंत दयेनं त्याच्याकडे बघितलं. ''नाही, सर. याचा काहीतरी गैरसमज झालेला दिसतोय. बिचाऱ्या रायलेचं पाऊल वाकडं पडलं, आणि तो स्वतःच्याच पायात अडखळून पडला. फार लागलेलं नाही ना त्याला?'' त्यानं सचिंत आवाजात विचारलं.

''नेमकं काय झालं होतं?'' टिंडॉलनं विचारलं.

''त्यांचं बोलणं मी तसंच सोडून दिलं. मग निकोल्स त्या दोघांना बाहेर घेऊन गेला, तुमच्यावर कसलीही कारवाई होणार नाही, असं त्यानं त्यांना आश्वासन दिलं, आणि एका मिनिटात त्यानं रायलेला खरं काय झालं होतं, हे त्यांच्याकडून काढून घेतलं. एकंदरीत असं दिसतंय, की आज सकाळी जो प्रकार घडला, त्यात लोकांना भडकवण्याची उत्तम संधी रायलेला दिसली. त्यानं तुम्ही राक्षस आहात, निर्दय आहात, खुनी आहात अशा शिव्या दिल्या. तुम्हाला आईबापावरूनही अर्वाच्य शिव्या दिल्या– आणि हे सगळं कुठे, तर त्याला जिथे सुरक्षित वाटत होतं, तिथे– त्याच्या दोस्तांसमोर. त्याच्या त्या दोस्तांनीच त्याला जाम बुकलून अर्धमेला केला...सर, तुमचा मनापासून मत्सर वाटतो मला.'' आणि बोलणं थांबवून तो तटकन उठला.

''आता सर, तुम्ही झोपा आणि बाही वर करा...ओ, डॅम!''

''कम इन.'' दारावर पडलेल्या थापेला टिंडॉलनं परस्पर उत्तर दिलं. ''ओ, माझ्यासाठी दिसतोय सिग्नल. थँक्स, क्रायस्लर.''

त्यानं व्हॅलेरीकडे वळून बघितलं. ''लंडनहून आलाय– माझ्या सिग्नलला उत्तर म्हणून.'' त्यानं उगीचच तो बंद लिफाफा दोन-तीन वेळा उलटसुलट करून बघितला. ''कधी ना कधी हा उघडावा लागेलच ना? मग आत्ताच उघडायला काय हरकत आहे?'' त्यानं जराशा नाखुषीनं म्हटलं. डॉक्टर ब्रुक्स अर्धवट उठला.

''मी नाही, ब्रुक्स. तू कशाला जातोयस? आणि शिवाय हा सिग्नल आपल्या दोघांचा नाही, तिघांच्याही जिवलग दोस्ताचा आहे. स्टारचा. तो काय म्हणतो हे तुलाही ऐकायचं असेल, हो ना?''

''मुळीच नाही.'' ब्रुक्सनं सरळ, स्पष्ट म्हटलं. ''त्या सिग्नलमध्ये चांगलं काही असण्याची शक्यताच नाही.''

टिंडॉलनं लिफाफा उघडला, आणि आतल्या कागदाच्या घड्या सरळ केल्या.

''डीएनओ टु ॲडमिरल कमांडिंग १४ ए सी एस.'' त्यानं सावकाश वाचायला सुरुवात केली. ''जर्मनीची *टिरपिट्झ* युद्धनौका बाहेर पडण्याची तयारी करत

असल्याची माहिती मिळाली आहे. ब्रिटनचं रक्षण करण्यासाठी ठेवलेल्या नौदलातल्या कोणत्याही मोठ्या युद्धनौका किंवा विमानवाहू जहाजं बाजूला काढून पाठविणे अशक्य. एफआर ७७ काफिला अत्यंत महत्त्वपूर्ण. मुरमान्स्कच्या दिशेने त्वरित निघणे. गुड लक. स्टार.'' टिंडॉल थांबला ''गुड लक म्हणे!'' चेहरा वाकडातिकडा करत त्यानं म्हटलं. ''अरे, नालायका, निदान हे तरी लिहायचं नव्हतंस!''

बराच वेळ ते तिघंही एकमेकांकडे काहीही न बोलता, निर्विकार चेहऱ्यानं बघत राहिले. शेवटी नेहमीप्रमाणे ब्रुक्सनंच बोलायला सुरुवात केली.

''मघाशी आपला क्षमेचा विषय चालला होता ना? मला सांगा, या देवाच्या पृथ्वीवर, किंवा तिच्या वर किंवा खाली असलेला कोणीही, त्या हरामखोर, सूडबुद्धीनं ग्रासलेल्या नालायकाला क्षमा करील का?''

गुरुवारची रात्र

अजून दुपारच होती, तरीही आर्क्टिक भागातला तो करड्या रंगाचा संधिप्रकाश एवढ्यातच गडद होत चाललेला होता. *युलिसिस* हळूहळू मागे पडत होती. वारा पूर्णपणे नाहीसा झालेला होता, आणि पुन्हा जोरदार हिमवृष्टी सुरू झाली होती– एकाच वेगानं, सातत्यानं. हवेत भयंकर गारठा होता.

जहाजावरचे लोक तीन-तीनच्या, चार-चारच्या गटांनी हळूहळू जहाजाच्या उजव्या बाजूच्या मागच्या डेकच्या दिशेनं चालत जात होते. भयंकर थकलेली, पार हाडापर्यंत गोठून गेलेली ती माणसं जड पावलांनी, बहुधा स्वतःच्याच, निराशाजनक विचारांत गुरफटून, न बोलता एकेक पाऊल पुढे टाकत होती. जमलेलं पावडरसारखं हिम त्यांच्या पावलांनी इकडेतिकडे हळूच उडत होतं. डेकवर आल्यावर अधिकारी वर्ग आवाज न करता कॅप्टन व्हॅलेरीच्या मागे जाऊन थांबत होता, तर बाकीचे नौसैनिक त्याच्यासमोरच्या बाजूला एका रांगेत उभे राहत होते.

व्हॅलेरीच्या बाजूला तीन ऑफिसर होते– कार्स्लेक, इथर्टन आणि सर्जन-कमांडर ब्रुक्स. कार्स्लेक कठड्यापाशी उभा होता. त्याच्या चेहऱ्याची खालची बाजू पार डोळ्यांपर्यंत बँडेजमध्ये होती. गेल्या चोवीस तासांत त्यानं दुसऱ्यांदा व्हॅलेरीकडे क्षमायाचना केली होती, त्याचं कमिशन काढून घेण्याच्या व्हॅलेरीच्या निर्णयाचा पुन्हा विचार करायची त्याला गळ घातली होती. पहिल्या वेळी तर व्हॅलेरीनं त्याला धुत्कारूनच लावलं होतं. दुसऱ्या वेळी, म्हणजे दहा मिनिटांपूर्वी त्यानं थंडपणे त्याची विनंती नाकारली होती, आणि वर 'मला परत सतावलंस तर तुला अटक करून बंदिवासातच टाकेन', अशी धमकी दिली होती. आता कार्स्लेक शून्यात नजर लावून उभा होता. त्याचे फिकट निळे डोळे द्वेषानं, संतापानं लालबुंद झालेले होते.

इथर्टन व्हॅलेरीच्या डाव्या बाजूला, किंचित मागे उभा होता. तो थंडीनं भयंकर काकडत होता. त्यानं ओठ घट्ट मिटून घेतलेले होते आणि तो एकसारखा दात-ओठ खात होता. फक्त त्याची नजर आपल्या पायांजवळ जमलेल्या हिमाच्या बारीकशा ढिगाकडे एकटक बघत होती. ब्रुक्सनंही ओठ घट्ट मिटून घेतलेले होते, पण इथर्टन

आणि त्याच्यातलं साम्य इथेच संपत होतं. त्याचा चेहरा आणि डोळे सात्त्विक संतापानं लाल झालेले होते– अत्यंत गंभीर आजारी असलेल्या माणसानं जर आपल्या डॉक्टरच्या सूचना उघडउघड धाब्यावर बसवल्या असल्या, तर तो डॉक्टर तरी दुसरं काय करणार? ब्रुक्सनं व्हॅलेरीला सांगितलं होतं, की तुम्ही बंकवरून मुळीच उठता कामा नये. पण व्हॅलेरीनं त्याला शांत करत हळूच सांगितलं होतं, की "जर जहाजावरचं कोणी गतप्राण झालं असेल, आणि त्याचे अंतिम संस्कार जर पाद्री करू शकत नसेल, तर ते करणं हे जहाजाच्या कॅप्टनचं कर्तव्य आहे, नाही का?" आणि या क्षणी पाद्री ते करायच्या परिस्थितीत नव्हता... कारण स्वतः पाद्रीच गतप्राण होऊन त्याच्या...आणि इथर्टनच्या पायांशी पडलेला होता– इथर्टननंच त्याला मारलंय, हे नक्की होतं.

पाद्री चार तासांपूर्वी मरण पावला होता– चार्ली नेहमीप्रमाणे विमानामधून चक्कर मारून गेल्यानंतर थोड्याच वेळानं. तो केव्हा येईल याचा टिंडॉलचा अंदाज साफ चुकला होता. त्याच्या म्हणण्याप्रमाणे चार्ली तासाभरात यायला हवा होता, पण तसं झालं नव्हतं. इतकंच काय, सकाळ जवळजवळ निम्मी उलटली तरीही चार्लीचा पत्ता नव्हता. पण तो जेव्हा आला होता, तेव्हा तो त्याच्यासारख्या आणखी तीन विमानांना घेऊन आला होता. नॉर्वेच्या किनाऱ्यापासून इथपर्यंतचं अंतर खरं म्हणजे खूप मोठं होतं; पण त्या महाकाय कॉन्डॉर फॉक-वुल्फ २०० विमानांच्या दृष्टीनं ते म्हणजे हातचा मळ होता– ही विमानं कायमच ब्रिटिश बेटांच्या पश्चिम किनाऱ्याला वळसा घालून ट्रॉंडहाईमपासून जर्मनव्याप्त फ्रान्सपर्यंतची भलीमोठी अर्धवर्तुळाकार सफर पहाटेपासून संध्याकाळपर्यंतच्या वेळात पूर्ण करायची.

कॉन्डॉर विमानं दिसली, म्हणजे काहीतरी गडबड होणार हे जणू ठरूनच गेलं होतं, आणि आताही तसंच झालं होतं. ती काफिल्याच्या मागच्या बाजूनं येऊन थेट डोक्यावरून गेली होती. काफिल्यातल्या व्यापारी जहाजांनी आणि त्यांच्या रक्षक जहाजांनी त्यांच्या रोखानं विमानविरोधी तोफांचा प्रचंड भडिमार केला होता. आणि हा बॉम्बफेकी हल्ला त्या विमानांनी केला तर होता, पण त्यामध्ये जाणवण्याइतका उत्साहाचा अभाव होता. त्यांनी ७,००० फूट उंचीवरून खाली बॉम्ब टाकले होते. सकाळच्या त्या स्वच्छ, थंड हवेत सगळे बॉम्ब विमानातून सुटल्या क्षणापासून स्पष्ट दिसले होते. ते चुकवण्याइतकाही वेळ मिळाला नव्हता. परत उलट्या दिशेनं येऊन पुन्हा बॉम्ब टाकण्याच्या भानगडीत न पडता एकदाच हा हल्ला करून सगळी विमानं लगेचच पूर्वेकडे उडत नाहीशी झाली होती. जहाजांनी केलेल्या 'गरमागरम' स्वागताचा त्यांच्यावर परिणाम नक्कीच झाला होता, पण त्यांचं नुकसानही काही झालं नव्हतं.

आताच्या परिस्थितीचा विचार केला, तर हा हल्ला चांगलाच शंकास्पद होता. चार्ली अनेकदा टेहळणीसाठी चकरा मारायचा, पण क्वचित प्रसंगी जेव्हा कधी तो प्रत्यक्ष हल्ला करायचा, तेव्हा तो आपल्या हल्ल्यात निर्धार, धैर्य दाखवायचा. आताच्या हल्ल्यात निर्धार, धैर्य सोडा, साधे डावपेचही नव्हते. कदाचित लुफ्तवाफमध्ये नव्यानं दाखल झालेल्या तरुण पोरांना सराव करण्यासाठी पाठवलं की काय, अशी शंका वाटत होती. किंवा कदाचित त्यांना त्यांची महागडी विमानं धोक्यात न घालण्याचे कडक हुकूम मिळाले असावेत. पण काफिल्यातल्या अनुभवी लोकांचा विचार वेगळाच होता– कदाचित, नव्हे, बहुतेक हा हल्ला लक्ष दुसरीकडे वळवण्यासाठी केला होता, आणि खरा धोका भलतीकडेच होता. समुद्राच्या पातळीवरची– आणि खालचीही- गस्त आणखी कडक करण्यात आली होती.

पाच, दहा, पंधरा मिनिटं अशीच गेली होती; पण काहीच घडलं नव्हतं. रडार आणि ॲस्डिकचे स्क्रीन जणू आडमुठे असल्यासारखे स्वच्छ राहिले होते. टिंडॉलनं शेवटी निर्णय घेतला होता, की जहाजावरच्या आधीच भयंकर थकलेल्या लोकांना विनाकारण ॲक्शन स्टेशन्सवर तंगवत ठेवण्यात काही अर्थ नाही, आणि त्यानं स्टॅंड-डाउनचा हुकूम दिला होता. जहाजावर 'जैसे थे' परिस्थिती जाहीर करण्यात आली होती.

दुपारच्या सुरुवातीच्या भागात करण्याची सगळी कामं रद्द करण्यात आली होती, आणि जवळजवळ सगळेच अधिकारी आणि इतर साधे नौसैनिक वगैरे माणसं ताबडतोब मिळेल तितकी झोप काढायला गेली होती. पण विश्रांतीसाठी न जाणारेही काही लोक होते. ब्रुक्स आणि निकोल्सला त्यांच्या रुग्णमंडळींची काळजी घेणं आवश्यक होतं. नॅव्हिगेटर चार्ट हाउसमध्ये परत गेला होता. मार्शल आणि त्याचा गनर पीटर्स यांनी त्यांच्या राउंड्स पुन्हा सुरू केल्या होत्या. आणि चिंतेनं ग्रासलेला, अत्यंत संवेदनशील मनःस्थिती झालेला, कार्स्लेक-राल्स्टन यांच्याबाबतच्या त्या घटनेत झालेल्या आपल्या चुकीची भरपाई करण्यासाठी अत्यंत अधीर झालेला इथर्टन डायरेक्टर टॉवरमधल्या टेहळणी करण्याच्या एकाकी जागी सावधपणे, तिथल्या थंड वातावरणात अंगाची मुटकुळी करून बसून राहिला होता.

मार्शल आणि पीटर्स हे दोघं २ नंबरच्या इलेक्ट्रिकल शॉपच्या मुख्य वायरमनशी बोलत असतानाच बाहेरच्या डेकवरून त्यांना एकदम जोरदार हाकाटी ऐकू आली होती. हे २ नंबरचं इलेक्ट्रिकल शॉप फोरकॅसल डेकला जाणाऱ्या पॅसेजच्या जवळ, जहाजाच्या डाव्या बाजूला होतं. चार पावलांतच ते दोघं मधलं दार उघडून डेकवर आले होते, आणि डेकवरून वाकून पुन्हा पडू लागलेल्या बर्फामधून खाली बघू लागले होते. तिथे एक माणूस समुद्रात बोट दाखवून जोरजोरात ओरडत होता. तो शार्टरी आहे, हे मार्शलनं लगेच ओळखलं होतं– जहाज बंदरात असताना हा माणूस

वॉर्डरूमचा बारमन म्हणूनही काम बघत असे, त्यामुळे त्याला सगळेच जण नावानं ओळखत होते.

"काय झालं, शार्टरी? काय दिसतंय तुला? लवकर बोल." मार्शलनं म्हटलं होतं.

"तिकडे बघा, सर! नाही – अजून थोडं उजवीकडे! ती - ती यू-बोट आहे, सर!"

"काय? काय आहे म्हणालास? यू-बोट?" तेवढ्यात घाईघाईनं मार्शल आणि शार्टरी यांच्यामध्ये येऊन उभ्या राहिलेल्या रेव्हरंड विंथ्रॉपकडे– हाच जहाजाचा पाद्री होता– मार्शलनं अर्धवट वळून बघितलं होतं. "कुठाय? कुठाय? दाखव मला."

"ती काय, थेट तुमच्या समोरच दिसतेय, रेव्हरंड, सर. मला दिसतेय ती आता. पण तिचा आकार मात्र अगदीच विचित्र आहे – ती यू-बोटच असेल तर." मार्शल पुन्हा त्या विचित्र, बसक्या आकाराच्या गोष्टीकडे बघू लागला होता – ती वस्तू आता तरंगत जहाजापासून बरीच जवळ आलेली होती.

तिथून बरंच उंचावर, डायरेक्टर टॉवरमध्ये असलेल्या इथर्टनच्या भिरभिरत्या नजरेनं ती वस्तू शार्टरीच्याही आधी हेरली होती. शार्टरीसारखंच सुरुवातीला त्यालाही वाटलं होतं, की ती यू-बोटच आहे आणि ती ध्यानीमनी नसताना पाण्याच्या पृष्ठभागावर आली आहे– पण तसं असतं तर ॲस्डिक किंवा रडारवर ती केव्हाच दिसली असती, हा विचारच त्याच्या डोक्यात आला नव्हता. आता वेळ घालवून चालणार नाही, ताबडतोब काहीतरी केलं पाहिजे – त्यानं मनात म्हटलं होतं, आणि मागचापुढचा विचार न करता शेजारचा फोन उचलून जहाजाच्या पुढच्या भागात असलेल्या पॉम-पॉम गन प्लॅटफॉर्मला फोन केला होता.

"डायरेक्टर टॉवर – पॉम-पॉम!" तो घाईघाईनं किंचाळला होता. "यू-बोट, डावीकडे, ६० अंश. रेंज १०० यार्ड, मागच्या बाजूला चाललीय. पुन्हा सांगतो – डावीकडे, ६० अंश. दिसली का?...नाही, नाही, डावीकडे ६०-७० अंशावर आलीय आता." तो अधीरपणे ओरडत होता. "दिसली? गुड, गुड. तिला ट्रॅक करायला सुरुवात कर." "ऑन टार्गेट, सर." रिसीव्हरमधून आवाज आला होता.

"फायरिंग सुरू कर – आणि थांबवू नकोस!"

"सर, पण सर, किंग्स्टन नाहीय इथे. तो गेलाय –"

"किंग्स्टन गेला खड्ड्यात!" इथर्टन संतापून किंचाळला होता. किंग्स्टन हा त्या गनचा कॅप्टन होता. "फायरिंग सुरू करा, मूर्खांनो! आत्ता लगेच! मी सगळी जबाबदारी घेतो!" आणि त्यानं रिसीव्हर खाडकन ठेवला होता, आणि तो पुन्हा त्या यू-बोटीकडे बघण्यासाठी जरासा हलला होता...आणि त्याच्या लक्षात आपली घोडचूक आली होती. त्याच्या पोटात ढवळून आलं होतं...प्रचंड घाबरून त्याचे हातपाय थरथरू लागले होते

– आणि त्यानं घाईघाईनं परत फोनकडे झेप घेतली होती.

"माझी शेवटची ऑर्डर रद्द समजा!!" तो किंचाळला होता. "फायरिंग थांबवा! नो फायर! सीझ फायर!! ओ गॉड! ओ गॉड!" आणि त्याच क्षणी त्याला रिसीव्हरमधून त्या दोन-पौंडी गनच्या गोळीबाराचे आवाज ऐकू आले होते. त्याच्या हातातून रिसीव्हर गळून पडला होता आणि फुटला होता. फार उशीर झाला होता. फारच उशीर झाला होता.

याचं कारण असं होतं, की त्यानं जी कुणीच करणं शक्य नाही अशी चूक केली होती– गन्सच्या तोंडावर बसवलेलं कव्हर काढायचा अत्यंत महत्त्वाचा हुकूमच द्यायला तो घाईघाईत साफ विसरला होता– गन्स जेव्हा वापरात नसतात, तेव्हा त्यांची तोंडं धातूच्या प्लेट लावून झाकलेली असतात– अर्थात, ती तकलादू असतात हा भाग वेगळा. आणि गोळ्यांना फ्यूज अशा पद्धतीनं लावलेले होते, की ते गोळे एखाद्या वस्तूवर आपटल्यानंतरच त्यांचे स्फोट होतील.

त्यानुसार पहिला गोळा तोंडावरच्या प्लेटवर आपटून बॅरलमध्येच फुटला होता, आणि त्यात गनची दिशा बदलणारा माणूस जागच्या जागी ठार झाला होता, तर त्याच्या साथीदाराला गंभीर जखमा झाल्या होत्या. बाकीचे तीन गोळे गनच्या तोंडावरची कव्हर्स फोडून बाहेर पडले होते, आणि त्यांचे एकेका सेकंदाच्या अंतरानं, एकापाठोपाठ एक असे स्फोट झाले होते – डेकवरून खाली डोकावून बघत असलेल्या त्या चौघांच्या तोंडांपासून अगदी थोड्याच अंतरावर.

आश्चर्य म्हणजे, गोळ्यांच्या धातूच्या जळत्या तुकड्यांमुळे कोणालाच काही झालं नव्हतं. ते झपाट्यानं खाली जात समुद्रात पडून फिस्कारत विझून गेले होते. पण त्या स्फोटांच्या आवाजाच्या भयंकर लाटा मात्र उलट्या दिशेनं, मागे आल्या होत्या. अगदी काही थोड्या पौंड स्फोटक द्रव्यांचा स्फोटसुद्धा अगदी जवळच झाला, तर तो प्राणघातकच ठरतो. त्याची ताकदच तशी असते.

पाद्री विंथ्रॉप जागेवरच खलास झाला होता, तर पीटर्स आणि शार्टरी त्यानंतर काही सेकंदांत मृत्युमुखी पडले होते. सगळ्यांच्या मृत्यूचं कारण एकच होतं – डोक्याचा मागचा भाग फुटल्यामुळे. तिघांनाही जणू एखाद्या राक्षसानं लीलया उचलून मागे भिरकावून दिलं होतं, आणि त्यांच्या डोक्याचा मागचा भाग एका भिंतीवर आपटून पार चेंदामेंदा झाला होता. रक्ताचे पाट वाहिले होते, आणि खालच्या बर्फात जिरून नाहीसे झाले होते.

मार्शल मात्र सुदैवी ठरला होता– तो वाचला होता. स्फोटांच्या धक्क्यानं तोही उचलला गेला होता, पण तो मागच्या उघड्या दारातून आत फेकला गेला होता, मध्ये वाटेतच त्याच्या बुटांच्या टाचा दाराच्या उंबऱ्याच्या ठिकाणी असलेल्या धातूच्या पातळसर पट्टीला अडकून बुटांपासून वेगळ्या झाल्या होत्या, त्यामुळे

हवेतच एकदम रोखला जाऊन त्यानं एक संपूर्ण कोलांट उडी हवेतच मारली होती, तो जोरात खाली आपटून पॅसेजमधून घसरत गेला होता, आणि 'बी' टरेटच्या पायथ्यावर जोरात आदळला गेला होता– हे सगळं त्यानं स्वतःच, नंतर सांगितलं. तो एक फूटभर जरी डावीकडे किंवा उजवीकडे उभा असता, तर तो वाचण्याची सुतराम शक्यता नव्हती. त्यामुळे आता मार्शल सिक बे मध्ये कॉटवर बसलेला होता – त्याच्या अंगभर बँडेज होती, फासळ्या तुटल्यामुळे त्याला नीट श्वास घेता येत नव्हता, पण तो जिवंत होता.

आणि या सगळ्याचं मूळ कारण असलेली ती तरंगणारी वस्तू– ती एक केव्हातरी उलटी झालेली साधी लाइफबोट होती – केव्हाच तरंगत दिसेनाशी झाली होती.

प्रार्थनेच्या पुस्तकात बघून प्रार्थना वाचत असलेला व्हॅलेरीचा गंभीर, हळुवार आवाज थांबला. पुस्तक मिटवून तो मागे झाला, बिगुलाचे हृदयस्पर्शी स्वरही बर्फात विरून गेले. जड कॅनव्हासमध्ये लपेटलेले तेरा मृतदेह एकएक करत युनियन जॅकच्या खालून फळीवरून घसरत 'धप्प' आवाज करत समुद्रात पडले आणि दिसेनासे झाले. सगळे लोक आवाज न करता, हालचाल न करता हे गंभीरपणे बघत होते. हा अंतिम संस्कार बघणाऱ्या त्या थकल्याभागल्या जिवांना थंडी, बर्फ वगैरेची थोडीसुद्धा जाणीव होत नव्हती. सगळे जणू समोर चाललेल्या घडामोडी बघण्यात हरवून गेलेले होते. इथर्टन त्याच्या जागेवरून एक पाऊल पुढे झाला आणि निःश्वास सोडत, हाता-पायांतलं बळ गेल्यासारखा कसातरीच बर्फात पडला, तरीही ते फारसं कुणाला जाणवलं नाही. काही जणांनी तिकडे मुद्दामच दुर्लक्ष केलं, तर काहींनी हळूच त्याच्याकडे कटाक्ष टाकले. का कोण जाणे, पण गर्दीपासून जरा मागे उभ्या असलेल्या निकोल्सच्या डोळ्यांसमोर एक विचित्र वाटणारं कल्पनाचित्र येऊन गेलं - 'हे सगळे लोक असेच पुतळ्यांसारखे अनंत काळपर्यंत उभे राहणार आहेत, त्यांची मनं आणि रक्त हळूहळू गोठत चाललंय, शरीरं गोठत चाललीयत, आणि सरतेशेवटी त्यांचे बर्फाचे पुतळे बनलेत. आणि अगदी अचानक, पुढच्याच क्षणी त्या गारुडातून सगळे जण धडपडत बाहेर आले.' वाढत चाललेल्या अंधारात इमर्जन्सी स्टेशन्सची सूचना देणारी कर्णकर्कश शिट्टी साऱ्या जहाजभर घुमू लागली.

व्हॅलेरीला ब्रिजवर पोचायला जवळजवळ तीन मिनिटं लागली. ब्रिजवर जायला ज्या चार शिड्या त्याला चढणं भाग होतं, त्यांच्या जवळजवळ एकाआड एका पायरीवर थांबून त्याला विश्रांती घ्यावी लागत होती. आणि तरीसुद्धा तो ब्रिजवर एकदाचा पोचला, तेव्हा त्याच्या अंगातली सगळी शक्ती नाहीशी झालेली होती. तो पुरता गळाठून गेलेला होता. ब्रुक्सला त्याला जवळजवळ

अर्धवट उचलूनच ब्रिजच्या दारातून आत न्यावं लागलं. एका भिंतीचा आधार घेऊन व्हॅलेरी कसाबसा उभा राहिला. ओठांवर फेस जमत असलेल्या तोंडामधून तो जोरजोरात धापा टाकत श्वास घेत होता, पण त्याचे डोळे मात्र नेहमीसारखेच एकदम जिवंत, सावध होते, पडत असलेल्या बर्फामधून सगळीकडे बघण्याचा प्रयत्न करत होते.

''कॉंटॅक्ट जवळ येतंय, आपल्याला आडवं येईल अशा दिशेनं, एकाच वेगानं येतंय.'' रडारचा लाउडस्पीकर शांतपणे, कोरड्या आवाजात सांगत होता. हा आवाज लेफ्टनंट बौडेनचा असणार, हे वेगळं सांगायची गरज नव्हती.

''गुड, गुड! आपण त्याला फसवून भलतीकडेच घेऊन जाऊ!'' टिंडॉलचा थकलेला, ओढलेला चेहरा लढाईच्या कल्पनेनं एकदम फुलून आला. लढाईच्या नुसत्या कल्पनेनंसुद्धा टिंडॉल नेहमी बेहद्द खूश व्हायचा.

''चल, कॅप्टन, आता काहीतरी धमाल होणार. दक्षिण-पश्चिमेकडून काहीतरी येतंय आपल्या दिशेनं.'' तेवढ्यात त्याला एकदम आठवलं.''अरे! पण तू इथे काय करतोयस?'' व्हॅलेरीची दशा बघून त्याला धक्काच बसला.

''ब्रुक्स! या माणसाला इथे –''

''तुम्ही बघता का प्रयत्न करून, त्याला समजवायचा?'' ब्रुक्स संतापानं ओरडला. ब्रिजचं दार खाडकन आपटून तो तणतणत खाली निघून गेला.

''आता याला काय झालं?'' आपलं काय चुकलं हेच टिंडॉलला समजत नव्हतं.

''काय चुकलं माझं?''

''काहीच नाही, सर.'' व्हॅलेरीनं त्याला शांत करत म्हटलं. ''सगळी चूक माझीच आहे– मी डॉक्टरचा सल्ला– सल्ला कसला, हुकूमच आहे तो– धाब्यावर बसवला ना, म्हणून चिडलाय तो. बरं, तुम्ही काहीतरी सांगत होतात ना?''

''हो, हो. काहीतरी संकट येतंय आपल्याकडे.'' टिंडॉलनं गंभीरपणे म्हटलं खरं, पण त्याचा चेहरा फुललेला दिसत होता. हे बघून व्हॅलेरीला मनातल्या मनात हसूच आलं. ''रडार सांगतंय की, पाण्यावरून एक जहाज आपल्या दिशेनं येतंय – मोठं आहे, भरपूर वेगात आहे, आणि जवळजवळ थेट आपल्या मार्गातच येणारसं दिसतंय.''

''आणि ते आपलं नसणारच, हो ना?'' व्हॅलेरी पुटपुटला, आणि मग त्यानं एकदम चमकून वर बघितलं. ''माय गॉड, सर, ते''

''*टिरपिट्झ* म्हणायचंय ना तुला?'' टिंडॉलनं त्याचं वाक्य पुरं केलं. त्यानं ठामपणे नकारार्थी मान हलवली. ''आधी मलाही असंच वाटलं होतं, पण ते शक्य नाही. *ॲडमिरल्टी* आणि आपलं हवाई दल त्याच्यावर घारीसारखी नजर ठेवून आहे.

ते एक फूट जरी जागेवरून हललं तरी आपल्याला समजेल...नाही, हे बहुतेक एखादं मोठं क्रूझर असावं.''

''कॉंटॅक्ट जवळ येतंय, जवळ येतंय, तीच दिशा अजून आहे. मार्गात बदल नाही.'' बौडेनचा तुटक आवाज काहीसा एखाद्या क्रिकेट समालोचकासारखा वाटत होता. ''अंदाजे वेग २४ नॉट, पुन्हा सांगतो, २४ नॉट.''

त्याचा आवाज थांबला, आणि त्याच क्षणी डब्ल्यूटीचा स्पीकर बोलायला लागला. 'डब्ल्यूटी – ब्रिज. डब्ल्यूटी – ब्रिज. काफिल्याकडून सिग्नल आला. *स्टर्लिंग* – ॲडमिरल. ठीक आहे. तसे करू. आऊट.''

''व्हेरी गुड! जेफ्रीजचा सिग्नल आहे तो.'' टिंडॉलनं म्हटलं. ''मी त्याला सिग्नल पाठवला होता, की काफिल्याला उत्तर-उत्तर-पश्चिमेकडे घेऊन जा. त्यामुळे काफिला आता आपल्याकडे येत असलेल्या दोस्तापासून बराच दूर जाईल.''

व्हॅलेरीनं मान डोलावली. ''आता काफिला आपल्या किती पुढे आहे, सर?''

''पायलट!'' टिंडॉलनं हाक मारली, आणि उत्तराच्या अपेक्षेनं मान मागे कलती केली.

''सहा-साडेसहा मैल.'' कॅपॉक किडनं निर्विकारपणे उत्तर दिलं.

''कामात जराशी ढिलाई आलेली आलेली दिसतेय याच्या.'' टिंडॉलनं म्हटलं. ''तणावाचा परिणाम दिसतोय. दोन दिवसांपूर्वी त्यानं 'सहा मैल आणि अमुक इतके यार्ड'' असं सांगितलं असतं. पण सहा मैल म्हणजे पुरेसं अंतर झालं, कॅप्टन. आपल्या दोस्ताला काफिल्याचा सुगावा कधीच लागणार नाही. बौडेन सांगतोय, की त्याला अजून आपण इथे, त्याच्या मार्गावरच आहोत हेसुद्धा समजलेलं नाही. त्याची आणि आपली भेट कुठेतरी होणार हासुद्धा केवळ योगायोग असला पाहिजे...लेफ्टनंट बौडेन जर्मन रडारला फारच तुच्छ लेखत असला पाहिजे, असं दिसतंय.''

''खरंय. त्याचं म्हणणं बरोबर असेल अशी आशा करू या. पण प्रत्यक्षात काय असेल, हा खरा महत्त्वाचा प्रश्न आहे.'' व्हॅलेरी डोळ्यांना दुर्बीण लावून दक्षिणेकडे निरखून बघू लागला. त्याला फक्त समुद्र आणि हळूहळू कमी होत चाललेला हिमवर्षावच दिसला. ''एनी वे, हे सगळं आत्ता घडतंय हे एका दृष्टीनं चांगलंच आहे.'' टिंडॉलनं भुवया उंचावून त्याच्याकडे प्रश्नार्थक मुद्रेनं बघितलं. ''मघाशी अंत्यसंस्काराच्या वेळी सगळं कसं ...विचित्र वाटत होतं, सर.'' व्हॅलेरीनं काहीसं बिचकत म्हटलं. ''सगळं वातावरणच रहस्यमय वाटत होतं...घाबरवून टाकणारं वाटत होतं. ते पडणारं बर्फ, ती शांतता, ती प्रेतं – तेरा प्रेतं. जहाजावरच्या लोकांना इथर्टनबद्दल– सगळ्याबद्दलच– काय वाटत असेल, याचा मी फक्त अंदाज करू शकतो, सर. पण ते मुळीच चांगलं नव्हतं. त्याचा शेवट कसा झाला असता, सांगणं कठीण आहे –

''पाच मैल.'' तेवढ्यात लाउडस्पीकर बोलू लागला. ''पुन्हा सांगतो, पाच

मैल. मार्ग, दिशा, वेग यांत बदल नाही.''

'पाच मैल.' टिंडॉलला जरा सुटल्यासारखं वाटलं. नुसतेच हवेत अंदाज बांधण्यापेक्षा त्याला थेट कृती करायला जास्त आवडायचं. ''आता आपणही काहीतरी करायची वेळ आलीय, कॅप्टन. लवकरच आपण बौडेनच्या मते त्या जहाजाच्या रडारची जी रेंज आहे, त्या रेंजमध्ये येऊ. मला वाटतं आपण जरा पूर्वेकडे जाऊ– म्हणजे त्याला असं वाटेल की, आपण काफिल्याची मागची बाजू कव्हर करतोय आणि नॉर्थ केपच्या दिशेनं जातोय.''

''उजवीकडे १० अंश.'' व्हॅलेरीनं हुकूम सोडला. तशी *युलिसिस* हळूहळू वळली आणि आपल्या नवीन दिशेनं जाऊ लागली. तिनं आपला वेगही कमी करत २६ नॉटवर आणला.

एक मिनिट गेलं. दोन गेली, मग पाच मिनिटं झाली, आणि लाउडस्पीकर पुन्हा बोलू लागला.

''रडार– ब्रिज. अंतर कायम. ते जहाज आपल्या मार्गात येण्याच्या दृष्टीनं दिशा बदलतंय.''

''ग्रेट! एक्सलंट!'' टिंडॉल एकदम खूश झाला. ''सापडला आपल्या जाळ्यात. त्याला काफिल्याचा पत्ताच लागलेला नाहीय. लोकहो, रडार सांगेल त्या दिशेनं फायरिंग सुरू करा!'' व्हॅलेरीनं डायरेक्टर टेलिफोनकडे हात लांब केला.

''डायरेक्टर? ओ, कर्टनी, तू आहेस होय तिथे...गुड, गुड...तसंच कर.'' फोन ठेवून त्यानं टिंडॉलकडे पाहिलं.

''भलता स्मार्ट आहे पोरगा. गेली दहा मिनिटं तो 'एक्स' आणि वाय' अशी दोन्ही टरेट्स जय्यत तयार करून जहाजाचं ट्रॅकिंग करतोय... फक्त बटनं दाबायचा अवकाश, म्हणतो तो.''

''म्हणजे आपल्या इथल्या दोस्तासारखाच दिसतोय.'' कॅपॉक किडकडे मानेनं निर्देश करत टिंडॉलनं म्हटलं, आणि मग एकदम आश्चर्यानं वर बघितलं. ''कर्टनी म्हणालास तू? कर्टनी? मग तिथला ऑफिसर कुठाय?''

''त्याच्या केबिनमध्येच असेल, माझ्या मते. मघाशी अंत्यसंस्काराच्या वेळी कोलमडून पडला बिचारा. एनी वे, या क्षणी तो काम करण्याच्या परिस्थितीतच नाहीय... काय काय सहन करावं लागलंय बिचाऱ्याला –''

त्याच क्षणी 'एक्स' टरेटमधून सुटलेल्या ५.२५ इंची गोळ्यांच्या धडाक्यांनी *युलिसिस* हादरली, आणि त्या आवाजात व्हॅलेरीचं पुढचं बोलणं ऐकू गेलं नाही. गोळे सुसाटत त्या अर्धवट अंधारात दिसेनासे झाले. पाच-सहा सेकंदांनी 'वाय' टरेटनं सरबत्ती सुरू केली. त्यानंतर दोन्ही तोफा एकाआड एक धडाडत राहिल्या. दर अर्ध्या मिनिटानं एक गोळा सुटत राहिला. गोळे कुठे पडताहेत हे नेमकं

समजल्याशिवाय दारूगोळा वाया घालवण्यात काही अर्थ नव्हता. पण शत्रूचं लक्ष दुसऱ्या कुठेही न जाता आपल्याकडे वेधून घेण्यासाठी किमान एवढंतरी करण्याची गरजच होती.

एव्हाना बर्फ पडण्याचं प्रमाण बरंच कमी झालेलं होतं, आणि त्यानं एखाद्या झिरझिरीत पडद्याचं रूप धारण केलेलं होतं. क्षितिज आता पुसट का होईना, पण दिसत होतं. पश्चिमेकडे ढग विरळ होत होते, सूर्यास्ताचं आकाश निवळत होतं. व्हॅलेरीनं 'एक्स' टरेटचं फायरिंग थांबवून त्यात स्टार-शेल घालायचा हुकूम दिला.

अचानक बर्फवृष्टी एकदम थांबली आणि समोर साक्षात शत्रूचं दर्शन झालं; भल्या मोठ्या, धडकी भरवणाऱ्या काळ्याकभिन्न आकृतीच्या स्वरूपात. समुद्राच्या पाण्यावरून परावर्तित झालेल्या सूर्यकिरणांचे, त्या परिस्थितीत अगदीच विसंगत दिसणारे सोनेरी कवडसे त्या जहाजाच्या नाकावर पडत होते.

"उजवीकडे ३० अंश!" व्हॅलेरीनं फट्कन हुकूम दिला. "फुल स्पीड, थेट समोर जाऊ द्या. धुराचा पडदा करा!" टिंडॉलनंही मान डोलावून सहमती दर्शवली. विनाकारण एखाद्या मोठ्या जर्मन जहाजाशी युद्धात अडकण्याचा त्याचा मुळीच बेत नव्हता...विशेषतः ते आपल्यावर सहज निशाणा साधू शकेल इतक्या जवळ, फक्त चार मैलांवर असताना.

ब्रिजवर अर्धा डझन लोक दुर्बिणी डोळ्यांना लावून *युलिसिस*च्या मागच्या बाजूला असलेल्या त्या जहाजाचं निरीक्षण करायचा प्रयत्न करत होते; पण तांबड्या होत चाललेल्या आकाशाच्या पार्श्वभूमीवर त्या काळ्याकभिन्न आकृतीमधल्या कुठल्याच गोष्टी नीट दिसत नव्हत्या. अचानक त्या आकृतीच्या अगदी मध्यभागामधून पांढऱ्या तेजस्वी ज्वाळा उठल्या: आणि त्याच वेळी 'एक्स' टरेटनं आकाशात सोडलेल्या स्टार-शेलचा अगदी त्या आकृतीवरच, आकाशात स्फोट झाला, आणि ते जहाज डोळे दिपवणाऱ्या पांढऱ्या प्रकाशात न्हाऊन निघालं, आणि जणू एकदम उघडं पडलं.

पण ते उघडं पडलं हा केवळ भासच ठरला. त्या जहाजानं उडवलेले गोळे लोकांच्या डोक्यावरून सणाणत गेले आणि *युलिसिस*च्या पुढे असलेल्या समुद्रात पडले. त्याबरोबर बचाव करण्यासाठी सगळे एकदम वाकले– कॅपॉक किड सोडून. त्यानं परत उभा राहत असलेल्या ॲडमिरल टिंडॉलकडे निर्विकारपणे एक नजर टाकली.

"हिप्पर क्लासचं जहाज आहे, सर." त्यानं शांतपणे म्हटलं. "१०,००० टनी. ८ इंची गन्स, आणि त्याच्यावर विमानंही असतात."

टिंडॉल बराच वेळ त्याच्या गंभीर मुद्रेकडे साशंक नजरेनं बघत राहिला. प्रत्युत्तरासाठी त्यानं मनात काहीतरी तिरकस शब्द मिळतात का, हे बघायला सुरुवात केली, पण पुन्हा त्या जहाजाच्या टरेट्समधून धूर आलेला त्याला स्टार-

शेलच्या सरत्या प्रकाशात दिसला.

"अरेच्चा! जराही वेळ वाया घालवत नाहीयेत लेकाचे!" त्यानं मोठ्यानं म्हटलं. "आणि फार सुंदर फायरिंग करताहेत." त्याच्या आवाजात नाही म्हटलं तरी थोडं कौतुक होतं. या वेळी त्या जहाजावरून आलेले गोळे *युलिसिस*च्या पाठीमागे पाण्यात उठत असलेल्या पट्ट्यामध्ये, तिच्यापासून दीडशे यार्ड मागे पडले. "पहिले गोळे आपल्या पुढे पडले, आताचे आपल्या मागे पडले. म्हणजे त्यांनी आपल्याला एका ब्रॅकेटमध्ये पकडलंय. यानंतरचे गोळे बरोबर आपला नेम साधतील बघ."

युलिसिस अजून वळत होती, तिच्या मागच्या बाजूच्या धुराड्यातून काळ्याकुट्ट धुराचे लोट यायला सुरुवात झालेली होती– धुराचा पडदा करण्यासाठी. व्हॅलेरीनं ताठ होत दुर्बीण परत डोळ्यांना लावली. शत्रूच्या जहाजाच्या उजवीकडच्या डेकवरून, ब्रिजच्या थोडंच पुढे असलेल्या एका जागेवरून धुराचे प्रचंड लोट उठत असलेले त्याला दिसले. "ओ हो, वेल डन, कर्टनी! शाबास!" तो खूश होऊन मोठ्यानं ओरडला. "यस, रिअली वेल डन!" टिंडॉलनंही म्हटलं. "मस्त काम झालं. पण मला वाटतं, आता आपण इथे थांबून चालणार नाही...आहा, व्हेरी गुड. अगदी वेळेवर झालं सगळं, वाचलो आपण..." *युलिसिस* वेगानं वळत होती, तिची मागची बाजू जवळजवळ उत्तरेकडे झालेली होती, आणि ती दिसेनाशी झाली, आणि तेवढ्यात पुढची गोळ्यांची फैर अगदी तिच्या मागे, थोड्याच अंतरावर समुद्रात पडली. त्यानंतरची फैर– याचा अर्थ, *युलिसिस*च्या फायरिंगमुळे त्या जहाजाच्या मारक शक्तीवर काहीच परिणाम झालेला दिसत नव्हता– *युलिसिस*च्या मागच्या बाजूला आणखी दूरवर पाण्यात पडली. आता शत्रू आंधळी फायरिंग करत होता. इंजिनिअर-कमांडर डॉडसन काळ्याकुट्ट, तेलकट धुराचे प्रचंड लोट निर्माण करत होता. तो धूर पाण्यावर आडवा पसरत चाललेला होता, आणि त्यामुळे शत्रूला पलीकडचं काहीही दिसणं शक्य नव्हतं. व्हॅलेरीनं लगेच जहाजाची दिशा बदलून पहिल्यासारखी केली, आणि जहाज पूर्वेकडे भर वेगात निघालं.

पुढचे दोन तास *युलिसिस* त्या शत्रूच्या जहाजाबरोबर उंदीर-मांजराचा खेळ खेळत होती. अर्धवट अंधाराचा फायदा घेऊन ती मध्येच फायरिंग करत होती, मध्येच मुद्दाम शत्रूच्या नजरेला पडत होती, लगेच धुराच्या पडद्याआड लपत होती – खरं तर आता धुराच्या पडद्याचीही फारशी गरज उरलेली नव्हती, कारण अंधारही वाढत चाललेला होता. एवढा संपूर्ण वेळ रडार हेच *युलिसिस*चे डोळे होते आणि कानही होते. आणि रडारनंही तिला कधीच दगा दिला नाही. शेवटी आता काफिल्याला काही धोका उरलेला नाही, अशी एकदाची खात्री झाल्यावर टिंडॉलनं 'यू' आकाराचा धुराचा एक अवाढव्य दुहेरी पडदा निर्माण केला, थोड्याफार गोळ्यांच्या फैरी

उडवल्या, आणि मग *युलिसिस* दक्षिण-पश्चिम दिशेला दिसेनाशी झाली.

दीड तासानं डाव्या बाजूनं एक प्रचंड मोठं अर्धवर्तुळ पूर्ण केल्यानंतर *युलिसिस* बरीच दूर, उत्तरेकडे गेलेली होती, आणि बौडेन आणि त्याचे साथीदार त्या शत्रूच्या जहाजाला ट्रॅक करत होते. ते जहाज हळूहळू पूर्वेकडे चाललंय असं त्यांना समजलं, आणि रडारच्या कक्षेबाहेर जाण्याच्या थोडं आधी त्यानं दक्षिण-पूर्वेकडे आपलं नाक वळवल्याचं त्यांनी सांगितलं.

आता कुठे टिंडॉल आपल्या खुर्चीतून उठला. एवढा वेळ बसून तो पार अवघडून गेलेला होता. उठून त्यानं हात-पाय ताणून मस्तपैकी एक आळस दिला.

"मस्त काम झालं, कॅप्टन, नाही?" त्यानं समाधानानं म्हटलं. "मी पैज लावून सांगतो, की आपला दोस्त आता रात्रभर दक्षिणेला आणि पूर्वेला भर वेगात जात राहील आणि उद्या सकाळी कधी ना कधी आपल्या काफिल्याच्या पुढे जाऊन दबा धरून बसण्याची वेडी स्वप्नं रंगवत बसेल." थकलेला असूनही तो जाम खूष होता. "आणि तोपर्यंत आपला काफिला त्याच्यापासून २०० मैल उत्तरेकडे गेलेला असेल...मला वाटतं, पायलट, तू एव्हाना आपण किती वेगानं गेलो तर आपल्या काफिल्याला कुठे भेटू शकू, हे काढून ठेवलं असशीलच, हो ना? पन्नास नॉटनं गेलो तर कुठे भेटू, शंभर नॉटनं गेलो तर कुठे, वगैरे?"

"मला वाटतं, आपल्याला आपल्या काफिल्याशी परत संपर्क साधण्यात फारशी अडचण येऊ नये." कॅपॉक किडनं अत्यंत नम्रतेनं म्हटलं.

"कॅप्टन, हा जेव्हा असा नम्रपणे बोलतो ना, तेव्हा मला खरा राग येतो." टिंडॉलनं सांगून टाकलं. "बाप रे, पुरता गारठून गेलोय मी...ओ गॉड, आता काय, अजून एक संकट?"

तिथे उभ्या असलेल्या क्रायस्लरनं खणखणत असलेला फोन उचललेला होता. काही क्षण तो पलीकडचं बोलणं ऐकत राहिला.

"सर, तुमच्यासाठी कॉल आहे." त्यानं व्हॅलेरीला म्हटलं. "सर्जन लेफ्टनंट बोलताहेत."

"मग त्याचा निरोप काय तो ऐकून मला सांग, क्रायस्लर."

"सॉरी, सर. त्यांना तुमच्याशीच बोलायचंय." क्रायस्लरनं रिसीव्हर त्याच्याकडे केला. व्हॅलेरीनं तोंडातल्या तोंडात एक शिवी देत रिसीव्हर कानाला लावला. "हं, मी कॅप्टन बोलतोय. काय झालं?...काय?...काय?... ओ गॉड!...मग मला का नाही कळवलं?...ओ, आय सी. थँक्यू, थँक्यू."

व्हॅलेरीनं रिसीव्हर परत क्रायस्लरकडे दिला, आणि तो जडपणे टिंडॉलकडे वळला. अंधारात टिंडॉलला त्याचे खांदे हताशपणे पडल्याचं दिसलं नाही, पण जाणवलं.

"निकोल्सचा फोन होता," व्हॅलेरीचा आवाज अत्यंत निर्विकार होता. "लेफ्टनंट इथर्टननं आत्ता पाच मिनिटांपूर्वी त्याच्या केबिनमध्ये स्वतःवर गोळी झाडून आत्महत्या केलीय." पहाटे पाच वाजता *युलिसिस* आपल्या काफिल्यामध्ये परत येऊन पोचली, तेव्हा जोरदार हिमवर्षाव होत होता, पण समुद्र मात्र अगदी शांत होता.

दुसऱ्या दिवशी सकाळी, दरम्यानच्या जेमतेम सहा तासांमध्ये ॲडमिरल टिंडॉलची अवस्था दयनीय झालेली होती. तो एकदम थकून गेलेला होता. स्वतःला दोष देत होता. जवळजवळ निराशेच्या गर्तेच्या काठावरच जाऊन पोचलेला होता. त्याच्या गोबऱ्या गालांचा रंग पार उतरून जाऊन ते खाली ओघळले होते, निस्तेज झालेले होते. आधीच खोल गेलेल्या डोळ्यांमधलं तेज नाहीसं झालेलं होतं. कोणत्याही संकटाला न डगमगता सामोरा जाणाऱ्या या लढवय्या आणि आनंदी वृत्तीच्या खलाशामध्ये इतक्या थोड्या अवधीत पडलेला हा फरक कल्पनेच्या पलीकडचा होता. तो इतका स्पष्ट आणि उठून दिसण्यासारखा होता, की त्यामुळे त्याच्या हाताखालच्या लोकांवरही अपरिहार्यपणे त्याचा अनिष्ट परिणाम झालेला होता. त्यांचं मनोधैर्यच खचत होतं. प्रत्येक कमानीला धरून ठेवणारा एकच दगड असतो, असं म्हणतात...

कुठल्याही निःपक्षपाती कोर्टानं त्याच्यावर खटला न चालवताच त्याला निर्दोष सोडून दिलं असतं. त्याला जे योग्य वाटत होतं, तेच त्यानं केलेलं होतं. त्याच्या जागी इतर कोणत्याही कमांडरनंही तेच केलं असतं. पण टिंडॉल सगळ्यात न्यायनिष्ठुर कोर्टासमोर उभा होता. त्याच्या स्वतःच्या सदसद्विवेकबुद्धीच्या कोर्टासमोर. त्याला पूर्ण जाणीव होती, की आपणच एफआर ७७ काफिल्याचा मार्ग बदलून त्याला इतक्या उत्तरेला जायला सांगितलं. काफिल्याला सरळ नॉर्थ केपला घेऊन जायचा नेव्हीचा अधिकृत हुकूम आपणच मोडला. जर्मन यू-बोटी उत्तर ७० अंश या अक्षांशावर असतील असं नेव्हीच्या उच्च अधिकाऱ्यांनी आपल्याला बजावून सांगितलं असूनही आपण काफिल्याला नेमकं तिथेच नेलं...आणि महायुद्धाच्या संपूर्ण काळातल्या, आर्क्टिक महासागरातल्या यू-बोटींच्या सगळ्यात मोठ्या जमावाच्या ऐन मध्यभागी त्या पहाटेच्या थंड, स्वच्छ वातावरणात आपणच काफिल्याला अगदी अलगदपणे नेऊन सोडलं.

त्या लांडग्यांच्या झुंडीनं त्यांच्या अगदी आवडत्या वेळी– पहाटे, आवडत्या जागेवरून– उत्तर-पूर्वेच्या बाजूनं- काफिल्यावर हल्ला चढवला होता. हा हल्ला अत्यंत क्रूरपणे, अत्यंत हुशारीनं, आणि अत्यंत नियंत्रित अशा त्वेषानं चढवला गेला होता. युद्धाच्या सुरुवातीच्या काळात जर्मनीच्या कपितान लेफ्टनंट प्रिएन आणि त्याच्या

समकालीन असलेल्या त्याच जातीतल्या इतर जर्मन यू-बोट कमांडर्सनी यू-बोटींचा अत्यंत प्रभावी वापर करून दोस्तांच्या कित्येक बोटी समुद्राच्या तळाशी पाठवल्या होत्या, हे खरं; पण त्यांचं ते युग केव्हाच संपलं होतं – प्रिएनची यू-बोट *वुल्व्हराइन* या डिस्ट्रॉयरनं बुडवली, त्याला आता बराच काळ लोटला होता. वैयक्तिक पातळीवर हुशारी दाखवण्याचा, शौर्य गाजवण्याचा तो काळ होता; पण तो आता मागे पडला होता. पण असं असलं तरी त्यानंतरच्या काळात अनेक यू-बोटी एकत्र जमून अत्यंत सुसंघटितपणे, एकाच कुणातरी म्होरक्याच्या आधिपत्याखाली राहून जे हल्ले करायच्या, ते त्याहीपेक्षा जास्त धोकेबाज, पद्धतशीर– जवळजवळ एखाद्या प्रचंड मशिनसारखे – असायचे, आणि त्यामुळे कितीतरी जास्त परिणामकारक असायचे.

काफिल्याच्या डाव्या बाजूच्या रांगेत तिसरं असलेलं *कोशेला* हे तेलवाहू जहाज सगळ्यात आधी खलास झालं होतं. *व्हायचुरा* आणि *वारेला* या जहाजांचं हे 'सिस्टर शिप' असलेलं जहाज होतं– ही दोन्ही जहाजंही एफआर ७७ मध्ये सामील होतीच. *कोशेला*मध्ये ३० लाख गॅलनपेक्षाही जास्त–१००ऑक्टेन– पेट्रोल होतं. किमान तीन टॉर्पेडो तिच्यावर येऊन आदळले होते. पहिल्या दोन टॉर्पेडोंमुळे तिचे जवळजवळ दोन तुकडे झाले होते, आणि तिसऱ्या टॉर्पेडोनं तिच्यावरच्या पेट्रोलचा इतका प्रचंड स्फोट झाला होता, की तिच्या अक्षरशः ठिकऱ्याठिकऱ्या झाल्या होत्या. एका क्षणी *कोशेला* शांतपणे पहाटेच्या संधिप्रकाशात जाताना दिसली होती, आणि पुढच्या क्षणी ती एकदम नाहीशीच झाली होती- फक्त त्या जागी उसळता, उकळता पांढराशुभ्र समुद्र काय तो सांगत होता, की *कोशेला* इथे होती. नेमकं काय घडतंय हे कानठळ्या बसून सुन्न झालेल्या, किंकर्तव्यमूढ झालेल्या बाकीच्या जहाजांवरच्या माणसांना समजायच्या आत ती जणू अदृश्य झाली होती.

तिच्या जळत्या, पेटत्या तुकड्यांचा जो प्रचंड वर्षाव सगळ्या काफिल्यावर झाला होता, त्याच्यापासून स्वतःला वाचवण्याचे प्रयत्न करणाऱ्या माणसांना अक्षरशः प्राणभयानं मिळेल तो आसरा शोधावा लागला होता.

*कोशेला*वरच्या त्या महाभयंकर स्फोटाचा संपूर्ण जोर आणखी दोन जहाजांच्या थेट अंगावर आला होता. उजवीकडच्या रांगेत *कोशेला*पासून काही अंतरावर असलेल्या *सिरस*च्या रोखानं कोशेलाच्या स्फोटामुळे उडालेला लोखंडाचा एक भला मोठा भाग आला होता– ही बहुधा *कोशेला*वरची एखादी विंच असावी– आणि त्यानं *सिरस*वरचं रडार ऑफिस पूर्णपणे नष्ट झालं होतं. तिच्यापाठोपाठ असलेल्या ॲडव्हेंचररच्या बाबतीत नेमकं काय झालं, हे नीटसं समजलं नाही; पण तिच्या व्हीलहाउसचं आणि ब्रिजचं प्रचंड नुकसान झालं होतं. तिचं स्टीअरिंगवरचं नियंत्रण नाहीसं झालं होतं आणि तिला कोणी कमांडरच उरला नव्हता.

दुर्दैवाची गोष्ट म्हणजे, हे सुरुवातीला समजलंच नव्हतं; कारण ते वरवर पाहता

दिसणं शक्य नव्हतं. स्फोटाच्या दणक्यानं हादरलेल्या टिंडॉलनं अर्धवट सावरल्याबरोबर त्याही अवस्थेत ताबडतोब डावीकडे वळण्याचा सिग्नल पाठवला होता. कारण यू-बोटींची टोळी डावीकडे असणार हे उघड होतं, आणि त्या क्षणी आणखी नुकसान टाळण्यासाठी, शत्रूच्या चालीला प्रत्युत्तर देण्यासाठी एकच गोष्ट करणं योग्य होतं, ती म्हणजे थेट शत्रूच्या रोखानंच चालून जाणं. त्याची खात्री होती, की त्या यू-बोटी सगळ्या एकत्रच असतील; कारण त्याचा अनुभव असा होता, की त्यांचं लक्ष्य असलेला जहाजांचा काफिला जर मंद गतीनं जात असेल, तरच त्या वेगवेगळ्या ठिकाणी विखरून हल्ला करायच्या. शिवाय पूर्वीही त्यानं ही चाल अनेकदा खेळलेली होती, आणि ती कायम बऱ्यापैकी यशस्वीही ठरत आली होती. शिवाय या चालीमुळे व्हायचं असं, की थेट समोरून आल्यामुळे यू-बोटींसमोरच्या लक्ष्याचा आकार एकदम लहान व्हायचा, आणि त्यांना निशाणा साधणं अशक्यप्राय व्हायचं, आणि उलट आपणच जहाजांच्या खाली चिरडलं जाऊ नये म्हणून त्यांना एकतर समुद्रात बुडी मारावी लागायची, किंवा दूर पळून जावं लागायचं.

त्याच्या हुकमानुसार संपूर्ण काफिला अतिशय शिस्तीनं, दिमाखात उजवीकडे कलला होता, आणि अजून समुद्राच्या पृष्ठभागाशी चिकटून असलेल्या अंधारात समुद्राच्या पाण्यात पाण्याचे रेखीव गोलाकार फराटे उठवत सुंदर वळण घेत डावीकडे वळला होता. आता कुठे अॅडव्हेंचररवर कुणाचंच नियंत्रण नाही, ही गोष्ट त्यांच्या लक्षात आली होती; पण त्याला फार उशीर झाला होता. आधी सावकाश, आणि नंतर वाढत्या वेगानं ती पूर्वेकडे, जवळच असलेल्या *टोबॅको* प्लँटर या आणखी एका मालवाहू जहाजाच्या दिशेनं थेट येऊ लागली होती. काय घडणार आहे हे बघण्याइतका, विचार करण्याइतकासुद्धा वेळ मिळाला नव्हता. अत्यंत घाईघाईनं *टोबॅको प्लँटर*नं झपाट्यानं वळून, अंगावर येऊ घातलेल्या जहाजापासून स्वतःला वाचवण्यासाठी जीवतोड प्रयत्न सुरू केले होते; पण जोरजोरात डुलत असलेली, नियंत्रणाबाहेर गेलेली *अॅडव्हेंचरर* जणू तिच्यावर आदळायचा निश्चयच केल्यासारखी तिच्या रोखानं येतच राहिली होती.

शेवटी ती *टोबॅको प्लँटर*वर आदळलीच होती- तिच्या ब्रिजपासून थोडंच पुढे. तिच्यावर आदळतानाच *अॅडव्हेंचररचं* नाकाड मोडत, फुटत गेलं होतं, आणि फाटल्याचे प्रचंड आवाज करत ते *टोबॅको प्लँटर*च्या कुशीत चांगलं पंधरा-वीस फूट आत गेलं होतं. १०,००० टन वजनाची, १५ नॉट वेगानं जात असलेली बोट जागेवर थांबेल, अशी अपेक्षाच नसते. *टोबॅको प्लँटर*ला झालेली ही प्रचंड जखम प्राणांतिकच होती– शिवाय ती स्वतःसुद्धा चांगली वेगात होती, आणि या वेगामुळे ती टेनेसी अॅडव्हेंचररपासून वेगळी झाली होती, आणि त्यामुळे तिची ही जखम बघून भुकेला समुद्र ताबडतोब तिला बुडवायच्या उद्योगाला लागला होता. जवळजवळ

लगेचच त्या भगदाडामधून तिच्यामध्ये प्रचंड वेगानं पाणी भरू लागलं होतं, आणि ती उजवीकडे कलू लागली होती. या वेळपर्यंत *ॲडव्हेंचरर*वरच्या कुणीतरी नियंत्रण हाती घेतलं असावं. तिची इंजिनं बंद झाली होती, आणि ती बुडत असलेल्या *टोबॅको प्लँटर*पासून जवळच, नाक थोडंसं खाली गेलेल्या स्थितीत उभी राहिली होती.

काफिल्यातली बाकीची जहाजं या दोन बुडत्या जहाजांना वळसा मारून पश्चिम-उत्तर दिशेनं निघाली होती. उजवीकडे बऱ्याच दूर अंतरावर राहिलेल्या *सिरस*चा कमांडर ऑरनं आपलं नुकसान झालेलं डिस्ट्रॉयर जहाज झपाट्यानं वळवलं होतं, आणि तो त्या दोन बुडत्या मालवाहू जहाजांच्या दिशेनं वेगानं निघाला होता. तो जेमतेम अर्धा मैल गेला असेल नसेल, तेवढ्यात *युलिसिस*वरून आलेल्या एका करड्या सिग्नलनं त्याला वाटेतच रोखलं होतं. ॲडमिरल टिंडॉलला सगळ्या परिस्थितीची यथार्थ कल्पना आली होती. त्याला माहीत होतं की, *ॲडव्हेंचरर* आहे त्या अवस्थेत दिवसभर तग धरून राहू शकेल, तिला आणखी काहीही होणार नाही. *टोबॅको प्लँटर* आणखी काही मिनिटांमध्ये पाण्याखाली जाणार, हे उघड होतं; पण तिच्यावरच्या लोकांना वाचवायला एखादं डिस्ट्रॉयर येईल, आणि आपण त्यालाही समुद्राचा तळ दाखवू, या आशेनं शत्रू तिथेच कुठेतरी थांबून राहण्याचीच शक्यता जास्त आहे.

टिंडॉलचा हा अंदाज खरा ठरला होता. त्या दिवशी संध्याकाळी सूर्यास्ताच्या थोडं आधी *ॲडव्हेंचरर*वर टॉर्पेडो डागून तिला बुडवण्यात आलं होतं. त्या जहाजावरच्या साधारण तीन-चतुर्थांश लोकांनी लाइफबोटींमध्ये बसून आपला जीव वाचवला होता, शिवाय *टोबॅको प्लँटर*वरच्या वीस लोकांनाही त्यांनी उचलून बोटीत घेतलं होतं. एका महिन्यानंतर *इशर* नावाच्या एका फ्रिगेट जहाजाला या तीन लाइफबोटी बेअर आयलंडच्या ओसाड किनाऱ्यानजीक समुद्राच्या पाण्यावरून संथपणे, उत्तरेकडे वाहत जाताना दिसल्या होत्या. तिन्ही बोटी एका रांगेत, साखळी केल्यासारख्या एकमेकींना बांधलेल्या होत्या. सगळ्यात पुढच्या बोटीत कॅप्टन अजूनही मागच्या बाजूला ताठ बसलेला होता, त्याच्या हातांच्या हाडांच्या सांगाड्यानं अजूनही बोटीचा टिलर घट्ट धरलेला होता, आणि डोळ्यांच्या खाचा दूरवरच्या कुठल्याशा हरवलेल्या क्षितिजाकडे बघत होत्या. बाकीची माणसं बोटींमध्ये एकतर बसलेल्या किंवा पडलेल्या स्थितीत होती. सगळ्यांचेच देह पूर्णपणे वाळून गेलेले होते. कॅप्टनशेजारी पडलेलं लॉगबुक पूर्णपणे रिकामं होतं : पहिल्याच रात्री सगळे जण कडाक्याच्या थंडीनं गारठून, गोठून मृत्युमुखी पडले होते. फ्रिगेटच्या कमांडरनं तिन्ही बोटी मोकळ्या सोडून दिल्या होत्या, आणि हळूहळू त्या जगाच्या उत्तर सीमेच्या दिशेनं – बॅरिअरच्या दिशेनं– तरंगत नाहीशा झाल्या होत्या. बॅरिअर म्हणजे संपूर्ण, नीरव शांतता असलेला उत्तर समुद्राचा भाग- इतका शांत, इतका थंड, की ते लोक

अजूनही तिथे कुठेतरी असतील. मरूनही चिरविश्रांती न घेणारी माणसं...ॲडमिरल्टी त्या फ्रिगेटच्या कमांडरच्या त्या कृतीला मान्यता दिली की नाही, याची काहीच माहिती नाही.

पण त्यापेक्षा महत्त्वाच्या बाबतीत, म्हणजे शत्रूच्या पुढच्या कृतीचा किंवा कृतियोजनेचा अंदाज बांधण्याच्या बाबतीत ॲडमिरल टिंडॉल साफ चुकला होता. यू-बोटींच्या त्या टोळीच्या कमांडरनं टिंडॉलच्या अंदाजापेक्षा अगदीच वेगळी कृती केली होती, आणि टिंडॉलनं याचंही पूर्वानुमान करायला हवं होतं, असं निदान एखाद्याचं मत व्हायला तरी नक्कीच वाव होता. संपूर्ण जहाजांच्या काफिल्याला थेट शत्रूच्या दिशेला वळवण्याची त्याची चाल शत्रूला चांगलीच परिचित होती. *युलिसिस* हे त्याचं जहाज होतं, हेही शत्रूला चांगलं माहीत होतं. प्रत्यक्ष *युलिसिस* हे जहाज कसं आहे हेही प्रत्येक जर्मन यू-बोट कमांडरला माहीत होतं, आणि *युलिसिस*च एफआर ७७ या जहाजांच्या काफिल्याला घेऊन मुरमान्स्ककडे घेऊन जात होतं, हेही माहीत होतं.

या सगळ्याचा अंदाज टिंडॉलला आधीच यायला हवा होता, आणि त्यानं हा बराच काळ होऊ घातलेला हल्ला टाळायला हवा होता. कारण ज्या पाणबुडीनं *कोशेला*वर टॉर्पेडो मारला होता, ती त्या यू-बोटींच्या टोळीतली शेवटची पाणबुडी होती; पहिली नव्हे. बाकीच्या यू-बोटी या पाणबुडीच्या दक्षिणेला, आणि एफआर ७७ काफिल्याच्या मार्गाच्या बऱ्याच पश्चिमेला दबा धरून बसलेल्या होत्या– ॲस्डिकच्या रेंजपासून कितीतरी बाहेर. आणि जेव्हा हा काफिला पश्चिमेकडे जायला निघाला होता, तेव्हा तो यू-बोटींच्या थेट समोरून जात होता, आणि मग या यू-बोटींनी शांतपणे, आरामात काफिल्यावर निशाणा साधला होता. समुद्र अत्यंत शांत, निळाशार दिसत होता. रात्रीच्या हिमवर्षावाच्या 'झडी' नाहीशा झालेल्या होत्या. दूर दक्षिण-पूर्वेच्या क्षितिजाला चिकटलेल्या तेजस्वी सूर्याची समुद्राला समांतर जाणारी किरणं समुद्रावर एक भलामोठा चांदीचा पट्टा निर्माण करत होती, आणि त्यामुळे सगळी जहाजं आकाश आणि पलीकडच्या समुद्राच्या पार्श्वभूमीवर स्पष्ट उठून दिसत होती. हल्ला करायला– किंबहुना, कत्तल करायला– ही सगळीच परिस्थिती सर्वथा योग्य होती.

केवळ कत्तलच नव्हे, तर संपूर्ण नाशच झाला असता, पण अगदी ऐन वेळी मिळालेल्या धोक्याच्या सूचनेमुळे पुढच्या अनर्थाची तीव्रता काही अंशीतरी कमी झाली होती. ही सूचना रडारनं नव्हे, ॲस्डिकनंही नव्हे, किंवा इतर कोणत्या अत्याधुनिक उपकरणानंही नव्हे, तर केवळ *युलिसिस*वरच्या एका अठरा वर्षांच्या तरुण साध्या नौसैनिकाच्या– क्रायस्लरच्या- अत्यंत तेज आणि सावध नजरेमुळे, आणि परमेश्वरानं पाठवलेल्या सूर्यकिरणांमुळे मिळाली होती.

“कॅप्टन, सर! कॅप्टन, सर!” क्रायस्लर एकदम ओरडला होता. त्याचे डोळे जहाजाच्या डाव्या बाजूच्या सर्चलाईट कंट्रोल पोझिशनवर बसवलेल्या शक्तिशाली दुर्बिणीमधून काहीतरी निरखून बघत होते. “तिकडे, दक्षिणेला काहीतरी चमकून उठतंय, सर! आत्ता दोनदा ते चमकलं – ते बघा!”

“कुठे दिसतंय, पोरा?” टिंडॉल ओरडला होता. “सांग लवकर, कुठे?” उत्साहाच्या भरात क्रायस्लरला टेहळणी करण्यातल्या एका महत्त्वाच्या नियमाचा विसर पडला होता – ‘काय दिसतंय हे सांगताना आधी त्याची दिशा सांगा!’

“डावीकडे ५० अंश, सर – नाही, डावीकडे ६० अंश...आता दिसेनासं झालंय ते.”

ब्रिजवरची प्रत्येक दुर्बीण क्रायस्लरनं सांगितलेल्या दिशेला वळून बघू लागली होती. कोणालाही काहीच दिसत नव्हतं. टिंडॉलनं सावकाश आपला टेलिस्कोप मिटवला होता, आणि खांदे उडवून तो दुसरीकडे बघू लागला होता.

“पण कदाचित काहीतरी असूही शकेल.” कॅपॉक किडनं साशंक आवाजात म्हटलं होतं. “समजा, एखादी पाणबुडी हळूच पृष्ठभागाशी येऊन पेरिस्कोप वर करून चटकन कुठे अर्धवर्तुळात फिरवून नजर टाकत असेल, आणि त्या पेरिस्कोपवरच सूर्याचे किरण पडून तो चमकला असला, तर?”

टिंडॉलनं त्याच्याकडे न बोलता, निर्विकारपणे एक कटाक्ष टाकला होता, आणि मग तो पुन्हा सरळ समोर बघू लागला होता. कॅपॉक किडला त्या वेळी त्याचा चेहरा वेगळाच वाटला होता. निर्विकार, गंभीर, दगडी. अशा माणसाचा चेहरा, की ज्याच्यावर वीस जहाजांची आणि पाच हजार माणसांची जबाबदारी आहे. अशा माणसाचा चेहरा, की ज्यानं आधीच एक अत्यंत गंभीर असा चुकीचा निर्णय घेतलाय.”

“ते बघा, तिकडे! ते बघा तिकडे चमकतंय...नाही, दोन ठिकाणी...नाही, तीन ठिकाणी चमकतंय!!” क्रायस्लर आता जोरजोरानं ओरडत होता. आपण एवढं जीव तोडून ओरडतोय तरी आपल्याकडे कुणीच लक्ष देत नाही, म्हणून चिडून जागेवर अक्षरशः नाचत होता. “मला खरोखरच दिसलं काहीतरी चमकताना, सर! खरंच दिसलं! सर, प्लीज!!”

टिंडॉलनं पुन्हा एकदम वळून क्रायस्लरकडे बघितलं होतं. चांगले दहा सेकंद एकटक बघितलं होतं. क्रायस्लर दुर्बिणीपासून दूर झाला होता, आणि ब्रिजचं दार धरून निराशेनं, घायकुतीनं जोरजोरात हलवत होता. पुढच्याच क्षणी टिंडॉलनं निर्णय घेतला होता. “ताबडतोब डावीकडे घे, कॅप्टन...बेंटले, सिग्नल!”

कोणताही पुरावा नसताना, केवळ एका तरुण नौसैनिकानं दिलेल्या इशाऱ्यावरून काफिला सावकाश दक्षिणेकडे वळला होता, फारच सावकाश. अचानक समुद्रात

वेगानं धावणाऱ्या टॉर्पेडोंनी एकच खळबळ उडवून दिली होती– तीन, पाच, दहा व्हॅलेरीनं तीस सेकंदांत जवळजवळ तेवढेच टॉर्पेडो मोजले होते. ते उथळ पाण्यातून सोडलेले होते, आणि त्यांनी उठवलेले बुडबुड्यांचे पट्टे भराभर पाण्यावर येत होते– इतक्या विनाशक अस्त्रांच्या मानानं हे संख्येनं आणि लांबीनं वाढत चाललेले बुडबुड्यांचे पट्टे फारच नाजूक आणि रेखीव दिसत होते. आणि मग ते पट्टे भराभर पूर्वेकडे आणि पश्चिमेकडे पांगले होते– संपूर्ण काफिल्याला कवेत घेण्यासाठी. फारच वेधक दृश्य होतं ते! काफिल्यातल्या एकाही माणसानं असं देखणं- आणि त्याच वेळी इतकं प्रलयंकारी दृश्य- पूर्वी कधीच बघितलं नव्हतं.

आणि मग एकच गोंधळ उडाला होता. सिग्नल पाठवायलासुद्धा वेळ नव्हता. आता प्रत्येक जहाजानं स्वतःला वाचवण्यासाठी स्वतंत्रपणे प्रयत्न करायचे होते. आणि त्यातच मध्यभागी असलेल्या आणि बाहेरच्या बाजूला असलेल्या जहाजांच्या गोंधळाची भर पडली होती, कारण त्यांनी अंगावर येणाऱ्या टॉर्पेडोंच्या बुडबुड्यांचे पट्टे अजून बघितलेलेच नव्हते.

या भयंकर नाशातून सगळ्यांची सुटका होणं अशक्यच होतं : टॉर्पेडो एकमेकांपासून फारच जवळ होते. सगळ्यात पहिला बळी *स्टर्लिंग* या क्रूझरचा पडला होता. ती आता सुखरूप निसटलीय असं वाटू लागलं होतं, तेवढ्यात– ती खूपच पुढे होती, आणि त्याच भागात टॉर्पेडो सगळ्यात जास्त संख्येनं होते– कोणातरी अदृश्य राक्षसी हातानं पाण्याखालच्या भागावर दाणकन गुद्दा मारल्यासारखी ती अचानक गडबडली होती, आणि धुराचे लोट सोडत वेड्यासारखी मागे वळून पुन्हा पूर्वेकडे पळाली होती. अत्यंत हुशारीनं चालवली जात असलेली *युलिसिस* अचानक एका बाजूला कलली होती, आणि तिच्या चार प्रचंड प्रॉपेलर्सच्या जोरावर अत्यंत शिताफीनं चार टॉर्पेडोंमधल्या अगदी अरुंद पट्ट्यामधून निसटली होती. त्यांतले दोन टॉर्पेडो तर तिच्या दोन्ही बाजूंनी जेमतेम काही फुटांवरून वेगानं मागे गेले होते– दैवानं *युलिसिस*ची साथ अजूनही सोडलेली नव्हती, हेच खरं. आकारानं छोटी, हाताळायला अगदी सोपी असलेली डिस्ट्रॉयर जहाजं कमालीच्या सहजपणे वेगानं, टॉर्पेडोंना हुलकावण्या देत संकटातून बाहेर पडली होती, आणि पूर्ण वेगानं दक्षिणेकडे निसटली होती.

त्या मानानं व्यापारी जहाजं फारच वजनदार, आकारानं अजस्त्र होती, शिवाय तुलनेनं मंदगती होती. ती मात्र तितकी सुदैवी ठरली नव्हती. डाव्या बाजूच्या रांगेत असलेल्या एका टँकरला आणि एका मालवाहू जहाजाला टॉर्पेडो लागले होते. पण आश्चर्य म्हणजे, दणके बसल्यावरही ती गडबडली होती, पण बाकी काही न होता तशीच पुढे जात राहिली होती. त्यांच्या मागोमाग असलेल्या तिसऱ्या एका प्रचंड मालवाहू जहाजाचं नशीब मात्र तेवढं बलवत्तर नव्हतं. या जहाजाच्या पोटातही भरपूर

रणगाडे होते, आणि डेक्सवरही रणगाड्यांच्या रांगा होत्या. त्याच्यावर तीन सेकंदांत तीन टॉर्पेडो आदळले होते; पण त्या जहाजाला आग लागली नव्हती, धूर निघाला नव्हता, की काही प्रचंड स्फोट झाले नव्हते. प्रचंड वजनामुळे ते बिचारं तसंच्या तसं, चटकन, आवाज न करता सरळ होतं तसंच समुद्रात बसलं होतं, आणि बुडालं होतं. जहाजाच्या डेकच्या खाली असलेल्या एकालाही जीव वाचवायची थोडीसुद्धा संधी मिळाली नव्हती.

काफिल्याच्या मधल्या रांगेत असलेल्या *बेले आइल* नावाच्या एका मालवाहू जहाजाला मधोमध टॉर्पेडो लागला होता. दोन वेगवेगळे स्फोट झाले होते– बहुधा त्याला दोन टॉर्पेडो लागले असावेत – आणि त्यानं लगेचच पेट घेतला होता. काही सेकंदांतच ते भराभर डावीकडे कलत गेलं होतं, हळूहळू त्याचे कठडे बुडाले होते. बारा-पंधरा माणसं त्याच्या कलत्या डेकवरून घसरत खाली येऊन त्याच्या बाहेरच्या बाजूला लावलेल्या लाइफबोटींपैकी पहिल्या लाइफबोटीपाशी आली होती. त्यांनी तिला बांधलेले दोरखंड कुऱ्हाडींनी भराभर तोडले होते. सगळे जण कसेबसे चटकन बोटीत शिरले होते, त्यांनी त्या बोटीला जहाजापासून दूर ढकलत नेलं होतं, आणि जिवाच्या आकांतानं वल्ही मारत ते त्या बुडत असलेल्या जहाजापासून दूर गेले होते. हे सगळं इतक्या वेगानं घडलं होतं, की नाही म्हटलं तरी ते दृश्य विनोदीच दिसलं होतं. सुरुवातीपासून शेवटपर्यंत या घटनेला जेमतेम एक मिनिट लागलं असेल.

जोरजोरात पाच-सहा वेळा वल्ही मारल्यावर ते त्यांच्या बुडत्या जहाजापासून सुरक्षित अंतरावर पोचले होते. आणखी दोन वेळा वल्ही मारल्यावर मात्र सगळे बिचारे *वॉल्टर ए. बॅडले* या नावाच्या, *बेले आइल*च्या सहकारी रणगाडेवाहू जहाजाच्या थेट खाली आले होते. कप्तानाच्या कमालीच्या कौशल्यामुळे *वॉल्टर ए. बॅडले* संकटातून बाहेर पडायच्या बेतात होती, पण त्या लाइफबोटीला वाचवण्याच्या बाबतीत मात्र त्याचं ते कौशल्य कुचकामी ठरलं होतं. त्या महाकाय जहाजाखाली ती लहानशी नाजूक बोट काड्यांच्या पेटीसारखी चिरडली गेली होती, आणि आतल्या माणसांनी प्राणभयानं किंचाळत समुद्राच्या थंडगार पाण्यात उड्या मारल्या होत्या– नव्हे, ती फेकली गेली होती. वॉल्टर ए. बॅडलेची प्रचंड, करड्या रंगाची आकृती त्यांच्याजवळून वेगानं पुढे गेली होती, तशी त्यांनी वेड्यासारखी, अंगावरच्या अवजड हिवाळी पोशाखाची पर्वा न करता तिच्यापासून दूर जाण्यासाठी जोरजोरात हात-पाय मारायला सुरुवात केली होती. अशा वेळी विचारशक्ती माणसाला सोडून जाते. जरी काही चमत्कार घडून आपण *वॉल्टर ए. बॅडले*च्या प्रचंड प्रॉपेलरच्या आवर्तामधून वाचलोच, तरी आपण पुढच्या काही सेकंदांमध्ये आर्क्टिक समुद्राच्या त्या भयंकर थंडगार पाण्यात गोठून मरणारच आहोत, हा विचारच त्यांच्या मनाला शिवला नव्हता. प्रत्यक्षात त्यांना मृत्यू आला होता, पण तो प्रॉपेलरमुळेही नाही,

आणि थंडीमुळेही नाही. अजूनही ती सगळी माणसं जहाजापासून, त्यांना खेचून घेणाऱ्या पाण्याच्या शक्तिशाली भोवऱ्यापासून दूर जायचा प्रयत्न करत होती, तेवढ्यात *वॉल्टर ए. बॅडले*वर लागोपाठ दोन टॉर्पेडो येऊन आदळले होते – अगदी मागच्या भागात.

पाण्यात पोहत असताना ज्या लोकांच्या जवळपास पाण्याखाली एखादा मोठा प्रचंड स्फोट होतो, ते त्यातून वाचण्याची सुतराम शक्यता नसते. अशा स्फोटाचा परिणाम अक्षरशः अंगावर काटा आणणारा असतो; कल्पनाही करता येणार नाही इतका भयानक असतो. अशा बाबतीत अत्यंत अनुभवी डॉक्टरांनासुद्धा अशा बिचाऱ्या माणसांच्या प्रेतांकडे नुसतं बघायलासुद्धा फार मोठं धैर्य गोळा करावं लागतं, इतका त्या बिचाऱ्यांचा लोळागोळा झालेला असतो...ही माणसांचीच प्रेतं आहेत हेसुद्धा ओळखता येत नाही. पण या माणसांच्या बाबतीत मात्र मृत्यूनं दयावंत होऊन त्यांना त्या भयानक यातना जाणवूच दिल्या नव्हत्या. आपण मेलोय हेच त्यांना समजलं नव्हतं. आर्क्टिक समुद्रात अनेकदा असंच घडतं.

*वॉल्टर ए. बॅडले*चा संपूर्ण मागचा भाग त्या टॉर्पेडोंनी उद्ध्वस्त केला होता. ताबडतोब त्या जागी निर्माण झालेल्या प्रचंड भगदाडामधून शेकडो टन पाणी आत घुसू लागलं होतं, आणि जहाज मागच्या भागाकडून वाढत्या वेगानं बुडायला सुरुवात झाली होती. काही क्षण ती तशीच थांबली होती, आणि त्याच क्षणी तिच्या आतल्या भागातून एक दबका स्फोटाचा आवाज ऐकू आला होता, त्यानंतर लगेच प्रचंड दाबाखाली असलेली वाफ बाहेर पडत असल्याचा धडकी भरवणारा आवाज आला होता, आणि आतले महाकाय बॉयलर्स जागेवरून सुटून गडगडत खाली गेल्याचे मोठमोठे आवाज झाले होते. जहाज जणू मागच्या बाजूवर पाण्यात उभं राहिल्यासारखं काही क्षण दिसलं होतं. नंतर लगेच वाढत्या वेगानं मागचा डेक बुडाला होता, पाण्यानं निथळणारा त्याचा नाकाचा प्रचंड भाग उंच आकाशात तिरका वर झाला होता. अजून मोठ्या प्रमाणावर हवा बाकी असल्यामुळे जहाज बुडत नव्हतं, त्यामुळे हळूहळू हा कोन वाढत गेला होता.

जहाजाचं नाक पूर्ण काटकोनात यायला अजून बरोबर चार अंश बाकी असताना जहाजाचा शेवट झाला होता. हा कोन इतका अचूक मोजणं शक्य झालं होतं, कारण नेमक्या त्याच क्षणी तिथून अर्ध्या मैलावर असलेल्या *युलिसिस*वर लेफ्टनंट निकोल्सच्या हातातल्या कॅमेऱ्याचं शटर क्लिक झालं होतं.

त्या कॅमेऱ्यानं कधीही विसरला येणार नाही असं चित्र टिपलं होतं– पाण्यात जवळजवळ पूर्णपणे काटकोनात, फिकट निळ्या आकाशाकडे नाक करून उभ्या असलेल्या एका महाकाय जहाजाचं चित्र. बाकी त्या चित्रात कोणतेच बारकावे आलेले नव्हते– अपवाद होता तो हवेत मध्येच टांगल्यासारख्या दिसणाऱ्या दोन

बैठ्या, आडव्या चौकोनी आकृतींचा. या दोन आकृती म्हणजे दोन ३० टनी रणगाडे होते, आणि ते पुढच्या डेकवर त्यांना जिथे बांधून ठेवलं होतं, तिथून सुटून समुद्रात पडताना टिपले गेले होते. त्याच्या पाठीमागे फिकट निळ्या आकाशाच्या पार्श्वभूमीवर पाण्याबाहेर आलेला *बेले आइल*चा प्रॉपेलर आणि मागचा भाग दिसत होता.

हा फोटो घेतल्यानंतर काही क्षणांतच निकोल्सच्या हातातला कॅमेरा एका प्रचंड स्फोटाच्या दणक्यानं उडून लोखंडी डेकवर दाणकन आदळला होता. त्याच्या केसचा आणि भिंगांचा चक्काचूर झाला होता, पण आतली फिल्म मात्र व्यवस्थित होती. बेले आइलवरून लाइफबोटीत बसून जिवाच्या आकांतानं दूर जाण्याचा प्रयत्न करत असलेली ती माणसं नक्कीच भेदरलेली होती; त्यांची ती भीती मुळीच अनाठायी नव्हती. त्या जहाजाला जिथे आग लागलेली होती, तिथून जवळच असलेल्या होल्डमध्ये रणगाड्यांना लागणारा १००० टन दारूगोळा होता...त्या प्रचंड स्फोटानं तिचे चक्क दोन तुकडे झाले होते, आणि ती एका मिनिटाच्या आत पाण्याखाली गेली होती. त्याच स्फोटामुळे *वॉल्टर ए. बॅंडले*च्या अजून आकाशात उभ्या असलेल्या नाकाच्या भागाची पुरती चाळण झाली होती, आणि तीही *बेले आइल*च्या पाठोपाठ हळूच पाण्याखाली गेली होती.

या स्फोटाचे प्रतिध्वनी अजून पाण्यावरून पसरत जात होते, तेवढ्यात त्यांना जणू प्रतिसाद म्हणून की काय, दक्षिणेकडून एकापाठोपाठ एक असे काही दबके स्फोटांचे आवाज ऐकू आले होते. इथून दक्षिणेला जेमतेम दोन मैलांवर सकाळच्या उन्हात डोळे दिपवणाऱ्या पांढऱ्या रंगाची *सिरस, व्हेक्ट्रा* आणि *व्हायकिंग* ही तीन जहाजं झपाट्यानं वाकडीतिकडी वळणं घेत समुद्राच्या पाण्यावर नाजूक नक्षीकाम करत होती, आणि त्यांच्या मागच्या बाजूच्या डेकच्या दोन्ही बाजूंवरून पाण्यात वेगानं डेप्थ-चार्जेसची सरबत्ती होत होती. अधूनमधून, पाण्यात पडणाऱ्या डेप्थ-चार्जेसमुळे उंच उसळणाऱ्या पाण्याच्या स्तंभांमागे त्यातलं एखादं जहाज दिसेनासं होत होतं, आणि पाणी खाली कोसळल्यावर जादू केल्यासारखं परत दिसत होतं.

आत्ताच्या आत्ता या तीन जहाजांना जाऊन मिळावं आणि आपल्या काफिल्यावर झालेल्या या भयानक हल्ल्याचा सूड घ्यावा, असंच टिंडॉलला पहिल्यांदा वाटलं. कॅपॉक किडनं त्याच्याकडे एकदा हळूच चोरून बघितलं, आणि त्याच्या चेहऱ्यावर दिसत असलेल्या प्रचंड संतापाकडे, कमालीच्या कडवटपणाकडे– हा कडवटपणाही टिंडॉलला बाकी कशापेक्षा स्वतःबद्दलच वाटत असणार, अशी त्याची खात्री होती– बघत तो विचार करू लागला, की काय वाटत असेल या माणसाला या क्षणी? इतक्यात टिंडॉल बसल्या जागेवरून एकाएकी वळला. ''बेंटले– *स्टर्लिंग*ला सिग्नल पाठव – तुमचे नुकसान किती झाले ते कळवा.'' *स्टर्लिंग* आता एका मैलापेक्षाही थोडी जास्तच मागे पडलेली होती, पण ती सावरून आता बऱ्यापैकी वेगानं जवळ यायचा

प्रयत्न करत होती– तिचा वेगही वीस नॉटपेक्षा जरा जास्तच होता.

तिच्यावरून उत्तराचा सिग्नल आल्यावर बेंटलेनं वाचून दाखवला. "मागच्या इंजिन रूममध्ये पाणी शिरत आहे, स्टोअर-रूम्समध्येही पाणी साचले आहे; पण बाहेरच्या हलचे नुकसान अत्यंत थोडे. स्टीअरिंग गिअर अडकून बसले आहे, पण इमर्जन्सी स्टीअरिंगच्या व्यवस्थेचा वापर करत आहोत. आम्ही ठीक आहोत."

"थँक गॉड. नशीब माझं! बेंटले, त्याला सिग्नल पाठव – 'कमांड हाती घ्या : पूर्वेकडे जावे.' चल, कॅप्टन. आपण ऑरकडे जाऊन या हरामी यू-बोटींचा समाचार घ्यायला मदत करू या!"

कॅपॉक किडनं अचानक त्याच्याकडे सखेद आश्चर्यानं बघितलं होतं. "सर!"

"बोल, बोल, पायलट. काय झालं?" टिंडॉलनं जरासं चिडून, अस्वस्थपणे म्हटलं.

"त्या पहिल्या यू-बोटीचं काय, सर?" कॅपॉक किडनं जरासा धीर एकवटून म्हटलं. "ती काही दक्षिणेला एखाद्या मैलापेक्षा जास्त दूर गेलेली नसेल. मग आपण-?"

"माय गॉड!" टिंडॉल जाम संतापला. "काय करायचं हे तू मला...?" मग अचानक बोलायचं थांबून त्यानं काही क्षण कॅपॉक किडकडे टक लावून बघितलं. "काय म्हणालास तू, पायलट?"

"ती पहिली यू-बोट...जिनं त्या टँकरला बुडवलं ती बोट." कॅपॉक किड एक-एक शब्द जपून बोलत होता. "तिनं एव्हाना पुन्हा आणखी टॉर्पेडो लोड केले असतील, सर. आणि ती पुढचा हल्ला करायला अगदी योग्य जागेवर असेल,"

"खरंच की, बरोबर आहे तुझं." टिंडॉलनं आपल्या थकलेल्या चेहऱ्यावरून, डोळ्यांवरून एकवार हात फिरवला, आणि हळूच व्हॅलेरीकडे एक कटाक्ष टाकला. व्हॅलेरी आधीच दुसरीकडे बघू लागलेला होता. "अगदी बरोबर आहे तुझं, पायलट. एकदम बरोबर." मग तो थांबून किंचित हसला. "आता हे नेहमीचंच व्हायला लागलंय – डॅम यू, पायलट!" *युलिसिस*नं उत्तरेला जाऊन शोधाशोध केली, पण तिथे काहीच दिसलं नाही. *कोशेला* जहाजाला ज्या यू-बोटीनं बुडवलं होतं, ती मोठ्या हुशारीनं पळून गेलेली होती. तिकडे शोधाशोध करत असताना त्यांना *सिरस*च्या ४.७ इंची तोफांमधून धूर निघत असलेला दिसला.

"अरे, त्याला विचारा, काय गडबड लावलीय?" टिंडॉलनं चिडून म्हटलं. कॅपॉक किड मनातल्या मनात हसला. अरे, म्हाताऱ्यामध्ये जान आहे अजून, म्हणायची. तेवढ्यात *सिरस*चा सिग्नल आला. "*व्हेक्ट्रा* आणि *व्हायकिंग* यांचे नुकसान झाले आहे. त्यांनी बहुधा एक यू-बोट बुडवली. *व्हेक्ट्रा* आणि आम्ही मिळून एक जहाजही बुडविले. तुमचे काय?"

"तुमचे काय?" टिंडॉल भडकलाच. "काय निर्लज्ज माणूस आहे! तुमचे

काय? मलाच विचारतो! त्याला मी स्कापा फ्लोमधल्या सगळ्यात जुनाट, भंगारात निघालेल्या माइनस्वीपरचा कमांडर करतो की नाही, बघ!....हे तुझ्यामुळे झालं, पायलट!''

''यस, सर. सॉरी, सर.'' कॅपॉक किडनं काहीसं वरमून म्हटलं.

कदाचित ते आपल्याबद्दलच्या काळजीपोटी असं...

''त्याला जुन्या माइनस्वीपरचा कमांडर करतो, आणि तुला त्याच्या हाताखाली नॅव्हिगेटर म्हणून पाठवतो आता! जातोयस का?'' टिंडॉलनं त्याच पट्ट्यात त्यालाही फैलावर घेतलं. कॅपॉक किड हळूच तिथून मागच्या मागे निसटला आणि आपल्या चार्टहाउसमध्ये जाऊन जागेवर बसला.

''कॅरिंग्टन!''

''यस, सर?'' फर्स्ट लेफ्टनंट कॅरिंग्टन जसा नेहमी दिसायचा, तसाच तो आताही दिसत होता– ताजातवाना, स्वच्छ, घोटून दाढी केलेला, चटपटीत. खरं म्हणजे त्यानं गेल्या तीन दिवसांत झोप घेतलेली नव्हती.

''ते काय असेल? तुला काय वाटतं?'' टिंडॉलनं उत्तर-पश्चिमेकडच्या क्षितिजाकडे बोट दाखवलं. लोकरीसारख्या दिसणाऱ्या करड्या ढगांनी त्या बाजूचं क्षितिज व्यापून टाकलेलं होतं. आणि त्यांच्या समोरचा समुद्र त्या ढगांमुळेच की काय, जांभळा दिसत होता.

''नक्की सांगणं कठीण आहे, सर.'' कॅरिंग्टननं सावकाश म्हटलं. ''ही काही वादळी हवा वाटत नाही...हे असं मी पूर्वी बघितलंय, सर – आकाश स्वच्छ असताना सकाळी, तापमानात वाढ होत असली, की कमी उंचीवर असा पिळा दिल्यासारखा ढग बनतो. ॲल्युशियन बेटांच्या भागात आणि बेरिंगच्या समुद्रात हे अनेकदा दिसतं आणि तिकडे याचा अर्थ धुकं, घनदाट धुकं येणार असा होतो.''

''आणि तुला काय वाटतं, कॅप्टन?'' ''मला काहीच कल्पना नाही, सर.'' व्हॅलेरीनं मान हलवली. प्लाझ्मा दिल्यामुळे त्याची तब्येत सुधारल्यासारखी दिसत होती.

''हे मी पहिल्यांदाच बघतोय आयुष्यात.''

''हं.'' टिंडॉलनं हुंकार दिला. ''मीही कधी पूर्वी बघितलेलं नाही– म्हणून तर मी कॅरिंग्टनला आधी विचारलं.... कॅरिंग्टन, तुला जर हे धुकं आहे असं वाटलं, तर मला कळव. धुकंबिकं आलं तर काफिला विखरू देऊन चालणार नाही.'' किंचित थांबून त्यानं कडवटपणे पुढे म्हटलं, ''पण आपण नसलो तर काफिला कितीतरी जास्त सुरक्षित असेल, हे मात्र खरं!''

''ते मी तुम्हाला आत्ताही सांगू शकतो, सर.'' कॅरिंग्टनकडे कोणताही वाद निर्माण न करता, कुणालाही न दुखवता ठामपणे एखादं विधान करायची एक विरळा

आढळणारी वेगळीच क्षमता होती. "ते धुकंच आहे." "हरकत नाही."

टिंडॉल त्याच्या म्हणण्यावर कधीही शंका घेत नसे. "चला तर मग. बेंटले – त्या तीन डिस्ट्रॉयर जहाजांना सिग्नल पाठव- 'शत्रूशी चकमक सोडा आणि परत काफिल्यामध्ये या.' आणि बेंटले, त्यात 'ताबडतोब' असा शब्द घाल. खास कमांडर ऑरसाठी."

पुढच्या तासाभरात उरलेली मालवाहू जहाजं आणि त्यांची रक्षक जहाजं परत आपल्या ठरलेल्या ठिकाणी व्यवस्थित जमून सुरुवातीला उत्तर-पूर्वेकडे मार्गाला लागलेली होती, ती ७० अक्षांशावर आणखी काही लांडग्यांच्या टोळ्या असल्या तर त्यांना वळसा घालून दूर जाण्यासाठी. दक्षिण-पूर्वेकडे सूर्य अजूनही चांगला तेजस्वी दिसत होता, पण एव्हाना त्या धुक्याची बिनीची पथकं – दाट, थंडगार, ओलसर धुक्याचे वेलीसारखे वळणदार ताण – काफिल्यामधून शिरताना दिसायला लागलेली होती. काफिल्याचा वेग आता कमी करत सहा नॉटवर आणण्यात आलेला होता.

ॲक्शन स्टेशन्सवरून आपापल्या जागी जायची परवानगी देणारा बिगूल वाजला, तसा टिंडॉल शहारला, आणि बराच वेळ खुर्चीवर बसून राहिल्यामुळे कडक झालेले सांधे मोकळे करत उठला. तो ब्रिजच्या दारामधून बाहेर पडला, आणि बाहेरच्या पॅसेजमध्ये जरा थांबला. त्यानं आपला ग्लोव्ह्ज घातलेला एक हात क्रायस्लरच्या खांद्यावर ठेवला. क्रायस्लर आश्चर्यानं मागे वळला, तरीही त्यानं हात त्याच्या खांद्यावरून काढला नाही. "जरा तुझे ते डोळे बघायचे होते रे, पोरा," त्यानं स्मित करत म्हटलं. "तुझ्या या तीक्ष्ण नजरेमुळेच आज आपण जिवंत आहोत. नाहीतर आपली अवस्था यापेक्षा कितीतरी वाईट झाली असती. केवढंतरी नुकसान वाचवलंस तू. थँक्स व्हेरी मच– आम्ही हे कधीही विसरणार नाही." तो क्रायस्लरच्या त्या तरुण चेहऱ्याकडे बराच वेळ बघत राहिला, आणि या अनपेक्षित स्तुतीमुळे त्याच्या त्या लाल झालेल्या डोळ्यांमध्ये आणि गोऱ्या गालांवर चढणारी लाजेची आणि खुशीची लाली बघून स्वतःचा थकवा विसरला.

"तुझं वय किती रे, पोरा?" टिंडॉलनं एकाएकी विचारलं.

"अठरा, सर...अजून दोन दिवसांनी मी अठरा वर्षांचा होईन." क्रायस्लरनं कसंबसं उत्तर दिलं.

'म्हणजे अजून अठरा वर्षांचाही नाही हा...दोन दिवसांनी होणार आहे !' टिंडॉलनं स्वतःशीच सावकाश म्हटलं. 'ओ गॉड! ओ गॉड!' आणि मान हलवत तो थकल्यासारखा तिथून निघाला. कॅप्टनसाठीच्या त्या विश्रांतीच्या खास, गोलाकार जागेशी आला, आणि आत शिरून त्यानं दार बंद केलं.

'अठरा वर्षांचा होणाऱ्या अजून दोन दिवसांनी.' डोकं सुन्न झाल्यासारखं तो पुन्हा एकदा पुटपुटला. व्हॅलेरी त्याच्या बाकावर बसता झाला.

"कोण? तो पोरगा का..क्रायस्लर?"

टिंडॉलनं पडलेल्या चेहऱ्यानं मान डोलावली.

"मला माहीतय." व्हॅलेरीनं कमालीच्या शांतपणे म्हटलं. "मला माहीतय...पण आज त्यानं काय छान काम केलं, नाही का?"

टिंडॉल जाम थकल्यासारखा खुर्चीत बसला. त्याचा चेहरा कडवटपणानं वाकडातिकडा झाला. "फक्त मीच काय तो...डिअर गॉड, व्हॉट अ मेस!" सिगारेट शिलगावून त्यानं एक जोरदार झुरका घेतला. त्याची नजर खाली झुकलेली होती. 'टेन ग्रीन बॉटल्स, हँगिंग ऑन अ वॉल,' त्यानं स्वतःशीच म्हटलं. "काय म्हणालात, सर?"

"स्कापा फ्लोमधून चौदा जहाजं निघाली, सेंट जॉनमधून अठरा निघाली– आपल्या एफआर ७७ चे हे दोन भाग होते." टिंडॉलनं हळूच म्हटलं. "म्हणजे एकूण बत्तीस जहाजं. आणि आता –" तो बोलायचं किंचित थांबला. "आता फक्त सतरा बाकी राहिलीयत– आणि त्यांतल्याही तीन जहाजांचं मोठं नुकसान झालंय. मी ॲडव्हेंचररही गेल्यातच जमा धरतोय." त्यानं चेहरा वाकडातिकडा करत एक शिवी हासडली. "अशी जहाजं सोडून द्यायला मला अजिबातच आवडत नाही...कुणीही या आणि बुडवा बिचाऱ्यांना..."मध्येच एकदम थांबून त्यानं सिगारेटचा आणखी एक मोठाथोरला झुरका घेतला. "काय मस्त काम करतोय मी, हो ना?"

"ओ हो, नॉन्सेन्स, सर!" व्हॅलेरीनं मध्येच म्हटलं. तो जवळजवळ भडकलाच. "आपल्या कॅरिअर जहाजांना परत जावं लागलं, यात तुमची काहीच चूक नव्हती."

"म्हणजे बाकीची जहाजं गमावली ही माझी चूक होती, असंच ना?" टिंडॉल फिकट हसला, आणि काहीतरी उलट बोलण्यासाठी सरसावलेल्या व्हॅलेरीला त्यानं हात वर करून मध्येच थांबवलं. "सॉरी, डिक. मला पक्कं माहीतय की, तुझ्या बोलण्याचा अर्थ तसा नव्हता– पण ते खरंच आहे. सहा मालवाहू जहाजं बुडाली, तीही केवळ दहा मिनिटांत! आणि आपण तर एकही जहाज गमावायला नको होतं." मान खाली घालून, कोपरं गुडघ्यांवर ठेवून त्यानं दोन्ही हात आपल्या थकलेल्या डोळ्यांवर जोरजोरात घासले. "रिअर ॲडमिरल टिंडॉल. ब्रिटिश नेव्हीचा महाधोरणी वरिष्ठ अधिकारी. महारणनीतिज्ञ म्हणे!" त्यानं हळूच बोलायला सुरुवात केली. "काफिल्याचा मार्ग बदलून अलगद त्याला आतापर्यंत पाहिलेल्या शत्रूच्या सगळ्यात मोठ्या लांडग्यांच्या टोळीच्या तोंडात नेऊन सोडलं मी आणि कुठे? तर नेमकं जिथे त्या यू-बोटी मोठ्या संख्येनं हजर असतील असं ॲडमिरल्टीनं आधीच सांगितलं होतं, अगदी तिथेच! आता त्या ॲडमिरल स्टारनं मी परत गेल्यावर माझं काहीही केलं, तरी ते या आताच्या हानीपुढे काहीच नसेल."

एक मोठाथोरला निःश्वास सोडून तो जडपणे उठला. तिथल्या त्या एकमेव

दिव्याच्या प्रकाशात त्याच्या चेहऱ्यावर झालेला बदल व्हॅलेरीला दिसला, आणि त्याला धक्काच बसला.

"आता कुठे जाणार, सर?" त्यानं विचारलं.

"ब्रिजवर. नको, नको, डिक, तू नको येऊस. तू इथेच थांब." टिंडॉलनं स्मित करण्याचा प्रयत्न केला, पण ते स्मित म्हणजेसुद्धा त्याच्या तोंडाची फक्त किंचितशी हालचाल होती. क्षणात त्याचा चेहरा पुन्हा गंभीर, ओढलेला दिसू लागला. "मी जरा शांत बसून माझा पुढचा चुकीचा अंदाज करेपर्यंत मला एकटंच राहू दे."

त्यानं दार उघडलं, आणि वरून अगदी जवळून जात असलेल्या गोळ्यांचे शिट्यांसारखे आवाज ऐकताच तो जागीच थबकला. पाठोपाठ इमर्जन्सी ॲक्शन स्टेशन्सचा सूचना देणारा कर्कश सिग्नल त्याला त्या दाट धुक्यातून ऐकू आला.

टिंडॉलनं सावकाश मान वळवून पुन्हा कॅप्टनच्या विश्रांतीच्या त्या केबिनमध्ये बघितलं. "एकंदरीत असंच दिसतंय, की मी तो चुकीचा अंदाज आधीच केलाय."

शुक्रवारची सकाळ

टिंडॉलला दिसलं, की धुकं आता सगळीकडेच पसरलंय. काल रात्री भरपूर हिमवर्षाव झाला होता, त्यानंतर तापमान चांगलंच वाढलेलं होतं. पण निसर्गाची ही चाल फसवीच होती. आता धुक्याचा ओलसर स्पर्श दुप्पट थंडगार लागत होता.

तो घाईघाईनं ब्रिजच्या दारातून ब्रिजवर पोचला. व्हॅलेरी कितीही आजारी असला, तरी तो मागे राहणं शक्यच नव्हतं. तोही टिंडॉलच्या पाठोपाठ ब्रिजवर आला. स्टीलचं हेल्मेट घेऊन टर्नर तिथून मागच्या टॉवरमध्ये जायला निघतच होता, त्याला टिंडॉलनं आडवा हात करून थांबवलं.

"काय झालं, कमांडर?" त्यानं विचारलं. "फायरिंग कोणी केलं?"

"कोण जाणे, सर! गोळे आपल्या मागच्या बाजूनं आले. पण ते कोणी मारले, याचा चांगला अंदाज आहे मला." त्यानं काही क्षण टिंडॉलकडे एकटक नजरेनं बघितलं. "काल रात्री आलेला आपला दोस्त परत आलाय." आणि चटकन वळून तो ब्रिजवरून निघून गेला.

टिंडॉल बुचकळ्यात पडून काही क्षण त्याच्याकडे बघत राहिला, आणि मग तोंडातल्या तोंडात, मनापासून शिव्या हासडत त्यानं चटकन रडारचा हँडसेट उचलला. "मी ब्रिजवरून ॲडमिरल बोलतोय. लेफ्टनंट बौडेनला दे ताबडतोब!" लगेच लाउडस्पीकर सुरू झाला. "बौडेन बोलतोय, सर."

"तू काय करतोयस तिथे बसून?" टिंडॉलनं चिडून पण हळू आवाजात विचारलं. "झोपा काढतोयस का? आपल्यावर हल्ला होतोय, लेफ्टनंट बौडेन, आणि तोही एका जहाजावरून; यू-बोटीवरून नव्हे!" तो बोलायचं थांबून एकदम खाली वाकला. आणखी एक गोळ्यांची फैर त्यांच्या डोक्यावरून पलीकडे गेली आणि जेमतेम अर्ध्या मैलावर पाण्यात जाऊन पडली- त्यामुळे उडालेलं समुद्राचं पाणी तिथे जवळच असलेल्या एका मालवाहू जहाजाच्या डेकवर धाडकन पडलं. धुक्याच्या दोन लाटांमधून हे मालवाहू जहाज काही क्षणच दिसलं आणि परत नाहीसं झालं.

“टिंडॉल लगेच परत उभा राहिला आणि हँडसेटमध्ये ओरडला, “त्याला आपली रेंज मिळालीय, बौडेन, आणि ती चांगलीच अचूक आहे. कुठाय ते जहाज?”

“सॉरी, सर!” बौडेननं शांतपणे म्हटलं. “तो आम्हाला रडारवर दिसत नाहीय. आमच्या पडद्यांवर अजूनही ॲडव्हेंचरर दिसतंय, सर, आणि त्याच्या बेअरिंगवर अगदी थोडीशी काहीतरी गडबड वाटतेय, सर – साधारण ३००...मला असं वाटतंय, सर, की ते शत्रूचं जहाज अजून ॲडव्हेंचररच्या पाठीमागे असावं, किंवा ते जर आणखी जवळ असलं, तर ते थेट ॲडव्हेंचररच्याच बेअरिंगवर असावं.”

“किती अंतरावर?” टिंडॉलनं जोरात विचारलं. “फार अंतर नाही, सर, ॲडव्हेंचररच्या अगदी जवळ. त्यामुळे ते आम्हाला आकार किंवा अंतर यावरून वेगळं काढता येत नाहीय.” टिंडॉलनं फोन हातात लोंबकळत ठेवला, आणि तो व्हॅलेरीकडे वळला. “या थापेवर मी विश्वास ठेवेन असं वाटतंय का बौडेनला?” त्यानं रागानं म्हटलं. “हा म्हणजे अगदी लाखांत एक असा योगायोग झाला– केवळ अपघातानं शत्रूचं एखादं जहाज आपल्या जहाजाच्या मागे लपतं आणि आपल्या रडारवर दिसत नाही म्हणे! कमालच झाली!” व्हॅलेरी न बोलता फक्त त्याच्याकडे बघत होता. टिंडॉल आणखी अस्वस्थ झाला. “काय, बरोबर आहे ना मी म्हणतोय ते?” “नाही, सर.” व्हॅलेरीनं शांतपणे उत्तर दिलं. “अगदी तसंच काही नाही. आणि हे अपघातानं घडलं असेल असंही वाटत नाही मला. त्या यू-बोटींच्या टोळीनं शत्रूच्या त्या जहाजाला आपलं बेअरिंग आणि मार्ग सांगितला असेल. बाकीचं नक्कीच त्या जहाजाच्या कमांडरनं ठरवलं असेल, हे उघड आहे.”

टिंडॉल त्याच्याकडे बराच वेळ एकटक बघत विचार करत राहिला. आता कुठे त्याच्या डोक्यात प्रकाश पडला. डोळे घट्ट बंद करून तो जोरजोरात मान हलवत राहिला; स्वतःला आणखी शिव्या हासडत. त्याचा आत्मविश्वास जणू पूर्णपणे लयाला गेलेला होता. थकलेल्या मेंदूला परत जाग आणत, नीटपणे विचार करायचा प्रयत्न करत तो मान हलवत होता. काय हे? हे तर एखाद्या पोरानंसुद्धा ओळखलं असतं...तेवढ्यात आणखी एक तोफगोळा त्यांच्या डोक्यावरून सुसाटत जाऊन डावीकडे जेमतेम पन्नास यार्डांवर समुद्रात पडला. टिंडॉलला कदाचित तो आवाज ऐकूही गेला नसेल.

“बौडेन?” त्यानं परत हँडसेटमध्ये बोलायला सुरुवात केली.

“सर?”

“पडद्यावर काही बदल?”

“काही नाही, सर.”

“आणि अजूनही तुझं मत तेच आहे?”

“हो, सर! दुसरं काही असूच शकत नाही.”

“आणि ते जहाज ॲडव्हेंचररच्या जवळ आहे?” अगदी जवळ, सर.”

“पण, अरे बाळा, ॲडव्हेंचरर तर आता आपल्या मागे कमीत कमी दहा मैलांवर असेल.”

“हो, सर, मला माहीतंय. आणि ते शत्रूचं जहाजही.”

“काय? दहा मैल? पण, पण –”

“तो रडारच्या मदतीनं फायरिंग करतोय, सर.” बौडेननं मध्येच म्हटलं. त्याचा आवाज जरा थकल्यासारखा वाटू लागलेला होता. “तो रडारच्या साहाय्यानंच फायरिंग करत असला पाहिजे. तो ट्रॅकिंगही रडारच्या साहाय्यानंच करतोय, म्हणूनच तर तो त्याचं जहाज आपल्यापासून थेट ॲडव्हेंचररच्या रेषेत, त्याच्या पाठीमागे ठेवतोय. आणि त्या बाबतीत तो जराही चूक करत नाहीय, सर...याचा अर्थ, ॲडमिरलसाहेब, त्याचं रडार कमीत कमी आपल्या रडारच्या इतकं चांगलं असलं पाहिजे.”

लाउडस्पीकर बंद झाला. ब्रिजवर अचानक पसरलेल्या तणावपूर्ण शांततेत टिंडॉलच्या हातून सुटून खाली पडून ठळ्ळकन फुटून तुकडे झालेल्या त्या हँडसेटच्या एबोनाइटचा आवाज भलताच मोठा वाटला. टिंडॉलचा जणू तोल गेला. आधारासाठी त्यानं जवळचाच एक वाफेचा पाइप पकडला. व्हॅलेरी दोन्ही हात लांब करून त्याला सावरण्यासाठी पुढे झाला, पण टिंडॉल जणू तो दिसतच नसल्यासारखा त्याच्याजवळून पुढे गेला. एखाद्या म्हाताऱ्या, जराजर्जर माणसारखा तो कसाबसा चालत, बुचकळ्यात पडलेल्या डझनभर डोळ्यांची पर्वा न करता त्याच्या नेहमीच्या उंच स्टुलावर जाऊन बसला.

‘मूर्ख माणसा, थेरड्या!’ त्यानं मनातल्या मनात स्वतःला चिडून, पूर्णपणे हताश होऊन शिव्या द्यायला सुरुवात केली. ‘काय चाललंय हे! इतक्या चुका? कसं माफ करायचं स्वतःला? प्रत्येक वेळी शत्रूनं रचलेल्या सापळ्यात सापडतोय आपण! आपल्याला शत्रू इतक्या वेळा आणि इतकं हातोहात फसवतोय, की आपण असे फसवले जाऊ हे प्रत्यक्ष परमेश्वरानंसुद्धा आपल्यासाठी योजलं नसेल! रडार! अगदी बरोबर. त्या रडारनंच घात केलाय आपला. मागच्या वर्षी ॲडमिरल्टीनं आणि हवाई दलानं कळवलं होतं, की जर्मनांचं रडार अजूनही अगदीच प्राथमिक अवस्थेत आहे, आणि आपण त्याच्यावर आंधळेपणानं विश्वास ठेवला. आताच बौडेन म्हणाला की, त्यांचं रडार ब्रिटिश रडारच्या इतकंच चांगलं असलं पाहिजे. *युलिसिस*च्या इतकं चांगलं! आणि *युलिसिस*च्या इतकं उत्कृष्ट, प्रगत जहाज जगात दुसरं नाही, यावर सगळ्यांनीच विश्वास ठेवला. शत्रूचं रडार आपल्याइतकंच चांगलं नाही; बहुधा आपल्यापेक्षा कितीतरी जास्त चांगलं, पण हा विचार कधीतरी आपल्या

डोक्यात आला होता का? ॲटिंडॉलचा आत्मा स्वतःबद्दल वाटणाऱ्या पराकोटीच्या पराभूत भावनेनं, लाजेनं तडफडत होता. आणि याचंच फळ आपल्याला आज सकाळी भोगावं लागलं. सहा जहाजं, त्यातली तीनशे माणसं समुद्राच्या तळाला गेली. परमेश्वर तुला क्षमा करो, टिंडॉल, परमेश्वर तुला क्षमा करो – तूच त्यांना तिथे धाडलंस...रडार! आता काल रात्रीचंच उदाहरण घे. *युलिसिस* जेव्हा आपण पूर्वेला जात असल्याचा खोटा भास निर्माण करत होती, तेव्हा ते जर्मन क्रूझर मुद्दामच तिच्या मागे राहिलं होतं– हे तुझ्याच कुशाग्र बुद्धीचं द्योतक! त्यानं भयंकर निराशेनं एक भलामोठा निःश्वास सोडला. ते शत्रूचं जहाज मुद्दामच मागे राहिलं, धुराच्या पडद्याआड दिसेनासं झालं, की ते उगाचच भलत्याच दिशेनं तोफगोळे मारत राहिलं. याचा उद्देश आता लक्षात येऊन काय उपयोग, की ते स्वतःचं रडार किती उत्कृष्ट आहे ही गोष्ट आपल्याला समजू नये म्हणून मुद्दामच असं करत होतं? आणि आपला जहाजांचा काफिला उत्तर-उत्तर-पश्चिमेकडे पळून जातानासुद्धा, निदान पहिला अर्धा तास तरी ते आपल्या काफिल्याला बिनचूक ट्रॅक करत असलं पाहिजे, आणि ते त्याला अगदीच सोपं गेलं असलं पाहिजे. का? तर कोणत्याही जहाजानं पळून जाताना वेडीवाकडी वळणं घेता कामा नयेत, असा स्पष्ट हुकूम आपणच दिला होता, म्हणून!

'आणि नंतर जेव्हा *युलिसिस* मोठ्या हुशारीनं आधी दक्षिणेला आणि मग उत्तरेला अर्धवर्तुळाकार मार्गानं आपण नेली, तेव्हाही ती त्या शत्रूच्या रडारच्या पडद्यावर असणार. अगदी प्रत्येक क्षण! नंतर त्यावरही कडी म्हणजे शत्रूनं दक्षिण-पूर्वेकडे निघून गेल्याचा मोठ्या चतुराईनं निर्माण केलेला भास. त्यानंही नक्कीच परत उत्तरेला येऊन दूर जात असलेली *युलिसिस* रडारच्या पडद्यावर अगदी टोकाला हेरली असणार; आपल्या काफिल्याचा मार्ग बघून *युलिसिस* काफिल्याला परत कुठे भेटणार याचा अंदाज केला असणार, आणि मग हे सगळं त्या लांडग्यांना रेडिओवरून कळवलं असणार, आणि त्यांना अगदी अचूक ठिकाणी आणून ठेवलं असणार.

'आणि आता, आपल्या उरल्यासुरल्या स्वाभिमानाच्याही चिंधड्या उडवणारा शेवटचा प्रहार. शत्रूनं त्याच्या तोफांच्या पल्ल्याच्या जवळजवळ शेवटच्या टोकाला फायरिंग सुरू केलं; पण कमालीच्या अचूकपणे. याचाच अर्थ असा, की त्याचं फायरिंग रडारनियंत्रित होतं. आणि याचं एकमेव कारण हेच असू शकतं, की आपल्या रडारचा ट्रान्समिटर अत्यंत प्रगत आहे याची एव्हाना *युलिसिस*ला पक्की खात्री झाली असणार, असा निष्कर्ष त्यानं अपरिहार्यपणे काढला असणार. अपरिहार्य निष्कर्ष! आणि आपण काय केलं? आपल्याला तर त्याचा पुसटसा संशयही आला नव्हता, अगदी आतापर्यंत!' सावकाश, पण जोरानं तो विंडस्क्रीनच्या फ्रेमवर आपली मूठ आपटत होता, पण त्याला त्यानं होत असलेल्या वेदनांची जाणीवही होत

नव्हती, देवा! किती मूर्ख, भोळसट ठरलो मी! सहा जहाजं, तीनशे माणसं बुडवली आपण. आणि त्यांच्याबरोबरच शेकडो रणगाडे, विमानं, लक्षावधी गॅलन इंधन, हजारो टन दारूगोळा...सगळं काही रशियाच्या हातात पडण्याआधीच खलास झालं. आता हे युद्धसाहित्य नसल्यामुळे आणखी किती हजार रशियन सैनिक आणि नागरिकांचे जीव जातील, याचा तर अंदाजही करणं शक्य नाही! आणि पर्यायानं ब्रिटनवरचे जर्मन हल्लेही थांबणार नाहीत. किती कुटुंबं उद्ध्वस्त होतील आपल्या मायदेशातली... सगळीकडे सैनिक मरण पावल्याच्या तारा घेऊन घरोघरी जाणारी सायकलवाली पोरं त्याच्या नजरेसमोर नाचू लागली. वेल्स, सरे, पश्चिम बेटं, ब्रिटनच्या, स्कॉटलंडच्या, आयर्लंडच्या दूरदूरच्या आडगावांमध्ये सायकली घेऊन तारा वाटणारी पोरं...आणि अमेरिकेत तरी परिस्थिती याहून कशी वेगळी असेल? पार न्यू फाउंडलंड आणि मेनपासून तिकडे पलीकडे पॅसिफिक समुद्राच्या किनाऱ्यांपर्यंत...या हजारो कुटुंबांना कधीही समजणार नाही, की आपण – या रिअर ॲडमिरल टिंडॉलनं एवढं प्रचंड युद्धसाहित्य वाया घालवलं, म्हणून आपल्या घरातली तरुण मुलं, कर्तीसवरती माणसं मेलेली आहेत!'

"कॅप्टन व्हॅलेरी?" टिंडॉल कसाबसा तोंडातल्या तोंडात पुटपुटला. व्हॅलेरी आला आणि जोरजोरानं खोकत त्याच्यापाशी येऊन उभा राहिला. ते थंडगार धुकं त्याच्या नाकातोंडात आणि छातीत गेल्यामुळे त्याला खोकल्याची उबळ आलेली होती. पण टिंडॉल त्याच्याच स्वतःच्या विचारात इतका बुडून गेला होता, की त्याला व्हॅलेरीच्या या अवस्थेचीसुद्धा जाणीव झाली नाही. "ये, कॅप्टन. हे शत्रूचं क्रूझर ताबडतोब बुडवलं पाहिजे." व्हॅलेरीनं जडपणानं मान डोलावली. "हो, सर. पण कसं? कसं?" टिंडॉलचा त्याच्या त्या जाडजूड कोटाच्या कॉलरमध्ये लपलेला चेहरा भयंकर ओढलेला दिसत होता. त्यातूनही त्यानं स्मित करण्याचा एक प्रयत्न केला. "माझं म्हणणं असं, की आपण आपली रक्षक जहाजं– त्यात आपणही आलो– काफिल्यापासून वेगळी करायची, आणि त्याला खलास करायचं." त्याची नजर धुक्यातून दूरवर कुठेतरी हरवलेली होती, चेहरा अत्यंत कडवट होता. "एक साधा, सोपा हल्ला– कदाचित माझ्या अल्पशा अक्कलहुशारीनं मीसुद्धा योजू शकेन असा..." एकदम बोलायचं थांबून त्यानं ब्रिजच्या कठड्यावरून डोकावून खाली बघितलं, आणि तो अचानक एकदम वाकला. एक तोफगोळा पाण्यात पडून फुटला होता– जहाजापासून अगदी काही यार्डांवर आणि त्यामुळे उडालेलं पाणी ब्रिजवर येऊन जोरात पडलं. "स्टर्लिंग आणि आपण स्वतः दक्षिणेकडून जाऊ," तो पुढे बोलू लागला. "त्याचं फायरिंग आणि रडार आपल्या अंगावर घेऊ. ऑर आणि त्याच्या हाताखालची लढाऊ जहाजं उत्तरेकडून जातील. या इतक्या धुक्यात ते खूप जवळ जाऊन मग टॉर्पेडो मारतील. एकाच

जहाजासाठी आताची परिस्थिती एकदमच धोकादायक आहे, माझ्या मते त्याला फारशी संधी मिळू नये.''

''सगळी रक्षक जहाजं?'' व्हॅलेरीनं काहीच न समजून विचारलं. ''सगळीच रक्षक जहाजं वेगळी करायची म्हणताय तुम्ही?''

''अगदी बरोबर, कॅप्टन. हेच म्हणणं आहे माझं.''

''पण पण कदाचित त्यालाही हेच हवं असेल. व्हॅलेरीनं म्हटलं.''

''आत्महत्या? फादरलँडसाठी बलिदान वगैरे? हॅं!'' टिंडॉलनं तुच्छतेनं म्हटलं. ''या गोष्टी लँगेसडॉर्फ आणि मिडलमानबरोबरच संपल्या.'' व्हॅलेरीला काही हे पटत नव्हतं. ''नाही, सर!'' त्यानं अस्वस्थ होऊन म्हटलं. ''त्याला आपल्याला काफिल्यापासून बाजूलाच काढायचंय, काफिल्याचं संरक्षक कवच हटवायचंय.''

''मग त्यानं काय होतंय?'' टिंडॉलनं जोरात विचारलं. ''या दाट धुक्यात काफिला कुणाला दिसणार आहे?'' त्यानं आजूबाजूला दिसत असलेल्या दाट धुक्याच्या लोटांकडे हात केला. ''अरे, असं काय करतोयस? काफिल्यातल्या जहाजांनी जर त्यांचे फॉग-बॉइज सोडले नसते, तर आपली जहाजंसुद्धा एकमेकांना दिसू शकली नसती. त्यामुळे माझी पक्की खात्री आहे, की बाकीच्याही कुणाला ती दिसणं शक्य नाही.''

''नाही!'' व्हॅलेरीनं जोरात म्हटलं. ''रडार असलेलं दुसरं एखादं जर्मन क्रूझर नसेल कशावरून? किंवा आणखी एखादा दुसराच लांडग्यांचा कळप नसेल कशावरून? असं काही असलं, तर ते आपल्या पाठीमागे असलेल्या त्या शत्रूच्या जहाजाशी रेडिओवरून संपर्कातही असू शकेल– आणि त्यालातर आपला मार्ग अचूक माहीतय!''

''रेडिओ संपर्कात असेल? पण आपलं डब्ल्यूटी तर सतत टेहळणी करतंय ना? त्यांना नाही का कळणार?''

''बरोबर आहे, सर. आपलं डब्ल्यूटी सतत नजर ठेवून आहे. पण मला असं सांगण्यात आलंय की, व्हीएचएफ रेंजेसवर टेहळणी करणं इतकं सोपं नाही.''

टिंडॉलनं नुसताच हुंकार दिला आणि तो गप्प झाला. तो इतका थकलेला आणि गोंधळून गेलेला होता, की त्याला हा युक्तिवाद पुढे चालू ठेवायची इच्छाही नव्हती, आणि शक्तीही नव्हती. पण व्हॅलेरीच्या कपाळावरचं आठ्यांचं जाळं मात्र त्याला वाटत असलेली चिंता ओरडून सांगत होतं. त्यानं बोलणं चालूच ठेवलं.

''आणि मग आपला तो दोस्त अजून आपल्या मागेच का आहे, अधूनमधून फायरिंग करत? त्याला जर आपल्याला एखाद्या विवक्षित मार्गानं जायला लावायचं नसेल, तर तो असं का करतोय? कारण जसजसे आपण दूर जातोय, तसतशी

आपल्याला त्याचे गोळे लागण्याची शक्यता खूपच कमी होतेय आणि आपल्यापर्यंत पोचू शकणाऱ्या त्याच्या तोफांची संख्याही घटतेय. तरीही तो असंच का करतोय?''

''कदाचित त्याला आपण असाच, जे उघड दिसतंय तसाच विचार केलेला हवा असेल.'' टिंडॉल स्वतःला मुद्दाम विचार करायला लावत होता. त्याच्या डोक्यात जे धुकं होतं, ते बाहेरच्या धुक्याइतकंच गडद आणि घनदाट होतं. ''कदाचित त्याला वाटत असेल की, आपण गोंधळून जाऊन आपला मार्ग बदलावा. अर्थातच उत्तरेला. आणि कदाचित तिथे जो लांडग्यांचा कळप असू शकेल, त्याच्या घशात अलगद जाऊन उतरावं.''

''शक्य आहे, अगदी शक्य आहे.'' व्हॅलेरीनं मान्य केलं. ''पण कदाचित तो आणखी एक पाऊल पुढे गेलेला असू शकेल. कदाचित त्याला आपण अतिशहाणपणानं विचार करून संकटात सापडायला हवं असू शकेल. कदाचित त्याला असं वाटत असेल, की आपल्याला जे उघड दिसतंय ते लक्षात यावं, ते आपण टाळावं, आपल्या आत्ताच्याच मार्गानं पुढे जावं आणि नेमकं तेच करावं की, जे त्याला हवंय...तो महाधूर्त आहे, सर, हे आता आपल्याला चांगलंच समजलंय.''

ब्रुक्स त्या स्टारला स्कापा फ्लोमध्ये काय बरं म्हणाला होता...किती काळ लोटला त्याला, बरीच वर्षं झाल्यासारखं वाटतंय... तुमच्या शरीरातली प्रत्येक नस आणि मेंदूतली प्रत्येक पेशी मर्यादेच्या बाहेर ताणली गेलेली असते आणि तुम्हाला वेडेपणाच्या कडेलोटाकडे ढकलत असते.. हे सगळं ब्रुक्सला कसं काय माहीत असेल, आणि तेही इतक्या अचूकपणे?' टिंडॉल आपल्या पार थकून गेलेल्या मेंदूला ताण देत विचार करायचा प्रयत्न करत होता. 'एनी वे, पण आता आपल्याला मात्र समजलंय, की वेडेपणाच्या कडेलोटापाशी उभं असणं म्हणजे काय, ते...' अंधूकपणे त्याला कुठेतरी जाणवलं, की आता आपणही तिथे उभे आहोत. या अवस्थेत विचार करण्याचा प्रयत्न करणं म्हणजे आंधळ्या माणसानं दलदलीतून चालण्यासारखं आहे..अंधूकपणे त्याच्या लक्षात आलं की, हे नर्व्हस ब्रेकडाउनचं– पहिलं की शेवटचं?– लक्षण आहे...अजून किती लक्षणं *युलिसिस*वर असताना गेल्या काही महिन्यांत झाली असतील, देव जाणे...पण शेवटी हे सगळं कसंही असलं तरी आपण अजून ॲडमिरल आहोत...आपण काहीतरी केलं पाहिजे, बोललं पाहिजे.

''नुसते अंदाज बांधण्यात काही अर्थ नाही, डिक.'' त्यानं जडपणे म्हटलं. व्हॅलेरीनं एकदम चमकून त्याच्याकडे बघितलं– कारण ब्रिजवर असताना टिंडॉल – गाईल्स - त्याला कधीही नावानं हाक मारत नसे, फक्त 'कॅप्टन' असंच संबोधत असे. ''आपल्याला काहीतरी करणं भाग आहे. आपल्या काफिल्याला आपण अगदीच वाऱ्यावर सोडलं असं आपल्याला वाटू नये, म्हणून आपण फक्त *व्हेक्ट्रा*ला इथे ठेवू. बाकी कोणत्याही लढाऊ जहाजाला नाही.'' तो निस्तेज हसला. ''आपल्या

कामासाठी आपल्याबरोबर किमान दोन डिस्ट्रॉयर जहाजं असलीच पाहिजेत. बेंटले, – हा सिग्नल डब्ल्यूटीसाठी घे – 'सर्व रक्षक जहाजे आणि *केप हॅटेरास*च्या कमांडर फ्लेचर यांच्यासाठी...'

दहा मिनिटांच्या आत त्या चार युद्धनौकांनी अत्यंत घनदाट धुक्यामधून दक्षिण-पूर्वेकडे वेगानं मार्ग काढत त्यांच्या आणि शत्रूच्या मधलं निम्मं अंतर पार केलेलं होतं. *स्टर्लिंग, व्हायकिंग* आणि *सिरस* ही तिन्ही जहाजं सतत *युलिसिस*च्या रेडिओ संपर्कात होती – त्यांना तसं करणं गरजेचंच होतं, कारण त्या घनदाट धुक्यात *युलिसिस*च त्यांचे डोळे आणि कान होती.

"रडार – ब्रिज. रडार – ब्रिज."आपोआपच सगळ्या नजरा लाउडस्पीकरवर खिळल्या. "शत्रू मार्ग बदलून दक्षिणेला जातोय, त्याचा वेग वाढतोय."

"फार उशीर झालाय आता!" टिंडॉल घोगऱ्या आवाजात ओरडला. विजयोन्मादानं – खरंतर अजून लढाईला सुरुवातही झालेली नव्हती, ही फक्त आपण आपल्याकडून झालेल्या चुकांचं परिमार्जन करण्यासाठी काहीतरी करू शकतोय, या जाणिवेमुळे निर्माण झालेल्या उत्साहाची आणि वीरश्रीची अभिव्यक्ती होती- त्याच्या मुठी वळलेल्या होत्या आणि डोळे लकाकत होते. "फार उशिरा जागा सोडलीय त्यानं!"

व्हॅलेरी काहीच बोलला नाही. सेकंदावर सेकंद उलटत होते, *युलिसिस* त्या गडद धुक्यातून आणि थंडगार समुद्रातून एखाद्या सुरीसारखी सफाईनं पाणी कापत चाललेली होती. अचानक लाउडस्पीकर पुन्हा सुरू झाला.

"शत्रू वळून दक्षिण-पूर्वेकडे निघालाय. वेग २८ नॉट."

"२८ नॉट? तो पळून चाललाय!" टिंडॉलमध्ये पुन्हा नवीन उत्साह सळसळू लागलेला दिसत होता. "कॅप्टन, माझं म्हणणं असं, की *सिरस* आणि *युलिसिस*नं ताबडतोब जास्तीत जास्त वेगानं दक्षिण-पूर्वेकडे निघावं, आणि शत्रूला गाठून त्याचा वेग कमी करावा. डब्ल्यूटीला म्हणावं, ऑरला सिग्नल पाठवा. रडारला शत्रूचा मार्ग काय आहे ते विचार."

आणि तो अस्वस्थपणे उत्तराची वाट बघत थांबला.

"रडार – ब्रिज. शत्रूचा मार्ग ३१२ अंश. त्याच मार्गानं तो जातोय."

"त्याच मार्गानं जातोय." टिंडॉलनं तेच वाक्य पुन्हा म्हटलं. "कॅप्टन, रडारच्या साहाय्यानं फायरिंग सुरू कर. आपल्या तावडीत सापडलाय तो. आपल्या तावडीत सापडलाय!" तो अधीरपणे ओरडला. "फार जास्त वेळ थांबला तो! आपल्या तावडीत तो सापडलाय, कॅप्टन!"

व्हॅलेरी तरीही काहीच बोलला नाही. टिंडॉल त्याच्याकडे काहीसा बुचकळ्यात पडून, काहीसा रागानं बघत होता. "काय झालं? तुला पटलेलं नाही का हे?"

"कोण जाणे, सर." व्हॅलेरीनं साशंकपणे मान हलवली. "मला खरंच काही सांगता येत नाही. तो इतका वेळ का थांबला? आपण काफिला सोडून निघाल्याबरोबर तो का नाही पळाला?"

"कारण त्याला स्वत:बद्दल अवाजवी आत्मविश्वास वाटत होता!" टिंडॉल गुरगुरला.

"किंवा दुसऱ्याच कशाबद्दल तरी विश्वास वाटत होता." व्हॅलेरीनं सावकाश म्हटलं, "कदाचित आपण त्याचा नक्की पाठलाग करू, याची त्याला पक्की खात्री करून घ्यायची असेल."

टिंडॉल पुन्हा निराशेनं गुरगुरला. त्यानं बोलायला तोंड उघडलं, पण परत गप्प झाला. तेवढ्यात 'ए' टरेटनं तोफगोळे उडवायला सुरुवात केल्याच्या रिकॉइलमुळे *युलिसिस* हादरली. कॉर्डाईट जळाल्यामुळे निर्माण झालेल्या प्रचंड उष्णतेमुळे काही क्षण फोरकॅसलवरचं धुकं नाहीसं झालं, पण नंतर लगेचच ती मऊमऊ, ओलसर, करडी, जाडजूड दुलई परत आली.

आणि मग अचानक, काहीतरी जादू व्हावी तसा तो धुक्याचा पडदा अचानक उठला. त्यांच्यावरून धुक्याचा एक प्रचंड, दाट ढग पुढे गेला होता, आणि आता पुढचा ढग येण्याआधीच्या मधल्या छोट्याशा मोकळ्या जागेमधून त्यांना बरोबर नाकासमोर *सिरस* झपाट्यानं – निदान ३४ नॉट वेगानं तरी असेल – सावजाचा वास आलेल्या शिकारी कुत्र्यासारखी दक्षिण-पूर्वेला सुसाटत जाताना ओझरती दिसली. डोक्यावरून मागे गेलेल्या त्या धुक्याच्या ढगात, पाठीमागून येत असलेल्या *स्टर्लिंग* आणि *व्हायकिंग* तोपर्यंत लपून गेलेल्या होत्या.

"तो फारच जवळ आहे!" टिंडॉलनं जोरात म्हटलं. "बौडेननं हे आपल्याला का नाही सांगितलं? अशा पद्धतीनं आपण दोन्ही बाजूंनी त्याला पकडू शकणार नाही. *सिरस*ला सिग्नल पाठवा : '३१५ अंश आणि पाच मिनिट्स या मार्गानं जा.' कॅप्टन, आपणही तेच करायचं. पाच अंश दक्षिणेला जाऊन परत आपल्या आताच्या मार्गावर यायचं."

तो जेमतेम त्याच्या खुर्चीवर जाऊन बसला असेल-नसेल, परत धुक्यात शिरलेली *युलिसिस* नवीन मार्गावर जायला वळू लागली असेल-नसेल, इतक्यात डब्ल्यूटीचा लाउडस्पीकर पुन्हा सुरू झाला.

'डब्ल्यूटी – ब्रिज. डब्ल्यूटी – ब्रिज –'बी' टरेटच्या दोन्ही ५.२५ इंची तोफा एकाच वेळी जोरानं धडाडल्या, आणि त्यांच्यामधून धुक्याचा पडदा फाडत आग आणि धूर बाहेर निघाला. नेमक्या त्याच क्षणी कानांचे पडदे फाडणारा स्फोटाचा एक प्रचंड आवाज अगदी जवळून आला, आणि ब्रिजवरच्या माणसांच्या पायांखालचे डकबोर्ड धाडदिशी फाटून वर आले. सगळी माणसं एकाएकी चारी दिशांना उडाली – कोणी

एकमेकांवर आपटले, कोणी आजूबाजूच्या धातूच्या वस्तूंवर आदळले, सुन्न झालेल्या शरीरांचा आणि मनांचा एकच प्रचंड गोंधळ माजला. आपण कुठे आहोत, हेही कुणाला धड कळेना. त्या स्फोटाच्या प्रचंड आघातामुळे सगळेच जणू पार बधिर झाले. त्यातच जाळत जाणारा भयंकर वास त्यांच्या घशात आणि छातीत कोंडून राहिला. काळ्याकुट्ट धुरामुळे काही धड दिसेनासं झालं. आणि एवढं सगळं होत असताना डब्ल्यूटीच्या त्या ट्रान्समिटरवरून येत असलेला तो अमानवी आवाज पुन्हा पुन्हा तोच, कोणालाही धड ऐकू न येणारा – आणि ऐकू आला तरी न समजणारा - संदेश सांगत होता.

हळूहळू धूर नाहीसा झाला. टिंडॉल झोकांड्या देत कसाबसा उठून उभा राहिला. स्फोटाच्या दणक्यामुळे तो खुर्चीतून उडून थेट कंपास प्लॅटफॉर्मच्या मध्यावर जाऊन आदळला होता. आपलं सुन्न झालेलं डोकं हलवून परत जागं करायचा प्रयत्न तो करू लागला. आपल्याला वाटलं होतं त्यापेक्षा बराच मोठा दणका बसलेला दिसतोय – इतकं लांब फेकले गेलो आपण, आणि फेकले गेल्याचंही आठवत नाहीय. आणि हे मनगट, हे इतकं असं मजेशीर कसं वाकलंय? अरे, हे तर आपलंच मनगट दिसतंय, त्याला जरासं आश्चर्यच वाटलं. पण गंमत अशी, की आपल्याला वेदना होतच नाहीयेत...आणि हा कुणाचा चेहरा आपल्यासमोर उठताना दिसतोय...कार्पेंटर दिसतोय हा. याच्या चेहऱ्यावरची ती बँडेजेस उडून गेलेली दिसताहेत...त्या रात्रीच्या वादळात याला झालेली जखम पुन्हा उघडी झालेली दिसतेय...हं, म्हणूनच याचा चेहरा असा रक्तानं माखलेला दिसतोय...ती हेन्लेमधली पोरगी, तिच्याबद्दल नेहमी सांगत असतो हा...तिनं आत्ता याला बघितलं तर काय म्हणेल ती?...पण तो डब्ल्यूटी त्याची ती बडबड बंद का करत नाहीय?...आणि अचानक त्याचं डोकं परत विचार करू लागलं.

'माय गॉड! ओ, गॉड!' तो अविश्वासानं खाली त्या फाटलेल्या, वाकड्यातिकड्या झालेल्या डकबोर्डकिडे डोळे फाडफाडून बघतच राहिला. त्यानं आधारासाठी धरलेला पाइप सोडला आणि तो झोकांड्या देत पुढे विंडस्क्रीनकडे गेला : त्याच्या नजरेनं जी गोष्ट नाकारली होती, ती त्याच्या तोलाच्या जाणिवेनं तत्क्षणीच मान्य केली. संपूर्ण कंपास प्लॅटफॉर्म १५ अंशांनी कललेला होता.

"काय झालं, पायलट?" त्यानं घोगऱ्या आवाजात कसंबसं विचारलं. त्याला आपलाच आवाज अनोळखी वाटला. "काय झालं तरी काय? 'बी' टरेटच्या गनच्या ब्रीचमध्येच एखादा गोळा फुटलाय का?"

"नाही, सर." कार्पेंटरनं आपल्या हाताची बाही चेहऱ्यावरून फिरवली, ती रक्तात भिजून गेली. "आपल्या जहाजाला थेट एक गोळा लागला – अगदी जहाजाच्या मुख्य भागात."

"तो बरोबर सांगतोय, सर." कॅरिंग्टन विंडस्क्रीनवर चढून बाहेरच्या बाजूला

खाली वाकून बघत होता.

हा माणूस याही परिस्थितीत इतका शांत कसा काय! टिंडॉलला पुन्हा एकदा आश्चर्य वाटून गेलं. स्वतःवर कमालीचा ताबा आहे या माणसाचा! "आणि तो गोळा चांगलाच शक्तिशाली होता. त्यानं पुढची पॉम-पॉम गन नष्ट केलीय आणि आपल्यापासून थोडंच खाली एक दाराएवढं मोठं भगदाड पडलंय...आत भयंकर परिस्थिती असली पाहिजे, सर."

टिंडॉलनं त्याचं शेवटचं वाक्य नीट ऐकलंच नाही. तो धावतच ब्रिजच्या दाराशी पडलेल्या व्हॅलेरीकडे गेला आणि त्याच्याजवळ बसून त्यानं त्याच्या डोक्याला आपल्या चांगल्या राहिलेल्या हाताचा आधार दिला. व्हॅलेरी जेमतेम शुद्धीत होता. त्याचा श्वास अत्यंत अनियमितपणे, जोरजोरात आवाज करत चाललेला होता, आणि मधूनच आपलं स्वतःचंच रक्त घशात साठल्यामुळे त्याचा श्वास कोंडत होता. त्याचा चेहरा पार पांढराफटक पडलेला होता.

"ब्रुक्सला– म्हणजे सर्जन-कमांडरला- ताबडतोब इकडे बोलाव, क्रायस्लर!" टिंडॉल ओरडला. "लगेच यायला सांग"

"डब्ल्यूटी– ब्रिज. डब्ल्यूटी– ब्रिज. प्लीज उत्तर द्या, प्लीज उत्तर द्या." आता मात्र तो अमानवी वाटणारा आवाज घाईघाईनं बोलत होता, त्याच्यात चिंताही डोकावत होती.

क्रायस्लरनं रिसीव्हर ठेवून दिला आणि चिंताक्रांत चेहऱ्यानं टिंडॉलकडे बघितलं.

"काय झालं?" टिंडॉलनं जोरात विचारलं. "तो येतोय ना?"

"नाही, सर. बहुतेक लाइन बंद पडलीय."

"ओ, हेल!" टिंडॉल भडकला. "मग तू तिथे उभा राहून काय करतोयस? जा आणि घेऊन ये त्याला. नंबर वन, जरा कमांड तुझ्याकडे घे. बेंटले – कमांडरला ब्रिजवर बोलाव."

"डब्ल्यूटी – ब्रिज. डब्ल्यूटी ब्रिज." टिंडॉलनं चिडून वर लाउडस्पीकरकडे बघितलं, आणि तो आवाज पुढे बोलू लागला, ते ऐकून तो जागच्या जागी स्तब्ध झाला. "आपल्या जहाजाला मागच्या भागात गोळा लागलाय. डॅमेज कंट्रोल सांगतंय की, कोडिंग रूम पूर्णपणे नष्ट झालीय, ६ आणि ७ नंबरची रडार ऑफिसेस पूर्णपणे नष्ट झालीयत. मागच्या कंट्रोल टॉवरचं प्रचंड नुकसान झालंय."

"मागचा कंट्रोल टॉवर!" टिंडॉलनं एक शिवी हासडली, आणि आपले ग्लोव्ह्ज ओढून काढले – मोडलेल्या मनगटाला धक्का लागताच तो कळवळला. व्हॅलेरीचं डोकं त्या ग्लोव्हजवर अलगद ठेवून तो उठून उभा राहिला.

"मागचा कंट्रोल टॉवर! आणि टर्नर आहे तिथे! त्याला काही झालं नसलं म्हणजे..." बोलणं मध्येच थांबवून तो कसाबसा धावत ब्रिजच्या मागच्या टोकाला

गेला. तिथे पोचल्यावर त्यानं जरा तोल सावरला, आणि शिडीच्या कठड्याला धरून त्यानं सचिंत नजरेनं जहाजाच्या मागच्या बाजूला बघितलं. सुरुवातीला त्याला काहीच दिसलं नाही– मागचं धुराडं नाही, मुख्य मास्टही नाही. घनदाट धुक्याच्या लोटांमधून पलीकडचं फारसं काहीच दिसत नव्हतं. मग अचानक जणू एखाद्या प्रचंड हातानं बाजूला सारावं तसं ते धुकं विरळ झालं, आणि जहाजाच्या मागच्या भागावर पसरलेले काळ्याकुट्ट धुराचे लोटही विरळ झाले– पण काही क्षणच. तेवढ्या वेळात टिंडॉलला जे दिसलं, त्यानं त्याला घेरीच यायची बाकी राहिली. त्याची कठड्यावरची पकड नकळत भयंकर घट्ट झाली.

मागच्या भागात जहाजावर ज्या काही बांधलेल्या गोष्टी होत्या, त्यांतलं काहीच दिसत नव्हतं– त्या जागी फक्त लोखंडाच्या वाकड्यातिकड्या झालेल्या अवशेषांचा एक भयंकर गुंता दिसत होता. पूर्वी ब्रिजवरून पलीकडचं 'एक्स' टरेट दिसत नसे, ते आता स्पष्ट दिसत होतं, पण ते शाबूत असल्यासारखं वाटत होतं. बाकीच्या गोष्टी मात्र नाहीशा झालेल्या होत्या - रडार ऑफिसेस, कोडिंग-रूम, पोलिस ऑफिस, कँटिन, बहुधा मागच्या भागात असलेलं संपूर्ण किचनही. या संपूर्ण भागात जे कोणी आणि जे काही असेल, त्यांतलं काहीही वाचलं असण्याची शक्यता वाटत नव्हती. आश्चर्य म्हणजे, आधीच अर्धवट मोडलेला मुख्य मास्ट अजून उभा होता, पण त्याच्या थोडंच मागे, या सगळ्या मोडक्या लोखंडी अवशेषांवर जणू विसावलेला मागचा, प्रचंड मोडतोड झालेला कंट्रोल टॉवर थोड्याथोडक्या नव्हे, चांगला ६० अंशांनी कललेल्या अवस्थेत उभा होता. त्याचा रेंज-फाइंडर खलास झालेला दिसत होता. आणि तिथे कमांडर टर्नर होता...शिडीच्या वरच्या टोकाला उभ्या असलेल्या टिंडॉलला जवळजवळ चक्करच आली, तो खालीच पडण्याच्या बेतात होता. त्यानं डोक्यात पुन्हा भराभर जमू लागलेलं धुकं घालवण्यासाठी जोरजोरानं डोकं हलवलं. त्याच्या कपाळाच्या मागच्या भागात एक विचित्र वेदना जाणवत होती, आणि ते धुकं बहुधा तिथूनच डोक्यात पसरत असावं...*युलिसिस* जहाज सुदैवी आहे असं सगळे म्हणत असत. थोडेथोडके नव्हे, तब्बल वीस महिने सगळ्यात खडतर मोहिमांवर, जगातल्या सगळ्यात धोकेबाज समुद्रात प्रवास करूनही साधा एक ओरखडाही उठला नाही तिच्यावर. पण केव्हा ना केव्हा एक क्षण असा नक्की येईल की, तिचं सुदैव तिला सोडून जाईल, हे टिंडॉलला पक्कं ठाऊक होतं. त्याला शिडीवरून वर चढत येणारे पावलांचे आवाज ऐकू आले. त्यानं शर्थीचे प्रयत्न करून खालच्या दिशेला नजर स्थिर केली. खालून वर येत असलेल्या त्या माणसाचा काळासावळा, उभट चेहरा त्यानं लगेच ओळखला. तो फ्लॅग डेकवरचा लीडिंग सिग्नलमन डेव्हिस होता. या क्षणी त्याचा चेहरा पांढुरका दिसत होता, आणि श्वास जोरजोरानं चाललेला होता. त्यानं बोलायला तोंड उघडलं, मग परत मिटून घेतलं, आणि तो टिंडॉलच्या कठड्यावर ठेवलेल्या हाताकडे बघत राहिला.

“तुमचा हात, सर!” चमकून त्यानं म्हटलं, आणि नजर टिंडॉलच्या डोळ्यांकडे वळवली. “तुमचा हात! तुम्ही ग्लोव्ह्ज घातलेले नाहीत, सर!”

“नाही?” टिंडॉलनं म्हटलं. जणू आपल्याला हात आहे याचंच काहीसं आश्चर्य वाटल्यासारखं. “खरंच की, डेव्हिस. थँक्यू, डेव्हिस.” त्यानं थंडगार पडलेल्या त्या कठड्यावरून आपला हात काढला, आणि आपल्या रक्ताळलेल्या हाताकडे जणू विशेष काहीच झालेलं नसल्यासारखं क्षणभर बघितलं. “जाऊ दे. तिकडे लक्ष देऊ नकोस. काय झालं रे?”

“फायटर डायरेक्शन रूम, सर!” डेव्हिसच्या विस्फारलेल्या नजरेतूनच त्यानं बघितलेलं दृश्य किती भयंकर, हृदयाचा थरकाप उडवणारं असेल हे समजत होतं. “तो गोळा तिथे उडाला. ती – ती रूम तर नाहीशीच झालीय...ती, आणि तिच्यावरचा तो प्लॉट...” त्याचं पुढचं वाक्य ‘ए’ टरेटच्या फायरिंगच्या आवाजात बुडून गेलं. “सर, मी आत्ता तिथूनच येतोय. तिथल्या कुणालाही जीव वाचवायची संधीसुद्धा मिळाली नाही.”

“कमांडर वेस्टक्लिफलासुद्धा?” त्याही अवस्थेत हा प्रश्न विचारतानाच टिंडॉलला अंधूकपणे आत कुठेतरी जाणवलं, की काडीचा आधार शोधण्यात काही अर्थ नाही.

“कोण जाणे, सर. तिकडे – तिकडे तर नुसते माणसांचे तुकडेच पडलेत. ते जर त्या वेळी तिथे असले” –

“तो तिथे असणारच.” टिंडॉलनं जड आवाजात मध्येच म्हटलं. “ॲक्शन स्टेशन्सचा हुकूम चालू असताना तो कधीच तिथली जागा सोडत नाही -”

तेवढ्यात अगदी जवळून जाणाऱ्या हाय एक्स्प्लोझिव्ह गोळ्यांचे शिट्ट्यांसारखे आवाज आणि नंतर ते पडून झालेल्या कानठळ्या बसवणाऱ्या स्फोटांच्या धमाक्यांमध्ये त्याचं वाक्य नाहीसं झालं.

“माय गॉड!” टिंडॉल पुटपुटला. “डेव्हिस, गोळे फारच जवळ पडले रे! काय चाललंय?”

त्याच क्षणी तो एकदम उचलला गेला आणि ब्रिजच्या डेकवर दाणकन आदळला. त्याच्या छातीतली सगळी हवा एका क्षणात बाहेर निघून गेली. काहीही न बोलता, शिडीच्या पायऱ्यांवर असलेल्या पायांचा आणि कठड्यावर असलेल्या हातांचा संपूर्ण जोर एकवटून डेव्हिसनं त्याच क्षणी शिडीच्या शेवटच्या तीन पायऱ्यांवरून झेप घेतली होती, आणि आपल्या डोक्यानं आणि खांद्यांनी टिंडॉलला प्रचंड जोरानं धडक मारली होती. आणि आता डेव्हिसही डेकवर पडलेल्या टिंडॉलच्या पायांवर आडवा पडला होता. त्याची जराही हालचाल होत नव्हती.

अगदी सावकाश, छातीत होणाऱ्या वेदनांची पर्वा न करता कसाबसा श्वास घेत टिंडॉल बेशुद्धीच्या काळ्या जगातून वर आला. आंधळेपणानं, प्रतिक्षिप्त क्रियेनंच

त्यानं उठायचा प्रयत्न केला; पण त्याचा मोडलेला हात त्याचं वजन सहन करू शकला नाही, तो दुमडला, आणि टिंडॉल परत खाली पडला. त्याचे पायही त्याला काहीच आधार देत नव्हते. त्यांच्यांत काही ताकदच वाटत नव्हती, जणू त्याचा कमरेखालचा सगळाच भाग निकामी झाल्यासारखी. आता धुकं नाहीसं झालेलं होतं, आणि आकाशात डोळे दिपवणाऱ्या लाल, हिरव्या आणि पांढऱ्या शलाकांची जणू उधळण चालू झाल्यासारखी वाटत होती. स्टारशेल्स? म्हणजे शत्रू एखाद्या नव्या प्रकारच्या स्टारशेल्सचा वापरतोय की काय? पण अगदी अंधूकपणे हळूहळू त्याच्या लक्षात आलं, की या रंगीत शलाका आणि आपल्या कपाळाच्या पाठीमागे जाणवत असलेल्या असह्य वेदना, यांच्यामध्ये बहुधा काहीतरी संबंध असावा. त्यानं आपल्या उजव्या हाताची पालथी मूठ डोळ्यांपाशी आणली. त्यानं अजूनही डोळे घट्ट मिटून घेतलेले होते...आणि मग ती जाणीव क्षणात पुसटली आणि नाहीशी झाली.

"तुम्ही बरे आहात का, सर? हलू नका. आम्ही लगेचच तुम्हाला इथून हलवतो!" बोलणारा आवाज भरदार, अधिकारपूर्ण वाटत होता, आणि तो थेट टिंडॉलच्या डोक्यावरून येत होता. टिंडॉल परत निपचित पडला, त्यानं निराशेनं थोडीशीच का होईना, मान हलवली. 'हा तर टर्नरचा आवाज वाटतोय, पण टर्नर तर जिवंत नाही. म्हणजे मेल्यावर हे असं असतं की काय - हे जीव घाबरवणारं, एकाच वेळी अंधारानं आणि रंगीबेरंगी प्रकाशानं भरलेलं, वेदना आणि शक्तिहीनतेनं भरलेलं, भूतकाळातल्या आवाजांनी भरलेलं जग?"

आणि मग अचानक, जणू आपण होऊनच त्याचे डोळे किलकिले झाले आणि लगेच पूर्ण उघडले. त्याच्या चेहऱ्यापासून जेमतेम एका फुटावर कमांडर टर्नरचा सुपरिचित चेहरा होता, आणि तो त्याच्याशेजारी गुडघ्यांवर बसून चिंताक्रांत मुद्रेनं त्याच्याकडे बघत होता.

"टर्नर? टर्नर!" टिंडॉलचा हात शंकितपणे हळूच वर झाला, आणि वेदनांची पर्वा न करता त्यानं टर्नरचा आश्वासक, खंबीर दंड धरला. "टर्नर! अरे खरंच, तूच आहेस! मला वाटलं होतं –"

"मागच्या टॉवरमध्ये होतो असं वाटलं, हो ना?" टर्नर किंचित हसला. "नाही, सर. मी तिथून जवळपासही कुठे नव्हतो. मी इकडेच येत होतो, फोरकॅसल डेकवर चढून येत होतो, तेवढ्यात त्या पहिल्या गोळ्याच्या स्फोटानं मी परत मुख्य डेकवर फेकला गेलो...तुम्ही कसे आहात, सर?"

"थँक गॉड! थँक गॉड! मी? कोण जाणे मी कसा आहे ते. माझे पाय...ते तिथे काय दिसतंय?"

आता त्याला परत नेहमीसारखं दिसू लागलेलं होतं. टर्नरच्या चेहऱ्याच्या पलीकडे बघत असलेले त्याचे डोळे अविश्वासानं विस्फारले. टर्नरच्या डोक्याच्या

थोडंच वर एक भलंमोठं, लांबलचक पांढरं झाडाचं खोड आडवं पडलेलं दिसत होतं. जहाजाच्या नाकाच्या दिशेनं ते उंच होत गेलं होतं. दोन्ही बाजूंना त्याची नजर पोचेल तिथवर ते दिसतच होतं. त्यानं हात वर केला, तेव्हा तो त्याला जेमतेम स्पर्श करू शकत होता.

''हा पुढच्या बाजूचा मास्ट आहे, सर.'' टर्नरनं सांगितलं. ''शेवटच्या गोळ्यानं त्याचे दोन तुकडे केले. पाठीमागे झालेल्या स्फोटामुळे तो ब्रिजवर उडून पडला. त्याच्याबरोबर जवळजवळ सबंध अँटी-एअरक्राफ्ट टॉवरही खलास झाला – आणि मुख्य टॉवरही पडला. मला वाटतं, कर्टनीला त्याच्यापासून पळायची, जीव वाचवायची संधीही मिळाली नसेल... डेव्हिसला मात्र तो येताना दिसला. त्या वेळी मी डेव्हिसच्या थोडंच खाली होतो. त्यानं चपळाईनं –''

''डेव्हिस!'' टिंडॉल इतका सुन्न झालेला होता, की डेव्हिसला तो पार विसरून गेला होता. ''खरंच की डेव्हिस!'' आपल्याला आपले पाय हलवता येत नाहीयेत, ते डेव्हिसमुळेच असणार. त्यानं कशीबशी मान लांब करून पायांच्या दिशेनं पाहिलं. त्याच्या पायांपाशी डेव्हिस पालथा पडलेला होता, आणि त्या मास्टचं प्रचंड वजन त्याच्या पाठीवर पडलेलं होतं. ''कमांडर, आधी बाहेर काढ त्याला तिथून!''

''तुम्ही फक्त शांत पडून रहा, सर – ब्रुक्स येईपर्यंत. डेव्हिस ठीक आहे.''

''ठीक आहे? डेव्हिस ठीक आहे?''

टिंडॉल आता जवळजवळ किंचाळत होता. त्याच्यापाशी जमत असलेल्या माणसांचंही त्याला भान नव्हतं. ''तुला काय वेड लागलंय का, टर्नर? तो बिचारा यातनांनी तडफडत असेल!'' त्यानं धडपड करत उठायचा प्रयत्न केला, पण बरेच हात पुढे झाले आणि त्यांनी त्याला हळुवारपणे, प्रेमानं, पण जोर करून खालीच धरून ठेवलं.

''तो ठीक आहे, सर.'' टर्नरचा आवाज अगदी हळुवार झालेला होता. ''तो खरंच ठीक आहे. त्याला आता काहीही वेदना जाणवत नाहीत.'' आणि नेमकं काय झालंय हे तेव्हा टिंडॉलला समजलं, आणि तो डोळे मिटून परत अंगातली ताकद गेल्यासारखा डेकवर आडवा झाला.

ब्रुक्स तिथे पोचला, तेव्हाही टिंडॉलचे डोळे मिटलेलेच होते. ब्रुक्सवर, आणि एक डॉक्टर म्हणून असलेल्या त्याच्या क्षमतेवर, सगळ्यांचाच प्रचंड विश्वास होता, त्यामुळे तो आल्याबरोबर तिथे असलेल्या सगळ्यांनाच हायसं वाटलं. काही सेकंदांमध्येच टिंडॉल पुन्हा उभा राहिला– त्याला बराच मोठा धक्का बसलेला होता, जखमाही होत्या, पण गंभीर असं त्याला कुठेच काही झालेलं नव्हतं. उभा राहिल्याबरोबर टिंडॉलनं ब्रुक्सच्या विरोधाकडे साफ दुर्लक्ष करत आपल्याला ब्रिजवर घेऊन चलायला सांगितलं. ब्रिजवर व्हॅलेरी दिसल्याबरोबर त्याच्या डोळ्यांमध्ये

क्षणभर परत चमक आली. व्हॅलेरी कसाबसा तोल सावरत, पण आपल्या पायांवर उभा होता. त्यानं तोंडावर एक पांढरा टॉवेल धरलेला होता. पण टिंडॉल काहीच बोलला नाही. मान खाली घालून तो वेदनांमुळे तोंड वाकडंतिकडं करत कसाबसा आपल्या खुर्चीवर चढून बसला.

"डब्ल्यूटी – ब्रिज. डब्ल्यूटी – ब्रिज. प्लीज उत्तर द्या, प्लीज उत्तर द्या."

"हा वेडा अजून आहेच का?" टिंडॉलनं चिडून म्हटलं. "कोणीतरी तिकडे जाऊन –"

"तुम्ही फक्त दोन-तीन मिनिटंच इथे नव्हतात, सर." तेवढ्यात कॅपॉक किडनं धीर करून मध्येच म्हटलं.

"काय? दोन-तीन मिनिटं!" टिंडॉलनं काही क्षण त्याच्याकडे डोळे वटारून बघितलं, आणि मग तो गप्प झाला. त्यानं आपल्या उजव्या हाताला बँडेज बांधत उभ्या असलेल्या ब्रुक्सकडे एक कटाक्ष टाकला. "तुला दुसरं काहीच काम नाहीय का, ब्रुक्स?" त्यानं चिडून विचारलं.

"नाही!" ब्रुक्सनंही तितक्याच जोरात उत्तर दिलं. "जेव्हा बंदिस्त जागेत गोळ्याचा स्फोट होतो, तेव्हा डॉक्टरसाठी काहीच काम उरत नाही...डेथ सर्टिफिकेट्सवर सह्या करण्यापलीकडे." त्यानं निर्दयी आवाजात म्हटलं. व्हॅलेरी आणि टर्नरनं एकमेकांकडे हळूच कटाक्ष टाकले. 'टिंडॉलची मानसिक अवस्था किती गंभीर बनलीय याची ब्रुक्सला कल्पना तरी असेल का,' व्हॅलेरीनं स्वतःशीच म्हटलं.

"डब्ल्यूटी – ब्रिज. डब्ल्यूटी – ब्रिज. *व्हेक्ट्रा*नं पुढच्या सूचनांसाठी पुन्हा विनंती केलीय. अर्जंट. अर्जंट."

"व्हेक्ट्रा!" *व्हॅलेरी*नं आता गप्प आणि निश्चल बसलेल्या टिंडॉलकडे एक कटाक्ष टाकला, आणि तो ब्रिजवर निरोप्याचं काम करणाऱ्या क्रायस्लरकडे वळला. "क्रायस्लर, तू डब्ल्यूटीशी संपर्क साध. कोणत्याही मार्गानं. त्यांना पहिला संदेश परत सांगायला सांग. जा लवकर!"

त्यानं पुन्हा टर्नरकडे बघितलं. तो टिंडॉल जिकडे बघत होता, त्याच दिशेनं खाली बघत होता. व्हॅलेरीनंही तिकडे नजर टाकली, आणि प्रचंड धक्का बसून तो चटकन मागे झाला. आता आपल्याला बहुतेक उलटी होते की काय, असं त्याला वाटलं – खालच्या बाजूला जिथे ऑर्लिकॉन गनरचं बसण्याचं कॉकपिट होतं, तिथल्या गनरला– तोही क्रायस्लरसारखाच अगदी पोरगेलासा होता– तो मास्ट पडताना दिसला असला पाहिजे, त्यानं कॉकपिटमधून घाईघाईनं पळायचा प्रयत्नही केला असणार. पण तो जेमतेम कॉकपिटमधून बाहेर पडला असेल, इतक्यात तो मास्ट रडार स्क्रीनवर पडला होता, आणि त्याच्या प्रचंड वजनामुळे जवळजवळ शंभर चौरस फूट आकाराचा तो पोलादी जाळीनं बनलेला अवाढव्य रडार स्क्रीन थेट

ब्रिजच्या कडेवरून त्या गनरच्या अंगावर पडला होता. आता तो बिचारा गनर तिथे खाली, त्याच्या ऑर्लिकॉन गनच्या डबल बॅरलवर पार चेंदामेंदा होऊन पडलेला दिसत होता – इतका, की तो मृतदेह माणसाचाच आहे की आणखी कोणाचा, हेही सांगणं कठीण होतं.

घशातून बाहेर पडू पाहणारी उलटी कशीबशी थोपवत व्हॅलेरी एकदम मागे वळला. त्याच्या पोटात आणि मनातही प्रचंड ढवळत होतं. काय हे! काय हा युद्धाचा वेडेपणा! ते जर्मन क्रूझर, ते जर्मन गनर्स, ते युद्ध, सगळ्यांनाच तो मनोमन शिव्यांची लाखोली वाहत होता...पण मग त्याच्या मनात विचार आला, त्यांना तरी दोष का द्यायचा? आपण जसे आपलं कर्तव्य बजावतोय, तसे शत्रूचे लोकही त्यांचं कर्तव्यच बजावताहेत ना? त्यानं आपल्या मोडलेल्या, तुटलेल्या ब्रिजकडे एकवार बघितलं. पण काय अचूक नेमबाजी आहे त्या लोकांची! आणि *युलिसिस*नं केलेल्या फायरिंगचा काही परिणाम झाला असेल का शत्रूवर? बहुधा नसावाच. आणि आता तर ते शक्यच नाही. कारण अजूनही दक्षिण-पूर्वेकडे धुक्यामधून बेफाम वेगानं जात असलेली *युलिसिस* आता पूर्णपणे आंधळी झालेली आहे. हवामानानं आणि जर्मन तोफांनी तिचे दोन्ही रडाररूपी डोळे खलास केलेले आहेत. त्याहूनही वाईट म्हणजे, फायर कंट्रोल टॉवर्सचं इतकं प्रचंड नुकसान झालंय, की त्यांची दुरुस्ती करणंही शक्य नाही. त्यानं मनात म्हटलं, की हे जर असंच चालू राहिलं, तर आता आपल्याला भाले आणि तलवारींनी युद्ध करावं लागेल. आधुनिक आरमारी शस्त्रास्त्रांच्या बाबतीत बोलायचं, तर जरी *युलिसिस*च्या मुख्य तोफा अजून चांगल्या स्थितीत असल्या, तरी ती फारच जायबंदी झालेली आहे. आता ती तग धरूच शकणार नाही. स्टोकर रायलेनं म्हटलं होतं, तसं, उलट *युलिसिस*च लांडग्यांच्या कळपासमोर फेकली गेल्यात जमा आहे. पण प्रेक्षकांनी भरलेल्या मैदानात एखाद्या ग्लॅडिएटरला भुकेल्या सिंहांसमोर फेकण्याआधी त्याला आंधळं करण्याची क्रूरता फक्त एखादा नीरोच दाखवू शकतो.

आता सगळं फायरिंग थांबलेलं होतं. ब्रिजवर जणू स्मशानशांतता पसरलेली होती. वेगानं मागे जाणाऱ्या पाण्याचा आवाज, इंजिन-रूमच्या प्रचंड इन्टेक फॅनचा मोठा पण दबका आवाज, ॲस्डिकमधून सतत, एकाच गतीनं येत असलेला, डोकं उठवणारा 'पिंग, पिंग' आवाज सोडला, तर सगळीकडे शांतता होती – आणि या आवाजांमुळे तर उलट ती शांतता आणखी गडद होत होती.

व्हॅलेरीच्या लक्षात आलं, ब्रिजवरच्या प्रत्येकाची नजर ॲडमिरल टिंडॉलवर खिळलेली आहे. त्याचा हा बिचारा जिवलग दोस्त स्वतःशीच काहीतरी बडबडत होता, पण ते कुणालाच नीट ऐकू येत नव्हतं. त्याच्या चेहऱ्याचा रंग पार उडालेला होता; तो आता ओढलेला, फिकट करडा दिसत होता, डोळे खोल गेले होते,

गालफडं बसलेली होती. एकसारखा तो ब्रिजवरून वाकून त्या गनरच्या प्रेताकडे बघत होता. का हा त्या गनरच्या प्रेताकडे नाही, तर मोडून गेलेल्या रडार स्क्रीनकडे बघत असेल? हा स्क्रीन, ते तिकडचे उद्ध्वस्त झालेले डायरेक्टर टॉवर्स, या सगळ्या हानीचं गांभीर्य शिरलं असेल का याच्या डोक्यात? व्हॅलेरी त्याच्याकडे बराच वेळ एकटक बघत होता, आणि मग त्यानं नजर दुसरीकडे वळवली. या हानीचं गांभीर्य टिंडॉलच्या लक्षात आलंय, हे त्याला उमगलं.

'डब्ल्यूटी – ब्रिज. डब्ल्यूटी – ब्रिज.'' अचानक लाउडस्पीकरमधून आलेल्या त्या आवाजानं दचकून ब्रिजवरच्या प्रत्येकानं अक्षरशः उडी मारली. टिंडॉल सोडून. तो मात्र जागच्या जागीच पूर्णपणे थिजून गेल्यासारखा निश्चल बसून होता.

*व्हेक्ट्रा*वरून आलेला पहिला सिग्नल ०९.५२ वाजता आला होता. व्हॅलेरीनं मनगटावरच्या घड्याळात बघितलं – फक्त सहा मिनिटांपूर्वी! कसं शक्य आहे? सिग्नल असा होता : कॉंटॅक्ट्स, ३ कॉंटॅक्ट्स. पुन्हा सांगतो, ३ कॉंटॅक्ट्स. नाही, ५ कॉंटॅक्ट्स. यू-बोटींचा मोठा जमाव, समोर आणि बाजूला. त्यांच्यावर हल्ला सुरू करत आहे.''

ब्रिजवरच्या प्रत्येकानं टिंडॉलकडे बघितलं. सगळ्यांनाच माहीत होतं, की मालवाहू जहाजांच्या काफिल्याला जवळजवळ कोणत्याही संरक्षणाविना सोडण्याचा हा निर्णय त्याचा होता, त्यानं एकट्यानं घेतलेला होता – वरिष्ठ अधिकाऱ्याचा सल्ला न जुमानता. केवळ तर्कबुद्धीनं विचार केला, तर व्हॅलेरीला टिंडॉलनं घेतलेल्या त्या निर्णयाचं कौतुक वाटत होतं– त्या जर्मन क्रूझरला आकर्षित करण्यासाठी सापळा रचून भक्ष्य दाखवणं, हल्ल्याची वेळ निवडणं, आणि सापळा मिटवणं...आधीपासूनच चुकत गेलेल्या त्याच्या अंदाजांचा हा परिपाक आहे. त्या चुकलेल्या अंदाजांमुळेच एवढा प्रचंड अनर्थ झालाय. पण यासाठी अगदी खरं सांगायचं, तर आपल्या दोस्ताला दोषी ठरवता येणार नाही; पण जबाबदारी मात्र त्याचीच आहे.

आता *व्हेक्ट्रा*चा हा सिग्नल समजला तर आपल्या या जिवलग दोस्ताची काय प्रतिक्रिया असेल?

तेवढ्यात लाउडस्पीकरवरचा तो यांत्रिक आवाज पुन्हा बोलू लागला, आणि व्हॅलेरीची विचारमालिका तुटली. दुसरा सिग्नल असा होता : ''एक कॉंटॅक्ट अगदी जवळ. डेप्थ-चार्जेस सोडत आहे. डेप्थ-चार्जेस सोडत आहे. एका जहाजाला टॉर्पेडो लागला आहे, ते बुडत आहे. एका टँकरला टॉर्पेडो लागला आहे, त्याचे नुकसान झाले आहे, पण तो अजून पाण्यावर आहे, नियंत्रणाखाली आहे. प्लीज पुढील सूचना द्या. प्लीज मदत करा. अर्जंट. अर्जंट!''

लाउडस्पीकर बंद झाला. पुन्हा शांतता– तणावपूर्ण शांतता. पाच सेकंद झाले,

दहा सेकंद, वीस– आणि मग प्रत्येक जण सावध झाला, आणि त्यानं नजर दुसरीकडे वळवली.

टिंडॉल कसाबसा त्याच्या खुर्चीवरून खाली उतरत होता. त्याची प्रत्येक हालचाल पूर्णपणे गळाठल्यासारखी होत होती. एखाद्या अत्यंत वयोवृद्ध माणसासारखा तो काळजीपूर्वक, एकएक पाऊल टाकत, लंगडत चालू लागला. बँडेजमध्ये असलेल्या त्याच्या उजव्या हातानं त्यानं मोडलेलं डावं मनगट धरून ठेवलेलं होतं. एवढं सगळं असूनही त्याच्या चालीत एक प्रकारचा विचित्र ताठा होता, आणि चेहऱ्यावर तितकंच विचित्र, अगदी पुसट असं स्मित होतं. त्यानं बोलायला सुरुवात केली– एखादा माणूस स्वतःशीच पण जरा मोठ्यानं बोलेल, तशी. "मला बरं वाटत नाहीय." त्यानं म्हटलं. "मी खाली जातोय."

दाराशी उभ्या असलेल्या क्रायस्लरला काय चाललंय याची थोडीफार कल्पना नक्कीच आलेली होती. त्यानं ब्रिजचं दार उघडून धरलं, पायरीवर टिंडॉल अडखळला, तेव्हा त्यानं त्याला आधार दिला. टिंडॉलनं काही क्षणच मागे वळून पाहिलं– त्याच्या नजरेत क्षमायाचना होती. व्हॅलेरीनं दयाळूपणे हळूच मान हलवलेली त्याला दिसली. हळूहळू, एकेक पाऊल टाकत तो आणि त्याला आधार देत असलेला क्रायस्लर, दोघंही दिसेनासे झाले.

प्रचंड मोडतोड झालेला तो ब्रिज आता एकदम रिकामा वाटू लागलेला होता. प्रत्येकालाच आपण एकटे, निराधार झाल्यासारखं वाटत होतं. त्यांचा सगळ्यांचा आवडता, आनंदी, उत्साही गाइल्स– टिंडॉल – आता निघून गेलेला होता. त्याच्या या मानसिक अवस्था ढासळण्याचा वेग, प्रमाण एकदम त्याच क्षणी लक्षात येण्यासारखं नव्हतं. या क्षणी एकच भावना सगळ्यांना जाणवत होती, ती म्हणजे आपण एकटे, निराधार, उघडे पडल्याची.

"अरेरे! बिचारा..." शांततेचा भंग बोलून करणारा म्हणजे ब्रुक्स, हे जणू ठरूनच गेलेलं होतं. खेदानं स्वतःशी मान हलवत तो एकदम मध्येच थांबला, आणि काही क्षणांनी त्यानं वाक्य पूर्ण केलं. "मला खाली जाऊन काय करता येईल ते बघितलं पाहिजे." आणि तो घाईघाईनं ब्रिजवरून निघून गेला.

व्हॅलेरी काही क्षण तिकडे बघत राहिला, आणि मग बेंटलेकडे वळला. व्हॅलेरीचा दाढी वाढलेला, गालफडं बसलेला चेहरा धुक्यातल्या त्या विचित्र अर्धवट उजेडात कसातरीच दिसत होता, पण तो पूर्णपणे निर्विकार होता.

"तीन सिग्नल पाठवायचे, चीफ. पहिला सिग्नल *व्हेक्ट्रा*ला. '३६० अंशाचा मार्ग धरा. कुणीही जागा सोडू नका. पुन्हा सांगतो, कुणीही जागा सोडू नका. तुमच्या मदतीला येत आहे." तो थबकला, मग किंचित विचार करून पुन्हा बोलू लागला.

“खाली ॲडमिरल १४ एसीएस अशी सही कर. समजलं?...ठीक आहे. कोडिंग करत बसू नका, तेवढा वेळ नाही. सरळ नेहमीच्या भाषेत पाठवा. ताबडतोब तुझ्या एखाद्या माणसाला डब्ल्यूटीकडे पाठव.

“दुसरा सिग्नल *स्टर्लिंग, सिरस* आणि *व्हायकिंग* यांच्यासाठी : ‘पाठलाग ताबडतोब थांबवा. उत्तर-पूर्वेकडे निघा. जास्तीत जास्त वेग.’ हाही साध्याच भाषेत पाठवायचा.” तो कॅपॉक किडकडे वळला. “तुझं डोकं कसं आहे, पायलट? काम करू शकशील ना?”

“हो, सर. प्रश्नच नाही.”

“थँक्यू, पोरा. तू ऐकलेस ना, आत्ताचे माझे सिग्नल्स? काफिल्याची दिशा उत्तरेकडे करायची – अजून थोड्या वेळानं, समजा १०.१५ वाजता. वेग सहा नॉट. लवकरात लवकर मला काफिल्याला गाठायचा मार्ग काढून दे.”

“तिसरा सिग्नल, बेंटले. पुन्हा *स्टर्लिंग, सिरस* आणि *व्हायकिंग* यांच्यासाठी : ‘रडार निकामी झाले. तुम्हाला स्क्रीनवर पाहू शकत नाही. फॉग-बॉइज वापरायला लागा. दर दोन मिनिटांनी भोंगे वाजवा.’ हा सिग्नल मात्र कोड करूनच पाठवायचा. सर्व सिग्नल पोचल्याचे संदेश ताबडतोब ब्रिजवर पाठवायला सांग. कमांडर!”
“सर?” टर्नर लगेच जवळ आला.

“सगळ्यांना डिफेन्स स्टेशन्सवर जायला सांग. माझ्या अंदाजे आपण पोचायच्या आधी यू-बोटी निघून गेल्या असतील. पहाऱ्यावर नसलेले कोण लोक असतील?”

“देव जाणे!” टर्नरनं मोकळेपणानं म्हटलं. “डावीकडचे लोक पहाऱ्यावर नसतील, असं म्हणू आपण.” व्हॅलेरी हसला.

“ठीक आहे. त्यांचे दोन गट कर. एका गटाला जहाजावर ज्या काही तुटलेल्या, मोडलेल्या, पण ज्या जागेवरून हलू शकतात अशा गोष्टी असतील, त्या सरळ समुद्रात टाकायचं काम दे – काहीही मागे ठेवायचं नाही. तुला जहाजावरचा ब्लॅकस्मिथ आणि त्याचा मदतनीस लागेल, आणि डॉडसनकडून ऑक्सिॲसिटिलिननं काम करणारी माणसं मागून घे. या गटाचा मुख्य तू स्वतः असशील. आता दुसरा गट. जहाजावर जे लोक मरण पावले आहेत, त्यांना समुद्रात सोडण्याचं काम या गटानं करायचंय. या गटाचा प्रमुख निकोल्स असेल. आधी कँटिन साफ करायचं, आणि मग जे मृतदेह सापडतील, ते तिथे ठेवायचे...किती लोक मरण पावले, किती जखमी झाले, काय नुकसान झालं याचा रिपोर्ट मला तासाभरात देऊ शकशील?”

“तेवढाही वेळ लागणार नाही, सर. त्याच्या आधीच देईन...सर, तुमच्याशी एकट्याशी बोलू शकतो का थोडं?”

ते चालत मागच्या बाजूला गेले. दार बंद झाल्यावर व्हॅलेरीनं टर्नरकडे काहीसं कुतूहलानं, काहीसं मजेनं बघितलं.

"आता काय, आणखी एखादं बंड का, कमांडर?"

"नाही, सर." टर्नरनं आपल्या कोटाची बटनं उघडली, आणि त्याचा हात मागच्या खिशात काहीतरी शोधू लागला. मागच्या खिशातून त्यानं एक चपटी अर्धी बाटली काढली, आणि वर उजेडात धरली. "थँक द लॉर्ड फॉर दॅट!" त्यानं स्मित करत म्हटलं. "मी पडलो तेव्हा ही फुटली की काय, अशी काळजी वाटत होती मला...रम, सर. कच्ची आहे. मला माहीतय, की तुम्हाला दारू आवडत नाही, पण ते जाऊ द्या! घ्या, सर. तुम्हाला गरज आहे आत्ता!"

व्हॅलेरीचा चेहरा एकदम कठोर झाला. "रम. कमांडर, तू काय -?"

"सगळे नियम गेले खड्ड्यात, सर!" टर्नरनं त्याचं वाक्य तोडत फटकन म्हटलं. "तुम्ही घ्या! तुम्हाला फार गरज आहे तिची! तुम्ही जखमी झाला आहात, आजारी आहात, बरंच रक्त गेलंय तुमचं, आणि आत्तासुद्धा तुम्ही जवळजवळ गोठून मरायच्या पाळीला आला आहात." त्यानं ती बाटली उघडून व्हॅलेरीच्या आढेवेढे घेत असलेल्या हातात कोंबली. "सत्य परिस्थितीला सामोरे जा, सर. आम्हाला तुमची गरज आहे – पूर्वी कधी नसेल इतकी गरज या क्षणी आहे – आणि तुमची अवस्था अत्यंत वाईट आहे – खरंतर तुम्ही मरायलाच टेकला आहात!" त्यानं निर्दयपणे म्हटलं. "या रममुळे तुम्ही कदाचित आणखी काही काळ तरी जगू शकाल."

"फारच स्पष्ट बोलतोस तू, कमांडर." व्हॅलेरीनं हळूच म्हटलं. "ठीक आहे. मला अजूनही हे योग्य वाटत नाहीय, तरी पण..." त्यानं बाटली तोंडापाशी नेली, आणि तो एकदम थबकला. "तू जे हे केलंस ना कमांडर, त्यावरून मला एक चांगली कल्पना सुचलीय. सगळ्यांसाठीच दारू खुली करायला सांग. प्रत्येकाचं दारूचं रेशन डबल करायला सांग. सगळ्यांनाच तिची गरज लागणार आहे. त्यांचं मनोधैर्य वाढवायची गरज आहे." त्यानं एक घोट घेऊन बाटली बाजूला केली, आणि तोंड वेडंवाकडं केलं– पण ते रममुळे नव्हे.

"विशेषतः जे लोक मृतदेह गोळा करून समुद्रात सोडायचं काम करणार आहेत ना, त्यांच्यासाठी." त्यानं गंभीरपणे म्हटलं.

शुक्रवारची दुपार

बटन दाबलं गेलं, आणि त्याच क्षणी अंधारात बुडत असलेलं ऑपरेशन थिएटर झगझगीत प्रकाशानं न्हाऊन निघालं. निकोल्स दचकून जागा झाला, आणि त्याचा एक हात आपोआपच आपल्या थकलेल्या डोळ्यांवर गेला. त्यानं डोळे किलकिले करून हातातल्या घड्याळात किती वाजले हे बघितलं. चार वाजले! म्हणजे मी इतका वेळ झोपलो होतो की काय? बाप रे! काय भयानक थंडी वाजतेय!

तो डेंटिस्टच्या खुर्चीवर झोपलेला होता. कसाबसा तो उठून बसला, आणि त्यानं इकडेतिकडे बघितलं. दाराकडे पाठ करून ब्रुक्स उभा होता. त्याच्या डगल्याच्या हूडवर हिम जमलेलं होतं, आणि थंडगार, बधिर झालेल्या बोटांनी तो सिगारेटचं पाकीट उघडू बघत होता. शेवटी एकदाची त्याला एक सिगारेट बाहेर काढता आली, आणि काडी पेटवल्यावर तो मनात काहीतरी विचार येऊन त्या ज्वालेकडेच काही क्षण बघत राहिला.

''हॅलो, जॉनी! तुला उठवल्याबद्दल सॉरी, पण कॅप्टनसाहेब तुला बोलावताहेत. पण अगदी फार घाई आहे असं मात्र नाही.'' सिगारेट त्या विझत चाललेल्या ज्वालेमध्ये धरून त्यानं परत वर बघितलं. त्याच्या मनात एकदम आलं, की अरे, हा निकोल्स तर आजारी वाटतोय, भयंकर थकलेला आणि फार तणावाखाली दिसतोय, पण ते याला सांगण्यात काही अर्थ नाही. ''कसा आहेस तू? पण नको, मला सांगू नकोस. माझीही अवस्था तुझ्यासारखीच आहे. अजून काही पॉयझन शिल्लक आहे का तुझ्याकडे?''

''पॉयझन, सर?'' त्यांच्यामधलं मैत्रीचं नातं खूप गाढ होतं. त्यानं निष्पाप सुरात विचारलं. ''फक्त एकदा मी चुकीचं निदान केलं म्हणून विष पाजणार तुम्ही मला? ॲडमिरलसाहेब ठीक होतील, सर...''

''गॉड! तुम्ही हल्लीची तरुण पोरं ऐकूनच घेत नाही रे!...मी तुझ्या त्या कुठल्याशा बेटावरून आणलेल्या गावठी दारूबद्दल बोलत होतो!''

''सर!'' निकोल्सनं मुद्दामच दुखावल्या आवाजात म्हटलं. ''जाऊ दे, काही

फरक पडत नाही, कारण तुम्ही ती सगळी आधीच पिऊन टाकलीय!'' मग ब्रुक्सच्या पडलेल्या चेहऱ्याकडे बघून त्यानं एक थकलेलं स्मित केलं. ''पण आपल्याकडे टॅलिस्करची एक बाटली अजून आहे.'' दारू ठेवण्याच्या कपाटाकडे जाऊन त्यानं एक बाटली काढली. तिच्यावर 'लायसॉल' असं लेबल होतं. त्याला ग्लासेसचा किणकिणाट ऐकू आला. पण आपले हात इतके का थरथरताहेत? त्यानं स्वतःलाच विचारलं.

ब्रुक्सनं त्याचा ग्लास एका झटक्यात रिकामा केला. पोटात ऊब निर्माण होत गेली, तसा त्यानं एक समाधानाचा हुंकार दिला.

''थँक्यू पोरा, थँक्यू! तू नक्की एक निष्णात डॉक्टर होणार बघ.''

''तुम्हाला असं वाटतं, सर? मला नाही तसं वाटत– आता नाही.'' त्या आठवणींनी त्याच्या चेहऱ्यावर दुःखाची छटा पसरली. ''चव्वेचाळीस जणांना आज समुद्रात सोडलं आम्ही, कचऱ्याची पोती सोडावीत तसं– दहा मिनिटांच्या आत, एकामागून एक. चव्वेचाळीस?''

ब्रुक्सनं एकदम वर बघितलं. ''इतके जण, जॉनी?''

''खरं म्हणजे नाही, सर. ही तर नाहीशा झालेल्यांची संख्या होती. साधारण तीस जणांचे मृतदेह सोडले, आणि तुकडे तर किती जणांचे सोडले, देवच जाणे! फायटर डायरेक्शन रूममध्ये तर आम्हाला झाडू, ब्रश आणि फावडी वापरावी लागली, सर!'' तो भकास हसला. ''मी आज डिनर घेऊ शकलो नाही...मृतदेह समुद्रात सोडायचं काम केलेल्या आमच्या लोकांपैकी कुणीच डिनर घेऊ शकलं नाही...मला वाटतं, त्या पोर्टहोलवरचा पडदा बंद करायला हवा.''

चटकन मागे वळून तो ऑपरेशन थिएटरच्या दुसऱ्या बाजूला गेला. पोर्टहोलमधून, बाहेर होत असलेल्या बारीक हिमवर्षावामधून त्याला क्षितिजाजवळ एक सायंतारा दिसला. याचा अर्थ, धुकं नाहीसं झालेलं होतं– काफिल्याला दडवून ठेवून वाचवणारं धुकं. काफिला जेव्हा एकदम उत्तरेला वळला होता, तेव्हा त्याला यू-बोटींपासून याच धुक्यानं सुरक्षित ठेवलं होतं. त्याच्या डोळ्यांसमोर *व्हेक्ट्रा* आली – तिचे सगळे डेप्थ-चार्जेस टाकून संपले होते, आणि तिला एकही बळी मिळाला नव्हता. त्याच्या डोळ्यांसमोर जायबंदी झालेला टँकर *व्हायचुरा* आला – जवळच, पाण्यात जवळजवळ पूर्ण बुडालेला, पण तरीही काफिल्यात राहायची जिवापाड धडपड करत असलेला. त्याच्या डोळ्यांसमोर व्हिक्टरी क्लासमधल्या चार युद्धनौका आल्या– प्रचंड, शक्तिशाली, आश्वासक; पण त्यांचा आश्वासकपणा किती फसवा ठरला होता...त्यानं पोर्टहोलचा पडदा खाडकन बंद केला, आणि एकदम तो मागे वळला.

''आपण परत का फिरत नाही आहोत?'' त्यानं एकदम जोरात विचारलं. ''आपण कोणाला फसवतोय असं कॅप्टनसाहेबांना वाटतंय– आपल्या स्वतःलाच

की जर्मनांना? आपल्याला हवाई संरक्षण नाही, आपल्याकडे रडार नाही, की कुठून मदत मिळण्याची अंधूकशीसुद्धा शक्यता नाही! जर्मनांनी आपल्याला आता अचूकपणे कचाट्यात पकडलंय– आणि आपण जसजसे पुढे जाऊ, तसतसं त्यांचं काम आणखी सोपं होत जाईल...आणि आपल्याला अजून निदान एक हजार मैल जायचंय!'' त्याचा आवाज वाढत होता. ''आणि आर्क्टिक महासागरातली शत्रूची प्रत्येक यू-बोट, प्रत्येक जहाज, प्रत्येक विमान आता आरामात, शांतपणे, टिपून-टिपून आपला फडशा पाडायला टपून बसलंय.'' त्यानं भयंकर हताशपणे मान हलवली. ''मी जगतो का मरतो, हे मी दुसऱ्या कोणाबरोबरही अजमावून बघायला तयार आहे, सर. हे तुम्हीही जाणता. पण हा तर चक्क खून आहे – किंवा आत्महत्या आहे. तुम्ही जे म्हणाल ते. खून काय किंवा आत्महत्या काय, मेल्यावर दोन्ही सारखंच तर आहे.''

''हे बघ, जॉनी –''

''पण ते परत का फिरत नाहीयेत?'' निकोल्सनं तावातावानं विचारलं. त्याला ब्रुक्सचं बोलणं ऐकूसुद्धा गेलेलं नव्हतं. ''त्यांनी फक्त हुकूम द्यायचा अवकाश आहे. त्यांना हवंय तरी काय? देशासाठी बलिदान करून कीर्ती हवीय, अमरत्व हवंय? तीसुद्धा मला, आपल्याला मृत्यूच्या खाईत ढकलून?'' त्यानं कडवटपणे एक शिवी हासडली. ''कदाचित रायलेचंच म्हणणं बरोबर असावं. सुंदर हेडलाइन्स. 'कॅप्टन रिचर्ड व्हॅलेरी, डीएसओ यांना मरणोत्तर –''

''शट अप!'' ब्रुक्सनं फाडकन म्हटलं. त्याचा आवाज आर्क्टिकमधल्या बर्फापेक्षाही थंड झालेला होता.

''कॅप्टन व्हॅलेरीबद्दल असं बोलायचं धाडसही करू नकोस!'' पुढच्याच क्षणी त्याचा आवाज मऊ झाला. ''त्या अत्यंत सहृदयी, चांगल्या माणसाच्या नावावर असे शिंतोडे उडवतोयस तू... असं नको करू. केवळ तुला जे दिसतंय त्यावरून त्याला दोषी धरणं योग्य नव्हे.'' त्यानं आश्चर्याचा धक्का बसल्यागत मान हलवली. निकोल्सच्या पांढऱ्याफटक पडलेल्या, ताणानं ग्रासलेल्या चेहऱ्यावरची नजर जराही न हटवता तो एकएक शब्द तोलूनमापून बोलू लागला.

''तो एक अत्यंत चांगला– नव्हे, फार थोर ऑफिसर आहे, लेफ्टनंट निकोल्स. आणि तो चांगला आहे की थोर आहे, याला काहीही महत्त्व नाही. महत्त्व या गोष्टीला आहे निकोल्स, की त्याच्यासारखी फारच थोडी सभ्य, सुसंस्कृत माणसं या दुर्दैवी जगात झाली असतील. असा खऱ्या अर्थानं 'जंटलमन' माझ्या तरी पाहण्यात दुसरा नाही. तो तुझ्यासारखा किंवा माझ्यासारखा नाही; तो कुणासारखाच नाही. त्याचा स्तरच वेगळा आहे, आणि त्या स्तरावर तो एकटाच आहे. त्याची तुलना बाकी कोणाशी करता येणार नाही. पण अशी माणसं कधीच 'एकटी'

नसतात. त्यांच्यामागे त्यांच्यावर भक्ती असलेले अनेक लोक असतात.''

निकोल्सचा चेहरा दगडासारखा निर्विकार, निश्चल होता.

''मृत्यू, कीर्ती, अमरत्व.'' ब्रुक्स बोलतच होता. ''हेच आहेत ना तुझे शब्द? मृत्यू?'' स्मित करत त्यानं मान हलवली. ''कॅप्टन रिचर्ड व्हॅलेरीसाठी मृत्यू ही गोष्टच अस्तित्वात नाही. कीर्ती? हो, त्याला हवी असेल कीर्ती, आपल्या सगळ्यांनाच ती हवी असते; पण जी कीर्ती मिळायची व्हॅलेरीची योग्यता आहे, तशी कीर्ती जगातली सगळी लंडन गॅझेट्स आणि बकिंगहॅम पॅलेसेसही त्याला देऊ शकणार नाहीत. कॅप्टन व्हॅलेरी काही एखादं लहान मूल नाही, आणि फक्त लहान मुलंच अशा खेळण्यांशी खेळतात...आणि अमरत्वाबद्दल बोलायचं, तर ते त्यानं जिवंतपणीच मिळवलंय...'' त्यानं आपला हात निकोल्सच्या खांद्यावर ठेवला. ''आणि मला सांग, जॉनी, जी गोष्ट आधीच त्याच्याकडे आहे, तीच मिळवण्यासाठी त्यानं प्रयत्न करणं हा मूर्खपणाच नाही का?''

निकोल्स काहीच बोलला नाही. खोलीमधली शांतता लांबत चालली, आणखी गहिरी होत चालली. हवा खेळती ठेवण्यासाठी लावलेल्या लूव्हरमधून येणाऱ्या हवेचा आवाजही उगाचच फार मोठा वाटू लागला. शेवटी ब्रुक्सनं खाकरून त्या 'लायसॉल' च्या बाटलीकडे सहेतुक कटाक्ष टाकला.

निकोल्सनं ग्लास भरून आणले. ब्रुक्सनं त्याच्या नजरेत बघायला सुरुवात केली. अचानक त्याचं मन करुणेनं भरून गेलं. जर्मनांनी क्रीट बेटावर आक्रमण केलं, तेव्हा कनिंगहॅम काय बरं बोलला होता– ''माणसांना कोणतीही गोष्ट एका विशिष्ट मर्यादेपलीकडे करायला लावणं योग्य नाही.'' भलतीच न्यूनोक्ती होती ती. पण ते खरंही आहे. निकोल्ससारख्या लोकांच्या बाबतीत तर आणखीच खरं आहे. सकाळी आपल्याच सहकाऱ्यांचे मृतदेह, तुकडे, रक्तमांस साफ करताना या पोराला काय मरणप्राय यातना झाल्या असतील! आणि तिथे हजर असलेला डॉक्टर या नात्यानं त्याला त्यांची तपासणीही करावी लागली असेल...

''आता मी आणखी एक पाऊल उचललं तर मी गटारात पडेन, सर.'' निकोल्सनं जणू स्वतःशीच बोलत असल्यासारखं कुजबुजत म्हटलं. ''काय बोलावं हेच मला समजत नाहीये, सर! मी असं का बोललो, हेही समजत नाहीये. आय ॲम सॉरी, सर!''

''आय ॲम सॉरी टू.'' ब्रुक्सनं मनापासून म्हटलं. ''किती बडबड केली मी! आणि हे मी तोंडदेखलं नाही, मनापासून बोलतोय.'' त्यानं आपला ग्लास उचलला आणि आतल्या त्या रंगीत द्रव्याकडे प्रेमानं बघितलं. ''आपल्या शत्रूचा अधःपात होवो, नायनाट होवो. आणि त्या नालायकाचाही.'' निकोल्सनं प्रश्नार्थक मुद्रेनं त्याच्याकडे बघितलं.

"ॲडमिरल स्टारबद्दल बोलतोय मी. त्याला विसरून कसं चालेल?" एका घोटात त्यानं ग्लास रिकामा करून खाली ठेवला, आणि निकोल्सकडे काही क्षण निरखून बघितलं.

"मला वाटतं जॉनी, कॅप्टन व्हॅलेरी मागे का फिरत नाहीय, याची तुला सगळी हकिगत समजायला हवी." तो कोरडं हसला. "आपल्या पाठीमागे जितक्या यू-बोटी आहेत, तितक्याच आपल्या पुढेही आहेत, हे याचं कारण नाही – आणि परिस्थिती अगदी अशीच आहे, हे खरंय." त्यानं एक नवीन सिगारेट शिलगावली, आणि तो शांतपणे पुढे सांगू लागला.

"कॅप्टन व्हॅलेरीनं आज सकाळी लंडनला रेडिओवरून संपर्क साधून एफआर ७७ काफिल्याबद्दलचं त्याचं मत कळवलं, की काफिला नॉर्थ केपला पोचायच्या आधीच खलास होईल– प्रत्यक्षात 'पूर्णपणे नष्ट होईल' असे शब्द त्यानं वापरले. याहून आणखी स्पष्ट काय सांगणार? त्यानं असं सांगितलं, की निदान पूर्वेकडे नॉर्थ केपकडे जाण्याऐवजी आम्हाला उत्तरेकडे तरी जायची परवानगी द्या...दुर्दैवानं आज रात्री सूर्यास्तच झाला नाही, जॉनी," त्यानं अर्धवट विनोदानं म्हटलं. "मला बघायचा होता तो."

"समजलं, समजलं." निकोल्सनं अधीरपणे म्हटलं. "आणि लंडनचं उत्तर काय आलं?"

"अं? हो, उत्तर. व्हॅलेरीला वाटलं होतं की, ताबडतोब लंडनहून उत्तर येईल." ब्रुक्सनं खांदे उडवले. "प्रत्यक्षात उत्तर यायला चार तास लागले." त्यानं स्मित केलं, पण त्याच्या डोळ्यांपर्यंत मात्र ते पोचलं नाही. "कुठेतरी काहीतरी प्रचंड मोठ्या प्रमाणावर शिजतंय. ते म्हणजे एखादं प्रचंड आक्रमणच असू शकतं जॉनी. पण हे तुझ्याजवळच ठेवशील ना?"

"हो, प्रश्नच नाही, सर!"

"ते नेमकं काय आहे, याची मला जराही कल्पना नाही. कदाचित जी दुसरी आघाडी उघडायचं बरेच महिने चाललंय, तशी ती दुसरी आघाडीही असू शकेल. काही असो, पण ते यशस्वी होण्यासाठी ब्रिटनचं रक्षण करण्यासाठी ठेवलेल्या खास आरमाराचं साहाय्य अत्यंत महत्त्वाचं मानलं जातंय. पण हे आरमार गुंतून पडलंय *टिरपिट्झ*मुळे. त्यामुळे कोणतीही किंमत मोजा, पण *टिरपिट्झ*ला बुडवा, असे हुकूम सुटलेत." ब्रुक्सनं स्मित केलं. त्याचा चेहरा कमालीचा थंड होता. "त्यामुळे आता आपल्याला भलतंच महत्त्व आलंय, जॉनी– आता आपण शत्रूला गुंतवून ठेवण्यासाठी वापरलेलं जगातलं सगळ्यात मोठं, लुसलुशीत भक्ष्य आहोत...हा सिग्नल फर्स्ट सी लॉर्डकडून– आणि स्टारकडून आला. हा निर्णय मंत्रिमंडळाच्या पातळीवर घेतला गेला. त्यामुळे कोणतीही किंमत देऊन आपल्याला

असंच जात राहावं लागेल.''

''पूर्वेकडेच जात राहावं लागेल; म्हणजे ती 'कोणतीही किंमत' म्हणजे आपण आहोत.'' निकोल्सनं स्पष्टच म्हटलं. ''आपण मेलो काय नि जिवंत राहिलो काय, काहीही फरक पडत नाही.''

''अगदी बरोबर.'' ब्रुक्सनं मान डोलावली. तेवढ्यात खोलीमधला स्पीकर सुरू झाला. ब्रुक्सच्या तोंडातून आपोआपच निराशेनं एक शिवी बाहेर पडली. ''हे बघ, झालं पुन्हा सुरू!''

संध्याकाळच्या ॲक्शन स्टेशन्सची सूचना देणारा बिगुल वाजला. त्यानंतरची लगबग थांबेपर्यंत ब्रुक्सही थांबला. निकोल्सनंही दार उघडण्यासाठी हात लांब केला, तेव्हा त्यानं त्याला थांबवलं. ''तू नाही, जॉनी. तू आत्ता जायचं नाहीस. मी तुला सांगितलं, तसं कॅप्टननं तुला बोलावलंय. ब्रिजवर, ॲक्शन स्टेशन्स सुरू झाल्यानंतर दहा मिनिटांनी तुला यायला सांगितलंय.''

''काय? ब्रिजवर? कशाला?''

''तुझी भाषा आताशा ज्युनियर ऑफिसरला शोभेनाशी झालीय बरं का, जॉनी.'' ब्रुक्सनं गंभीरपणे म्हटलं. ''आज आपली माणसं कशी वाटली तुला?'' त्यानं एकदम विषय बदलला. ''आज सकाळभर तू त्यांच्याबरोबर काम करत होतास. त्यांची वागणूक कशी होती? नेहमीसारखी वाटली तुला?''

अगदीच वेगळा विषय निघाल्यामुळे काही क्षण निकोल्स गोंधळून गेला. पण मग लगेच तो सावरला.

''हो, मला वाटतं,'' त्यानं विचार करत म्हटलं. ''गंमत अशी, की दोन दिवसांपूर्वी त्यांची अवस्था आतापेक्षा बरीच चांगली होती, असं वाटलं मला. आता मात्र– स्कापा फ्लोमध्ये त्यांची अवस्था जशी होती, तशीच ती आता आहे– चालत्याबोलत्या प्रेतांसारखी. किंबहुना आता ते सगळे उलट जास्तच चालत्याबोलत्या प्रेतांसारखे झालेत – ते आता फारसं चालूही शकत नाहीत.'' त्यानं मान हलवली. ''एकेक स्ट्रेचर उचलायला पाच-सहा माणसं लागली आज. एकसारखे सगळे अडखळत होते, धडपडत होते. जणूकाही उभ्याउभ्याच झोप लागली होती त्यांना. कुणाची नजरही धड स्थिर नव्हती– आपण कुठे चाललोय हे बघण्याइतकंही त्राण नव्हतं कुणामध्ये.''

ब्रुक्सनं मान डोलावली. ''मला माहीतेय, जॉनी. मी स्वतःसुद्धा ते बघितलंय.

पण कोणात बंडखोरीची भावना मात्र दिसली नाही मला. कुणी चिडलेले, रुसलेलेही दिसले नाहीत.'' निकोल्स जणू एखादं कोडं सोडवत असल्यासारखं बोलत होता– मनात येत असलेल्या गोंधळलेल्या, इकडेतिकडे विखुरलेल्या कल्पनांना, अस्पष्ट विचारांना सुसंगत रूप देण्याचा प्रयत्न करत असल्यासारखा. ''तसाही त्यांच्यामध्ये बंड करण्याइतका शारीरिक जोर किंवा स्वतःहून पुढाकार घेऊन काही

करण्याइतकी मानसिक ताकद उरलेली नाहीय. फायटर डायरेक्शन रूममध्ये आम्ही काम करत होतो, तेव्हा ते स्वतःशीच पुटपुटत होते : 'लकी बास्टर्ड. पटकन मेला. 'सुटला लेकाचा.' असं काहीतरी. किंवा 'म्हातारा गाइल्स – डोक्यावर परिणाम झालाय त्याच्या.' आणि स्वतःशीच मान हलवत होते. पण कुठेही विनोदाचा लवलेशही नव्हता– अगदी मेलेल्या माणसाला उचलताना जो एक प्रकारचा वैराग्य आल्यासारखा विनोद ऐकतो आपण, तोही नव्हता...'' त्यानं स्वतःशी मान हलवली. ''भावना मेलेल्या असल्यासारखे, कोरडे, हताश, निराश– तुम्हाला जे म्हणायचं ते म्हणा, सर. मीतरी त्यांना 'हरवलेले' असंच म्हणेन.''

ब्रुक्सनं त्याच्याकडे काही क्षण एकटक पाहिलं, आणि मग हळुवारपणे म्हटलं, ''हो ना, जॉनी?'' तो क्षणभर थांबला ''आणि मला वाटतं तू जे त्यांचं वर्णन करतोयस, ते बरोबर आहे....असो.'' त्यानं चटकन म्हटलं. ''तू जा ब्रिजवर. कॅप्टनसाहेब जहाजाची पाहणी करणार आहेत.

''काय? ॲक्शन स्टेशन्स चालू असताना?'' निकोल्सला धक्काच बसला. ''ॲक्शन स्टेशन्स चालू असताना ब्रिज सोडणार आहेत ते?''

''अगदी बरोबर.''

''पण– असं कसं करू शकतात ते, सर? असं पूर्वी कधीच घडलेलं नाही.''

''कॅप्टन व्हॅलेरी डोळ्यांना झापडं लावून काम करणारा माणूसच नाही, जॉनी. मघापासून तुला हेच तर सांगायचा प्रयत्न करतोय मी.''

''पण– पण अशानं मरतील ना ते!''

निकोल्सनं जणू गयावया केल्यासारखं म्हटलं.

''मीही हेच म्हणालो त्यांना.'' ब्रुक्सनं मान डोलवली. ''वैद्यकीय दृष्टीनं विचार केला, तर कॅप्टन व्हॅलेरी मरणपंथाला लागलाय. हळूहळू मरतोय तो. किंबहुना, एक डॉक्टर म्हणून विचार केला तर माझ्या मते तो आधीच मरायला हवा होता. तो कशाच्या आधारावर अजून जिवंत आहे, हे फक्त देवच जाणे! प्लाझ्मा किंवा औषधांच्या जोरावर तो नक्कीच अजून जगत नाहीये...अधूनमधून जॉनी, डॉक्टर या नात्यानं आपण औषधोपचारांच्या मर्यादा मान्य केलेल्याच चांगल्या असतात. ते काही असो, पण मी त्याला जहाजाची पाहणी करायला जाताना तुला बरोबर घेऊन जायला राजी केलंय. त्यामुळे त्याला आणखी वाट बघायला लावू नकोस.''

लेफ्टनंट जॉन निकोल्सच्या दृष्टीनं पुढचे दोन तास म्हणजे केवळ यातना होत्या. कॅप्टन व्हॅलेरीला जहाजाची पाहणी करायला ते जे दोन तास लागले, तेवढा संपूर्ण वेळ ते दोघं चालत होते, कधी इकडे चढत होते तर कधी तिकडे उतरत होते. मोडलेल्या, तुटलेल्या, वाकलेल्या लोखंडाच्या गुंत्यांमधून अंग वाकडंतिकडं करत

वाट काढत पुढे जात होते. अगदी बारीक, अरुंद जागांमधून अंग चोरून पलीकडे जात होते, शंभर वेगवेगळ्या शिड्यांवरून चढत आणि उतरत होते– आणि हे सगळं त्यांना शून्याखाली तापमान असताना, हाडं गोठवणाऱ्या थंडीत करावं लागलं. पण ही आठवण त्याच्या मनात जन्मभर राहिली, आणि पुढे जेव्हा- जेव्हा ती त्याच्या मनात आली, तेव्हा प्रत्येक वेळी त्याचं मन आपल्या कॅप्टनसाहेबांबद्दलच्या आदरानं, प्रेमानं भरून जात असे.

त्यांनी पाठीमागच्या डेकपासून सुरुवात केली– व्हॅलेरी, निकोल्स आणि चीफ पेटी ऑफिसर हार्टले अशा तिघांनी. सामान्यतः अशा पाहणीच्या वेळी व्हॅलेरीबरोबर मास्टर-ॲट-आर्म्स हेस्टिंग्ज असायचा; पण या वेळी त्यानं त्याचं नावसुद्धा काढलं नाही. आडदांड देहाच्या, आपल्या कामात एकदम तरबेज असलेल्या हार्टलेकडे बघितलं तरी बरं वाटायचं, आधार असल्यासारखं वाटायचं. त्या रात्री हार्टलेनं एखाद्या ट्रोजन वीरासारखं काम केलं– संपूर्ण वेळ तो डझनावारी वॉटरटाइट दारं उघडत होता आणि बंद करत होता, असंख्य हॅचेसची जडशीळ झाकणं उचलत होता आणि परत लावत होता, त्या दारांना आणि हॅचेसच्या झाकणांना बंद ठेवण्यासाठी लावलेल्या हजारो क्लिप्स हातोड्यानं काढत होता आणि परत जागेवर लावत होता, आणि दर दहा मिनिटांनी व्हॅलेरीच्या विरोधाला न जुमानता त्याला आपल्या बळकट हातांचा आधार देऊन विश्रांती घ्यायला लावत होता.

एक लांबलचक, उभी शिडी उतरून ते 'वाय' मॅगझिनमध्ये– म्हणजे 'वाय' टरेटसाठीच्या दारूगोळ्याच्या कोठारात- आले. ही एक अत्यंत अंधारी, बंदिस्त अशी जागा होती, आणि इथली उजेडाची व्यवस्था होती, ती अगदीच अपुरी होती. इथे जहाजावर काम करणारे खाटिक, बेकर्स आणि मेणबत्त्या बनवणारे लोक होते – हे सगळे जणू एका प्रशिक्षित गनरच्या हाताखाली काम करायचे, आणि फक्त जेव्हा प्रत्यक्ष लढाई चालू असेल, तेव्हाच त्यांना आपली नेहमीची कामं बाजूला ठेवून गन चालवण्याचं काम करावं लागायचं. अत्यंत थंड वातावरणात त्यांना त्यांची घाणेरडी कामं करावी लागायची, आणि एकूणच हे लोक फार दुर्लक्षित राहायचे. आणि त्या मानानं त्यांना धोका मात्र फारच मोठा होता. त्यांच्याभोवती जे चार इंची पोलादाचं चिलखती संरक्षक कवच होतं, ते हल्ल्याच्या वेळी नसल्यातच जमा असे– कारण एखादा आठ इंची चिलखत भेदणारा गोळा किंवा टॉर्पेडो आला, तर त्यांचं ते तथाकथित चिलखती संरक्षक कवच त्यांना एखाद्या वर्तमानपत्राइतकंही संरक्षण देणं शक्य नव्हतं...

मॅगझिनच्या भिंती– तोफगोळे अणि कार्ट्रिजच्या पेट्यांच्या भिंती– पूर्णपणे ओल्याकच्च होत्या, आणि सतत निथळत होत्या. निम्मे लोक त्या रॅक्सला टेकून

उभे होते किंवा पडून होते. सगळेच जणू थंडीनं निळे पडलेले होते, प्रचंड काकडत होते, त्यांच्या कातडीलासुद्धा सुरकुत्या पडलेल्या होत्या. त्यांच्या श्वासाची वाफ होऊन तिचे ढग तिथे कुठेकुठे थंडगार हवेत तरंगत होते. बाकीचे लोक तिथल्या हॉइस्टच्या भोवती गोलगोल कसेबसे चालत होते. त्यांच्या पायांनी खाली साचलेलं पाणी उडत होतं. कोणी मध्येच प्रचंड थकव्यामुळे अडखळत होते, हातांमध्ये ग्लोव्ह्ज घातलेले असूनही सगळ्यांचे हात पँटच्या किंवा कोटाच्या खिशांत होते. सगळ्यांचे चेहरे अत्यंत निस्तेज, अपार थकलेले, ओढलेले होते. सगळ्यांच्या माना खाली होत्या 'काय हे!' निकोल्सनं मनात म्हटलं. 'ही तर जिवंत प्रेतं आहेत. हे जर इतके थकलेले आहेत, तर हे आडवे होऊन विश्रांती का घेत नाहीयेत?'

हळूहळू एकेकाला तिथे कॅप्टनसाहेब आल्याची जाणीव होऊ लागली. मग एकेक जण चालणं थांबवून, जागचा उठून कसाबसा ताठ उभं राहायचा प्रयत्न करू लागला. मनानंही ते इतके थकलेले होते, की कॅप्टनसाहेबांना तिथे बघून कुणाला आश्चर्यसुद्धा वाटत नव्हतं.

"अरे, असू दे, असू दे." व्हॅलेरीनं चटकन म्हटलं. "इथला मुख्य कोण आहे?"

"मी, सर." एक आडव्या बांध्याचा, अंगावर ओव्हरऑल घातलेला माणूस हळूहळू चालत व्हॅलेरीच्या समोर येऊन उभा राहिला.

"हं. गार्डिनर ना तुझं नाव?" त्यानं हॉइस्टभोवती चालत असलेल्या लोकांकडे बोट केलं. "हे इथे कशासाठी ठेवलंय, गार्डिनर?"

"बर्फासाठी." गार्डिनरनं उत्तर दिलं. "आम्हाला हे खालचं पाणी सारखं हलतं ठेवावं लागतं, सर. नाहीतर ते गोठून त्याचं दोन मिनिटांत बर्फ बनतं. इथे मॅगझिनच्या जमिनीवर बर्फ असून चालणार नाही, सर."

"खरंय! बरोबरच आहे ते. पण मग इथे पाणी घालवण्यासाठी पंप, ड्रेनकॉक्स वगैरे असतील ना?"

"सगळे पार गोठून गेलेत, सर."

"पण– पण हे कायम असंच नसणार, हो ना?"

"बाहेर जेव्हा थंडी असते; पण वादळ नसतं, तेव्हा कायम हे असंच असतं, सर."

"माय गॉड!" अविश्वासानं मान हलवत व्हॅलेरी पाणी उडवत त्या लोकांच्या मधोमध जाऊन उभा राहिला. तिथे एक हडकुळी, पोरगेली दिसणारी आकृती एक प्रचंड हिरवा-पांढरा मफलर तोंडाला लावून जोरजोरात खोकत होती. त्याच्या थरथरत्या खांद्यांवर व्हॅलेरीनं काळजीनं हात ठेवला. "बरा आहेस का तू, बेटा?"

"हो, सर. प्रश्नच नाही! मी एकदम ठीक आहे." त्या पोरानं आपला बारकासा

चेहरा मफलरमधून वर केला.

"काय नाव तुझं?"

"मॅक्वेटर, सर."

"आणि तू काय काम करतोस, मॅक्वेटर?"

"मी असिस्टंट कुक आहे, सर."

"वय काय तुझं?"

"अठरा, सर."

'देवा रे!' व्हॅलेरीनं मनात म्हटलं. 'मी इथे क्रूझर चालवतोय की शिशुशाळा?'

"ग्लासगोमधून आलायस, हो ना?" त्यानं हसून म्हटलं.

"हो, सर." त्यानं सावधपणे उत्तर दिलं.

"आय सी." व्हॅलेरीनं खाली, मॅक्वेटरच्या अर्धवट पाण्यात असलेल्या बुटांकडे नजर टाकली. "तू तुझे सी-बूट का घातलेले नाहीस?" त्यानं अचानक विचारलं.
"आम्हाला ते दिले जात नाहीत, सर."

"पण तुझे पाय बघ ना! सारखे ओले राहत असतील ते!"

"कोण जाणे, सर! पण बहुतेक राहत असतील." मॅक्वेटरनं सहज स्वरात म्हटलं. "एनीवे, मला त्यांचा स्पर्शच जाणवत नाही."

व्हॅलेरीच्या मनात कळ उठली. निकोल्स त्याच्याकडेच बघत होता. तो मनात विचार करत होता, की या क्षणी पांढराफटक पडलेला चेहरा, लालबुंद झालेले डोळे, तोंडावर आणि नाकावर सुकलेल्या रक्ताचे डाग, आणि हातात रक्तानं माखलेला तो कायमचा सोबती असलेला टॉवेल, अशी अवस्था असलेले आपले कॅप्टनसाहेब– यांची अवस्था तरी या लोकांपेक्षा अशी काय वेगळी आहे? कसे दिसत असतील ते या लोकांना?'

अचानक, का कोण जाणे; मनात आलेल्या या विचारांनी निकोल्सला स्वतःचीच लाज वाटली. असा विचार या माणसाच्या मनात येणं कधीच शक्य नाही.

व्हॅलेरीनं मॅक्वेटरकडे बघत एक स्मित केलं. "पोरा – अगदी खरं सांग, मला. तू थकलायस का?"

"अं, हो. हो, सर, मी थकलोय."

"मीही जाम थकलोय." व्हॅलेरीनं स्पष्टच कबुली दिली. "पण– पण तू आणखी काही काळ असाच काढू शकशील?"

आपल्या हाताखालचे ते अशक्त खांदे एकदम कडक झाल्याचं व्हॅलेरीला जाणवलं. "हो, नक्कीच, सर! हा काय प्रश्न झाला, सर?" मॅक्वेटरनं दुखावल्या स्वरात, जोरात विचारलं.

व्हॅलेरीची नजर त्या संपूर्ण घोळक्यावरून सावकाश फिरली. प्रत्येकानंच "हो,

सर, नक्कीच सर'' अशा अर्थाचं काहीतरी पुटपुटत मान डोलावली. ते बघून त्याच्या डोळ्यांमध्ये एकदम चमक आली. त्यानं बोलायला तोंड उघडलं, पण त्याला अचानक खोकल्याची जोराची उबळ आली, आणि त्यानं मान खाली घातली. त्यानं जेव्हा परत वर, सगळ्यांकडे बघितलं, तेव्हा त्याला प्रत्येक चेहऱ्यावर अपार काळजी दाटून आलेली दिसली. काय बोलावं हेच न सुचून त्यानं चटकन मान वळवली.

''आम्ही– आणि व्यक्तिशः मी– तुम्हाला कधीही विसरणार नाही.'' तो कसंबसं पुटपुटला. ''हा माझा शब्द आहे तुम्हाला. आम्ही तुम्हाला कधीही विसरणार नाही.'' चटकन मागे वळून तो पाण्यामधून चालत तिथल्या उजेडामधून, पाण्यामधून बाहेर पडला आणि शिडीजवळच्या अंधारात जाऊन थांबला.

दहा मिनिटांनी ते 'वाय' टरेटमधून बाहेर आले. रात्र झालेली होती. आकाश निरभ्र दिसत होतं, हिऱ्यांसारख्या तेजानं चमकत असलेल्या ताऱ्यांनी भरून गेलेलं होतं. त्या अथांग अंधाराच्या जमिनीवर अंथरलेल्या काळ्याभोर वेलवेटच्या गालिचावर जणू गोठून गेलेले अग्निपुंज जडवलेले होते. जीवघेणी थंडी पडलेली होती. टरेटचं दार बंद झालं, आणि व्हॅलेरीच्या अंगात एकदम शिरशिरी आली. ''हार्टले?''

''काय, सर?''

''मला तिथे आत रमचा वास आला.''

''मलाही आला, सर.'' हार्टलेला त्याचं काहीच वाटलेलं दिसत नव्हतं. तो खुशीत होता. ''अगदी घमघमाट येत होता. पण तुम्ही काळजी करू नका, सर. जहाजावरचे निम्मे लोक त्यांचं रमचं रेशन बाटलीत साठवून ठेवतात, आणि ॲक्शन स्टेशन्ससाठी ते राखून ठेवतात.''

''पण नियमांनुसार दारू पिण्यावर पूर्णपणे बंदी आहे, हे माझ्याइतकंच तुलाही माहीतय!''

''मला माहीतय, सर. पण त्यात काही धोका नाही. दारूमुळे ते थंडीला तोंड देऊ शकतात– आणि दारूमुळेच जर त्यांचं धैर्य वाढत असेल, तर ते उलट चांगलंच आहे. तुम्हाला आठवतं सर, त्या दिवशी रात्री पुढच्या पॉम-पॉम गनर्सनी दोन स्टुका विमानं पाडली ते?''

''हो, प्रश्नच नाही.''

''त्यांनी दारू प्यायलेली असल्यामुळेच ते ती विमानं पाडू शकले....आणि आता तर त्यांना दारूची गरजच आहे, सर.''

''तू म्हणतोयस तेही बरोबर आहे, म्हणा! त्यांना खरंच गरज आहे, आणि त्यासाठी त्यांना दोषही देणार नाही मी.'' व्हॅलेरी हसला. ''आणि मला हे माहीत झालंय म्हणून काळजी करू नकोस, चीफ. मला हे आधीच माहीतेय. पण आत्ता

तिथे फारच जास्त वास आला– एखाद्या सलून बारमध्ये बसल्यासारखा...''

तिथून ते वर चढून 'एक्स' टरेटवर गेले, आणि तिथून परत खाली उतरून 'एक्स' टरेटच्या मॅगझिनमध्ये गेले. व्हॅलेरी जिथे-जिथे जात होता, तिथे तो तिथल्या माणसांचं मनोधैर्य वाढवूनच बाहेर पडत होता. तो आला म्हणून कधीही कोणाला त्रास होत नव्हता, की भीती वाटत नव्हती. प्रत्येकाशी व्यक्तिशः संपर्क साधण्याच्या बाबतीत त्याच्यामध्ये अशी काहीतरी एक वेगळीच अदृश्य शक्ती होती, की त्यामुळे प्रत्येकामधल्या अशा सुप्त क्षमता वर येत होत्या, की ज्या आपल्यात आहेत, याची कुणाला जाणीवही नसेल. आपल्या डोळ्यांसमोर त्या माणसातला निरुत्साह, सुन्नपणा, थकवा, निर्विकार वागणूक, निराशा नाहीशी होऊन त्या जागी एक प्रकारचा मनोनिग्रह, उत्साह संचारलेला पाहणं हा खरोखर एक असा चमत्कार होता, की त्याचं कुठलंही तर्काधारित स्पष्टीकरण देणं शक्य नव्हतं. एक भावी, शिकाऊ डॉक्टर म्हणून निकोल्सला पक्की जाणीव होती, की शारीरिक दृष्ट्या आणि मानसिक दृष्ट्या या माणसांच्या शक्ती इतक्या खालावलेल्या होत्या, की त्यातून सुधारून परत येणं केवळ अशक्य होतं.

व्हॅलेरी आणि हार्टलेबरोबर हिंडत असताना मनात कुठेतरी निकोल्स याचं स्पष्टीकरण शोधायचा प्रयत्न करत होता. कॅप्टन व्हॅलेरी माणसांकडे कशा दृष्टीनं बघतात, त्यांच्याशी कसं वागतात, काय तंत्र वापरतात, याचा अभ्यास करायचा प्रयत्न करत होता. पण प्रत्येक वेळी समोरचे लोक ज्या परिस्थितीत असतील, त्यानुसार कॅप्टनसाहेबांचा त्यांच्याकडे बघण्याचा दृष्टिकोन, वागणूक बदलत होती – ती त्यांची केवळ नैसर्गिक प्रतिक्रिया होती, आणि ती कधीच मुद्दाम विचार करून, किंवा काही वेगळं कौशल्य वापरून व्यक्त केलेली वाटत नव्हती. त्यात वेगळं तंत्र असं- तर काहीच नव्हतं. मग कॅप्टनसाहेब या लोकांना धीर देण्यासाठी, त्यांच्या वागणुकीत बदल घडवण्यासाठी त्यांच्या मनात स्वतःविषयी दया उत्पन्न करताहेत का, हा एवढा मोठा माणूस स्वतः इतका गंभीर आजारी असतानाही आपल्याला भेटायला स्वतः, मुद्दाम वाकडी वाट करून येतो, तर आपण असे राहून कसं चालेल, अशी दया किंवा शरम उत्पन्न करताहेत का– की कॅप्टनसाहेब इतके आजारी असूनही जर हे करू शकतात, स्वतःच्या पायांवर चालू शकतात, काम करू शकतात, आपण ठीक आहोत का हे बघण्यासाठी इथवर येऊ शकतात, आणि हसूनखेळून वागू शकतात, तर आपणही ते का नाही करू शकत? 'बरोबर,' निकोल्सनं मनात म्हटलं. 'कॅप्टनसाहेब या लोकांच्या मनात स्वतःविषयी दया आणि शरम उत्पन्न करताहेत.' पण त्याच वेळी त्यालाच स्वतःची लाज वाटली– 'काय हे? असा विचार करणं एकदमच चुकीचं आहे– आणि असा विचार करून आपण स्वतःचीच फसवणूक करून घेतोय...पण आपण तरी धड नीट विचार कुठे करू

शकतोय? आपलंही डोकं नीट काम करत नाहीय, पराकोटीचे थकलोय आपण. सरळ विचारच करू शकत नाही आपण. आपले सगळे विचार अस्पष्ट, विखुरलेले, अनियंत्रित असतात.... बाकीच्या सगळ्यांसारखेच. फार कशाला, अँडी कार्पेंटरचीही अवस्था अशीच तर आहे– आणि हे तो स्वतःच स्पष्ट कबूल करतो. त्याचं काय म्हणणं असेल या गोष्टीबद्दल. तोही स्वतः भरकटतोच आहे, पण त्याच्या स्वतःच्या पद्धतीनं– तो आपला सारखा मनानं थेम्स नदीच्या काठावर गेलेला असतो. त्याची ती हेन्लेमधली मैत्रीण कशी असेल बरं? तिचं नाव 'जे' पासून सुरू होतं– जोन, जीन – कोण जाणे! कॅपॉक किडच्या त्या कॅपॉक सूटच्या वरच्या खिशावर एक मोठा, सोनेरी 'जे' शिवला आहे– आणि तो तिनंच शिवलाय. पण ती कशी असेल? कशी दिसत असेल? त्याच्यासारखीच सोनेरी केसांची, हसरी आणि उत्साही असेल? का काळ्याभोर केसांची, हळुवार, नाजूक आणि प्रेमळ असेल?...

"निकोल्स! काही होतंय का तुला?" व्हॅलेरीनं काळजीच्या सुरात, एकदम विचारलं.

"अं, हो, सर. मी एकदम ठीक आहे." निकोल्सनं आपलं डोकं ताळ्यावर आणण्यासाठी जोरजोरानं हलवलं.

"काही नाही, सर, कुठेतरी भरकटलो होतो. आता कुठे जायचं, सर?"

"अजून बरंच बाकी आहे– इंजिनिअर्स फ्लॅट, डॅमेज कंट्रोल ग्रुप्स, स्विचबोर्ड, नंबर ३ ची लो पॉवर रूम– नाही, ती तर खलास झालीय, नाही का! तिथे नोयेस मेला, हो ना?...हार्टले, अधूनमधून माझे पाय डेकवर टेकले तर जरा बरं वाटेल मला..."

या सगळ्या ठिकाणांना, आणि आणखी डझनभर ठिकाणांना त्यांनी भेट दिली– जहाजावरची अगदी दूर असलेली, जाणं अशक्य असलेली एखादी जागासुद्धा त्यांनी सोडली नाही. जिथे एखादा तरी माणूस असेल असं व्हॅलेरीला ठाऊक होतं, अशा प्रत्येक जागी ते गेले.

सगळ्यात शेवटी ते इंजिन आणि बॉयलर रूम्समध्ये आले. एअरलॉक्समधून आत गेल्यावर कानांवरचा हवेचा दाब वाढल्यामुळे त्यांना आवंढे गिळावे लागले. इथे हवा एकदम गरम होती. 'ए' बॉयलर रूममध्ये गेल्यावर मात्र निकोल्सनं व्हॅलेरीचे आढेवेढे न जुमानता त्याला काही मिनिटं विश्रांती घ्यायलाच लावली. वेदना आणि कमालीच्या अशक्तपणामुळे व्हॅलेरी कसातरीच दिसत होता. त्याचा श्वासही अगदी वरवर आणि जोरजोरात होत होता. हार्टले एका कोपऱ्यात कुणाशीतरी बोलतोय, हे निकोल्सच्या लक्षात आलं. कोणीतरी तिथून बाहेर पडलंय, हेही त्याला अस्पष्टसं जाणवलं.

मग निकोल्सला दिसलं, की एक आडव्या बांध्याचा, काळासावळा स्टोकर चालत

आपल्याकडे येतोय. त्याच्या गालांवर काळ्यानिळ्या पडलेल्या जखमा होत्या, आणि एक डोळा कसला तरी मार बसल्यामुळे व्हावा तसा काळा पडलेला दिसत होता. त्यानं येताना एक कॅन्व्हासची खुर्ची आणलेली होती. ती त्यानं खाली ठेवली.

"बसा, सर." तो गुरगुरला.

"थँक्यू, थँक्यू." व्हॅलेरी थकलेलाच होता. तो खुर्चीत आरामात बसला. आणि मग त्यानं आश्चर्यानं वर बघितलं. "कोण, रायले?" तो स्वतःशी पुटपुटला, आणि मग त्यानं चीफ स्टोकर हेंड्रीकडे बघितलं. "आपलं काम तर केलं, पण त्यात अदब मात्र बिलकूल नाही, हो ना?"

हेंड्री अस्वस्थपणे जागेवरच चुळबुळ करत उभा होता.

"पण त्यानं स्वतःहोऊन खुर्ची आणली, सर."

"ओ! आय ॲम सॉरी." व्हॅलेरीनं मनापासून म्हटलं. "सॉरी, रायले. थँक्यू व्हेरी मच!" रायले परत जात असताना तो त्याच्याकडे विस्मयानं बघत होता. मग त्यानं भुवया उंचावत हेंड्रीकडे प्रश्नार्थक मुद्रेनं पुन्हा बघितलं.

हेंड्रीनं उत्तरादाखल मान हलवली. "मलाही त्याचं वागणं बुचकळ्यात टाकतं, सर. तो स्वभावानं फारच विचित्र आहे. तो एका क्षणात, चेहऱ्यावरची सुरकुतीही न हलू देता तुम्हाला ठार मारू शकतो. पण मांजराच्या पिल्लांची काळजी तितक्याच मायेनं घेतो– किंवा एखादा जखमी पक्षी कुठे तुम्हाला मिळाला, तर बिनधास्तपणे त्याला बोलवा. पण त्याच्या सहकाऱ्यांबद्दल मात्र त्याचं मत फारच वाईट आहे, सर."

व्हॅलेरीनं न बोलता सावकाश मान डोलावली, मग तो खुर्चीत टेकून बसला आणि त्यानं थकव्यानं डोळे मिटून घेतले. निकोल्स लगेच त्याच्याजवळ वाकला. "हे बघा, सर." त्यानं काळजीनं आग्रही स्वरात म्हटलं. "आत्ता हे आपण थांबवू या का? स्पष्टच बोलायचं सर, तर तुम्ही भयंकर थकला आहात. आपण हे परत कधी नाही का करू शकणार?"

"नाही, पोरा." व्हॅलेरी त्याला शांतपणे समजावू लागला. "तुला नाही समजणार. 'परत कधीतरी' करायचं तर तेव्हा फार उशीर झालेला असेल." तो हेंड्रीकडे वळला. "मग चीफ, तू इकडचं सगळं व्यवस्थित बघशील म्हणतोस?"

"आमची काळजीच करू नका, सर." हेंड्रीनं मऊ, पण तितक्याच निग्रही आणि गंभीर आवाजात म्हटलं. "तुम्ही फक्त तुमची स्वतःची काळजी घ्या. आमचे स्टोकर्स तुमचा विश्वास व्यर्थ ठरवणार नाहीत, सर."

व्हॅलेरी कसाबसा खुर्चीवरून उठला. त्यानं त्याच्या खांद्याला हलकेच स्पर्श केला. "तुला सांगतो चीफ, त्याबद्दल मला कधीच शंका नव्हती...तयार, हार्टले?" तो एकदम थबकला. शिडीच्या पायथ्याशी त्याला जाडजूड कोट घातलेली एक

अजस्त्र आकृती दिसली. कोटाच्या हूडमध्ये अंधारात लपलेला त्या आकृतीचा चेहरा गंभीर दिसत होता. "तो कोण आहे रे? ओ हो, मी ओळखतो त्याला. पण स्टोकर लोकांना इतकी थंडी वाजत असेल, असं कधी वाटलं नव्हतं मला." त्यानं हसून म्हटलं.

"हो, सर. तो पीटरसेन." हेंड्रीनं हळूच म्हटलं. "तो आपल्याबरोबर येणार आहे."

"कोण म्हणतं? आणि– आणि पीटरसेन? तो तर -?"

"हो, सर. तो स्कापा फ्लोमधल्या प्रकरणात रायलेचा उजवा हात होता...सर्जन कमांडरनी हुकूम केलाय सर. पीटरसेन आपल्याला मदत करणार आहे."

"आपल्याला? म्हणजे मला, असं म्हणायचंय तुला." व्हॅलेरीच्या आवाजात जराही चीड किंवा कडवटपणा नव्हता. "हार्टले, माझा सल्ला ऐक, तू कधीही डॉक्टरलोकांच्या तावडीत सापडू नकोस...पण त्याला बरोबर घेतलं तर काही करणार नाही ना तो?" त्यानं विनोदानं, किंचित हसत म्हटलं.

"तुमच्याकडे एखाद्यानं वाकड्या नजरेनं बघितलं, तरी तो त्याचा जीव घेईल, सर." हार्टलेनं प्रांजळपणे म्हटलं. "चांगला आहे तो. अगदी साधा आहे, कोणाचंही ऐकतो; पण मनानं एकदम चांगला आहे."

ते शिडीपाशी आले, तसा त्यांना जाऊ देण्यासाठी पीटरसेन जरा बाजूला सरकला; पण व्हॅलेरीनं थांबून, त्याच्यापेक्षा कमीत कमी सहा इंचांनी उंच असलेल्या त्याच्या चेहऱ्याकडे वर, त्याच्या गंभीर, निळ्या डोळ्यांमध्ये बघितलं. "हॅलो, पीटरसेन! हार्टले म्हणतोय की, तू आमच्याबरोबर येणार आहेस. तुला खरंच यायची इच्छा आहे? तू आलंच पाहिजेस असं नाही."

"प्लीज, कॅप्टनसाहेब." पीटरसेन सावकाश, एकएक शब्द स्पष्ट बोलत होता, आणि त्याच्या चेहऱ्यावर थोडी नाराजी दिसत असली, तरी तो शांत होता. "जे घडलं त्याचं मला फार वाईट वाटतंय –"

"नाही, नाही!" व्हॅलेरीनं त्याला समजावत म्हटलं. "तुझा काहीतरी गैरसमज होतोय. वर फार थंडी आहे, म्हणून म्हणतोय मी. पण तू आलास तर मला फार आवडेल. येतोस?"

पीटरसेन काही क्षण त्याच्याकडे एकटक बघत राहिला, आणि मग त्याच्या चेहऱ्यावर हळूहळू एक मनमोकळं हास्य, आणि नंतर लगेच खुशी पसरली. व्हॅलेरीनं शिडीच्या पहिल्या पायरीवर पाऊल ठेवताक्षणी पीटरसेनच्या बळकट हातांनी त्याच्या कमरेला विळखा घातला. व्हॅलेरीनं नंतर सांगितलं, तसं त्याला खरोखरच एखाद्या लिफ्टनं वर गेल्यासारखं वाटलं.

तिथून मग ते इंजिनिअर कमांडर डॉडसनला त्याच्या इंजिनरूममध्ये जाऊन

भेटले. अत्यंत आनंदी, उत्साही आणि आपल्या कामात एकदम तरबेज, हाडाचा इंजिनिअर असलेल्या डॉडसनला त्याच्या ताब्यात दिलेल्या जहाजाच्या प्रचंड इंजिनांच्या पलीकडे दुसरं काही दिसतच नसे. तिथून बाहेर पडल्यावर ते इंजिनिअर्स फ्लॅटमध्ये गेले, आणि प्रचंड मोडतोड झालेलं कँटीन आणि पोलिस ऑफिसला भेट देऊन बाहेर वरच्या डेकवर आले. बॉयलररूममधली ऊब अनुभवल्यानंतर बाहेर आल्याक्षणीच तापमानात झालेल्या १०० अंशांच्या फरकानं त्यांना जोरदार दणका दिला. अक्षरशः गळा दाबल्यासारखा त्यांचा श्वास काही क्षण आपोआपच बंद झाला. त्या भयानक दणक्यानं त्यांच्या अंगावरच्या 'आर्क्टिक क्लोदिंग' नावाच्या जाडजूड पोशाखाची भरपूर थट्टा केली.

तिथून उजव्या बाजूच्या टॉर्पेडो ट्यूब्ज अगदी चार पावलांवर होत्या. तिथे काम करणारी माणसं तिथल्या खलास झालेल्या स्टोअरच्या– *ब्ल्यू रेंजर*च्या गोळ्यांमुळे हे स्टोअर नष्ट झालं होतं- आडोशाला अंधारात अंगाची मुटकुळी करून बसलेली होती. तिथून गोठलेले पाय खाली आपटून मोकळे करण्याच्या आणि एकमेकांवर कडकड आपटणाऱ्या दातांच्या आवाजामुळे हे ठिकाण शोधणं फारच सोपं गेलं.

व्हॅलेरीनं आतल्या अंधारात डोकावून पाहिलं. "एलटीओ आहे का जागेवर?"

"कॅप्टन, सर?" आतून आलेल्या आवाजात आश्चर्य आणि शंका यांचं एक अजब मिश्रण होतं.

"हो. काय परिस्थिती आहे?"

"ठीक आहे, सर." अजूनही तो गडबडलेलाच होता, धक्क्यातून सावरलेला वाटत नव्हता. "पण सर, स्मिथच्या डाव्या पायाचं पाऊल निकामी झालंय– बर्फदंशामुळे."

"त्याला खाली घेऊन जा– ताबडतोब. आणि तुझ्या हाताखालच्या माणसांचे दहा-दहा मिनिटांचे पहारे ठरव : एक इथल्या टेलिफोनकडे लक्ष द्यायला, आणि बाकीचे इंजिनिअर्स फ्लॅटमध्ये. आत्तापासून लगेच ही व्यवस्था झाली पाहिजे. समजलं?" एवढं बोलून व्हॅलेरी लगेच तिथून मागे वळला– जणू आतल्या लोकांचे थँक्स ऐकू येऊन, त्यांचे खुशीनं प्रफुल्लित झालेले चेहरे दिसून आपल्याला लाजल्यासारखं होऊ नये म्हणून.

ते टॉर्पेडो शॉपजवळून– इथे जादा असलेले टॉर्पेडो आणि कम्प्रेस केलेल्या हवेचे सिलिंडर ठेवलेले असत– पुढे गेले, आणि शिडी चढून बोट-डेकवर आले. व्हॅलेरी एक क्षणभर थांबला. त्याचा एक हात बोट-विंचवर होता, आणि दुसऱ्या हातात त्यानं आपल्या रक्तानं माखलेल्या स्कार्फनं– हाही आता गोठून कडक झालेला होता– नाक आणि तोंड झाकलेलं होतं. जहाजाच्या दोन्ही बाजूंनी चालत असलेल्या मालवाहू जहाजांच्या आकृती त्याला अस्पष्ट दिसत होत्या. त्यांचे मास्ट

मात्र स्पष्ट दिसत होते– आकाशातल्या ताऱ्यांच्या पार्श्वभूमीवर मंद डोलत असलेले. त्याच्या अंगात एकदम शिरशिरी उठली : 'बाप रे! काय थंडी आहे!' तीन-चार इंच जाडीच्या बर्फामधून, पीटरसेनच्या हातावरच जवळजवळ सगळा भार टाकून चालत तो एका ऑर्लिकॉन गनच्या मागे आला. त्यानं गनच्या कॉकपिटमध्ये बसलेल्या गनरच्या खांद्यावर हलकेच हात ठेवला. "काय, ठीक चाललंय ना, गनर?"

काहीच उत्तर आलं नाही. त्या माणसानं किंचित चाळवाचाळव केल्यासारखी वाटली. तो थोडा पुढे झाला, आणि परत निपचित पडला.

"गनर, मी काय विचारतोय? ठीक आहेस ना?" व्हॅलेरीचा आवाज आता कडक झालेला होता. त्यानं त्या गनरला खांद्याला धरून गदगदा हलवलं, आणि तो अस्वस्थ होऊन हार्टलेकडे वळला.

"हा झोपलाय, सर – तेही ॲक्शन स्टेशन्स चालू असताना! आपल्या सगळ्यांनाच अजिबात झोप मिळत नाहीय, मला माहीतय, सर – पण याचे खाली असलेले सहकारी याच्यावरच विसंबून आहेत.

"इथे कोणतीही सबब चालणार नाही. त्याचं नाव विचारून घ्या!"

"नाव विचारून घ्या!" निकोल्सनं हळूच म्हटलं, आणि तो कॉकपिटमध्ये वाकून बघू लागला. आपण असं बोलता कामा नये, त्याला माहीत होतं; पण त्याचा काही इलाजही नव्हता.

"नाव विचारून घ्या! कशाला? त्याच्या घरच्यांना कळवायला? सर, हा तर मेलाय!"

हिमवृष्टी पुन्हा हळूहळू सुरू झालेली होती... थंडगार, ओली आणि पिसांसारखी. वाराही जाणवण्याइतका वाढलेला होता. व्हॅलेरीला त्या पिसासारख्या हलक्या हिमाचा पहिला स्पर्श गालांवर जाणवला– त्याला अंधारात ते दिसत नव्हतं. जहाजावर बांधलेल्या वेगवेगळ्या दोरांमधून आणि केबल्समधून जात असलेल्या वाऱ्याचं दुःखी, विरही वाटणारं गुंजन त्याला ऐकू येत होतं. तो नखशिखान्त शहारला.

"याचा हीटर निकामी झालाय." हार्टलेनं त्या माणसाच्या शरीराची चाचपणी करत म्हटलं. शेवटी हात काढून घेऊन तो सरळ झाला. तो थकल्यासारखा वाटत होता. "या ऑर्लिकॉन गन्सच्या कॉकपिटमध्ये बाजूला काळ्या रंगाचे हीटर्स जोडलेले असतात. गनर लोक या हीटर्सना टेकून बसतात– तास न् तास...मला वाटतं, या हीटरचे फ्यूज उडाले असावेत. याची खबरदारी घेण्याच्या सूचना या लोकांना हजारो वेळा दिलेल्या असतात, सर."

"ओ गॉड!" व्हॅलेरीनं विषादानं हळूहळू मान हलवत म्हटलं. त्यालाही अचानक भयंकर थकल्यासारखं वाटू लागलं. "निष्कारण मेला बिचारा...त्याला खाली कँटीनमध्ये

न्यायची व्यवस्था कर, हार्टले."

"काही उपयोग नाही, सर." निकोल्सही सरळ झाला. "लगेच नाही हलवता येणार. आधीच इतकी थंडी आहे, शिवाय रिगॉर मॉर्टिस त्याच्या प्रेतामध्ये चटकन निर्माण झालाय, त्यामुळे याचं प्रेत एकदम कडक झालंय– अजून थोडं थांबावं लागेल, सर."

व्हॅलेरीनं मूकपणे मान डोलावली, आणि तिथून तो जड मनानं मागे फिरला. अचानक त्याच क्षणी डेकवरचा स्पीकर सुरू झाला, आणि त्या संध्याकाळच्या वेळी इतका वेळ असलेली शांतता काचेसारखी भंग पावली. "कुणाला ऐकू येतंय का तिकडे? कुणाला ऐकू येतंय का तिकडे? कॅप्टनसाहेबांना प्लीज कळवा की, त्यांनी ताबडतोब ब्रिजवर संपर्क साधावा." हा संदेश तीन वेळा पुन्हा सांगण्यात आला, आणि मग स्पीकर शांत झाला.

"इथला सगळ्यात जवळचा फोन कुठाय, चीफ?" व्हॅलेरीनं हार्टलेकडे वळून म्हटलं.

"हा इथेच आहे, सर." हार्टलेनं त्या मृत गनरचे इअरफोन आणि छातीवरचा माउथपीस काढून घेतला. "म्हणजे, अजून एए टॉवरवर कुणी जिवंत असलं, तर."

"हं. टॉवर? कॅप्टनसाहेबांना ब्रिजशी बोलायचंय. त्यांना जोडून द्या." त्यानं रिसीव्हर व्हॅलेरीकडे दिला. "घ्या, सर."

"थँक्यू. ब्रिज? हो, मीच बोलतोय...हो, हो."

"व्हेरी गुड. *सिरस*ला हे काम द्या...नाही, कमांडर आणि तसंही मी काही करू शकणार नाहीय – फक्त जागा सोडू नका. बस्स." त्यानं हँडसेट हार्टलेला परत दिला.

"*व्हायकिंग*ला ॲस्डिकवरून शत्रूचं काहीतरी काँटॅक्ट समजलंय." त्यानं थोडक्यात सांगितलं. "रेड ९०." वळून त्यानं बाहेरच्या काळ्याभोर समुद्राकडे पाहिलं, आणि आपण सहज नैसर्गिक प्रतिक्रियेनुसार घेतलेल्या निर्णयातली व्यर्थता लक्षात येऊन खांदे उडवले. "*सिरस*ला पाठवलंय तिकडे."

बोट-डेकवरच्या गन्सच्या ठिकाणांची त्यांची भेट जहाजाच्या मध्यावरच्या पॉम-पॉम गनच्या ठिकाणानंतर पूर्ण झाली. इथले लोकही प्रचंड काकडत होते. दाढीवाला डॉइल हा त्यांचा प्रमुख होता. या स्पष्टवक्त्या माणसानं थंडीला उद्देशून चार शेलक्या शिव्या हासडल्या, पण बाकी तो अतिशय नम्रपणे बोलला. हे झाल्यावर ते शिडीवरून खाली उतरून परत मुख्य डेकवर आले. एव्हाना व्हॅलेरी पीटरसेन देत असलेल्या आधाराबद्दल तोंडदेखले आढेवेढेसुद्धा घेत नव्हता. उलट, तो बरोबर आहे याचं त्याला बरंच वाटत होतं. पीटरसेनला आपल्याबरोबर पाठवलं म्हणून त्यानं ब्रुक्सला तोंडभरून धन्यवाद दिले. जेव्हा कधी ते लोकांजवळून पुढे जात होते

किंवा त्यांच्याशी बोलत होते, तेव्हा प्रत्येक वेळी पीटरसेन त्याच्या कमरेभोवती टाकलेला हात काढून घ्यायचा– त्याचा मानभंग होऊ नये म्हणून. ही गोष्ट लक्षात आल्यावर तर त्याच्या डोळ्यांत पाणीच यायचं बाकी होतं.

जहाजाच्या डाव्या बाजूच्या दारातून आत आल्यावर ते गॅलीच्या- म्हणजे किचनच्या– किंचित पुढे येऊन थांबलेले होते. कार्टले आणि पीटरसेन हे दोघं खाली स्टोकर्सच्या मेसला जाण्याच्या वाटेतल्या हॅचचे क्लॅम्प काढत होते, आणि व्हॅलेरी आणि निकोल्स ती हॅच उघडण्याची बाट बघत उभे होते. इतक्यात दूरवरून त्यांना एकामागून एक असे डेप्थ-चार्जेसचे चार दबके स्फोट ऐकू आले. त्या स्फोटांनी *युलिसिस*ही थोडीशी हादरली. पहिला आवाज येताच व्हॅलेरी एकदम सावध होऊन आवाजाच्या दिशेनं कान देऊन ऐकू लागला. क्षणभर आता पुढे जावं की नाही, असा विचार करत तो जागेवरच थांबला, पण आपण या क्षणी काहीच करू शकत नाही हे लक्षात येऊन त्यानं खांदे उडवले, आणि हॅचच्या कडेवरून पाऊल पुढे टाकलं.

स्टोकर्सच्या मेसमध्ये मध्यभागी आणखी एक हॅच होती, तीही उघडण्यात आली. या हॅचमधल्या शिडीवरून उतरलं, की जिथून जहाजाची दिशा बदलण्याचं काम प्रत्यक्षात होत असे, त्या जागी पोचता येत होतं. सगळ्या आधुनिक युद्धनौकांप्रमाणे ही जागा मुद्दामच ब्रिजपासून खूप दूर, जहाजाच्या अगदी पोटात, आर्मर-प्लेटिंगच्या खाली ठेवलेली होती. व्हॅलेरी तिथल्या क्वार्टरमास्टरशी दोन मिनिटं शांतपणे बोलत होता, तेवढ्या वेळात पीटरसेननं बाहेरच्या अगदी अरुंद जागेत जाऊन तिथली आणखी एक अजस्त्र हॅच उघडली. ४५० पौंडांची ही प्रचंड पोलादी हॅच एका काउंटर बॅलन्सिंग पुली वेटच्या साहाय्यानं उघडली जात असे. या हॅचमधून जहाजाच्या एकदम तळाशी, तिथल्या ट्रान्समिटिंग स्टेशनमध्ये आणि नंबर २ च्या लो पॉवर रूममध्ये जाता येत असे.

ही लो पॉवर रूम म्हणजे साध्या माणसाला पार गोंधळून टाकणारं प्रकरण होतं. आतल्या प्रत्येक आधारासाठीच्या भिंतीवर असंख्य प्रकारचे स्विचेस, ब्रेकर्स आणि रिओस्टॅट्स होते, आणि अक्षरशः शेकड्यांनी वेगवेगळे फ्यूजेस शिस्तीनं, एकावर एक अशा ओळींमध्ये लावलेले होते. ज्याला या बाबतीतली काही माहिती नसेल, असा कोणीही माणूस बावचळून न गेला, तरच नवल होतं. या गोंधळात भर म्हणून तिथे कित्येक लो-पॉवर जनरेटर्स होते, आणि प्रत्येक जनरेटर वेगवेगळ्या पट्टीत, उच्च स्वरात 'हम' असा आवाज करत होता. शिडी उतरून खाली आलेला निकोल्स हे सगळं बघून पुरता बावचळून गेला, आणि अजाणताच त्याच्या अंगातून एक शिरशिरी उठली. काय भयंकर जागा आहे! या सगळ्या आवाजांमुळे माणूस किती सहजपणे वेडा होऊन जात असेल!

त्या वेळी तिथे फक्त दोघं जण होते– एक इलेक्ट्रिक आर्टिफायसर आणि

त्याचा मदतनीस. दोघंही तिथल्या प्रचंड स्पेरी मास्टर गायरोपाशी वाकून, कंपासच्या त्या अत्यंत गुंतागुंतीच्या मशिनरीमध्ये रेखांशाशी संबंधित काहीतरी बदल करत होते. एव्हाना व्हॅलेरीही आलेला होता. त्या दोघांनी चटकन वर बघितलं. त्यांच्या थकलेल्या चेहऱ्यांवर आधी आश्चर्याचे, आणि नंतर आनंदाचे भाव उमटले. व्हॅलेरी त्यांच्याशी दोन-तीनच वाक्यं बोलला– तिथे त्या प्रचंड आवाजात जास्त बोलणं शक्यच नव्हतं– आणि मग तो ट्रान्समिटिंग स्टेशनच्या दाराकडे गेला.

त्यानं आपला हात दाराच्या हँडलवर ठेवला, आणि तो जागच्या जागी थिजला. डेप्थ-चार्जेसचे पुन्हा स्फोट झालेले होते, पण या वेळी ते बऱ्याच जवळ झालेले दिसत होते. हे डेप्थ-चार्जेसचेच स्फोट आहेत हे त्यांना समजलं, पण केवळ तर्क आणि अनुभवामुळे. चिलखत असलेल्या जहाजाच्या पोटात इतक्या खोलवर स्फोट झाल्याचं किंवा पाण्यात पडलेल्या डेप्थ-चार्जच्या स्फोटामुळे कुठे जोरात पाणी उसळल्याचं कधीच समजत नाही. त्याच्याऐवजी फक्त 'ठाण' असा एक भयंकर जोराचा, धातूवर धातू आपटल्यासारखा आवाज येतो; जणू एखाद्या राक्षसानं आपल्या हातातल्या प्रचंड हातोड्यानं जहाजाच्या बाहेरच्या बाजूवर जोरदार प्रहार केल्यासारखा.

या स्फोटापाठोपाठ आणखी दोन असेच जोरदार स्फोट झाले, आणि या दुसऱ्या स्फोटांच्या आघातांनी *युलिसिस* हादरत असतानाच व्हॅलेरीनं दार उघडून ट्रान्समिटिंग स्टेशनमध्ये प्रवेश केला. त्याच्यामागोमाग बाकीचेही आत आले. सगळ्यात शेवटी आलेल्या पीटरसेननं आत येऊन हळूच दार लावून घेतलं. त्याबरोबर बाहेरच्या इलेक्ट्रिक मोटर्सचा वैताग आणणारा आवाज येईनासा झाला.

हे ट्रान्समिटिंग स्टेशन म्हणजे जणू जहाजाचं हृदयस्थान होतं. इथेही लो पॉवर रूममध्ये जशा होत्या तशाच फ्युजेसच्या रांगा होत्या; पण आतल्या जवळजवळ निम्म्या जागेत दोन प्रचंड कम्प्युटिंग टेबल्स होती. ही टेबलं म्हणजे फायर कंट्रोल टॉवर्स आणि गन टरेट्स यांच्यामधला अत्यंत महत्त्वाचा दुवा होता. नेहमी इथे प्रचंड काम चालायचं, पण आज सकाळी फायर कंट्रोल टॉवर्स जवळजवळ पूर्णपणे खलास झालेले होते, त्यामुळे ही टेबलं बहुतांशी निरुपयोगी झालेली होती. त्यामुळे या वेळी ट्रान्समिटिंग स्टेशनमध्ये फारशी माणसं दिसत नव्हती, आणि त्यामुळे इथे सध्या एक विचित्र शांतता होती. त्या क्षणी या टेबलांवर फक्त आठ साधे नौसैनिक आणि त्यांच्यावर एक ऑफिसर, इतकेच लोक दिसत होते.

ट्रान्समिटिंग स्टेशनमध्ये सिगारेट ओढायला बंदी असे, तशा पाट्याही जागोजागी लावलेल्या होत्या; पण या वेळी मात्र इथे हवेत एक आळसटपणे तरंगत असलेला सिगारेटच्या निळ्या धुराचा ढग दिसत होता- आणि अर्थातच ठिकठिकाणी पेटलेल्या सिगारेटींची टोकंही. निकोल्सला सिगारेटींच्या धुराचा ढग एक प्रकारे आश्वासक वाटला : इथल्या त्या तणावपूर्ण, विचित्र शांततेत माणसं काहीतरी करत असल्याची

ती एकमेव खूण होती.

त्यानं एक प्रकारच्या त्रयस्थ कुतूहलानं त्याच्यापासून सर्वांत जवळ असलेल्या नौसैनिकाकडे बघितलं. काळे केस असलेला तो कृश माणूस पुढे वाकून बसलेला होता. त्याची कोपरं टेबलावर टेकलेली होती, आणि त्यानं बोटांमध्ये धरलेली सिगारेट त्याच्या अर्धवट उघड्या तोंडापासून जेमतेम अर्ध्या इंचावर होती. सिगारेटच्या धुराची वलयं वर त्याच्या उघड्या, कुठेच बघत नसलेल्या डोळ्यांना स्पर्श करून पुढे वर चढत होती. पण त्याला त्या धुराचा जो काही त्रास होत असेल, त्याची त्याला जाणीवच नव्हती. एवढंच काय, त्याच्या सिगारेटवर जवळजवळ दोन इंच राख जमलेली होती, ती किंचित पुढे वाकत चाललेली होती, तिकडेही त्याचं लक्ष नव्हतं. निकोल्सच्या मनात कुठेतरी अंधूक विचार येत होते, की हा किती वेळापासून असा पुतळ्यासारखा निश्चल बसलेला असेल...आणि का?

हा कसलीतरी वाट बघतोय...बरोबर, हेच याचं उत्तर असणार – प्रतीक्षा, बस्स. अगदीच उघड दिसतंय हे. हो, पण कसली प्रतीक्षा? आणि त्याच क्षणी, प्रथमच त्याच्या डोक्यात लख्ख प्रकाश पडला– कसलीतरी, काहीतरी घडण्याची वाट बघणं म्हणजे किती भयंकर गोष्ट असते. कोणत्याही क्षणी इथे एखादा टॉर्पेडो फुटून सगळ्यांना एका क्षणात फाडकन मृत्यूच्या तोंडात उडवून देऊ शकतो. अशा त्या टॉर्पेडोची अशी वाट बघताना कमालीच्या ताणल्या गेलेल्या, तुटण्याच्याही पलीकडे गेलेल्या नसांचं काय होत असेल? प्रत्येक गोष्ट हसण्यावारी नेणारी, कोणत्याही गोष्टीत विनोद शोधणारी माणसं ट्रान्समिटिंग स्टेशनच्या बाबतीत मात्र जराही विनोद का करत नाहीत, हे आता-कुठे त्याच्या लक्षात आलं. मृत्यूचा सापळा हा काही झालं तरी विनोदाचा किंवा चेष्टेचा विषय असू शकत नाही. ट्रान्समिटिंग स्टेशन पाण्याच्या पातळीखाली वीस फूट होतं, त्याच्या पुढच्या बाजूला 'बी' मॅगझिन होतं, मागच्या बाजूला 'ए' बॉयलर रूम होती, तिच्या डाव्या आणि उजव्या बाजूंना इंधनाच्या टाक्या होत्या, आणि खाली तर प्रत्यक्ष जहाजाचा तळ होता– कोणत्याही 'अकाउस्टिक' पाणसुरुंगांचं किंवा टॉर्पेडोंचं मुख्य लक्ष्य म्हणजे हा तळच तर होता. थोडक्यात, ट्रान्समिटिंग स्टेशनला सगळ्या बाजूंनी मृत्यूनं जणू वेढलेलं होतं...आणि तिच्या वरच्या एकामागून एक अशा ज्या हॅचेस होत्या, त्या एखाद्या स्फोटाच्या दणक्यानं कधीही लॉक होऊ शकत होत्या. मुळात अशीच कल्पना होती, की जहाजाचं काही मोठं नुकसान झालं, तर या सगळ्या मुद्दाम अवजड बनवलेल्या हॅचेस बंदच राहतील– खालच्या कंपार्टमेंट्समध्ये घुसलेलं पाणी वर येता कामा नये, यासाठी. आणि अर्थातच, ट्रान्समिटिंग स्टेशनमधल्या लोकांना ही गोष्ट माहीत होती.

"गुड इव्हिनिंग! सगळं काही ठीक चाललंय ना इथे?" व्हॅलेरीचा नेहमीसारखाच

शांत आवाज उगाचच फार मोठा वाटून गेला. दचकलेले, ताणानं ग्रासून गेलेले, पांढरेफटक पडलेले– आणि आश्चर्याचा धक्का बसलेले- सगळेच चेहरे एकदम आवाजाच्या दिशेनं वळले. निकोल्सच्या लक्षात आलं, की आपण इथे आल्याचे आवाज डेप्थ-चार्जेसच्या स्फोटांच्या आवाजांमध्ये झाकून गेले होते.

"बाहेरच्या आवाजांकडे फारसं लक्ष देऊ नका." व्हॅलेरीनं आश्वासक सुरात म्हटलं. "एक भटकी यू-बोट आहे, आणि *सिरस* गेलीय तिचा समाचार घ्यायला. देवाचे आभार माना, की तुम्ही इथे आहात; त्या यू-बोटीत नाही."

बाकीचं कोणीच काही बोललेलं नव्हतं. निकोल्स त्यांच्याकडेच बघत होता. त्याच्या लक्षात आलं, की व्हॅलेरीचा चेहरा आणि हातातल्या पेटलेल्या सिगारेटींकडे आळीपाळीनं बघत असलेल्या त्यांच्या नजरा शरमलेल्या दिसताहेत– सिगारेट ओढायला बंदी असताना स्वतः कॅप्टनसाहेबांनी सगळ्यांना 'रंगे हाथ' पकडल्याबद्दल.

"वरच्या मुख्य टॉवरकडून काही रिपोर्ट आले का, ब्रिअर्ली?" व्हॅलेरीनं तिथल्या मुख्य ऑफिसरला विचारलं. रूममधला ताण त्याला जाणवलेला असलाच, तर त्यानं तिकडे दुर्लक्ष केलेलं दिसत होतं.

"नाही, सर. काहीच नाही. वर सगळं शांत दिसतंय."

"व्हेरी गुड!"

व्हॅलेरीनं हसून म्हटलं. "काहीच बातमी नाही म्हणजे सगळं ठीक असणार असं म्हणायला हरकत नाही!" खिशात हात घालून त्यानं सिगारेट केस काढली आणि ब्रिअर्लीसमोर उघडून धरली. "सिगारेट? तुला, निकोल्स?" त्यानं स्वतःही एक सिगारेट काढून घेतली, सिगारेटकेस परत ठेवून दिली, आणि जवळच्या गनरच्या पुढ्यात पडलेली एक काड्यांची पेटी सहज उचलली. गनरच्या चेहऱ्यावरचं आश्चर्य, सुखद धक्का, चेहऱ्यावर हळूहळू पसरलेलं स्मित, अभावितपणे तोंडातून आवाज न करता बाहेर पडलेला सुटकेचा निःश्वास, सगळं काही त्याच्या लक्षात आलं; पण त्यानं ते मुळीच चेहऱ्यावर दिसू दिलं नाही.

तेवढ्यात डेप्थ-चार्जेसचे आणखी स्फोट झाले, आणि त्या प्रचंड ठणठणाटात, सिगारेटचा धूर छातीत पोचल्यावर व्हॅलेरीला आलेली खोकल्याची जोरदार उबळ बुडून गेली. फक्त तोंडाशी धरलेला ओला टॉवेल आणखी ओला आणि लालभडक झाला, त्यामुळे त्याची अवस्था बाकीच्यांच्या लक्षात आली. आवाज थांबल्यावर त्यानं काळजीनं वर बघितलं.

"बाप रे! काय हे आवाज! इथे सारखं असंच वातावरण असतं का रे?"

ब्रिअर्ली फिकट हसला. "कमी-जास्त प्रमाणात असंच असतं, सर. बहुधा जास्त प्रमाणातच."

व्हॅलेरीनं ट्रान्समिटिंग स्टेशनमधल्या लोकांवरून एक नजर फिरवली, आणि

पुढच्या दिशेनं मानेनं निर्देश केला.

"तिकडे पुढे 'बी' मॅगझिन आहे, हो ना?"

"हो, सर."

"आणि तुमच्या आजूबाजूला इंधनाच्या मोठमोठ्या टाक्या आहेत ना?"

ब्रिअर्लीनं मान डोलावली. सगळ्यांच्या नजरा व्हॅलेरीवर खिळलेल्या होत्या.

"आय सी! खरं सांगू का, मला आपलं माझंच काम ठीक आहे...तू काहीही दिलंस तरी तुझं काम नको मला!...निकोल्स, आपण जरा वेळ इथंच थांबू. शांतपणे आपल्या सिगारेटी संपवू. शिवाय," तो हसला.

"इथून बाहेर पडल्यावर आपण देवाचे आभार किती जास्त मनापासून मानू, याचा विचार कर जरा!"

ते आणखी पाच मिनिटं तिथे थांबले. व्हॅलेरीनं ब्रिअर्ली आणि त्याच्या माणसांशी शांतपणे गप्पा मारल्या. शेवटी सिगारेट विझवून त्यानं सगळ्यांचा निरोप घेतला, आणि ते दाराकडे निघाले.

"सर!"

त्या हाकेनं तो दाराशी थबकला. त्यानं ज्याची काड्याची पेटी घेतली होती, तो गनर त्याला हाक मारत होता.

"यस? काय झालं?"

"सर, मला वाटतं तुम्ही हा माझा टॉवेल घ्यावा." गनरनं हातातला स्वच्छ पांढरा टॉवेल पुढे केला.

"कारण तुमचा टॉवेल...अं...जरा-"

"थँक्यू." व्हॅलेरीनं जराही आढेवेढे न घेता तो टॉवेल घेतला.

"थँक्स व्हेरी मच." पीटरसेन आधार देत असूनही मधलं बरंच मोठं अंतर चढून वरच्या डेकवर पोचेपर्यंत व्हॅलेरीची अवस्था दयनीय झालेली होती. त्याच्या अंगात अजिबातच ताकद उरलेली नव्हती. "सर, हे म्हणजे फार झालं! हा तर वेडेपणा आहे!" निकोल्सला त्याची मनोमन काळजी वाटत होती. "सॉरी, मी असं बोललो त्याबद्दल, पण– सर, तुम्ही ताबडतोब कमांडर ब्रुक्सना भेटलं पाहिजे. प्लीज!" "हो, चल." व्हॅलेरीनं खोल आवाजात म्हटलं. "तसंही आता आपल्याला तिकडेच जायचंय." तिथून जेमतेम दहा पावलांवर सिक बेचं दार होतं. व्हॅलेरीनं सांगितलं की, आपल्याला ब्रुक्सला एकट्यानंच भेटायचंय. थोड्या वेळानं तो ऑपरेशन रूममधून बाहेर आला, तो बराचसा ताजातवाना होऊनच. त्याच्या चेहऱ्यावर हास्य होतं, आणि ब्रुक्सही हसत होता. व्हॅलेरी बाहेर गेल्यावर निकोल्स जरा मागे रेंगाळला. "त्यांना काही दिलंत का, सर?" त्यानं विचारलं. "ते तर स्वतःच स्वतःला मारताहेत!"

“हो, त्यांनी काहीतरी घेतलं, पण फार नाही.” ब्रुक्स हळूच हसला. “ते स्वतःच स्वतःला मारताहेत, हे मलाही माहीतंय, आणि त्यांना स्वतःलाही माहीतंय. पण का, ते त्यांना माहीतंय आणि मलाही माहीतंय, आणि मला ते माहीतंय हेही त्यांना माहीतंय. एनी वे, आता त्यांना पुष्कळच बरं वाटतंय. त्यामुळे काळजी करू नकोस, जॉनी!”

सिक बेच्या बाहेरची शिडी चढून निकोल्स वर जाऊन व्हॅलेरी आणि बाकीच्यांची वाट बघत थांबला. व्हॅलेरी आणि बाकीचे लोक मधल्या काळात टेलिफोन एक्स्चेंजला आणि नंबर १ लो पॉवर रूमला भेट देऊन आले होते. ते वर आले, तेव्हा निकोल्स थोडा बाजूला सरकून थांबला; पण वर आल्याबरोबर व्हॅलेरीनं त्याचा हात धरला आणि त्याला पुढे, टॉर्पेडो ऑफिसच्या पलीकडे घेऊन गेला. मध्ये दिसलेल्या कार्स्लेककडे बघून त्यानं नुसतीच मान डोलावली. कार्स्लेक त्या वेळी एका डॅमेज कंट्रोल गटाचा मुख्य होता. अजूनही त्याचा चेहरा बँडेजमध्ये झाकलेला होता. त्यानं व्हॅलेरीकडे डोळे मोठे करून एकदम विचित्र नजरेनं एकटक बघितलं. त्याच्या नजरेत व्हॅलेरीला ओळखल्याची कोणतीही खूण नव्हती. व्हॅलेरी किंचित घुटमळला, आणि स्वतःशीच मान हलवून निकोल्सकडे बघत हसला. “मेडिकल डिपार्टमेंटची गुप्त बैठक झालेली दिसतेय, हो ना?” त्यानं विचारलं. “असू दे, निकोल्स, आणि काळजी करू नकोस. काळजी मला केली पाहिजे, तुला नाही.”

“असं? का, सर?”

व्हॅलेरीनं पुन्हा मान हलवली. “गन टरेट्समध्ये रम सापडली, ट्रान्समिटिंग स्टेशनमध्ये सिगारेटी, आणि आता ‘लायसॉल’ च्या बाटलीत सुरेख, मॅच्युअर झालेली व्हिस्की सापडली. कमांडर ब्रुक्स मला ‘पॉयझन’ देणार होता – आणि काय मस्त ‘पॉयझन’ होतं ते! खरंच मेलो असतो तरी हरकत नव्हती! आणि तुझ्या खासगी मालावर डल्ला मारल्याबद्दल ब्रुक्सनं तुझी माफी मागितलीय.”

निकोल्स एकदम शरमिंदा झाला. त्याचे गाल लाल झाले, तो अडखळत काही बोलणार, इतक्यात व्हॅलेरीनं त्याला मध्येच अडवलं.

“जाऊ दे रे, पोरा, जाऊ दे. काय फरक पडतो? पण मला आता प्रश्न पडलाय, की आता आणखी काय सापडणार आहे या जहाजावर? कॅप्टन फ्लॅटमध्ये अफूच्या गोळ्या, की ‘बी’ टरेटमध्ये कॅब्रे डान्सर्स?”

पण त्यांना या दोन्ही ठिकाणी, किंवा बाकी कुठेही काहीच सापडलं नाही– प्रचंड थंडी, हाल, भूक आणि थकवा सोडून. नेहमीप्रमाणेच ते– किंवा विशेषतः स्वतः व्हॅलेरी– आल्यामुळे त्या त्या ठिकाणच्या सगळ्याच माणसांना मात्र खूपच बरं वाटल्याचं निकोल्सच्या लक्षात आलं. पण आता त्यांची स्वतःचीच अवस्था एकदम वाईट झालेली होती, हेही त्याच्या लक्षात आलं. त्याचे स्वतःचे पाय जणू

रबराचे झालेले होते, सतत काकडत असल्यामुळे तो भयंकर थकलेला होता. पण इतक्या आजारी असलेल्या आपल्या कॅप्टनसाहेबांना मात्र पाहणी चालू ठेवण्यासाठी कुठून ताकद मिळतेय, हे त्याच्या समजण्यापलीकडचं होतं. फार कशाला, अचाट ताकदीच्या पीटरसेनच्याही हालचाली जरा मंदावलेल्या होत्या, पण ते व्हॅलेरीला सारखं उचलून घेतल्यामुळे नव्हे, तर इतक्या दारांच्या आणि हॅचेसच्या गोठून घट्ट बसलेल्या पिन्स ठोके मारून काढल्या-लावल्यामुळे.

'ए' टरेटमधून बाहेर पडून वर चढून आल्यावर निकोल्स तिथल्या एका भिंतीला टेकून धापा टाकत उभा राहिला. त्यानं मोठ्या आशेनं व्हॅलेरीकडे बघितलं. काय ते व्हॅलेरी त्याच्या नजरेवरून समजला, आणि मान हलवत हळूच हसला.

"आता इतक्या ठिकाणी जाऊन आलो आहोत, तर एकदाचं आपलं काम संपवून तरी टाकू या, पोरा. आता फक्त कॅप्स्टन फ्लॅटमध्ये जायचं बाकी राहिलंय. मला वाटतं तिथे कोणीच नसेल, पण एकदा नुसतं जाऊन तरी बघू या."

कॅप्स्टन फ्लॅटच्या मधोमध असलेल्या अवजड यंत्रसामग्रीला वळसा मारून ते पुढे बॅटरी रूम, सेलमेकर्स शॉप, इलेक्ट्रिकल वर्कशॉपवरून पुढे गेले, आणि पेंटर्स शॉपच्या कुलूप लावलेल्या दाराशी जाऊन थांबले. जहाजातलं हे सगळ्या पुढच्या बाजूला असलेलं कंपार्टमेंट होतं.

व्हॅलेरीनं हात पुढे करून दाराला स्पर्श केला, आणि किंचित हसून तो मागे वळला. कोठडीच्या दारावरून पुढे जाताना सहजच त्यानं सहजच दारातली छोटी खिडकी उघडली, आत जेमतेम एक कटाक्ष टाकून ती बंद केली आणि तो पुढे निघाला. मग काहीतरी जाणवून तो अचानक जागेवर थांबला, आणि त्यानं पुन्हा ती खिडकी एकदम सताड उघडली.

"काय चाललंय हे – कोण आहे – राल्स्टन! तू काय करतोयस इथे?" तो ओरडला.

राल्स्टननं एक स्मित केलं– खिडकीवरच्या जाडजूड प्लेट ग्लासमधूनही स्पष्ट दिसत होतं, की त्याचं स्मित खुशीनं केलेलं नव्हतं. ते त्याच्या निळ्या डोळ्यांपर्यंतही पोचलं नाही. त्यानं खिडकीच्या जाळीकडे बोट दाखवत आपल्याला ऐकू येत नसल्याची खूण केली.

चिडून व्हॅलेरीनं ती जाळी उघडली. "तू काय करतोयस इथे, राल्स्टन?" व्हॅलेरीनं दरडावून विचारलं. त्याच्या भुवया रागानं लाल झालेल्या डोळ्यांवर वाकलेल्या होत्या. "तू कोठडीत– आणि आत्ता, या वेळी कसा? बोल, बोल लवकर!"

निकोल्सनं आश्चर्य वाटून त्याच्याकडे बघितलं. कॅप्टनसाहेब, आणि रागावलेले? असं कधीच बघितलेलं काय, ऐकिवातही नाही! आत्ता या वेळी आपण काही बोललो तर आपल्यावरही बरसतील ते, त्यानं मनात म्हटलं, आणि गप्प राहायचं ठरवलं.

“मला इथे बंद करून ठेवलं, सर.”

राल्स्टनचे शब्द अगदी सहज आलेले होते, पण त्याच्या बोलण्याच्या पद्धतीवरून सहज समजत होतं, की तो ‘हा काय बावळटपणाचा प्रश्न झाला’ असंच म्हणत होता. ते जाणवून व्हॅलेरीचेही गाल थोडे लाल झाले. “कधी?”

“आज सकाळी १०.३० वाजता, सर.”

“कोणी केलं?”

“मास्टर-ॲट-आर्म्सनी, सर.”

“कुणाच्या सांगण्यावरून?” व्हॅलेरीनं आणखीच संतापून विचारलं.

राल्स्टन काही न बोलता त्याच्याकडे काही क्षण एकटक बघत राहिला. त्याचा चेहरा निर्विकार होता. “तुमच्या, सर.”

“माझ्या?” व्हॅलेरीनं अविश्वासानं म्हटलं. “तुला कैदेत टाक असं मी त्याला कधीच सांगितलं नाही!”

“पण टाकू नकोस असंही सांगितलं नाहीत, सर.” राल्स्टननं शांतपणे म्हटलं. व्हॅलेरीचा चेहरा एकदम वाकडातिकडा झाला. ‘हे मात्र राहूनच गेलं आपल्याकडून.’ त्याला मनोमन वाईट वाटलं.

“तुझं रात्रीचं ॲक्शन स्टेशन कुठाय?” त्यानं जोरात विचारलं.

“डाव्या बाजूच्या टॉर्पेडो ट्यूब्स, सर.” फक्त उजवीकडच्या ट्यूब्सवर माणसं का होती, हे आता कुठे व्हॅलेरीच्या लक्षात आलं.

“आणि ॲक्शन स्टेशन्स चालू असताना तुला इथेच का ठेवण्यात आलंय? याला सक्त मनाई आहे, हे माहीत नाही का तुला?”

“माहीतंय, सर.” पुन्हा तेच थंड स्मित. “मला माहीतंय, पण मास्टर-ॲट-आर्म्सचं काय? त्यांना माहीतय का?” थोडं थांबून तो पुन्हा हसला. “किंवा कदाचित ते विसरले असतील.”

“हार्टले!” व्हॅलेरीनं स्वतःला सावरत फोन उचलला. त्याचा आवाज गंभीर होता. “मास्टर-ॲट-आर्म्स हेस्टिंग्जला पाठवा इकडे ताबडतोब! आणि त्याला म्हणावं किल्ल्या घेऊनच ये!” त्याच क्षणी त्याला खोकल्याची जोराची उबळ आली. तोंडातून आलेलं रक्त टॉवेलला पुसत त्यानं परत राल्स्टनकडे बघितलं. “सॉरी, माय बॉय. जे घडलं ते घडायला नको होतं.” त्यानं सावकाश म्हटलं. “मनापासून माफी मागतो तुझी.”

“तो टँकर कसा आहे?” राल्स्टननं हळूच विचारलं.

“काय? काय म्हणालास?” एकदम विषय बदलल्यामुळे व्हॅलेरी जरा गडबडला. “कुठला टँकर?”

“आज सकाळी नुकसान झालं ना, तो टँकर, सर.”

"तो आहे अजून आपल्याबरोबर." व्हॅलेरीला अजून नीट समजत नव्हतं. "पण बराच पाण्याखाली गेलाय. पण तू का विचारतोयस? काही खास कारण?"

"सहज कुतुहलानं विचारलं, सर." राल्स्टन कोरडं हसला, पण आता त्या हास्यात मोकळेपणा होता. "तुम्हाला –"

इतक्यात रात्रीच्या त्या शांत वातावरणाला भेदून एक प्रचंड दबका स्फोट झाला, तसा तो मध्येच बोलायचं थांबला. त्या स्फोटाच्या दाबाच्या लाटेनं *युलिसिस* एकदम उजव्या बाजूला कलली. व्हॅलेरी एकदम धडपडला. तो खालीच पडला असता, पण तेवढ्यात पीटरसेनच्या बळकट हातानं आधार देऊन त्याला सावरलं. व्हॅलेरीनं दुःखानं निकोल्सकडे बघितलं. हा आवाज सगळ्यांच्या चांगलाच परिचयाचा होता.

निकोल्सनंही त्याच्याकडे बघितलं. या इतक्या आजारी माणसाच्या मागे ही नवीन एक कटकट आली, म्हणून त्याला मनोमन वाईट वाटलं. व्हॅलेरीच्या नजरेत त्याला जे काही दिसलं, त्याला मोठ्या अनिच्छेनं दुजोरा देत त्यानं म्हटलं, "तुमची भीती खरी आहे, सर. टॉर्पेडोच होता तो. कुणाचातरी बळी गेला बहुतेक."

"कुणाला ऐकू येतंय का तिकडे?" कॅप्टन फ्लॅटवरच्या स्पीकरचा आवाज स्फोटानंतरच्या त्या गंभीर शांततेत फारच मोठा वाटत होता. "कुणाला ऐकू येतंय का तिकडे? कॅप्टनना ब्रिजवर यायला सांगा. अर्जंट. कॅप्टनना ब्रिजवर यायला सांगा. अर्जंट. कॅप्टनना ब्रिजवर यायला सांगा. अर्जंट..."

शुक्रवारची संध्याकाळ

कमरेत एकदम वाकलेल्या कॅप्टन व्हॅलेरीनं फोरकॅसल डेकवर घेऊन जाणाऱ्या शिडीचा कठडा हातानं घट्ट पकडला. काहीही करून काळ्याभोर पाण्यावरून पलीकडचं बघायचा त्यानं प्रयत्न केला, पण त्याला काहीच दिसेना. काळ्याकुट्ट, रक्ताळलेल्या धुक्याचा एक प्रचंड पूर त्याच्या डोळ्यांमधून जोरानं आत गेला, त्याच्या डोळ्यांसमोर डोळे दिपवून टाकणारा प्रकाश पसरला, आणि त्याला काहीही दिसेनासं झालं. फुप्फुसांना पिळवटून टाकणाऱ्या मोठमोठ्या धापा त्याच्या तोंडातून बाहेर पडत होत्या. त्याच्या खालच्या बरगड्यांवर जणू कुणीतरी मणामणांचं ओझं टाकल्यासारखं त्याला वाटत होतं. आत खोलवर कुठेतरी त्याला अंधूकशी जाणीव झाली, की आपण आत्ताच जे धडपडत, अडखळत इथे पळत आलो, त्यामुळेच हे सगळं होतंय. आत्ता आपण जवळजवळ मेलोच होतो. आता यापुढे मात्र फार काळजी घेतली पाहिजे...

हळूहळू त्याला परत पहिल्यासारखं दिसू लागलं, पण डोळ्यांसमोर तो डोळे दिपवून टाकणारा प्रकाश अजूनही होताच. बाप रे! त्यानं मनात म्हटलं. या इतक्या झगझगीत प्रकाशात तर एखाद्या आंधळ्या माणसालासुद्धा सगळं काही स्पष्ट दिसलं असतं. हळूहळू त्याला जवळजवळ पाण्यात पूर्ण बुडालेल्या टँकरची आकृती दिसू लागली– इतकी अस्पष्ट की, ती जणू कल्पनेतच असावी – आणि मग आकाशात कित्येक फूट उंच चढत असलेल्या ज्वाळा दिसू लागल्या : आताचा टॉर्पेडो लागलेल्या त्या जहाजाच्या मध्यभागातून बाहेर पडत असलेल्या प्रचंड धुराच्या लोटांमधून या ज्वाळा बाहेर निघत होत्या. ते जहाज जवळजवळ अर्धा मैल दूर होतं, तरीही त्या भडकलेल्या ज्वाळांचा प्रचंड फरफराट इथेसुद्धा असह्य होत होता. प्रचंड धक्का बसलेला व्हॅलेरी ते सगळं दृश्य बघत होता. त्याच्या मागे उभ्या असलेल्या निकोल्सच्या तोंडातून शिव्यांची फैर निघत होती.

पीटरसेननं आपल्या दंडावर हात ठेवल्याचं व्हॅलेरीला जाणवलं. "सर, तुम्हाला वर ब्रिजवर जायचंय का?" पीटरसेननं हळूच विचारलं.

"जरा थांब, पीटरसेन. थोड्या वेळानं जाऊ." त्याचं डोकं परत काम करू

लागलेलं होतं. चाळीस वर्षांच्या अनुभवानं तयार झालेली त्याची नजर आपोआपच क्षितिजावरून फिरू लागली. गंमतच आहे, त्यानं मनात म्हटलं, तो जळत असलेला टँकर – *क्वायचुराच* असला पाहिजे तो – त्या धुरानं जवळजवळ दिसतच नाहीय: धुरात झाकला गेला असला पाहिजे तो. पण काफिल्यातली बाकीची जहाजं – पांढरी शुभ्र, भुतांसारखी दिसणारी जहाजं – मात्र अगदी स्पष्ट दिसताहेत त्या आगीच्या प्रकाशात, आगीच्या प्रकाशाची तीव्रता इतकी प्रचंड होती, की आकाशातल्या ताऱ्यांचं तेजही त्यामुळे फिकटलेलं दिसत होतं.

काही क्षणांनी त्याला जाणवलं, की निकोल्स आता शिव्यांचा भडिमार करत नाहीये; तो आपल्याशी बोलतोय.

"तो टँकरच जळतोय ना, सर? मग आपल्याला एखादा आडोसा शोधायला नको का? त्या दुसऱ्या टँकरचं काय झालं, आठवतंय ना?"

"कुठल्या?" व्हॅलेरीचं त्याच्या बोलण्याकडे फारसं लक्ष नव्हतं.

"*कोशेला*चं. दोन-चार दिवस झाले, मला वाटतं – ओ नो, आजच सकाळी घडलं ते!"

"टँकर्सचा बहुधा एक प्रचंड स्फोट होतो, निकोल्स." व्हॅलेरी जणू दूरवर कुठे तरी उभा राहून वर्णन करत होता. "पण त्यांना जर नुसती आग लागली, तर ते बराच वेळ पाण्यावर राहू शकतात. टँकर्स सहज मरत नाहीत, पोरा. जिथे इतर जहाजं सहज बुडतात, तिथे ते पाण्यावरच तरंगत रहातात."

"पण या टँकरला तर एखाद्या घराएवढं प्रचंड भगदाड पडलेलं असेल!' निकोल्सनं म्हटलं."

"असेल ना." तो त्या टँकरवर नजर ठेवून होता; जणू काहीतरी घडण्याची वाट बघत होता. "या टँकर्समध्ये तरंगत रहाण्याची प्रचंड राखीव ताकद असते, आणि सोयही केलेली असते. मला वाटतं, टँकरमध्ये सील केलेल्या २७ टाक्या असतात, शिवाय पंप-रूम्स असतात, इंजिन-रूम्स असतात...टँकर आणखी तरंगत रहावा म्हणून त्याच्या तेलाच्या टाक्यांमध्ये कम्प्रेस केलेली हवा सोडण्याच्या 'नेल्सन' नावाच्या उपकरणाबद्दल कधी काही ऐकलं नाहीस का तू? कॅप्टन डडले मेसन आणि *ओहायो* टँकरची हकिगत ऐकली नाहीस का?..."

तो एकदम बोलायचं थांबला. जेव्हा त्यानं परत बोलायला सुरुवात केली, तेव्हा त्याच्या आवाजातला आतापर्यंतचा किंचितसा आळसटपणा कुठल्याकुठे नाहीसा झालेला होता. "मला वाटलंच होतं!" त्यानं एकदम उत्साहानं म्हटलं. "मला वाटलंच होतं! अरे, *क्वायचुरा* अजून चालतंय! अजून कोणाकडेतरी तिचा ताबा आहे! माय गॉड! ते बघ, ती अजून किमान १५ नॉट वेगानं चालतेय! पीटरसेन, ब्रिजवर चल, पटकन!" पुढच्याच क्षणी व्हॅलेरीचे पाय डेकवरून उचलले गेले,

आणि ब्रिजवर पोचून पीटरसेननं त्याला अलगद खाली ठेवलं, तेव्हाच ते परत डेकला लागले.

व्हॅलेरी अचानक अशा पद्धतीनं आलेला बघून कमांडर टर्नर दचकलाच. आगीच्या उजेडात चमकत असलेल्या टर्नरच्या चेहऱ्यावर त्याला बसलेला आश्चर्याचा धक्का बघून व्हॅलेरी हसला. जाडजूड भुवया असलेला टर्नर त्या विचित्र प्रकाशात एखाद्या चाच्यासारखा दिसत होता. 'या माणसानं ४०० वर्षांपूर्वी जन्म घ्यायला पाहिजे होता, त्याच काळात तो जास्त शोभला असता,' व्हॅलेरीच्या मनात उगाचच येऊन गेलं. पण साथीदार म्हणून अजोड आहे हा!

"जाऊ दे, कमांडर." व्हॅलेरी मोठ्यानं हसला. "ब्रुक्सला वाटलं की, मला एखाद्या लिफ्टची गरज आहे, म्हणून त्यानं याला निवडलं. हा स्टोकर पीटरसेन. जरा अतिउत्साही आहे, कुणाचंही ऐकायची खोड आहे याला; पण आत्ता मात्र माझ्यासाठी हा जणू देवदूतच आहे...पण माझं पुराण पुरे झालं." त्यानं त्या जळत्या टँकरकडे अंगठ्यानं निर्देश केला. आता त्या आगीचा रंग झगझगीत पांढरा झालेला होता. त्या आगीकडे आता सरळ बघणं शक्य होत नव्हतं. "त्या टँकरबद्दल काय म्हणणं आहे तुझं?"

"आपल्याला शोधणाऱ्या कोणत्याही जर्मन विमानासाठी किंवा बोटीसाठी हे तर चक्क दीपगृहच आहे." टर्नर गुरगुरला. "हे म्हणजे जणू आपण नेमके कुठे आहोत याचा आपणच शत्रूला सिग्नल पाठवण्यासारखं आहे."

"अगदी बरोबर बोललास." व्हॅलेरीनं मान डोलावली. "आणि शिवाय या टँकरला – *व्हायचुरा*ला – ज्या यू-बोटीनं उडवलं असेल, तिच्यासाठी अगदी सहज उडवण्यासारखी टार्गेट्स तयार झालीयत या आगीमुळे. काफिल्याला *व्हायचुरा*मुळे मोठा धोका निर्माण झालाय. पण काही म्हण – फार उत्कृष्ट नेम साधला त्या यू-बोटीनं – तेसुद्धा जवळजवळ पूर्ण अंधारात."

"ती बहुतेक अशीच एखादी भरकटलेली, एकटीच असलेली यू-बोट असावी. असल्या यू-बोटींचा शोध सतत घ्यायला आपल्याकडे पुरेशी जहाजं नाहीत. आणि मी लगेच बुडवलं तिला.'

"शाबास, कमांडर!" व्हॅलेरीनं प्रेमानं म्हटलं. त्यानं जळत असलेल्या *व्हायचुरा*कडे वळून एकदा नजर टाकली, आणि मग परत तो टर्नरकडे वळला. त्याचा मनाचा निर्धार झालेला होता. "तिला जावं लागेल, कमांडर." त्यानं गंभीरपणे म्हटलं.

टर्नरनं सावकाश मान डोलावली. "हो, तिला जावं लागेल."

"व्हायचुराच आहे ना ती?"

"हो. आज सकाळीही तीच शत्रूच्या तडाख्यात सापडली होती."

"तिचा कॅप्टन कोण आहे?"

“काहीच माहीत नाही.” टर्नरनं खांदे उडवत म्हटलं. “नंबर वन, पायलट? आपल्याबरोबरच्या जहाजांच्या माहितीची यादी कुठाय, काही माहीतय?”

“नाही, सर.”

कॅपॉक किडनं काहीसं अडखळत म्हटलं. असं कधी होत नसे. “ती यादी ॲडमिरलसाहेबांकडे होती. आता बहुधा ती खलास झाली असेल.”

“ए! असं का म्हणतोयस?” व्हॅलेरीनं जोरात विचारलं.

“आज दुपारी स्पायसरला – त्यांच्या पँट्री स्टुअर्डला – ते त्यांच्या बाथटबमध्ये भलीमोठी शेकोटी करताना दिसले. त्या धुरामुळे स्पायसर पार गुदमरून गेला होता.” कॅपॉक किडनं दु:खी स्वरात सांगितलं. “ॲडमिरलसाहेब म्हणत होते, की मी महत्त्वाचे कागदपत्र जाळतोय; ते शत्रूच्या हाती लागू नयेत म्हणून. बहुतांशी जुनी वर्तमानपत्रंच होती ती; पण मला वाटतं त्या याद्याही त्यात असल्या पाहिजेत.”

“अरेरे! बिचारे...” टर्नरनं अभावितपणे म्हटलं, पण एकदम त्याच्या लक्षात आलं, की आपण ॲडमिरलसाहेबांबद्दल बोलतोय. जीभ चावून तो एकदम थांबला. त्यानं खेदानं मान हलवली. “मी *केप हॅटेरास*वर फ्लेचरला सिग्नल पाठवून विचारू का?”

“नको, राहू दे.” व्हॅलेरीनं अस्वस्थपणे म्हटलं. “बेंटले – *व्हायचुरा*च्या कॅप्टनला सिग्नल पाठव : ‘ताबडतोब जहाजातून बाहेर पडा. आम्ही तुमचे जहाज बुडवणार आहोत.’” अचानक व्हॅलेरी अडखळला. त्यानं आधारासाठी चटकन टर्नरचा हात धरला.

“सॉरी.” त्यानं म्हटलं. “माझ्या पायांतली ताकद जातेय – नाही, गेलीच आहे.” आजूबाजूच्या काळजीत पडलेल्या चेहऱ्यांकडे बघून तो कोरडं हसला. “उगाच सोंग करण्यात अर्थ नाही. तुमच्या पायांनीच जर तुमच्याविरुद्ध बंड पुकारलं, तर सोंग तरी किती वेळ करणार? ओ गॉड, संपलो मी!”

“संपणारच. त्यात काय आश्चर्य?” टर्नरनं चिडून म्हटलं. “तुम्ही जसे स्वत:चे हाल करता ना, तसे मी एखाद्या पिसाळलेल्या कुत्र्याचेसुद्धा केले नसते. चला सर.”

“ॲडमिरलसाहेबांच्या खुर्चीवर बसा. चला लवकर. नाहीतर मी पीटरसेनला बोलावून तुमची उचलबांगडी करून तुम्हाला तिकडे न्यायला सांगेन.” या धमकीनं मात्र व्हॅलेरीचे आढेवेढे थांबले, आणि त्यानं मुकाट्यानं मान डोलावली. खुर्चीवर बसल्यावर, हातांना आणि पाठीला आधार मिळाल्यावर त्याला एकदम बरं वाटलं. त्यानं एक मोठा-थोरला निश्वास सोडला. त्याला भयंकर आजारी वाटत होतं, सबंध शरीर म्हणजे वेदनांचा एक समुद्र झालेलं होतं, मरणाची थंडी वाजत होती – पण त्याचबरोबर त्याला अभिमानही वाटत होता: टर्नरनं “तुम्ही खाली जा” असं कधी दूरूनही सुचवलं नव्हतं.

तेवढ्यात त्याला पाठीमागे दार जोरात उघडल्याचे, कोणीतरी बोलत असल्याचे आवाज ऐकू आले. लगेचच टर्नर त्याच्याशेजारी येऊन उभा राहिला.

''मास्टर-ॲट-आर्म्स हेस्टिंग्ज आलाय, सर. तुम्ही बोलावलं होतं त्याला?''

''हो, मीच बोलावलं होतं.'' व्हॅलेरी खुर्चीत बसल्याजागी मागे वळला. तो चिडलेला होता. ''इकडे ये, हेस्टिंग्ज!'' मास्टर-ॲट-आर्म्स हेस्टिंग्ज त्याच्यासमोर येऊन 'अटेन्शन'मध्ये उभा राहिला. नेहमीसारखाच त्याचा चेहरा मख्ख, निर्विकार होता; आगीच्या उजेडात तर तो अमानवीच वाटत होता.

''नीट ऐक, हेस्टिंग्ज.'' व्हॅलेरीला आगीच्या आवाजातून आपलं बोलणं ऐकू जाण्यासाठी बरंच मोठ्यानं बोलावं लागत होतं, आणि या अवस्थेत त्याला त्याचा फार त्रास होत होता. त्याला दम लागत होता. ''आत्ता मला तुझ्याशी बोलायला वेळ नाही. तू उद्या सकाळी मला येऊन भेट. त्याआधी, तू लीडिंग सीमन राल्स्टनची ताबडतोब सुटका करायची आहेस. त्यानंतर तू तुझ्या कामाचा चार्ज, तुझे पेपर आणि किल्ल्या रेग्युलेटिंग पेटी ऑफिसर पेरातकडे सुपूर्त करायच्या आहेस. तू तुझ्या अधिकारांचं उल्लंघन करायची ही दुसरी वेळ आहे. हा शुद्ध निर्लज्जपणा आहे, पण तिकडे दुर्लक्ष करण्यासारखं आहे. पण त्याचबरोबर तू एका माणसाला ॲक्शन स्टेशन्सच्या काळात त्याच्या कामावर जाऊ न देता कोठडीत बंद करून ठेवलंयस. तो कैदी पिंजऱ्यातल्या एखाद्या उंदरासारखा मेला असता. यापुढे तू *युलिसिस*चा मास्टर-ॲट-आर्म्स राहिलेला नाहीस. दॅट इज ऑल.''

जबर धक्का बसलेला हेस्टिंग्ज काही सेकंद तसाच ताठ उभा होता, पण नंतर मात्र त्याच्यातली कडक शिस्त गळून पडली. निर्विकारपणाचा मुखवटा नाहीसा होऊन त्या जागी एकदम क्षमायाचना आली. दयेची भीक मागत तो एकदम हात वर करून, गुडघे टेकून व्हॅलेरीसमोर बसला. ''म्हणजे मला काढून टाकताय तुम्ही? मला काढून टाकताय? पण सर, असं कसं करू शकता तुम्ही? तुम्ही एकदम तडकाफडकी असं नाही करू शकत...''

एकाएकी प्रचंड वेदना जाणवल्यामुळे तो चेहरा वाकडातिकडा करत बोलायचं थांबला. टर्नरनं त्याचं कोपर आपल्या पोलादी पकडीत पकडलेलं होतं.

''कॅप्टनसाहेबांनी काय करावं आणि काय नाही, हे तू नाही सांगायचं.'' टर्नर हळूच त्याच्या कानात कुजबुजला. ''तू ऐकलंस ना ते काय बोलले? मग फूट इथून!''

खांदे पाडून हेस्टिंग्ज निघून गेला. दार बंद झालं. कॅरिंग्टननं सहज स्वरात म्हटलं, ''*व्हायचुराव*रचं कोणीतरी डोक्याचा वापर करतंय – त्यानं त्याच्या ॲल्डिस लॅम्पवर लाल फिल्टर चढवलाय. नाहीतर आपल्याला काही दिसलंच नसतं.''

लगेचच ब्रिजवरचा ताण नाहीसा झाला. सगळ्यांच्या नजरा व्हायचुरावरच्या

आगीच्या लोळांच्या मागच्या बाजूला शंभर फुटांवर उघड-मीट करत असलेल्या लाल दिव्याकडे बघत होत्या. आगीच्या प्रचंड प्रकाशामुळे फिल्टर लावूनही दिवा जेमतेमच दिसू शकत होता. अचानक तो दिवा उघड-मीट करायचं थांबला. ''काय म्हणतोय तो, बेंटले?'' व्हॅलेरीनं लगेच विचारलं.

बेंटले उगाचच थोडं खाकरला. ''सर, सिग्नल असा आहे : आम्हाला बुडवताय? नुसता प्रयत्न केलात तरी तुम्हाला धडक देईन मी. इंजिन सुरक्षित आहे. आम्ही पुढे प्रवास करू शकू.'' व्हॅलेरीनं क्षणभर डोळे मिटून घेतले. ॲडमिरल टिंडॉलची अवस्था कशी झाली असती, अशा प्रसंगी पूर्वी त्याला काय वाटलं असेल, हे त्याच्या लक्षात आलं. त्यानं परत वर बघितलं. त्याचा निर्णय मनाशी पक्का झालेला होता.

''बेंटले, सिग्नल पाठव त्यांना : 'तुम्ही संपूर्ण काफिल्याला धोक्यात घालत आहात. ताबडतोब जहाजातून बाहेर पडा. पुन्हा सांगतो, ताबडतोब जहाजातून बाहेर पडा.''' तो टर्नरकडे वळला. ''त्या कॅप्टनच्या धैर्याला सॅल्यूट करतो मी. अरे, इतक्या प्रचंड पेट्रोल बॉम्बवर बसलाय तो, कोणत्याही क्षणी स्फोट होऊन सगळेजण खलास होऊ शकतील...गॉड, अशा माणसाला धमकावतोय मी! फार वाईट आहे रे हे, फार वाईट आहे!'

''हो, सर, मी समजू शकतो तुमची मन:स्थिती.'' टर्नरनं मऊ आवाजात म्हटलं. ''मला कल्पना आहे...*व्हायकिंग* काय करत असेल कोण जाणे आत्ता. आपल्याला एव्हाना तिच्याकडून काहीतरी समजायला हवं होतं, नाही?''

''त्यांना एक सिग्नल पाठव.'' व्हॅलेरीनं हुकूम सोडला. ''माहिती पाठवा म्हणावं.'' त्यानं मागे वळून टॉर्पेडो लेफ्टनंट कुठे दिसतो का, हे बघायचा प्रयत्न केला. ''मार्शल कुठाय रे?'' ''मार्शल?'' टर्नरला आश्चर्यच वाटलं. ''तो तर तिकडे सिक बेमध्ये आहे. जखमी आहे तो. त्याच्या चार बरगड्या मोडल्या होत्या, आठवतंय ना?''

''अरे हो, खरंच की!'' व्हॅलेरीनं स्वत:शीच मान हलवली. तो स्वत:वरच चिडला होता. ''आणि चीफ टॉर्पेडो गनरचा साथीदार – नोयेसच ना? – तो काल मारला गेला. मग व्हिकर्स?''

''तो फायटर डायरेक्शन रूममध्ये होता, सर.''

''हो, खरंच. फायटर डायरेक्शन रूममध्ये होता.'' व्हॅलेरीनं सावकाश परत म्हटलं. 'इतके लोक मेलेत, मरताहेत; मग माझंच हृदय अजून चालू कसं आहे?' त्यानं मनात म्हटलं. 'माझी हाडं गोठून गेलीयत, रक्त गोठतंय, माझं आख्खं शरीर म्हणजे बर्फाची एक भली मोठी लादी बनलंय...विचित्रच आहे...पण मी आता काकडत का नाहीय?'

''मीच करतो ते, सर.'' टर्नरच्या बोलण्यानं तो पुन्हा वर्तमानात आला. ''मीच ब्रिज

टॉर्पेडो कंट्रोल स्वत:कडे घेतो – चीनमध्ये असताना मी तिथला सगळ्यात वाईट टॉर्पेडो ऑफिसर होतो.'' तो किंचित हसला. ''कदाचित पूर्वीचं ते काम अजून आठवेल माझ्या हातांना.''

''थँक्यू.'' व्हॅलेरीनं सुटकेचा हलकासा निश्वास सोडला.

''आपल्याला हे काम *उजव्या* बाजूनं करावं लागेल. *डाव्या* बाजूचा सगळा कंट्रोल खलास झाला त्या मास्टमुळे...मी जाऊन ड्युमारेस्क* बघून येतो... ओ गॉड!'' अचानक त्याच्या हातानं व्हॅलेरीचा खांदा इतक्या जोरात पकडला, की व्हॅलेरी कळवळला. ''ॲडमिरलसाहेब, सर! ते येताहेत ब्रिजवर!''

अविश्वासानं व्हॅलेरीनं खुर्चीत मागे वळून बघितलं. टर्नर खरं तेच सांगत होता. ब्रिजच्या दारातून टिंडॉल आत येत होता. निश्चयानं पावलं टाकत तो त्याच्याच दिशेनं येत होता. ब्रिजच्या सावलीमुळे अंधारात बुडालेल्या भागातून येताना तो तरंगत येत असल्यासारखा वाटत होता. डोक्यावर कोणतीही कॅप वगैरे नसलेलं त्याचं उघडं डोकं, त्यावर अधूनमधून असलेले भुरभुरणारे पिकलेले केस, कमालीचा ओढलेला, खंगलेला चेहरा, अचानक वाकलेले, अंगावरच्या ऑइल स्किन कोटामुळे आणखीच अरुंद दिसणारे खांदे, या सगळ्या गोष्टी आगीच्या झगझगीत प्रकाशात एकदम उठून दिसत होत्या. कमरेखालचं मात्र काहीच दिसत नव्हतं. शांतपणे टिंडॉल ब्रिजवरून चालत आला, आणि व्हॅलेरीशेजारी येऊन वाट बघत थांबला.

टर्नरनं पुढे केलेल्या हाताच्या आधारानं व्हॅलेरी सावकाश खुर्चीवरून उतरला. गंभीर चेहऱ्यानं टिंडॉलनं त्याच्याकडे बघून मान डोलावली, आणि तो खुर्चीवर बसला. त्यानं शेजारी ठेवलेली दुर्बीण उचलून सावकाश क्षितिजाकडे बघायला सुरुवात केली.

सगळ्यात आधी ती गोष्ट टर्नरच्या लक्षात आली. ''सर! तुमच्या हातात ग्लोव्ह्ज घातलेले नाहीत, सर!''

''काय? काय म्हणालास तू?'' टिंडॉलनं दुर्बीण खाली ठेवून अविश्वासानं आपल्या रक्ताळलेल्या, बँडेज बांधलेल्या हातांकडे बघितलं. ''ओ! मला वाटतच होतं की, मी काही तरी विसरलोय. हे आता दुसऱ्यांदा झालंय. थँक्यू, कमांडर.'' टर्नरकडे बघून त्यानं एक स्मित केलं, आणि पुन्हा दुर्बीण उचलून तो क्षितिज न्याहाळू लागला. अचानक व्हॅलेरीला काहीतरी जाणवलं, आणि त्याच्या अंगातून एक शिरशिरी उठली – बाहेरच्या थंडीशी या शिरशिरीचा काहीही संबंध नव्हता.

---

* हे एक छोटंसं प्लॉटिंग टेबल होतं – आपल्या आणि लक्ष्य असलेल्या जहाजांचे वेग, दिशा वगैरे गोष्टींच्या माहितीच्या आधारे टॉर्पेडो कोणत्या दिशेनं, कसे सोडायचे याचं गणित या टेबलवर केलं जात असे

टर्नर क्षणभर हे असहायपणे बघत राहिला, आणि एकदम काहीतरी आठवून तो कॅपॉक किडकडे वळला. "पायलट! तुझ्या चार्टहाउसमध्ये ग्लोव्ह्ज बघितले होते, असं आठवतंय मला." "हो, सर. लगेच आणतो!" कॅपॉक किड घाईघाईनं निघून गेला.

टर्नरनं पुन्हा टिंडॉलकडे पाहिलं. "सर, तुमचं डोकं – तुमच्या डोक्यावर काहीच नाहीय. तुम्हाला एखादा डुफेल कोट आणून देऊ का, म्हणजे डोक्यावर हूड तरी येईल?"

"डुफेल कोट? हूड?" टिंडॉलनं गमतीनं विचारलं. "कशाला? मला मुळीच थंडी वाजत नाहीय...आता मी माझं काम करू का, कमांडर?" आणि त्यानं दुर्बिणीचा रोख थेट *व्हायचुरा*वरच्या आगीकडे वळवला. टर्नरनं पुन्हा त्याच्याकडे पाहिलं, मग व्हॅलेरीकडे पाहिलं, आणि किंचित घुटमळून तो मागच्या बाजूला चालत गेला.

ग्लोव्ह्ज घेऊन कॅपॉक किड परत येत असतानाच डब्ल्यूटीचा लाउडस्पीकर सुरू झाला. "डब्ल्यूटी – ब्रिज. डब्ल्यूटी – ब्रिज. *व्हायकिंग*कडून सिग्नल आलाय : 'शत्रू दिसेनासा झालाय. शोध चालू ठेवत आहे.'"

"शत्रू दिसेनासा झाला!" व्हॅलेरीनं मोठ्यानं म्हटलं. हे म्हणजे फारच वाईट झालं! या एवढ्या अथांग पसरलेल्या समुद्रात, तिकडे कुठेतरी एक यू-बोट आहे, ती दिसत नाहीय, आणि आख्खा एफआर ७७ काफिला या आगीच्या झगझगीत उजेडात सगळीकडून स्पष्ट दिसतोय – स्टेजवर स्पॉट लाइटमध्ये आल्यासारखा. आणि शत्रू दिसत नाहीय म्हटल्यानंतर त्याला मारणार तरी कसं? आता कोणत्याही क्षणी...

तो एकदम मागे वळला, आणि एकदम गरगरल्यासारखं होऊन त्यानं चटकन कठड्याला धरलं. आपण किती भयंकर अशक्त झालो आहोत, हेच तो क्षणभर विसरला होता. शिवाय संपूर्ण ब्रिजच तिरका झाल्यामुळे आपल्या शरीराच्या समतोलावर किती परिणाम झालाय, हेही तो विसरला होता.

"बेंटले! *व्हायचुरा*चं काही उत्तर आलंय की नाही?"

"नाही, सर." बेंटलेलाही व्हॅलेरीसारखीच काळजी वाटत होती. घाई करायला हवी, हे त्यालाही समजत होतं. "कदाचित त्याची पॉवर गेलेली असेल – नाही, नाही, तो तिकडे दिसतोय मला, सर!"

"कॅप्टनसाहेब –"

"व्हॅलेरीनं मागे वळून बघितलं." "काय झालं, कमांडर? आणखी एखादी वाईट बातमी नाहीय ना?"

"सॉरी, सर! उजव्या बाजूच्या टॉर्पेडो ट्यूब्स फिरत नाहीयेत – एकदम घट्ट

बसल्या आहेत जागेवर.''

"ट्यूब्स फिरत नाहीयेत?'' व्हॅलेरीनं काहीसं चिडून म्हटलं. "त्यात नवीन काय आहे? बर्फामुळे घट्ट बसल्या असतील. ते बर्फ काढून टाका, उकळतं पाणी ओता, ब्लोलॅम्प वापरा, इतके उपाय आहेत त्यासाठी, ते वापरा –

"सॉरी, सर.'' टर्नरनं निराशेनं मान हलवली. "ते कारण नाही याचं. रॅक आणि टर्नटेबल वाकलंय. एखाद्या गोळ्यामुळे झालं असणार हे – कारण काही असो, ट्यूब्स फिरत नाहीयेत हेच खरं.''

"ठीक आहे.'' व्हॅलेरीनं अस्वस्थपणे म्हटलं. "मग डावीकडच्या ट्यूब्स वापराव्या लागतील.''

"पण त्यासाठी ब्रिजवरून वापरायचा कंट्रोलच खलास झालाय.'' टर्नरनं म्हटलं. "पण डाव्या ट्यूब्सच्या जागेवरचा कंट्रोल वापरला तर?''

"हो, काहीच हरकत नाही, नाही का?'' व्हॅलेरीनं जोरात विचारलं. "टॉर्पेडो चालवणाऱ्या लोकांचं तेच तर काम असतं. मला वाटतं, अजून इथून त्यांच्याशी बोलता येतंय आपल्याला – त्यांना तयार रहायला सांग.''

"हो, सर.''

"आणि टर्नर?''

"सर?''

"आय ॲम सॉरी.'' व्हॅलेरी हसला. "गाइल्स म्हणतो तसा मीही म्हातारा झालोय रे! काही वेडंवाकडं बोललो तर प्लीज सांभाळून घे.''

टर्नरनं सहानुभूतिपूर्वक स्मित केलं. लगेच त्यानं पुढच्या दिशेनं मानेनं निर्देश केला. "ते कसे आहेत, सर?'' व्हॅलेरी काही क्षण त्याच्याकडे एकटक बघत राहिला, आणि त्यानं कळेल न कळेल इतकी आपली मान नकारार्थी हलवली. टर्नरनं निराशेनं मान डोलावली आणि तो निघून गेला.

"काय म्हणतोय तो, बेंटले?''

"सगळं पूर्णपणे नीट समजलं नाही, सर. सॉरी.'' बेंटलेनं म्हटलं. "तो म्हणतोय की तो *व्हायचुरा*ला काफिल्यामधून वेगळं काढेल आणि एकट्यानं पुढे जाईल.''

एकट्यानं पुढे जायचं, हे काही या प्रॉब्लेमवर उत्तर नव्हे, हे व्हॅलेरीला माहीत होतं. अजून कित्येक तास त्याचं जहाज जळत राहील, आणि ते शत्रूला आपण कुठे आहोत हे दाखवत राहील – तो वेगळ्या मार्गानं गेला तरीही. पण एकट्यानं पुढे जायचं? त्याला काहीही संरक्षण नाही, पूर्णपणे जायबंदी झालाय तो टँकर, आगीत जळतोय – आणि मुरमान्स्कला पोचायचं म्हणजे अजून निदान हजारभर मैल जावं लागेल. आणि त्यात अजून किती संकटांना तोंड द्यावं लागेल, देवच जाणे! हे सगळे

धोके उघड्या डोळ्यांनी पतकरून जायचं म्हणतोय तो कॅप्टन! धन्य आहे त्याच्या जिद्दीची! व्हॅलेरीनं क्षणभर डोळे मिटून घेतले – अशा माणसाला आणि त्याच्या जहाजाला खलास करावं लागतंय आपल्याला!

अचानक तेवढ्यात टिंडॉल बोलला.

"*डावी*कडे, ३० अंश!" त्यानं हुकूम सोडला. त्याचा आवाज चांगला स्पष्ट होता, आणि त्यामधून त्याचा अधिकार प्रतीत होत होता. व्हॅलेरी निराशेनं जागेवरच थिजला. *डावी*कडे ३० अंश? असे जर आपण गेलो तर आपण थेट *व्हायचुरा*वरच जाऊन आदळू!

दोन क्षण कोणीच काही बोललं नाही, नंतर वॉचवरचा मुख्य अधिकारी असलेल्या कॅरिंग्टननं स्पीकिंग-ट्यूबजवळ तोंड नेलं आणि "*डावी*कडे, ३० अंश!" असं परत म्हटलं. व्हॅलेरीनं त्याच्या रोखानं एक पाऊल टाकलं, पण कॅरिंग्टन स्पीकिंग-ट्यूबकडे बोट दाखवत असल्याचं बघून तो थांबला. त्यानं स्पीकिंग-ट्यूबच्या माउथपीसमध्ये एक ग्लोव्ह कोंबलेला होता.

"दिशा बरोबर मधोमध आणा!"

"दिशा बरोबर मधोमध आणली, सर!"

"आता असंच पुढे चला. कॅप्टन?"

"सर?"

"त्या उजेडाचा फार त्रास होतोय मला." टिंडॉलनं तक्रारीच्या सुरात म्हटलं. "ती आग विझवून नाही का टाकता येणार?"

"आपण प्रयत्न करून बघू, सर." व्हॅलेरी चालत त्याच्यापाशी गेला, आणि त्यानं मृदुपणानं म्हटलं, "सर, तुम्ही फार थकलेले दिसताय. तुम्ही खाली जाऊन विश्रांती का घेत नाही?"

"काय! खाली जाऊ? मी?"

"हो, सर. आम्हाला तुमची गरज वाटली तर आम्ही तुम्हाला निरोप पाठवू." त्यानं हळूच म्हटलं. टिंडॉलनं थोडा विचार केला, आणि मग निश्चयानं मान हलवली. "नको, डिक. तू इतका आजारी असताना तुला काम करायला लावणं..." त्याचा आवाज कमीकमी होत गेला आणि तो काहीतरी पुटपुटला. ते शब्द 'ॲडमिरल टिंडॉल' असे असावेत असं व्हॅलेरीला वाटलं, पण त्याला नक्की सांगता येईना.

"काय म्हणालात, सर? मला नीट ऐकू –"

"काही नाही!" टिंडॉलनं एकदम म्हटलं. त्यानं *व्हायचुरा*कडे बघितलं, आणि आपल्या डोळ्यांवर एकदम हात ठेवून तो वेदनेनं कळवळला. व्हॅलेरीनंही चटकन एक पाऊल मागे होत आपले डोळे अगदी बारीक करून तिकडे पाहिलं: *व्हायचुरा*वर

अचानक एक प्रचंड, डोळे दिपवून टाकणारा आगीचा डोंब उसळलेला होता.

जवळजवळ लगेचच स्फोटाचा प्रचंड आवाज त्यांच्या कानांवर जोरानं आदळला, आणि त्या आवाजाच्या लाटेनं सगळे जण हेलपाटले. *व्हायचुरा*वर तिच्या इंजिनरूमच्या अगदी जवळ आणखी एक टॉर्पेडो आदळलेला होता, आणि तिला तिथे आणखी एक नवीन, प्रचंड आग लागलेली होती. फक्त जहाजाच्या मध्यावर असलेल्या ब्रिजवरच काय तो धूर किंवा ज्वाळा दिसत नव्हत्या. त्या धक्क्याच्या क्षणातही व्हॅलेरीच्या मनात येत होतं, ‘‘आता ती लवकरच बुडणार. आता काही ती फार वेळ टिकाव धरणं शक्य नाही.’’ पण त्याही अवस्थेत त्याला आतून जाणवत होतं, की आपण आपल्यालाच फसवतोय, आपल्याला घ्यावा लागणारा कटू निर्णय टाळतोय. त्यानं निकोल्सला सांगितलं होतं, तसे टँकर्स सहज बुडत नाहीत, त्यांना अत्यंत यातनामय मरण येतं. बिचारे! बिचारा गाइल्स! काहीच कारण नसताना हा आणखी एक विचार त्याच्या मनात चमकून गेला. बिचारा गाइल्स.

तो मागच्या बाजूला, डावीकडच्या दारापाशी गेला. तिथे टर्नर प्रचंड संतापानं टेलिफोनमध्ये ओरडत होता. ‘‘काय वाटेल ते झालं तरी तू तुला सांगितलेलं काम करायचंयस, समजलं? त्याला ताबडतोब बाहेर काढ! हो, ताबडतोब!

व्हॅलेरीला आश्चर्यच वाटलं. त्यानं हळूच त्याच्या दंडाला स्पर्श केला. ‘‘काय झालं, कमांडर?’’

‘‘काय निर्लज्ज आहे! मी काय करायचं हे मलाच सांगतोय लेकाचा!’’

‘‘हो, पण कोण?’’

‘‘तो ट्यूबजवर असलेला एलटीओ! तुमचा दोस्त, राल्स्टन!’’ टर्नरनं चरफडत म्हटलं. ‘‘राल्स्टन! हो, बरोबर!’’ व्हॅलेरीला एकदम आठवलं. ‘‘आज रात्री तो तिथे ॲक्शन स्टेशन्सच्या काळात असणार होता. तीच त्याची जागा होती आज. पण नेमकं काय झालंय?’’

‘‘काय झालंय? तो म्हणतो की त्याला हे जमेलसं वाटत नाही. किंवा करायला आवडणार नाही, करायची इच्छा नाही, कसंही म्हणा. माझा हुकूम मानायला सरळसरळ नकार देतोय!’’

व्हॅलेरीनं अविश्वासानं त्याच्याकडे पाहिलं. ‘‘कोण, राल्स्टन? खात्री आहे तुझी – पण असणारच! त्या पोरानं फार भोगलंय, टर्नर. त्याच्या खासगी आयुष्यात काय-काय घडलंय – तू असा विचार –’’

‘‘मी कसा विचार करावा हेच कळेनासं झालंय मला!’’ टर्नरनं पुन्हा फोन उचलला. ‘‘ट्यूब्स नाईन झिरो? नशीब माझं!...काय? काय म्हणालास? आपण गन्स का चालवत नाही? गनफायर! गनफायर!’’ त्यानं खाडकन फोन आपटला आणि झटकन वळून व्हॅलेरीकडे बघितलं.

'मला सांगतोय – गयावया करतोय की, टॉर्पेडो मारण्याऐवजी आपण गन्स चालवाव्यात. वेड लागलंय त्याला, वेड लागलंय! पण वेड लागलेलं असो की नसो; मी खाली जाऊन त्याला चांगली अद्दल घडवणार आहे. हुकूम मानत नाही म्हणजे काय?'' टर्नरला एवढा संतापलेला व्हॅलेरीनं कधीच बघितला नव्हता. ''सर, तुम्ही या फोनवर जरा वेळ कॅरिंग्टनला येऊन थांबायला सांगता का?''

''हो, हो. जरूर!'' त्याच्या संतापाची थोडीशी लागण व्हॅलेरीलाही झालेली होती. ''त्याच्या काय भावना असतील त्या असू देत, पण त्या व्यक्त करायची ही वेळ नव्हे!'' त्यानं जोरात म्हटलं. ''चांगला सरळ कर त्याला! कदाचित मीच त्याला जास्त मोकळीक दिली असेल...कदाचित त्याला जी वाईट वागणूक मिळाली, त्याबद्दल आपण त्याचं काहीतरी देणं लागतोय; असं त्याला वाटत असेल...ऑल राइट, ऑल राइट, कमांडर...'' टर्नरची अस्वस्थता वाढत चाललेली त्याला दिसली. ''तू जा. आपण तीन ते चार मिनिटांत हल्ला करायला जाणार आहोत.'' लगेच मागे वळून तो कंपास प्लॅटफॉर्ममध्ये शिरला. ''बेंटले!''

''सर?''

''शेवटचा सिग्नल –''

''तुम्ही एकदा बघा, सर.'' कॅरिंग्टननं मध्येच म्हटलं. ''त्याचा वेग कमी होतोय.''

व्हॅलेरीनं एक पाऊल पुढे टाकून विंडस्क्रीनवरून तिकडे पाहिलं. प्रचंड आगीनं लपेटलेली *व्हायचुरा* झपाट्यानं मागे पडत होती.

''ते – तिकडे काहीतरी दिसतंय, सर!'' कॅपॉक किडनंही उत्साहानं म्हटलं. ''मला वाटतं – हो, हो, एक बोट खाली उतरताना दिसतेय *व्हायचुरा*मधून!''

''थँक गॉड!'' व्हॅलेरी कुजबुजला. त्याला जणू एकदम अंगात नवी शक्ती संचारल्यासारखं वाटत होतं. मान खाली घालून त्यानं विंडस्क्रीन घट्ट धरला – त्या जाणिवेनंसुद्धा त्याला भयंकर अशक्त करून सोडलेलं होतं. काही क्षणांनंतर त्यानं मान वर करून बघितलं.

''*सिरस*ला डब्ल्यूटीवरून कोड केलेला सिग्नल पाठवा.'' त्यानं शांतपणे हुकूम सोडला. ''वळून मागे जा. *व्हायचुरा*च्या बोटीमधल्या वाचलेल्या लोकांना उचलून घ्या.''

कॅरिंग्टननं आपल्याकडे चटकन वळून बघितलेलं त्याला दिसलं. त्यानं खांदे उडवले. ''हा धोका फारसा मोठा नाही, नंबर वन. ॲमिरल्टीचा हुकूम गेला खड्ड्यात! गॉड!'' त्यानं कडवटपणानं म्हटलं. ''तुला सांगतो, मला तर ॲमिरल्टीच्या त्या महान लढवय्यांना अशा लाइफ बोटीत बसून बॅरेंट्सच्या समुद्रात भरकटलेलं बघायचंय! 'कोणाही वाचलेल्या लोकांना उचलून घेतलं जाणार नाही म्हणे!''' तो

मागे वळला, तेवढ्यात त्याला तिथे पीटरसेन आणि निकोल्स उभे असलेले दिसले.

"निकोल्स, अजूनही तुम्ही दोघं इथेच आहात? तुम्हाला खाली नाही का जायचं?"

"तुम्ही म्हणत असाल तर जातो, सर." निकोल्स जरा घुटमळला, आणि त्यानं मानेनंच टिंडॉलकडे निर्देश केला.

"मला वाटलं की कदाचित –"

"हो, हो. बरोबर आहे तुझं." व्हॅलेरीला काय करावं ते समजत नव्हतं. त्यानं स्वत:शीच मान हलवली. "बघू या आपण. जरा थांब इथेच." त्यानं मोठ्या आवाजात हाक मारली. "पायलट!"

"सर?"

"दोन्ही इंजिनं, सावकाश पुढे जाऊ दे!"

"दोन्ही इंजिनं, सावकाश पुढे, सर." आधी सावकाश, मग आणखी वेगानं *युलिसिस* काफिल्याच्या मागे पडू लागली. लवकरच काफिल्यात अगदी शेवटी असलेली जहाजंही उत्तर-पूर्वेकडे तिच्यापुढे गेली. आता हिमवृष्टी जरा जास्त वेगानं होऊ लागलेली होती, पण तरीही सगळी जहाजं *व्हायचुरा*च्या आगीच्या उजेडात न्हाऊन निघालेली होती – अगतिक, असहाय.

संतापानं उकळत असलेला टर्नर ताडताड चालत डाव्या बाजूच्या टॉर्पेडो ट्यूब्सपाशी येऊन थांबला. ट्यूब्स बाहेर निघालेल्या होत्या. त्यांची क्रूर, वासलेली तोंडं आगीच्या उजेडात आणखीच भयानक वाटत होती. समुद्राच्या लाटांमध्ये त्या मधूनच पाण्याखाली जात होत्या. सगळ्यात मधल्या ट्यूबच्यावर कंट्रोल पोझिशनवर बसलेल्या राल्स्टनला लगेचच तो दिसला.

"राल्स्टन!" टर्नर कडाडला. "खाली ये! मला बोलायचंय तुझ्याशी."

चटकन उठून राल्स्टन उडी मारून खाली डेकवर आला, आणि कमांडर टर्नरसमोर येऊन उभा राहिला. दोघांची उंची सारखीच होती. दोघांचे डोळेही एकाच पातळीवर होते. राल्स्टनचे निळे डोळे स्थिर, पण अत्यंत अस्वस्थ दिसत होते. टर्नरचे काळेभोर डोळे संतापानं पेटलेले होते.

"काय झालंय काय तुला, राल्स्टन?" टर्नरनं जोरात विचारलं. "माझ्या हुकमाचं पालन करायला सरळसरळ नकार देतोयस?"

"नाही, सर." राल्स्टनचा आवाज शांत होता, पण त्यात भयंकर तणाव जाणवत होता. "हे खरं नाही."

"खरं नाही?" टर्नरचे डोळे बारीक झाले. त्यानं आपल्या संतापावर जेमतेम नियंत्रण ठेवलेलं स्पष्ट दिसत होतं. "मग तुला त्या ट्यूब्सवर काम करायचं नाही,

वगैरे काय बडबड लावलीयस? तुला स्टोकर रायलेच्या पावलावर पाऊल ठेवायचंय का? का तुझं डोकं फिरलंय– जे काही असेल ते?''

राल्स्टन काहीच बोलला नाही. तो काही बोलत नाही याचा अर्थ टर्नरनं आपोआपच 'निर्लज्जपणा' असा घेतला, आणि त्यानं तो आणखी भडकला. त्यानं राल्स्टनचा डुफेल कोट हातांनी धरला, आणि त्याला आणखी पुढे, आपल्याजवळ खेचलं. आता दोघांचे चेहरे एकमेकांपासून जेमतेम अर्ध्या इंचावर आलेले होते. ''मी तुला एक प्रश्न विचारलाय, राल्स्टन.'' त्यानं हळूच, पण जरबेनं म्हटलं. ''त्याचं उत्तर मला मिळालेलं नाहीय. मी अजून वाट बघतोय. हे काय लावलंयस तू?''

''काहीच नाही, सर.'' राल्स्टनच्या डोळ्यांमध्ये दुःख होतं, ताणही होता, पण भीती मात्र जराही नव्हती. ''मला– मला ते करायचंच नाही, सर. मला नाही आवडणार ते करायला. प्लीज सर, हे काम मला सांगू नका. आपलंच एक जहाज समुद्रात बुडवायला मला प्लीज सांगू नका!'' त्याच्या आवाजात आता याचना होती, नाइलाजही होता, पण टर्नर हे काहीही जाणण्याच्या मन:स्थितीत नव्हता. ''काय म्हणून बुडवायचं तिला, सर? का? का?''

''खरं म्हणजे तुझा त्या कारणाशी काहीही संबंध नाही – तरी पण सांगतो. ते जहाज आपल्या संपूर्ण काफिल्याला धोक्यात ढकलतंय!'' टर्नरचा चेहरा अजूनही राल्स्टनच्या चेहऱ्याच्या अगदी जवळ होता. ''तुला एक काम दिलंय, राल्स्टन. एक हुकूम दिलाय. तू फक्त तिथे वर जा आणि तो हुकूम पाळ, बस्स! जा!'' राल्स्टन तरीही घुटमळला, तशी त्यानं गर्जना केली, ''जा आधी!''

तरीही राल्स्टन हलला नाही.

''पण हे काम करायला जहाजावर दुसरे एलटीओ आहेत ना, सर!'' त्यानं याचनेसाठी दोन्ही हात वर उचललेले होते, आणि या वेळी मात्र टर्नरला त्याच्या आवाजात वेगळंच काहीतरी जाणवलं. हा पोरगा अगदी नाइलाजानं हे बोलतोय. त्याला धक्काच बसला. ''ते नाही का –?''

''माझ्याऐवजी हे वाईट काम दुसऱ्या कोणाच्या तरी गळ्यात मारा, असंच म्हणायचंय तुला, हो ना?'' टर्नरनं कमालीच्या तुच्छतेनं म्हटलं. ''तू जे करणार नाहीस ते दुसऱ्या कोणाला तरी करायला लावायचं, हरामखोरा? चल, तुझा हँडसेट दे मला. मीच ब्रिजवरून कंट्रोल करतो.'' त्यानं हँडसेट घेतला.

राल्स्टन कमालीच्या निराशेनं परत वर चढून, ड्युमारेस्कजवळ मान खाली घालून बसला.

''नंबर वन? कमांडर टर्नर बोलतोय. इकडे सगळी जय्यत तयारी झालीय. कॅप्टनसाहेब आहेत का तिथे?''

''हो, सर. बोलावतो त्यांना.'' कॅरिंग्टननं फोन खाली ठेवला आणि तो दारातून

ब्रिजवर आला. "कॅप्टनसाहेब, फोनवर कमांडरसाहेब –"

"थांब जरा!" व्हॅलेरीच्या वर झालेल्या हातानं, त्याच्या आवाजातल्या ताणामुळे तो जागीच थबकला. "तिकडे बघ जरा, नंबर वन. तुला काय वाटतं?" व्हॅलेरीनं टिंडॉलच्या ऑइल-स्किन घातलेल्या आकृतीच्या पलीकडे, *व्हायचुरा*कडे बोट दाखवलं. टिंडॉलची मान पार खाली गेलेली होती, आणि तो स्वतःशीच काहीतरी पुटपुटत होता.

व्हॅलेरीनं दाखवलेल्या बोटाच्या दिशेनं कॅरिंग्टननं पाहिलं. *व्हायचुरा*वरून खाली आलेली लाइफ बोट समुद्रात आल्याचं, दाट होत चाललेल्या हिमवर्षावामधून अंधूक दिसत होतं. *व्हायचुरा* अजून पुढे जात होती. दाटीवाटीनं माणसांनी भरलेली ती बोट त्या प्रचंड आगडोंबाखाली, मागे पडत होती– ती फारच भराभर मागे पडतेय, असं त्याच क्षणी फर्स्ट लेफ्टनंट कॅरिंग्टनच्या लक्षात आलं. तो मागे वळला. व्हॅलेरीचे थकलेले, निस्तेज डोळे त्याच्याकडेच बघत होते. त्यानं मान डोलावली. "*व्हायचुरा*चा वेग वाढतोय, सर. याचा अर्थ अजून तिच्यावर कोणाचं तरी नियंत्रण आहे... आता काय करणार तुम्ही, सर?"

"देवा, मी तरी काय करू? मला दुसरा काही इलाजच नाही. *व्हायकिंग*कडून काहीही समजलेलं नाही, *सिरस*कडून काहीही समजलेलं नाही, आपल्या ॲस्डिककडूनही काहीही समजलेलं नाही – आणि ती यू-बोट तर नक्की तिथे कुठेतरी आहे... काय झालंय ते टर्नरला सांग. बेंटले?"

"सर?"

"*व्हायचुरा*ला सिग्नल पाठव." व्हॅलेरीचं तोंड निर्धारानं घट्ट मिटलेलं होतं, पण नजरेत मात्र अपार वेदना होती. "'जहाज सोडा. तीन मिनिटांनी तुम्हाला टॉर्पेडोनं बुडवणार आहे. शेवटचा सिग्नल.' पायलट, जहाज डावीकडे २० अंश दिशेनं जाऊ दे!"

"डावीकडे २० अंश, सर." *व्हायचुरा* आता दिशा बदलून तिरक्या दिशेनं– उत्तरेकडे – निघालेली होती. *युलिसिस*ही सावकाश वळून त्या दिशेनं जाऊ लागली. आता त्या दोन्ही जहाजांचे मार्ग समांतर झालेले होते, फक्त *युलिसिस* किंचित मागच्या बाजूला होती.

"निम्म्या वेगानं पुढे चल, पायलट!"

"निम्म्या वेगानं पुढे, सर."

"पायलट? "

"काय, सर?"

"ॲडमिरल टिंडॉल काय बोलताहेत? तुला काही ऐकू येतंय? काही अर्थ लागतोय?" कॅपॉक किडनं पुढे झुकून ऐकायचा प्रयत्न केला, आणि काही क्षणांनी

मान हलवली.

"सॉरी, सर. काही समजत नाहीय– *व्हायचुरा*वरच्या आवाजामुळे...सर, ते बहुतेक काहीतरी गुणगुणताहेत."

"ओ, गॉड!" व्हॅलेरीनं मान खाली घातली, मग परत वर केली. तेवढ्या श्रमानंही त्याला जीव नकोसा झाला. त्यानं पलीकडे *व्हायचुरा*कडे बघितलं, आणि तो एकदम जागच्या जागी स्तब्ध झाला. *व्हायचुरा*वरचा तो लाल रंगाचा ॲल्डिस लॅम्प पुन्हा उघडझाप करू लागलेला होता. त्यानं तो संदेश वाचायचा प्रयत्न केला, पण तो दिवा फारच वेगानं संदेश पाठवत होता : किंवा कदाचित आपले डोळे फार थकले असावेत किंवा कदाचित आपल्याला नीट विचारच करता येत नसावा...नजर खिळवून ठेवणाऱ्या, सतत हलत असलेल्या आगीच्या ज्वाळांच्या पडद्यावर चमकत असलेल्या त्या बारीकशा लालभडक दिव्यात एक प्रकारची विचित्र संमोहनशक्ती होती. आणि नंतर लगेच तो दिवा बंद झाला– इतका अचानक, इतका अनपेक्षितपणे, की हे समजायच्या आत बेंटलेचा आवाज त्याच्या कानावर पडला.

"*व्हायचुरा*चा सिग्नल, सर."

व्हॅलेरीनं नुसतीच मान डोलावली.

"संदेश असा आहे : 'तुम्ही लोक खड्ड्यात का जात नाही? सीनियर सर्व्हिसलाही बरोबर घेऊन जा. आय सेंड देम ऑल माय लव्ह." त्याचा आवाज हळूहळू कमी होत गेला, आणि नंतर फक्त ज्वाळांचा फरफराट ऐकू येऊ लागला.

"ऑल माय लव्ह!" व्हॅलेरीनं आश्चर्यानं स्वतःशीच डोकं हलवलं. "ऑल माय लव्ह! वेड लागलंय त्याला! 'ऑल माय लव्ह!' आणि मी तर त्याला बुडवणार आहे...नंबर वन!"

"सर?"

"कमांडरला तयारीत राहायला सांग!"

टर्नरनं ब्रिजचा निरोप पुन्हा सांगितला, आणि तो राल्स्टनकडे वळला. "तयारीत राहा, एलटीओ!" त्यानं *व्हायचुरा*कडे बघितलं. ती आता *युलिसिस*च्या थोडीशी पुढे गेलेली होती, आणि *युलिसिस* अजून तिला मध्येच गाठायच्या मार्गावर होती. "मला वाटतं, अजून दोन मिनिटं लागतील." त्याला पायांखाली जाणवणारी इंजिनांची थरथर कमी होत असल्याचं जाणवलं. *युलिसिस*चा वेग मंदावत होता. आता कोणत्याही क्षणी ती उजवीकडे वळू लागणार होती. पुन्हा रिसीव्हरची खरखर त्याच्या कानांवर पडली. ज्वाळांच्या भयंकर फरफराटामुळे ती त्याला जेमतेम ऐकू आली. त्यानं रिसीव्हरमधलं बोलणं ऐकलं, आणि वर बघितलं. "फक्त 'एक्स' आणि 'वाय'. मध्यम सेटिंग्ज. टार्गेटचा वेग ११ नॉट." त्यानं फोनवर विचारलं, "अजून किती वेळ आहे?"

“अजून किती वेळ आहे, सर?” फोनवर बोलणाऱ्या कॅरिंग्टननं व्हॅलेरीला विचारलं.

“नव्वद सेकंद.” व्हॅलेरीनं कसंबसं म्हटलं. “पायलट– उजवीकडे १० अंश वळव.” त्याच क्षणी दुर्बीण पडल्याचा जोरात आवाज झाला. दचकून त्यानं ॲडमिरल टिंडॉलकडे पाहिलं. टिंडॉल अंगातलं त्राण गेल्यासारखा पुढे पडला होता. त्याचा चेहरा आणि गळा विंडस्क्रीनच्या कडेवर जोरात आपटला होता, आणि दोन्ही हात खांद्यांपासून लोंबकळत होते.

“पायलट!” पण त्यानं काही सांगायच्या आधीच कॅपॉक किड टिंडॉलपाशी पोचलेलाही होता. त्यानं आपला एक हात टिंडॉलच्या खालून घातला, आणि त्याचं सगळं वजन स्वतःच्या अंगावर घेऊन त्याला विंडस्क्रीनवरून उचललं.

“काय झालं, सर?” त्यानं काळजीनं विचारलं. “काय झालं?”

टिंडॉलनं किंचित हालचाल केली. त्याचा गाल विंडस्क्रीनवर टेकलेला होता. “थंडी, थंडी, थंडी.” त्यानं भयंकर अशक्त, म्हाताऱ्या माणसासारखं थरथरत म्हटलं. त्याचा आवाजही थरथर कापत होता.

“काय? काय म्हणालात, सर?” कॅपॉक किडनं पुन्हा विचारलं.

“थंडी. गारठलोय मी. पार गारठून गेलोय! माझी पावलं, माझी पावलं!” त्याचा आवाज कमीकमी होत बंद झाला. आणि त्याचं शरीर ब्रिजच्या एका कोपऱ्यात निपचित पडलं.

त्याचा चेहरा वरच्या दिशेला, वरून पडत असलेल्या हिमाकडे होता. कॅपॉक किडला आतूनच काहीतरी जाणीव झाली, आणि तो झटकन गुडघ्यांवर बसला. काहीतरी भयंकर अघटित घडल्यासारखं तो एकदम काहीतरी मोठ्यानं बोलला. लगेच तो परत सरळ झाला आणि त्यानं एकदम वळून धक्का बसल्यासारखं व्हॅलेरीकडे पाहिलं.

“त्यांनी पायांमध्ये काहीच घातलेलं दिसत नाहीये, सर!” त्यानं कसंबसं म्हटलं. “त्यांचे पाय पूर्णपणे गोठून गेलेत.”

“काय? काहीच घातलेलं नाही?” व्हॅलेरीनं अविश्वासानं म्हटलं. “शक्यच नाही.”

“आणि त्यांनी फक्त पायजमा घातलाय, सर! बाकी काहीच नाही!”

व्हॅलेरी कसाबसा चालत तिकडे गेला. हातातले ग्लोव्ह्ज काढून त्यानं वाकून टिंडॉलच्या पावलांना स्पर्श केला, आणि त्यालाही जबर धक्का बसला – टिंडॉलचे पाय तर गोठलेले वाटत होतेच, पण त्याचं शरीरही पूर्णपणे थंडगार पडलेलं होतं. पायांत काहीही घातलेलं नाही! अंगात फक्त पायजमा! म्हणूनच मघाशी चालताना टिंडॉलच्या पायांचा जराही आवाज झाला नव्हता! त्याचं डोकंच काम करेनासं झालं

होतं. मघाशी केव्हातरी तापमान 'शून्याखाली ३५ अंश' असं वाचल्याचं त्याला आठवलं. आणि टिंडॉल पायांवर बर्फ जमलेल्या अवस्थेत तिथे चांगली पाच मिनिटं बसला होता!...अचानक त्याला आपल्या काखांमध्ये कोणाच्या तरी प्रचंड हातांचा स्पर्श जाणवला, आणि तो सहज वर उचलला गेला. हा पीटरसेनच असणार, त्यानं मनात म्हणेपर्यंत त्याला पीटरसेन, आणि पाठोपाठ आलेला निकोल्सही दिसला.

"हे आता माझ्यावर सोडा, सर. चल, पीटरसेन, ॲडमिरलसाहेबांना उचल आणि खाली घेऊन चल." निकोल्सच्या कणखर, आश्वासक, आत्मविश्वासपूर्ण आवाजानं व्हॅलेरी शांत झाला आणि वर्तमानकाळात परत आला. त्याच्या क्षेत्रात तो चांगलाच तरबेज होता. आणि लगेच त्याला हातात असलेल्या कामाची जाणीवही झाली. *कॅरिंग्टनचा शांत, क्लायचुरा*ची दिशा, वेग, मार्ग वगैरेची भराभर माहिती सांगत असलेला आवाज त्याला ऐकू आला. *क्लायचुरा* आता जहाजाच्या नाकाच्या डाव्या बाजूला ५० अंशांवर आहे, आणि ती हळूहळू मागे पडतेय, हे त्याला दिसलं. इतक्या अंतरावरही आगीची प्रचंड धग असह्य होत होती– इथे अशी परिस्थिती आहे, तर *क्लायचुरा*च्या ब्रिजवर काय असेल?

"आपल्या कामासाठी मार्ग सेट कर, नंबर वन." त्यानं म्हटलं. "लोकल कंट्रोल."

"मार्ग सेट केला. लोकल कंट्रोल." कॅरिंग्टनचा आवाज इतका शांत आणि स्थिर होता, की तो जणू एखाद्या शांततेच्या काळातल्या सरावात भाग घेत असावा.

"लोकल कंट्रोल." टर्नरनं परत म्हटलं. सेट ठेवून देऊन त्यानं इकडेतिकडे बघितलं. "आता सगळं तू एकट्यानं करायचंयस, राल्स्टन."

काहीच प्रत्युत्तर आलं नाही. कंट्रोल पोझिशनवर वाकून बसलेली राल्स्टनची आकृती एखाद्या पुतळ्यासारखी निश्चल बसलेली दिसत होती. त्यानं टर्नरचं बोलणं ऐकलंय की नाही, हे सांगणारी कोणतीही हालचाल केली नाही.

"तीस सेकंद!" टर्नरनं धारदार आवाजात म्हटलं. "सगळं काही तयार?"

"हो, सर." ती आकृती हलली. "सगळं तयार." अचानक तो वळला, आणि अत्यंत अस्वस्थपणे गयावया करू लागला. "प्लीज, सर! दुसरा काहीच मार्ग –"

"वीस सेकंद!" टर्नरनं जोरात म्हटलं. "हजार जीव घेतल्याचं पाप माथी मारून घ्यायचंय का तुला? आणि जर तुझा नेम चुकला..." राल्स्टननं पुन्हा तोंड वळवलं. अगदी एक-दोनच क्षण त्याच्या चेहऱ्यावर *क्लायचुरा*वरच्या आगीचा भगभगीत उजेड पडला : त्याच्या डोळ्यांमधून अश्रुधारा वाहत होत्या. टर्नरला प्रचंड धक्का बसला. मग त्याला राल्स्टनचे ओठ हलताना दिसले. "काळजी करू नका, सर. माझा नेम चुकणार नाही." त्याचा आवाज कमालीचा सपाट, आणि अपरिहार्यतेच्या, पराभवाच्या जाणिवेनं जड झालेला होता.

चिडण्यापेक्षा टर्नर आता कोड्यात पडलेला होता. हा रडतोय का, हेच त्याला समजत नव्हतं. राल्स्टननं आपल्या डाव्या बाहीनं चेहरा पुसला, आणि उजवा हात लांब करून 'एक्स' फायरिंग लिव्हर पकडली.

अत्यंत नाइलाजानं. आणि इतक्या अचानकपणे एक झटका देऊन त्यानं ती लिव्हर मागे खेचली, की हे सगळं डोळ्यांत जीव आणून बघत असलेला टर्नरही एकदम दचकला. त्याला लिव्हरची 'क्लिक', चेंबरमध्ये झालेला स्फोटाचा दबका आवाज, प्रचंड दाबाखालची हवा एकदम सुटल्याचा आवाज ऐकू आला, आणि टॉर्पेडो सुटला. क्षणभरच त्याचा जीवघेणा निमुळता आकार आगीच्या उजेडात चमकला, आणि मग तो पाण्याखाली गेला. त्याच क्षणी पुन्हा एकदा टॉर्पेडो ट्यूब्स हादरल्या, आणि दुसरा टॉर्पेडोही सुटला. पाच-दहा क्षण टर्नर मंत्रचळ्यासारखा त्या टॉर्पेडोंनी मागे सारलेल्या पाण्याकडे, बुडबुड्यांकडे बघत राहिला, आणि काही क्षणांनी ते बाणाकृती पाण्याचे पट्टेही विरून गेले.

या दोन टॉर्पेडोंमध्ये एकूण १,५०० पौंड अमाटॉल आहे– बिचाऱ्या त्या *व्हायचुरा*वरच्या लोकांना आता फक्त देवच वाचवू शकेल...आणि अचानक डेकवरचा स्पीकर ओरडू लागला.

"सगळ्यांना ऐकू येतंय का? सगळ्यांना ऐकू येतंय का? ताबडतोब आडोसा शोधा! आडोसा शोधा – ताबडतोब!"

टर्नर भानावर आला, आणि त्यानं चटकन राल्स्टनकडे बघितलं. राल्स्टन अजूनही त्याच्या जागेवर पाठीत वाकून बसलेला होता.

"ए वेड्या! खाली ये तिथून!" टर्नर घाईघाईनं ओरडला. "त्या *व्हायचुरा*चा स्फोट झाला की चाळण होईल तुझी!!"

काहीच झालं नाही. हालचाल नाही, आवाजही नाही. फक्त आगीचा फरफराट तेवढा ऐकू येत होता.

"राल्स्टन!"

"मी ठीक आहे, सर." राल्स्टनचा आवाज अगदी अस्पष्ट होता. त्यानं मान वळवायचेसुद्धा कष्ट घेतले नाहीत.

तोंडातल्या तोंडात एक शिवी हासडून टर्नर उडी मारून तिथे चढला, आणि त्यानं त्याला खेचून डेकवर आणलं, आणि कॅप्टन व्हॅलेरीसाठी असलेल्या केबिनमध्ये घेऊन गेला. राल्स्टननं जराही विरोध केला नाही. तो जणू पूर्णपणे सुन्न झालेला होता. त्याच्या सगळ्या भावना, जाणिवा जणू नाहीशा झालेल्या होत्या.

दोन्ही टॉर्पेडोंनी आपला नेम अचूक साधला. इतका वेळ चाललेल्या या भीषण नाट्याचा शेवट मात्र अगदीच सहज झाला. *युलिसिस*वर ते ऐकत असलेल्या श्रोत्यांनी– प्रेक्षक कोणीच नव्हते, सगळ्यांनीच आसरे शोधलेले होते – प्रचंड स्फोट

ऐकायची तयारी केली, पण स्फोट झालाच नाही. कणा मोडलेल्या, लढून थकलेल्या, कंटाळलेल्या *व्हायचुरा*चे मधोमध दोन भाग झाले, ते सावकाश, अंगातलं त्राण नाहीसं झाल्यासारखे कुशीवर कोलमडले, आणि ती पाण्याखाली गेली.

तीन मिनिटांनी टर्नरनं केबिनचं दार उघडलं आणि आपल्याआधी राल्स्टनला बाहेर ढकललं. "हा घ्या, सर." त्यानं गंभीरपणे म्हटलं. "सदसद्विवेकबुद्धी जागी असलेला विरोधक हा असा दिसतो. मला वाटलं तुम्हाला बघायचं असेल, म्हणून तुमच्यासमोर आणलंय याला."

"हो, प्रश्नच नाही. मला बघायचंच होतं!" व्हॅलेरीनं हातातलं लॉग-बुक खाली ठेवलं, आणि थंड नजरेनं राल्स्टनला आपादमस्तक न्याहाळलं. "तुझं काम उत्तम केलंस तू, राल्स्टन, पण यामुळे तुझं वर्तन माफ केलं जाईल असं मुळीच नव्हे. एक मिनिट थांब, कमांडर."

तो कॅपॉक किडकडे परत वळला. "हं, हे ठीक आहे, पायलट. लंडनमधल्या सगळ्या लॉर्ड लोकांना वाचायला फार आवडेल." त्यानं कडवट सुरात म्हटलं. "जे लोक जर्मनांच्या हातातून निसटतात, त्यांना आम्हीच मारतो...सकाळी *हॅटेरास*ला तो सिग्नल पाठवायचं मात्र लक्षात ठेव...*व्हायचुरा*च्या कॅप्टनचं नाव विचारून घे."

"तो तर मेलाय, सर...एवढा त्रास घ्यायचं आता कारण नाही!" राल्स्टननं अत्यंत कडवट आवाजात म्हटलं, आणि टर्नरची एक कानफडात बसताच तो धडपडला. टर्नरचा श्वास जोरजोरात होत होता, आणि डोळे संतापानं आग ओकत होते.

"नालायक, निर्लज्ज माणसा!" त्यानं हळूच म्हटलं. "नको इतकं बोललास." राल्स्टननं हात वर करून आपल्या लाल झालेल्या गालावरून फिरवला.

"तुमचा काहीतरी गैरसमज होतोय, सर." त्याच्या आवाजात जराही राग नव्हता. तो इतका हळू आवाजात बोलत होता, की व्हॅलेरी आणि टर्नरला त्याचं बोलणं कान देऊन ऐकावं लागलं. "*व्हायचुरा*च्या कॅप्टनचं नाव – ते मीही सांगू शकतो तुम्हाला. त्याचं नाव होतं राल्स्टन. कॅप्टन मायकेल राल्स्टन. माझे वडील होते ते."

शनिवार

प्रत्येक गोष्टीचा केव्हातरी शेवट होतो, प्रत्येक रात्रीनंतर पहाट होते; अति उत्तरेकडच्या भागांमध्ये असलेल्या अगदी सगळ्यांत मोठ्या रात्रीनंतरसुद्धा पहाट होतेच. तशी एफआर ७७ काफिल्यावरही पहाट उगवली. जशी रात्र होती तशीच कमालीची निराशाजनक, अनुत्साही, जेमतेम 'पहाट झाली' असं म्हणण्याइतकाच उजेड असलेली. पण ती उगवली हे मात्र खरं.

पहाट झाली तेव्हा जहाजांचा तो काफिला आर्क्टिक सर्कलच्या उत्तरेला साधारण ३५० मैलांवर, ७२ व्या अक्षांशाला समांतर मार्गानं पूर्वेला चाललेला होता. जॅन मायेन आणि नॉर्थ केप यांच्या मधोमध. कॅपॉक किडच्या अंदाजानं काफिला ८ अंश ४५ कला पूर्व, या ठिकाणी होता; पण त्याची पक्की खात्री नव्हती. प्रचंड हिमपात आणि ढगांनी गच्च भरलेलं आभाळ, अशा परिस्थितीत त्याला फक्त अंदाजावरच अवलंबून राहणं भाग पडत होतं, कारण ज्या तोफगोळ्यानं फायटर डायरेक्शन रूम खलास केली होती, त्यानंच ऑटोमॅटिक पायलटचीही वाट लावली होती. पण अजून सुमारे ६०० नॉटिकल मैल अंतर जायचं होतं. ६०० मैल आणि ४० तासांनंतर काफिला– तोपर्यंत जो काही शिल्लक राहील तो– कोला इन्लेटमध्ये शिरून नदीच्या प्रवाहाच्या विरुद्ध दिशेनं प्रवास करत पॉलिआनी आणि मुरमान्स्कपर्यंत पोचायला हरकत नव्हती...थोडक्यात, ४० तास प्रवास.

पहाट उगवली तेव्हा काफिला– आता १४ जहाजं बाकी होती– समुद्रावर तीन चौरस मैलांच्या भागात विखुरलेला होता, आणि उत्तर-उत्तर-पूर्वेकडून येत असलेल्या, वाढत चाललेल्या लाटांमध्ये हेलकावे खात होता. १४ जहाजं, कारण काल रात्री उशिरा, सगळ्यात गडद अंधार असताना आणखी एक जहाज खलास झालं होतं. कशानं बुडालं? पाणसुरुंगामुळे? टॉर्पेडोमुळे? कोणालाही समजलं नाही, आणि आता कोणाला कधी समजणारही नव्हतं. *सिरस* थांबली होती, तिनं जहाजातून कोणी बाहेर पडलेत का, म्हणून शोधही घेतला होता. कोणीही माणसं सापडली नव्हती : अर्थात, कॅप्टन ऑरला तशी अपेक्षाही नव्हती. हवेचं तापमान शून्याखाली ६ अंश

असताना समुद्रात पडलेलं कोण कसं जिवंत राहू शकेल?

पहाट उगवली खरी, पण ती अशा रात्रीनंतर, की जेव्हा कोणीही क्षणभरही डोळे मिटू शकलं नाही. एकापाठोपाठ एक धोक्याच्या सूचना मिळत होत्या, ॲस्डिकवर एकसारखे शत्रू दिसल्याचे संकेत मिळत होते, वारंवार डेप्थ-चार्जेस सोडले जात होते, ज्यांतून काहीही निष्पन्न होत नव्हतं. काहीही निष्पन्न झालं नाही, पण ते काफिल्याला संरक्षण देणाऱ्या जहाजांच्या दृष्टीनं. शत्रूच्या दृष्टीनं मात्र ते दुहेरी यश होतं. कमालीच्या थकलेल्या त्या जीवांना रात्रभर ॲक्शन स्टेशन्सवर जागं ठेवण्यात शत्रू यशस्वी ठरला होता. त्यामुळे त्यांची सतर्कता पूर्णपणे बोथट झाली होती, धुळीला मिळाली होती. आणि आर्क्टिक भागात या सततच्या सतर्कतेवरच तर माणसं मरतात का जगतात, जहाजं बुडतात का तरतात, याची निदान आशा बाळगणं – कारण ही केवळ आशाच होती– अवलंबून होतं. शत्रूला मिळालेलं दुसरं यश याहूनही भयानक होतं : आख्ख्या काफिल्यात असलेले सगळेच्या सगळे डेप्थ-चार्जेस संपले होते...म्हणजे हा जराही उसंत घेऊ न देणारा पाठलाग, हल्ल्याची तीव्रता, या गोष्टी किती भयंकर होत्या, याचंच हे द्योतक होतं. असं पूर्वी कधीही झालं नव्हतं. पण या वेळी झालं होतं. म्हणजे रक्षक जहाजांचे दात पडले होते, नखं कापली गेली होती, संरक्षणाचं किंवा आक्रमणाचं एकही साधन शिल्लक राहिलं नव्हतं. आता त्या शत्रूच्या यू-बोटींच्या हे लक्षात येणं, आणि त्यांनी पुढचा निकराचा हल्ला चढवणं, ही गोष्ट केव्हाही घडू शकणार होती...

आणि जशी पहाट झाली, तशी अर्थातच पहाटेची ॲक्शन स्टेशन्सही अपरिहार्यपणे आली. पण गेले सलग पंधरा तास दुसरं काय होतं? कोणी आपली जागा सोडूच शकलेलं नव्हतं, तिथे परत येऊन काय उभं राहणार? *युलिसिस*वरचे सगळेच जण या पंधरा तासांमध्ये कोको आणि प्रत्येकी एकेक अत्यंत पातळ स्लाइस केलेलं शिळं बुली-बीफ सँडविच, एवढ्यावरच कसेबसे जगले होते; कारण आदल्या दिवशी बेकिंग करायलाच वेळ मिळाला नव्हता. पण आताच्या या अवस्थेत तर पहाटेची ॲक्शन स्टेशन्स म्हणजे अक्षरशः अंत बघणारी गोष्ट होती– त्या दुर्दैवी जीवांची, जी काही मिळेल त्या विश्रांतीची प्रतीक्षा आणखी दोन तासांनी वाढणार होती. आणि आधीच कल्पनेबाहेर थकलेल्या, उभ्या जागीच एकसारखे झोक जात असलेल्या, एकसारखे मिटू बघत असलेले डोळे अक्षरशः बोटांनी धरून उघडे ठेवायचे प्रयत्न करणाऱ्या, झोपच न मिळाल्यामुळे जवळजवळ निद्रावस्थेत गेलेल्या मेंदूचे, डोळे बंद करण्याचे सतत येणारे संदेश मोठ्या निग्रहानं नाकारणाऱ्या माणसाच्या दृष्टीनं आणखी एक जादा मिनिटसुद्धा अंत बघणारं, युगासारखं असतं. रशियाला जाणाऱ्या ताफ्यांमध्ये तर पहाटेच्या ॲक्शन स्टेशन्सचं महत्त्व आणखीच जास्त होतं, कारण ही वेळ माणसाची, त्याच्या तंदुरुस्तीची, निष्ठेची आणि मनोनिग्रहाची खरीखरी

परीक्षा घेणारी मानली जात असे. माणूस आतून खरा कसा आहे, हे याच वेळात समजतं, असं मानलं जात असे. आणि *युलिसिस*ला तर आधीच बंडखोर जहाज ठरवण्यात आलं होतं. शारीरिकदृष्ट्या आणि मानसिकदृष्ट्या पूर्णपणे खचून गेलेल्या, मोडून गेलेल्या, जे परत कधीही या दोन्ही दृष्टींनी पहिल्यासारखे होणं शक्य नव्हतं अशा तिच्या माणसांवरही केव्हाच बंडखोरीचा शिक्का लागलेला होता. त्यामुळे त्यांची मान शरमेनं खाली जाण्याचं काहीही कारण नव्हतं. अर्थात, *युलिसिस*वरची सगळीच माणसं अशी कायमची सुधारण्यापलीकडे गेलेली होती, असं मात्र मुळीच नव्हे; बहुतेक सगळ्यांची अवस्था तशी होती खरी. शेवटी तीही सामान्य माणसं होती. पण काहींच्या बाबतीत मात्र ही परत न सुधारण्याची अवस्था म्हणजे कडेलोटाचा बिंदू नव्हता, तर तो म्हणजे कड्यापलीकडच्या दरीचा तळ होता– तो तळ ओलांडून पुन्हा पलीकडचा डोंगर चढायला सुरुवात करायची. अशी माणसं मात्र कधीच मागे वळून बघत नाहीत.

काही जणांच्या दृष्टीनं कडा किंवा दरी, काहीच अस्तित्वात नव्हतं. उदाहरणार्थ, कॅरिंग्टनसारखे काही जण. हा पठ्ठ्या सलग गेले अठरा तास ब्रिजवर होता, पण याला काही फरकच पडलेला नव्हता– त्याची शांत सतर्कता अजूनही तशीच होती, शरीरानं किंवा मनानं थकल्याचं एकही चिन्ह त्याच्यात दिसत नव्हतं. असा माणूस कधीही कोलमडू शकणार नाही, मोडून पडू शकणार नाही हे तुम्हालाही पक्कं ठाऊक असतं; कारण तो मोडून पडणं हेच मुळी तुमच्या कल्पनेच्या पलीकडचं असतं. हा माणूस असा का, तो असा कशामुळे बनला, हे कोणालाही सांगणं शक्य नव्हतं. चीफ पेटी ऑफिसर हार्टले, चीफ स्टोकर हेंड्री, कलर-सार्जंट इव्हान्स आणि सार्जंट मॅकिन्टॉश हे चार जणही असेच होते. या चौघांमध्ये बरीच साम्यस्थळं होती. हे सगळे जण अंगानं धिप्पाड, निग्रही, कनवाळू, मध्यम वयाकडे झुकलेले, आणि नेव्हीच्या परंपरांमध्ये अगदी मुरलेले होते. मुळात गंभीर प्रकृतीच्या असलेल्या या माणसांना स्वतःविषयी बोलताना कधी कुणी ऐकलेलं नव्हतं, आणि आपल्या कामाच्या आणि पदाच्या महत्त्वाबाबत त्यांच्या डोक्यात कुठल्याही भ्रामक कल्पना नव्हत्या– नेव्हीचे वरिष्ठ एनसीओ अधिकारी म्हणून त्यांना पूर्णपणे माहीत होतं, की कुठले कमिशन्ड ऑफिसर्स नव्हेत, तर आपण नेव्हीचा कणा आहोत. आणि त्यांच्यामधल्या या जबरदस्त कर्तव्यभावनेमधूनच त्यांच्यामधलं पहाडासारखं स्थैर्य निर्माण झालेलं होतं. आणि मग टर्नर आणि कॅपॉक किड आणि डॉडसनसारखे इतर काही जण– खरंतर मूठभरच- लोक असे होते की, जे संकट आणि थकव्यामध्येच त्यांच्या मर्यादांच्या पलीकडे जाऊन काम करायचे. त्यामुळे संकट, धोका आणि थकवा यांच्यामध्ये त्यांना त्यांचा आधार गवसलेला होता.

आणि शेवटी होते कॅप्टन व्हॅलेरी– हा मध्यरात्रीनंतर लगेचच त्याच्या शारीरिक

आणि मानसिक अवस्थेला शरण गेला होता आणि अजूनही त्याच्या त्या खास केबिनमध्ये झोपलेला होता- आणि सर्जन कमांडर ब्रुक्ससारखे लोक. ज्ञान आणि विवेक हा या लोकांचा भक्कम आधार होता. सध्याच्या परिस्थितीच्या व्यापक चित्रामध्ये आपण स्वतः आणि एफआर ७७ काफिला तुलनात्मक दृष्टीनं किती कःपदार्थ आहोत, याची त्यांना पूर्ण आणि डोळस कल्पना होती, मानवामधले दोष आणि हाल आणि दुःखं यांचं त्यांनी पूर्णपणे बुद्धिनिष्ठ, तर्काधिष्ठित विश्लेषण केलेलं होतं, आणि तरीही त्यांच्या मनात मानवजातीविषयी अपरंपार करुणा आणि दयाबुद्धी होती.

याच्या पूर्णपणे विरुद्ध टोकाला काही लोक– हे काही डझन असावेत– बरे होण्याच्या, सुधारण्याच्या पलीकडे गेलेले होते : कार्स्लेकसारखे स्वार्थामध्ये, स्वतःचंच रडं रडण्यामध्ये आणि भीतीमध्ये बुडून गेलेले लोक; हेस्टिंग्जसारखे पद आणि अधिकार काढून घेतल्यामुळे जणू अंगातलं चिलखतच नाहीसं झाल्यामुळे उघडे पडलेले, सैरभैर झालेले लोक; लीडिंग एसबीए जॉन्सनसारखे लोक. हे लोक स्वतःमधल्या कमतरतांमुळे सुधारण्यापलीकडे गेलेले होते. कारण मुळातच कमकुवत असलेल्या या लोकांना जहाजावरची सगळ्याच बाबतीत पराकोटीची असलेली परिस्थिती झेपणं शक्य नव्हतं, आणि त्यांना जागेवर धरून ठेवणारा कुठला आधारही त्यांच्याकडे नव्हता.

आणि या दोन टोकांदरम्यान होती जहाजावरची बहुसंख्य माणसं– हे लोक कड्यावरून खाली गेले होते, पण दरीच्या तळाशी पोचल्यावरही काही प्रमाणात ठीक राहिले होते, आणि मग त्यांच्या लक्षात आलं होतं, की दरीपलीकडचा डोंगर चढता येईल, पण त्यासाठी आधाराला एखादी काठी लागेल हातात. रात्री ऑपरेशन रूममध्ये ऑपरेटिंग टेबलापाशी उभा राहून कल्पनेपलीकडे थकून गेलेल्या निकोल्ससाठी ही काठी म्हणजे एकाच वेळी स्वाभिमान आणि लाज होती. दुःखी अंतःकरणानं जहाजाच्या पुढच्या बाजूच्या धुराड्याच्या आडोशाला अंगाचं मुटकुळं करून, अत्यंत नाइलाजानं आपल्या हाताखालच्या पॉम-पॉम गनवरच्या माणसांचे थंडीमुळे होत असलेले कुत्रेहाल बघत असलेल्या लीडिंग सीमन डॉईलच्यासाठी ही काठी म्हणजे दया होती– अर्थात, त्याला जर कुणी विचारलं असतं, तर त्यानं ते साफ नाकारलं असतं. टिंडॉलवर कमालीचं प्रेम आणि निष्ठा असलेल्या, त्याचा वेटर स्पायसरसाठीसुद्धा ही काठी म्हणजे दया, आणि त्याच्याच जोडीला, मरणासन्न अवस्थेत असलेल्या टिंडॉलबद्दल वाटणारं पराकोटीचं दुःख होतं. बर्फामुळे गोठून गेलेले टिंडॉलचे दोन्ही पाय गुडघ्यापासून खाली कापावे लागले होते; पण त्यानंही टिंडॉल मरावा अशी परिस्थिती नव्हती. पण ब्रुक्सला पुरतं कळून चुकलं होतं, की म्हाताऱ्या गाइल्सची मरणाशी लढण्याची शक्तीच संपलीय, आणि त्यामुळे तो आता जगणं शक्य नाही.

आणि इतर शेकडो लोकांसाठी – जसं 'वाय' टरेटमध्ये कडाक्याच्या थंडीत ओल्या कपड्यांमध्ये प्रचंड काकडत असलेला पण आता पाणी गोठू नये म्हणून खांबाभोवती झोकांड्या देत फिरणारा मॅक्वेटर; कारण जहाजच इतकं हेलकावे खात होतं की, आता पाणी गोठणंच शक्य नव्हतं; आपली अचाट ताकद कसलाही स्वार्थी विचार न करता आपल्या थकलेल्या सहकाऱ्यांना मदत करण्यात खर्च करत असलेला पीटरसेन; रडार खलास झाल्यामुळे आपल्या तीक्ष्ण नजरेनं अथकपणे क्षितिजापार टेहळणी करत असलेला क्रायस्लर– ही आधाराची काठी म्हणजे दुसरंतिसरं काही नसून स्वतः कॅप्टन व्हॅलेरी होता. या आणि जहाजावरच्या जवळजवळ इतर सगळ्याच – लोकांच्या मनात व्हॅलेरीविषयी अपार प्रेम आणि आदर होता. या माणसाचा शब्द आपण कधीही मोडणं शक्य नाही, आपल्यावरच्या त्याच्या विश्वासाला तडा जाऊ देणं शक्य नाही, हे प्रत्येक जण मनोमन जाणत होता.

तेव्हा, त्या पहाटे *युलिसिस* जहाजाला एकत्र धरून ठेवणाऱ्या आधाराच्या अदृश्य काठ्या या अशा होत्या– अभिमान, दया, शरम, प्रेम, आदर, दुःख – आणि जीव वाचवण्याची नैसर्गिक प्रवृत्ती. अर्थात, ही शेवटची काठी एव्हाना दुर्लक्ष करण्यासारखीच झालेली होती. ज्यांच्या आधारे कोणत्याही आपत्तींना बेधडक सामोरं जावं, जिवाचं रान करावं अशा दोन गोष्टी *युलिसिस*वर कधी खिजगणतीतही धरल्या जात नव्हत्या, आणि पूर्वीही कधी गेल्या नव्हत्या; त्यांचा कधी उल्लेखही केला गेला नव्हता. अशा दोन गोष्टी, की मायभूमीतली भावनाप्रधान माणसं, प्रसिद्धिमाध्यमं, देशप्रेमाची बाष्कळ बडबड करणारी, देशप्रेमाचा धंदा करणारी माणसं ज्यांचा प्रचंड उदोउदो करायची, त्यांना डोक्यावर घेत होती. या दोन गोष्टी होत्या– शत्रूचा द्वेष, आणि आपल्या देशबांधवांचं प्रेम आणि मायभूमीवरची भक्ती.

*युलिसिस*वर कोणीही शत्रूचा द्वेष करत नव्हतं. ज्याचा द्वेष करायचा, त्याची आधी माहिती तर हवी ना? आणि इथे कोणालाच शत्रूची माहिती नव्हती. इथली माणसं एकाच वेळी शत्रूला शिव्यांची लाखोली वाहायची, आणि त्याला मानही द्यायची. शक्य झालं तर त्याला मारायची, नाहीतर त्याच्याकडून मारली जायची. आपण देशाच्या राजासाठी आणि देशासाठी लढतो आहोत, असाही विचार कोणी करत नव्हतं. त्यांना युद्धाची आवश्यकता समजत होती, पण या आवश्यकतेवर देशप्रेमाचा बुरखा चढवायला मात्र त्यांचा विरोध होता. ती फक्त त्यांना सांगितलेलं काम करत होती, आणि ते त्यांनी केलं नाही, तर त्यांना भिंतीजवळ उभं करून गोळ्या घालून ठार मारलं जाणार होतं. देशबांधवांचं प्रेम– हे जरा पटण्यासारखं होतं, पण फार नाही. आपल्या बांधवांचं रक्षण करावंसं वाटणं सहाजिकच होतं; पण ही भावना देशापासूनचं अंतर जसं वाढत जाईल, तशी कमी होणंही नैसर्गिकच होतं. बेअर आयलंडच्या जवळ एका जहाजात कडाक्याच्या थंडीत, बर्फानं झाकल्या

गेलेल्या आपल्या ऑर्लिकॉन गनशेजारी बसलेल्या माणसाला आपण कॉट्सवोल्ड्समधल्या झोपडीत बसलेल्या आपल्या बांधवांचं रक्षण करतोय, असं वाटणं अंमळ कठीणच होतं...पण बाकी, मानव जेव्हा आशेच्या आणि तगून राहण्याच्या भावनेच्या अगदी अंतिम सीमेवर उभा असतो, तेव्हा देशादेशांमधले द्वेष, राजा आणि मायभूमीचं प्रेम आणि भक्ती वगैरे या असल्या कृत्रिम कल्पनांना काहीही महत्त्व उरलेलं नसतं; प्रेम आणि दुःख आणि दया यांसारख्या साध्या, सकारात्मक, नैसर्गिक भावनाच फक्त त्याला त्या अंतिम सीमेच्या पार घेऊन जाऊ शकतात.

माध्यान्हीची वेळ झाली, तरी एफआर ७७ काफिला प्रचंड हिमवर्षावामधून पूर्वेकडे चाललेला होता– आता सगळी जहाजं अगदी जवळजवळ येऊन एकत्र पुढे जात होती. पहाटेच्या ॲक्शन स्टेशन्सची वेळ अर्धी संपली असताना एक अलार्म झाला होता, तोच शेवटचा. छत्तीस तास उरलेले होते, फक्त छत्तीस तास. आणि हवा जर अशीच राहिली, विमानांना हवेत उडणं अशक्य करणारे जोरदार वारे आणि समोरचं दिसणं अशक्य करणारा हिमवर्षाव, कोणत्याही पाणबुडीच्या पेरिस्कोपला आंधळं बनवणारी जवळजवळ शून्य दृश्यमानता आणि बऱ्यापैकी खवळलेला समुद्र, हे जर असंच राहिलं, तर प्रवास छत्तीस तासांत पूर्ण होण्याची शक्यता होती...फक्त छत्तीस तास!

दुपारी बारानंतर थोड्या वेळानं ॲडमिरल जॉन टिंडॉलचा मृत्यू झाला. सकाळभर त्याच्याशेजारी बसलेल्या ब्रुक्सनं मृत्यूच्या कारणाची नोंद 'ऑपरेशननंतरचा शॉक' अशी केली. खरं कारण असं होतं, की टिंडॉलला जगायची इच्छाच उरलेली नव्हती. त्याची व्यावसायिक कीर्ती खलास झालेली होती, स्वतःवरचा विश्वास नाहीसा झालेला होता, आणि ज्या शेकडो लोकांनी त्यांचे जीव गमावले होते, त्यांच्याबद्दल त्याच्या मनात फक्त पश्चात्ताप राहिलेला होता. आणि आपले दोन्ही पाय गमावल्यानंतर तर त्याच्या जीवनाला काही अर्थच उरलेला नव्हता; कारण जे एकमेव जीवन त्याला माहीत होतं, ज्या जीवनासाठी त्यानं हातचं काहीही राखून न ठेवता आपल्या आयुष्याची तब्बल पंचेचाळीस वर्षं खर्च केली होती– आणि तीही अत्यंत आनंदानं – ते जीवनही खलास झालेलं होतं. बिचारा गाइल्स आनंदानं, स्वखुशीनं मरणाला सामोरा गेलेला होता. मरणाच्या आधी थोडाच वेळ त्याला शुद्ध आली होती, आणि त्यानं ब्रुक्स आणि व्हॅलेरीकडे बघून एक स्मित केलं होतं. त्या स्मितामध्ये वेडाची पुसटशीसुद्धा खूण कुठे नव्हती. त्याच्या नेहमीच्या मनमोकळ्या, गडगडाटी हास्याची मात्र ती चेष्टाच होती. ब्रुक्सला ते स्मित बघून कसंतरीच झालं होतं. नंतर त्यानं डोळे मिटून घेतले होते आणि आपल्या कुटुंबाबद्दल तो काहीतरी पुटपुटला होता– त्याला कसलंही कुटुंब वगैरे नाही, हे ब्रुक्सला माहीत होतं. मग त्यानं पुन्हा डोळे उघडले

होते, व्हॅलेरीकडे जणू प्रथमच बघत असल्यासारखं पाहिलं होतं, मग स्पायसर दिसेपर्यंत त्याची नजर भिरभिरत राहिली होती. स्पायसरकडे बघून त्यानं म्हटलं होतं, ''कॅप्टनसाहेबांना एक खुर्ची आणून दे, पोरा.'' आणि पुढच्याच क्षणी त्याचा जीव गेला होता.

दोन वाजता त्याचा मृतदेह समुद्रात सोडण्यात आला– ऐन बर्फाच्या वादळात. मृतदेहाला समुद्रात अर्पण करतानाचे शब्द वाचणाऱ्या कॅप्टन व्हॅलेरीचे शब्द बर्फ आणि भणाणत्या वाऱ्यामुळे इतस्ततः विखुरले जात होते. तिरक्या लावलेल्या बोर्डावरून टिंडॉलचा मृतदेह पाण्यात पडला आहे, हे लोकांना समजायच्या आतच मृतदेहाला गुंडाळलेला रिकामा झालेला युनियन जॅक वाऱ्यावर फडकायला सुरुवातही झालेली होती. बिगुलाचे करुण स्वरही तुटकतुटक, लांबून ऐकू आल्यासारखे वाटत होते, आणि मग तेही वाऱ्यावर विरून गेले. आणि तिथे जमलेली कमीत कमी दोनशे माणसं मागे वळली, आणि जड पावलांनी आपल्या गारठलेल्या मेस-डेक्सकडे मूकपणे हळूहळू निघून गेली.

त्यानंतर जेमतेम अर्ध्या तासानं ते हिमवादळ जसं अचानक न सांगता आलं होतं, तसंच ते काही न सांगता निघूनही गेलं. वाऱ्याचा जोरही कमी झाला, आणि जरी अजून आकाश अंधारलेलं असलं आणि समुद्रात एखाद्या १५,००० टनी जहाजाला जोरात हेलकावे देणाऱ्या लाटा उठत असल्या, तरी एक गोष्ट नक्की झाली, की हवामान आता बिघडण्याचं बंद झालंय. ब्रिजवर, टरेट्समध्ये, मेस-डेक्समध्ये माणसं कोणाशी काही बोलत नव्हती, एकमेकांच्या नजरेला नजर देत नव्हती.

१५.०० वाजायच्या थोडा वेळ आधी *व्हेक्ट्रा*ला तिच्या ॲस्डिकवर काहीतरी दिसलं. व्हॅलेरीला तो रिपोर्ट मिळाला, पण निर्णय काय घ्यावा हे त्याच्या मनात नक्की होईना. त्याच्या लक्षात आलं, की आपण जर *व्हेक्ट्रा*ला शोध घ्यायला तिकडे पाठवलं आणि तिनं शत्रूला शोधून त्याच्याभोवती समुद्रात वेगानं घिरट्या मारायला सुरुवात केली– कारण तिला तेच करणं भाग होतं– तर अजून हे जहाज डेप्थ-चार्जेस का सोडत नाहीय, याचं कारण थोड्याच वेळात त्या यू-बोटीच्या कॅप्टनच्या लक्षात येणार, हे उघड आहे. आणि मग आता आपली यू-बोट पाण्यावर आणायला हरकत नाही असं लवकरच त्याच्या लक्षात येईल, आणि तो पाण्यावर येऊन आसमंतातल्या सगळ्या यू-बोटींना रेडिओवरून उघड संदेश पाठवेल, की या रे सगळे जण, एफआर ७७ काफिल्यावर आता सहज हल्ला करता येईल. शिवाय, आताच्या या हवामानात टॉर्पेडोचा हल्ला करण्याची शक्यता जवळजवळ नाहीच. समुद्र इतका खवळलेला असताना पेरिस्कोप पाण्यावर काढून निरीक्षण करणं जवळजवळ अशक्य आहे, शिवाय त्या एकसारख्या हेलकावत असलेल्या यू-

बोटीवरून टॉर्पेडो अचूक सोडताही येणं शक्य नाही. कारण समुद्राच्या लाटा फक्त पाण्याच्या पृष्ठभागावरच उठत नाहीत, तर पाण्याखाली तीस, चाळीस, पन्नास फुटांवरही त्यांचे जबरदस्त परिणाम होत असतात. कोणतीही पाणबुडी इतक्या खोलीवर मुळीच स्थिर राहू शकत नाही. लाटा फारच भयंकर असल्या तर त्यांचे परिणाम शंभर फूट खोलीवरही चांगलेच जाणवतात. किंवा, उलटा विचार केला तर तो यू-बोटीचा कॅप्टन धोका पत्करून सरळ टॉर्पेडो मारूही शकेल– लागला नेम तर उत्तमच, नाही लागला तरी हरकत नाही; निदान शत्रूच्या उरात धडकी तर भरेल! शेवटी त्यानं *व्हेक्ट्रा*ला शोध घेण्यासाठी जायचा हुकूम दिला.

पण त्याला उशीर झालेला होता. तसाही हा हुकूम द्यायला उशीर झालाच असता. व्हॅलेरीचा सिग्नल मिळाल्याचं *व्हेक्ट्रा*वरचा सिग्नलचा ऑल्डिस दिवा उघडझाप करत सांगत होता, तेवढ्यात एका प्रचंड स्फोटाचा आवाज *युलिसिस*च्या ब्रिजवर ऐकू आला. या टॉर्पेडोला कुठलं जहाज बळी पडलंय, कोठे धूर आणि आग दिसतेय हे बघायला ब्रिजवरच्या सगळ्या नजरा संपूर्ण क्षितिजावरून भिरभिरल्या. जवळजवळ अर्धं मिनिट गेलं, पण त्यांना काहीच दिसेना. मग सहज बघताना त्यांच्या लक्षात आलं, की *इलेक्ट्रा*ची– काफिल्यामधल्या जहाजांच्या उजवीकडच्या रांगेतलं हे पहिलं जहाज होतं– गती वेगानं कमी होत होती. बघताबघता ते थांबलं, आणि उभंच्या उभं पाण्याखाली जाऊ लागलं. ते कोणत्याही बाजूला, किंवा मागे किंवा पुढे झुकलेलं नव्हतं. याचा अर्थ उघड होता– त्या जहाजाच्या इंजिन-रूममध्येच भगदाड पडलेलं होतं.

तेवढ्यात *सिरस*वरचा ऑल्डिस दिवा उघडझाप करत सिग्नल पाठवू लागला. बेंटलेनं तो सिग्नल वाचला आणि तो व्हॅलेरीकडे वळला. "कमांडर ऑर *इलेक्ट्रा*पाशी डाव्या बाजूला जाऊन पाण्यात पडलेल्या लोकांना वर घेण्याची परवानगी मागताहेत."

"डाव्या बाजूला?" टर्नरनं मान डोलावली. "हरकत नाही, सर. शत्रूच्या पाणबुडीवरून ती बाजू दिसणार नाही. हा धोका पत्करायला हरकत नाही. पण..." त्यानं पाण्यात जोरजोरानं हेलकावत असलेल्या *सिरस*कडे बघितलं, आणि खांदे उडवले. "*सिरस*च्या रंगकामाचं मात्र मोठं नुकसान होणार."

"तिच्यावर माल कुठल्या प्रकारचा आहे?" व्हॅलेरीनं विचारलं. "काही दारूगोळा वगैरे आहे का? किंवा आणखी कसले स्फोटक पदार्थ?" त्यानं बाकीच्यांकडे बघितलं, पण सगळ्यांनीच माना हलवल्या. मग तो बेंटलेकडे वळला.

"*इलेक्ट्रा*ला विचार की तिच्यावर काही दारूगोळा किंवा दुसरे स्फोटक पदार्थ आहेत का."

बेंटलेनं ऑल्डिस लॅम्पवरून सिग्नल पाठवला. अर्धं मिनिट झालं तरी काही उत्तर आलं नाही. त्यामुळे आता उत्तर येणार नाही, असं व्हॅलेरी समजून चुकला.

“कदाचित तिची पॉवर खलास झाली असावी, किंवा ॲल्डिस लॅम्पच फुटला असावा.” कॅपॉक किडनं अंदाज केला. “तिला फ्लॅग दाखवून सिग्नल पाठवायला सांगितलं तर? एक फ्लॅग दाखवला तर दारूगोळा आहे, दोन दाखवले तर दारूगोळा नाही, असं काहीतरी?”

व्हॅलेरीला हे पटलं. त्यानं मान डोलावून संमती दिली. “काय, बेंटले?”

बेंटले सिग्नल पाठवत होता, तेवढ्यात त्यानं उजव्या बाजूला नजर टाकली. *व्हेक्ट्रा* आता जवळजवळ एक मैल दूर होती, आणि एका जागी घिरट्या घालत जोरजोरात हेलकावे खात होती. तिला शत्रू तर सापडला होता– पण तिच्याकडे डेप्थ-चार्जेसच शिल्लक राहिलेले नव्हते.

पुन्हा मागे वळून *व्हॅलेरीनं इलेक्ट्राकडे* बघितलं. अजूनही काही उलट सिग्नल आलेला नव्हता...तेवढ्यात त्याला *इलेक्ट्रा*वरून दोन फ्लॅग यार्डआर्मवर चढताना दिसले – याचा अर्थ तिच्यावर दारूगोळा किंवा स्फोटक पदार्थ नव्हते.

“*सिरस*ला सिग्नल पाठव.” लगेच त्यानं हुकूम सोडला. “*इलेक्ट्रा*जवळ जायला हरकत नाही. संपूर्ण खबरदारी घ्या.”

अचानक त्याला टर्नरनं आपल्या दंडाला स्पर्श केलेला जाणवला.

“तुम्हाला काही ऐकू येतंय का?” त्यानं विचारलं.

“म्हणजे नेमकं काय?” *व्हॅलेरी*नं विचारलं.

“ते मलाही समजत नाहीय. *व्हेक्ट्रा*कडे बघा!” त्यानं तिकडे बोट दाखवत म्हटलं. व्हॅलेरीनं त्या दिशेनं पाहिलं. आधी त्याला काहीच दिसलं नाही. नंतर अचानक त्याला दिसलं, की *व्हेक्ट्रा*च्या मागे जो पाण्याचा पट्टा उठत होता, त्या पट्ट्यात भराभर छोटेछोटे पाण्याचे फवारे उडत होते, आणि मग समुद्राच्या लाटांमुळे लगेच नाहीसे होत होते. आणि मग त्यानं कान देऊन ऐकायला सुरुवात केली, तेव्हा त्याला पाण्याखाली होत असलेल्या स्फोटांचे पुसटसे आवाज ऐकू यायला लागले. ते इतके क्षीण होते, की ते लगेच वाऱ्यावर विरून जात होते.

“ही *व्हेक्ट्रा* काय करतेय तरी काय?” व्हॅलेरीनं बुचकळ्यात पडून विचारलं. “आणि ती काय वापरतेय?”

“मला तरी ती फटाके वाजवतेय असं वाटतंय.” टर्नरनं म्हटलं. “तुला काय वाटतं, नंबर वन?”

“नाही, स्कटलिंग चार्जेस वापरतेय.” कॅरिंग्टननं म्हटलं. “२५ पौंडी स्कटलिंग चार्जेस वापरतेय ती.”

“हो, बरोबर आहे त्याचं, सर.” टर्नरनं मान डोलावली. “पण ते तर इथे इतके निरुपयोगी आहेत, की तिनं फटाके वाजवल्यासारखंच आहे ते.”

त्यानं जरा तिरकसपणे म्हणलं. पण त्याचं म्हणणं चुकीचं होतं. २५ पौंडी

स्कटलिंग चार्जेसमध्ये डेप्थ-चार्जेसच्या मानानं एक दशांशाहूनही कमी संहारक शक्ती असते– पण एखादा चार्ज जर पाणबुडीच्या कोनिंग टॉवरमध्ये किंवा स्टीअरिंग प्लेनमध्ये अचूक पडला, तर तोही भयंकर नुकसान करू शकतो. टर्नरचं वाक्य बोलून पुरं व्हायच्या आधीच एक यू-बोट– *युलिसिस*ला एकाही यू-बोटीचं प्रत्यक्ष दर्शन गेल्या सहा महिन्यांमध्ये झालेलं नव्हतं– चक्क आख्खीची आख्खी पाण्यातून बरीच उंच उसळी मारून वर आली, काही क्षण हवेतच राहिली, आणि धाडकन तशीच्या तशी पाण्यावर कोसळली, आणि लाटांवर जोरजोरात हेलकावे खाऊ लागली.

ती इतक्या अचानक, ध्यानीमनी नसताना पाण्यावर आली होती, की *व्हेक्ट्रा*सकट सगळ्याच जहाजावरच्या लोकांना आश्चर्याचा जबर धक्का बसला. *व्हेक्ट्रा* त्या वेळी झपाट्यानं इंग्लिश '८' आकड्यासारख्या चकरा मारत होती, आणि पाणबुडी वर आली त्या क्षणी ती तिच्यापासून दूर जाणाऱ्या वर्तुळाकार मार्गावर होती. *व्हेक्ट्रा*च्या पॉम-पॉम गन्सनी ताबडतोब फायरिंग सुरू केलं खरं, पण पॉम-पॉम गन मुळातच फारशी अचूक नेमबाजी करू शकत नाही, आणि त्या वेळी भर वेगात गोलाकार जात असलेल्या, समुद्राच्या लाटांवर प्रचंड हेलकावत असलेल्या *व्हेक्ट्रा*वरून पाणबुडीवर नेम लागणं अशक्यप्रायच होतं. तरीही त्या पाणबुडीच्या कोनिंग-टॉवरवर गोळ्या लागल्या, पण हे म्हणजे चिडलेल्या मधमाश्यांच्या थव्यानं एखाद्या मोठ्या झाडाच्या बुंध्याला चावण्यापैकी होतं. आणि *व्हेक्ट्रा* गोलाकार मार्गानं परत फिरून पाणबुडीवर पुन्हा आपल्या मुख्य तोफांनी हल्ला करण्याच्या स्थितीत येईपर्यंत पाणबुडी हळूहळू पाण्याखाली गेलेली होती.

असं असूनही *व्हेक्ट्रा*च्या ४.७ इंची तोफांनी पाणबुडी जिथे पाण्याखाली गेली होती, तिथेच पाण्यावर सरबत्ती सुरू केली; पण जेव्हा लागोपाठ दोन-तीन गोळे पाण्यावर आपटून वाटेल त्या दिशेनं उडाले, तेव्हा तिनं लगेचच फायरिंग थांबवलं; कारण बाकीच्या जवळपासच्या जहाजांना अशा गोळ्यांचा धोका होता. *व्हेक्ट्रा*नं लगेच स्वतःला सावरलं, आणि ती झपाट्यानं पाणबुडी जिथे पाण्याखाली गेली होती, त्या जागेवरून पुढे गेली. *युलिसिस*वरून हे सगळं डोळ्यांना दुर्बिणी लावून बघणाऱ्या लोकांना *व्हेक्ट्रा*च्या डेकवरची माणसं आणखी स्कटलिंग चार्जेस फेकताना दिसली. ताबडतोब *व्हेक्ट्रा* जणू ब्रेक लावलेल्या एखाद्या गाडीसारखी थांबली आणि गर्रकन मागे वळून परत फिरली. आता तिच्या उजवीकडच्या सगळ्या तोफांची तोंडं एकदम खाली झुकलेली होती.

या वेळी मात्र, *व्हेक्ट्रा*च्या तोफगोळ्यांमुळे किंवा नुकत्याच फेकलेल्या स्कटलिंग चार्जेसमुळे त्या यू-बोटीचं जरा जास्त नुकसान झालेलं असावं. पुन्हा एकदा ती आधीपेक्षाही भयंकर वेगानं उसळून पाण्यावर आली. त्या क्षणी पुन्हा एकदा *व्हेक्ट्रा*

तिच्या वर्तुळाकार मार्गात नेमकी उलट्या दिशेनं,पाणबुडीपासून दूर चाललेली होती, आणि या वेळी पाणबुडी तिच्या डाव्या बाजूला पाण्यावर आली होती.

आता मात्र पाणबुडी पाण्याखाली गेली नाही. तिच्यावरच्या कॅप्टन आणि नौसैनिकांकडे बाकी कशाची कमतरता असेल, पण धाडसाची कमतरता मात्र नक्कीच नव्हती. तिच्यावरची हॅच उघडली आणि आतून माणसं झपाट्यानं धावत कोनिंग-टॉवरच्या जवळून तोफेच्या दिशेनं निघालेली होती : आपल्यापेक्षा कितीतरी बलाढ्य शत्रूचा धैर्यानं सामना करायला.

पहिले दोघं जण तोफेपाशी पोचूच शकले नाहीत, कारण त्या पाणबुडीच्या डेकच्यापेक्षा कितीतरी जास्त उंचीच्या लाटांच्या तडाख्यात ते सापडले आणि वाहून गेले. पण त्यांच्यामागून येत असलेल्या लोकांनी, त्यांना तोफेपासून खेचून काढायचा जणू चंगच बांधलेल्या लाटांची पर्वा न करता झेप घेऊन त्या दोघांची जागा घेण्याचे प्रयत्न सोडले नाहीत. ते तोफेपाशी पोचले, आणि त्यांनी ती तोफ झपाट्यानं अंगावर चालून येत असलेल्या व्हेक्ट्राच्या दिशेनं ९० अंशाच्या कोनातून वळवली. थेट समोर नेम धरून त्यांनी उडवलेला पहिलाच गोळा *व्हेक्ट्रा*च्या ब्रिजवर अचूक लागला. पण हाच त्यांचा शेवटचा गोळा ठरला. पुढच्याच क्षणी त्यांची कत्तल झाली.

ती खरोखरच कत्तल होती. *व्हेक्ट्रा*वर दोन बोल्टन-पॉल डिफायंट नाइट-फायटर गन टरेट्स होती, शिवाय आणखी चार हायड्रॉलिक टरेट्स होती, आणि त्या सगळ्यांनी एकदमच सरबत्ती सुरू केली. सगळ्यांचे मिळून दर दहा सेकंदाला एकंदर जवळजवळ ३०० गोळे उडत होते. एवढ्या प्रचंड अग्निवर्षावात त्या यू-बोटीच्या उघड्या डेकवर कोणीही माणसं टिकून राहणं केवळ अशक्य होतं. तिच्यावरची एकापाठोपाठ एक माणसं वाटेल ते करून त्यांच्या एकमेव गनपाशी पोचायचा प्रयत्न करत राहिली, आणि मरत गेली.

या लढाईनंतर, लाटांवर प्रचंड हेलकावे खात असलेली व्हेक्ट्रा त्या यू-बोटीला थेट धडक मारणार आहे, हे आपल्या केव्हा लक्षात आलं, ही गोष्ट *युलिसिस*वरून हे सगळं बघणारा एकही माणूस सांगू शकला नाही. कदाचित *व्हेक्ट्रा*च्या कॅप्टनचाही तसा खास उद्देश नसावा. कदाचित त्याची अपेक्षा अशी असावी, की ती यू-बोट परत पाण्याखाली जाईल, आणि ती परत हातून सुटून जाऊ नये म्हणून तिचा कोनिंग-टॉवर आणि पेरिस्कोप नष्ट करण्याचा त्याचा उद्देश असावा. कदाचित यू-बोटीचा जो गोळा *व्हेक्ट्रा*च्या ब्रिजवर पडला, त्यात तो स्वतः मृत्युमुखी पडला असावा. किंवा कदाचित ऐन क्षणी त्यानं आपला विचार बदलला असावा, कारण कोनिंग-टॉवर आणि पेरिस्कोपच्या दिशेनं झपाट्यानं चाललेली *व्हेक्ट्रा* अचानक जोरात उजवीकडे वळली होती.

क्षणभर असं वाटून गेलं की, त्या यू-बोटीच्या कोनिंग-टॉवरवर धरलेला तिचा रोख चुकेल आणि कोनिंग-टॉवर थोडक्यात वाचेल, पण ही आशा ज्या क्षणी उत्पन्न झाली, त्याच क्षणी मावळली. एका प्रचंड लाटेवरून घसरत येणाऱ्या *व्हेक्ट्रा*चा खालचा पुढचा भाग त्या यू-बोटीच्या दणकट स्टीलच्या पत्र्याला, साधारण तिच्या नाकाच्या मागे तीस फुटांवर सहजगत्या भेदून पलीकडे गेला– इतका सहज, की जणू ती यू-बोट पुठ्ठ्याची बनली असल्यासारखा. *व्हेक्ट्रा* अजूनही तशीच खाली घसरत जात होती, तेवढ्यात एकापाठोपाठ एक– इतके लागोपाठ की जणू एकच स्फोट झाला असं वाटावं- असे दोन प्रचंड स्फोट झाले आणि त्या दोन्ही बोटी खळाळत्या पाण्याच्या आणि वाकड्यातिकड्या झालेल्या स्टीलच्या प्रचंड ढगांमध्ये दिसेनाशा झाल्या. स्फोट का झाले, याचा फक्त अंदाजच बांधता येण्यासारखा होता, पण त्यामुळे जे काही घडलं ते मात्र एकदम स्पष्ट होतं. काहीतरी भयंकर योगायोगानं यू-बोटीच्या एखाद्या ट्यूबमधल्या एका टॉर्पिडोच्या वॉरहेडमधल्या टीएनटीचा – खरं म्हणजे टीएनटी हा स्फोटक असला तरी अत्यंत स्थिर वृत्तीचा पदार्थ आहे – स्फोट झाला असावा, आणि त्यामुळे त्या यू-बोटीवर ठेवलेल्या सगळ्याच टॉर्पिडोंचे, आणि कदाचित– किंवा बहुधासुद्धा– *व्हेक्ट्रा*वरच्याही पुढच्या मॅगझिनमधल्या दारूगोळ्याचा स्फोट झाला असणार.

पाण्याचे ते ढग मंद गतीनं समुद्रात पडले, आणि *व्हेक्ट्रा* आणि ती यू-बोट – खरंतर त्यांचे अवशेष- अचानक दिसू लागले. एवढ्या भयानक स्फोटानंतर त्यांतली एकही बोट अजून तरंगत असेल हेच मुळी *युलिसिस*वरून बघणाऱ्या लोकांच्या कल्पनेपलीकडचं होतं. ती यू-बोट बरीचशी पाण्याखाली गेलेली होती, आणि जणू गन प्लॅटफॉर्मच्या जवळच ती संपली की काय, असं वाटत होतं. आणि *व्हेक्ट्रा*चा तर जणू ब्रिजच्या किंचित पुढे एखाद्या प्रचंड सुऱ्यानं तुकडा तोडल्यासारखा वाटत होता. बाकीची *व्हेक्ट्रा* पूर्णपणे नाहीशी झालेली होती. ते दृश्य काफिल्यामधली सगळी माणसं डोळे फाडफाडून बघत राहिली. पुरती खलास झालेली *व्हेक्ट्रा* आणि ती यू-बोट, अशा दोघीही काही क्षण दोन प्रचंड लाटांमधल्या घळीत हेलकावत राहिल्या– यू-बोटीचा कोनिंग-टॉवर चक्क *व्हेक्ट्रा*च्या ब्रिजवर विसावलेला होता. आणि नंतर त्या तशाच, एकमेकीत गुंतलेल्या स्थितीत पाण्याखाली गेल्या.

काफिल्याच्या शेवटच्या टोकाला असलेली जहाजं आता दोन मैल दूर गेलेली होती, आणि समुद्रात कोणी माणसं पडली आहेत का, हे इतक्या दुरून दिसणं अशक्यच होतं. आणि जरी कोणी माणसं जिवंत असली, पोहत असली, मदतीसाठी ओरडत असली, तरी त्या भयंकर थंड समुद्रात कोणतंही जहाज त्यांना वाचवायला पोचायच्या आत ती मरणार, हेही उघड होतं. त्यामुळे काफिला निरुपायानं पूर्वेकडे जात राहिला. फक्त दोन जहाजं सोडून– *इलेक्ट्रा* आणि *सिरस*.

इलेक्ट्रा आता समुद्राच्या लाटांच्या आडव्या दिशेला पाण्यात पडलेली होती, आणि पाण्यात सावकाश हेलकावत होती. ती आता डावीकडे जवळजवळ १५ अंशात कललेली होती. तिच्या ब्रिजच्या पुढच्या आणि मागच्या, अशा दोन्ही डेक्सवर माणसं वाट बघत थांबलेली होती. त्यांनी जेव्हा *सिरस*ला त्यांच्या मागच्या बाजूनं, डावीकडून वेगानं येताना पाहिलं होतं, तेव्हाच त्यांनी लाइफ बोटीमधून जहाजातून बाहेर पडण्याची आशा सोडली होती. एक लाइफ बोट पाण्यात सोडण्याचे प्रयत्न त्यांनी केले होते; पण ती अर्धवट अडकून आता नुसतीच हवेत लोंबकळत होती– तीही नेमक्या *सिरस*च्या मार्गात. ती परत वर घेण्याचे प्रयत्नही फसले होते; कारण एकतर *इलेक्ट्रा* बरीच कललेली होती, शिवाय ती प्रचंड हेलकावतही होती. *सिरस*चा कॅप्टन ऑरनं दोन वेळा जळजळीत सिग्नल पाठवले होते, की ती बोट एकतर वर घ्या किंवा खाली सोडा; पण ते काही जमलं नव्हतं. याचं कारण कदाचित संकटाच्या वेळी भांबावून जाणं हे असावं. पण खरी शक्यता अशी होती, की बर्फामुळे ती बोट खाली सोडण्याची किंवा वर घेण्याची सगळी यंत्रणा थिजून जाम झालेली होती. कसंही असलं तरी वेळ वाया घालवून चालणार नव्हतं, कारण आणखी जास्तीत जास्त दहा मिनिटांत *इलेक्ट्रा* बुडणार, हे नक्की होतं.

*इलेक्ट्रा*च्या जवळून *सिरस*नं एकंदर दोन फेऱ्या मारल्या– कॅप्टन ऑरला बुडत्या जहाजाच्या जवळ जाऊन थांबण्यातले धोके चांगलेच माहीत होते. हे १५,००० टनी धूड जर आपल्या जहाजावर पडलं, तर आपली काय अवस्था झाली ते सांगायलासुद्धा कोणी जिवंत राहणार नाही, हे त्याला पक्कं ठाऊक होतं. पहिल्या वेळी तो *इलेक्ट्रा*जवळून सावकाश, पाच नॉट वेगानं, साधारण वीस फूट अंतरावरून गेला– समुद्रातल्या लाटांचा जोर बघता याहून जास्त जवळून तो जाणं शक्यच नव्हतं, कारण चुकून दोन्ही जहाजांची टक्कर होणं सहज शक्य होतं.

सिरस हेलकावत *इलेक्ट्रा*जवळून जाऊ लागली. एका लाटेवर स्वार होऊन तिचं डेक *इलेक्ट्रा*च्या डेकच्या पातळीवर येताक्षणीच *इलेक्ट्रा*च्या डेकवरच्या माणसांनी तिच्या डेकवर उड्या मारायला सुरुवात केली, तिचं मागचं डेक जवळ आलं तरी माणसं उड्या मारतच होती, ती लाटेवरून खाली गेली तरीही ती उड्या मारतच होती. दोन्ही जहाजं तुलनेनं निश्चल असतानाच्या क्षणभराच्या वेळात हातात सूटकेस घेतलेल्या एका माणसानं चक्क उंबरा ओलांडावा तितक्या सहजपणे *सिरस*च्या डेकवर पाय ठेवला– दोन्ही जहाजांचे कठडे ओलांडून! आणखी काही जणांनी यानंतर लाटेवरून वेगानं खाली जात चाललेल्या *सिरस*च्या डेकवर, १५-२० फूट उंचीवरून उड्या मारल्या, आणि आपले हात, पाय मोडून घेतले, कुणाचे पाय मुरगळले, तर कुणाचे निखळले. दोघा जणांनी उड्या मारल्या; पण ते *सिरस*पर्यंत पोचू शकले नाहीत. त्यांच्या आर्त किंकाळ्यांनी सगळेच जणू भयंकर

चरकले. त्यांतल्या एकाचा दोन्ही जहाजांमध्ये सापडून चेंदामेंदा झाला. दुसरा माणूस *सिरस*च्या प्रॉपेलरमध्ये सापडून त्याच्या पार चिंध्या झाल्या.

आणि मग ती घटना घडली. आणि जे काही घडलं, त्याबद्दल *सिरस*च्या कॅप्टनला– कमांडर ऑरला– मुळीच दोष देता येणार नाही. त्या बाबतीत त्याचं कौशल्य वादातीत होतं. खरं तर तोपर्यंत त्यानं *सिरस*ला अत्यंत उत्कृष्टपणे हाताळलेलं होतं. पण अगदी अचानकपणे, लागोपाठ आलेल्या त्या दोन लाटांपुढे त्याचं कौशल्यही निष्प्रभ ठरलं आणि त्या दोन्ही लाटांची उंची बाकीच्या लाटांपेक्षा दुप्पट होती. पहिल्या लाटेनं *सिरस*ला *इलेक्ट्रा*च्या अगदी जवळ ढकललं, आणि त्यानंतर *इलेक्ट्रा*च्या खालून पुढे जाताना *इलेक्ट्रा*ला डाव्या बाजूला एक प्रचंड हेलकावा दिला. त्यापाठोपाठ आलेल्या दुसऱ्या लाटेनं त्याच वेळी *सिरस*ला उजवीकडे जबरदस्त हेलकावा दिला. दोन्ही जहाजं एकमेकांवर जोरात घासली जाऊन धडकली. त्यामुळे *सिरस*चे कठडे आणि बाहेरच्या पत्र्याच्या प्लेट्स वाकड्यातिकड्या झाल्या आणि जवळजवळ १५० फूट लांबीच्या प्लेट्स फाटून निघाल्या. त्याच वेळी तिथली लाइफ बोटही ब्रिजच्या पुढच्या भागावर भयंकर जोरानं आदळली आणि तिचे तुकडेतुकडे झाले. त्याच क्षणी काय घडलंय याची जाणीव जहाजावरच्या लोकांना झाली. ताबडतोब टेलिग्राफवरून इंजिनरूमला संदेश गेले आणि *सिरस*चा प्रॉपेलर झपाट्यानं फिरू लागला. काही क्षणांतच *सिरस इलेक्ट्रा*पासून एकदम दूर झाली.

पण पाचच मिनिटांनी *सिरस* पुन्हा वळून *इलेक्ट्रा*पाशी आली. अत्यंत थंड डोक्यानं विचार करणारा, भराभर निर्णय घेणारा, कमालीचा मनोनिग्रही ऑरच हे करू जाणे– आणि अशा माणसांना नशीबही साथ देतं. *सिरस*ची फाटलेली उजवी बाजू त्यानं पुन्हा *इलेक्ट्रा*जवळ आणली– आणि त्याचं नशीब असं होतं, की नेमक्या त्याच क्षणी त्या जागी समुद्र तुलनेनं शांत होता. शिवाय एव्हाना *इलेक्ट्रा*ही बरीच जास्त पाण्याखाली गेली असल्यामुळे तिच्याशी पुन्हा धडक होण्याची शक्यता दुरावलेली होती. पुन्हा *इलेक्ट्रा*वरच्या लोकांनी भराभर *सिरस*मध्ये उड्या मारायला सुरुवात केली. त्यांना *सिरस*वरच्या माणसांनी त्यासाठी मदतही केली. केवळ अर्ध मिनिट तिथे थांबून सिरस पुन्हा दूर गेली. आता *इलेक्ट्रा*ची डेक्स रिकामी झालेली होती. दोन मिनिटं अशीच गेल्यानंतर एका मोठ्या दबक्या स्फोटानं बुडत चाललेली *इलेक्ट्रा* हादरली– तिचे बॉयलर्स फुटले होते. आणि मग ती कुशीवर समुद्रात पडली. तिचे मास्ट, धुराडं वगैरे पाण्यावर आडवे पडले, आणि पाण्याखाली गेले. तिचा तळ वर झाला, काही क्षण चमकला, आणि मग तोही नाहीसा झाला. नंतर एक मिनिटभर जहाजामधून हवा बाहेर पडत असल्यामुळे मोठमोठे फवारे आणि बुडबुडे पाण्यावर आले, आणि हळूहळू तेही नाहीसे होत जाऊन शेवटी सारं काही शांत झालं.

*सिरस*नं आपला मार्ग धरला, आणि तिच्या वाढत्या वेगाबरोबर माणसांनी भरून गेलेली डेक्स थरथरू लागली. ती बरीच मागे पडली होती, आणि तिला काफिला गाठायचा होता. एफआर ७७ काफिला. ब्रिटिश नौदलाला पुढे ज्याची आठवणही नकोशी होणार होती, तो काफिला. स्कापा फ्लो आणि सेंट जॉन्स अशा दोन्ही ठिकाणांवरून, एकूण मिळून छत्तीस जहाजं रशियात मुरमान्क्सला जाण्यासाठी निघाली होती; आता त्यांतली फक्त बारा शिल्लक होती. फक्त बारा! आणि कोला इन्लेटमध्ये पोचायला अजूनही अखंड बत्तीस तास होते...

आपल्या अंगातल्या प्रचंड उत्साहाला आणि जोमालासुद्धा तात्पुरती का होईना, ओहोटी लागलेल्या कमांडर टर्नरनं मागून येत असलेल्या *सिरस*कडे उदास नजरेनं बघितलं, आणि मग लगेच जवळच असलेल्या कॅप्टन व्हॅलेरीच्या अत्यंत कृश आणि अशक्त झालेल्या आकृतीकडे हळूच एक कटाक्ष टाकला. 'इतकी भयानक संकटं येऊनही, स्वतःची प्रकृती इतकी गंभीर असलेला हा माणूस कशाच्या आधारावर अजून जिवंत आहे, देवच जाणे!' त्यानं मनात म्हटलं. वैद्यकीय दृष्टीनं विचार केला, तर व्हॅलेरी केव्हाच मरायला हवा होता. आणि याच्या दृष्टीनं तर मृत्यू – किंवा मृत्यूची नुसती आशासुद्धा– अत्यंत हवीहवीशी गोष्ट असली पाहिजे, हे अचानक त्याला जाणवून गेलं. व्हॅलेरीच्या गालफडं वर आलेल्या चेहऱ्यावर त्याला बसलेला भयानक धक्का आणि अपार दुःख दिसलं, आणि त्यानं मनातल्या मनात, मनापासून शिव्यांची लाखोली वाहिली. आणि तेवढ्यात व्हॅलेरीची अपार थकलेली नजर त्याच्याकडे वळली, आणि त्यानं एकदम दुसरीकडे मान वळवली. तो खाकरला. ''म्हणजे आता *सिरस*वर समुद्रातून वर काढलेली किती माणसं असतील, सर?''

व्हॅलेरीनं कसेबसे खांदे उडवले.

''काही कल्पना नाही, कमांडर. शंभरेक असतील. किंवा कदाचित जास्तही असतील. का विचारतोयस?''

''शंभर.'' टर्नरनं स्वतःशीच विचार करत म्हटलं. ''आणि आपल्याला तर सांगितलं होतं की, समुद्रात पडलेल्या एकाही माणसाला उचलून घेतलं जाणार नाही. आपण स्कापा फ्लोला परत गेल्यानंतर कमांडर ऑर जेव्हा ही माणसं त्या थेरड्याच्या– ॲडमिरल स्टारच्या– पुढ्यात टाकेल, तेव्हा ऑर त्याला काय सांगेल, याचा विचार करत होतो मी!''

शनिवारची दुपार

*युलिसिस*चा ऑल्डिस लॅम्प उघडझाप करू लागला, तेव्हा *सिरस* अजून तिच्या पाठीमागे एक मैलावर होती. बेंटलेनं तो सिग्नल घेतला, आणि तो व्हॅलेरीकडे वळला.

"*सिरस*चा सिग्नल आलाय, सर. 'आमच्या जहाजावर २५-३० जखमी लोक आहेत. तिघे जण अत्यंत गंभीर आहेत, जवळजवळ मरायला टेकलेले आहेत. डॉक्टरची तातडीने गरज आहे.''

"सिग्नल पोचल्याचं कळव.'' व्हॅलेरीनं म्हटलं. काही क्षण विचार करून त्यानं म्हटलं, "सर्जन-लेफ्टनंट निकोल्सला मी ब्रिजवर बोलावलंय, असा निरोप द्या.'' मग कमांडर टर्नरकडे बघून तो किंचित हसला. "का कोण जाणे, अशा हवेत ब्रुक्सला *सिरस*वर जायला जमेलसं मला वाटत नाही. शरीरानं तो तितका तंदुरुस्त नाही. कारण आपल्या जहाजावरून ब्रीचेस बॉयमध्ये उभं राहून *सिरस*वर जायचं म्हणजे बऱ्यापैकी जिकिरीचं काम आहे.''

टर्नरनं पुन्हा मान वळवून मागे *सिरस*कडे बघितलं. पश्चिमेकडून ती वेगानं पाणी कापत येत होती, पण अधूनमधून जोरजोरात हेलकावे खात होती.

"खरंय. हे काम सहज जमण्यापैकी दिसत नाही.'' त्यानं मान डोलावली. "शिवाय ब्रीचेस बॉयमध्ये आपले सर्जन-कमांडर ब्रुक्ससाहेब मावतील की नाही, शंकाच आहे.'' 'काय गंमत आहे,' टर्नरनं मनात म्हटलं, 'प्रत्येक जण जे प्रत्यक्षात घडतंय त्याबद्दलच बोलतोय, आणि तेही किती सहजगत्या बोलतोय. बिचाऱ्या *व्हेक्ट्रा*नं त्या यू-बोटीला धडक देऊन तिला समुद्राच्या तळाशी धाडलं आणि त्यात स्वतःचाही जीव गमावला, पण त्या क्षणापासून अजून कुणी तिचा साधा उल्लेखही केलेला नाही!'

ब्रिजचं दार करकरत उघडलं. व्हॅलेरीनं सावकाश मान वळवून तिकडे पाहिलं आणि निकोल्सनं केलेल्या सॅल्यूटला मान तुकवून उत्तर दिलं.

'*सिरस*वर एका डॉक्टरची गरज आहे, निकोल्स.'' त्यानं थेट विषयालाच हात

घातला. ''काय विचार आहे तुझा?''

निकोल्सनं आधी तिरप्या झालेल्या ब्रिजवर आल्यामुळे, आणि जहाजांच्या हेलकाव्यांमुळे गेलेला स्वतःचा तोल सावरला. 'काय, *युलिसिस*वरून दुसरीकडे जायचं –' आणि आपल्या मनात असा विचार आला, याचंच त्याला जास्त दुःख झालं, आणि धक्काही जाणवला. 'मला, या जॉनी निकोल्सला नौदलाशी संबंधित प्रत्येक गोष्टीचा प्रचंड तिरस्कार वाटत आलाय आजवर; या बाबतीत मी इतरांपेक्षा वेगळा आहे– निदान ऑफिसर्समध्ये तरी – आणि तरीही माझ्या मनात असा विचार यावा!' आणि त्याच वेळी, तितक्याच अचानकपणे त्याला हेही जाणवलं, की आपली मनोवृत्ती बदललेली वगैरे नाही, तर आपल्याला *युलिसिस* सोडून दुसरीकडे जाण्याचा विचार सहन होत नाहीय याचं कारण एवढंच आहे, की आपण इथले आहोत, आपल्या मनात या जहाजाबद्दल आपलेपणाची भावना निर्माण झालीय. आपला स्वाभिमान किंवा तत्त्व वगैरेंचा इथे काहीही संबंध नाही. आणि जेव्हा ही गोष्ट त्याला प्रकर्षानं जाणवली, तेव्हा *युलिसिस*बद्दलचा एक प्रकारचा अभिमान त्याच्या मनात दाटून आला. अचानक त्याच्या लक्षात आलं, की सगळे जण कुतूहलानं आपल्याकडेच बघताहेत, आणि गोंधळून जाऊन त्यानं उगाचच समुद्राकडे नजर वळवली.

''हं, बोल ना!'' व्हॅलेरीच्या स्वरात काहीसा उद्वेग आणि अस्वस्थपणा होता.

''मला ही कल्पना मुळीच आवडलेली नाही, सर.'' त्यानं मोकळेपणानं सांगून टाकलं. ''तरी पण मी जायला मात्र तयार आहे. केव्हा जायचं? लगेच?''

''तू तुझी औषधं वगैरे लागणाऱ्या गोष्टी बरोबर घेऊन तयार झालास, की लगेच.'' व्हॅलेरीनं मान डोलावली.

''म्हणजे लगेचच. आमच्याकडे एक इमर्जन्सी किट नेहमीच तयार ठेवलेलं असतं.'' निकोल्सनं साशंक नजरेनं समुद्राकडे बघितलं. ''कसं जायचं मी, सर– उडी मारून पोहत?''

''हॅं! तसला विचारही मनात आणू नकोस!'' टर्नरनं हसून आपल्या जाडजूड हातानं त्याच्या पाठीवर थाप मारली. ''तिकडे कसं जायचं याची काळजी तू मुळीच करू नकोस.'' त्यानं मजेनं मोठ्यानं हसत म्हटलं. ''तुला काहीही जाणवणार नाही – मला वाटतं, दोन-तीन आठवड्यांपूर्वी जेव्हा तू माझा दुखरा दात काढला होतास, तेव्हा तू नेमके हेच शब्द वापरले होतेस, बरोबर ना?'' त्या वेदना आठवून आताही त्याचा चेहरा वेडावाकडा झाला. ''ब्रीचेस बॉयमधून जायचंयस तू!''

''ब्रीचेस बॉयमधून!'' निकोल्सचा चेहरा वाकडातिकडा झाला. ''हवा कशी आहे, समुद्र कसा आहे, तुम्ही काही बघितलेलं दिसत नाहीये. ब्रीचेस बॉयमधून तिथे पोचेपर्यंत आधी माझ्यावरच उपचार करायची वेळ येईल!''

"काहीही माहिती नसते तुम्हा आजकालच्या पोरांना!" टर्नरनं नाटकीपणानं मान हलवली. "अरे, आम्ही जहाज थेट लाटांच्या दिशेनं वळवू ना. काही काळजी करू नकोस. रोल्स-रॉइसमधून गेल्यासारखं वाटेल बघ तुला! तो ब्रीच बॉय लगेच तयार करू आपण." त्यानं मान वळवली. "क्रायस्लर, चीफ पेटी ऑफिसर हार्टलेला ब्रिजवर यायला सांग लगेच."

क्रायस्लरला हाक ऐकू गेली असेल, तर तसं त्यानं काहीच दर्शवलं नाही. तो त्याच्या आवडत्या जागेवर होता– हल्ली त्याला हीच जागा आवडायची– ग्लोव्हज घातलेले हात वाफेच्या पाइपवर ठेवलेले, आणि उजव्या बाजूच्या सर्चलाइट कंट्रोलवर लावलेल्या मोठ्या, शक्तिशाली दुर्बिणीच्या, डोळा लावण्याच्या रबरी जागेवर चेहरा सदोदित चिकटलेला. थोड्या थोड्या वेळानं त्याचा एक हात खाली यायचा, आणि दुर्बिणीचा रोख बदलायचा, की लगेच तो पुतळ्यासारखा निश्चल होऊन दुर्बिणीतून बघू लागायचा.

"क्रायस्लर! काय बहिरा झालायस का?" टर्नर कडाडला.

तीन, चार, पाच सेकंद असेच शांततेत गेले. प्रत्येकाची नजर एव्हाना त्याच्याकडे वळलेली होती. अचानक तो धक्का बसल्यागत मागे झाला, आणि बेअरिंग इंडिकेटरकडे एक कटाक्ष टाकून तो एकदम मागे वळला. त्याला काहीतरी वेगळं दिसलंय, असं त्याचा चेहराच सांगत होता.

"ग्रीन वन-डबल-ओ!" तो मोठ्यानं ओरडला. "ग्रीन वन-डबल-ओ! मला विमानं दिसलीयत. तिकडे, अगदी क्षितिजावर!" आणि लगेच त्यानं पुन्हा दुर्बिणीतून बघायला सुरुवात केली. "चार, सात - नाही, दहा! दहा विमानं!" तो आणखी जोरात ओरडला.

"काय, ग्रीन वन-डबल-ओ?" टर्नरनंही आपली दुर्बीण डोळ्याला लावली.

"मला तर काहीच दिसत नाहीय! तुला नक्की दिसलीयत ना, पोरा?" त्यानं साशंक आवाजात विचारलं. "हो, सर. दहाच विमानं." क्रायस्लरनं म्हटलं. "मी स्वतः बघितलीयत!" दोन-तीन ढांगांतच टर्नर त्याच्याजवळ पोचला. "बघू मला." त्यानं काही क्षण दुर्बिणीतून बघितलं, एक-दोनदा तिची दिशाही बदलली, आणि मग तो एक पाऊल मागे झाला. त्याच्या जाडजूड भुवया रागानं उंचावलेल्या होत्या. "काहीतरी गडबड आहे, पोरा!" तो गुरगुरला. "एक तर तुझ्या नजरेत दोष आहे, किंवा तुझी कल्पनाशक्ती –"

"नाही, तो बरोबर सांगतोय." कॅरिंग्टननं शांतपणे मध्येच म्हटलं. "मलाही दिसलीयत विमानं." "मलाही दिसताहेत, सर." बेंटलेनंही ओरडून सांगितलं. टर्नर पुन्हा क्रायस्लर बघत होता त्या दुर्बिणीकडे वळला. त्यानं पुन्हा एकदा नीट, लक्ष देऊन बघितलं, आणि तो क्रायस्लरकडे वळला. "तुझी माफी मागायचीय मला,

पण कधी तरी मला आठवण कर. आत्ता वेळ नाही.'' त्यानं हसून म्हटलं, आणि बोलणं पुरं व्हायच्या आत तो कंपास प्लॅटफॉर्मवर पोचलादेखील.

''काफिल्याला सिग्नल पाठवा.'' व्हॅलेरी भराभर बोलत होता. ''कोड एच. जहाजं पूर्ण वेगानं पुढे जाऊ द्या. नंबर वन, ऐकलंस ना? ब्रॉडकास्टर, सगळ्या गन पोझिशन्सना तयार राहायला सांग. कमांडर?'' ''सर?'' ''सगळ्या विमानविरोधी तोफांनी आपापली टार्गेट्स निवडून फायरिंग करायचं. बरोबर ना? आणि टरेट्सचं काय?''

''अजून नक्की सांगता येत नाहीय...क्रायस्लर, कोणती विमानं –''

''कॉन्डॉर विमानं, सर.'' तो काय विचारणार हे क्रायस्लरनं आधीच हेरलं होतं.

''काय? डझनभर कॉन्डॉर विमानं!'' टर्नर त्याच्याकडे अविश्वासानं बघतच राहिला. ''खात्री आहे तुझी...ओ, ऑल राइट, ऑल राइट!'' त्यानं घाईघाईनं वाक्य मध्येच तोडलं. ''कॉन्डॉर्सच असणार ती.'' आश्चर्यानं मान हलवत त्यानं व्हॅलेरीकडे पाहिलं. ''ती कॉन्डॉर्स आहेत असं म्हणतोय तो.''

''बरं, कॉन्डॉर्स तर कॉन्डॉर्स.'' व्हॅलेरीनं स्मित करत शांतपणे म्हटलं. हा माणूस अजूनही इतका शांत कसा, हेच टर्नरला समजेना.

''सगळ्या टरेट्सनीही आपापली टार्गेट्स निवडून फायरिंग करायचं?'' व्हॅलेरीनं म्हटलं.

''हो, मला वाटतं, सर.'' टर्नर कंपास प्लॅटफॉर्मच्या किंचित मागे असलेल्या, टेलिफोन सांभाळणाऱ्या दोघा नौसैनिकांकडे वळला– एकाच्या ताब्यात पुढच्या, तर दुसऱ्याच्या ताब्यात मागच्या टरेट्सशी संपर्क साधणारे फोन होते. ''तुम्ही दोघंही एकदम तयारीत राहा. आणि सांगितल्याबरोबर फोन करायला लागा. समजलं ना?''

व्हॅलेरीनं इतका वेळ चुळबुळ करत उभ्या असलेल्या निकोल्सला खूण करून बोलावलं. ''मला वाटतं, तू खाली जा सध्या.'' त्यानं म्हटलं. ''सॉरी, तुझी पिकनिक थोडी पुढे ढकलावी लागतेय.''

''मला मुळीच वाईट वगैरे काही वाटत नाहीय!'' निकोल्सनं स्पष्टच सांगून टाकलं.

''नाही?'' व्हॅलेरीनं स्मित केलं. ''का, घाबरलायस?''

''मुळीच नाही, सर!'' निकोल्सही हसला. ''आणि ते तुम्हालाही ठाऊक आहे, सर.''

''हो, बेटा. मला माहीतय.'' व्हॅलेरीनं शांतपणे म्हटलं. ''आणि थँक्यू.'' निकोल्स गेल्यावर त्यानं डब्ल्यूटी मेसेंजरला खूण करून बोलावलं, आणि मग तो कॅपॉक किडकडे वळला.

''आपण ॲमिरल्टीला याआधीचा शेवटचा सिग्नल कधी पाठवला, पायलट?

तुझ्या लॉगमध्ये बघून सांग जरा.''

''काल दुपारी.'' कॅपॉक किडनं लगेचच उत्तर दिलं.

''तू नसतास तर आमचं काय झालं असतं, कोण जाणे.'' व्हॅलेरी तोंडातल्या तोंडात पुटपुटला. ''बरं, आत्ता आपण कुठे आहोत?''

''७२.२० उत्तर अक्षांश, १३.४० पूर्व रेखांश.''

''थँक्यू.'' मग तो टर्नरकडे वळला. ''आता रेडिओ संदेशांवरची बंदी पाळायचं काहीच कारण नाही. काय, कमांडर?''

टर्नरनं नकारार्थी मान हलवली.

''ठीक. आता हा संदेश घे.'' व्हॅलेरीनं चटकन म्हटलं. ''डीएनओ, लंडनला पाठवायचाय...आपल्या दोस्तमंडळींचं काय चाललंय, कमांडर?''

''बरीच दूर, पश्चिमेकडे घिरट्या घालताहेत, सर. नेहमीप्रमाणेच भरपूर उंचावर आहेत. मला वाटतं ती आपल्या मागच्या बाजूनं हल्ला करणार असावीत.'' त्याच्या आवाजात जरा काळजी होती. पण लगेच त्याचा स्वर उत्साही बनला. ''एक गोष्ट मात्र त्यातल्या त्यात चांगली आहे– ढग जेमतेम हजार फुटांवर आहेत.''

व्हॅलेरीनं मान डोलावली, आणि तो सिग्नलचा मजकूर सांगू लागला. ''एफआर ७७. १६.०० वाजता. ७२.२० उत्तर, १३.४० पूर्व. ०९० अंशाच्या दिशेने प्रवास चालू. वाऱ्याचा वेग फोर्स ९, दिशा उत्तर. समुद्र प्रचंड खवळलेला. परिस्थिती अत्यंत बिकट. अत्यंत दुःखद घटना– आज १२.०० वाजता ॲडमिरल टिंडॉल यांचा मृत्यू. टँकर *व्हायचुरा*ला काल रात्री टॉर्पेडो लागले, तिला आम्ही बुडवले. *वॉशिंग्टन स्टेट* जहाज आज ०१.४५ वाजता बुडाले. *व्हेक्ट्रा*ची यू-बोटीशी टक्कर, दोन्ही १५.१५ वाजता बुडाल्या. *इलेक्ट्रा* १५.३० वाजता बुडाली. माझ्यावर बारा, किमान बारा फॉक-वुल्फ २०० कॉन्डॉर विमानांचा प्रचंड हल्ला होत आहे.' हल्ला होणार हे नक्की, फक्त मी आधीच सांगून टाकतोय, कमांडर.'' त्यानं कोरड्या स्वरात म्हटलं. ''आणि यानं तिकडची लॉर्डमंडळी निदान थोडी हादरतील तरी. त्यांचं म्हणणं असं, की इतकी कॉन्डॉर विमानं आख्ख्या नॉर्वेतसुद्धा नाहीत. हं. संदेश पुढे लिहून घे. 'ताबडतोब मदतीची आवश्यकता. पुन्हा सांगतो, ताबडतोब मदत अत्यावश्यक. हवाई संरक्षण अत्यावश्यक. काय ते त्वरित कळवावे.' ताबडतोब पाठवून दे.''

''तुमचं नाक, सर!'' टर्नरनं एकदम जोरात म्हटलं. ''थँक्यू.'' व्हॅलेरीनं बर्फदंशामुळे मृत झालेल्या आपल्या पांढऱ्या पडलेल्या नाकावरच्या कातडीवर बोटानं घासलं. त्याच्या करड्या निळसर पडलेल्या, खप्पड झालेल्या चेहऱ्यावर ते पांढरंफटक पडलेलं नाक जरा उठूनच दिसत होतं. पण काही क्षणांनी त्यानं तो प्रयत्न सोडून दिला. त्या एवढ्याशा श्रमानंसुद्धा त्याला त्रास जाणवत होता.

तो थंडीनं काकडत कसाबसा जागेवरून उठला, आणि आपल्या दुर्बिणीमधून त्यानं साऱ्या काफिल्यावरून एकवार नजर फिरवली. कोड एचची अंमलबजावणी व्यवस्थित होत होती. आता जहाजं आधीसारखी दोन सरळ रांगांमध्ये जात नव्हती. ती कोणत्याही ठरावीक क्रम किंवा एखाद्या ठरावीक दिशेविना सगळीकडे पांगलेली होती. आता विमानं जरी मागच्या बाजूनं आली, तरी त्यांना इतक्या सहज हल्ला करता येणार नव्हता. आता त्यांना संपूर्ण काफिल्यावर हल्ला करणं शक्य होणार नव्हतं, त्यांना वेगवेगळी टार्गेट्स निवडून वेगवेगळे हल्ले करणं भाग होतं. पण तरीही जहाजं मोठ्या प्रमाणात विखुरलेली नव्हती, त्यामुळे त्यांना सगळ्यांच्या एकत्रित संरक्षणाचा आणि प्रतिकाराचा लाभ मिळणारच होता. समाधानानं स्वतःशी मान डोलावून व्हॅलेरी मागे वळला, आणि दुर्बिणीमधून पश्चिमेचं आकाश न्याहाळू लागला.

आता ती विमानं व्यवस्थित दिसत होती, आणि ती कॉन्डॉर विमानंच होती. सगळी जवळजवळ बरोबर मागच्या दिशेला होती. त्यांच्या प्रचंड पंखांची टोकं खाली झुकलेली होती. ती सावकाश उजवीकडे वळली, आणि जहाजांच्या पलीकडे जायला निघाली. आणि असं करतानाही ती एकसारखी वर आकाशात चढत होती. एकाएकी व्हॅलेरीच्या डोक्यात दोन गोष्टी स्पष्ट झाल्या– या दोन गोष्टी शत्रूला पक्क्या ठाऊक होत्या, हे उघड दिसत होतं. एफआर ७७ काफिला नेमका कुठे आहे, हे शत्रूला माहीत होतं– पक्की माहिती असल्याशिवाय लुफ्तवाफसारखं प्रचंड आणि अत्याधुनिक विमान दल कॉन्डॉरसारखी प्रचंड विमानं उगाचच कोणताही धोका पत्करून आर्क्टिक महासागरावर कुठेतरी पाठवणं शक्य नव्हतं. त्यांनी टेहळणी करायला चार्लीला पाठवण्याचीसुद्धा तसदी घेतलेली नव्हती. एक गोष्ट नक्की होती, की शत्रूच्या एखाद्या पाणबुडीनंच काफिला कुठे आहे आणि कोणत्या दिशेनं चाललाय, हे त्यांना आधी केव्हातरी कळवलं असणार. आणि एवढ्या खवळलेल्या समुद्रात एखादा पेरिस्कोप काफिल्यातल्या कोणालातरी दिसण्याचा धोकाही त्या पाणबुडीनं पत्करलेला असणार. एवढंच नव्हे, तर *युलिसिस*चं रडार खलास झालंय, हेही जर्मनांना माहीत होतं. ती विमानं आता ढगांच्या आडोशाच्या आड दडण्यासाठी वर चढत होती, आणि हल्ला सुरू करायच्या फक्त काही सेकंद आधी ती ढगांमधून बाहेर येणार होती. इतक्या कमी अंतरावर रडारनियंत्रित हल्ला झाला असता, तर ती विमानांच्या दृष्टीनं आत्महत्याच ठरली असती. पण *युलिसिस*वर रडारच नाही, आणि त्यामुळे आपल्याला धोका नाही, हे त्यांना माहीत होतं.

व्हॅलेरीच्या डोळ्यांसमोरच शेवटचं कॉन्डॉर हळूहळू वर चढत ढगांमध्ये दिसेनासं झालं. त्यानं थकून खांदे उडवले आणि हातातली दुर्बीण खाली केली.

"बेंटले?"

"सर?"

"कोड आर. ताबडतोब." लगेच बेंटलेनं फ्लॅग्जच्या साहाय्यानं तो सिग्नल पाठवला. पंधरा सेकंद झाले, वीस झाले– अत्यंत अस्वस्थ झालेल्या व्हॅलेरीला मात्र तो वेळ पंधरा-वीस मिनिटांसारखा वाटला- पण काहीच होताना दिसेना. आणि मग एकामागून एका जहाजाची दिशा बदलू लागली– *युलिसिस*च्या डावीकडची जहाजं उत्तरेला वळली, तर उजवीकडची जहाजं दक्षिणेला वळली. *व्हॅलेरीनं* मनात म्हटलं, आता जेव्हा ती विमानं ढगांमधून बाहेर पडतील– अजून जास्तीत जास्त दोन मिनिटांनी- तेव्हा त्यांना खाली एकदम रिकामा समुद्र दिसेल. फक्त आपलं *युलिसिस* आणि *स्टर्लिंग* सोडून, आणि आपली ही दोन जहाजं तर स्वतःचं रक्षण करायला पूर्णपणे समर्थ आहेत. आणि मग ती अवजड कॉन्डॉर विमानं सगळ्या व्यापारी जहाजांच्या आणि डिस्ट्रॉयर जहाजांच्या प्रचंड क्रॉस-फायरमध्ये आयतीच सापडतील, आणि त्यांना व्यापारी जहाजांवर हल्ले करण्यासाठी मागे आणि पुढे उड्डाणं करायला फार उशीर झालेला असेल– इतक्या कमी उंचीवर तर फारच उशीर झालेला असेल. व्हॅलेरी स्वतःशीच कोरडं हसला. संरक्षणात्मक डावपेच म्हणून बघितलं, तर हे फारच कमी आहे; पण आताच्या परिस्थितीत आपल्याला इतकंच करणं शक्य आहे.. टर्नर लाउडस्पीकरमधून जोरजोरात हुकूम सोडत असल्याचं त्याला ऐकू आलं. टर्नरसारख्या अनुभवी माणसाच्या हातात जहाजाच्या रक्षणाची सूत्रं देण्यातच तो खूश होता. 'मला जर इतकं प्रचंड अशक्त वाटत नसतं, तर...

नव्वद सेकंद झाले, शंभर झाले, दोन मिनिटं होऊन गेली, तरी कॉन्डॉर विमानांचा कुठेच पत्ता नव्हता. शंभरेक डोळे मागच्या बाजूच्या ढगांकडे उत्कंठेनं एकटक बघत होते; पण आकाशात कुठेही, कसलीही हालचाल दिसत नव्हती.

अडीच मिनिटं होऊन गेली, तरी काहीच घडलं नाही.

"अरे, कुणाला काही दिसतंय का?" व्हॅलेरीनं सचिंत आवाजात विचारलं. त्याची स्वतःची नजरही ढगांवरून हटत नव्हती. "काहीच नाही? थोडीसुद्धा हालचाल नाही?" सगळीकडे अवजड, तणावपूर्ण शांतता होती.

तीन मिनिटं. साडेतीन. चार मिनिटं. व्हॅलेरीनं आपल्या थकलेल्या डोळ्यांना विश्रांती देण्यासाठी नजर वळवली. टर्नर आपल्याकडेच बघतोय, हे त्याला दिसलं. त्याच्या नजरेतली वाढती चिंता त्याला जाणवली, आणि एकदम त्याचा चेहरा काहीतरी लक्षात आल्यासारखा बदललेलाही त्याला दिसला. एक शब्दही न बोलता त्या दोघांनीही एकाच वेळी पुढच्या बाजूच्या आभाळाकडे नजर वळवली.

"आलं लक्षात!" व्हॅलेरीनं चटकन म्हटलं. "तुझ्या लक्षात आलंय तेच बरोबर आहे. असलंच पाहिजे!" बाकीचेही सगळे जण पुढे बघू लागल्याचं त्याला जाणवलं – त्याच्याइतक्याच चिंताक्रांत नजरेनं. "विमानं आपल्यावरून पुढे गेलीयत. ते

आपल्यावर पुढून हल्ला करणारसं दिसतंय. सगळ्या गन्सना सावध कर! माय गॉड! आत्ता आपला जवळजवळ निकाल लागल्यातच जमा होता!'' तो हळूच बोलला.

''सगळ्यांच्या नजरा तेज पाहिजेत मला! कुणी क्षणभरही डोळे मिटू नका!'' टर्नर ओरडला. आता त्याच्या चेहऱ्यावरची चिंता पळून गेलेली होती. त्याचा मूळचा आनंदी स्वभाव, उत्साह, आणि आता नक्की काहीतरी लढाई होणार असल्याची उत्कंठा परत उफाळून वर आलेली होती.

''आपण सगळे एकाच बोटीत आहोत हे लक्षात ठेवा– हे मी एक वाक्प्रचार म्हणून बोलत नाहीय! ज्या कुणाला पहिल्यांदा एखादं कॉन्डॉर दिसेल त्याला चौदा दिवसांची रजा मिळेल!''

''कधीपासून?'' कॅपॉक किडनं कोरड्या स्वरात म्हटलं.

टर्नर त्याच्याकडे बघून हसला. पुढच्याच क्षणी त्याचं हसू मावळलं, आणि तो एकदम कान देऊन ऐकू लागला.

''आवाज ऐकू येतोय का कुणाला त्यांचा?'' त्यानं विचारलं. त्याचा आवाज इतका हळू होता, की जणू शत्रूला त्याचं बोलणं ऐकू गेलं असतं. ''ती तिकडे वरच आहेत कुठे तरी– पण कुठे ते लक्षात येत नाहीय. हा लेकाचा वारा –''

बोट-डेकवरच्या ऑर्लिकॉन गन्सच्या फायरिंगच्या दणदणाटात त्याचं उरलेलं वाक्य बुडून गेलं, आणि पुढच्याच क्षणी त्यानं एकदम ब्रॉडकास्ट ट्रान्समीटरकडे झेप घेतली. तरीसुद्धा त्याला जरासा उशीरच झालेला होता– तसाही त्याला उशीर झालाच असता. ती कॉन्डॉर विमानं– त्यांतली पहिली तीन विमानं एव्हाना दिसायलाही लागलेली होती– आधीच ढगांमधून खाली आलेली होती : ५०० फूट उंचीवर आणि जेमतेम अर्ध्या मैलावर– बरोबर मागच्या बाजूला! मागच्या बाजूला! याचा अर्थ, ढगांआड गेल्याबरोबर ती विमानं परत मागे, म्हणजे पश्चिमेकडे वळली असली पाहिजेत, आणि त्यामुळे ती कुठून येणार याबद्दल सगळेच जण हातोहात फसले होते... सहा सेकंद – एखाद्या अवजड बॉम्बर विमानालासुद्धा हलका, उथळ सूर मारत अर्धा मैल अंतर कापायला एवढा वेळ म्हणजे भरपूर झाला. हे लक्षात येऊन स्वतःच्या तोंडात मारून घ्यायलासुद्धा आता वेळ नव्हता.

एव्हाना अंधार पडत चाललेला होता– आर्क्टिक भागातला तो अर्धवट, करड्या रंगाचा अर्धवट उजेड. तोफांमधून सुटलेले ट्रेसर्स एकदम स्पष्ट दिसत होते. सुरुवातीला ते दिशाहीन होते, आणि दूर कुठेतरी जाऊन विझत होते; पण थोड्याच वेळात त्यांच्या दिशा निश्चित झाल्या, आणि ते पेटताक्षणीच विझायला सुरुवात झाली, कारण आता ते खाली झेपावणाऱ्या कॉन्डॉर विमानांच्या पोटात लागायला लागलेले होते. पण नेमबाजीला वेळ फारच कमी मिळत होता– जास्तीत जास्त दोन सेकंदच गन्स टार्गेटवर राहू शकत होत्या– आणि त्या महाकाय कॉन्डॉर विमानांची

मार खाण्याची क्षमता प्रचंड होती. पहिलं विमान साधारण तीनशे फूट उंचीवर क्षितिजाला समांतर रेषेत आलं, आणि त्यानं आपले मध्यम क्षमतेचे २५० किलोचे बॉम्ब सोडले. क्षणभर ते बॉम्ब विमानाला समांतर उडत असल्यासारखे भासले, आणि मग ते आळसटपणे *युलिसिस*कडे तिरप्या दिशेनं खाली येऊ लागले. ताबडतोब त्या विमानाचं नाक एकदम वर झालं, आणि चारी इंजिनांचा मोठा आवाज करत ते वेगानं ढगांच्या आडोशाकडे उंच जाऊ लागलं.

सगळ्या बॉम्ब्सचा नेम चुकला, आणि ते *युलिसिस*च्या ब्रिजपासून किंचित मागे, तीसेक फुटांवर पाण्यात पडले, आणि पडताक्षणीच त्यांचे स्फोट झाले. *युलिसिस*च्या ट्रान्समिशन स्टेशन, इंजिन रूम, बॉयलर रूम्स वगैरेंमध्ये असलेल्या लोकांच्या कानांचे पडदे त्या स्फोटांनी फाटावेत, इतके त्यांच्या स्फोटांचे आवाज पाण्याच्या रेषेखाली असलेल्या या भागांमध्ये जाणवले असतील. संध्याकाळच्या त्या अर्धवट उजेडात पाण्याचे प्रचंड फवारे चमकले, आणि समुद्रात पडून नाहीसे झाले. ब्रिजवर, मागच्या बोट-डेकवर असलेले लोक, पॉम-पॉम गन्स चालवणारे लोक त्या पाण्यात नखशिखान्त भिजून निघाले. त्या वेळी तापमान होतं फक्त २ अंश.

पण त्यापेक्षाही वाईट गोष्ट अशी झाली, की त्या पाण्यामुळे गनर लोकांना अजिबातच दिसेनासं झालं. यातून फक्त एकच ऑर्लिकॉन गन वाचली, आणि त्यामुळे पुढच्या विमानाला फारच कमी विरोध झाला. ते अगदी अचूक दिशेनं, मागच्या बाजूनं, जहाजाची ऐन मध्यरेषा धरून आलं होतं, पण टार्गेटवर अचूक बॉम्ब टाकायच्या गडबडीत ते तसंच आणखी पुढे गेलं. त्यानं तीन बॉम्ब सोडले. क्षणभर असं वाटलं की, या तीन बॉम्बचा नेमही चुकणार, पण तसं झालं नाही. पहिला बॉम्ब फोरकॅसलमध्ये आदळला, आणि खाली जाऊन फुटला. प्रचंड मोडतोड होऊन डेक एकदम वर उचललं गेलं. स्फोटाचा आवाज नाहीसा झाल्याबरोबर ब्रिजवरच्या लोकांना 'सर्र्र्र्र' असा एक वेगळाच आवाज ऐकू येऊ लागला. त्या स्फोटात फोरकॅसलवरचा कॅप्स्टन आणि अँकरचा स्टॉपर एकाच वेळी खलास झाला असला पाहिजे, आणि त्यामुळे उजव्या बाजूचा जहाजाचा अवजड अँकर एकदम मोकळा झाला, आणि 'सर्र्र्र्र' असा आवाज करत साखळीसकट समुद्रात पडला.

बाकीचे दोन्ही बॉम्ब समोर थेट समुद्रात जाऊन पडले. एका मैलावर पुढे असलेल्या *स्टर्लिंग*वरून बघणाऱ्या लोकांना *युलिसिस* पाण्याच्या एका प्रचंड पडद्याआड दिसेनाशी झालेली दिसली, पण पाणी परत खाली गेल्यावर ती दिसू लागली– जणू तिला काहीच झालेलं नसल्यासारखी. वेगात असल्यामुळे *युलिसिस*चं नाक वर उचललं गेलेलं होतं, त्यामुळे तिची झालेली हानी सहज दिसत नव्हती, कारण धूरही येत नव्हता आणि आगही लागलेली दिसत नव्हती : समुद्राचं

उसळलेलं शेकडो गॅलन पाणी डेकला पडलेल्या प्रचंड भगदाडांमधून थेट आत गेलं होतं, त्यामुळे जरी आग लागलेली असलीच, तरी ती आपोआपच विझून गेलेली होती. अजूनही *युलिसिस*चं नशीब बलवत्तर ठरलेलं होतं...आणि मग त्या वेळी, ज्या नशिबाच्या जोरावर गेल्या वीस महिन्यांमध्ये ती इतक्या वेळा जिवावरच्या संकटांमधून वाचली होती, नशीबवान जहाज म्हणून नौदलात तिची कीर्ती पसरली होती, त्या नशिबानं अखेरीस तिच्याकडे पाठ फिरवली.

दुर्दैवाची गोष्ट अशी, की तिनं स्वतःच स्वतःवर नाश ओढवून घेतला. तिच्यावरची मुख्य शस्त्रं असलेल्या मागच्या बाजूच्या ५.२५ इंची तोफांनी सरबत्ती सुरू केलेली होती, आणि अंगावर येणाऱ्या बॉम्बर विमानांवर त्या आपले १०० पौंडी गोळे डागत होत्या– अगदी जवळून, आणि मध्ये काहीही अडथळा नसताना. 'एक्स' टरेटच्या पहिल्याच गोळ्यानं तिसऱ्या बॉम्बर विमानाचा उजवा पंख पूर्णपणे तोडून विमानापासून वेगळा केला. तो वाऱ्यावर वाहत जाणाऱ्या एखाद्या पानासारखा खाली काळ्याभोर समुद्रात जाऊन पडला. अगदी एखादाच क्षण ते अजस्र विमान तसंच पुढे जात राहिलं, आणि मग मात्र ध्यानीमनी नसताना त्याचं नाक थेट खाली, *युलिसिस*च्या दिशेनं वळलं, आणि त्यानं सरळ उभ्या रेषेत *युलिसिस*च्या रोखानं सूर मारला. त्याची बाकीची दोन इंजिनं प्रचंड आवाज करत प्रचंड वाढत्या गतीनं त्याला तिच्या रोखानं घेऊन येऊ लागली. ते विमान चुकवण्यासाठी, जीव वाचवण्यासाठी काहीतरी करण्याइतका वेळच *युलिसिस*ला मिळाला नाही. विमानानं खाली टाकून दिलेले काही बॉम्ब तिच्या मागे उठत असलेल्या फेसाळत्या पाण्यात पडले– त्या वेळी *युलिसिस* निदान तीस नॉट वेगानं जात होती– आणि दोन बॉम्ब पूप-डेक फोडून खाली गेले : पहिला बॉम्ब मागच्या बाजूच्या मेस-डेकमध्ये जाऊन फुटला, तर दुसरा मरीन लोकांच्या मेस-डेकमध्ये फुटला. त्यानंतर एक सेकंदानं प्रत्यक्ष ते विमानही कानठळ्या बसवणारा आवाज करत, कमीत कमी ताशी तीनशे मैल वेगानं 'वाय' टरेटच्या बरोबर समोर आदळलं. आणि त्याच्यातल्या गॅसोलिनचा प्रचंड भडका उडाला.

आश्चर्याची गोष्ट अशी, की *युलिसिस*वरचा हा शेवटचाच हल्ला ठरला– आश्चर्याची गोष्ट म्हणायचं कारण असं, की आता *युलिसिस*वरची मागच्या बाजूची सगळीच संरक्षणाची व्यवस्था नष्ट झालेली होती, आणि तिच्यावर आता मागच्या बाजूनं कधीही हवाई हल्ला होऊ शकत होता. 'वाय' टरेट तर खलासच झालेलं होतं, 'एक्स' टरेटला काहीच नुकसान पोचलं नसलं, तरी ते त्या विमानाच्या अवशेषांखाली अर्ध्याहून अधिक झाकलं गेलेलं होतं, आणि प्रचंड धूर आणि ज्वाळांमुळे तिथून काहीही दिसू शकत नव्हतं. बोट-डेकवरच्या ऑर्लिकॉन गन्सही शांत झाल्या होत्या, कारण त्यांच्यावर नुकत्याच पडलेल्या प्रचंड पाण्यामुळे त्यांच्या

कॉकपिटमधल्या, जवळजवळ पाण्यात बुडालेल्या गनर लोकांना घाईघाईनं तिथून ओढून बाहेर काढण्याचं काम सुरू होतं. कोणत्याही वेळी हे काम अत्यंत अवघड होतं, आणि आता तर त्यांचे कपडे, कोट वगैरे पार गोठून गेलेले होते– त्यांना ओढून काढताना त्यांचे कपडे फाटून हातात येत होते. प्रचंड घाई करून त्यांना खाली, गॅलीजवळच्या पॅसेजमध्ये नेऊन ठेवण्यात आलं– त्यांच्या अंगावरचं बर्फ वितळून त्यांची शरीरं परत गरम होण्यासाठी. परत गरम होताना त्यांना प्रचंड यातना होणार होत्या खऱ्या, पण त्यांना कॉकपिटमध्येच जर सोडलं असतं, तर गारठून आणि गोठून त्यांचा मृत्यू झाला असता; त्यापेक्षा हे कितीतरी बरं होतं.

बाकीची विमानं सावकाश उजवीकडे वळून परत आकाशात चढू लागलेली होती. बाकीच्या जहाजांवरून त्यांच्यावर मागून, पुढून आणि दोन्ही बाजूंनी विमानविरोधी तोफांचं प्रचंड फायरिंग होत होतं, पण त्यांना काहीही अपाय न होता ती शांतपणे त्या सगळ्या फायरिंगमधून उडत पुढे गेली. एव्हाना ती हळूहळू ढगांमध्ये नाहीशी होत होती, आणि नंतर ती परतीच्या मार्गाला लागणार होती. विचित्रच आहे, व्हॅलेरीच्या मनात एकीकडे अर्धवट विचार येत होता– खरं म्हणजे त्यांनी इतका यशस्वी झालेला हल्ला आणखी पुढे रेटायला हवा होता, एकत्र येऊन आपल्या जायबंदी जहाजावर हल्ला करून त्याला बुडवायला पाहिजे होतं. आणि त्या वैमानिकांकडे धाडसाची कमतरता असल्याचं मुळीच दिसलं नव्हतं...जाऊ दे, तो विचार मनातून दूर करून त्यानं आत्ता समोर असलेल्या समस्यांकडे लक्ष वळवलं.

*युलिसिस*च्या मागच्या भागात चांगलीच आग भडकलेली होती– जरी ती फक्त डेक आणि मेस-डेकवरच असली, तरी तिथून थेट खाली 'एक्स' आणि 'वाय' मॅगझिन्स होती. अनेक लोक मागच्या भागात धावत जात होते, खाली जमलेल्या बर्फावर घसरून पडत होते, पुन्हा उठून पळत जात होते– त्यांच्या हातांमध्ये पाठीमागे होज ड्रम्सवर गुंडाळलेले होज पाइप होते, त्यांची लांबी वाढत चाललेली होती, त्यावरूनही अडखळून काही जण पडत होते. इतर अनेक लोक हातात किंवा खांद्यावर फोमच्या साहाय्यानं आग विझवणारी लाल रंगाची उपकरणं घेऊन पळत जात होते. ए. बी. फेरी नावाचा एक तरुण नौसैनिक मात्र फारच दुर्दैवी ठरला. हात मोडल्यामुळे तो सिक बेमध्ये होता, पण जहाजावर आग लागल्याचं समजल्याबरोबर तिथून न हलण्याच्या डॉक्टरांच्या कडक तंबीला न जुमानता तो पळत सुटला, आणि नेमका 'एक्स' टरेटजवळच बर्फावर घसरून खाली पडला. त्या तिसऱ्या बॉम्बर विमानाचा पंख तुटून समुद्रात पडला होता, पण खाली जाताना तो तिथले कठडे बरोबर घेऊन गेला होता. बिचारा ए. बी. फेरी नेमका त्याच जागी घसरून पडला. आपल्या तुटक्या हातानं त्यानं जिवाच्या आकांतानं काहीतरी आधार शोधायचा प्रचंड प्रयत्न केला, पण तो घसरत जाऊन समुद्रात कोसळला. क्षणभर त्याची आर्त

किंकाळी आगीच्या आवाजामधून अर्धवट ऐकू आली, आणि तो पाण्यात पडताक्षणीच बंद झाली. तो जिथे समुद्रात पडला होता, तिथून थोडंच खाली जहाजाचे प्रॉपेलर्स होते!

आग विझवणारी ती लाल फोमची उपकरणं घेतलेले लोकच आगीपाशी आधी पोचले– ते बरोबरही होतं, कारण आग पेट्रोलची होती, आणि पाणी पडलं असतं तर ती आणखी भडकली असती, शिवाय पाण्यापेक्षा हलकं असलेलं पेट्रोल पाण्यामुळे आणखी पसरून आगही पसरली असती, ते वेगळंच. पण त्या फोमच्या उपकरणांची क्षमताही मर्यादितच होती. एकतर प्रचंड थंडीमुळे बऱ्याच उपकरणांचे व्हॉल्व्ह घट्ट बसले होते; पण त्याहीपेक्षा वाईट म्हणजे, आगीची धगच इतकी असह्य होती, की आगीजवळ जाणं अशक्यप्राय होऊन बसलं. दुसरीकडे कार्बन-टेट्राक्लोराइड वापरणारी छोट्या आकाराची उपकरणं खाली विजेमुळे लागलेल्या आगीवर वापरण्यात आली, पण त्यांचा परिणाम इतका कमी झाला, की त्याचा एक वेगळाच धक्का बसला. ही उपकरणं पूर्वी कधीच वापरली गेली नव्हती, आणि *युलिसिस*वरच्या लोकांना या उपकरणांमध्ये असलेल्या रसायनाचा एक गुण फार पूर्वीपासून माहीत होता : या रसायनामुळे कपड्यांवरचे कितीही चिवट असलेले डाग जादू केल्यासारखे निघून जायचे. २००० व्होल्ट वीज किती भयानक असते, हे तुम्ही एखाद्या डब्ल्यूटीमध्ये काम करणाऱ्या नौसैनिकाला पटवून देऊ शकाल; दारूगोळ्याचा साठा असलेल्या मॅगझिनमध्ये काड्याची पेटी वापरणं किती धोकादायक असतं हे तुम्ही एखाद्या गनरला पटवून देऊ शकाल; टॉर्पेडोजवळ काम करणाऱ्या एखाद्या माणसाला तुम्ही फल्मिनेट ऑफ मर्क्युरीशी खेळणं किती वेडेपणाचं असतं हे पटवून देऊ शकाल; पण तुम्ही त्या अग्निशामक उपकरणांमधल्या कार्बन-टेट्राक्लोराइडचे अगदी थोडेच थेंब वापरण्याची चूक किती भयानक ठरू शकते, हे कोणालाही पटवून देऊ शकणार नाही...नियमितपणे कडक तपासण्या होत होत्या, आणि तरीही या बहुतेक उपकरणांमध्ये निम्मंच रसायन शिल्लक होतं. काही उपकरणं तर पूर्णपणे रिकामी होती. याचे परिणाम आता भोगावे लागत होते.

पाण्याच्या होजपाइप्सचाही काही फार जास्त परिणाम झाला, असं मुळीच नव्हे. दोन होजपाइप उजव्या बाजूच्या मुख्य नळांना जोडले गेले, त्यांचे व्हॉल्व्हही फिरवले गेले; पण होजपाइप तसेच रिकामे राहिले. उजव्या बाजूची खाऱ्या पाण्याची पाइपलाइन पूर्णपणे गोठून घट्ट बसली होती. गोड्या पाण्याच्या बाबतीत हे नेहमीच घडतं, पण खाऱ्या पाण्याच्या बाबतीत असं होत नाही. आणखी एक तिसरा होजपाइप डाव्या बाजूच्या नळाला जोडण्यात आला, पण पाणी सोडणारा व्हॉल्व्ह फिरेचना. त्याच्यावर हातोड्यांनी आणि पहारींनी हल्ला चढवला गेला, तेव्हा तो सरळ मुळाशीच तुटून पडला– तापमान एका मर्यादेपलीकडे खाली गेलं, की

धातूंच्या मूळ रचनेतच रेण्वीय पातळीवर बदल घडतात आणि त्यांची 'टेन्साइल स्ट्रेंग्थ' जवळजवळ नष्टच होते- आणि आजूबाजूचे सगळेजण जोरदार पाण्याच्या फवाऱ्यांमध्ये पूर्णपणे भिजून गेले.

अॅडमिरल टिंडॉलचा पँट्रीबॉय स्पायसरनं– अॅडमिरलच्या मृत्यूनंतर त्यानं पार हाय खाल्लेली होती आणि मूळचा हसरा, आनंदी असलेला हा पोरगा एकदम उदास झाला होता– तर हातातला हातोडा फेकून दिला, आणि त्याला रडूच कोसळलं. डाव्या बाजूचा दुसरा व्हॉल्व्ह व्यवस्थित काम करू लागला, पण त्या पूर्णपणे गोठलेल्या, खपाटी गेलेल्या होजमधून पाणी पुढे जायला कितीतरी वेळ गेला.

हळूहळू डेकवरच्या आगीवर नियंत्रण मिळालं– यात ती विझवायचे प्रयत्न करणाऱ्या लोकांच्या कष्टांचा वाटा कमी होता. खरी परिस्थिती अशी होती, की एकदा पेट्रोल जळून गेल्यावर तिथे जळण्यासारखं फारसं काही शिल्लकच राहिलं नव्हतं. नंतर हे होजपाइप आणि अग्निशामक उपकरणं पूप-डेकमधून वर आलेल्या प्रचंड लोखंडी अवशेषांमधून खाली मेस-डेकवर लागलेल्या आगीच्या ज्वाळांकडे वळवण्यात आली. तिथे अडकलेली माणसं जोरजोरात ओरडत होती. त्याच वेळी अॅसबेस्टॉसचे सूट घातलेले दोघं जण त्या तापून तांबड्यालाल झालेल्या, धुराचे लोट येत असलेल्या अवशेषांमधून जपून वाट काढत खाली जाऊ लागले. या दोघांपैकी एक सूट निकोल्सच्या अंगावर होता, तर संकटात सापडलेल्यांना वाचवण्याच्या कामात तरबेज असलेल्या लीडिंग टेलिग्राफिस्ट ब्राउननं दुसरा सूट घातलेला होता.

आधी ब्राउन खाली पोचला. जपून चढत तो 'वाय' टरेटच्या दाराशी गेला. जहाजाच्या डाव्या आणि उजव्या बाजूच्या कॉरिडॉरमध्ये उभे राहून बघत असलेल्या लोकांना तो तिथलं टरेटचं सुटलेलं अवजड लोखंडी दार बांधायचे कसून प्रयत्न करताना दिसला– जहाजाच्या हेलकाव्यांबरोबर ते एकसारखं मागे-पुढे आपटून ठाणठाण आवाज करत होतं. नंतर तो त्यांना आत शिरलेला दिसला. दहा सेकंदांच्या आतच तो पुन्हा बाहेर दाराशी दिसला. गुडघ्यांवर बसून तो जिवाच्या आकांतानं काहीतरी आधार शोधायचा प्रयत्न करत होता. त्याचं संपूर्ण शरीर झटके बसल्यासारखं ताठ होत होतं, आणि त्याला त्याच्या तोंडावरच्या ऑक्सिजन मास्कमध्येच भयंकर उलट्या होत होत्या.

निकोल्सनं ते बघितलं, आणि 'वाय' टरेटकडे किंवा त्या पडलेल्या विमानाच्या आत अडकलेल्या, जळून कोळसा झालेल्या आकृत्यांकडे जाण्यात मुळीच वेळ न दवडता तो झपाट्यानं तिथली उभी लोखंडी शिडी चढून 'एक्स' गन-टरेटपाशी गेला, आणि टरेटला पाठीमागून वळसा घालून दारापाशी जाऊन दार उघडायचे प्रयत्न करू लागला. दाराच्या क्लिप्स एकदम जाम घट्ट बसलेल्या होत्या, त्या

हलतच नव्हत्या- थंडीमुळे, की ते लोखंडी दार वाकडंतिकडं झाल्यामुळे, हे त्याला समजलं नाही. तो चटकन जवळपास एखादी कांब किंवा पहार दिसते का, हे शोधू लागला. पण हातात एक मोठा जड हातोडा घेऊन डॉइल तिकडे येताना त्याला दिसला. डॉइलच्या अंगावरच्या डुफेल कोटमधून धूर येत होता, पण त्याच्या थकलेल्या चेहऱ्यावरच्या दाढीखाली जबरदस्त निर्धार दिसत होता. त्यानं हातोड्यानं दहा-बारा अचूक दणके दिल्यावर दार उघडलं– या घावांचे आवाज टरेटच्या बंदिस्त जागेत भयंकर मोठ्यानं घुमले असतील, आतल्या लोकांना अगदी असह्य झाले असतील- निकोल्सच्या मनात आलं. डॉइलनं दार व्यवस्थित बांधलं, आणि निकोल्सला आत जायला वाट करून देण्यासाठी तो बाजूला झाला.

निकोल्स आत शिरला. 'अरे, आपण उगाच त्या आवाजांची काळजी करत बसलो,' त्यानं मनात म्हटलं. कारण टरेटमधला प्रत्येक माणूस केव्हाच मेलेला होता. इव्हान्सला बसल्या जागीच मरणानं गाठलेलं दिसत होतं. जिवंतपणी तो जसा असायचा, तसाच तो आताही ताठ, एकदम तयारीत बसलेला होता. त्याच्या शेजारी अत्यंत धाडसी, उत्साही असलेला कॅप्टन ऑफ मरीन्स फॉस्टर पडलेला होता. बाकीचेही सगळे आपापल्या जागेवर अगदी शांत बसलेले किंवा पडलेले दिसत होते. कोणाच्याही अंगावर जखमेची खूण, रक्त वगैरे दिसत नव्हतं. कानातून किंवा तोंडामधून आलेला रक्ताचा एखादा लहानसा ओघळ सोडून. आणि ते रक्तही भयानक थंडीमुळे केव्हाच गोठलेलं होतं– *युलिसिस*च्या वेगामुळे आगीच्या ज्वाळा पाठीमागे, टरेटपासून दूर गेल्या होत्या. याचा अर्थ एकच होता, की बाहेर पडलेले बॉम्ब, आणि जहाजावर आदळलेलं ते विमान यांच्या प्रचंड आवाजांमुळेच त्या बंदिस्त जागेत या दुर्दैवी लोकांना मृत्यू आलेला असला पाहिजे, आणि तोही एका क्षणात. निकोल्सनं त्यातल्या संपर्काची व्यवस्था बघणाऱ्या माणसाच्या प्रेताच्या डोक्यावरून त्याचा हेडसेट अलगद काढून घेतला, आणि ब्रिजवर फोन केला.

व्हॅलेरीनं स्वतःच फोन घेतला, आणि कॉल संपल्यावर तो टर्नरकडे वळला. तो एकदम म्हातारा, पराभूत झाल्यासारखा दिसत होता.

"निकोल्सचा कॉल होता." त्यानं कसंबसं म्हटलं. त्यानं दुःख लपवायचा प्रयत्न केला, पण ते त्याच्या सुरकुतलेल्या, खप्पड झालेल्या चेहऱ्यावरच्या प्रत्येक सुरकुतीवर जणू कोरलं गेल्यासारखं स्पष्ट दिसत होतं. " 'वाय' टरेट तर पूर्णपणे खलास झालंय– तिथे कोणीही वाचलेलं नाही. 'एक्स' टरेट चांगल्या अवस्थेत दिसतंय– पण तिथेही कोणीही जिवंत राहिलेलं नाही. प्रचंड आवाजांच्या जबर धक्क्यांमुळे सगळे मेले, असं तो सांगतोय. मागच्या मेस-डेकमधली आग अजूनही आटोक्यात आलेली नाही...काय रे बेटा, काय झालं?"

'वाय' मॅगझिन, सर.

"एक नौसैनिक फोन हातात घेऊन आलेला होता, आणि तो त्याच्यामागे चुळबुळत उभा होता. "त्यांना गनरी ऑफिसरशी बोलायचंय."

"त्यांना म्हणावं तो कामात आहे." व्हॅलेरीनं काही क्षणांनी उत्तर दिलं. "आपल्याकडे वेळ..." तो एकदम थबकला, आणि त्यानं एकदम चमकून वर बघितलं. "काय म्हणालास तू, 'वाय' मॅगझिन? दे तो फोन इकडे."

रिसीव्हर घेऊन त्यानं आपल्या अंगावरच्या डुफेल कोटची टोपी जरा मागे केली. " 'वाय' टरेट, कॅप्टन बोलतोय. काय झालं?...काय? जरा मोठ्यानं बोल ना! तू काय बोलतोयस ते ऐकू येत नाहीय...ओ, डॅम!" त्यानं मागे वळून ब्रिजवरच्या एलटीओकडे बघितलं. "हा कॉल जरा ऍम्प्लिफायरवर टाकतोस का? मला एक शब्दही ऐकू...हं, आता ठीक आहे."

चार्ट-हाउसच्या वरच्या ॲम्प्लिफायरला एकदम जाग आली, पण येणारा आवाज बसका, घोगरा होता, आणि त्यातच बोलणारा माणूस खास ग्लासगोच्या भागातल्या उच्चारपद्धतीनं बोलत होता. त्यामुळे तो काय म्हणतोय हे अजून नीट समजत नव्हतंच.

"आता ऐकू येतंय का?" पलीकडून बोलणाऱ्यानं मोठ्यानं ओरडून विचारलं.

"हो, आता ऐकू येतंय." व्हॅलेरीचा स्वतःचा आवाजही ॲम्प्लिफायरमधून मोठ्यानं आला. "मॅक्वेटर ना तू?"

"हो, मीच बोलतोय, सर. पण तुम्ही कसं ओळखलंत?" ॲम्प्लिफायरमधून बोलणं ऐकू येत होतं, तरीही त्या आवाजातलं आश्चर्य लपत नव्हतं. त्याही स्थितीत व्हॅलेरीच्या चेहऱ्यावर हसू आलं.

"ते जाऊ दे, मॅक्वेटर. तिकडे खाली मुख्य कोण आहे? गार्डिनर, हो ना?"

"हो, सर. गार्डिनर."

"त्याला जरा फोन देशील?" पलीकडे क्षणभर शांतता होती.

"नाही, सर. गार्डिनर मेलाय."

"काय?" व्हॅलेरीचा विश्वासच बसेना. "तो मेलाय असंच म्हणालास ना तू, मॅक्वेटर?"

"हो, सर, आणि तो एकटाच मेलेला नाही." पलीकडचा आवाज काहीसा आक्रमक झाल्यासारखा वाटला, पण व्हॅलेरीच्या कानानं त्या आवाजातली थरथरही टिपली. "मीसुद्धा बेशुद्ध पडलो होतो, पण आता मी ठीक आहे."

मॅक्वेटरला आलेली खोकल्याची जोरदार उबळ शांत होईपर्यंत व्हॅलेरी बोलायचं थांबला.

"पण– पण – नेमकं झालं तरी काय?"

"ते मला काय माहीत! ...म्हणजे, मला समजलंच नाही, सर. एक प्रचंड

आवाज झाला आणि मग– आ! नेमकं काय झालं, मला सांगता येणार नाही, सर...गार्डिनरचा चेहरा संपूर्णपणे रक्तानं माखलाय.''

''म्हणजे- म्हणजे आता तुम्ही किती जण जिवंत आहात?''

''फक्त बार्कर, विल्यमसन आणि मी, सर– बाकी कोणीच नाही, फक्त आम्ही तिघंच.''

''आणि– आणि ते दोघंतरी ठीक आहेत ना?''

''हो. ते ठीक आहेत. पण बार्करला वाटतंय की, तोही मरायला टेकलाय. त्याची तब्येत एकदमच बिघडलीय, सर. मला वाटतं, त्याची गाडी घसरलीय.''

''त्याची– काय?''

''वेड लागलंय त्याला, सर.'' मॅक्वेटरनं जणू समजावून सांगत असल्यासारखं म्हटलं. ''आता मी देवाला भेटायला जाणार आहे,' असलं काहीतरी बडबडतोय. आयुष्यभर फक्त माझ्या सहकाऱ्यांना फसवत राहिलो, म्हणतोय.'' शेजारी असलेल्या टर्नरला अचानक हसू फुटल्याचं व्हॅलेरीला ऐकू आलं. मग त्याला आठवलं, की बार्कर कॅंटीन मॅनेजरचं काम बघत होता. ''विल्यमसन कार्ट्रिजेस परत जागेवर ठेवण्यात गुंतलाय– सगळ्याभर कार्ट्रिजेस विखरून पडलीयत इथे – ब्लडी न्यूसन्स!''

''मॅक्वेटर!'' व्हॅलेरीनं त्याला जोरात दटावत म्हटलं.

''हो, सर, सॉरी, माझ्या लक्षातच आलं नाही...आता काय करायचं, सर?''

''कशाबद्दल काय करायचं, मॅक्वेटर?'' व्हॅलेरीनं अस्वस्थपणे विचारलं.

''या जागेचं, सर – 'वाय' मॅगझिनचं. बाहेर बोटीला आग लागलीय का, सर? इथे भयंकर गरम होतंय– नरकापेक्षाही गरम.''

''काय म्हणालास तू?'' या वेळी व्हॅलेरी त्याला समज द्यायची विसरून जाऊन मोठ्यानं ओरडला. ''गरम होतंय म्हणतोस तू? किती गरम होतंय? लवकर बोल रे, बाबा!''

''मला इथे मागच्या भिंतीलाही हात लावता येत नाहीय– माझी बोटं पार जळून जातील, सर.'' मॅक्वेटरनं सहज सांगून टाकलं.

''अरे – पण तिथे स्प्रिंकलर्स आहेत ना, त्यांचं काय झालं?'' व्हॅलेरी ओरडला. ''ते काम करत नाहीयेत का? अरे, अशानं आख्खं 'वाय' मॅगझिनच धडामूकन उडेल ना!''

''हो.'' मॅक्वेटरचा आवाज शांतच होता. ''असं काहीतरी होऊ शकेल असं मलाही वाटलं होतं. नाही, सर – स्प्रिंकलर्स चालू होत नाहीयेत – आणि इथे-तर तापमान इथल्या सुरक्षित तापमानापेक्षा आत्तासुद्धा २० अंशांनी वाढलंय, सर.''

''मग नुसता उभा राहू नकोस,'' व्हॅलेरीनं जोरात म्हटलं. ''ते हातानं सुरू कर! तिथे जर तापमान इतकं वाढलं असेल, तर पाणी नक्कीच गोठलेलं नसेल. आवर

लवकर, घाई कर! ते मॅगझिन जर खलास झालं तर आपली *युलिसिस*ही खलासच झाल्यात जमा आहे!''

''ते मी हातानं सुरू करायचा प्रयत्न करून बघितला, सर.'' मॅक्वेटरनं हळूच म्हटलं. ''पण ते एकदम जॅम झालेत!''

''मग ते तोड सरळ! तिथे जवळपास कुठे तरी एखादी पहार वगैरे असेल. सरळ ते तोडून टाक! पण लवकर! घाई कर!''

''हो सर, तुम्ही म्हणता ते बरोबर आहे, सर. पण – पण एकदा तोडल्यावर ते स्प्रिंकलरचे व्हॉल्व्ह बंद कसे करू मी?'' 'मॅक्वेटरच्या आवाजात त्याचाही निरुपाय असल्याचं जाणवत होतं. का मला हा भास होतोय?' व्हॅलेरीनं मनात म्हटलं.

''ते तू बंद नाही करू शकणार, पण त्याचा विचार आत्ता करू नकोस!'' व्हॅलेरी अस्वस्थपणे ओरडला. त्याची चिंता वाढतच होती. ''ते पाणी आपण नंतर पंपानं बाहेर काढून टाकू! आवर, मॅक्वेटर, पटकन काय ते कर!''

ॲम्प्लिफायरवर थोडा वेळ शांतता होती, मग कुणीतरी काहीतरी ओरडून म्हटलं, नंतर काहीतरी आपटल्याचा आवाज आला, आणि मग भराभर धातूवर धातू आपटल्याचे आवाज ऐकू येऊ लागले. मॅक्वेटरनं त्या व्हॉल्वच्या हँडलवर घावावर घाव घालण्याचा सपाटा लावला असला पाहिजे. मग अचानक सगळे आवाज बंद झाले.

पलीकडून फोन उचलला गेल्याचा आवाज ऐकू येईपर्यंत व्हॅलेरी थांबला, आणि मग त्यानं सचिंत आवाजात विचारलं, ''काय झालं? स्प्रिंकलर्स चालू झाले की नाही?''

''एकदम जोरात चालू झालेत सर.'' आता मॅक्वेटरच्या आवाजात समाधानही होतं, आणि एक प्रकारचा अभिमानही. ''मी आत्ताच त्या बार्करच्या डोक्यात पहारीचा एक छोटासा टोला मारून त्याला झोपवला, सर.'' त्यानं हसऱ्या आवाजात म्हटलं.

''काय?''

''काही नाही, त्याला झोपवला मी, सर.'' मॅक्वेटरनं एकएक शब्द स्पष्ट बोलून सांगितलं. ''फार बडबड करत होता लेकाचा...जाऊ दे, सर. त्याच्याबद्दल न बोललेलंच चांगलं...माय गॉड, हे स्प्रिंकलर्स भलतेच भारी आहेत. मी पूर्वी कधीच ते चालू असलेले बघितलेले नाहीत. आत्तासुद्धा इथे घोट्याइतकं पाणी जमलंय. आणि त्या भिंतीमधून वाफेचे नुसते लोटचे लोट येताहेत!''

''बस्स! पुरे तुझी बडबड!'' व्हॅलेरीनं दरडावलं. ''आत्ताच्या आत्ता तिथून बाहेर नीघ. आणि बार्करला घेऊनच नीघ!''

''मी मागे एक सिनेमा बघितला होता. ग्लासगोच्या पॅरामाउंट थिएटरमध्ये,

बहुतेक.'' मॅक्वेटर गप्पा मारल्यासारखा बोलतच होता. कुठल्याशा सिनेमाच्या आठवणीत हरवून गेलेला होता. व्हॅलेरीनं चमकून टर्नरकडे एक कटाक्ष टाकला. त्याच्याही नजरेत त्याला तीच काळजी दिसली. ''रेन असं नाव होतं त्या सिनेमाचं. त्यात पावसाचे इतके प्रचंड ढग दाखवले होते, की विचारू नका, सर. पण ते ढगसुद्धा या आत्ताच्या वाफेच्या ढगांपुढे काहीच नव्हते, सर.''

''मॅक्वेटर!'' व्हॅलेरी संतापानं, पण त्याहीपेक्षा भयंकर काळजीनं मोठ्यानं ओरडला. ''मी काय बोलतोय, तू ऐकलंस ना? ताबडतोब बाहेर पड तिथून! ताबडतोब! आत्ताच्या आत्ता!''

''आतातर पाणी माझ्या गुडघ्यांपर्यंत पोचलंय, सर.'' मॅक्वेटर जाम खुशीत येऊन सांगत होता. ''जरा वेळानं... तुम्ही काही म्हणालात का, सर?''

''मी म्हणालो, 'ताबडतोब बाहेर पड तिथून!''' व्हॅलेरीनं मोठ्या कष्टानं मनावर ताबा ठेवत एकएक शब्द तोडून स्पष्ट सांगितलं. ''गेट आउट!''

''ऑल राइट, आय सी. 'गेट आउट!' मला वाटलंच, तुम्ही असंच काहीतरी म्हणालात. बरोबर आहे, पण ते इतकं सोपं नाहीय. खरं सांगायचं, तर आम्ही बाहेर निघूच शकत नाही. आम्ही इथे आतच अडकून पडलो आहोत, सर. इथून बाहेर पडण्याची हॅच पार पिरगाळली गेलीय. आणि हॅच कव्हरही एकदम घट्ट बसलंय, सर.''

ॲम्प्लिफायरमधून हे बोलणं त्या मोडलेल्या, वाकड्या झालेल्या ब्रिजवर सगळीकडे दुमदुमलं, आणि त्याचा आवाज नाहीसा झाल्यावर एक थिजलेली शांतता ब्रिजवर पसरली. अभावितपणे व्हॅलेरीचा कानाशी लावलेला रिसीव्हर खाली झाला. त्याची सुन्न झालेली नजर ब्रिजवर भिरभिरू लागली. टर्नर, कॅरिंग्टन, कॅपॉक किड, क्रायस्लर, आणि तिथे असलेले सगळेच जण त्याच्याकडे बघत होते– आधी काहीशा कुतूहलानं, आणि नंतर काय झालंय हे समजल्यावर डोळे फाडफाडून – आणि आपल्या चेहऱ्यावरही हेच भाव दिसत असतील, हेही त्याच्या लक्षात आलं. काही क्षण, जणू मनातला गोंधळ झटकून टाकण्यासाठी त्यानं डोळे घट्ट मिटले आणि जोरजोरात डोकं हलवलं. मग त्यानं पुन्हा रिसीव्हर कानापाशी नेला. ''मॅक्वेटर! मॅक्वेटर! अजून तिथेच आहेस का, पोरा?''

''मी इथेच आहे, सर. मी कुठे जाऊच शकत नाही, म्हणजे मी इथेच-''

''ते हॅच कव्हर नक्की घट्ट बसलंय का, बेटा?'' व्हॅलेरीनं घाईघाईनं मध्येच म्हटलं. ''कदाचित एखादी पहार घेऊन तू त्या हॅच कव्हरच्या क्लिप्स-''

''मी एखादी डायनामाइटची स्टिक घेऊन जरी गेलो, तरी काहीही फरक पडणार नाही, सर.'' मॅक्वेटरनं स्पष्टपणे सांगून टाकलं. ''आणि तशीही ती हॅच इतकी तापलीय की, जरा वेळानं ती लालबुंद होईल सर. हॅचच्या बाहेरच्या बाजूला

काहीतरी प्रचंड आग लागली असली पाहिजे, सर.''

''तू जरा हा कॉल चालू ठेव.'' व्हॅलेरीनं म्हटलं, आणि तो मागे वळला. ''कमांडर, डॉडसनला एक स्टोकर पाठवायला सांग तिथे – मागच्या बाजूच्या मुख्य मॅगझिनच्या पाणी भरण्याच्या व्हॉल्वपाशी : त्यानं तो बंद करण्यासाठी तयारीत राहायचंय.'' तो तिथल्या सगळ्यात जवळच्या फोनपाशी चालत गेला. ''पूपच्या फोनपाशी आहेस का तू? गुड! दे मला...हॅलो, कॅप्टन बोलतोय...कोण, हार्टले ना? हे बघ, मला त्या मेस-डेकच्या आगीची काय परिस्थिती आहे हे सांग. ताबडतोब सांग! खाली 'वाय' मॅगझिनमध्ये माणसं अडकून पडलीयत, स्प्रिंकलर्स चालू आहेत आणि तिथून बाहेर यायच्या मार्गावरचं हॅच कव्हर घट्ट अडकून बसलंय...हो, हो, मी कॉल चालूच ठेवतोय.'' अस्वस्थपणे उत्तराची वाट बघत तो थांबला. त्याचं एक बोट नकळत फोनच्या बॉक्सवर टकटक करत होतं. त्याची नजर काफिल्यातल्या जहाजांवरून भिरभिरली : आता सगळी मालवाहू जहाजं नेमून दिलेल्या जागेवर परत येत होती. अचानक तो एकदम सावध झाला. ''हो, कॅप्टन बोलतोय...हो. हो...अर्धा तास, कदाचित एक तास...ओ, गॉड! काय सांगतोस? खात्री आहे तुझी?...नाही, एवढंच फक्त.'' त्यानं रिसीव्हर तिथल्या माणसाकडे परत दिला, आणि सावकाश मान वर केली.

''सीमन लोकांच्या मेसमधली आग आटोक्यात आलीय.'' त्यानं कसंबसं म्हटलं. ''मरीन लोकांच्या मेसमधली आग मात्र प्रचंड भडकलीय – त्याच्या बरोबर खालच्या बाजूला 'वाय' मॅगझिन आहे. हार्टले म्हणतो, की अजून कमीत कमी तासभर ती आग विझण्याची मुळीच शक्यता नाही...मला वाटतं, नंबर वन, तू जा तिकडे.'' एक सबंध मिनिट असंच गेलं. एवढा सगळा वेळ फक्त ॲस्डिकचे 'पिंग, पिंग' आवाज, आणि प्रचंड खवळलेल्या समुद्राच्या लाटा जोरजोरात हेलकावत असलेल्या *युलिसिस*वर आदळत असल्याचे आवाजच फक्त काय ते ऐकू येत होते.

''कदाचित आता ते मॅगझिन पुरेसं थंड झालेलं असेल.'' जरा वेळानं कॅपॉक किडनं हळूच सुचवून पाहिलं. ''कदाचित आपण पुरेसा वेळ पाणी बंद करून पाहिलं...'' चाचरत त्यानं बोलणं अर्धवट सोडलं.

''पुरेसं थंड झालं असेल?'' टर्नरनं मोठ्यानं खाकरून म्हटलं. ''पण ते आपल्याला कसं कळणार? कदाचित मॅक्वेटर सांगू शकेल...'' आपल्या बोलण्याचा अर्थ लक्षात येऊन तो एकदम थांबला.

''आपण त्यालाच विचारू या.'' व्हॅलेरीनं जड आवाजात म्हटलं. त्यानं पुन्हा फोन उचलला. ''मॅक्वेटर?''

''हॅलो!''

''समज, आम्ही बाहेरचे स्प्रिंकलर्स थोडा वेळ बंद केले तर...तिथलं तापमान

कमी झाल्यासारखं...?"

तो मध्येच थांबला. त्याला वाक्य पूर्ण करणंही शक्य झालं नाही.

जडशीळ, तणावपूर्ण शांतता पसरली, आणि लांबत चालली.

मॅक्वेटरच्या मनात काय विचार येत असतील? त्याच्या जागी आपण काय विचार केला असता?,

"एक मिनिटभर थांबा, सर. मी वर जाऊन बघतो." ॲम्प्लिफायरवरचा आवाज दुमदुमला.

पुन्हा तीच शांतता. तेवढ्यात ॲम्प्लिफायर पुन्हा सुरू झाला, तसं व्हॅलेरीनं दचकून वर पाहिलं. "मेलोच होतो मी. आता मला कुणी कितीही पैसे दिले तरी पुन्हा मी त्या शिडीच्या जवळही जाणार नाही!... आत्ता मी शिडीवर आहे, पण फार वेळ नाही राहू शकणार."

"असू दे..." व्हॅलेरी मध्येच बोलायचं थांबला.

ओ गॉड! आत्ता आपण काय बोलणार होतो! मॅक्वेटर त्या शिडीवरून खाली पडला, तर तो त्या पाणी भरलेल्या मॅगझिनमध्ये बुडून मरेल!

"हो, मॅगझिन." मॅक्वेटर पुन्हापुन्हा भयंकर खोकत होता, पण मधल्या वेळात मात्र त्याचा आवाज शांतच होता. "सगळ्यात वरच्या रॅक्सवर ठेवलेले गोळे जवळजवळ वितळायला लागलेत. फारच बिकट परिस्थिती आहे, सर."

"आय सी." आणखी वेगळं काय बोलावं हेच व्हॅलेरीला सुचेना. त्यानं डोळे मिटून घेतलेले होते, आणि आपला झोक जातोय, हे त्याला जाणवत होतं. कशीबशी त्यानं पुन्हा बोलायला सुरुवात केली. "विल्यमसन कसा आहे?" एवढंच त्याला सुचू शकलं.

"जवळजवळ गेल्यात जमा आहे. मानेपर्यंत बुडालाय आणि रॅक्सना धरून कसाबसा तरंगतोय."

मॅक्वेटरला पुन्हा खोकला आला. "कमांडरसाहेबांना आणि कार्स्लेकला त्याचा काहीतरी निरोप आहे, असं सांगतोय तो."

"काय? निरोप?"

हो. तो म्हणतो, "त्या दाढीवाल्या चाच्याला म्हणावं, स्वतःची काळजी घे आणि दारू जरा कमी पी." त्यानं हसऱ्या सुरात सांगितलं. त्यानं कार्स्लेकसाठीचा निरोपही सांगितला, पण तो काही इथे छापणं शक्य नाही : सगळ्या फुल्याफुल्याच छापाव्या लागतील.

आधीसारखा या वेळी मात्र व्हॅलेरीला त्याच्या भाषेचा धक्का बसला नाही.

"आणि तू, मॅक्वेटर?" त्यानं विचारलं. "काही निरोप, तुझी काही इच्छा...." त्याला पुढे बोलवेना. कसल्याच बोलण्याला काही अर्थ उरलेला नव्हता.

“मी? मला काहीच इच्छा...हो, माझी स्पार्टिएट*मध्ये बदली करावी अशी माझी इच्छा आहे, पण त्याला आता जरा उशीरच झालाय, सर.”

“विल्यमसन!” एकाएकी फोनवरून ओरडण्याचा आवाज ऐकू आला. “विल्यमसन! थांब जरा, दोस्ता, आलोच मी!” मॅक्वेटरचा फोन धातूवर आपटल्याचा जोरात आवाज झाला, आणि नंतर पलीकडे एकदम शांतता निर्माण झाली.

“मॅक्वेटर!” व्हॅलेरी फोनवर मोठ्यानं ओरडला. “मॅक्वेटर! बोल, उत्तर दे, मॅक्वेटर! मॅक्वेटर!” पण वरचा ॲम्प्लिफायर आता शांत झालेला होता...मेलेला होता. बर्फासारख्या थंड वाऱ्यात व्हॅलेरीच्या अंगावर शिरशिरी उठली. ते मॅगझिन...पाण्यानं पूर्ण भरलेलं ते मॅगझिन...आपण तिथे जाऊन आलो, त्याला अजून पुरते चोवीस तासही झालेले नाहीत... आतलं वातावरण पुन्हा त्याच्या डोळ्यांसमोर आलं, फक्त आता तिथे सगळीकडे काळोख दाटलेला होता...फक्त इमर्जन्सी लाइट्सचेच छोटे छोटे दिवे काय ते चालू होते, ते त्याला दिसले, हळूहळू वाढत चाललेलं अंधारं पाणी दिसलं, हडकुळ्या अंगाचा, डोळ्यात प्रचंड वेदना दाटलेला, पोरगेलासा मॅक्वेटर आपल्या सहकाऱ्याचं डोकं त्या बर्फासारख्या थंडगार पाण्यावर ठेवण्यासाठी प्रयत्नांची शर्थ करताना दिसला, त्याची स्वत:ची शक्तीही क्षणाक्षणाला क्षीण होत चाललेली दिसली...अचानक त्याला जाणवलं, की मॅक्वेटर आपल्या दोस्ताची साथ कधीही, अखेरच्या क्षणापर्यंत सोडणार नाही, ते दोघंही एकदमच बुडतील. अठरा वर्षांचा, केवळ अठरा वर्षांचा कोवळा पोरगा. झोकांड्या खात व्हॅलेरी ब्रिजच्या दारातून मोडलेल्या कंपास प्लॅटफॉर्मकडे गेला. बर्फ पडायला पुन्हा सुरुवात झालेली होती. आजूबाजूला सगळीकडे काळोख दाटत चाललेला होता.

---

* एचएमएस स्पार्टिएट हे स्कॉटलंडच्या पश्चिमेकडच्या प्रदेशासाठीचं नौदलाचं मुख्य ऑफिस होतं. ते किनाऱ्यावर, ग्लासगोमध्ये सेंट इनॉक्स हॉटेलमध्ये होतं.

शनिवारची संध्याकाळ – १

आर्क्टिक महासागरातल्या त्या संध्याकाळच्या विचित्र उजेडात *युलिसिस* हेलकावे खात पुढे चाललेली होती. ती जोरजोरात, कशीतरीच हेलकावे खात होती. आता ती एकदम केविलवाणी, जायबंदी जनावरासारखी दिसत होती– दोन्ही मास्ट मोडून पडलेले, सगळ्या बोटी, सगळे तराफे खलास झालेले, मागच्या आणि पुढच्या भागांची प्रचंड मोडतोड झालेली, कसातरीच वेड्यासारखा तिरपा झालेला ब्रिज. जागेवर नष्ट, वाकडंतिकडं झालेलं मागचं टरेट, आणि त्याला झाकून टाकणारा तो जळालेल्या कॉन्डॉर विमानाचा सांगाडा. पण इतकं सगळं प्रचंड नुकसान झालेलं असूनही, फोरकॅसल आणि पूपवर पडलेली काळी भगदाडं– या भगदाडांमधून अजूनही कुठेकुठे जाळ आणि धूर येताना दिसत होता– दिसत असूनही ती एखाद्या भुताटकीसारखी, आणि तरीही डौलदार दिसत होती. भुताटकीसारखी – कधी कुठे दिसेल आणि काय करेल हे सांगता येणार नाही– ऐटबाज आणि कमालीची संहारक. आणि कुठल्याही संकटामधून तगून राहणारी. अजून तिच्या तोफा शाबूत होत्या– आणि इंजिनंही. ती प्रचंड, शक्तिशाली इंजिनं ही तर तिची मोठी ताकद होती. आणि त्या इंजिनांना तर जणू एखाद्या अज्ञात शक्तीचा वरच लाभलेला होता– काळजी करू नका, तुम्हाला काहीही होणार नाही. किंवा, निदान अजूनतरी तसं वाटत होतं...

पाच मिनिटं अशीच हळूहळू निघून गेली. या पाच मिनिटांमध्ये हळूहळू अंधार पडत गेला, या पाच मिनिटांमध्ये पूप-डेकमधून आलेल्या रिपोर्टमध्ये असं दिसलं की, आग विझवणाऱ्या लोकांना ती आग विझवण्यासाठी प्रचंड परिश्रम करावे लागताहेत, आणि या पाच मिनिटांमध्ये व्हॅलेरीची अवस्था निदान थोडीतरी पहिल्यासारखी झाली. पण आता तो कमालीचा अशक्त झालेला होता.

एकाएकी शांततेचा, उदास वातावरणाचा भंग करत फोनची एक बेल वाजली. क्रायस्लरनं फोन घेतला, आणि त्यानं ब्रिजवर बघितलं. ''कॅप्टन सर, मागच्या बाजूच्या इंजिनरूममधून तुमच्यासाठी कॉल आलाय.''

टर्नरनं व्हॅलेरीकडे एक कटाक्ष टाकला आणि चटकन म्हटलं, ''मी घेऊ का, सर?''

''थँक्यू.'' व्हॅलेरीनं मनापासून मान डोलावत म्हटलं. टर्नर उठून फोनकडे गेला.

''मी कमांडर बोलतोय. कोण बोलतंय?...कोण, लेफ्टनंट ग्रिअरसन? काय झालं रे? निदान अपवाद म्हणून तरी एखादी चांगली बातमी सांग बाबा.''

एक मिनिटभर टर्नर लक्ष देऊन शांतपणे ऐकत होता. ब्रिजवरच्या बाकीच्यांना त्याच्या चेहऱ्यावरचा तणाव, त्याचे ओठ घट्ट मिटणं दिसलं नाही, पण स्पष्ट जाणवलं.

''ते टिकाव धरेल का?'' टर्नरनं एकदम विचारलं. ''हो, हो प्रश्नच नाही. त्याला म्हणावं आम्ही इथे ब्रिजवर जे काही जमेल ते सगळं करू...हो, तसंच कर...नाही, दर अर्ध्या तासानं.''

'संकटं काही एकएक करून येत नाहीत म्हणतात ना, ते बरोबर आहे.' रिसीव्हर ठेवत टर्नरनं गंभीर आवाजात म्हटलं. ''इंजिन बरोबर चालत नाहीय, तिथलं तापमान वाढतंय. उजवीकडच्या आतल्या बाजूच्या शाफ्टमध्ये गडबड आहे. डॉडसन स्वतः त्या शाफ्टच्या टनेलमध्ये आहे. तो म्हणतो, शाफ्ट केळ्यासारखा वाकलाय.''

व्हॅलेरीनं फिकटसं स्मित केलं. ''डॉडसन कसा आहे तुला माहीतय. तो त्याच्या त्या इंजिनांची किती काळजी करतो, हेही आपल्याला माहीतंय. मला तर वाटतं, शाफ्टची अलाइनमेंट एखाद-दुसऱ्या थाउनं बिघडली असेल, आणि हा सगळी इंजिनरूम खलास व्हायला आल्यासारखा ओरडतोय.''

''असेलही.'' टर्नरचा आवाज अजूनही गंभीरच होता. ''पण महत्त्वाची गोष्ट अशी, की मेन शाफ्ट बेअरिंग नादुरुस्त झालीय आणि तिथल्या लुब्रिकेटिंग लाइनला तडे गेलेत.''

''अरे बापरे!'' व्हॅलेरीनं हळूच म्हटलं.

''डॉडसन भलताच अस्वस्थ झालाय. तो म्हणतो की हे नुकसान आत्ताचं नाही – आपले डेप्थ-चार्जेस गेले ना, त्याच रात्री ते झालंय, असं वाटतंय त्याला.'' टर्नरनं स्वतःशीच मान हलवली. ''किती प्रचंड ताण सहन केला असेल त्या शाफ्टनं, देवच जाणे! त्या बेअरिंगला हातानं लुब्रिकेशन करावं लागेल. तो म्हणतो की इंजिनची रेव्होल्युशन्स कमीत कमी ठेवावी लागतील किंवा चक्क ते बंदच करावं लागेल. ते काय ते कळवतील आपल्याला.''

''आणि ते दुरुस्त करायची शक्यता? मला वाटतं नसेलच.'' व्हॅलेरीनं कोरड्या आवाजात म्हटलं.

''नाही. अजिबातच नाही.''

''ठीक आहे, मग नाइलाज आहे. काफिल्याच्या वेगानं पुढे जाऊ या. आणि कमांडर?''

“सर?”

“सगळ्यांना आज रात्रभर ॲक्शन स्टेशन्सवर थांबायला सांग. कारण सांगायची गरज नाही...पण नको, सांगू या. तेच योग्य होईल. मला असं जाणवतंय –”

“अरे! ते काय चाललंय तिकडे!” टर्नर अचानक ओरडला. “ते बघा! ते जहाज काय करतंय तिकडे?” उजव्या बाजूच्या रांगेतल्या सगळ्यात शेवटच्या मालवाहू जहाजाकडे तो बोट दाखवत होता. त्या जहाजाच्या सगळ्या तोफा आकाशात कुठेतरी प्रचंड भडिमार करत होत्या. ट्रेसर बुलेट्सच्या तेजस्वी पांढऱ्या शलाका संध्याकाळच्या आकाशात चढत होत्या. त्यानं ब्रॉडकास्टरकडे झेप घेतली. तेवढ्या क्षणात त्याला दिसलं, की *व्हायकिंग*च्या मुख्य तोफाही धूर आणि आग ओकत होत्या.

“सगळ्या गन्स! ग्रीन ११०! विमानं आहेत! सगळ्यांनी स्वतंत्रपणे आपापली टार्गेट्स निवडून आपापलं फायरिंग करा! आपापली टार्गेट, आपापलं फायरिंग!” व्हॅलेरी जहाज उजवीकडे वळवायला सांगत होता, ते त्याला ऐकू आलं. पुढच्या टरेट्सना फायरिंग करणं शक्य व्हावं म्हणून.

पण याही वेळी या सगळ्याला फार उशीर झाला होता. *युलिसिस* नुकतीच उजवीकडे वळायला लागली होती, त्याच वेळी शत्रूची विमानं त्यांचे डाइव्ह पूर्ण करत होती. प्रचंड आकाराची, बेढब दिसणारी ही विमानं वाढत्या अंधारात नीट दिसतही नव्हती, पण पोटात खड्डा पाडणाऱ्या त्यांच्या त्या प्रचंड आवाजांमुळे ती चटकन ओळखू येत होती. निःसंशयपणे हीसुद्धा कॉन्डॉर विमानंच होती. पुन्हा एकदा या विमानांनी त्यांचे सर्व अंदाज फोल ठरवलेले होते. ती मुद्दाम सावकाश जवळ आली होती, आणि पाठीमागून येत असल्यामुळे त्यांचे आवाजही वाऱ्यामुळे मागच्या बाजूलाच गेले होते. त्यांचं वेळेचं अचूक अवधान, अंतराचा अंदाज, सगळं काही वाखाणण्याजोगं होतं.

त्या मालवाहू बोटीला त्या विमानांनी दोन वेळा कचाट्यात पकडलं, आणि तिच्यावर कमीत कमी सात बॉम्ब थेट जाऊन आदळले : गडद होत चाललेल्या अंधारात ते बॉम्ब लक्ष्यावर अचूक पडल्याचं दिसणं तर शक्य नव्हतं, पण त्यांचे स्फोट मात्र लपण्याचं काही कारणच नव्हतं. आणि त्या बोटीवरून जाताना प्रत्येक विमानानं बोटीच्या डेक्सवर आपापल्या मशिनगन्सनी भयानक गोळीबार केला. त्या बोटीवरच्या एकाही गनच्या ठिकाणाला, नेहमीचं समोरच्या बाजूचं आवरण सोडलं तर कसलंही संरक्षण नव्हतं. एलए प्रकारच्या गन्स चालवणारे नौदलातले नौसैनिक, एचए प्रकारच्या गन्स चालवणारे रॉयल मरीनच्या तोफखान्यातले नौसैनिक, यांपैकी सगळ्यांनाच पूर्ण कल्पना होती, की आपण रशियाला माल पोचवणाऱ्या मालवाहू

बोटीवर जातोय; याचा अर्थ आपण जिवंत न परतण्याचीच शक्यता जास्त आहे...बॉम्बहल्ल्यात जे कोणी थोडेफार नौसैनिक वाचले असतील, त्यांचा घास नंतरच्या मशिनगन फायरिंगनं नक्कीच घेतलेला होता.

रांगेत या दुर्दैवी मालवाहू जहाजाच्या पुढे असलेल्या बोटीवर एकामागोमाग एक बॉम्ब पडत असतानाच या पहिल्या जहाजाचा कणा मोडलेला होता, आणि त्याच्यावर प्रचंड अग्नितांडव सुरू झालेलं होतं. त्याचबरोबर त्याचा तळही फाटून गेलेला दिसत होता : ते एकदम एका बाजूला कललं आणि अगदी सावकाश, ब्रिजच्या किंचित मागे त्याचे चक्क दोन तुकडे झाले, आणि शेवटच्या विमानाचा आवाज ऐकू येईनासा व्हायच्या आत ते पूर्णपणे बुडालं.

ध्यानीमनी नसताना झालेल्या या हल्ल्यातला 'अचानकपणा'चा भाग पूर्णपणे यशस्वी झालेला होता. एक जहाज बुडालेलं होतं, दुसरं चालताचालता अचानक पाण्यात पूर्णपणे थांबलेलं होतं आणि त्याचं नाक पाण्यात खोल बुडालेलं होतं, पण त्याच्यावर कुठलीही आग लागल्याचं चिन्ह नव्हतं की धूर येत नव्हता, आणि एकूणच त्याच्यावर कसलीही हालचाल जाणवत नव्हती, आणि ही गोष्ट भयंकर काळजी करण्यासारखी होती. तिसरं एक जहाजही भयंकर जायबंदी झालेलं होतं, पण निदान त्याच्यावर अजून कुणाचंतरी नियंत्रण असल्यासारखं दिसत होतं. पण एकाही कॉन्डॉरवर साधा ओरखडासुद्धा उठलेला नव्हता. सगळी विमानं सहीसलामत परत गेली होती.

टर्नरनं फायरिंग बंद करायचा हुकूम दिला– काही गनर लोक अजूनही अंधारात आंधळेपणानं फायरिंग करत होते. कदाचित त्यांना फायरिंग करण्यातच मजा येत असावी, किंवा गेले कित्येक तास जराही विश्रांती न मिळाल्यामुळे त्यांची कल्पनाशक्ती त्यांच्या पूर्णपणे थकलेल्या मेंदूशी आणि लालबुंद झालेल्या, पार थकून गेलेल्या नजरेशी खेळ करत असावी. एकदाची शेवटची ऑर्लिकॉन गन शांत झाली, आणि तेवढ्यात टर्नरला पुन्हा विमानाचा आवाज ऐकू येऊ लागला– तोच, कॉन्डॉरचा, परिचित आवाज. कधी जवळ येणारा, तर कधी दूर जाणारा.

पण त्याच्याबद्दल कोणीही काहीच करू शकत नव्हतं. बऱ्याच कमी उंचीवर असलेल्या ढगांच्या आड जरी ते विमान होतं, तरी ते आपलं अस्तित्व लपवण्याचा जराही प्रयत्न करत नव्हतं. तो धडकी भरवणारा आवाज पूर्णपणे कधीच ऐकू येईनासा होत नव्हता. ते विमान थेट डोक्यावर घिरट्या घालतंय, हे उघड होतं.

"याचा अर्थ काय, सर? तुम्हाला काय वाटतं?" टर्नरनं विचारलं.

"कोण जाणे." *व्हॅलेरी*नं सावकाश म्हटलं. "मलाही काही कळेनासं झालंय. पण आता कॉन्डॉर विमानं आज परत येणार नाहीत, हे नक्की. आता खूपच अंधार झाला– आणि आता त्यांना माहीतेय, की ती आपल्याला पकडू शकणार नाहीत.

मला वाटतं, हे विमान बहुतेक आपला पाठलाग करत असावं.''

"पाठलाग! सर, अजून अर्ध्या तासात कोळशासारखा काळाकुट्ट अंधार होईल!'' टर्नरनं नकारार्थी मान हलवली. "मला विचाराल, तर हे मानसशास्त्रीय युद्धतंत्र वाटतंय.''

"देव जाणे!'' *व्हॅलेरी*नं एक सुस्कारा सोडला. "मला इतकंच माहीतेय, की आपली एक-दोन विमानं, किंवा रडार, किंवा धुकं, किंवा आपल्याला डेन्मार्कच्या सामुद्रधुनीत मिळाली होती तशी एक रात्र– यासाठी मी वाटेल ते करायला तयार आहे.'' तो थोडंसं हसला, पण लगेच त्याला खोकल्याची उबळ आली. "मी काय बोललो, ऐकलंस तू?'' त्यानं हळूच म्हटलं. "हे असं काही मी मागेन, असं मला कधीही वाटलं नव्हतं...आपण स्कापा फ्लोमधून बाहेर पडल्याला किती दिवस झाले, कमांडर?''

टर्नरनं थोडा विचार केला. "पाच-सहा दिवस झाले, सर.'' "सहा दिवस!'' त्यानं अविश्वासानं डोकं हलवलं. "सहा दिवस. आणि – आणि तेरा जहाजं. आता आपल्याकडे तेरा जहाजं बाकी आहेत.''

"नाही, बारा.'' टर्नरनं शांतपणे म्हटलं. "आणखी एक जहाज गेल्यातच जमा आहे. सात मालवाहू जहाजं, एक टँकर, आणि आपलं जहाज– आपण तरी काय, जेमतेमच शिल्लक राहिलोय. बारा...पण त्यांनी तरी काय, त्या *स्टर्लिंग*वर अधूनमधून एखादा तरी हल्ला करायला काय हरकत आहे? सारखा आपल्यावरच....'' त्यानं उदासपणे म्हटलं.

अचानक आलेल्या बर्फाच्या एका छोट्याशा झोतात व्हॅलेरी काकडला. काही क्षण तो मान खाली घालून आपल्याच विचारात गर्क होऊन स्तब्ध झाला. मग त्यानं किंचित चुळबुळ केली.

"उद्या पहाटेला आपण नॉर्थ केपच्या जवळ पोचलेलो असू.'' आपल्याच विचारात बुडालेला असताना त्यानं म्हटलं. "आता परिस्थिती जरा कठीण बनू शकेल, कमांडर. आपल्याला रोखण्यासाठी ते सर्व शक्ती एकवटून शर्थीचे प्रयत्न करतील यात शंका नाही.''

"असं पूर्वीही झालंय.'' टर्नरनं मान डोलावली.

"माझ्या मते आपण टिकाव धरण्याची शक्यता पन्नास टक्केच आहे.'' व्हॅलेरीनं जणू त्याचं बोलणं ऐकलेलंच नव्हतं. तो स्वतःशीच बोलत होता. '*युलिसिस* आणि सायरन्स. इट मे बी दॅट द गल्फ्स विल वॉश अस डाउन.'...माझ्या शुभेच्छा आहेत तुला, कमांडर.''

टर्नर त्याच्याकडे बघतच राहिला. "म्हणजे? काय म्हणायचंय तुम्हाला -?''

"अरे, तसं नाही. मलासुद्धा शुभेच्छा देतोय मी.'' व्हॅलेरीनं मान वर करत स्मित

केलं. "मला स्वत:लासुद्धा दैवाची साथ लागणार आहे."

मग टर्नरनं अशी एक कृती केली की, जी त्यानं याच्या आधी कधीही केली नव्हती. किंबहुना, आपण असं काही करू शकू, याचा त्यानं स्वप्नातही विचार केला नव्हता. त्या अर्धवट अंधारात त्यानं व्हॅलेरीपाशी वाकून त्याचा चेहरा हळूच आपल्याकडे वळवला, आणि त्याच्याकडे अत्यंत शंकित नजरेनं निरखून पाहिलं. व्हॅलेरीनं जराही विरोध केला नाही. काही क्षणांनी टर्नर पुन्हा सरळ झाला.

"माझ्यावर एक उपकार करा, सर." त्यानं शांतपणे म्हटलं. "खाली जा. मी इथलं सगळं काही बघेन – थोड्याच वेळात कॅरिंग्टनही परत येईल इथे. मागची आग हळूहळू आटोक्यात येतेय."

"नाही. आज रात्री नाही." व्हॅलेरीच्या चेहऱ्यावर मंद स्मित खेळत होतं; पण का कोण जाणे, तो काहीशी निरवानिरवीची भाषा करतोय की काय, असं टर्नरला वाटून गेलं. "आणि तुझ्या हाताखालच्या एखाद्या निरोप्याला खाली पाठवून ओल्ड सॉक्रेटिसला बोलावून घेण्यात काही अर्थ नाही. प्लीज, कमांडर. मला आज इथेच थांबायचंय.

आज रात्री काय होतंय हे बघायचंय."

"हो, हो. जरूर." अचानक, का कोण जाणे, त्याच्या बोलण्याला विरोध करू नये असं टर्नरला वाटलं. तो दुसरीकडे वळला. "क्रायस्लर! कॅप्टनसाहेबांच्या केबिनमध्ये एक गॅलनभर उकळती कॉफी पोचवायला मी तुला दहा मिनिटं देणार आहे." तो लगेच व्हॅलेरीकडे वळला. "आणि त्यानंतर तुम्ही तिथे जाऊन अर्धा तास विश्रांती घ्यायची आहे, आणि ती कॉफी प्यायचीय, नाहीतर – नाहीतर –"

"अरे, मोठ्या आनंदानं!" *व्हॅलेरी* पुटपुटला. "आणि अर्थातच तुझी ती सुंदर रम असेल, हो ना?"

"हो, प्रश्नच नाही! अं – हो, तो गधडा विल्यमसन!" टर्नर चिडून गुरगुरला. मग चपापून थांबला, आणि सावकाश म्हणाला, "सॉरी. हे बोलायला नको होतं मी...बिचारे! एव्हाना मेले असतील दोघंही." तो गप्प झाला, आणि मग त्यानं मान तिरकी करून ऐकायला सुरुवात केली. "आता हा चार्ली अजून किती वेळ घिरट्या घालत बसणार आहे, कोण जाणे?"

*व्हॅलेरी*नं खाकरून घसा साफ केला, त्याला थोडासा खोकला आला, आणि तो काही बोलायच्या आधीच डब्ल्यूटीचा लाउडस्पीकर खरखरू लागला. 'डब्ल्यूटी – ब्रिज. डब्ल्यूटी – ब्रिज. दोन सिग्नल आलेत.'

"त्यातला एकतरी ऑरकडून आला असणार. पैजेवर सांगतो." टर्नरनं म्हटलं. "पहिला सिग्नल *सिरस*कडून आलाय. त्या जहाजाच्या जवळ जाऊन जिवंत राहिलेल्या लोकांना उचलण्याची परवानगी मागतोय. काय फरक पडतो?"

व्हॅलेरीनं अंधारातून, हळूहळू पडत असलेल्या बर्फातून समुद्राकडे काही क्षण बघितलं. ''या इतक्या खवळलेल्या समुद्रात?'' तो पुटपुटला. ''आणि इतक्या अंधारात? मरेल ना तो!''

''त्या थेरड्या स्टारच्या हातात सापडल्यावर तो त्याचं जे करेल, त्यापुढे हे काहीच नाही!'' टर्नरनं हसऱ्या आवाजात म्हटलं.

''छे! शक्यच नाही. मी – मी या अशा परिस्थितीत हे काम कधीच कुणाला करायला सांगणं शक्य नाही. इतका मोठा धोका पत्करायचं कारणच नाही. शिवाय ते मालवाहू जहाज इतकं खलास झालंय, की त्याच्यावर फारसं कोणी जिवंतच नसेल.''

टर्नर काहीच बोलला नाही. ''ठीक आहे. सिग्नल तयार करा.'' व्हॅलेरीनं स्पष्ट शब्दांत म्हटलं.

''थँक्यू. परवानगी आहे. गुड लक!' आणि डब्ल्यूटीला हा सिग्नल पाठवायला सांगा.'' लाउडस्पीकर थोडा वेळ शांत झाला, आणि लगेच पुन्हा सुरू झाला.

'दुसरा सिग्नल लंडन येथून कॅप्टन व्हॅलेरी यांच्यासाठी. डीकोड करत आहे. ब्रिजवर त्वरित कळवत आहे.'

'ऑफिसर कमांडिंग, १४ एसीएस, एफआर ७७ यांच्यासाठी.' लाउडस्पीकरवरून मोठ्या आवाजात सिग्नल ऐकू येऊ लागला. 'ॲडमिरल टिंडॉल यांचा मृत्यू आणि जहाजे गमावल्याची बातमी समजल्यावर अत्यंत वाईट वाटले. तुम्ही तुमचा प्रवास ठरलेल्या मार्गाने सुरू ठेवणे अत्यावश्यक. लढाऊ जहाजांची एक स्क्वाड्रन पूर्ण वेगाने तुम्हाला भेटण्यासाठी निघाली आहे. उद्या सुमारे १४.०० वाजता भेटण्याची शक्यता. आरमारप्रमुख लॉर्डशिप्सनी रिअर-ॲडमिरल, पुन्हा सांगतो, रिअर-ॲडमिरल व्हॅलेरी यांचे अभिनंदन केले आहे. डीएनओ, लंडन.'

लाउडस्पीकर बंद झाला, आणि फक्त ॲस्डिकचे नियमित येणारे 'पिंग पिंग' आवाज, वर घिरट्या घालणाऱ्या विमानाचा एकसुरी आवाज, लाटांचे आवाज ऐकू येऊ लागले, आणि ब्रॉडकास्टरच्या आवाजातला आनंद थोडा वेळ जाणवत राहिला.

''लॉर्डमंडळींनी कधी नव्हे इतका सभ्यपणा आणि समजूतदारपणा दाखवलाय.'' सगळ्यात आधी अर्थातच कॅपॉक किड बोलला, आणि तेही अगदी नेमकं.

''हे केव्हाच व्हायला हवं होतं.'' टर्नर गुरगुरला. ''अभिनंदन, सर!'' त्यानं अत्यंत प्रेमानं म्हटलं. ''निदान उशिरा का होईना, लंडनला जाग आली म्हणायची.'' ब्रिजवरच्या प्रत्येकानं व्हॅलेरीचं अभिनंदन केलं. शिस्त असो वा नसो, आपल्याला झालेला आनंद लपवायचा कोणीही प्रयत्न केला नाही!

''थँक्यू, थँक्यू.'' व्हॅलेरीला भरून आलं. प्रमोशनपेक्षाही, प्रदीर्घ काळ इतक्या प्रचंड संकटांना तोंड दिल्यावर मदतीचं आश्वासन मिळालं, याचं खूप मोठं समाधान

त्याला वाटत होतं– कदाचित, नव्हे, नक्कीच या मदतीमुळे जहाजावरच्या प्रत्येकासाठी जीवन आणि मृत्यू, इतका टोकाचा फरक पडणार आहे. आणि इतक्या कडेलोटाच्या परिस्थितीतही प्रत्येकानं आपलं मनापासून अभिनंदन केलं!

"थँक्यू, थँक्यू!" त्यानं पुन्हा म्हटलं. "पण लोकहो, त्या सिग्नलमधली एकमेव आणि अत्यंत महत्त्वाची गोष्ट तुमच्या लक्षात आलेली दिसत नाहीय –"

"मुळीच नाही, सर. आमच्या लक्षात आलीय ती." टर्नर पुन्हा गुरगुरला. "लढाऊ जहाजांची स्क्वाड्रन येतेय म्हणे– हॅ! फार उशीर झालाय त्याला, नेहमीप्रमाणेच. पण एक गोष्ट मात्र नक्की आहे– निदान आपण मरतानाच्या वेळी तरी ती आपल्यापर्यंत पोचेल, किंवा त्यानंतर थोड्याच वेळात. कदाचित तेव्हा जिवंत असलेल्या थोड्याफार लोकांना उचलून घेऊ शकेल. मला वाटतं, सर, *इलस्ट्रियस* आणि *फ्युरियस* असतील ना त्या स्क्वाड्रनमध्ये?"

"असतीलही कदाचित. कोण जाणे!" व्हॅलेरीनं मान डोलावत स्मित केलं. "मला नुकतंच प्रमोशन मिळालंय खरं, पण मी अजून लंडनच्या लॉर्डमंडळींचा विश्वास संपादन केलेला नाहीय. पण काही ना काही विमानवाहू जहाजं असतीलच त्या स्क्वाड्रनमध्ये. ती आपल्याला पहाटेनंतर संरक्षण देऊ शकतील."

"छे! मला नाही तसं वाटत." टर्नरनं जणू भविष्य वर्तवत असल्यासारखं म्हटलं. "तोपर्यंत हवामान बिघडलेलं असेल, आणि त्यांना जहाजांवरून उडता येणं शक्य होणार नाही. बघा, मी म्हणतोय तसंच होईल की नाही."

"शक्य आहे, कॅसांड्रा, शक्य आहे." व्हॅलेरीनं हसून म्हटलं. "बघूच आपण...काय म्हणालास, पायलट? मला नीट ऐकू..."

कॅपॉक किड हसला.

"मला आत्ताच आठवलं, की उद्याचा दिवस आपल्या ज्युनिअर डॉक्टरसाठी फार महत्त्वाचा असणार आहे– त्याची पक्की खात्री आहे, की शांततेच्या काळात फक्त थोडीशी वरवरची पाहणी करण्याचं कारण सोडून कोणतंही लढाऊ जहाज दुसऱ्या एखाद्या कारणासाठी समुद्रात जात नाही."

"हो, त्यावरून आठवलं," व्हॅलेरीनं विचार करत म्हटलं. "आपण *सिरस*ला आश्वासन दिलं होतं ना -?"

"निकोल्स आधीच त्याच्या कामात पार बुडून गेलाय," टर्नरनं मध्येच म्हटलं. "त्याला आपण– खरं म्हणजे नौदलाशी संबंधित कुठलीच गोष्ट, असं म्हणणं जास्त बरोबर होईल- फारशी आवडत नाही खरी, पण त्याच्या कामावर मात्र त्याचं मनापासून प्रेम आहे. थोड्याच वेळापूर्वी त्यानं तो फायर-फायटिंगचा सूट स्वतः होऊन मागून घेतला, आणि कॅरिंग्टन तर म्हणतो..." मध्येच बोलायचं थांबून त्यानं

एकदम मान वर करून बघितलं. "ओ हो! चार्ली जरा जास्तच नाक खुपसायला बघतोय, असं नाही वाटत?" वर असलेल्या त्या कॉन्डॉरच्या इंजिनांचा आवाज दर सेकंदाला वाढत होता. ते *युलिसिस*पासून जेमतेम दोनशे फूट उंचीवरून झपाट्यानं थेट डोक्यावरून गेलं, आणि परत काफिल्यावरून घिरट्या घालू लागलं.

"डब्ल्यूटी टु एस्कॉर्ट शिप्स!" व्हॅलेरीनं चटकन सिग्नल सांगायला सुरुवात केली. "त्या विमानाला जाऊ द्या– काहीही करू नका! कोणतंही फायरिंग करू नका, स्टार शेल्स उडवू नका, आपण कुठे आहोत हे त्याला समजलेलं नाहीय, ते त्याला समजू देऊ नका...मालवाहू जहाजं फायरिंग करण्याची शक्यता नाही...ओ गॉड! काय मूर्ख आहे! गाढवपणा केलाय त्यानं....सिग्नल पाठवून आता काय उपयोग?"

डाव्या बाजूच्या रांगेतल्या एका मालवाहू जहाजानं तोपर्यंत फायरिंग सुरूही केलेलं होतं. त्याच्या गन्स पूर्णपणे आंधळं फायरिंग करत होत्या : आणि इतक्या वाऱ्यात, अंधारात, बर्फ पडत असताना केवळ आवाजावरून एखादं विमान शोधायचा प्रयत्न करणं व्यर्थ होतं. फायरिंग जेमतेम दहा-पंधरा सेकंद चालू राहिलं असेल, पण तेवढा वेळ पुरेसा होता. व्हायचं ते नुकसान होऊन गेलेलं होतं. चार्लीचं काम झालेलं होतं, आणि तो भर वेगात पुन्हा आकाशात वर चढू लागलेला होता, हे त्याच्या इंजिनांचा वाढत चाललेला आवाज *युलिसिस*वरून ऐकणाऱ्यांच्या लगेचच लक्षात आलं.

"याचा अर्थ तुम्ही कसा लावणार, सर?" टर्नरनं लगेच विचारलं.

"याचा अर्थ, संकट." व्हॅलेरीनं शांतपणे म्हटलं, पण त्याच्या आवाजात खात्री जाणवत होती. "हे असं पूर्वी कधीच झालेलं नाही– आणि हे तू म्हणतोस तसं मानसशास्त्रीय युद्धतंत्रही नाही, कमांडर– तो कधीही रात्री-अपरात्री येऊन आपली झोप उडवत नाही– आपण नॉर्थ केपपासून इतके जवळ असताना तरी नाही. आणि त्याला आपला फार काळ पाठलाग करणंही शक्य होणार नाही. आपण थोडासा आपला मार्ग एक-दोनदा बदलला, की आपल्याला परत शोधून काढणं त्याला – आहा! बघ, मी म्हटलं नव्हतं तुला?"

ध्यानीमनी नसताना त्या काळोख्या रात्री सगळ्यावर एकदम लख्ख, भगभगीत पांढरा स्वच्छ प्रकाश पडला, आणि एकदम रात्रीचा दिवस झाला. *युलिसिस*च्या डोक्यावर, खूप उंचावर एका पांढरा फ्लेअर पेटलेला होता आणि त्या प्रकाशात काफिल्यावरचा बर्फाचा पडदा एखाद्या तलम झिरझिरीत कापडासारखा टरकावला गेला. त्या फ्लेअरला लावलेल्या पॅराशूटमुळे तो वाऱ्यावर जोरजोरात हेलकावे खात समुद्राकडे येत होता. आता संपूर्ण समुद्र काळाकुट्ट दिसत होता, आणि त्यावरची सगळी जहाजं समुद्राच्या आणि आकाशाच्या काळ्याभोर पार्श्वभूमीवर पांढऱ्याशुभ्र तेजस्वी प्रकाशात न्हाऊन निघालेली होती.

"तो फ्लेअर पाडा!" टर्नर ट्रान्समीटरवरून ओरडत होता. "सर्व ऑर्लिकॉन गन्स, पॉम-पॉम गन्स, तो फ्लेअर उडवा आधी!" त्यानं ट्रान्समीटर ठेवून दिला. 'आपलं जहाजच आधी इतके हेलकावे खातंय, की त्या फ्लेअरवर नेम बसणं फार कठीण जाणार आहे. आपण फायरिंग केलं काय, नि रिकाम्या बिअरच्या बाटल्या त्याच्यावर फेकल्या काय, सारखंच आहे.' त्यानं स्वतःशीच म्हटलं. "देवा! असे आपण पकडले गेलो, की कसंतरीच वाटतं."

"हो, मला कल्पना आहे." कॅपॉक किडनं म्हटलं. "आपल्याला एक स्वप्न पडतं, की आपण एका गजबजलेल्या रस्त्यावरून चाललो आहोत, आणि एकाएकी आपल्या लक्षात येतं, की आपल्या अंगावर एकही कपडा नाही, फक्त मनगटावरचं घड्याळ आहे. 'नग्नावस्थेत पकडलं जाणं' असं म्हणतात याला, मला वाटतं." बोलताबोलता त्यानं आपल्या अंगावरच्या कॅपॉकवर पडलेलं बर्फ झटकलं. एकीकडे त्याची नजर त्या फ्लेअरपासून दूरच्या अंधारात बघायचा प्रयत्न करत होती. "हे जे काही चाललंय, ते मला मुळीच आवडलेलं नाही."

"मलाही नाही." व्हॅलेरीनंही म्हटलं. "आणि चार्ली अचानक दिसेनासा झालाय, तेही मला आवडलेलं नाही."

"नाही, नाही. तो मुळीच निघून गेलेला नाही." टर्नरनं म्हटलं. "ऐका." सगळे जणू कान देऊन ऐकू लागले, आणि एक-दोन सेकंदांतच त्यांना कॉन्डॉरच्या त्या प्रचंड इंजिनांचा आवाज जवळ येत असलेला ऐकू येऊ लागला. "तो आपल्या मागच्या बाजूला बऱ्याच लांब गेला होता, आता तो परत येतोय."

मिनिटाभरात ते विमान पुन्हा त्यांच्या डोक्यावरून गेलं, पण ते या वेळी बरंच जास्त उंचीवर, ढगांमध्ये होतं. पुन्हा त्यानं आणखी एक फ्लेअर सोडला. आधीच्या फ्लेअरच्या मानानं हा फ्लेअर बराच जास्त उंचीवर होता, पण या वेळी तो काफिल्याच्या ऐन मध्यावर होता.

पुन्हा एकदा त्या विमानाचा आवाज दूर जातजात जवळजवळ ऐकू येईनासा झाला, आणि जसं ते परत फिरून काफिल्यावरून उडत पुढे गेलं, तसा पुन्हा तो वाढत गेला. या वेळी ते ढगांच्या गर्दीतून ओझरतं दिसलं. ते मुद्दाम त्या खाली येत असलेल्या दोन्ही फ्लेअरपासून दूर अंतरावरून, त्यांच्यापेक्षा बऱ्याच उंचावरून डाव्या बाजूनं उडत गेलं. आणि ते जात असतानाच आणखी फ्लेअर दिसू लागले – चार फ्लेअर, दर चार सेकंदांच्या अंतरानं, ढगांच्या खाली फुटले आणि आपला प्रचंड तेजस्वी पांढराशुभ्र प्रकाश फेकू लागले. त्याबरोबर खालचं संपूर्ण दृश्य प्रचंड तेजानं उजळून निघालं. आणि दक्षिणेला मात्र सगळीकडे काळाकुट्ट अंधार होता. प्रकाशाचं ते तेजस्वी वलय जहाजांच्या उजवीकडच्या रांगेनंतर लगेच संपत होतं. याचा नेमका अर्थ प्रथम टर्नरच्या लक्षात आला. त्याच्या लक्षात जेव्हा तो अर्थ

आला, तेव्हा त्याला जबर धक्का बसला– ध्यानीमनी नसताना कुणीतरी आपल्या पाठीत जोरदार गुद्दा हाणावा, तशी त्याची अवस्था झाली. पुढच्याच क्षणी मोठ्यानं ओरडून त्यानं ब्रॉडकास्टर ट्रान्समीटरकडे झेप घेतली. परवानगी मागायलासुद्धा वेळ नव्हता.

''बी' टरेट!'' त्यानं गर्जना केली. ''दक्षिणेकडे स्टार शेल्स उडवा. ग्रीन ९०, ग्रीन ९०. ताबडतोब उडवा! तोफांची तोंडं सगळ्यात जास्त वर करा, १० अंशात. अगदी जवळ फायरिंगचं सेटिंग करा. तयार झाल्याबरोबर फायरिंग सुरू करा!'' त्यानं चटकन मान मागे वळवून कटाक्ष टाकला.

''पायलट! तुला दिसतंय –?'' ''बी टरेट वळतंय, सर.''

''गुड, गुड!'' लगेच त्यानं पुन्हा ट्रान्समिटर उचलला. ''सर्व गन्स! सर्व गन्स! उजव्या बाजूनं हवाई हल्ल्याच्या प्रतिकारासाठी तयार व्हा! दिशा बहुतेक ग्रीन ९० असेल. शत्रूची विमानं बहुतेक टॉर्पेडो-बॉम्बर असतील.'' बोलताबोलताच त्याला दिसलं की, खालच्या यार्डआर्मवरचे फायटिंग लाइट उघडमीट करायला लागलेले होते : व्हॅलेरी काफिल्यातल्या सगळ्या जहाजांसाठी हल्ल्याची सूचना देणारा सिग्नल पाठवत होता.

''तू म्हणतोस ते बरोबर आहे, कमांडर.'' व्हॅलेरी कुजबुजला. फ्लेअर्सच्या भगभगीत प्रकाशात गालफडं वर आलेला, पूर्णपणे खंगलेला त्याचा चेहरा अतिशय भेसूर दिसत होता. डोळ्यांच्या खाचांमध्ये अंधार दिसत असल्यामुळे तर त्याचा चेहरा म्हणजे कवटीच दिसत होती. ''असलंच पाहिजे.'' त्यानं सावकाश बोलायला सुरुवात केली. ''प्रत्येक जहाज दक्षिणेकडच्या अंधाराच्या पार्श्वभूमीवर उत्तरेकडून पूर्णपणे उठून दिसतंय– आणि जहाजांच्या अगदी जवळ पोचेपर्यंत त्यांना अंधाराचा फायदा मिळणार आहे.'' अचानक दक्षिणेला दोन मैलांवर कित्येक स्टार शेल्सचे स्फोट झाले, म्हणून तो बोलायचा थांबला. ''नाही, तुझं बरोबरच आहे. ती बघ आली विमानं.''

सगळी विमानं दक्षिणेकडून शिस्तीत आली. एकमेकांच्या अगदी जवळून, एकापाठोपाठ एक अशा तीन रांगांमध्ये, आणि प्रत्येक रांगेत चार किंवा पाच विमानं. सगळी विमानं साधारण ५०० फूट उंचीवरून येत होती, आणि एकीकडे स्टार शेल्स फुटत असतानाच त्यांची नाकं टॉर्पेडो-बॉम्बरच्या त्या खास उथळ डाइव्हसाठी खाली गेली. आणि खाली सूर मारतामारता ती एकमेकांपासून अलग झाली- जणू प्रत्येक जण वेगवेगळं लक्ष्य शोधत असल्यासारखी– किंवा निदान सुरुवातीला तरी तसं वाटलं. पण काही सेकंदांतच लक्षात आलं, की ती विमानं फक्त दोनच जहाजांवर लक्ष केंद्रित करत होता– *स्टर्लिंग,* आणि *युलिसिस.* ज्यांच्यावर ती सहज हल्ला करून त्यांना बुडवू शकत होती अशा आदर्श दुहेरी लक्ष्याकडे– म्हणजे ते

जायबंदी झालेलं मालवाहू जहाज, आणि त्याच्यावरच्या वाचलेल्या लोकांना वर घेण्याच्या प्रयत्नांत त्याच्यापासून अगदी जवळच असलेलं *सिरस* हे डिस्ट्रॉयर–सुद्धा त्यांनी साफ दुर्लक्ष केलं. याचा अर्थ त्यांना नेमकं काय करायचंय याचे स्पष्ट हुकूम दिले गेले असणार, हे उघड होतं.

'बी' टरेटनं आणखी दोन स्टार शेल्स उडवली, आणि हाय एक्सप्लोझिव्ह गोळे लोड केले. एव्हाना काफिल्यातल्या प्रत्येक गननं सरबत्ती सुरू केलेली होती, आणि सगळ्यांचा मिळून भयंकर परिणाम होऊ लागलेला होता. त्या टॉर्पेडो-बॉम्बर विमानांना – ती कोणत्या प्रकारची विमानं आहेत हे ओळखणं जरा कठीण होतं, पण ती हाइन्केल विमानांसारखी वाटत होती– प्रचंड फायरिंगच्या धोकादायक पडद्यामधून उडत जाणं भाग पडलं. त्यामुळे हल्ल्यातला 'अचानकपणा'चा परिणाम नाहीसा झाला. *युलिसिस*च्या स्टार शेल्समुळे अत्यंत महत्त्वाचा वीस सेकंदांचा अवधी काफिल्याला मिळाला.

आता *युलिसिस*च्या रोखानं पाच विमानं येत होती. *युलिसिस*वरून होणारं फायरिंग विभागलं जावं म्हणून ती एकमेकांपासून दूर गेलेली होती, पण सगळ्यांचा रोख एकाच मध्यबिंदूवर होता. जवळजवळ समुद्राच्या लाटांना स्पर्श होईल इतक्या उंचीवरून ती येत होती. डाइव्हमधून सरळ होण्यात एका विमानाला अवघा एखाद्या क्षणाचा उशीर झाला, त्याचा अगदी थोडासा स्पर्श एका लाटेच्या टोकाला झाला, आणि ते गडबडलं– लाटेच्या त्या लहानशा तडाख्यानंसुद्धा त्याचा तोल गेला, आणि ते समुद्रातल्या लाटांवरून इकडे तिकडे भिरकावलं गेलं, आणि शेवटी दोन लाटांमधल्या खाईत दिसेनासं झालं. त्या वैमानिकाला अंतराचा किंवा उंचीचा अंदाज नीट आला नाही, का त्याच्या पुढच्या काचेवर अचानक बर्फ पडल्यामुळे त्याला समोरचं दिसेनासं झालं, हे काही सांगता आलं नाही.

एका सेकंदानंतर मध्यभागी सगळ्यात पुढे असलेल्या विमानाचे तुकडे झाले आणि प्रचंड आगडोंब उसळला– त्याच्या टॉर्पेडोच्या वॉरहेडवरच थेट एक तोफगोळा बसला. त्याचे जळत असलेले तुकडे लागू नयेत म्हणून त्याच्यामागे, पश्चिमेच्या बाजूला असलेलं विमान एकाएकी झटकन दूर झालं, आणि त्यामुळे त्यानं टाकलेला टॉर्पेडो फुकट गेला. तो *युलिसिस*च्या मागच्या बाजूनं शंभरेक यार्डांवरून गेला, आणि पलीकडच्या मोकळ्या समुद्रात जाऊन फुटला.

आता दोन बॉम्बर विमानं बाकी राहिलेली होती, आणि ती जिवावर उदार होऊन त्यांचा हल्ला यशस्वी करू बघत होती– आकाशात सगळीकडे उडणाऱ्या गोळ्यांमधून झपाट्यानं वाकडीतिकडी उडत. दोन सेकंद गेले, तीन गेले, चार गेले- आणि तरीही ती भयंकर होत असलेलं फायरिंग, पडणारं बर्फ, सगळं काही चुकवत येतच होती. त्यांना काहीच लागत नव्हतं, हा एक चमत्कारच होता. खरं म्हणजे थेट समोरून

येत असलेल्या विमानाइतकं मारायला सोपं दुसरं कोणतंही टार्गेट नसतं– पण हे सगळं कागदावर. प्रत्यक्षात असं कधीच होत नाही. आर्क्टिक महासागर, भूमध्य समुद्र, पॅसिफिक महासागर, कुठेही टॉर्पेडो बॉम्बर विमानांवर प्रचंड फायरिंग होत असूनही त्यांचे हल्ले यशस्वी होण्याचं प्रमाण इतकं मोठं कसं काय असतं, किंवा ती नष्ट होण्याचं प्रमाण इतकं कमी कसं काय असतं, ही गोष्ट तज्ज्ञ मंडळींना नेहमीच कोड्यात टाकत असे. ताण, हल्ला करायची अतिआतुरता, भीती वगैरे गोष्टी तर तिथे असायच्याच. टॉर्पेडो बॉम्बरच्या बाबतीत कुठलीही गोष्ट अर्धवट नसते- एकतर तुम्ही त्याला उडवता किंवा ते तुम्हाला उडवतं. आणि तुमच्या गन साइटच्या समोर एखादं प्रचंड टॉर्पेडो बॉम्बर थेट तुमच्याकडेच येतंय, आणि तुमच्याकडे जिवंत राहायला केवळ पाचच सेकंद वेळ आहे, यासारखी पाचावर धारण बसवणारी दुसरी गोष्ट नसते– अपवाद फक्त तुमच्यावर थेट वरच्या दिशेनं भयानक वेगात बॉम्बहल्ला करण्यासाठी आकाशातून उभा डाइव्ह मारणाऱ्या स्टुका विमानाचा... आणि *युलिसिस*च्या बाबतीत बोलायचं, तर ती स्वतःच इतक्या प्रचंड प्रमाणात हेलकावे खात होती, की अचूक नेम धरणं– किंवा लागणं– ही केवळ अशक्य गोष्ट होती.

ही शेवटची दोन बॉम्बर विमानं जणू हातात हात घालूनच आली. त्यांतल्या *युलिसिस*च्या नाकाच्या जास्त जवळ असलेल्या विमानानं त्याचा टॉर्पेडो तिच्यापासून जेमतेम दोनशे यार्डांवर खाली सोडला, आणि ब्रिजवर गोळ्यांचा भयंकर वर्षाव करत पूर्ण वेगानं उजवीकडे वळत वर चढायला सुरुवात केली. तो टॉर्पेडो पाण्यावर तिरक्या दिशेनं पडला, लाटांवर आपटून उंच हवेत उडाला, नाक खाली करून एका मोठ्या लाटेवर जोरात आदळला, आणि एकदम खोल समुद्रात घुसला. तो *युलिसिस*च्या खालून पुढे निघून गेला.

पण त्याच्या काही सेकंद आधीच शेवटच्या विमानानं हल्ला केला होता– आणि ते खलासही झालं होतं. ते लाटांवरून जेमतेम दहा फूट उंचीवरून, टॉर्पेडो न सोडताच, एक इंचभरही वर न जाता सरळ आलं होतं– जहाजापासून शंभर यार्डांपेक्षाही कमी अंतर उरेपर्यंत. इतकं जवळ, की त्याच्या पंखांच्या वरच्या बाजूला असलेल्या जर्मनीच्या क्रॉसच्या खुणाही स्पष्ट दिसू लागल्या होत्या. अचानक, भयंकर घाईनं त्या वैमानिकानं विमान चढवायला सुरुवात केली होती. म्हणजे त्याची टॉर्पेडो सोडण्याची यंत्रणा नादुरुस्तीमुळे म्हणा किंवा बर्फामुळे, घट्ट अडकून बसली होती, हे उघड होतं. आणखी एक गोष्ट उघड होती, की त्या वैमानिकानं अगदी शेवटच्या क्षणी टॉर्पेडो सोडायचं ठरवलं होतं, आणि टॉर्पेडो सुटल्यामुळे विमानाचं वजन कमी होऊन त्याला उंची गाठून *युलिसिस*च्या वरून उडत जाणं सोपं जाणार होतं, या गोष्टीवरच तो अवलंबून राहिला होता.

शेवटी व्हायचं तेच झालं. त्या विमानाचं नाक जहाजाच्या थेट पुढच्या बाजूच्या धुराड्यावर आदळलं, त्याचा उजवीकडचा पंख पूर्णपणे तुटला आणि ट्रायपॉड मास्टच्या मागच्या पायावरून जोरात घासत पुढे गेला. तत्क्षणीच विमानातल्या गॅसोलिननं पेट घेतला आणि डोळे दिपवून टाकणारा आगडोंब उसळला, पण धूरही झाला नाही, आणि स्फोटही झाला नाही. पुढच्या सेकंदाला ते फाटलेलं, पेटलेलं विमान जहाजाच्या पलीकडे बारा-पंधरा यार्डांवर समुद्रात कोसळलं. ते पाण्यात गडप होतंय न होतंय, तेवढ्यात *युलिसिस*च्या खाली पाण्यात एक प्रचंड स्फोट झाला, आणि सगळी माणसं दूर फेकली गेली, आणि तिची डाव्या बाजूची लायटिंग प्रणाली खलास झाली.

कमांडर टर्नर कसाबसा स्वतःला सावरत उभा राहिला, आणि कॉर्डाइटचा दर्प आणि अगदी जवळ झालेल्या गोळ्यांच्या स्फोटानं निर्माण झालेल्या गोंधळातून सावरण्यासाठी त्यानं जोरजोरात आपलं डोकं हलवलं. तो टॉर्पेडोच्या स्फोटानं फेकला गेला नव्हता– पाच सेकंदांपूर्वी आधीच्या बुडालेल्या विमानानं ब्रिजवर अगदी जवळून जो भयानक गोळीबार केला होता, त्यातून वाचण्यासाठी त्यानं स्वतःच खाली झेप घेतली होती.

त्याला पहिली आठवण झाली, ती व्हॅलेरीची. बिचारा व्हॅलेरी पोटाशी पाय घेऊन भिंतीशी एका कुशीवर पडलेला होता. टर्नरच्या तोंडाला एकदम कोरड पडली आणि हाता-पायांमध्ये कापरं भरलं- पण थंडीमुळे नव्हे. चटकन वाकून त्यानं व्हॅलेरीला हळूच उताणं केलं.

व्हॅलेरी एकदम निपचित पडलेला होता, त्याची जराही हालचाल होत नव्हती. पण त्याच्या अंगावर कुठेही एखादी जखम, रक्त वगैरे काहीच दिसत नव्हतं– थँक गॉड! टर्नरनं चटकन उजव्या हातातला ग्लोव्ह काढला आणि व्हॅलेरीच्या कोटातून, शर्टातून त्याच्या छातीवर हात ठेवला. व्हॅलेरीचं हृदय अगदी क्षीण धडधड करतंय, असं त्याला वाटलं. हळूच त्यानं खालच्या बर्फाच्या चिखलामधून त्याचं डोकं वर उचललं, आणि चटकन वर बघितलं. त्याच्याशेजारीच कॅपॉक किड उभा होता.

"ब्रुक्सला बोलाव, पायलट!" त्यानं म्हटलं. "लगेच यायला सांग." कसाबसा तोल सावरत कॅपॉक किड पलीकडच्या बाजूला गेला. तिथला फोन सांभाळणारा नौसैनिक दारावरून वाकून उभा होता. फोन त्याच्या हातात होता.

"सिक बे मध्ये फोन कर, पटकन!" कॅपॉक किडनं हुकूम सोडला. "सर्जन कमांडरना म्हणावं..." तो एकदम मध्येच थांबला : हा अजून धक्क्यातून सावरलेला दिसत नाही, हे त्याच्या लक्षात आलं. "तो फोन दे इकडे!" अस्वस्थपणे हात लांब करून त्यानं त्या माणसाच्या हातातून फोन हिसकावून घेतला, आणि त्याला जबर धक्का बसला. त्या माणसाचे दारावरचे हात हळूहळू खाली घसरले, आणि दिसेनासे

झाले. कॅपॉक किडनं दार उघडलं, आणि आपल्या पायांशी पडलेल्या त्या माणसाकडे डोळे फाडफाडून बघत राहिला. त्याच्या पाठीवर मध्यभागी चांगलं एक मूठ सहज आत जाईल इतकं मोठं भगदाड पडलेलं होतं.

तो माणूस ॲस्डिकच्या कॅबिनेटपाशी पडलेला होता. आता-कुठे कॅपॉक किडला दिसलं, त्या कॅबिनेटचीही गोळ्यांनी पुरती चाळण झालीय. एकाएकी त्याला समजून चुकलं, की कॅबिनेटची जर ही अवस्था आहे, तर आतला सेटही खलास झालेला असणार. म्हणजे यू-बोटींपासून रक्षण करण्याचं शेवटचं साधनही खलास झालेलं असणार. त्यापाठोपाठ त्याच्या लक्षात आलं, की कॅबिनेटमध्ये एक ॲस्डिक ऑपरेटरही होता...त्याची नजर तिथून भिरभिरली, टॉर्पेडो कंट्रोलजवळून क्रायस्लर स्वतःला सावरत उठत असलेला त्याला दिसला. कॅपॉक किड काही बोलणार, इतक्यात क्रायस्लर एकदम धडपडत पुढे आला, आणि ओक्साबोक्शी रडत कॅबिनेटच्या घट्ट बसलेल्या दारावर जोरजोरात हातांनी मारू लागला...आणि तेव्हा-कुठे कॅपॉक किडला अचानक आठवलं. तो ॲस्डिक ऑपरेटर- त्याचं नावही क्रायस्लरच होतं! जड अंतःकरणानं कॅपॉक किडनं पुन्हा फोन उचलला...

टर्नरनं कॅप्टन व्हॅलेरीच्या डोक्याखाली काहीतरी आधार ठेवला, आणि तो कंपास प्लॅटफॉर्मच्या उजव्या बाजूच्या कोपऱ्यात आला. नेहमी शांत असणारा बेंटले आताही तितक्याच शांतपणे डेकवर बसलेला होता, त्याची पाठ दोन पाइपांमध्ये अडकलेली होती, आणि डोकं छातीवर शांतपणे स्थिरावलेलं होतं. टर्नरनं त्याच्या हनुवटीखाली हळूच हात घालून त्याचा चेहरा वर केला, तेव्हा त्याला त्याचे थिजलेले डोळे दिसले. हा चेहरा कधी काळी माणसाचा होता, हे सांगणारी ती एकमेव खूण बाकी होती. तोंडातल्या तोंडात शिव्या हासडत टर्नरनं ॲल्डिस लॅम्पच्या हँडलवर असलेली बेंटलेची पकड सोडवायचा प्रयत्न केला, पण त्याला ते जमेना. शेवटी त्यानं ती खटपट सोडून दिली. ॲल्डिस लॅम्पचा प्रकाश अंधाऱ्या होत चाललेल्या ब्रिजवर तसाच कुठेतरी पडत राहिला.

टर्नरनं मग संपूर्ण ब्रिज-डेकचा पद्धतशीरपणे शोध घ्यायला सुरुवात केली. आणखी कोण मेलंय का, जखमी झालंय का, हे त्याला बघायचं होतं. त्याला आणखी तीन मृतदेह सापडले, आणि त्या सगळ्यांना कळायच्या आतच मृत्यूनं त्यांना गाठलं होतं. पण यानंही माणसं गमावल्याचं दुःख कमी होण्यासारखं नव्हतं. तीन सेकंदांच्या फायरिंगच्या बदल्यात पाच जणांचे बळी– बरा सौदा मिळाला शत्रूला- त्याच्या मनात उगाचच येऊन गेलं. मागच्या बाजूच्या शिडीवर उभा राहून तो बघायला लागला, आणि एकदम त्याच्या लक्षात आलं, की आपल्यासमोर खलास झालेल्या पुढच्या बाजूच्या धुराड्याचा आतला भाग आहे. तो अविश्वासानं डोळे फाडफाडून बघतच राहिला. त्याच्या पुढचं आणखी काही त्याला दिसत नव्हतं.

थोडंच पुढे विझत आलेल्या ज्वाळांच्या प्रकाशात त्याला पूर्णपणे खलास झालेलं बोट-डेक दिसलं. मागे वळून तो कंपास प्लॅटफॉर्मवर परत आला.

नशिबानं *स्टर्लिंग* तरी स्पष्ट दिसतेय, त्याच्या मनात विचार आला. आत्ता, दहा मिनिटांपूर्वीच आपण काय बरं बोललो होतो? हं. 'पण त्यांनी तरी काय, त्या *स्टर्लिंग*वर अधूनमधून एखादातरी हल्ला करायला काय हरकत आहे?' त्या आठवणीनं त्याचं तोंड वाकडंतिकडं झालं. या वेळी शत्रूनं तिला सोडलेलं नव्हतं. एक मैलभर अंतरावर पुढे असलेली *स्टर्लिंग* उजवीकडे, दक्षिण-पूर्वेकडे घसरत जात होती, आणि तिच्या पुढच्या भागात असलेले सगळे विभाग डोळे दिपवणाऱ्या पांढऱ्याशुभ्र अग्निज्वाळांमध्ये बुडून गेलेले होते. तो आपल्या नाइट ग्लासेसमधून तिकडे बघत होता, *स्टर्लिंग*चं काय नुकसान झालंय हे बघायचा प्रयत्न करत होता; पण त्याला काहीही स्पष्ट दिसत नव्हतं. फोरकॅसल डेकपासून ते पार ब्रिजच्या मागेपर्यंत ज्वाळांची जणू एक प्रचंड, लवथवती विक्राळ भिंत उभी राहिलेली होती. पण इतक्या खवळलेल्या समुद्रातही त्याला एक गोष्ट मात्र स्पष्ट दिसली, की ती उजव्या बाजूला कललेली होती. नंतर असं समजलं, की *स्टर्लिंग*ला आधी पुढच्या बॉयलर-रूममध्ये टॉर्पेडो लागला होता, आणि त्यानंतर काही सेकंदांतच एक बॉम्बर विमान तिच्या ब्रिजच्या कडेवर आदळलं होतं- त्या विमानातला टॉर्पेडो अजूनही त्याच्या पोटाशी तसाच असताना. *युलिसिस*च्या बाबतीतही असाच प्रकार घडला होता, त्यामुळे याही विमानाच्या वैमानिकाला टॉर्पेडो सोडता आलेला नसणार; कारण टॉर्पेडो सोडण्याची यंत्रणाच बर्फामुळे जाम झाली असणार, हे सगळ्यांच्या लक्षात आलं. ब्रिजवरच्या आणि खालच्या डेक्सवरच्या सगळ्याच लोकांना काय घडतंय हे समजायच्या आतच मृत्यू आला असला पाहिजे. मृतांमध्ये जहाजाचा कॅप्टन जेफ्रीज, फर्स्ट लेफ्टनंट आणि नॅव्हिगेटर या तिघांचा समावेश होता.

शेवटचं बॉम्बर अंधारात दिसेनासं होताक्षणीच कॅरिंग्टननं पूपवरचा फोन ठेवला आणि तो हार्टलेकडे वळला. "आता पुढचं जमेल ना तुला, हार्टले? मला ब्रिजवर गेलं पाहिजे."

"हो, मला वाटतं, सर." धुरानं आणि अग्निशामक उपकरणाच्या फोमनं सगळ्याभर काळवंडलेल्या, थकून गेलेल्या हार्टलेनं आपली बाही तोंडावरून फिरवली. "आता बहुतेक आटोक्यात आलंय सगळं...पण लेफ्टनंट कार्स्लेक कुठाय? त्यानं नको का –?"

"कुठे का असेना तो!" कॅरिंग्टननं मध्येच त्याचं बोलणं तोडत म्हटलं. "तो कुठाय मला माहीत नाही, आणि मला त्याच्याशी देणंघेणंही नाही. उगाच मोघम बोलण्यात अर्थ नाही, चीफ – तो नाहीय हेच जास्त चांगलं आहे. तो जरी परत

आला, तरी इथल्या कामाचा मुख्य तूच आहेस. आता इथलं काय ते बघ.''

मागे वळून तो डाव्या बाजूच्या कॉरिडॉरमधून पुढे जाऊ लागला. खाली घट्ट जमलेल्या बर्फावरून चालताना त्याच्या रबरी शूजचा जराही आवाज येत नव्हता.

तो उद्ध्वस्त झालेल्या कँटीनजवळून जात होता, तेवढ्यात त्याला अर्धवट अंधारात एक उंच आकृती, बाहेरच्या बाजूच्या टॉर्पेडो ट्यूबचं आतलं बर्फात झाकलेलं टोक आणि संरक्षक कठड्यांचा शेवटचा खांब यांच्या दरम्यानच्या छोट्याशा मोकळ्या फटीत उभी असलेली दिसली. ती आकृती हातातल्या अग्निशामक उपकरणाचा घट्ट बसलेला व्हॉल्व्ह खांबावर आपटून तो उघडायचा प्रयत्न करत होती. एका सेकंदानंतर त्याला आणखी एक आकृती अंधारातून चोरपावलांनी, त्या पहिल्या आकृतीच्या मागे येत असलेली दिसली. या आकृतीनं बेसबॉलच्या बॅटसारखी धातूची किंवा लाकडाची एक जड वस्तू डोक्यावर उंच उगारलेली होती.

''लुक आऊट!'' कॅरिंग्टन मोठ्यानं ओरडला. ''तुझ्या मागे कोणीतरी आहे!''

दोन सेकंदांच्या आतच ते घडून गेलं– हल्लेखोरानं झपाट्यानं पुढे उडी घेतली, पहिली आकृती त्यापेक्षाही झपाट्यानं हातातलं उपकरण टाकून एकदम गुडघ्यांवर बसलेल्या स्थितीत खाली पडली, हल्लेखोराच्या तोंडून एकाच वेळी संताप आणि भयंकर भीतीनं जोरदार किंकाळी बाहेर पडली, आणि तो गुडघ्यांवर बसलेल्या त्या पहिल्या आकृतीला अडखळून ट्यूब आणि कठड्यांच्या मधल्या जागेतून थेट बाहेर फेकला गेला– पुढच्याच क्षणी तो पाण्यात पडल्याचा 'धप्प' आवाज झाला, आणि मग शांतता.

डेकवरच्या त्या माणसाकडे कॅरिंग्टन धावत गेला, आणि त्यानं त्याला उठायला मदत केली. अजून शेवटचा फ्लेअर पुरता विझलेला नव्हता, त्यामुळे तो कोण आहे हे कॅरिंग्टनला स्पष्ट दिसलं– तो एलटीओ राल्स्टन होता. त्याच्या दंडाला धरून कॅरिंग्टननं सचिंत स्वरात त्याला विचारलं, ''ठीक आहेस ना तू? कुठे लागलं नाही ना तुला? माय गॉड, कोण होता?''

''थँक्यू, सर.'' राल्स्टनचा श्वासोच्छ्वास जोरजोरात होत होता, पण त्याचा चेहरा पुन्हा जवळजवळ निर्विकार झालेला होता. ''जवळजवळ मेलोच होतो मी आत्ता! थँक्यू व्हेरी मच, सर.''

''पण तो कोण होता?'' कॅरिंग्टननं आश्चर्यानं पुन्हा विचारलं.

''तो मला दिसलाच नाही, सर.'' राल्स्टननं गंभीरपणे म्हटलं. ''पण तो कोण असेल हे मात्र मला माहीतय– तो सब-लेफ्टनंट कार्स्लेक होता. रात्रभर तो माझ्या मागे होता– कधी एक क्षणभरही त्यानं मला त्याच्या नजरेआड होऊ दिलं नाही. पण का, ते मात्र आत्ता समजलंय मला.''

फर्स्ट लेफ्टनंट कॅरिंग्टन सहसा कधीही आपला तोल सोडत नसे, कधीही

अस्वस्थ होत नसे. पण या वेळी मात्र त्यानं अविश्वासानं हळूहळू आपली मान हलवली. ''आपल्या जहाजावर नालायक लोक आहेत हे मला माहीत होतं!'' त्यानं हळूच म्हटलं. ''पण गोष्टी इतक्या थराला जातील याची मात्र कल्पनाच केली नव्हती मी. आता कॅप्टनसाहेबांना सांगितल्यावर ते काय म्हणतील, कोण जाणे!''

''पण त्यांना सांगायचंच कशाला?'' राल्स्टननं निर्विकारपणे म्हटलं. ''त्यांनाच काय, कुणालाही सांगायची काय गरज आहे? कदाचित कार्स्लेकचे कुणाशी काही संबंध असतील. ते कशाला बिघडवायचे उगाच? कुणालाही दुखवायचं काहीच कारण नाही. कोणाला काय वाटत असेल ते वाटू द!'' तो हसला. ''आग विझवत असताना त्याला वीराचं मरण आलं असं वाटलं, तरी हरकत नाही; तो समुद्रात पडला असं वाटलं तरी हरकत नाही. कुणाचीही कल्पना काहीही झाली तरी काहीही फरक पडत नाही.'' त्यानं खालच्या खवळलेल्या समुद्राकडे वाकून बघितलं, आणि तो अचानक शहारला. ''त्याला जाऊ दे, सर. प्लीज. त्याच्या पापाची शिक्षा मिळालीय त्याला.''

कॅरिंग्टनही काही क्षण खालच्या पाण्याकडे बघत राहिला, मग त्यानं परत राल्स्टनकडे बघितलं. आणि त्याच्या दंडावर थोपटून त्यानं मूकपणे मान डोलावली, आणि तो मागे वळला.

दार उघडल्याचा आवाज झाला, तसं टर्नरनं दुर्बीण बाजूला करून तिकडे बघितलं, आणि त्याला दिसलं, की कॅरिंग्टन आपल्या शेजारी येऊन उभा आहे, आणि काहीही न बोलता दूरवर जळत असलेल्या *स्टर्लिंग*कडे बघतोय. तेवढ्यात व्हॅलेरी हळूच कण्हला, आणि तेव्हा कॅरिंग्टनची नजर खाली निपचित पडलेल्या व्हॅलेरीकडे वळली. ''माय गॉड! कॅप्टनसाहेब! फार लागलंय का त्यांना, सर?''

''कोण जाणे, नंबर वन. आणि जर लागलं नसेल तर तो एक मोठा चमत्कारच आहे.'' खाली वाकून त्यानं अजून डोकं बधिर असलेल्या व्हॅलेरीला बसतं केलं.

''कसे आहात सर, तुम्ही?'' त्यानं सचिंत आवाजात विचारलं. ''तुम्हाला – तुम्हाला फार लागलंय का कुठे?''

तेवढ्यात व्हॅलेरीला खोकल्याची बरीच मोठी उबळ आली. खोकला बंद झाल्यावर त्यानं अशक्तपणे मान हलवली.

''नाही, मी ठीक आहे.'' त्यानं क्षीण आवाजात म्हटलं. त्यानं हसण्याचा एक क्षीण प्रयत्न केला, पण क्रायस्लरच्या हातातल्या ॲल्डिस लॅम्पचा प्रकाश त्याच्या चेहऱ्यावर पडत होता, आणि त्या प्रकाशात त्याचं स्मितही अत्यंत भेसूर दिसत होतं. ''हल्ला झाला तेव्हा मी डेकवर झेपावलो, पण बहुतेक काहीतरी मध्ये आलं आणि मी त्याच्यावर आपटून बेशुद्ध झालो.'' त्यानं आपल्या रक्त सुकलेल्या

कपाळावर हळूच हात फिरवला. ''आपलं जहाज कसं आहे, कमांडर?''

''जहाज गेलं खड्ड्यात!'' टर्नरनं फाडकन म्हटलं. व्हॅलेरीच्या अंगाभोवती हात टाकून त्यानं त्याला हळूच उभं केलं. ''मागे काय परिस्थिती आहे, नंबर वन?''

''आटोक्यात आलीय. अजून आग पुरती विझलेली नाही, पण आटोक्यात आहे. मी तिकडचं सगळं काही हार्टलेच्या हातात सोपवून वर आलोय.'' कार्स्लेकबद्दल तो काहीही बोलला नाही.

''व्हेरी गुड! आता इथलं काय ते बघ. *स्टर्लिंग*ला, *सिरस*ला रेडिओ कर, त्यांची काय परिस्थिती आहे ते पाहा. चला, सर. तुमच्या केबिनमध्ये जाऊन विश्रांती घ्या.''

व्हॅलेरीनं विरोध करायचा एक क्षीण प्रयत्न केला; पण त्याच्या अंगात तेवढीही ताकद नव्हती– तो धड उभाही राहू शकत नव्हता. सहजच त्याची नजर वरून पडत असलेल्या बर्फामधून ॲल्डिस लॅम्पमधून पडत असलेल्या प्रकाशाच्या झोताकडे गेली, आणि तिथून हळूहळू तो झोत जिथून येत होता तिकडे गेली.

''बेंटले?'' त्यानं हळूच म्हटलं. ''बेंटले...?'' टर्नरनं मूकपणे मान डोलावलेली त्याला जेमतेम दिसली, आणि तो जड पावलांनी दुसरीकडे वळला. दाराबाहेर मरून पडलेल्या त्या नौसैनिकाजवळून ते पुढे गेले, आणि खलास झालेल्या ॲस्डिक कॅबिनेटपाशी एकदम थबकले. दारावर हात ठेवून त्याच्यावर डोकं टेकून हुंदके देत वाकून बसलेली एक आकृती त्यांना दिसली. व्हॅलेरीनं त्याच्या खांद्यावर हात ठेवून मान खाली घातलेल्या त्याच्या चेहऱ्याकडे बघितलं.

''काय झालं रे बेटा? ओ, तू आहेस होय.'' आता तो चेहरा त्याच्याकडे वळून बघत होता. ''काय झालं, क्रायस्लर?''

''ते दार, सर!'' क्रायस्लरचा आवाज थरथरत होता. ''ते दार– मला उघडता येत नाहीय ते!''

आता कुठे व्हॅलेरीची नजर त्या फाटून गेलेल्या, वाकड्यातिकड्या झालेल्या कॅबिनेटवर गेली. अजून त्याचं मन कमालीचं थकलेलं होतं, सुन्न होतं, पण हे कॅबिनेट जर इतकं खलास झालेलं आहे, त्याला इतकी भगदाडं पडलेली आहेत, तर आतल्या ऑपरेटरची अवस्था काय असेल, हे एकदम त्याच्या लक्षात आलं.

''हो,'' त्यानं चटकन म्हटलं. ''ते दार पिळवटून गेलंय, क्रायस्लर...त्याचं आता कोणीच काही करू शकणार नाही.'' त्यानं क्रायस्लरच्या रडून सुजलेल्या डोळ्यांमध्ये जरा आणखी बारकाईनं पाहिलं. ''चल, बेटा, त्याबद्दल आता रडून –''

''पण माझा भाऊ आत अडकलाय, सर.'' कमालीच्या निराशेनं उच्चारलेले हे शब्द व्हॅलेरीवर एखाद्या बॉम्बगोळ्यासारखे आदळले. 'ओ गॉड! मी साफ विसरून

गेलो होतो...खरंच की!...लीडिंग ॲस्डिक ऑपरेटर क्रायस्लर...' पायाशी मरून पडलेल्या त्या नौसैनिकाकडे तो बघत राहिला– त्याच्या मृतदेहावर एव्हाना बर्फाचा एक पातळ थर जमलेला होता.

"त्या ॲल्डिस लॅम्पचं कनेक्शन काढून टाकायला सांग, कमांडर." त्यानं अन्यमनस्कपणे म्हटलं. "आणि क्रायस्लर?"

"यस, सर." क्रायस्लरचा आवाज सपाट, एकसुरी होता. "खाली जा आणि थोडी कॉफी घेऊन ये, प्लीज."

"कॉफी?" क्रायस्लरनं गोंधळून जाऊन विचारलं. त्याला काही समजतच नव्हतं. "पण – पण – आत माझा भाऊ –"

"हो, बेटा, मला माहीतय." व्हॅलेरीनं अत्यंत मृदू आवाजात म्हटलं. "मला थोडी कॉफी आणशील?"

क्रायस्लर कसाबसा उठून निघून गेला. केबिनमध्ये शिरून व्हॅलेरीनं आतला दिवा लावला, आणि तो टर्नरकडे वळला. "युद्धात मरण आलेल्या बिचाऱ्या लोकांच्या नातेवाइकांची कशी समजूत काढतात, बघ. वीरमरण आलं, म्हणे! देशासाठी लढताना हौतात्म्य पत्करलं. नेल्सन आणि ड्रेकचे वारसदार आहोत म्हणे आपण! अरे, बिचाऱ्या राल्स्टननं त्याच्या वडिलांचा मृत्यू डोळ्यांनी बघितला– किंबहुना त्याच्याच हातून झाला तो, त्याला अजून पुरते चोवीस तासही झालेले नाहीत...आणि आता या बिचाऱ्या क्रायस्लरचा भाऊ. कदाचित –"

"आता मी बघतो काय ते." टर्नरनं मुद्दाम विषय बदलला. काल रात्री आपण राल्स्टनला कसं बोललो, त्याच्याशी कसं वागलो– तेही त्याला त्याच्याच वडिलांचं जहाज बुडवायचा हुकूम देताना- याबद्दल त्यानं अजून स्वतःला क्षमा केलेली नव्हती. आपण मागितलेल्या माफीचा राल्स्टननं लगेच स्वीकार केला, तो लगेच आपल्याशी पूर्वीसारखं वागू लागला हे खरं; पण हा त्याच्या मनाचा मोठेपणा झाला. "ते कॅबिनेट उघडेपर्यंत मी क्रायस्लरला दुसरीकडे, कुठेतरी कामात गुंतवून ठेवेन...बसा, सर. एक घोट घ्या याचा." तो हलकेच हसला. "आपल्या दोस्तानं– विल्यमसननं माझं बिंग फोडलं, पण जाऊ दे...हॅलो! कुणीतरी आलेलं दिसतंय."

बाहेरचा दिवा बंद झाला आणि एक रुंद, जाडसर आकृती आत आली. दार बंद झालं आणि आतल्या दिव्याच्या अचानक डोळ्यांवर आलेल्या प्रकाशात ब्रुक्स डोळे अर्धवट बंद करून आत आला. त्याचा चेहरा लाल झालेला होता आणि तो धापा टाकत होता. त्याची नजर टर्नरच्या हातातल्या बाटलीवर स्थिरावली.

"आ हा!" त्यानं म्हटलं. "दारूची पार्टी का? वा, वा!" त्यानं हातातली केस एका टेबलावर ठेवली आणि तो आत शोधाशोध करू लागला, इतक्यात दारावर एक थाप पडली.

"या." व्हॅलेरीनं म्हटलं.

एक सिग्नलमन आत आला आणि त्यानं व्हॅलेरीला एक कागद दिला. "लंडनहून आलाय, सर. चीफ म्हणतायत की काहीतरी उत्तर आलेलं असेल."

"थँक्यू. मी फोन करेन." दार उघडलं आणि परत बंद झालं. व्हॅलेरीनं टर्नरकडे एक कटाक्ष टाकल– त्याच्या हातातली बाटली गायब झालेली होती.

"बरं झालं, आपल्या गुन्ह्याचा पुरावा इतक्या चटकन लपवलास ते." तो हसला. मग त्यानं मान हलवली. "मला – मला वाचायला नीट दिसत नाहीय. तू वाचतोस का, कमांडर?"

"आणि या टर्नरच्या त्या भुक्कड दारूच्या ऐवजी तुम्ही थोडं चांगलं औषध घेता का, सर?" ब्रुक्सनं मध्येच म्हटलं. केसमध्ये शोधाशोध करून त्यानं पिवळसर रंगाचं द्रव असलेली एक बाटली काढली. "माझ्या हाताशी जरी कितीही अत्याधुनिक औषधं असली, तरी याला तोड नाही."

"निकोल्सला सांगितलंयस का तू?" व्हॅलेरीनं विचारलं. डोळे मिटून तो सेटीवर आडवा झालेला होता, आणि त्याच्या पांढऱ्याफटक ओठांवर एक फिकटसं हसू खेळत होतं.

"अं – नाही," त्यानं कबुली दिली. "पण सांगेन की; काय घाई आहे! घेणार थोडी?"

"थँक्स. टर्नर, आता काहीतरी चांगली बातमी सांग बाबा." "चांगली बातमी!" टर्नरचा आवाजच सगळं-काही सांगून गेला. "नाही, सर. बातमी काही चांगली नाही."

"रिअर ॲडमिरल व्हॅलेरी, कमांडिंग १४ एसीएस, एफआर ७७." त्याच्या आवाजात पराकोटीची निराशा होती. "सूर्यास्ताच्या वेळी *टिरपिट्झ,* बरोबरच्या क्रुझर, डिस्ट्रॉयर युद्धनौका अल्टा फ्योर्डमधून बाहेर पडत असल्याची बातमी आहे. अल्टा फ्योर्ड विमानतळावर जोरदार हालचाली सुरू. हवाई छत्राखाली हल्ले होणार असल्याची भीती आहे. कोणत्याही परिस्थितीत मालवाहू जहाजे, नौदलाची जहाजे यांचा अकारण नाश टाळावा. डीएनओ, लंडन." टर्नरनं अत्यंत काळजीपूर्वक हातातल्या कागदाची घडी घालून तो टेबलावर ठेवला. "काय पण कमाल आहे की नाही?" तो पुटपुटला. "आता पुढे?"

व्हॅलेरी सेटीवर एकदम उठून ताठ बसलेला होता. आपल्या तोंडातून येत असलेल्या रक्ताच्या वळणदार ओघळाचंही त्याला भान नव्हतं. त्याचा चेहरा शांत होता. थोडीही चिंता त्याच्या चेहऱ्यावर नव्हती.

"आता मला तो ग्लास दे, ब्रुक्स." त्यानं शांत आवाजात म्हटलं. *टिरपिट्झ. टिरपिट्झ.* थकून गेल्यासारखी त्यानं मान हलवली. *टिरपिट्झ* – हे नाव उच्चारतानाच

प्रत्येकाच्या मनात भयंकर भीती असायची. गेल्या दोन वर्षांमध्ये उत्तर अॅटलांटिक महासागरातल्या नौदलाच्या रणनीतींवर या नावाचा फार मोठा पगडा होता. चिलखतानं संपूर्णपणे मढलेली ती महाकाय युद्धनौका– ब्रिटिश नौदलाची अत्यंत लाडकी असलेल्या *हूड*ला एका दणक्यात बुडवणाऱ्या, तशाच असलेल्या त्या दुसऱ्या प्रचंड युद्धनौकेची बहीण. *हूड* तर जगातली सगळ्यात ताकदवान युद्धनौका होती – किंवा तसं सगळ्यांना वाटत होतं. आता ही *टिरपिट्झ* बाहेर पडतेय म्हणे! तिच्यापुढे आपल्या या इवल्याशा क्रूझरचा काय पाड लागणार?...पुन्हा एकदा त्यानं मान हलवली, पण चिडून. आणि तो पुढे वाढून ठेवलेल्या संकटाचा विचार करू लागला.

"असो. लोकहो, काळानं आपल्यापुढे इतकी संकटं आणली, त्यात आता *टिरपिट्झ*चं संकट आलंय. आज ना उद्या ती येणारच होती. काही नाही, आपलं दुर्दैव आहे– आपण भक्ष्यच आहोत- काफिला बुडवायला मिळणार हे तिच्यासाठी मोठं लुसलुशीत भक्ष्य आहे – आणि तिच्यापासून आपण इतके जवळ आहोत, म्हटल्यावर ती येणारच."

"माझा तरुण सहकारी जाम खूश होईल आता." ब्रुक्सनं गंभीरपणानं म्हटलं. "शेवटी एकदाची एक खरीखुरी, महाप्रचंड युद्धनौका बघायला मिळणार आहे त्याला."

"सूर्यास्त." टर्नर किंचित थांबला. "माय गॉड! सूर्यास्ताला निघणार आहे म्हणे ती! म्हणजे त्या जहाजांना त्या फ्योर्डमधून बाहेर पडायला लागणारा वेळ गृहीत धरला तरी चार तासांत आपल्यापर्यंत येऊन पोचतील ती– आपण सध्या चाललोय तोच मार्ग आपण कायम ठेवला तर!'

"तेच म्हणतो मी." व्हॅलेरीनं मान डोलावली. "आणि आपण उत्तरेला पळण्यातही काही अर्थ नाही. आपण त्यांच्यापासून शंभर मैलांवर जायच्या आत ते आपल्याला गाठतील."

"ते? म्हणजे आपल्या मोठ्या जहाजांबद्दल बोलताय ना तुम्ही?" टर्नरच्या आवाजात तिरकसपणा होता. "आता माझं बोलणं म्हणजे तुम्हाला एखाद्या अडकलेल्या ग्रामोफोन रेकॉर्डसारखं वाटेल, सर, पण मी आधी त्यांच्याबद्दल जे बोललो होतो, तेच पुन्हा म्हणतो – ते येतील, पण नेहमीसारखेच फार उशीर झाल्यावर!" क्षणभर थांबून त्यानं एक शिवी हासडली. "स्टार, थेरड्या, आता तरी समाधान झालं का तुझं!"

"पण आपण तरी इतका निराशावादी विचार का करतोय?" व्हॅलेरीनं वर बघत विचारलं. "अजूनही आपण अठ्ठेचाळीस तासांच्या आत स्कापा फ्लोमध्ये पोचून तिथे सुरक्षित राहू शकतो. नाहीतरी लंडननं आपल्याला मालवाहू आणि लढाऊ जहाजांचा विनाकारण विनाश टाळायला सांगितलाच आहे. तुम्ही एक गोष्ट लक्षात घ्या, की

युलिसिस हे अजूनही जगातलं सगळ्यात वेगवान जहाज आहे.''

''नको, नको!'' ब्रुक्स कण्हला. ''हा म्हणजे फारच मोठा अ‍ॅन्टी-क्लायमॅक्स होईल! एवढा आनंदाचा धक्का मला सहन होईलसं वाटत नाही!''

''मग काय, पीक्यू१७* ची आणखी एक पुनरावृत्ती करायची?'' टर्नरनं हसून म्हटलं, पण ते हसू त्याच्या डोळ्यांपर्यंत मात्र पोचलं नाही. ''रॉयल नेव्हीला ते कधीच सहन होणार नाही. कॅप्टन – रिअर अ‍ॅडमिरल - व्हॅलेरी यासाठी कधीच परवानगी देणं शक्य नाही; आणि माझ्याबद्दल बोलायचं, तर माझी अशी पक्की खात्री आहे, की आपल्या जहाजावर असलेले, कुणाला मारायलाही कमी न करणारे जे बंडखोर आहेत, त्यांच्यामुळे आपण कोणीही रात्रभर निर्धास्त झोपू शकणार नाही.''

''ओ गॉड! हा माणूस तर कवी आहे रे!'' ब्रुक्सनं हळूच म्हटलं.''याला

---

* पीक्यू१७ हा एक मोठा, संमिश्र प्रकारचा काफिला होता. त्यामध्ये ३० हून जास्त ब्रिटिश, अमेरिकन आणि पनामानियन मालवाहू जहाजं होती. रक्षणासाठी अर्धा डझन डिस्ट्रॉयर जहाजं, त्याहून लहान अशा साधारण डझनभर युद्धनौका, आणि एक अँग्लो-अमेरिकन क्रूझर आणि डिस्ट्रॉयर जहाज, अशी एक मिश्र स्क्वाड्रन बरोबर घेऊन हा काफिला आइसलंडहून रशियाकडे निघाला. काफिल्यापासून उत्तरेला एक विमानवाहू नौका, दोन मोठ्या युद्धनौका, तीन क्रूझर आणि काही ड्रिस्ट्रॉयर जहाजं असलेलं आणखी एक दल त्यांच्या रक्षणासाठी ठेवलं होतं. एफआर ७७ च्या बाबतीत जसं झालं, तसं इथेही. हे दल म्हणजे अशा एका सापळ्याची स्प्रिंग होती, की जो बंद तर झाला; पण फार उशिरा. तो काळ १९४२ सालच्या उन्हाळ्याच्या मध्याचा होता– या मोहिमेसाठी हा काळ म्हणजे जणू आत्महत्याच होती, कारण इतक्या उत्तरेकडच्या प्रदेशात जून आणि जुलै महिन्यांत रात्र अशी नसतेच. साधारण २० अंश पूर्व रेखांशाच्या आसपास असताना या काफिल्यावर जर्मनीच्या यू-बोटी आणि विमानांनी प्रचंड हल्ला चढवला.

ज्या दिवशी हा हल्ला सुरू झाला, त्याच दिवशी– ४ जुलै हा तो दिवस होता– उत्तरेकडे असलेल्या या रक्षक दलाला रेडिओवरून सिग्नल गेला, की टिरपिट्झ ही जर्मनीची कुप्रसिद्ध युद्धनौका नुकतीच अल्टा फियोर्डमधून निघाली आहे. प्रत्यक्षात असं नव्हतं. टिरपिट्झनं दुसऱ्या दिवशी, म्हणजे ५ जुलैच्या दुपारी एक लहानसा हल्ला केला खरा; पण ती लगेच त्याच दिवशी संध्याकाळी परत फिरली. एका रशियन पाणबुडीनं केलेल्या टॉर्पेडो हल्ल्यात तिची बरीच हानी झाली, अशी एक अफवा उठली होती. ताबडतोब या दलानं आणि काफिल्याच्या बरोबर रक्षणासाठी दिलेल्या युद्धनौकांनी वेगानं पश्चिमेकडे पलायन केलं: कोणत्याही संरक्षणाशिवाय पीक्यू१७ काफिल्यानं रशियापर्यंत कसं जावं, हे त्यांचं त्यांनी पाहावं! प्रत्यक्ष ब्रिटिश आरमारानं केलेल्या या विश्वासघातामुळे त्या काफिल्यातल्या मालवाहू जहाजांवरच्या कर्मचाऱ्यांची अवस्था

सगळंच दिसतंय.''

''तू म्हणतोस ते बरोबर आहे, टर्नर.'' व्हॅलेरीनं ग्लास रिकामा केला आणि तो थकून परत सेटीवर आडवा झाला. ''आपल्यापुढे काही फारसे पर्याय दिसत नाहीत...समजा, आपल्याला लंडनकडून– अं - झपाट्यानं माघार घेण्याचा हुकूम आला, तर?''

''पण तुम्हाला वाचता कुठे येतंय?'' टर्नरनं फटकन म्हटलं. ''आत्ताच तुम्ही म्हणालात की, तुम्हाला वाचायला नीट दिसत नाहीय, आठवतंय ना?''

''फार त्रास देता मला तुम्ही लोक.'' व्हॅलेरीनं फिकट हसून म्हटलं. ''पण थँक्यू. मला माझा निर्णय घेणं फार सोपं केलंय तुम्ही. फारच सोपं.'' डोक्याखाली हात ठेवून तो थोडासा बसता झाला. त्याचा निर्णय पक्का झालेला होता. टर्नरकडे

कशी झाली असेल, याची कल्पनाच केलेली बरी. त्यांना केवढ्या मोठ्या संकटात टाकून या युद्धनौकांनी पळ काढला होता, त्या संकटाचीही कल्पनाच केलेली बरी. पण प्रत्यक्षात मात्र त्यांच्या कल्पनेतही नसेल एवढा प्रचंड हल्ला त्यांच्यावर झाला : जर्मन यू-बोटी आणि विमानांनी ३० पैकी २३ मालवाहू जहाजांना जलसमाधी दिली. अगदी थोडा वेळ सोडला, तर टिरपिट्झ कधी कोणाला दिसली नव्हती, ती या काफिल्याच्या जवळपासही कधी आली नव्हती; पण केवळ ती येत असल्याच्या बातमीनंच ब्रिटिश नौदलातल्या जहाजांनी पळ काढला होता.

प्रस्तुत लेखकाला पीक्यू१७ काफिल्याबाबतच्या सर्व सत्य गोष्टी माहीत नाहीत, तो माहीत असलेल्या गोष्टींचा अर्थ लावण्याचा प्रयत्न करत नाही, तसेच तो कोणावर दोषारोप करण्याचा प्रयत्नही करत नाही. विशेष म्हणजे, जो एकमेव निश्चित निष्कर्ष काढता येतो तो असा, की या दलाचा कमांडर असलेल्या ॲडमिरल हॅमिल्टन याला कोणताही दोष देता येणार नाही. माघार घेण्याच्या निर्णयामध्ये त्याचा काहीही सहभाग नव्हता– हा हुकूम ॲडमिरल्टीकडून आला होता, आणि तो अनिवार्य होता. पण त्याच्याबद्दल सहानुभूतीच वाटते. ही घटना अत्यंत दुर्दैवी, दुःखदायक होती, आणि ती ब्रिटिश नौदलाच्या परंपरांसारख्या महान परंपरांच्या पूर्णपणे विरुद्ध जात असल्यामुळे तर ती अधिकच कोड्यात टाकणारी होती. सर फिलिप सिडने, किंवा त्यानंतरच्या काळातील रावळपिंडी या युद्धनौकेचे केनेडी, किंवा जर्व्हिस बेचे फेगेन यांच्यासारख्या पूर्वसूरींना या घटनेबद्दल काय वाटलं असतं, कोण जाणे! पण मर्चंट नेव्हीला काय वाटलं असेल किंवा अजूनही काय वाटतं, याबाबत मात्र जराही शंका नाही. जे काही मूठभर लोक या घटनेतून बचावले असतील, ते कोणालाही कधीही क्षमा करणं शक्य नाही. ही घटना रॉयल नेव्हीला जरी काहीही करून विसरून जायची असली, तरी ते लोक मात्र ती कधीच विसरणार नाहीत. आणि दोघांपैकी कोणालाच दोष देणं कठीण आहे.

बघून तो पुन्हा हसला एखाद्या लहान मुलासारखा. ''सगळ्या मालवाहू जहाजांना आणि संरक्षक जहाजांना कळवा. त्यांना उत्तरेकडे वळायला सांगा.'' टर्नर त्याच्याकडे बघतच राहिला.

''काय? उत्तरेकडे? पण ॲडमिरल्टी ''

''हो, उत्तरेकडे असंच म्हणालो मी.'' व्हॅलेरीनं शांत आवाजात म्हटलं. ''ॲडमिरल्टीला काय करायचं असेल ते करू देत. आतापर्यंत आपण त्यांचं ऐकत आलोय. आता बस् झालं. त्यांचा तो तथाकथित सापळाही बंद केलाय आपण. अजून काय हवंय त्यांना? मी म्हणतो तसं केलं तर आपल्याला निदान थोडीतरी संधी आहे– तीही मुळीच फारशी आशादायक नाही– पण निदान ती आहे तरी. आणखी पूर्वेकडे जाणं म्हणजे आपण स्वतःच शत्रूच्या तोंडात आपल्याला झोकून देण्यापैकी आहे.'' तो पुन्हा हसला. मोकळं हसला. ''फक्त शेवटच महत्त्वाचा असतो असं नाही.'' त्यानं हळूच म्हटलं. ''मला याचं उत्तर द्यावं लागेल असं मला वाटत नाही. आत्ता नाही, कधीच नाही.''

टर्नर त्याच्याकडे बघून हसला. त्याचा चेहरा उजळला.

''उत्तरेकडे म्हणालात तुम्ही, हो ना?''

''कमांडर-इन चीफला कळव.'' व्हॅलेरी बोलतच होता. ''त्यांना मध्येच गाठण्याच्या दृष्टीनं एक मार्ग आखायला पायलटला सांग. काफिल्याला सांग, आम्ही तुमच्या मागोमाग येतोय, तुम्हाला जमेल तसं, आणि जमेल तितका वेळ संरक्षण देऊ...जमेल तितका वेळ. आपण कोणत्याही गैरसमजुतीत राहता कामा नये, आपण वाचायची १००० मध्ये १ इतकीच शक्यता आहे...यापेक्षा वेगळं आपण काहीही करू शकणार नाही. कमांडर?''

''आहे ना. आपण प्रार्थना करू शकतो.'' टर्नरनं म्हटलं.

''आणि झोप घेऊ शकतो.'' ब्रुक्सनं मध्येच म्हटलं. ''तुम्ही अर्धा-एक तास झोप का घेत नाही, सर?''

''झोप!'' व्हॅलेरीला गंमतच वाटली. ''आपल्याला नंतर झोप घ्यायला हवा तितका वेळ मिळणार आहे– बघशील तू.''

''तुमच्या बोलण्यात तथ्य आहे खरं.'' ब्रुक्सनं म्हटलं. ''तुमचं म्हणणं बरोबर असण्याची फार दाट शक्यता आहे.''

शनिवारची संध्याकाळ – २

ब्रिजवर आता एकापाठोपाठ एक संदेश येत होते. *टिरपिट्झ* दिसल्याच्या पाठवलेल्या संदेशावर विश्वास न बसल्यामुळे, आणि त्या बातमीमुळे घाबरलेल्या मालवाहू जहाजांकडून '*टिरपिट्झ* खरंच दिसली का' याची खात्री करण्यासाठी संदेश येत होते. *स्टर्लिंग*कडून उत्तराचा संदेश आला, की जहाजावरची आग आता आटोक्यात आली आहे आणि इंजिनरूमची वॉटरटाइट बल्कहेड्स अजून शाबूत आहेत. *सिरस*वरून ऑरचा संदेश आला, की जहाजात पाणी शिरण्याचं प्रमाण आणि पंपांनी ते बाहेर टाकण्याचं प्रमाण एकसारखंच आहे– त्याच्या जहाजाची त्या बुडत असलेल्या मालवाहू जहाजाशी जबरदस्त टक्कर झाली होती– आम्ही एकंदर चव्वेचाळीस लोकांना वर घेतलंय, आम्ही या कामातला आमचा वाटा उचललाय, त्यामुळे आम्ही घरी परत जायला काय हरकत आहे? हा संदेश *सिरस*ला ती– म्हणजे *टिरपिट्झ*ची- वाईट बातमी मिळाल्यानंतर आला होता.

संदेश येतच होते– कधी सिग्नल लॅम्पच्या साहाय्यानं, तर कधी डब्ल्यूटीवरून. आपण कुठे आहोत हे शत्रूला समजू नये म्हणून रेडिओवरून संदेश पाठवण्यावर घातलेली बंदी सुरू ठेवण्यात आता काहीच अर्थ नव्हता, कारण काफिला कुठे आहे याची अचूक माहिती शत्रूला आधीच होती. त्याचबरोबर सिग्नल लॅम्पवरून संदेश पाठवण्यावर बंदी घालण्यातही काही अर्थ नव्हता– कारण *स्टर्लिंग*ची आग अजूनही इतकी भयानक होती, की त्यामुळे समुद्रावर मैलभर अंतरावर तिचा उजेड पसरलेला होता. त्यामुळे संदेश येतच होते– भीती, चिंता, आश्चर्याचा धक्का वर्णन करणारे संदेश. पण टर्नरसाठी मात्र त्याला सगळ्यात अस्वस्थ करणारा संदेश लॅम्पवरूनही आला नाही, आणि डब्ल्यूटीवरूनही आला नाही.

आधीचा शत्रूचा हल्ला संपून आता चांगली पंधरा मिनिटं होऊन गेलेली होती. आपल्या ३५० अंशाच्या नवीन मार्गावर जाताना थेट समोरून येत असलेल्या समुद्राच्या लाटांवर *युलिसिस* जोरजोरात हेलकावत होती. इतक्यात ब्रिजचं दार थाडकन उघडलं आणि एक माणूस थकून, धापा टाकत कंपास प्लॅटफॉर्मवर

कसाबसा आला. टर्नर आता परत ब्रिजवर आलेला होता. *स्टर्लिंग*च्या आगीच्या प्रकाशात त्यानं त्या माणसाकडे निरखून पाहिलं, आणि हा कोणीतरी स्टोकर आहे, हे त्याच्या लक्षात आलं. त्याचा चेहरा घामानं थबथबलेला होता, आणि कडाक्याच्या थंडीमुळे लगेचच त्या घामाचं बर्फ बनायला लागलेलं होतं. आणि इतकी प्रचंड थंडी असूनही त्याच्या डोक्यावर कोणतीही टोपी किंवा हॅट नव्हती, अंगावर कोट नव्हता – त्याच्या अंगावर फक्त एक पातळसा ओव्हरऑल होता.

तो प्रचंड थरथरत होता– पण तो अत्यंत उत्तेजित झालेला असल्यामुळे; बर्फासारख्या थंडगार वाऱ्यामुळे नव्हे. थंडी वगैरे काही जाणवण्याच्या पलीकडे तो गेलेला होता.

टर्नरनं त्याचे दोन्ही खांदे धरले. ''काय झालंय रे?'' त्यानं घाबरून विचारलं. तो माणूस अजूनही इतका धापा टाकत होता, की त्याला धड बोलताही येत नव्हतं. ''अरे, काय झालं? बोल लवकर!''

''ट्रान्समिशन स्टेशन, सर!'' त्यानं जोरजोरात धापा टाकत कसंबसं म्हटलं. ''ते पाण्यानं सबंध भरून गेलंय!''

''ट्रान्समिशन स्टेशन?'' टर्नरचा विश्वासच बसेना. ''पाण्यानं भरून गेलंय? कधी झालं हे?''

''मला नक्की माहीत नाही, सर.''

तो अजूनही धापा टाकत होता. ''पण एक प्रचंड मोठा स्फोट झाला, सर– जवळजवळ जहाजाच्या मध्यावर.

''हो, हो! माहीतय मला!'' टर्नरनं भयंकर अस्वस्थपणे त्याचं वाक्य मध्येच तोडलं. ''त्या बॉम्बर विमानाच्या धडकेमुळे पुढचं धुराडं खलास झालं, मग ते विमान पाण्यात पडून त्याचा स्फोट झाला– डाव्या बाजूला. पण याला पंधरा मिनिटं होऊन गेलीयत, आख्खी पंधरा मिनिटं! ओ गॉड, त्यांनी निदान...ट्रान्समिशन स्टेशनमधला स्विचबोर्ड खलास झालाय, सर.''

आता त्या माणसाची धाप कमी होत होती, वाऱ्यापासून बचाव करण्यासाठी तो अंग चोरून घेऊ लागलेला होता; पण टर्नरच्या प्रश्नांमुळे आणि त्याच्या उत्तरं देण्यामुळे जो वेळ वाया जात होता, त्यामुळे तो जास्तच घायकुतीला आलेला होता. आणि त्यानं चक्क ताठ उभा राहून टर्नरचा डुफेल कोटच दोन्ही हातांनी घट्ट धरला. आपण काही वावगं करतोय, हेसुद्धा त्याला जाणवलं नाही. त्याच्या आवाजातली घाई आणखीच गडद झाली. ''सगळी पॉवर गेलीय, सर. आणि ट्रान्समिशन स्टेशनमधून बाहेर येण्याची हॅच जाम झालीय! आतली माणसं आतच अडकलीयत!''

''हॅच कव्हर जाम होऊन घट्ट बसलंय!'' काळजीमुळे टर्नरचे डोळे बारीक झाले. ''कशामुळे? काय झालं?'' त्यानं विचारलं. ''वाकडंतिकडं झालंय का?''

"नाही," हॅच कव्हरचं काउंटर-वेट तुटून गेलंय, सर. आणि ते हॅच कव्हरवर पडलंय. आम्हाला ते फक्त एखादा इंचभरच उघडता येतंय. म्हणजे असं, सर."

"नंबर वन!" टर्नरनं ओरडून हाक मारली. "आलोय, सर." कॅरिंग्टननं म्हटलं. तो टर्नरच्या मागेच उभा होता. "तुमचं बोलणं ऐकलंय मी...तुम्हाला ते का उघडता येत नाहीय?"

"ती ट्रान्समिशन स्टेशनची हॅच आहे, सर!" तो स्टोकर घायकुतीला येऊन किंचाळला. "कमीत कमी पाव टन वजन असेल तिचं. तुम्हाला माहीतय ना सर – व्हीलहाउसच्या बाहेरच्या शिडीच्या खालचं. एका वेळी फक्त दोनच माणसं तिथे जाऊ शकतात. आम्ही बरेच प्रयत्न केलेत...लवकर काहीतरी करा, सर. प्लीज."

"एक मिनिट." कॅरिंग्टन इतका शांत आणि इतका थंड होता, की कधीकधी त्याच्या या वृत्तीचा संताप यायचा. "हार्टले? नको, तो अजून आग विझवतोय. इव्हान्स, मॅकिंटॉश– दोघंही जिवंत नाहीत." तो एकीकडे विचार करत बोलत होता, हे उघड दिसत होतं. "मग बेलॅमी?"

"काय चाललंय, नंबर वन?" टर्नरनं चिडून विचारलं. त्या स्टोकरच्या चिंतेची, घाईची लागण त्यालाही झालेली होती.

"काय म्हणतोयस -?"

"हॅच कव्हर आणि पुली – दोन्ही मिळून १००० पौंड." कॅरिंग्टननं स्वतःशीच म्हटलं. "अशा खास कामासाठी तसाच खास माणूस हवा."

"पीटरसेन, सर!" त्या स्टोकरनं उत्साहानं म्हटलं. कॅरिंग्टनच्या डोक्यात काय चाललंय, हे त्याच्या लगेचच लक्षात आलेलं होतं. "पीटरसेन!"

"खरंच की!" कॅरिंग्टननं ग्लोव्ह्ज घातलेल्या हातांनीच टाळी वाजवली. "आम्ही जातो खाली, सर... ॲसिटिलिन? नको, तितका वेळ नाही. आणि तू – पहारी, हातोडे...

"तुम्ही जरा इंजिनरूमला फोन करणार का, सर?" टर्नरनं आधीच फोन हातातही घेतलेला होता.

पाठीमागच्या बाजूला पूप-डेकवर लागलेली आग जवळजवळ आटोक्यात आलेली होती. काही थोड्या कोपऱ्यांमध्येच अजून आग दिसत होती; कारण तिला फटींमधून येणाऱ्या जोरदार वाऱ्याची साथ मिळत होती. मेस-डेक्समधल्या सगळ्या लोखंडी गोष्टी– शिड्या, पार्टिशन्स, लॉकर्स वगैरे– प्रचंड धगीमुळे पूर्णपणे वाकड्यातिकड्या झालेल्या होत्या. डेकवर गॅसोलिनच्या आगीच्या प्रचंड उष्णता असलेल्या ज्वाळांमुळे पावणेतीन इंच जाडीचं डेक प्लेटिंग जळून गेलेलं होतं आणि खालच्या लोखंडी डेक प्लेट्स स्पष्ट दिसू लागलेल्या होत्या- त्यासुद्धा तापून लालबुंद झालेल्या होत्या,

आणि त्यांच्यावर वरून बर्फ पडताक्षणीच त्याची वाफ होऊन जात होती.

डेक्सवर आणि डेक्सच्या खालीसुद्धा हार्टले आणि त्याची माणसं झपाटल्यासारखी प्रयत्नांची शर्थ करत होती. एका क्षणी थंडीनं गोठून जात होती, तर दुसऱ्या क्षणी असह्य उष्णतेमुळे पोळून निघत होती. त्यांच्या खंगलेल्या, कल्पनेपलीकडे थकून गेलेल्या शरीरांना एवढी ताकद कुठून मिळत होती, देवच जाणे! ते विमान कोसळलं तेव्हा त्या भागात जिथे कुठे माणसं होती, तिथून ती त्या आपल्या दुर्दैवी सहकाऱ्यांचे मृतदेह ओढून काढत होती, त्यांच्याकडे बघत रडत होती, शत्रूला शिव्या घालत होती, आणि पुन्हा त्या सगळ्या जळक्या, मोडतोड झालेल्या अवशेषांमध्ये घुसत होती. त्यांना ना होत असलेल्या वेदनांची पर्वा होती, ना धोक्यांची. जळालेले, अजूनही जळत असलेले, तापून लालबुंद झालेले अवशेष ती ग्लोव्ह्ज घातलेल्या हातांनी दूर करत होती, आणि ग्लोव्ह्जही जळाल्यावर नुसत्या हातांनी दूर करत होती.

सगळी प्रेतं उजव्या बाजूच्या कॉरिडॉरमध्ये ओळीनं मांडून ठेवण्यात येत होती. लीडिंग सीमन डॉइल तिथे देखरेख करत होता. अर्ध्या तासापूर्वी तो त्याची पॉम-पॉम गन पाण्यानं पुरती भिजून गेल्यामुळे आपलं ओलं, थंडीनं गोठून गेलेलं शरीर परत गरम होत असताना होत असलेल्या असह्य वेदनांनी कण्हत पुढच्या गॅलीच्या कॉरिडॉरमध्ये पडलेला होता. पण पाचच मिनिटांनी तो आपल्या पॉम-पॉम गनवर जाऊन टॉर्पेडो बॉम्बर विमानांवर गोळ्यांचा पाऊस पाडत होता. आणि आता तो इथे पूपवर कॉरिडॉरमध्ये आलेला होता. खंबीर, घट्ट. खरंतर त्याला लोहपुरुषच म्हणता आलं असतं. आता त्याचा दाढीत लपलेला चेहरासुद्धा लोखंडी पुतळ्यासारखा कठोर आणि निग्रही दिसत होता. एकेका सहकाऱ्याचं प्रेत घेऊन तो कठड्यापाशी जात होता, आणि हळूच ते खाली समुद्रात सोडून देत होता. हे असं त्यानं किती वेळा केलं असेल, हे त्यालासुद्धा सांगणं शक्य नव्हतं. साधारण पहिली वीसेक प्रेतं सोडल्यावर त्यानं मोजणंही बंद केलं होतं. प्रेतांना ही अशी जलसमाधी देण्याचा अर्थातच त्याला काहीही हक्क नव्हता. मरण पावलेल्या नौसैनिकांना कशी जलसमाधी द्यायची, या बाबतीत नौदलाचे नियम अत्यंत कडक होते. सर्व सोपस्कार करून, शिडात गुंडाळूनच त्यांना समुद्रात सोडावं, अशी पद्धत होती. पण मुळात शिडं बनवणारी माणसंच जिवंत नव्हती. आणि ते जळालेले मृतदेह– अनेकदा त्यांचे तुकडेच– इतक्या वाईट अवस्थेत होते, की कुणालाही त्यांना योग्य रीतीनं शिडांत बांधून, शिडं व्यवस्थित शिवून समुद्रात सोडणं शक्य झालं नसतं; किंबहुना असं करण्याचं धैर्यच कुणात नव्हतं. 'मेलेल्यांना कुठे कळतंय आपले अंतिम संस्कार कसे केले ते,' डॉईल मनात म्हणत होता. त्यांची काळजी त्यांनाच घेऊ दे. कॅरिंग्टन आणि हार्टले या दोघांचंही मत तसंच होतं. त्यामुळे डॉईल काय करतोय हे दिसत

असूनही त्यांनी डॉईलला रोखायचा मुळीच प्रयत्न केला नाही.

तिथून खाली असलेली, जळत असलेली मेस-डेक्स निकोल्स आणि ब्राउन या दोघांच्या हातोड्यांच्या घावांच्या आवाजांनी दणाणून जात होती. अजूनही अंगावर पांढरे ॲसबेस्टॉस सूट घातलेले ते दोघे 'वाय' मॅगझिनच्या हॅचच्या क्लिप्सवर हातोड्यांचे दणके हाणत होते. तिथला धूर, अंधार आणि काम लवकर करायची घाई यामुळे ते धड एकमेकांना बघू शकत नव्हते, आणि क्लिप्सही त्यांना स्पष्ट दिसत नव्हत्या. अनेकदा त्यांचे घाव चुकत होते, आणि त्यांच्या बधिर झालेल्या हातांमधून हातोडे सुटून अंधारात कुठेतरी जाऊन पडत होते.

अजून वेळ असेल, निकोल्स त्या घाईतही अगतिकपणे विचार करत होता. आत पाणी सोडणारा मुख्य व्हॉल्व पाच मिनिटांपूर्वीच बंद केलाय; त्यामुळे निदान अशी अंधूकशी तरी शक्यता आहे, की आत अडकलेले ते दोघं जण कोठेतरी शिड्यांना धरून जिवंत असतील.

आता फक्त एकाच क्लिपनं हॅच कव्हरला धरून ठेवलेलं होतं. ते दोघंही भयंकर ताकदीनं एकाआड एक घाव त्या क्लिपवर मारत होते. अचानक ती क्लिप निघून दूर जाऊन पडली, आणि एकाएकी ते हॅच कव्हर उघडून पडलं. आधी दाबाखाली आत अडकलेली हवा जोरानं बाहेर निघून गेली. पण ते हॅच कव्हर जे खाडकन उघडलं, ते जवळच असलेल्या ब्राउनच्या उजव्या पार्श्वभागावर दाणकन आदळलं. प्रचंड वेदनेनं तो किंचाळला, आणि कण्हत, खाली डेकवर निपचित पडला.

निकोल्सनं त्याच्याकडे नुसतं बघितलंसुद्धा नाही. हॅचमधून खूप खाली वाकून त्यानं हातातल्या टॉर्चचा प्रकाश आत सोडला आणि आतल्या दाट अंधारातून इकडेतिकडे काही दिसतंय का, म्हणून बघायला सुरुवात केली. त्याला काहीच दिसेना– निदान त्याला जे दिसेल अशी अपेक्षा होती, ते तरी नाहीच. त्याला दिसलं ते फक्त पाणी. काळंशार पाणी, *युलिसिस*च्या हेलकाव्यांबरोबर हलत असलेलं, वर-खाली होत असलेलं दाट पाणी.

"खाली कुणी आहे का?" निकोल्सनं ओरडून हाक मारली. ताणामुळे आपला आवाज थरथरत असल्याचं त्याही अवस्थेत त्याला जाणवून गेलं. त्याचा आवाज खालच्या जागेत घुमला आणि परत त्यालाच ऐकू आला. "अरे, खाली कुणी आहे का?" त्यानं परत, आणखी मोठ्या आवाजात हाक मारली, आणि अगदी पुसटसा आवाजसुद्धा ऐकायचा प्रयत्न केला, पण काहीच आवाज आला नाही.

"मॅक्वेटर!" त्यानं तिसऱ्यांदा हाक मारली. "विल्यमसन! माझा आवाज ऐकू येतोय का कुणाला?" पुन्हा त्यानं टॉर्चच्या प्रकाशात सगळीकडे बघितलं, पुन्हा कान देऊन ऐकायचा प्रयत्न केला; पण आत मिट्ट अंधार आणि हलत्या पाण्याचा

आवाज यांशिवाय काहीच नव्हतं. पाणी इतकं गडद होतं, की ते त्याच्या टॉर्चचा प्रकाशही सहज गिळून टाकत होतं. आणि या असल्या पाण्यात...त्याच्या अंगावर शिरशिरी उठली. टॉर्चच्या प्रकाशात ते पाणीसुद्धा मेलेलं, जुनाट आणि भयंकर भीतिदायक दिसत होतं. अचानक त्याला भयंकर संताप आला आणि त्यानं आपल्या डोक्यातून हे भय काढून टाकण्यासाठी डोकं जोरजोरात हलवलं– आणि त्याला चक्कर आल्यासारखं झालं– सांभाळ! त्यानं स्वतःला बजावलं. एक पाऊल मागे होऊन तो सरळ उभा राहिला. अत्यंत हळुवारपणे त्यानं ते हॅचचं झाकण परत बसवलं, आणि त्याच्या क्लिप्स बसवून त्यांच्यावर एकामागून एक हातोड्याचे घाव घालायला सुरुवात केली. मेस-डेकवर सगळ्याभर त्याच्या घावांचे आवाज ऐकायला येऊ लागले : ठाण, ठाण, ठाण...

इंजिनिअर-कमांडर डॉडसननं किंचित हालचाल केली आणि वेदनेनं तो जोरात कण्हला. त्यानं डोळे उघडायचा बराच प्रयत्न केला, पण ते उघडेचनात – निदान त्यालातरी तसंच वाटलं, कारण त्याच्याभोवतीचा अंधार तसाच राहिला. खोल, काळाकुट्ट, अभेद्य.

नेमकं काय झालं म्हणून आपण असे पडलो, किती वेळ आपण असे पडलो आहोत, त्यानं आठवायचा प्रयत्न केला. त्याच्या डोक्याच्या कडेला, कानाच्या किंचित मागे भयंकर वेदना होत असलेल्या त्याला जाणवल्या. सावकाश, प्रयत्नपूर्वक हालचाली करत त्यानं हातातला ग्लोव्ह काढून टाकला आणि हळूच त्या दुखऱ्या भागावर चाचपून बघितलं. त्याच्या हाताला ओला, चिकट स्पर्श जाणवला. आपले केस असेच सगळीकडे ओले, चिकट लागताहेत, त्याला जाणवलं, आणि किंचित आश्चर्य वाटलं. रक्तच असणार हे – त्याला गालावरून रक्ताचा एक ओघळ हळूहळू खाली जाताना जाणवला.

आणि मग त्याच्या इंजिनिअरच्या सरावलेल्या कानांना तो भयंकर थरथराट, जोरजोरात होत असलेला, प्रचंड ताणाखाली होत असलेला थरथराट जाणवला, आणि मग तो जवळच, कुठूनतरी समोरूनच होत असल्याचं जाणवलं. आपोआपच त्याचा ग्लोव्ह नसलेला हात त्या दिशेनं पुढे गेला, आणि एकदम घाबरून परत मागे झाला– त्याला समोर काहीतरी गुळगुळीत, स्वतःभोवती फिरत असलेली– आणि भयंकर तापलेली- वस्तू जाणवली.

शाफ्ट टनेल! खरंच की! तिथेच तर आहोत आपण– शाफ्ट टनेलमध्ये. त्याच क्षणी त्याला सगळं काही एकाएकी आठवलं. डाव्या बाजूच्या शाफ्टना लुब्रिकेशन पुरवणारे पाइपही गळत असल्याचं आपल्याला आणि आपल्या बरोबरच्या लोकांना दिसलं होतं, आणि आपणच हे इंजिन चालू ठेवायचं ठरवलं होतं. आपल्या

जहाजावर हल्ला झाल्याचं त्याला माहीत होतं. इतक्या खाली, जहाजाच्या पोटात इतक्या खोल जागेत वरचे आवाज पोचत नसत. त्याला विमानांच्या इंजिनांचे आवाज मुळीच ऐकू आले नव्हते, जहाजावरच्या गन्सनी फायरिंग केल्याचंही त्याला ऐकू आलं नव्हतं– पण आपल्या जहाजावरच्या त्या ५.२५ इंची तोफा फायरिंग करताना गोळे सुटल्यावर हायड्रॉलिक्सवर जोरात परत मागे येताना न जाणवणं शक्यच नव्हतं. आणि मग– बहुधा एक टॉर्पेडो, किंवा एखाद्या बॉम्बचा थोडक्यात चुकलेल्या नेमाचा जोरदार दणका. त्या वेळी *युलिसिस*ला जो प्रचंड धक्का बसला होता, तेव्हा नशिबानं आपण जहाजाच्या आतल्या बाजूला तोंड करून बसलो होतो म्हणून वाचलो. हेच जर आपण उलटीकडे तोंड करून बसलो असतो, तर आपण थेट शाफ्ट कपलिंगवरच उडून पडलो असतो आणि त्याला गुंडाळले गेलो असतो...

तो शाफ्ट! खरंच की! ओ गॉड! तो शाफ्ट तर कोरड्याठाक पडलेल्या बेअरिंग्जवर नुसताच फिरतोय, प्रचंड तापलाय तो! घाईघाईनं त्यानं आजूबाजूला चाचपडून बघितलं, आणि जवळच पडलेला इमर्जन्सी लॅम्प उचलून त्याचा तळ फिरवला. पण लॅम्प काही सुरू झाला नाही. त्यानं सर्व शक्ती एकवटून पुन्हा तो तळ फिरवला, तरीही काहीच झालं नाही. मग त्यानं तो लॅम्पच चाचपडून बघितला, तेव्हा त्याला त्याची काच आणि आतला बल्बही फुटलेला असल्याचं जाणवलं. चिडून त्यानं तो लॅम्प फेकून दिला. त्यानं मग खिशातला छोटा टॉर्च काढला. तोही फुटलेला होता. भयंकर घाईघाईनं त्यानं आपला ऑइल कॅन कुठे आहे का, ते चाचपडून बघायला सुरुवात केली. पण तो ऑइल कॅन खाली आडवा पडलेला होता, आणि त्याचं वरचं स्प्रिंगचं झाकण शेजारी पडलेलं होतं. ऑइल कॅनमध्ये थेंबभरही ऑइल शिल्लक नव्हतं.

झालं! आता ऑइलही नाही! त्या शाफ्टच्या धातूवर किती प्रचंड ताण पडलेला असेल, एक देवच जाणे! त्यालाही त्याची नीट कल्पना नव्हती. 'सर्वोत्तम, निष्णात इंजिनिअर लोकांनासुद्धा धातूवरचा ताण किती असेल, हे सांगता येत नाही,' त्यानं मनात म्हटलं. पण यंत्रांच्या संगतीत हयात घालवलेल्या इंजिनिअर लोकांप्रमाणे त्यालासुद्धा इतक्या प्रदीर्घ अनुभवातून यंत्रांच्या बाबतीत एक प्रकारचं अंतर्ज्ञान, एक प्रकारचं 'गट फीलिंग' आलेलं होतं. आणि त्या क्षणी हे 'गट फीलिंग' एकसारखं, पुन्हापुन्हा, कोपरानं ढोसून त्याला सांगत होतं, की शाफ्टच्या धातूवर आलेला ताण त्याच्या सहनशीलतेच्या मर्यादेजवळ येऊन पोचला आहे. 'ऑइल; वाटेल ते करून आपल्याला ऑइल पैदा केलंच पाहिजे,' त्यानं मनात म्हटलं. पण त्याचबरोबर त्याला आपण कोणत्या परिस्थितीत आहोत, याचीही पूर्ण कल्पना होती. बरंच रक्त गेलं असणार, शिवाय काहीतरी अचानक अपघात घडल्यामुळेही आपण भयंकर अशक्त झालो आहोत, आपल्याला भोवळ येतेय, आणि हा शाफ्ट टनेल चांगला

लांबलचक आहे, शिवाय पूर्ण अंधारलेला आहे, आणि घसरडाही आहे. थोडंसंही जरी आपण घसरलो आणि शाफ्टवर टेकलो किंवा पडलो, तरी...अगदी जपून, हळूच डॉडसननं आपला हात पुन्हा लांब केला आणि एक क्षणभरच शाफ्टला स्पर्श केला, आणि बोटांना प्रचंड चटका बसून ताबडतोब हात तिथून काढून घेऊन आपल्या गालाला स्पर्श केला. आपली बोटं शाफ्टवर घासल्यामुळे भाजलेली नाहीत, हे त्याच क्षणी त्याच्या लक्षात आलं. पण काही इलाजही नव्हता. मनाचा निर्धार करून त्यानं पाय जवळ घेतले, आणि तोल जात असूनही तो कसाबसा उठून उभा राहिला, आणि टनेलच्या गोलाकार भिंतीला टेकला.

तेव्हा कुठे त्याच्या लक्षात आलं, अंधारात बुडालेल्या त्या टनेलमध्ये आपल्याला एक अगदी लहानसा, इकडेतिकडे हलत असलेला प्रकाशाचा बिंदू दिसतोय. तो नेमका किती लांब असेल, हे मात्र सांगता येत नव्हतं– अर्थात, टनेलची लांबी काही फार जास्त नाही, हे त्यालाही माहीत होतं. आपल्याला भास तर होत नाहीय ना, म्हणून त्यानं काही क्षण डोळे मिटून घेतले आणि मग पुन्हा उघडले. पण तो प्रकाश तसाच होता. उलट, तो हळूहळू पुढे येत होता. पाठोपाठ त्याला पावलांचा आवाजही ऐकू यायला लागला. जणू सुटकेच्या भावनेमुळे की काय, त्याला पुन्हा आपल्या अंगातली शक्ती गेल्यासारखं वाटू लागलं, आणि तो हळूहळू गुडघ्यांवर बसला.

लॅम्प घेऊन येत असलेला तो माणूस डॉडसनपासून दोन फुटांवर येऊन थांबला, त्यानं हातातला लॅम्प एका ब्रॅकेटवर अडकवला, आणि हळूहळू, जपून तो डॉडसनशेजारी बसला. वर अडकवलेल्या लॅम्पचा प्रकाश त्या माणसाच्या काळसर, जाड चेहऱ्यावर, दाट भुवयांवर पडला. डॉडसन आश्चर्यानं त्याच्याकडे बघतच राहिला.

"कोण? रायले? स्टोकर रायले?" संशयानं त्याचे डोळे बारीक झालेले होते. "तू काय करतोयस इथे?"

"मी बरोबर लुब्रिकेटिंग ऑइलचा एक दोन गॅलनचा ड्रम घेऊन आलोय." रायले गुरगुरला. त्यानं डॉडसनच्या हातात एक थर्मास फ्लास्क दिला. "आणि ही कॉफीही आणलीय. मी इकडे काय झालंय ते बघतो- तुम्ही कॉफी घ्या...माय गॉड! ही बेअरिंग तर तापून लाल झालीय!"

डॉडसननं हातातला फ्लास्क खाडकन खाली ठेवला. "तू बहिरा आहेस का?" त्यानं चिडून विचारलं."तू इथे का आलायस? कोणी पाठवलं तुला? तुझं कामाचं ठिकाण 'बी' बॉयलर रूममध्ये आहे!"

"ग्रिअरसननं पाठवलं मला." रायलेनं तडकून उत्तर दिलं. त्याचा चेहरा मात्र निर्विकारच होता. "तो म्हणतो की तो त्याची इंजिनरूममधली माणसं दुसरीकडे कुठेही, कुठल्याही दुसऱ्या कामाला पाठवू शकणार नाही– फार महत्त्वाची आहेत

म्हणे...'' ड्रममधून घट्ट, चिकट ऑइल प्रचंड तापलेल्या त्या बेअरिंगमध्ये हळूहळू जात होतं.

''लेफ्टनंट ग्रिअरसन म्हणायचं!'' डॉडसन कडाडला. ''आणि तू म्हणतोयस ती एक शुद्ध थाप आहे, रायले! लेफ्टनंट ग्रिअरसननं तुला पाठवलं असणंच शक्य नाही! मला वाटतं, तू त्यालाही हेच सांगितलं असशील की, तुला दुसऱ्या कोणीतरी पाठवलं!''

''तुमची कॉफी घ्या.'' रायलेनं नापसंतीनं म्हटलं. ''तुम्हाला इंजिनरूममध्ये बोलावलंय.''

डॉडसननं मुठी वळल्या, पण मोठ्या प्रयत्नांनी स्वतःवर ताबा ठेवला. ''तू थापाड्या तर आहेसच, वर निर्लज्जही आहेस!'' तो संतापून ओरडला, पण लगेच त्यानं पुन्हा स्वतःवर ताबा मिळवला. मग त्यानं शांतपणे म्हटलं, ''उद्या सकाळी कमांडरसाहेबांसमोर उभा करतो तुला- अपराध्यांचा न्यायनिवाडा ते करतात त्या वेळी. तुला याची किंमत चुकती करावी लागेल, रायले!''

''नाही, तसं काही होणार नाही.'' 'काय हरामी माणूस आहे,' डॉडसननं मनात म्हटलं. 'हा तर चक्क हसतोय. निर्लज्ज कुठला...!' ''काय म्हणून?''त्यानं जोरात विचारलं.

''कारण तुम्ही मला रिपोर्टच करणार नाही.'' रायले तर बेहद्द खूश झालेला दिसत होता. 'अच्छा, असं आहे तर!' डॉडसननं चटकन त्या अंधाऱ्या टनेलमध्ये इकडेतिकडे बघितलं, आणि प्रथमच आपण इथे एकटेच आहोत हे लक्षात येऊन त्यानं ओठ घट्ट मिटले. काय ते एकदम लक्षात येऊन त्यानं थोराड देहाच्या, धोकेबाज दिसत असलेल्या रायलेकडे पाहिलं. 'अजून हा हसतोय, पण हे हसू खुनशी वाटतंय, त्याच्या डोळ्यांपर्यंत ते पोचत नाहीय,' त्याच्या मनात आलं. 'पण जरी पोचलं, तरी याचा खुनशी, बेढब, क्रूर चेहरा बदलणं शक्य नाही...भीती, थकवा, उपासमार, महिनेच्या महिने सततचा ताण– माणसावर किती भयंकर परिणाम करतात, त्याची संपूर्ण मानसिकताच कशी बिघडवून टाकतात– आणि हा असा झालाय, याचा दोष याला देऊन उपयोग नाही...पण काही झालं तरी आपला जीव वाचवणं, हे आपलं पहिलं काम आहे. आपण रायलेला जेव्हा तुरुंगात टाकायला नकार दिला होता, तेव्हा टर्नरनं आपल्याला कसं तासडलं होतं, कशा शिव्या दिल्या होत्या, हे त्याला आठवलं.

''असं आहे तर!'' त्यानं हळूच पुन्हा म्हटलं, आणि हळूहळू, त्याला न समजेल अशा बेतानं त्याच्यावर झेप घेण्याच्या पवित्र्यात तो आला.

''मी तुला रिपोर्ट करणारच नाही असं समजू नकोस, रायले...मी तुला चोवीस वर्षं खडी फोडायला पाठवू शकतो, पण –

''ओ हो, बडबड बंद करा!'' रायलेनं अस्वस्थपणे म्हटलं. ''कशाबद्दल

बोलताय तुम्ही, सर? आधी ती कॉफी प्या– प्लीज.''

''मी पुन्हा सांगतोय, तुम्हाला इंजिनरूममध्ये बोलावलंय!''

डॉडसनची अजूनही खात्री नव्हती, पण तो हळूहळू शांत झाला, आणि त्यानं थर्मासचं झाकण उघडलं. त्याला एकाएकी आपण स्वप्न बघतोय की काय, असं वाटू लागलं : हा सगळा प्रसंग आपण तिऱ्हाइत म्हणून बघतोय, यात आपण सहभागीच नाही, असा भास त्याला काही क्षण झाला. आपलं डोकं अजूनही भयंकर दुखत असल्याचं त्याला जाणवून गेलं.

''मला सांग, रायले,'' त्यानं हळूच, मऊ आवाजात म्हटलं. ''मी तुला रिपोर्ट करणार नाही अशी तुला इतकी खात्री का वाटतेय?''

''तसं नाही, सर. तुम्ही मला रिपोर्ट करू शकाल, सर.'' रायलेच्या चेहऱ्यावर पुन्हा ते दुष्ट हसू आलं. ''पण मी उद्या सकाळी कमांडरसाहेबांसमोर उभा नसेन.''

''असं?'' त्याच्या आवाजात अर्धं आव्हान होतं, आणि अर्धा प्रश्न होता.

''हो.'' रायले चक्क हसला. ''कारण उद्या सकाळी कमांडरसाहेबही नसतील आणि त्यांचा तो न्यायनिवाडाही नसेल.'' त्यानं मोठ्या आरामात डोक्यामागे आपले हात गुंफले. ''खरंतर उद्या काहीच नसेल.''

त्याच्या शब्दांमध्ये नव्हे, तर त्याच्या आवाजात काहीतरी असं होतं, की डॉडसनचं तिकडे लक्ष वेधलं गेलं. अचानक त्याच्या लक्षात आलं की रायले हसतोय, पण तो विनोद करत नाहीय. डॉडसननं त्याच्याकडे कुतूहलानं बघितलं, पण तो बोलला मात्र नाही. ''कमांडरसाहेबांनी आत्ताच रेडिओवरून सांगितलंय,'' रायले शांतपणे, ठासून पुढे बोलू लागला. ''की *टिरपिट्झ* आपल्या रोखानं निघालीय– आपल्याला चारच तास वेळ आहे.''

कोणत्याही आविर्भावाशिवाय, निर्विकारपणे बोललेल्या या वाक्यामुळे शंकेला कुठलीही जागा राहिली नाही. '*टिरपिट्झ* निघालीय, *टिरपिट्झ* निघालीय...' - डॉडसननं पुन्हापुन्हा हे स्वतःशी बोलून पाहिलं. चार तास वेळ आहे. फक्त चारच तास वेळ आहे...पण का कोण जाणे, त्याला त्याचं काहीच वाटलं नाही– आणि आपल्याला काहीच वाटत नाहीये याचं त्याला स्वतःलाच आश्चर्य वाटून गेलं.

''मग?'' रायले आता जरा अस्वस्थ झालेला होता. ''तुम्ही जाणार, की नाही जाणार? मी चेष्टा करत नाहीय, सर– तुम्हाला खरोखरच तिकडे बोलावलंय– ताबडतोब!''

''एक नंबरचा थापाड्या आहेस तू!'' डॉडसननं म्हटलं. ''तू कॉफी का आणलीस?''

''ती माझ्यासाठी आणली होती.'' रायलेच्या चेहऱ्यावरचं हसू मावळलेलं होतं, आणि त्या जागी स्पष्ट नाराजी दिसत होती. ''पण मला वाटलं, की माझ्यापेक्षा

तुम्हाला तिची जास्त गरज आहे– तुमची अवस्था काही चांगली दिसत नाहीय... इंजिनरूममध्ये गेलात, की तुमची मलमपट्टी करतील तिकडे.''

''आणि आत्ता तू नेमका तिकडेच जाणार आहेस– ताबडतोब!'' डॉडसननं ठासून म्हटलं.

त्याचं बोलणं रायलेनं ऐकून न ऐकल्यासारखं केलं.

''नीघ, रायले! आत्ताच्या आत्ता!'' डॉडसननं हुकूम सोडला.

''ऑफ!'' रायले गुरगुरला. ''मी इथेच थांबणार. एक साधा ऑइल कॅन वापरायला काही तुमच्या कोटाच्या बाहीवर तीन रुंद सोनेरी पट्ट्यांची गरज नसते!'' त्यानं तिरस्कारानं म्हटलं.

''नसेलही.'' तेवढ्यात जहाजानं जोराचा हेलकावा दिला. डॉडसननं लगेच स्वतःचा तोल सावरला, तरी पण तो रायलेच्या अंगावर आदळलाच. ''सॉरी, रायले. हवामान खराब होतंय. ते जाऊ दे, पण आपला हा वाद काही संपत नाहीय...मला सांग, रायले, तू इथे का आलास?''

''किती वेळा सांगू?'' रायलेनं दुखावल्या आवाजात म्हटलं. ''ग्रिअरसननं– लेफ्टनंट ग्रिअरसनसाहेबांनी मला इथे पाठवलं.''

''तू इथे का आलास?'' डॉडसननं पुन्हा विचारलं– जणू रायले काहीच बोलला नसल्याच्या आविर्भावात.

''त्याच्याशी– तुम्हाला काय करायचंय?'' रायलेनं जोरात म्हटलं.

''तू इथे का आलास?''

''काय कटकट लावलीय ही?'' रायले ओरडला. त्याचा आवाज त्या अंधाऱ्या टनेलमध्ये घुमला. अचानक पूर्णपणे मागे वळून तो डॉडसनसमोर उभा राहिला. त्याचं तोंड कडवटपणानं वाकडं झालेलं होतं. ''मी इथे का आलोय, हे तुम्हाला चांगलं ठाऊक आहे!''

''मला मारायला?''

''अरे भल्या माणसा, या जहाजावर तू एकटा असा आहेस, की ज्यानं माझी बाजू घेतली.'' रायले पुटपुटला. ''आयुष्यात कधीही ज्यानं मला संधी दिली, आणि ज्याला मी ओळखतो, असा एकटा माणूस.'' या अनपेक्षित बोलण्यानं डॉडसनला जरा लाजल्यासारखं झालं– आपण चुकीचा संशय घेत होतो की काय? ''तुम्ही नसता, तर मी पहिल्या वेळी इथल्या कोठडीत असतो, आणि दुसऱ्या वेळी तर चक्क तुरुंगात असतो. आठवतंय, सर?''

डॉडसननं मान डोलावली. ''पण तू मूर्खासारखाच वागलास, रायले.''

''तुम्ही माझी पाठराखण का केलीत?'' रायलेनं सचिंत आवाजात विचारलं. त्यात याचा काही हेतू होता की काय, अशी त्याला शंका येत होती.

“मी कसा आहे, हे प्रत्येकाला माहीतंय”

“असं? मला शंका आहे...त्या वेळी मला असं वाटलं होतं, की तू आहेस त्यापेक्षा चांगला माणूस होऊ शकशील, अशा काही गोष्टी आहेत तुझ्यात –”

“हॅ! या असल्या फालतू गोष्टी मला नका सांगू!” रायलेनं तिरस्कारानं म्हटलं. “मी कसा आहे ते मला चांगलं ठाऊक आहे. मी कोण आहे तेही मला चांगलं ठाऊक आहे. मी अत्यंत निरुपयोगी आहे! प्रत्येक जण म्हणतो, की मी निरुपयोगी आहे! आणि त्या सगळ्यांचं म्हणणं बरोबर आहे.” तो पुढे झुकला. “तुम्हाला एक सांगू? मी कॅथॉलिक आहे. अजून चार तासांनी...” तो बोलायचं थांबला. “मी माझ्या गुडघ्यांवर बसून” त्यानं तुच्छतेनं म्हटलं. “मी देवाकडे माझ्या पापांची कबुली दिली पाहिजे, आणि– त्याला काय म्हणतात?”

“क्षमायाचना?”

“हं, बरोबर. ती केली पाहिजे. आणि तुम्हाला आणखी एक सांगू?” त्यानं सावकाश, स्पष्टपणे म्हटलं. “मला कशाचीही, जराशीसुद्धा फिकीर नाही!”

“कदाचित तुला फिकीर करावीही लागणार नाही.” डॉडसन पुटपुटला. “आणि आता शेवटचं सांगतो, रायले. इंजिनरूमकडे परत जा!”

“जाणार नाही!”

डॉडसननं हताश होऊन एक सुस्कारा सोडला आणि थर्मास फ्लास्क उचलला.

“बरं, मग तसं असेल तर निदान माझ्याबरोबर एक कप कॉफीतरी घेशील?”

रायलेनं वर बघितलं, आणि हसत तो जे बोलला, ती आयटीएमए च्या लोकप्रिय, कमालीच्या प्रसिद्ध रेडिओ कार्यक्रमातल्या कर्नल चिनस्ट्रॅपची बऱ्यापैकी जमलेली नक्कल होती.”

“एक्च्युली, आय डोंट माइंड इफ आय डू!”

आडवा निजलेला व्हॅलेरी एका कुशीवर वळला, त्यानं पाय पोटाशी घेतले आणि आपोआपच त्याचा हात टॉवेलकडे गेला. खोकल्याच्या असह्य उबळीनं त्याचं अस्थिपंजर झालेलं शरीर थरथरत होतं, आणि त्याच्या खोकल्याचा भयंकर आवाज त्या केबिनमध्ये जोरजोरानं घुमत होता. 'देवा रे, इतकी माझी तब्येत कधीच खराब झाली नव्हती,' त्यानं मनाशी म्हटलं. 'पण गंमत अशी, की मला वेदनाच होत नाहीयेत. थोड्यासुद्धा नाही.' उबळ कमी झाली. त्यानं हातातल्या तांबड्यालाल, ओल्या झालेल्या टॉवेलकडे अचानकपणे कमालीच्या तिरस्कारानं बघितलं आणि जी काही थोडी शक्ती अंगात उरलेली होती, ती एकवटून तो केबिनच्या अंधाऱ्या कोपऱ्यात फेकून दिला.

'या आख्ख्या जहाजाचं ओझं तुम्ही तुमच्या पाठीवर घेऊन फिरताय!' कुठून

कोण जाणे, ओल्ड सॉक्रेटिसचं वाक्य अचानक त्याला आठवलं, आणि त्यानं स्वतःशीच फिकटसं स्मित केलं.

'खरं म्हणजे जहाजाला पूर्वी कधी नव्हती इतकी आपली गरज या क्षणी आहे आणि आपण जर अजून इथे थांबून वेळ घालवला, तर आपण कधीही तिकडे जाऊ शकणार नाही.'

तो उठून बसला आणि हळूहळू त्यानं बंकवरून आपले पाय खाली सोडले. त्याचे पाय खाली टेकले न टेकले, इतक्यात *युलिसिस*नं एक प्रचंड हेलकावा घेतला, आणि तो एका खुर्चीवर पुढे पडला, आणि असहायपणे खाली घसरला. पुन्हा उठून उभं राहण्याच्या प्रयत्नांत त्याची आधीच संपत आलेली शक्ती खर्ची पडली, आणि बराच वेळही गेला. आणखी एकदा जर असे श्रम झाले, तर आपण नक्कीच जिवंत राहणार नाही, हे त्याला पक्कं माहीत होतं.

त्यानं कसंबसं पाऊल पुढे टाकलं. आता पुढचा अडथळा पार करायचा होता– केबिनचं ते अवजड, लोखंडी दार! ते उघडणं तर गरजेचंच होतं, आणि आपल्याला ते जमणार नाही, हे त्याला माहीत होतं. तरीही त्यानं दाराच्या हँडलवर हात ठेवून ते ढकललं. आणि काय आश्चर्य, ते सहजच उघडलं. अचानक तो बाहेर आलेला होता, आणि त्याच क्षणी त्याला बाहेरच्या त्या भयंकर, बर्फाहूनही थंडगार वाऱ्याचा दणका बसला. त्याला श्वासच घेता येईनासा झाला. तो वारा छातीत भोसकलेल्या सुऱ्यापेक्षाही भयंकर वेदना देत त्याच्या छातीत घुसला.

त्यानं पुढे आणि मागच्या बाजूला बघितलं. *स्टर्लिंग*वरची, आणि मागे *युलिसिस*च्या पूप-डेकवरची, दोन्ही आगी आता विझत चाललेल्या होत्या. चला, निदान हे तरी एक काम झालं. त्याच्याजवळ दोघा जणांनी नुकतंच ॲस्डिकच्या केबिनचं दार उचकटण्याचं काम पूर्ण केलेलं होतं, आणि ते टॉर्चचा प्रकाश आत केबिनमध्ये टाकून बघत होते. त्याला आतलं काही बघवलंच नसतं. त्यानं मान दुसरीकडे वळवली, आणि झोकांड्या देत तो दोन्ही हात लांब करून कंपास प्लॅटफॉर्मच्या दाराकडे निघाला.

टर्नरनं त्याला येताना बघितलं. घाईघाईनं जाऊन त्यानं त्याला आधार दिला, आणि त्याच्या खुर्चीवर आणून बसवलं.

"तुम्ही इथे यायलाच नकोय." टर्नरनं शांतपणे म्हटलं. काही क्षण तो व्हॅलेरीकडे नुसताच बघत थांबला. "कसं वाटतंय आता, सर?" त्यानं काळजीनं विचारलं.

"मघापेक्षा आता खूपच बरा आहे मी. थँक्स." व्हॅलेरीनं फिकट हसून उत्तर दिलं. "आम्हा रिअर ॲडमिरल लोकांच्या खांद्यांवर मोठ्या जबाबदाऱ्या असतात, तुला सांगतो, कमांडर. चला, आता माझ्या गलेलठ्ठ पगाराला साजेसं काम करायची वेळ झालीय."

“चला, मागे व्हा सगळे जण!’ कॅरिंग्टननं हुकूम सोडला. “एक-तर व्हीलहाउसमध्ये जाऊन उभे राहा, नाहीतर त्या शिडीवर जा. बघू या काय झालंय इथे.”

त्यानं त्या प्रचंड, लोखंडी हॅच-कव्हरकडे एक नजर टाकली. हे हॅच-कव्हर किती प्रचंड, वजनदार, दणकट आहे, हे याच्या आधी आपल्या कधी लक्षातच आलं नव्हतं, हे त्याला जाणवलं. ते हॅचकव्हर या क्षणी जेमतेम एखादा इंचभर उघडलेलं होतं, आणि त्या फटीत एक टॉमीबार घालून ठेवलेला असल्यामुळे ते इतकं तरी उघडं राहिलेलं होतं. त्याला ती मोडलेली, बाजूला पडलेली पुली दिसली, व्हीलहाउसच्या दारापाशी पडलेलं ते अवजड काउंटरवेट दिसलं. ‘हरकत नाही, ही एक अडचण तरी दूर झालीय,’ त्यानं मनात म्हटलं.

“तुम्ही ब्लॉक अँड टॅकल वापरून बघितलंय?” त्यानं एकदम विचारलं.

“ हो, सर.” त्याच्या शेजारच्या माणसानं उत्तर दिलं. “काही उपयोग झाला नाही. ती शिडी व्यवस्थित ताण घेतेय, पण आम्हाला हॅचच्या खाली हूकच सरकवता येत नाहीय– तो फक्त आडवा करून सरकवता येतो, पण लगेच तो निसटतोय.” त्या माणसानं हॅचकडे हात केला. “आणि त्याची प्रत्येक क्लिप एकतर वाकडी झालीय– हातोड्यांचे घाव मारून त्या क्लिपा उघडल्या– किंवा ती चुकीच्या कोनात तरी आहे...मला वाटतं सर, ब्लॉक-अँड-टॅकल कसं वापरायचं हे माहीतंय मला.”

“हो, नक्कीच माहीत असलं पाहिजे.” कॅरिंग्टननं म्हटलं. “चल, जरा मदत कर मला.”

त्यानं वाकून एका बाजूनं हॅचच्या फटीत आपली बोटं सरकवून हॅचकव्हरची एक बाजू पकडली. त्या नौसैनिकानं हीच गोष्ट दुसऱ्या बाजूनं केली. दोघांनी मिळून एकाच वेळी सगळी शक्ती एकवटून हॅचकव्हर उचलायचा प्रयत्न केला. कॅरिंग्टनला जाणवलं, आपल्या मांड्या थरथरताहेत, चेहरा लालबुंद झालाय, कानांमध्ये हृदयाचे ठोके घणाघातांसारखे ऐकू येताहेत. पण हॅचकव्हर तसूभरही जागचं उचललं गेलं नाही. शेवटी त्यानं प्रयत्न सोडून दिला. ‘आपली आणि आपल्या माणसांची कितीही उपासमार झाली असली, विश्रांती मिळालेली नसली, आपण कितीही थकलेलो असलो, तरी दोन माणसांनी मिळून तरी ते हॅचकव्हर निदान थोडंतरी उचलायला हरकत नव्हती,’ त्यानं मनात म्हटलं. मग त्याला शंका येऊ लागली, की हॅच-कव्हरच्या बिजागिऱ्या जॅम होऊन बसल्या असतील किंवा आगींच्या प्रखर उष्णतेमुळे डेकच वाकडं झालं असेल. असं असलं, तर आपण टॅकल अडकवू शकलो तरी काहीही उपयोग होणार नाही. एका क्षणात पूर्ण जोर लावायचा असेल तर टॅकल निरुपयोगी ठरते, कारण नेहमी नेमक्या ज्या क्षणी ती ताणली जाणं आवश्यक

असतं, त्याच्या अर्धा क्षण आधी ती सैल होते.

गुडघ्यांवर बसून त्यानं आपलं तोंड हॅचच्या जवळ नेलं, आणि तो मोठ्यानं ओरडला, "माझा आवाज ऐकू येतोय का तुम्हाला आत?"

"हो, ऐकू येतोय." आतून कोणीतरी म्हटलं. आवाज क्षीण होता, दबलेला होता. "प्लीज, आम्हाला बाहेर काढा इथून. आम्ही अडकून पडलोय."

"कोण, ब्रिअर्ली का? काळजी करू नकोस– आम्ही तुम्हाला सगळ्यांना बाहेर काढू. खाली पाणी किती आहे?"

"पाणी कसलं? पाण्यापेक्षा जास्त ऑइलच आहे! डाव्या बाजूच्या ऑइल टँकमध्ये आरपार चीर गेलेली असली पाहिजे. मला वाटतं, मुख्य गोलाकार पॅसेजही पाण्यानं भरून गेलेला असेल."

"किती खोली आहे पाण्याची?"

"आत्तासुद्धा तीन-चतुर्थांश उंचीवर आलंय पाणी. आम्ही लोक जनरेटर्सवर उभे आहोत, काही जण स्विचबोर्डांना धरून लोंबकळताहेत. आमच्यातला एक जण मेलाय; त्याला आम्ही वर धरून ठेवू शकलो नाही." त्या दबलेल्या, बारीक ऐकू येत असलेल्या आवाजातूनही आतला प्रचंड ताण, अगतिकता, सारं काही जाणवत होतं. "प्लीज, लवकर काय ते करा. आम्हाला सोडवा!"

"आत्ताच सांगितलं ना, तुम्हाला सोडवू आम्ही!" कॅरिंग्टननं दटावलं. त्याच्या फक्त आवाजात आत्मविश्वास होता; पण त्याला माहीत होतं, की खाली किती थोड्या वेळात गोंधळ माजू शकतो. "तुम्ही लोक खालून हे हॅच-कव्हर ढकलू शकता का?"

"आतल्या शिडीवर एका वेळी फक्त एकच माणूस चढून कव्हरपर्यंत येऊ शकतो." ब्रिअर्लीनं ओरडून सांगितलं. "त्यामुळे खालून वर फारसा जोर लावणं शक्य नाही." खाली अचानक बोलणं बंद झालं, आणि दबक्या आवाजात शिव्या घातलेल्या ऐकू आल्या.

"काय झालं?" कॅरिंग्टननं एकदम घाबरून विचारलं.

"इथे लटकून राहणं किंवा कशाला तरी धरून उभं राहणं फार कठीण आहे." ब्रिअर्लीनं ओरडून म्हटलं. "खाली दोन-दोन फूट उंचीच्या लाटा उसळताहेत. आमच्यातला एक जण लाटांमुळे खाली पडला...नाही, मला वाटतं, तो परत आलाय जागेवर. गडद अंधार आहे इथे."

तेवढ्यात कॅरिंग्टनला कोणाच्या तरी पावलांचा आवाज ऐकू आला. उठून त्यानं मागे वळून बघितलं. तो पीटरसेन होता. त्या अरुंद जागेत पीटरसेन खरोखरच अजस्र दिसत होता. कॅरिंग्टननं त्याच्या विशाल खांद्यांकडे, जबरदस्त भक्कम छातीकडे बघितलं. त्याचा एक प्रचंड आकाराचा हात रिकामाच होता, तर दुसऱ्या

हातात त्यानं तीन अवजड पहारी आणि एक मोठा-थोरला हातोडा इतक्या सहजतेनं धरला होता, की जणू ते बांबूचे तुकडे असावेत. कॅरिंग्टननं मान वर करून त्याच्या भुऱ्या केसांकडे, खास नॉर्वेजियन, समुद्रासारख्या निळ्याशार, स्थिर, गंभीर डोळ्यांकडे बघितलं. आणि का कोण जाणे, एकाएकी त्याच्या मनात कमालीचा विश्वास जागा झाला.

"हे हॅचकव्हर आम्हाला उघडता येत नाहीय, पीटरसेन. तुला जमेल?" कॅरिंग्टननं विचारलं.

"प्रयत्न करून बघतो, सर." पीटरसेननं हातातली हत्यारं खाली ठेवली, आणि वाकून हॅचकव्हरमध्ये अडकवून ठेवलेला टॉमीबार उचलला. तो लगेच, सहज सरळ उभा राहिला. हॅचकव्हर किंचितसं का होईना, उचललं गेलं, पण तो टॉमीबार मात्र अगदी सहजपणे काटकोनात वाकला.

"मला वाटतं, हॅच जॅम झालीय, सर." पीटरसेननं म्हटलं. त्याचा श्वाससुद्धा हललेला नव्हता. "बिजागऱ्याच घट्ट झाल्या असल्या पाहिजेत."

तो हॅचच्या कडेनं चालत बिजागऱ्यांपर्यंत गेला, आणि त्यानं खाली वाकून बिजागऱ्यांचं नीट निरीक्षण केलं आणि आपलं म्हणणं बरोबर असल्याच्या समाधानाचा एक हुंकार दिला. बरोबर आणलेला भला मोठा हातोडा उचलून त्यानं बाहेरच्या बिजागरीवर पूर्ण ताकदीनं तीन अचूक घाव घातले. तिसऱ्या घावाबरोबरच हातोड्याचे दोन तुकडे झाले. पीटरसेननं चिडून हातातला हातोड्याचा दांडा दूर भिरकावून दिला, आणि त्यापेक्षाही बरीच अवजड असलेली पहार उचलली.

ही पहारही वाकली, पण हॅचकव्हरही उचललं गेलं– या वेळी एक इंच उचललं गेलं. पीटरसेननं मग आधी क्लिप्स उघडण्यासाठी वापरले गेलेले- त्या मानानं छोटे दोन हातोडे उचलले, आणि तेही तुटेपर्यंत तो बिजागऱ्यांवर त्यांचे घाव मारत राहिला.

आता त्यानं उरलेल्या दोन्ही पहारी एकदमच उचलल्या, त्या हॅचच्या एकाच कोपऱ्याखाली घातल्या. पाच-दहा सेकंद तो त्या पहारी दोन्ही हातांनी धरून, वाकून निश्चल उभा राहिला. आता त्याचा श्वासोच्छ्वास खोल पण वेगानं होत होता, आणि मग अचानक त्याचा श्वासोच्छ्वास पूर्णपणे थांबला. त्याच्या चेहऱ्यावरून घामाच्या धारा वाहू लागल्या, संपूर्ण शरीर त्या प्रचंड ताणामुळे थरथरू लागलं. आणि मग हळूहळू, आश्चर्यकारकपणे त्या दोन्ही पहारी वाकू लागल्या.

कॅरिंग्टन कमालीच्या आश्चर्यानं, कुतूहलानं हे सगळं बघत होता. माणसाच्या शारीरिक बळाच्या सुंदर वापराचं हे एक उदाहरणच त्याच्या डोळ्यांसमोर प्रत्यक्ष घडत होतं. हे असं त्यानं पूर्वी कधीही बघितलेलं नव्हतं, आणि दुसऱ्याही कुणी बघितलं नसेल, अशी त्याला पक्की खात्री होती. त्यानं शपथेवर सांगितलं असतं,

की त्यांपैकी एकही पहार अर्धा टनापेक्षा कमी वजनाखाली वाकणं शक्य नव्हतं. अत्यंत अविश्वसनीय असं दृश्य होतं ते, पण त्याच्या नजरेसमोर प्रत्यक्षात घडत होतं. जसजसा अजस्र देहाचा पीटरसेन हळूहळू सरळ उभा राहत होता, तसतशा त्या पहारी वाकत होत्या. आणि ते इतक्या अचानक घडलं, की तिथले सगळेच जणू दचकून जागेवर उडाले- हॅचकव्हर पाच-सहा इंच फाडकन उघडलं आणि त्या धक्क्यानं पीटरसेनही मागे फेकला जाऊन मागच्या भिंतीवर आदळला. त्या दोन्ही पहारी त्याच्या हातांमधून निसटून धाडकन खालच्या पाण्यात जाऊन पडल्या.

ताबडतोब उठून पीटरसेननं त्या हॅचकव्हरवर वाघासारखी झेप घेतली. त्याच्या दोन्ही हातांची बोटं त्या हॅचकव्हरच्या फटीतून आत गेली आणि त्यानं प्रचंड जोर लावून ते भयंकर अवजड हॅचकव्हर उचलायला सुरुवात केली. एकदा, दोनदा, तीनदा त्यानं जीव खाऊन हॅचकव्हरला खालून प्रचंड धक्के दिले, ढकललं, चौथ्या वेळी हॅचकव्हर आणखी थोडं उघडलं, आणि पाचव्या धक्क्यानंतर मात्र अखेर ते एकदाचं खाडकन पूर्णपणे उघडून, करकर आवाज करत मागच्या बाजूच्या स्टँडमध्ये, त्याला उघडं असताना धरून ठेवण्यासाठी केलेल्या रिटेनिंग लॅचमध्ये जाऊन बसलं. हॅच उघडली होती! पीटरसेन नुसताच तिथे स्मित करत उभा होता- बऱ्याच काळात त्याला कुणी कधी हसताना पाहिलेलं नव्हतं. त्याचा चेहरा घामानं डबडबलेला होता, प्रचंड छाती लोहाराच्या भात्यासारखी वरखाली होत होती. लो पॉवर रूममधल्या पाण्याची पातळी हॅचपासून फक्त दोन फुटांवर आलेली होती- कधी मध्येच *युलिसिस*नं हेलकावा दिला, की आतलं काळं, तेलमिश्रित पाणी हॅचमधून बाहेर डुचमळत होतं.

भराभर आत अडकलेल्या लोकांना वर घेण्यात आलं. डोक्यापासून पायांपर्यंत तेलानं माखलेली ती माणसं– त्यांच्या अंगात धड उभं राहण्याचीही ताकद राहिलेली नव्हती, इतकी ती शारीरिक आणि मानसिक दृष्ट्या खलास झालेली होती. त्यांतल्या तिघांची अवस्था तर इतकी वाईट होती, की ते वर घेतानासुद्धा आतल्या शिडीवर धड उभे राहू शकत नव्हते. त्यांना खेचूनच बाहेर काढावं लागलं. किंबहुना, ते शिडीवरून खाली घसरतच चालले होते, पण पीटरसेननंच चटकन वाकून त्यांना इतक्या सहजगत्या बाहेर काढलं, की जणू ती शाळकरी पोरं असावीत.

''या सगळ्यांना ताबडतोब सिक बेमध्ये घेऊन जा!'' कॅरिंग्टननं हुकूम सोडला. एक एक करून त्या सगळ्या काकडणाऱ्या, तेलानं माखलेल्या, काळ्या पाण्यानं ओल्याचिंब झालेल्या माणसांना हळूहळू शिडीवरून वर नेण्यात आलं. मग तो हसतमुखानं पीटरसेनकडे वळला. ''तुझे आभार आम्ही सगळे जण नंतर मानू, पीटरसेन. अजून आपलं काम पुरं झालेलं नाही. ही हॅच परत बंद करावी लागेल.''

''ते मात्र फार कठीण आहे, सर.'' पीटरसेननं गंभीर, सचिंत आवाजात म्हटलं.

''कठीण असो की सोपं, ते करणं तर भागच आहे.'' कॅरिंग्टननं ठासून म्हटलं.

एव्हाना पाणी नियमितपणे बाहेर यायला लागलेलं होतं. त्यांच्या पायांखाली पाणी जमायला सुरुवात झालेली होती, ते व्हीलहाउसच्या उंबरठ्यापाशी पोचू लागलेलं होतं. ''इमर्जन्सी स्टीअरिंग पोझिशन तर खलास झालीच आहे, आता व्हीलहाउसमध्येही जर पाणी भरलं, तर संपलंच सगळं!''

पीटरसेन काहीच बोलला नाही. त्यानं रिटेनिंग लॅच उचलली, आणि हॅचकव्हर एक फूटभर खाली खेचलं. ते करकर आवाज करत मोठ्या अनिच्छेनं खाली आलं. मग त्यानं आपली पाठ लॅचवर टेकवली, दोन्ही पाय हॅचकव्हरवर ठेवले, आणि प्रचंड जोरानं पाठ सरळ केली. हॅचकव्हर पुन्हा जोराचा आवाज करत आता ४५ अंशात मिटलं. मग थांबून त्यानं पाठ धनुष्यासारखी वाकवली, शिडीवर दोन्ही हात ठेवून आपलं संपूर्ण वजन शिडीवर टाकलं, आणि हॅचकव्हरवर दोन्ही पायांनी एकामागून एक लाथा घातल्या. हॅचकव्हर बरंच बंद झालेलं होतं, तरी पण ते पूर्ण बंद व्हायला अजून साधारण पंधरा इंच अंतर खाली जाणं आवश्यक होतं.

''आपल्याला मोठे, जड हातोडे हवेत, सर.'' पीटरसेनच्या आवाजात घाई होती.

''तेवढा वेळ नाही!'' कॅरिंग्टननं चटकन मान हलवली. ''अजून दोन मिनिटं गेली, तर हे हॅचकव्हर पाण्याच्या दाबामुळे बंदच करता येणार नाही. हॅं!'' त्यानं निराशेनं म्हटलं. ''आत्ता जर उलट परिस्थिती असती- म्हणजे हॅचकव्हर आतल्या बाजूनं लावायचं असतं- तर ते मीसुद्धा करू शकलो असतो!''

आताही पीटरसेन काहीच बोलला नाही. हॅचपाशी उकिडवा बसून त्यानं आतल्या अंधारात निरखून पाहिलं.

''मला एक कल्पना सुचलीय, सर.'' त्यानं म्हटलं. ''तुम्ही आणि आणखी एक कुणीतरी हॅचकव्हरवर उभं राहायचं आणि शिडीच्या आधारानं जोरात खाली पाय दाबायचे...बरोबर, सर. असंच. फक्त आता तुम्ही जर माझ्याकडे पाठ केलीत, तर तुम्ही अजून जास्त जोर लावू शकाल.''

मदतीसाठी दुसऱ्या कोणाला बोलावण्याआधी आपण प्रयत्न करून पाहावा, म्हणून कॅरिंग्टननं पीटरसेनकडे पाठ करून शिडीवर हात ठेवून आधार घेतला आणि सर्व शक्ती एकवटून पाय खाली दाबले. अचानक त्याला पाठीमागून पाण्यात काहीतरी पडल्याचा 'धप्प' असा आवाज ऐकू आला, आणि मग धातूवर धातू आपटल्यासारखा 'ठाण' असा आवाज आला. त्यानं चटकन मागे वळून बघितलं– आणि त्याला हॅचच्या दारातून, एक पहार मुठीत धरलेला एक भला थोरला हात खाली जाताना दिसला.

''पीटरसेन!'' कॅरिंग्टन घाबरून मोठ्यानं ओरडला आणि गुडघ्यांवर बसून हॅचमधून आत पाहू लागला. ''काय लावलंयस हे? बाहेर ये आधी, मूर्खा! बुडून

मरायचंय का तुला?''

आतून काहीच उत्तर आलं नाही. फक्त आतलं पाणी डुचमळत असल्याचा 'डुबुक डुबुक' आवाज सोडला, तर सारं काही शांतच होतं. अचानक त्या शांततेचा भंग करत जोरजोरात धातूवर धातू आपटत असल्याचा ठाण ठाण असा आवाज आतून येऊ लागला आणि हॅचकव्हर करकरत सहा इंच खाली गेलं. कॅरिंग्टनला काही विचार करायलाही वेळ मिळायच्या आत ते आणखी खाली गेलं. घाईघाईनं त्यानं हॅचकव्हरच्या खाली एक पहार घातली : आणि पुढच्याच क्षणी हॅचकव्हर ठाणकन त्या पहारीवर येऊन आपटलं. कॅरिंग्टननं आता उरलेल्या अरुंद फटीशी तोंड नेलं.

''पीटरसेन, अरे, वेड लागलंय का तुला?'' तो मोठ्यानं ओरडला. ''उघड ते कव्हर आधी! मी सांगतोय तुला, कव्हर उघड!''

''ते नाही करता येणार मला.'' आतून आवाज आला आणि मध्येच नाहीसा झाला, आणि परत येऊ लागला : पीटरसेनच्या डोक्यावरून पाणी गेलं होतं. ''मी नाही उघडणार...तुम्हीच म्हणाला होतात...वेळ नाही म्हणून...त्यामुळे हाच एक मार्ग होता.''

''अरे, पण याचा अर्थ असा नाही ''

''हो, मला माहीतय ते...पण आहे हेच बरं आहे.'' आता तो काय बोलतोय हे समजणंही कठीण झालेलं होतं. ''कॅप्टन व्हॅलेरीसाहेबांना सांगा, की पीटरसेन म्हणतोय, की सॉरी...मी त्यांना काल हे सांगायचा प्रयत्न केला.''

''सॉरी? कशाबद्दल सॉरी?'' कॅरिंग्टननं सर्व शक्ती एकवटून ती पहार उचलून हॅचकव्हर उघडायचा प्रयत्न केला. पण हॅचकव्हर हललंसुद्धा नाही.

''स्कापा फ्लोमधला तो मरीन मेला, त्याबद्दल...मला त्याला मारायचं नव्हतं. माझ्या हातून कोणाही माणसाची हत्या होणं शक्य नाही...पण त्याचा मात्र अनावर संताप आला होता मला.'' पीटरसेननं आतून सहज म्हटलं.

एक क्षणभर कॅरिंग्टननं पहारीशी झटापट करण्याचं थांबवलं. पीटरसेन! अगदी बरोबर– त्याच्याशिवाय त्या माणसाची मान इतक्या सहज कोणीच मोडणं शक्य नाही. मूळच्या सदा हसतमुख, महाकाय पीटरसेनमध्ये एका रात्रीत प्रचंड बदल झाला होता. तो एकदमच अत्यंत गंभीर, उदास मुद्रेनं जहाजावर वावरू लागला होता – रात्री, आणि दिवसा. स्कापा फ्लोनंतर त्याला कधीही कोणी झोपलेला किंवा हसलेला पाहिला नव्हता. अचानक कॅरिंग्टनला या प्रचंड ताकदवान आणि तरीही अत्यंत दयाळू, साध्यासीध्या सरळ माणसाच्या मनात नेमकं काय चाललं असेल, याची लख्ख कल्पना आली.

''हे बघ, पीटरसेन,'' त्यानं जवळजवळ गयावयाच करायला सुरुवात केली. ''ते जे काही घडलं असेल, त्याबद्दल मला काहीही वाटत नाही. मी कोणालाही

कधी सांगणार नाही, तू जे सांगितलंस ते कधीही कोणालाही समजणार नाही – माझा शब्द देतो तुला. प्लीज, पीटरसेन, तू फक्त.

"नको, सर, हे असंच ठीक आहे." त्याच्या अस्पष्ट ऐकू येणाऱ्या आवाजात एक प्रकारचं विचित्र समाधान होतं. "एखाद्याचा जीव घेणं चांगलं नाही...त्यानंतर आपण जिवंत राहणं तर मुळीच चांगलं नाही...मला माहीतंय...प्लीज, सर, तुम्ही कॅप्टनसाहेबांना सांगा की सॉरी... माझ्या हातून जे घडलं त्याची मला शरम वाटतेय...हे जे मी करतोय, ते माझ्या कॅप्टनसाहेबांसाठी करतोय."

कॅरिंग्टनला काही समजायच्या आत ती पहार त्याच्या हातातून खेचली गेली, आणि ठण्ण आवाज करत हॅचकव्हर बंद झालं. पुढचं मिनिटभर व्हीलहाउस फ्लॅटमध्ये धातूवर धातूचे घाव पडत असल्याचे आवाज येत राहिले. मग अचानक ते आवाज बंद झाले, आणि फक्त व्हीलहाउसबाहेर डुचमळत राहिलेल्या पाण्याचे आवाज ऐकू येऊ लागले.

इंजिनरूममधले पंखे, शंभरेक इलेक्ट्रिक मोटर्सचे एकत्रित येत असलेले आवाज, आणि मागे जात असलेल्या समुद्राच्या पाण्याचा आवाज, या सगळ्यांवर मात करून त्या मुलीच्या गाण्याचे सुंदर, सुस्पष्ट स्वर जहाजामध्ये सगळीकडे निनादत होते. अगदी लाउडस्पीकर्समधून येणाऱ्या आवाजात जो एक प्रकारचा निर्विकार कोरडेपणा, यांत्रिकपणा असतो, तोसुद्धा त्या गाण्यातलं सौंदर्य हिरावून घेऊ शकत नव्हता...जहाजावर शांतता राखण्याची जेव्हा फारशी निकड नसायची, तेव्हा व्हॅलेरी अनेकदा त्याचा रेकॉर्डप्लेअर जहाजावरच्या ब्रॉडकास्टिंग सिस्टिमला जोडायचा. म्हणजे मग विशेषतः जेव्हा रात्रीचा वेळ सरता सरत नसे, तेव्हा अशा वेळी कंटाळा कमी व्हायचा.

व्हॅलेरी ज्या संगीतरचना रेकॉर्डप्लेअरवर लावायचा, त्या जवळजवळ कायमच फक्त 'क्लासिकल' असायच्या– किंवा ज्यांना अज्ञानामुळे आणि काहीशा तुच्छतेनं 'पॉप्युलर क्लासिकल" म्हटलं जायचं, तशा प्रकारातल्या. बाख, बीथोव्हन, चायकोवस्की, लेहर, वेर्दी– हे संगीतरचनाकार त्याचे खास आवडते होते. 'नंबर १ इन बी फ्लॅट मायनर', 'एअर ऑन ए जी स्ट्रिंग', 'मूनलाइट ऑन द अल्स्टर', 'क्लेअर दी ल्यून', 'द स्केटर्स वॉल्झ' – *युलिसिस*वरच्या लोकांना तर या रचनांचा कधीच कंटाळा येत नसे. 'कमाल आहे!', 'अशक्य!' वगैरेंसारख्या प्रतिक्रिया नेहमीच्याच होत्या.

अर्थात, सगळ्यांनाच हे आवडायचं असं मुळीच नव्हे. 'काय बावळटपणा आहे!', 'हे कसलं भलतंच गाणं?' अशांसारख्या प्रतिक्रियाही उमटायच्या. पण अशा लोकांनी स्कापा फ्लोमधल्या, श्रोत्यांच्या गर्दीनं भरून गेलेल्या प्रचंड विमानाच्या हँगरमध्ये जेव्हा यहुदी मेन्युहिनचा जादुई गज व्हायोलिनच्या तारांवर लीलेनं सगळं वातावरण भारून टाकायचा, हँगरमध्ये स्वर्ग निर्माण करायचा आणि लोकांना मंत्रमुग्ध करून त्यांना

बाहेरचं युद्धाचं भयंकर जीवघेणं वास्तव विसरायला लावायचा, तेव्हा तिथे निर्माण झालेली कॅथेड्रलसारखी शांतता कधीही ऐकलेली असणं शक्य नाही.

पण या वेळी एक मुलगी गात होती– डीआना डर्बिन. आणि ती घरची आठवण करून देणारं, हमखास डोळ्यांमध्ये पाणी उभं करणारं 'बिनीथ द लाइट्स ऑफ होम' हे अत्यंत लोकप्रिय गाणं विलक्षण आर्त स्वरात गात होती. जहाजावर सगळीकडे असलेली माणसं– डेकच्या खाली, डेकच्या वर असलेली, गन्सपाशी गारठ्यात कशीबशी बसलेली माणसं ते गाणं ऐकत होती, वरून पडत असलेल्या बर्फामधून त्यांचा पाठलाग करत येणारा तो आवाज ऐकत होती, त्या शब्दांनी हेलावून जात होती, घरच्या आठवणींमध्ये बुडून जात होती– त्या वातावरणाशी आत्ताच्या परिस्थितीच्या असलेल्या कटू विरोधाभासाचा विचार करत होती; उद्याची सकाळ जी उगवणारच नव्हती, तिचा विचार करत होती. अचानक, ध्यानीमनी नसताना ते गाणं मध्येच थांबलं.

"सगळ्यांना ऐकू येतंय का?" स्पीकर गरजला. सगळेच जण त्या गानसमाधीतून खाड्‌कन शुद्धीवर आले. "सगळ्यांना ऐकू येतंय का? मी– मी कमांडर टर्नर बोलतोय." त्याचा आवाज कमालीचा घोगरा, गंभीर होता; काहीसा बोलायला कचरत असल्यासारखा, गहिवरलेला वाटत होता. आणि हे जहाजातल्या प्रत्येकाला जाणवलं, आणि सगळ्यांचं लक्ष तिकडे वेधलं गेलं."

"तुम्हा सगळ्यांना एक वाईट बातमी सांगायचीय." टर्नर सावकाश, एकएक शब्द बोलत होता. "आय ॲम सॉरी मी..." तो मध्येच थांबला, आणि मग घसा खाकरून आणखी सावकाश बोलू लागला- "कॅप्टन व्हॅलेरींना पाच मिनिटांपूर्वी मृत्यू आला." क्षणभर स्पीकर गप्प झाला, मग पुन्हा बोलू लागला. "त्यांना ब्रिजवरच, त्यांच्या खुर्चीत मरणानं गाठलं. आपण लवकरच मरणार आहोत, याची त्यांना कल्पना होती. आणि त्यांना मरताना काहीही वेदना झाल्या असतील, असं मला वाटत नाही...त्यांनी मला पुन्हा पुन्हा सांगितलं, की तुम्ही त्यांच्यासोबत सतत उभे राहिलात म्हणून मी त्यांच्यातर्फे तुमचे आभार मानावेत. 'त्यांना सांग' - माझ्या आठवणीप्रमाणे हेच त्यांचे नेमके शब्द होते – 'त्यांना सांग, की ते नसते तर मी कामच करू शकलो नसतो, देवानं एखाद्या जहाजाच्या कॅप्टनला दिलेली ही सर्वोत्तम माणसं आहेत.' मग ते म्हणाले – हेच त्यांचे शेवटचे शब्द होते :

'माझ्या वतीनं त्यांची माफी माग, त्यांनी माझ्यासाठी इतकं सगळं केलं– पण मी त्यांना असं अर्ध्यावरच सोडून जातोय, याचं मला अपार दुःख होतंय.' एवढंच बोलले ते – फक्त 'आय ॲम सॉरी' आणि मग त्यांना मृत्यू आला."

शनिवारची रात्र

रिचर्ड व्हॅलेरीला अखेर मृत्यूनं गाठलं. आपण आपल्या *युलिसिस*च्या लोकांना वाटेत एकटे सोडून चाललो आहोत, त्यांचं नेतृत्व करायला कोणीच नाही, याचं प्रचंड दुःख आणि विषाद वाटत असताना त्याला मरण आलं. पण नंतर त्याच्यापाठोपाठ थोड्याच वेळानं क्रूझर, डिस्ट्रॉयर अशा लढाऊ जहाजांबरोबरच मालवाहू जहाजांवरची माणसंही इतक्या मोठ्या संख्येनं मरण पावली, की तेवढ्यानं का होईना, त्याचं दुःख नक्कीच कमी झालं असेल. आणि त्याला जशी भीती वाटत होती, तशी ती माणसं *टिरपिट्झ*वरच्या मोठमोठ्या तोफांमुळे मरण पावली नाहीत- पीक्यू१७ काफिल्याबरोबरचं हे आणखी एक वाईट साम्यस्थळ, कारण अजूनही *टिरपिट्झ* अल्टा फ्योर्डमधून बाहेरच पडली नव्हती. ती माणसं मरण्याचं मुख्य कारण होतं – निसर्ग.

रिचर्ड व्हॅलेरी आता जिवंत नव्हता, आणि त्याच्या मृत्यूमुळे *युलिसिस*वरच्या लोकांमध्ये प्रचंड बदल घडून आलेला होता. व्हॅलेरी मरताना आपल्यामधले सगळे उत्तमोत्तम गुणही बरोबर घेऊन गेला होता– धाडस, दयाळूपणा, हळुवारपणा, दुर्दम्य विश्वास, कमालीचा शांत स्वभाव, दुसऱ्याला समजून घेण्याची प्रचंड क्षमता...या सगळ्या गोष्टी खास त्याच्या होत्या, आणि आता त्याच्याबरोबर त्याही निघून गेलेल्या होत्या, आणि *युलिसिस*मध्ये आता त्यांचा अभाव झालेला होता, पण त्यानं काहीच फरक पडत नव्हता. कारण *युलिसिस*वरच्या लोकांना आता धैर्याची गरज उरलेली नव्हती, कारण त्यांना आता भीतीच वाटेनाशी झालेली होती. आपल्या कॅप्टनसाहेबांना आपण किती मान देत होतो, त्यांच्यावर किती प्रेम करत होतो, हे सगळं त्यांना व्हॅलेरीच्या मृत्यूनंतरच जास्त जाणवत होतं. आता त्यांच्या लक्षात येत होतं, की एक अत्यंत चांगली, आनंददायी गोष्ट आपल्या आयुष्यातून कायमची निघून गेलीय. आपल्या आयुष्याचा, आठवणींचा किती मोठा भाग कॅप्टनसाहेबांनी व्यापला होता; आणि जसजसं हे त्यांना उमगत होतं, तसतसं त्यांचं दुःख वाढत होतं. त्यांच्या दुःखाला खरोखरच पारावार उरला नव्हता. आणि युद्धामध्ये असं मानलं जातं, की अपार दुःख झालेला माणूस हा सगळ्यात भयंकर शत्रू असतो. शहाणपणा,

विवेक, भीती, वेदना– या असल्या गोष्टी अशा माणसाच्या दृष्टीनं अस्तित्वातच नसतात. तो फक्त आंधळेपणानं हल्ला चढवत राहतो– आपल्या दुःखाचे जे कारण आहे, ते शक्यतो खलासच करून टाकण्यासाठी चुकीचं असो की बरोबर; पण *युलिसिस*वरच्या लोकांनी कॅप्टनसाहेबांच्या मृत्यूसाठी जबाबदार म्हणून शत्रू सोडून दुसऱ्या कशाचा विचारच केला नाही. त्यांच्यासाठी दोनच गोष्टी अस्तित्वात होत्या– व्हॅलेरीच्या मृत्यूचं दुःख, आणि त्याच्या मृत्यूला कारणीभूत झालेल्या शत्रूबद्दल प्रचंड, आंधळा संताप. पूर्वी एकदा निकोल्सनं या लोकांचं वर्णन 'जिवंत प्रेतं' असं केलं होतं. आणि हे वर्णन आताच्या स्थितीत तंतोतंत लागू पडत होतं. *युलिसिस*वर त्या वेळी खरोखर जिवंत प्रेतंच होती. सतत, अत्यंत अस्वस्थपणे डेक्सवरच्या बर्फाची आणि हिमाची पर्वा न करता फक्त चालत असलेली जिवंत प्रेतं, शत्रूवर सूड घ्यायला, कॅप्टनसाहेबांच्या मृत्यूला कारणीभूत झाल्याबद्दल शत्रूला जबर शिक्षा द्यायला अत्यंत अधीर, उतावीळ झालेली जिवंत प्रेतं.

अचानक हवा बदलली. समुद्र मघाशी होता तसाच खवळलेला होता– एफआर ७७ काफिला अजूनही उत्तरेकडून एकामागोमाग येत असलेल्या मोठमोठ्या लाटांशी झगडत होता; पण वारा मात्र थांबला. एखादं बटन दाबावं तसं ते बर्फाचं वादळ एकदम, ध्यानीमनी नसताना नाहीसं झालं. वर आकाशात असलेले काळे ढग भराभरा दक्षिणेकडे निघून गेले. दुपारी चार वाजेपर्यंत आकाश पूर्णपणे निरभ्र झालेलं होतं.

रात्री चंद्र नव्हता, पण सगळे तारे मात्र सुंदर चमचम करत होते. बर्फासारखेच ठळक, पांढरेशुभ्र, आणि थंडगार.

मग हळूहळू आकाश बदलू लागलं. सुरुवातीला उत्तर क्षितिजावर अगदी अस्पष्टपणे अंधार उजळू लागला, आणि मग प्रकाशाचा एक चमचमणारा पट्टा आला, आणि त्याची रुंदी वाढत जाऊ लागली, आणि तो आणखी गडद होत गेला. प्रत्येक मिनिटाबरोबर तो पट्टा आकाशात वर चढत दक्षिणेकडे जाऊ लागला. थोड्याच वेळानं या चमचमणाऱ्या प्रकाशाच्या पट्ट्याला समांतर असे आणखी रंगीबेरंगी, निळ्या, हिरव्या आणि जांभळ्या, पण हलक्या छटांच्या प्रकाशाचे पट्टे दिसू लागले. अर्थात, त्यांच्यातही मुख्य रंग पांढराच होता. आणि हे सगळे रंगीबेरंगी प्रकाशाचे पट्टे सतत वर चढत होते, आणि त्यांचं तेजही वाढत होतं. चमत्कार वाटणारा हा निसर्गाचा खेळ जेव्हा ऐन रंगात आला, तेव्हा एफआर ७७ काफिल्याच्या थेट डोक्यावर उंच आकाशात पांढऱ्या रंगाचा एक भला रुंद पट्टा पार या क्षितिजापासून त्या क्षितिजापर्यंत झगमगत होता...हाच तो निसर्गाचा 'नॉर्दर्न लाइट्स' नावाचा नितांतसुंदर दिसणारा आश्चर्यजनक खेळ होता, आणि आज रात्रीतर ते सगळं दृश्य भलतंच देखणं दिसत होतं. खाली मात्र त्याच्यामुळे सगळीची सगळी जहाजं

काळ्याभोर समुद्राच्या पार्श्वभूमीवर स्पष्ट दिसत होती, जहाजांवरचे लोकही हे दृश्य बघत होते, आणि निसर्गाला शिव्यांची लाखोली वाहत होते.

तो आवाज *युलिसिस*च्या डेकवर क्रायस्लरला– कमालीची तीक्ष्ण नजर आणि श्रवणशक्ती लाभलेल्या क्रायस्लरला- सगळ्यात आधी ऐकू आला. काही क्षणांनी तो आवाज सगळ्यांनाच ऐकू येऊ लागला. तो आवाज अर्थातच चांगलाच ओळखीचा होता. कॉन्डॉर विमानाचा आवाज. दक्षिणेकडून ते काफिल्याच्या रोखानं येत होतं. थोड्या वेळानं त्यांच्या लक्षात आलं, की ते कॉन्डॉर जवळ येत नाहीय. एक अंधूक आशा मनात निर्माण झाली, पण जवळजवळ लगेचच समुद्रात बुडालीसुद्धा. ते कॉन्डॉरच होतं, आणि ते वेगानं उंची गाठत होतं. कमांडर टर्नरनं थकलेल्या, कंटाळलेल्या नजरेनं कॅरिंग्टनकडे बघितलं.

"चार्लीच आहे तो." त्यानं गंभीरपणे म्हटलं. "हरामखोराला आपण दिसलो असणार, आणि त्यानं अल्टा फ्योर्डला कळवलंही असणार, आणि मी १०,००० पौंडांच्या पैजेवर सांगतो, की तो १०,००० फूट उंचीवर एक फ्लेअर उडवणार. आणि तो पन्नास मैलांवरूनही सहज दिसेल."

"तुम्ही जी हरणारच नाही अशी पैज का लावता नेहमी?" कॅरिंग्टननं सहज म्हटलं. "आणि तो जर वर आकाशात चढतोच आहे, तर जाताजाता दर एक-दोन फूट उंचीवर आणखी फ्लेअर्स उडवेल. लावताय पैज?"

"अगदी बरोबर! ही पैजही मी नक्की हरणार!" टर्नरनं मान डोलावली, आणि तो कॅपॉक किडकडे वळला. "पायलट, आपण अल्टा फ्योर्डपासून किती दूर असू? मैलात अंतर नको, वेळ किती लागेल ते, आणि तेसुद्धा विमानाच्या दृष्टीनं सांग."

"ताशी २०० नॉट वेगानं जाणाऱ्या विमानाच्या दृष्टीनं विचार केला, तर एक तासापेक्षा अगदी थोडा जास्त वेळ लागेल." कॅपॉक किडनं शांतपणे म्हटलं. दोन तासांपूर्वी व्हॅलेरीचा मृत्यू झाला तेव्हापासून त्याच्यातला उत्साह नाहीसा झालेला होता. तो एकदम दुःखी आणि निराश झालेला होता.

"एक तास!" कॅरिंग्टननं मोठ्यानं म्हटलं. "माय गॉड, सर, तासाभरानं शत्रू इकडे येऊन पोचेलही." तो मनाशी विचार करत होता. याचा अर्थ त्यांनी आपल्याला संपवण्याचा चंगच बांधलेला दिसतोय. आपल्या प्रवासात अजून शत्रूनं आपल्यावर रात्री बॉंबिंग केलेलं नाही, किंवा टॉर्पेडोचे हल्लेही केलेले नाहीत. आजपर्यंत आपल्यावर *टिरपिट्झ*नंही कधी हल्ला केलेला नाही– खरं तर ती अजून आपल्याला दिसलेलीच नाही. आपल्यावर –"

"हं, *टिरपिट्झ*." टर्नरनं मध्येच म्हटलं. "ती लेकाची टिरपिट्झ आहे तरी कुठे? आपल्यापर्यंत पोचायला तिला भरपूर वेळ मिळालाय– हो, मला माहीतेय

की, आपण आपली दिशा बदललीय आणि काळोखही आहे,'' कॅरिंग्टन काहीतरी बोलण्याच्या आधीच त्यानं पुढे म्हटलं. ''पण एखाद्या वेगवान डिस्ट्रॉयरच्या स्क्रीनवर आपण नक्कीच दिसलो असतो– प्रेस्टन!'' मध्येच बोलायचं थांबवून तो सिग्नल पेटी ऑफिसर प्रेस्टनकडे वळला. ''ए, जागा हो! ते जहाज बघ, आपल्याला सिग्नल पाठवतंय.''

''सॉरी, सर.'' थकल्यामुळे प्रेस्टनला धड तोलही सावरता येत नव्हता. लगेच त्यानं ॲल्डिस लॅम्प वर केला आणि सिग्नल पाठवायला सांगितलं. पुन्हा त्या जहाजावरचा सिग्नल लॅम्प वेगानं उघडमीट करू लागला.

''इंजिनच्या बेडप्लेटमध्ये एका बाजूपासून दुसऱ्या बाजूपर्यंत भेग पडली आहे.'' प्रेस्टननं सिग्नल वाचायला सुरुवात केली. ''नुकसान गंभीर. आम्हाला वेग कमी करणे भाग आहे.''

''त्यांना सिग्नल मिळाल्याचं कळव.'' टर्नरनं तुटकपणे म्हटलं. ''कोणतं जहाज आहे ते, प्रेस्टन?''

''ओहायो फ्रेटर, सर.''

''म्हणजे दोन दिवसांपूर्वी ज्याला टॉर्पेडो लागला, ते?''

''हो, सर.''

''तू एक सिग्नल तयार कर. 'वेग आणि स्थिती कायम राखणे अत्यावश्यक.''' टर्नरनं मध्येच शिवी हासडली. ''यालासुद्धा एवढा मोठा प्रॉब्लेम व्हायला नेमकी हीच वेळ बरी सापडली!...पायलट, आपली आपल्या आरमाराशी भेट व्हायला अजून किती वेळ आहे?''

''सहा तास, सर. बरोबर सहा तास.''

''सहा तास.'' टर्नरचा चेहरा वाकडातिकडा झाला. ''फक्त सहाच तास– कदाचित!''

''कदाचित? म्हणजे?'' कॅरिंग्टननं हळूच म्हटलं.

''हो, कदाचित.'' टर्नरनं पुन्हा म्हटलं. ''हे सगळं हवा कशी असेल यावर अवलंबून आहे. आपण किनाऱ्यापासून इतके जवळ असताना आपले कमांडर-इन-चीफ, हवाई हल्ल्यापासून संरक्षणासाठी आपली विमानं उडवू शकत असतील, तरच फक्त ते आरमारातली मोठी जहाजं आपल्याकडे पाठवायचा धोका पत्करतील. आणि मला विचारशील तर *टिरपिट्झ* अजून आपल्याकडे न येण्याचं कारणही तेच आहे– कोणातरी एखाद्या भटक्या यू-बोटीनं तिकडे कळवलं असेल, की आपलं आरमार दक्षिणेकडे येतंय. तो आता हवा बदलण्याची वाट बघत असेल...आता काय म्हणतोय तो, प्रेस्टन?'' टर्नर बोलत असताना *ओहायो फ्रेटर*चा लॅम्प क्षणभरच लागला होता, आणि नंतर बंद झाला होता.

'वेग कमी करणे भाग आहे.' प्रेस्टननं सिग्नल सांगितला. 'नुकसान अत्यंत गंभीर. मी वेग कमी करत आहे.'

"तो बघा, त्याचा वेग खरोखरच मंदावतोय." कॅरिंग्टननं शांतपणे म्हटलं, आणि टर्नरच्या निश्चयी चेहऱ्याकडे, काळ्या डोळ्यांकडे बघितलं. आपल्या मनात जो विचार येतोय, नेमका तोच विचार याच्याही मनात येतोय, हे त्याच्या लक्षात आलं. "ते जहाज आता गेल्यातच जमा आहे, सर. ते वाचायची थोडीही शक्यता नाही– हं, पण आपण त्याच्या -"

"पण आपण त्याच्या - काय?" टर्नरनं जोरात विचारलं. "त्याच्या रक्षणासाठी आपण एखादं लढाऊ जहाज मागे ठेवलं तर, असंच ना? कुठलं जहाज ठेवायचं, नंबर वन? व्हायकिंग – आता काहीतरी करू शकेल असं उरलेलं एकमेव जहाज?" त्यानं निश्चयीपणानं सावकाश मान हलवली. त्याचा निर्णय पक्का झालेला होता. "जास्तीत जास्त जहाजांचं आणि लोकांचं जास्तीत जास्त हित. फक्त हाच विचार करावा लागेल आता. ते त्यांनाही माहीत असेल, प्रेस्टन. त्यांना कळव, 'क्षमा करा, तुमच्यासाठी कोणतेही जहाज मागे ठेवू शकत नाही. दुरुस्ती पूर्ण होण्यासाठी किती वेळ लागेल?' प्रेस्टनचा हात लॅम्पच्या बटनावर पोचण्याआधीच आकाशात एक फ्लेअर उडाला, आणि पूर्ण तेजानं प्रकाशू लागला– थेट एफआर ७७ च्या माथ्यावर. तो किती उंचीवर आहे याचा अंदाज घेणं कठीण होतं– बहुधा सहा ते आठ हजार फुटांवर असावा– पण त्या उंचीवर आणि वरच्या नॉर्दर्न लाइट्सच्या तेजाच्या पार्श्वभूमीवर तो फ्लेअर म्हणजे एखाद्या तेजाळ ठिपक्यासारखा दिसत होता. पण त्याच्या आवाजावरून स्पष्ट समजत होतं, की तो वेगानं खाली येतोय, आणि त्यामुळे त्याचं तेजही वाढत होतं.

प्रेस्टनच्या सिग्नल लॅम्पच्या क्लिकक्लिकाटाला बुडवून टाकत डब्ल्यूटी स्पीकरची खरखर ऐकू येऊ लागली. *सिरस*चा संदेश येत होता : 'आम्ही उचलून घेतलेल्यांपैकी तीन जण मरण पावले आहेत. आणखी अनेक जण मरणपंथाला लागले आहेत किंवा गंभीर जखमी आहेत. त्वरित वैद्यकीय मदत पाठवा. पुन्हा सांगतो, त्वरित वैद्यकीय मदत पाठवा.' स्पीकर बंद पडला, आणि त्याच क्षणी *ओहायो फ्रेटर*चा सिग्नल लॅम्प भराभर उघडमीट करू लागला.

"लेफ्टनंट निकोल्सला ब्रिजवर बोलावून घ्या ताबडतोब." टर्नरनं फटकन हुकूम सोडला.

कॅरिंग्टननं खाली समुद्राकडे वाकून पाहिलं. मोठमोठ्या काळ्याभोर लाटा उसळत होत्या, त्यांचा पांढराशुभ्र फेस उडून वर येत होता, आणि *युलिसिस*चं नाक त्या लाटांमध्ये वारंवार घुसत होतं, आणि उसळून परत वर येत होतं.

"तुम्ही हा धोका पत्करणार, सर?" कॅरिंग्टननं विचारलं.

"पत्करावाच लागेल. माझ्या जागी तूही पत्करला असतास, नंबर वन...आता *ओहायो फ्रेटर* काय सांगतंय, प्रेस्टन?"

"आम्ही समजू शकतो. तसेही रॉयल नेव्हीची काळजी घेण्यात तुम्ही नक्की गर्क असाल. आम्ही तुमच्या वाटचा शत्रूचा नाश करू. गुड बाय!" "आम्ही तुमच्या वाटचा शत्रूचा नाश करू. गुड बाय!' टर्नरनं तेच वाक्य हळूच पुन्हा म्हटलं. त्याच्या आवाजात अचंबा होता. "त्याला माहीतेय, की तो किती खोटं बोलतोय! माय गॉड! अमेरिकनांमध्ये हिंमत नसते असं जर मला कुणी सांगितलं, तर त्याला बडवूनच काढेन मी! प्रेस्टन, त्याला उत्तर पाठव. 'गुड बाय. गुड लक!'...नंबर वन, मला तर मी एखादा खुनी असल्यासारखं वाटतंय, रे!" कपाळावरून हात फिरवत त्यानं व्हॅलेरीच्या केबिनकडे मानेनं निर्देश केला. तिथे व्हॅलेरीचं प्रेत सेटीला बांधून व्यवस्थित ठेवलेलं होतं. दररोज असे निर्णय घ्यावे लागत होते त्या माणसाला, की त्याची तब्येत इतक्या थोड्या काळात इतकी खंगत गेली, यात काय आश्चर्य? करकरत ब्रिजचं दार उघडलं तेव्हा तो बोलायचं थांबला.

"कोण, निकोल्स? ये. तुझ्यासाठी जरा काम आहे. तुम्हा मेडिकलवाल्यांना असं दिवसभर रिकामटेकडं ठेवणं चांगलं नाही." हात वर करून तो हसला. "काही नाही रे, चेष्टा केली तुझी." पुढच्याच क्षणी तो गंभीर झाला. "मला सांग, खाली सर्जरीच्या बाबतीत काय परिस्थिती आहे?"

"आमच्या हातात जे काही करण्यासारखं होतं, ते सगळं करून झालंय, सर." निकोल्सनं शांतपणे उत्तर दिलं. त्याच्या चेहऱ्यावर म्हातारपणासारख्या सुरकुत्या आलेल्या होत्या, तो अत्यंत खंगलेला दिसत होता. "आमच्यासाठी करण्यासारखं फारसं काही नव्हतंच. पण औषधं, बँडेज वगैरे मात्र आमच्याकडे जवळजवळ शिल्लकच राहिलेली नाहीत. ड्रेसिंग तर अगदी एखाद-दुसरंच राहिलं असेल – इमर्जन्सी किट सोडून. ती वापरायला मात्र सर्जन-कमांडरसाहेबांनी साफ नकार दिला."

"गुड, गुड." टर्नर पुटपुटला. "बरं, तू कसा आहेस, बेटा?"

"अत्यंत खराब परिस्थिती आहे माझी."

"हो, ते तर तुझा चेहराच सांगतोय." टर्नरनं हळूच म्हटलं. "निकोल्स - आय ॲम सॉरी, बेटा– पण तुला *सिरस*वर जावं लागेल."

"हो, सर." निकोल्सच्या आवाजात जराही आश्चर्य नव्हतं. त्याला जेव्हा बोलावणं आलं होतं, तेव्हाच त्यानं आपल्याला का बोलावलं असेल, हे ताडलं होतं. "लगेच?"

टर्नरनं काहीही न बोलता फक्त मान डोलावली. वेगानं खाली येत असलेल्या फ्लेअरच्या वाढत्या प्रकाशात त्याचा करारी चेहरा, चेहऱ्यावरच्या थकव्याच्या रेषा,

दाढी, काळेभोर डोळे, सगळं काही स्पष्ट दिसत होतं. हा चेहरा चांगलाच लक्षात राहण्यासारखा आहे, निकोल्सला काही कारण नसताना जाणवून गेलं. ''मी किती किट बरोबर घेऊन जाऊ शकतो, सर?''

''फक्त तुझं वैद्यकीय सामान ने. आणखी काहीही नाही. तू काही तिकडे पुलमन कोचनं जाणार नाहीयेस, बेटा!''

''माझा कॅमेरा, फिल्म्स नेल्या तर चालतील?'' ''ऑल राइट.'' क्षणभर विचार करून टर्नर किंचित हसला. ''*युलिसिस*चे शेवटचे क्षण कॅमेऱ्यात कैद करायची उत्कंठा लागलेली दिसतेय तुला, काय?...*सिरस*मध्येही पाणी घुसतंय हे विसरू नकोस. पायलट, *सिरस*ला आपल्या जवळ यायला सांग, आणि हा निकोल्स ब्रीचेस बॉयनं तिकडे जातोय, त्याला उचलून घ्या म्हणावं.''

तेवढ्यात ब्रिजचं दार पुन्हा करकरलं. टर्नरनं तिकडे वळून बघितलं, तेव्हा त्याला एक जाडजूड, परिचित आकृती कंपास प्लॅटफॉर्मवरून अडखळत येताना दिसली. बाकीच्या सगळ्यांसारखा ब्रुक्सही उभ्याउभ्या मेल्यात जमा होता, पण त्याचे ते निळे डोळे नेहमीच्याच तेजानं चमकत होते.

''माझे गुप्तहेर जहाजावर सगळीकडे आहेत.'' त्यानं आल्याआल्या म्हटलं. ''आणि माझ्या या जॉनी निकोल्सला *सिरस* पळवून नेणारय म्हणे, ही काय भानगड आहे?''

''सॉरी, ओल्ड सॉक्रेटिस.'' टर्नरनं म्हटलं. ''*सिरस*वरची परिस्थिती भलतीच बिकट आहेसं दिसतंय.''

''आय सी.'' ब्रुक्स एकदम शहारला– केबल्समधून येत असलेली वाऱ्याची अणकुचीदार शीळ ऐकून, की फक्त त्या थंडगार वाऱ्यामुळे, त्याचं त्यालाही समजलं नाही. तो पुन्हा एकदा शहारला, आणि त्यानं वर आकाशात त्या फ्लेअरकडे बघितलं. ''वा! काय सुंदर दिसतंय.'' तो पुटपुटला. मग त्यानं विचारलं,''ही सगळी रोषणाई कशाबद्दल?''

''पाहुणे येणार आहेत, दुसरं काय?'' टर्नर दुष्ट हसला. ''हा जुना प्रघात आहे, सॉक्रेटिस– खिडकीत दिवा लावला की समजतं पाहुण्यांना.'' अचानक त्याला काहीतरी बहुधा दिसलं असावं. ''सॉरी. चुकलंच माझं. पाहुणे आलेले दिसताहेत.''

त्याच्या बोलण्यातले शेवटचे शब्द एका प्रचंड स्फोटाच्या भयानक आवाजात चिंध्या होऊन कुठल्या कुठे उडून गेले. हा स्फोट होणार हे त्यानं आधीच बघितलेलं होतं– त्याला *ओहायो फ्रेटर*च्या ब्रिजच्या किंचित पुढच्या भागावर आकाशात जाणारी बारीक सुरीसारखी धारदार ज्वाला आधीच दिसली होती. त्या स्फोटाचा आवाज इथपर्यंत पोचायला पाच-सहा सेकंद गेले होते– कारण *ओहायो फ्रेटर* एव्हाना त्यांच्या उजव्या बाजूला एका मैलापेक्षाही जास्त अंतरावर होती– पण नॉर्दर्न लाइट्समुळे ती

स्पष्ट दिसत होती, आणि याच नॉर्दर्न लाइट्सनी तिला विश्वासघातानं एका भटक्या यू-बोटीला दाखवलं होतं– पाण्यात जवळजवळ जागीच थांबलेल्या अवस्थेत.

ओहायो फ्रेटर नंतर फार वेळ पाण्यावर राहिली नाही. टॉर्पेडो लागला तो क्षण सोडला, तर कुठेही दूर जाळ दिसला नाही, की कसला आवाज झाला नाही. पण तो दणका इतका प्रचंड असणार, की तिची पाठ मोडली असली पाहिजे, तिचा तळ उखडून निघाला असला पाहिजे– आणि त्यातच तिच्यावर फक्त रणगाडे आणि दारूगोळाच भरलेला होता. ती बुडाली, त्यातही एक प्रकारचा तोरा होता– अगदी चटकन ती पाण्याखाली गेली. शांतपणे, हूं की चूं न करता.

ती बुडाल्यानंतर *युलिसिस*च्या ब्रिजवर जी एक जडशीळ शांतता निर्माण झाली होती, तिचा भंग शेवटी टर्नरनं केला. त्यानं वळून दुसरीकडे पाहिलं, आणि वरून येत असलेल्या फ्लेअरच्या प्रकाशात त्याला झालेलं अपार दुःख स्पष्ट दिसत होतं.

'गुड बाय', तो स्वतःशीच पुटपुटला. 'गुड बाय. असं म्हणाला होता तो....थापाड्या कुठला...' त्यानं संतापानं मान हलवली, आणि कॅपॉक किडच्या खांद्याला स्पर्श केला. "डब्ल्यूटीला फोन कर." त्यानं जोरात म्हटलं. "*क्रायकिंग*ला मेसेज पाठव, की आम्ही निघून जाईपर्यंत त्या यू-बोटीचा पिच्छा सोडू नका."

"या सगळ्याचा शेवट अखेर कुठे होणार आहे?" ब्रुक्सचा चेहरा त्या प्रकाशात निश्चल आणि जड दिसत होता.

"देव जाणे! पाठीत सुरा खुपसणारे लोक मला मुळातच आवडत नाहीत– त्यातही तो शत्रू असेल तर अजिबातच नाही– ओ, मला माहीतेय, आपणही तेच तर करतो, पण मला जर माझ्याशी कोण लढतंय, त्याच्याकडे काय हत्यार आहे हे दिसलं, तर ते मला जास्त आवडतं–"

"दिसेल ना." कॅरिंग्टननं कोरड्या आवाजात मध्येच म्हटलं. "तुम्हाला *टिरपिट्झ* नक्कीच दिसेल. ती तशी मुळीच लपवण्यासारखी नाही."

टर्नरनं त्याच्याकडे वळून पाहिलं, आणि मग एकदम हसून त्याच्या दंडावर थाप मारली. मान वर करून तो वरच्या त्या आकाशाच्या तेजाळ सौंदर्याकडे बघू लागला. आता पुढचा फ्लेअर कधी सोडलेला दिसेल बरं, त्याच्या मनात विचार आला.

"तुझ्याकडे मिनिटभर वेळ आहे का, जॉनी?" कॅपॉक किडनं हळूच विचारलं. "तुझ्याशी जरा बोलायचंय."

"हो, जरूर." निकोल्सनं आश्चर्यानं त्याच्याकडे बघितलं. "एक मिनिट, दहा मिनिटं– *सिरस* जवळ येईपर्यंत मला काहीच काम नाही. काय झालं, अँडी?"

"एक सेकंद थांब." कॅपॉक किड टर्नरकडे गेला. "चार्टहाउसमध्ये जाऊन येऊ का, सर?"

"काड्याची पेटी आहे ना जवळ?" टर्नरनं उगाचच विचारलं. मग तो हसला.

“ओके, जा.”

कॅपॉक किडही फिकटसं हसला, आणि न बोलता निकोल्सचा दंड धरून त्याच्याबरोबर चार्टहाउसमध्ये गेला. तिथले दिवे लावून त्यानं खिशातून सिगारेटचं पाकीट बाहेर काढलं, आणि एक सिगारेट शिलगावली. निकोल्सनंही आपली सिगारेट त्याच काडीवर पेटवली. कॅपॉक किड शांतपणे त्याच्याकडेच बघत होता.

“तुला एक गोष्ट सांगू का, जॉनी?” मग त्यानं अचानक म्हटलं. “मला वाटतं माझ्यामध्ये स्कॉच रक्त असलं पाहिजे.”

“स्कॉच नाही, स्कॉट्स.” निकोल्सनं म्हटलं. “आणि भलतंच काहीतरी बोलू नकोस!”

“मला ना, मला आज ढगावर बसून उडत असल्यासारखं वाटतंय.” कॅपॉक किडनं जॉनी काय बोलला हे ऐकलेलंसुद्धा नव्हतं. तो शहारला. “का कोण जाणे – असं मला आधी कधीच वाटलेलं नव्हतं.”

“एवढंच ना, अपचनामुळे असणार.” निकोल्सनं चटकन विनोदानं म्हटलं. पण का कोण जाणे, त्याला कॅपॉक किडचा मूड आज काहीतरी वेगळाच वाटत होता.

“शक्य नाही.” कॅपॉक किडनं अर्धवट हसत आपली मान हलवली. “दुसरी गोष्ट अशी, की मी गेल्या दोन दिवसांत काहीही खाल्लेलं नाही. मी अगदी खरं तेच सांगतोय.” निकोल्स कुतूहलानं त्याच्याकडे बघत होता. भावना, गांभीर्य वगैरे गोष्टी कॅपॉक किडच्या कधी जवळपासही फिरकत नसत.

“आता आपली भेट पुन्हा होणार नाही.” कॅपॉक किडनं हळूच म्हटलं. “माझं एक काम करशील, जॉनी?”

“हा काय वेडेपणा लावलायस आज?” निकोल्स भडकला.

“तुला काय रे.”

हे ठेव तुझ्याजवळ.” कॅपॉक किडनं खिशातून एक कागदाचा तुकडा काढून निकोल्सच्या हातात कोंबला. “वाचता येतंय, त्यावर लिहिलेलं?”

“हो, येतंय.” निकोल्सनं आपला राग गिळला. त्या कागदावर एक नाव आणि पत्ता लिहिलेला होता– एका मुलीचं नाव आणि सरे भागातला पत्ता.

“अच्छा, हे नाव आहे तर तिचं.” त्यानं हळूच म्हटलं. “जुआनिता...हुआनिता.’ त्यानं स्पॅनिश पद्धतीप्रमाणे ते नाव व्यवस्थित उच्चारून बघितलं. “माझं आवडतं गाणं आणि माझं आवडतं नाव.” तो पुटपुटला.

“खरंच?”

कॅपॉक किडनं अधीरपणे म्हटलं. “खरंच? आणि माझंही आवडतं गाणं आणि नाव आहे ते.” तो क्षणभर थांबला. “जॉनी, समजा– यदाकदाचित...मी, अं...तू

जाशील ना तिला भेटायला?''

"अरे, काय बोलतोयस तू?'' निकोल्सला कसंसंच झालं. काहीशा अस्वस्थपणे, काहीशा खेळकरपणे त्यानं कॅपॉक किडच्या छातीवर थाप मारली. "हा सूट अंगावर असताना तर तू इथून पोहतसुद्धा मुरमान्स्कला जाशील, असं तूच शंभरदा म्हणालायस.''

कॅपॉक किड त्याच्याकडे बघून नुसतंच हसला. "हो, हो. मला माहितेय– तरी पण तू जाशील ना, जॉनी?''

"हो रे, जाईन मी!'' निकोल्सनं फटकन म्हटलं. "मी जाईन - आणि आता माझी जायची वेळ झालीय. चल!''

त्यानं दिवे बंद केले, दार उघडलं, आणि बाहेर पडायला पाऊल उचललं. मग त्याला काय वाटलं कोण जाणे, तो परत वळून चार्टहाउसमध्ये आला, आणि दार बंद करून त्यानं दिवे लावले. कॅपॉक किड जागचा हललेलाही नव्हता. तो शांतपणे त्याच्याकडे बघत बसून होता.

"सॉरी, अँडी.' त्यानं मनापासून म्हटलं. "मी आत्ता असा का वागलो, तेच कळत नाहीय –''

"चिडका स्वभाव, दुसरं काय?'' कॅपॉक किडनं हसत म्हटलं. "मला माहीतेय. मी बरोबर आहे आणि तुझं चुकतंय हे कबूल करायला कधीच आवडत नाही तुला!'' निकोल्सचा श्वास रोखला गेला. त्यानं क्षणभर डोळे मिटले. मग त्यानं आपला हात पुढे केला.

"ऑल द बेस्ट, वास्को.'' तो हसला खरा, पण हसणं फार जड गेलं त्याला. "आणि काळजी करू नकोस, मी भेटेन तिला. जर तुला– मी भेटेन तिला, हा माझा शब्द आहे. हुआनिता...पण तिथे जर मला तू दिसलास,'' उसनं अवसान आणून त्यानं कॅपॉक किडला धमकावलं, "तर मात्र –''

"थँक्स, जॉनी. थँक्स सो मच.'' कॅपॉक किड जवळजवळ आनंदलेला होता. "गुड लक, जॉनी...व्हाया कॉन दिऑस. ती मला असंच नेहमी म्हणायची. मी जॉइन व्हायच्या वेळी तिचा निरोप घेतला, तेव्हाही तिनं असंच म्हटलं होतं. व्हाया कॉन दिऑस.''

त्यानंतर अर्ध्या तासानं निकोल्सनं *सिरस*वर पोचून त्याचं काम सुरू केलेलं होतं.

पहाटेची वेळ होती. ०४.४५ वाजलेले होते. भयंकर थंडी होती, आणि उत्तरेकडून वाऱ्याची हलकी झुळूक येत होती. समुद्र आता प्रचंड खवळलेला होता, एकामागून एक मोठमोठ्या लाटा उसळत होत्या, आणि आधीच भरपूर नुकसान झालेल्या– आणि शिवाय अंगावर प्रचंड प्रमाणात बर्फ जमलेल्या *सिरस*ला जीव नकोसा झालेला होता. अजूनही आकाश निरभ्र होतं. प्रेमात पडावं इतकं सुंदर आणि स्वच्छ दिसत

होतं ते, आणि चांदणं पुन्हा दिसू लागलेलं होतं. कारण नॉर्दर्न लाइट्सचं तेज आता मावळत होतं. लागोपाठ पाचवा फ्लेअर वरून झुलतझुलत खाली येत होता.

आणि बरोबर ०४.४५ वाजता त्यांना दूरवर दक्षिणेला तोफांचे गडगडाट ऐकू आले– त्याआधी मिनिटभरापूर्वीच त्यांना दक्षिण क्षितिजावर, अगदी टोकावर एक झळाळता फ्लेअर दिसला होता. तिकडे काय चाललं असेल याबद्दल कोणाच्याही मनात अंधूकशीही शंका नव्हती. अजूनही त्या भटक्या यू-बोटीच्या मागे असलेल्या व्हायकिंगवर– अर्थात, ती त्या यू-बोटीला काहीही करण्याच्या परिस्थितीत नव्हती हा भाग वेगळ– प्रचंड हल्ला होत होता. आणि हा हल्लाही फार कमी वेळ चालला असला पाहिजे आणि अत्यंत जोरदार असला पाहिजे; कारण फायरिंग सुरू झाल्याबरोबर जवळजवळ लगेच बंदही झालं.

डब्ल्यूटीवरही कसलाही संदेश आला नाही. *व्हायकिंग*चं काय झालं हे कुणालाही कधीही समजलं नाही, कारण तिच्यावरचं कोणीही वाचलं नाही.

व्हायकिंगवरच्या हल्ल्याच्या तोफांच्या आवाजांचे प्रतिध्वनी हवेत विरतात न विरतात तोच कॉन्डॉर विमानाच्या इंजिनांचा कर्णकर्कश आवाज ऐकू येऊ लागला – विमान प्रचंड वेगात, उथळ सूर मारत असलं पाहिजे असं त्या आवाजावरून लक्षात आलं. साधारण पाच-दहा सेकंद – हा वेळ यापेक्षा जास्त असल्यासारखा वाटला, पण काफिल्यातल्या कोणत्याही तोफांना त्या विमानाचा अचूक पाठलाग करण्यासाठी तो अपुरा होता– ते प्रचंड विमान स्वतःच सोडलेल्या फ्लेअरच्या खालून उडत होतं, आणि मग ते निघून गेलं.

त्या विमानाच्या मागच्या बाजूला आकाशानं एकाएकी डोळे आंधळे करणारा प्रकाश फेकत पेट घेतला– एकाच वेळी फेकलेल्या अनेक फ्लेअर्सचा तो प्रकाश इतका तेजस्वी होता, की भर दुपारचा सूर्यही त्याच्यापुढे निस्तेज वाटला असता. कोणालाही त्या प्रकाशाकडे बघणं शक्य नव्हतं, आणि सगळ्यांनी आपोआपच मिटून घेतलेले डोळे उघडण्याआधीच शत्रूच्या बॉम्बर विमानांनी प्रकाशाचं ते वर्तुळ भेदून जहाजांपर्यंत येऊन हल्ला चढवायला सुरुवातही केलेली होती. नेमकं काय होतंय हे लक्षात यायलासुद्धा कुणाला वेळ मिळाला नाही. शत्रूची मार्कर विमानं आणि प्रत्यक्ष हल्ला करणारी बॉम्बर विमानं यांच्यातलं अचूक टायमिंग आणि समन्वय तर दाद देण्यासारखा होता.

पहिल्या लाटेत बारा विमानं होती. पूर्वीसारखा या वेळी कोणत्याही एका टार्गेटवर हल्ला रोखलेला नव्हता. एका जहाजावर जास्तीत जास्त दोन विमानं हल्ला करत होती. टर्नर हे सगळं *युलिसिस*च्या ब्रिजवरून बघत होता. *युलिसिस*च्या पहिल्या तोफेनं प्रतिकार सुरू करण्याआधीच ती विमानं आकाशातून खाली सरळ सूर मारून लगेच समांतर होताना त्याला दिसत होती. हा वेग, हल्ल्याची पद्धत

आणि विमानांचे आकार त्याला चांगलेच ओळखीचे वाटत होते– आणि मग अचानक त्याच्या लक्षात आलं, आणि त्याच्या काळजात चर्रर झालं. ती हाइन्केल विमानं होती– हाइन्केल १११ विमानं! आणि त्याला पक्कं ठाऊक होतं, की हाइन्केल विमानांमध्ये त्याला ज्या शस्त्रांची सगळ्यात जास्त धास्ती वाटत असे, ती शस्त्रं असायची– ग्लायडर बॉम्ब!

आणि नंतर पुढच्याच क्षणी, जणूकाही त्यानं एक मास्टर स्विच दाबावं, तशा *युलिसिस*वरच्या सगळ्याच्या सगळ्या गन्स एका झटक्यात आग ओकू लागल्या. एकाएकी वातावरण धूर, जळत्या कॉर्डाइटच्या वासानं, प्रचंड आवाजांनी भरून गेलं. आणि एका क्षणात टर्नर मनातल्या मनात बेहद्द खूष झाला... 'मरोत ती विमानं आणि त्यांचे ते ग्लायडर बॉम्ब,' त्याच्या मनात आलं. 'हे असं थेट, समोरासमोरचं युद्ध हेच खरं, हेच खेळायला मला सगळ्यात जास्त आवडतं. उंदीर-मांजराचा खेळ, यू-बोटींबरोबरचा लपंडाव, त्या काय करतील हे आधी ताडणं, हे युद्धच नव्हे. मला समोर शत्रू दिसतोय, तो काय करतोय हे स्पष्ट दिसतंय, आणि मी सच्च्या शिपाईगड्यासारखा त्याला ठार मारण्यासाठी पराक्रमाची शर्थ करतोय.... हे खरं युद्ध! आणि मला पक्कं माहीतेय, की माझ्या *युलिसिस*वरचे शूर नौसैनिक शक्य असेल तर अजूनही त्याला खलास करतील. आणि आता माझ्या– हो, हो, आता ते माझे सैनिक आहेत– सैनिकांच्या मनोवृत्तीत जो आमूलाग्र बदल झालाय, त्याला योग्य दिशा दिली, की झालं काम! आता त्यांना स्वतःच्या जिवाची पर्वा राहिलेली नाहीय, त्यांनी भयाची ती अदृश्य सीमा ओलांडलीय, आणि त्यांच्या लक्षात येऊन चुकलंय, की त्या सीमेपलीकडे काहीच नाही, आणि आता ते त्यांच्या गन्स अव्याहत चालवत राहतील– एकतर ते मरेपर्यंत, किंवा शत्रू मरेपर्यंत!'

पहिलं हाइन्केल हवेतच नष्ट झालं, आणि तेही नेमकं 'एक्स' टरेटच्या हातून. याच 'एक्स' टरेटनं आधी ते कॉन्डॉर पाडलं होतं आणि त्यात तिथले सगळे नौसैनिक खलास झाले होते, आणि आता इकडून-तिकडून जमा केलेले लोक ते चालवत होते– तेही संख्येनं अपुरे होते. पहिल्या विमानाच्या उडालेल्या अवशेषांपासून बचाव करण्यासाठी मागून येणारं दुसरं हाइन्केल झपाट्यानं वर चढलं, पुढच्याच क्षणी चटकन खाली आलं, आणि *युलिसिस*पासून अगदी थोड्या अंतरावरून पुढे जाऊन पुन्हा हल्ला करायला परत मागे वळलं. *युलिसिस*वरच्या कोणत्याच गनला हे अपेक्षित नव्हतं. पुन्हा नेम बदलून तोफांची तोंडं त्या विमानावर रोखण्यात काही सेकंदांचा अमूल्य वेळ गेला– पण त्या हाइन्केलसाठी तो एकदम पुरेसा होता. ६० अंशाच्या कोनात ते झपाट्यानं जहाजाकडे आत आलं, आणि बॉम्ब सोडून ते आणखी वेग वाढवून पळूनही गेलं. तोपर्यंत सगळ्या तोफांनी त्याच्यावर सरबत्ती सुरू केलेली होती, पण ते सहीसलामत निसटून गेलं.

त्यानं सोडलेला तो ग्लायडर बॉम्ब बराच उंचावर होता, पण तितकी उंची *युलिसिस*ला वाचायला पुरेशी नव्हती. तो हवेत हेलकावला, मग स्थिर झाला, आणि तोफांच्या धुराच्या लोटांमधून तरंगत पुढे, खाली येत *युलिसिस*वर आदळला. भयंकर मोठा स्फोट झाला. *युलिसिस* पार वरपासून तळापर्यंत जोरानं हादरली, आणि डेकवर असलेले सगळे जणू जवळजवळ बहिरे झाले.

ब्रिजवरून मागे बघत असलेल्या टर्नरला हे सगळं दिसलं. एक क्षणभर त्याला वाटलं, की जहाज यातून वाचणं केवळ अशक्य आहे. तो स्वतः एक एक्स टॉर्पेडो ऑफिसर होता, स्फोटक पदार्थांमधला तज्ज्ञ होता. हाय एक्सप्लोझिव्ह पदार्थांमुळे किती नुकसान होऊ शकतं, याचा अंदाज करण्याचा उत्तम अनुभव आणि ज्ञान त्याच्याकडे होतं; पण त्यानंसुद्धा इतका भयानक, इतका संहारक स्फोट इतक्या जवळून कधी बघितलेला नव्हता. या ग्लायडर बॉम्ब्सची त्याला प्रचंड धास्ती वाटत होती, पण हा स्फोट त्याच्या सगळ्यात मोठ्या अंदाजापेक्षाही दुप्पट-तिप्पट मोठा आणि शक्तिशाली होता.

पण टर्नरला एका गोष्टीची कल्पना नव्हती; आपण जो ऐकला तो एक स्फोट नसून दोन, जवळजवळ एकत्रच झालेले ते दोन स्फोट होते, हे त्याला माहीत नव्हतं. दोन स्फोट झाले होते, आणि दोन्ही इतके पाठोपाठ झाले होते, की तो आवाज एकाच स्फोटाचा असल्यासारखा भासला होता. वरून पडलेला ग्लायडर बॉम्ब एका चमत्कारिक योगायोगानं थेट डावीकडच्या टॉर्पेडो ट्यूब्जवर पडला होता, आणि त्या वेळी त्या टॉर्पेडो ट्यूब्जमध्ये फक्त एकच टॉर्पेडो होता– बाकीचे दोन टॉर्पेडो *व्हायचुरा*ला बुडवण्यासाठी वापरले गेले होते– आणि टॉर्पेडोच्या वॉरहेडमध्ये असलेलं अमाटॉल हे स्फोटक द्रव्य सामान्यतः अत्यंत स्थिर, निष्क्रिय असतं; टॉर्पेडो वरून खाली पडला तरी या अमाटॉलचा स्फोट होत नाही: पण त्या बॉम्बचा स्फोट टॉर्पेडोपासून फारच जवळ झाला होता, त्यामुळे त्या टॉर्पेडोचाही स्फोट होणं अपरिहार्य होतं.

या दुहेरी स्फोटामुळे जहाजाचं झालेलं नुकसान प्रचंड होतं, पण ते जीवघेणं मात्र नव्हतं. *युलिसिस*ची ती बाजू पूर्णपणे उघडी झाली होती– पार पाण्याच्या रेषेपर्यंत, टॉर्पेडो ट्यूब्ज नष्ट झाल्या होत्या, डेक्सवर ठिकठिकाणी भगदाडं पडली होती, धुराड्याचं केसिंग फाटलं होतं, प्रत्यक्ष धुराडंही उजवीकडे कललं होतं; पण स्फोटाची ऊर्जा सगळ्यात जास्त प्रमाणात मागच्या बाजूला गेली होती, त्यामुळे बऱ्याच प्रमाणात ती बाहेर उघड्या समुद्रावर फेकली गेली होती. मागच्या बाजूची गॅली– किचन – आणि कँटीन, यांचं आधीच प्रचंड नुकसान झालेलं होतं, पण आता मात्र ती जवळजवळ उद्‌ध्वस्तच झाली होती.

स्फोटाची धूळ आणि उडालेले अवशेष खाली बसेपर्यंत शेवटचं हाइन्केल

विमान समुद्राच्या लाटांना स्पर्श करण्याइतक्या कमी उंचीवरून, वेडीवाकडी वळणं घेत, पाठलाग करणाऱ्या ट्रेसर्सच्या सरींपासून जीव वाचवत पळून जात होतं. आली तशी सगळी विमानं निघूनही गेली, आणि मागे उरली ती कानठळ्या बसवणारी शांतता, आळसटपणानं तरंगत खाली येऊन पाण्यात विझत असलेले फ्लेअर, *युलिसिस*मधून वर जात असलेले धुराचे प्रचंड लोट, भयंकर जायबंदी झालेल्या स्टर्लिंगमधून आणि एका टँकरमधून आकाशात उठणारा प्रचंड धूर.

पण एवढ्या हल्ल्यानंतरही एफआर ७७ मधल्या एकाही जहाजाचा वेग कमी झालेला नव्हता, की एखादं जहाज थांबलं नव्हतं. आणि सगळ्यांनी मिळून पाच हाइन्केल विमानं खलास केली होती. 'विजय मिळाला खरा– याला विजय असं कुणी म्हणत असलं तर– पण बरीच किंमतही मोजावी लागली काफिल्याला', टर्नरनं मनात म्हटलं. पण त्याला पक्कं ठाऊक होतं, की ती हाइन्केल विमानं परत येतील. शत्रूच्या नॉर्वेमधल्या हायकमांडमध्ये झालेली चिडचिड, दुखावलेला स्वाभिमान वगैरेची कल्पना करणं काही अवघड नव्हतं. कारण टर्नरच्या माहितीत तरी रशियाला युद्धसाहित्य घेऊन जाणारा कोणताही जहाजांचा काफिला रशियाच्या उत्तर बाजूकडून इतका जवळ पोचलेला नव्हता.

रायलेनं आपला एक अवघडलेला पाय समोर फिरत असलेल्या शाफ्टमध्ये जाणार नाही अशा बेतानं जरा सरळ केला. टनेलची भिंत आणि त्याचा खांदा यांच्यामध्ये डोकं विसावून झोपलेल्या इंजिनिअर-कमांडर डॉडसनला जाग येऊ नये म्हणून त्यानं काळजीपूर्वक हालचाल करत बॉल बेअरिंगवर आणखी थोडं ऑइल ओतलं. त्यानं हात मागे घेतला, पण तेवढ्या हालचालीनंही डॉडसनला जाग आली. त्यानं आपले जडावलेले, जवळजवळ चिकटलेले डोळे उघडले. "माय गॉड, रायले!" त्यानं कंटाळलेल्या आवाजात म्हटलं. "तू अजूनही इथेच?" बऱ्याच वेळानंतर - किंबहुना काही तासांनंतर- प्रथमच त्या दोघांपैकी कोणीतरी बोललं होतं.

"मी इथे आहे हेच मुळात किती चांगलं आहे!" रायले गुरगुरला. त्यानं बेअरिंगकडे मानेनं निर्देश केला. "इथे एखादा फायर होज आणणं म्हणजे किती जिकिरीचं काम आहे!" आपण हे बरोबर बोललो नाही, रायलेला चांगलंच ठाऊक होतं. तो आणि डॉडसन आळीपाळीनं अर्धा-अर्धा तास झोपत होते आणि बेअरिंगमध्ये ऑइल ओतत होते. पण आपल्याला काहीतरी टोचेल असं बोलत राहिलं पाहिजे, असं त्याला वाटत होतं. डॉडसनशी असं चिडून वागत राहणं त्याला हळूहळू जड जात चाललेलं होतं.

डॉडसनलाही हे जाणवत होतं. तो स्वतःशीच हसला, पण काहीच बोलला नाही. मग तो खाकरला, आणि जणू स्वतःशीच बोलत असल्यासारखं त्यानं

म्हटलं, "ती *टिरपिट्झ* फार वेळ घेतेय इकडे यायला, नाही?"

"हो, सर." रायलेनं अस्वस्थपणे म्हटलं. "केव्हाच यायला हवी होती लेकाची!" "आपण जरी तिला नुसतंच *टिरपिट्झ* असं म्हणत असलो, तरी तिचं खरं नाव आहे *ॲडमिरल फॉन टिरपिट्झ...*

"हा वेडेपणा बंद का करत नाहीस, रायले?" रायलेनं नुसताच एक हुंकार दिला. तो काहीच बोलला नाही. डॉडसननं एक सुस्कारा सोडला, आणि मग एकदम काहीतरी आठवल्यासारखा त्याचा चेहरा उजळला.

"थोडी कॉफी घेऊन ये, रायले, फार तहान लागलीय!"

"मी नाही जाणार." रायलेनं स्पष्टच म्हटलं. "तुम्हीच जा."

"निदान मदत म्हणून तरी आण, रायले...बरं, माझ्यावर उपकार म्हणून तरी आणशील?"

"ओ हो, बरं, आणतो." रायले चेहरा वाकडातिकडा करत कसाबसा उठला.

"कुठे मिळेल? इंजिनरूममध्ये हवी तेवढी मिळेल."

"तिथले लोक जे काही पीत असतील, ती कॉफीच असेल, थंडगार पाणी नाही. मला मात्र कॉफीच आण बरं का, पाणी नको." डॉडसन शहारला.

थर्मास फ्लास्क उचलून रायले पॅसेजमधून अडखळत निघाला. तो दहा पावलं गेला असेलनसेल, इतक्यात *युलिसिस* हादरली– तिच्यावरच्या मोठ्या तोफांनी सरबत्ती सुरू केल्यामुळे ती हादरली होती. त्यांना वर काय चाललंय याची कल्पना नव्हती, पण ही हवाई हल्ल्याची सुरुवात होती.

डॉडसननं टनेलच्या भिंतीचा आधार घेऊन स्वतःला सावरलं. रायलेनंही तसंच केल्याचं त्याला दिसलं. मग रायले किंचित थबकला आणि अडखळत, तोल सावरत घाईघाईनं पुढे पळू लागला. त्याच्या त्या पळण्यात डॉडसनला काहीतरी वेगळं जाणवलं. पुन्हा एकदा *युलिसिस* हादरली, आणि दूर जात असलेली रायलेची आकृती आणखी जोरात पळू लागली : एखाद्या मोठ्याथोरल्या, गोंधळलेल्या खेकड्यासारखी... 'बरोबर, गोंधळलाय हा,' डॉडसनच्या लक्षात आलं. 'बिचाऱ्याची काहीच चूक नाही, त्याला कसा दोष देणार? मलासुद्धा इथे वेगवेगळे भास होताहेत.' पुन्हा एकदा तो संपूर्ण टनेल हादरला – 'हे 'एक्स' टरेट असणार. बरोबर वरच्या बाजूला आहे ना ते. बरं झालं, हा रायले गेला.' डॉडसन स्वतःशीच हसला. 'आता काही हा परत येणार नाही– इतकाही काही सुधारलेला नाहीय हा.' थकून डॉडसन टनेलच्या भिंतीला टेकून स्वस्थ बसला. 'चला, निदान आता तरी मी एकटा आहे,' असं मनात म्हणत तो सुटकेच्या भावनेची वाट बघू लागला. पण ती काही आली नाही. त्याऐवजी आली ती बुचकळ्यात पडल्याची आणि एकटेपणाची भावना, आणि एक प्रकारची विचित्र निराशा.

एका मिनिटाच्या आतच रायले परत आला. तसाच घाबरलेल्या खेकड्यासारखा पळत, हातात एक थर्मास आणि कप घेऊन, आणि तोल गेला की शिव्या हासडत, धापा टाकत तो डॉडसनशेजारी बसला, आणि त्यानं एका कपात कॉफी ओतली.

"तू परत कशाला आलास?" डॉडसननं तुसड्या स्वरात म्हटलं. "तू जा इथून –"

"तुम्हाला कॉफी हवीय ना?" रायलेनंही जोरात म्हटलं. "घ्या. आणलीय. प्या आता."

त्याच क्षणी तो स्फोट झाला आणि डाव्या बाजूच्या टॉर्पेडो ट्यूब्जमधल्या स्फोटाच्या प्रतिध्वनींनी तो टनेल भरून गेला, आणि त्या हादऱ्यानं ते दोघंही एकमेकांवर आदळले. कॉफीचा संपूर्ण कप डॉडसनच्या पायावर सांडला. त्याचं मन इतकं थकलेलं होतं, प्रतिक्रिया इतक्या मंदावलेल्या होत्या, की आधी तर त्याला आपल्याला प्रचंड थंडी वाजतेय असंच वाटलं. ती उकळती कॉफी थेट त्याच्या कपड्यांमधून आत गेलेली होती, पण त्याला भाजल्याचंही जाणवलं नाही, आणि पँट ओली झाल्याचंही जाणवलं नाही. त्याचे दोन्ही पाय गुडघ्यांपासून खाली पूर्णपणे बधिर झालेले होते. मग त्यानं जोरजोरात डोकं हलवलं आणि रायलेकडे बघितलं. "ओ गॉड! हे काय झालं? काय चाललंय तरी काय? तू -?"

"काही माहीत नाही. काय झालंय ते विचारायला थांबलो नाही मी." रायलेनं मात्र बसून मस्तपैकी हातपाय ताणले, आणि आपल्या कॉफीच्या कपात फुंकर मारली. मग त्याच्या डोक्यात एक छान विचार आला, आणि त्याच्या चेहऱ्यावर हसू पसरलं.

"*टिरपिट्झ* आली असणार बहुतेक." त्यानं मोठ्या आशेनं म्हटलं.

त्या भयानक रात्रीत तीन वेळा जर्मन विमानं अल्टा फ्योर्डच्या विमानतळावरून उडाली. खवळलेल्या आर्क्टिक समुद्रावरून कडाक्याच्या थंडीत, काळोखात उत्तर-उत्तर-पश्चिमेकडे जात त्यांनी एफआर ७७ काफिल्याचे फाटकेतुटके अवशेष शोधायचे प्रयत्न केले. अर्थात, हा शोध फार अवघड होता असंही नव्हे– ते कॉन्डॉर रात्रभर काफिल्याबरोबरच राहिलं. काफिल्यानं त्याला चुकवायचे हर तऱ्हेचे प्रयत्न करूनही ते जमलं नाही. त्या विमानात बहुतेक त्या भयंकर फ्लेअर्सचा प्रचंड साठा असला पाहिजे; किंबहुना त्यांच्याकडे दुसरं काही नसण्याचीच शक्यता जास्त होती. आणि मग शत्रूच्या बॉम्बर विमानांचं काम एकदमच सोपं झालं. फक्त त्या फ्लेअर्सच्या दिशेनं जात राहायचं, की सापडला काफिला.

पहिला हल्ला– हा साधारण ०५.४५ च्या सुमाराला झाला– खास परंपरागत बॉम्बहल्ला होता, साधारण ३,००० फूट उंचीवरून केलेला. ही विमानं बहुतेक डॉर्निअर

जातीची असावीत, पण नक्की सांगणं कठीण होतं. कारण ती खाली येत असलेल्या तीन फ्लेअर्सच्या एका घोळक्याच्या वर, उंचावर उडत होती. हल्ला म्हणून विचार केला, तर हा हल्ला फारशा उत्साहानं केलेला दिसला नाही. आणि ते समजण्यासारखंही होतं; कारण काफिल्यामधून झालेली सरबत्ती तशीच जबरदस्त होती.

पण या हल्ल्यात दोन बॉम्ब थेट लागले. एक बॉम्ब एका मालवाहू जहाजावर पडला, आणि त्याचा जवळजवळ सगळा फोरकॅसल उद्ध्वस्त झाला. दुसरा बॉम्ब *युलिसिस*वर पडला. तो फ्लॅग डेक आणि ॲडमिरलच्या केबिनमधून तसाच खाली गेला, आणि सिक बेच्या अगदी मधोमध फुटला. सिक बेमध्ये सगळ्याच प्रकारच्या जखमी लोकांची भरपूर गर्दी होती, आणि त्यातल्या बऱ्याच लोकांना हा बॉम्ब म्हणजे देवानं दयावंत होऊन पाठवलेली देणगीच वाटली असेल, कारण *युलिसिस*वरची सगळी वेदनाशामक औषधं केव्हाच संपलेली होती. सिक बेमध्ये त्या वेळी असलेलं कोणीही वाचलं नाही. मरण आलेल्या लोकांमध्ये टॉर्पेडो ऑफिसर मार्शल, लीडिंग एसबीए जॉन्सन, तासाभरापूर्वीच टॉर्पेडो ट्यूबच्या तुकड्यामुळे लहानशी जखम झालेला मास्टर-ॲट-आर्म्स, त्या रात्रीच्या प्रचंड वादळात डोक्याला गंभीर दुखापत होऊन वेडा झालेला बर्गेस, 'वाय' मॅगझिनच्या हॅचकव्हरमुळे पार्श्वभागाची हाडं मोडलेला ब्राउन, आणि फ्युएल ऑइल फुप्फुसात साचल्यामुळे मरणोन्मुख झालेला ब्रिअर्ली, असे बरेच जण होते.

याच स्फोटात *युलिसिस*वरची टेलिफोन संपर्कयंत्रणा बव्हंशी खलास झाली. ब्रिज आणि गन्स, ब्रिज आणि इंजिनरूम यांना जोडणारे फोन, आणि स्पीकिंग ट्यूब्ज सोडल्या तर जहाजावरची संपूर्ण संपर्कयंत्रणा नष्ट झाली.

दुसरा हल्ला सकाळी ७ वाजता झाला : फक्त सहा विमानं– ही पुन्हा हाइन्केल विमानंच होती- ग्लायडर बॉम्ब घेऊन हल्ला करायला आली. त्यांना हल्ल्याबद्दल अत्यंत कडक सूचना दिल्या असणार, हे उघड होतं; कारण त्यांनी मालवाहू जहाजांकडे बघितलंसुद्धा नाही. हल्ल्याचा संपूर्ण रोख त्यांनी फक्त लढाऊ जहाजांवरच केंद्रित केला. पण शत्रूला हा हल्ला चांगलाच महागात पडला: फक्त एकाच बॉम्बनं लक्ष्यवेध केला– *स्टर्लिंग*– पण त्या बदल्यात त्याची सहांपैकी चार विमानं नष्ट झाली. या बॉम्बमुळे *स्टर्लिंग*वरच्या दोन्ही गन्स मात्र दुर्दैवानं खलास झाल्या.

लालबुंद डोळे झालेल्या, त्या थंडीतही डोक्यावर कॅप वगैरे काहीही नसलेल्या टर्नरला, *युलिसिस*च्या ब्रिजवर अस्वस्थपणे येरझारा घालताना पराकोटीचं आश्चर्य वाटत होतं, की *स्टर्लिंग* अजून पाण्यावर कशी? आणि ती अजूनही इतका कडवा प्रतिकार कशी करतेय? आणि आपलं हे जहाज– याला जहाज म्हणणंसुद्धा धाडसाचं होईल या क्षणी; खरंतर हे आता तरंगतं स्क्रॅपयार्डच जास्त वाटतंय– अजूनही इतक्या खवळलेल्या समुद्राला तोंड देत झपाट्यानं चाललंय. मोडलेली, जळती, जवळजवळ

उद्ध्वस्त झालेली क्रूझर जहाजं टर्नरला नवीन नव्हती. असल्याच रशियाला जाणाऱ्या ताफ्यांमधली *त्रिनिदाद, एडिंबरा* यांच्यासारखी क्रूझर जहाजं अक्षरशः शत्रूनं बदडून काढलेली त्यानं पाहिली होती. पण *युलिसिस*, आणि जी केव्हाच मोडीत काढायला पाहिजे होती अशी *स्टर्लिंग*, यांच्यासारखी, निसर्गाकडून आणि शत्रूकडून इतका भयंकर मार खाऊनही जिवंत राहिलेली जहाजं त्यानं कधीच बघितली नव्हती. तो स्वतः त्यांतल्या एका जहाजावर होता म्हणून, नाहीतर ही गोष्ट त्याला जर नुसतीच कुणी सांगितली असती, तर त्यानं त्या माणसालाच उलट वेड्यात काढलं असतं.

तिसरा हल्ला पहाटेच्या थोडा वेळ आधी झाला. आर्क्टिक भागातल्या त्या खास करड्या रंगाच्या अर्धवट उजेडाच्या वेळी पंधरा हाइन्केल १११ विमानं ग्लायडर बॉम्ब घेऊन आली. हा हल्ला मात्र शत्रूनं कमालीच्या शौर्यानं आणि निश्चयानं केला. याही वेळी हल्ल्याचा संपूर्ण रोख फक्त क्रूझर जहाजांवरच होता, आणि त्यातही सगळ्यात जास्त *युलिसिस*वर. पण या हल्ल्यानं *युलिसिस*वरची उरलीसुरली माणसं गांगरून गेली नाहीत, की त्यांनी स्वतःच्या दुर्दैवाला शिव्या दिल्या नाहीत. निकोल्सनं ज्यांना चालतीबोलती प्रेतं म्हटलं होतं, ती ही भुकेली, उपाशी, जखमी, काकडलेली, धड झोप नसलेली, कल्पनेपलीकडे थकून गेलेली माणसं. त्यांनी तर उलट शत्रूचं दोन्ही बाहू पसरून आनंदानं स्वागत केलं. हो, शत्रू तुमच्याकडे आला नाही, तर त्याला मारणार कसं? भय, चिंता, आपण मरणार ही जवळजवळ खात्री या सगळ्या गोष्टी आता उरलेल्याच नव्हत्या. मातृभूमी, घर, कुटुंब, बायका, मैत्रिणी, मुलंबाळं, सगळी आता फक्त नावं उरलेली होती. मनात आली, आठवली, आणि वाऱ्यावर उडून गेली. व्हॅलेरीनं मरण्यापूर्वी म्हटलं होतं, 'त्यांना सांग, की ते नसते तर मी कामच करू शकलो नसतो, देवानं एखाद्या जहाजाच्या कॅप्टनला दिलेली ही सर्वोत्तम माणसं आहेत.' आता सगळ्यांच्या दृष्टीनं अर्थ उरला होता, तो फक्त या एका वाक्याला. एका अशा अत्यंत सहृदयी, सद्गुणी माणसाचं ते शेवटचं वाक्य होतं, की ज्यानं त्यांना प्रवासात अर्धवट सोडून जात असल्याबद्दल त्यांची मनोमन माफी मागितली होती. हा माणूस इतक्या सहज त्यांच्या आयुष्यामध्ये मिसळून गेला होता, की त्यांनासुद्धा त्याची उणीव, त्याचा स्वभाव, त्याचे गुण त्याच्या मृत्यूनंतर प्रकर्षानं जाणवले होते. आणि त्यामुळे जहाजावरची माणसं जिवाची तमा न बाळगता फक्त वेगानं आपली कामं करत होती. तोफगोळे उचलणं, ते गनमध्ये लोड करणं, नेम धरणं, ट्रिगर दाबणं. बाकी कशाची त्यांना ना जाणीव होती, ना फिकीर होती. त्यांना फक्त त्यांच्या लाडक्या व्हॅलेरीसाहेबांचा चेहरा दिसत होता, आणि त्यांच्या मृत्यूचा बदला घ्यायचा होता. व्हॅलेरीनं त्यांची माफी मागितली होती, तशी त्यांना त्यांची उलट माफी मागायची वेळ येऊ द्यायची नव्हती. चालतीबोलती प्रेतं होती खरी ती; पण एका ध्येयानं पेटलेली होती. ते ध्येय

समोर दिसत होतं, आणि आपण तिथे पोचू अशी पक्की खात्री त्यांना होती, त्यामुळे आता ते सगळे जण देहभान विसरून लढत होते...

हल्ल्याचा पहिला भाग *स्टर्लिंग*वर करण्यात आला. दोन हाइन्केल विमानं अत्यंत वेगानं उथळ सूर मारताना टर्नरला दिसली– विशेष म्हणजे, दोन्ही विमानं *स्टर्लिंग*वरून अत्यंत जवळून केलेल्या तुफान सरबत्तीमधूनही वाचली. उशिरानं फुटणारे आणि चिलखत भेदणारे दोन्ही बॉम्ब *स्टर्लिंग*च्या बरोबर मधल्या भागात, डेक लेव्हलच्या थोडेसे खाली पडले, आणि जहाजाच्या पोटात खोल जाऊन फुटले - एक बॉयलर रूममध्ये, तर दुसरा इंजिनरूममध्ये. नंतर आलेल्या तीन बॉम्बर विमानांवर फक्त स्टर्लिंगच्या पॉम-पॉम गन्स आणि लुईस गन्सनीच फायरिंग केलं. पुढच्या बाजूच्या मुख्य तोफा बंद पडलेल्या होत्या. काय झालं असेल हे टर्नरच्या लक्षात आलं : त्या बॉम्बच्या स्फोटांमुळे टरेट्सना लागणारी विजेची शक्ती * मिळणं थांबलेलं होतं. हा लहानसा प्रतिकार त्या बॉम्बर विमानांनी लीलया– जवळजवळ तुच्छतेनंच म्हटलं तरी चालेल– दूर सारला, आणि प्रत्येक बॉम्ब लक्ष्यावर अचूक लागला.

टर्नरला दिसलं की *स्टर्लिंग*ला प्राणांतिक जखमा झालेल्या आहेत. तिला पुन्हा प्रचंड आग लागलेली होती, आणि ती उजव्या बाजूला मोठ्या प्रमाणात कललेली होती.

तेवढ्यात विमानांचा वेगानं वाढत चाललेला आवाज ऐकून टर्नर एकदम वळून आपल्या जहाजाकडे बघू लागला. पहिल्या लाटेत पाच विमानं येत होती, आणि प्रत्येक विमान वेगवेगळ्या उंचीवर आणि वेगवेगळ्या कोनात उडत होतं- *युलिसिस*चा विमानविरोधी प्रतिकार विभागण्यासाठीच शत्रूच्या विमानांनी ही चाल रचली होती, हे उघड होतं; पण प्रत्येक विमानाचा रोख *युलिसिस*च्या मागच्या भागावर होता. इतका

---

*''एका प्रचंड स्फोटामुळे, किंवा एखाद्या विशिष्ट ठिकाणी झालेल्या अनेक स्फोटांमुळेसुद्धा एखाद्या मोठ्या जहाजामधील सर्वच्या सर्व डायनॅमो नष्ट होणं किंवा काम करेनासे होणं, किंवा जहाजामध्ये सर्वत्र वीज फिरवणाऱ्या रिंग मेनचे सर्व भाग तोडणं जवळजवळ अशक्य असतं. जेव्हा एखाद्या डायनॅमोची किंवा रिंग मेनमधल्या त्याच्याशी संबंधित भागाची हानी होते, तेव्हा त्यांना जोडणारे सर्व फ्यूज आपोआपच उडतात आणि अशा रीतीनं तो हानी झालेला भाग वेगळा पाडला जातो. अर्थात, तत्त्वतः. प्रत्यक्षात मात्र हे असंच नेहमी घडेल असं नाही. कदाचित फ्यूज उडणार नाहीत आणि मग ती संपूर्ण यंत्रणाच निकामी होते. अशी एक अत्यंत जबरदस्त वदंता होती, की रॉयल आरमाराचं किमान एक मोठं, प्रमुख जहाज निकामी होण्याचं एकमेव कारण असं होतं, की त्या जहाजातले डायनॅमो फ्यूज रिलीज स्विचेस– जवळजवळ ८०० अँपिअरचे फ्यूज- उडालेच नाहीत, आणि त्यामुळे त्या जहाजाला स्वतःचं रक्षण करायला वीजच मिळाली नाही)

प्रचंड धूर आणि आवाज होता, की टर्नरला बऱ्याच गोष्टी तुकड्या तुकड्यांनीच लक्षात आल्या. अचानक वातावरण ग्लायडर बॉम्ब आणि विमानांमधल्या तोफांच्या प्रचंड फायरिंगच्या आवाजांनी भरून गेलं. एक बॉम्ब मागच्या धुराड्याच्या किंचितसा पुढे आणि अगदी जवळ, हवेतच उडाला, आणि त्या बॉम्बच्या जीवघेण्या कपच्यांची एक भलीमोठी वावटळ संपूर्ण बोट-डेकवरून गेली : सगळ्याच्या सगळ्या ऑर्लिकॉन गन्स आणि पॉम-पॉम गन्स तत्क्षणीच थंडावल्या. त्या चालवणारी सगळी माणसं कपच्यांना आणि प्रचंड धडाक्याच्या धक्क्याला बळी पडली. आणखी एक बॉम्ब डेक आणि इंजिनिअर्स फ्लॅटमधून खाली घुसला आणि त्यामुळे डब्ल्यूटी ऑफिस उद्‌ध्वस्त झालं. उरलेले जे दोन बॉम्ब जहाजावर पडले, त्यांनी थेट 'एक्स' गन-डेक आणि 'एक्स' टरेट खलास केलं. टरेट वरून आणि बाजूनं पूर्णपणे फाटून निघालं आणि त्याच्या पायापासून उखडून निघून आधीच खलास झालेल्या पूपवर जाऊन पडलं.

बोट-डेकवरची माणसं आणि 'एक्स' टरेट चालवणारे लोक सोडले, तर या हल्ल्यात फक्त आणखी एका माणसानं जीव गमावला, पण हा माणूस अत्यंत महत्त्वाचा होता. हवेत उडालेल्या त्या पहिल्या बॉम्बच्या कपच्यांमुळे टॉर्पेडो वर्कशॉपमधला एक कम्प्रेस्ड एअर सिलिंडर फुटला होता, आणि आता जहाजाचा एक मोठा आधारस्तंभ झालेल्या हार्टलेचा त्यात हकनाक बळी गेला होता. बिचाऱ्या हार्टलेनं काही सेकंदांपूर्वीच तिथे आसरा घेतला होता...

युलिसिस आता अत्यंत दाट अशा काळ्याकुट्ट धुराच्या लोटांमधून जात होती – *स्टर्लिंग*वर ही प्रचंड आग लागलेली होती, कारण तिच्या इंधनाच्या टाक्यांनी पेट घेतलेला होता. पुढच्या दहा मिनिटांमध्ये नेमकं काय घडलं, हे कधीच कुणाला समजलं नाही. धूर आणि आग आणि यातनांनी सगळं वातावरण भरून गेलं होतं, आणि जहाजावरच्या लोकांना यातना फक्त सहनच करणं भाग होतं.

अचानक *युलिसिस* त्या धुरामधून बाहेर पडली, आणि सगळे बॉम्ब टाकून झालेली हाइन्केल विमानं क्षणाची उसंत न देता तिच्यावर तोफा आणि मशिन गन्समधून आग ओकू लागली. भरपूर मार खाल्लेल्या *युलिसिस*ला गुडघ्यांवर आणायला, तिला नष्ट करायला ती उतावीळ झालेली होती. पण इतकं सगळं होऊनही *युलिसिस* वरून या ना त्या भागामधून एखाद-दुसरी गन फायरिंग करतच होती.

उदाहरणार्थ, ब्रिजच्या किंचित खालून एक गन फायरिंग करत होती. टर्नरनं हळूच कठड्यावरून खाली वाकून बघितलं. एक गनर जवळ येणाऱ्या हाइन्केल विमानाच्या मार्गात ट्रेसरची फैर झाडत होता. तेवढ्यात त्या हाइन्केलनं गोळीबार करायला सुरुवात केली, आणि टर्नरनं लगेच खाली झेप घेतली, आणि त्याच वेळी

कॅपॉक किडलाही धक्का देऊन डेकवर ढकललं. लगेचच ते विमान निघून गेलं, आणि खालची गन गप्प झाली. टर्नरनं उठून पुन्हा खाली वाकून बघितलं. त्या गनरच्या शरीराची चाळण झालेली होती.

त्याला पाठीमागे काहीतरी झटापट चालू असल्यासारखा आवाज आला. त्यानं तिकडे वळून बघितलं. एक हडकुळीशी आकृती कोणाचातरी अडवणारा हात ढकलून ब्रिजवर आली आणि ब्रिजच्या कठड्याशी येऊन थांबली. क्षणभर टर्नरला क्रायस्लरचा पांढुरका चेहरा दिसला. त्या वेळी ॲस्डिक कॅबिनेट उघडल्यानंतर आपल्या भावाच्या देहाची झालेली भयंकर अवस्था पाहिल्यापासून बिचारा क्रायस्लर एक शब्दही कधी बोलला नव्हता, की कधी बारीकसंसुद्धा हसला नव्हता. त्याच वेळी टर्नरला तीन हाइन्केल विमानं उजव्या बाजूला नवीन हल्ल्याच्या तयारीत दिसली.

"ए, मूर्खा खाली पड," टर्नरनं जोरात ओरडून म्हटलं. "मरायचंय का काय तुला?"

क्रायस्लरनं त्याच्याकडे नुसतंच मोठे डोळे करून पाहिलं. टर्नर काही बोलल्याचं समजल्याचंही चिन्ह त्याच्या डोळ्यांत दिसत नव्हतं. त्यानं खाली झेप घेतली, पण ती डेकवर नव्हे, तर ब्रिजच्या खालच्या बाजूला असलेल्या स्पॉन्सनवर; जिथे मघाशी ती गन गोळीबार करत होती, तिथे. टर्नरनं हळूच उठून ब्रिजच्या कठड्यावरून खाली बघितलं.

क्रायस्लर आपली उरलीसुरली ताकद पणाला लावून खालच्या त्या गनरचं प्रेत त्या ऑर्लिकॉन गनच्या कॉकपिटमधून बाजूला काढायचा प्रयत्न करत होता. खालचे लोक धास्तावून त्याची धडपड बघत होते. शेवटी हिसक्यावर हिसके देऊन क्रायस्लरनं त्याला बाहेर काढलं, हळुवारपणे ते प्रेत खाली ठेवलं, आणि तो कॉकपिटमध्ये जाऊन बसला. टर्नरला त्याचा रक्तबंबाळ, फाटलेला हात दिसत होता– तितक्यात डोळ्याच्या कोपऱ्यातून त्याला त्या विमानातून गोळ्यांचा वर्षाव सुरू झालेला दिसला, आणि तो चटकन मागे झेप घेऊन आडवा पडला.

एक सेकंद गेला, दोन गेले, तीन गेले– एवढा वेळ त्या विमानाच्या गोळ्या ब्रिजच्या भक्कम पोलादी चिलखतावर आपटत होत्या– आणि मग त्या गोळीबारानं डोकं सुन्न झालेलं असतानाच त्याला खालच्या त्या दुहेरी ऑर्लिकॉन गनचा गोळीबार सुरू झालेला ऐकू आला. क्रायस्लरनं अखेरच्या क्षणापर्यंत स्वतःला रोखून ठेवलं असणार, हे उघड दिसत होतं. त्याच्या ऑर्लिकॉन गन्समधून फक्त सहाच गोळ्या सुटल्या, आणि त्यांनी अचूक निशाणा साधला– धूर येत असलेलं ते प्रचंड विमान ब्रिजवरून जेमतेम डोक्याइतक्या इंचीवरून जहाजावरून गेलं, त्याचा डावा पंख डायरेक्टर टॉवरवर आदळून विमानापासून वेगळा झाला, आणि ते पलीकडच्या

समुद्रात जाऊन कोसळलं.

क्रायस्लर अजूनही कॉकपिटमध्येच बसून होता. उजव्या हातानं त्यानं आपला डावा खांदा धरलेला होता : विमानाच्या एका गोळीनं त्याचा डावा खांदा फोडला होता, आणि तो त्या जखमेतून जोरानं बाहेर येत असलेलं रक्त थांबवायचा प्रयत्न करत होता. त्याच वेळी मागोमाग येत असलेलं दुसरं विमान जहाजावर गोळीबार करण्यासाठी निघालं, आणि टर्नरनं परत डेकवर झेप घेताघेताच बघितलं, की क्रायस्लरच्या खलास झालेल्या हातानं पुन्हा एकदा नेम साधलाय.

कॅरिंग्टन आणि कॅपॉक किडच्या शेजारी आडवा झालेल्या टर्नरनं संतापानं आपली मूठ डकबोर्डावर आपटली. त्याला त्या क्षणी ॲडमिरल स्टारची आठवण झाली– त्याच्यामुळेच आख्खा काफिला संकटाच्या खाईत लोटला गेला होता– आणि त्याच्या तोंडून 'न भूतो न भविष्यति'अशा शिव्यांची लाखोली बाहेर पडली. आत्ता स्टार जर तिथे असता, तर टर्नरनं त्याला टराटरा फाडलं असतं. खाली क्रायस्लरला किती मरणप्राय वेदना होत असतील, याची त्याला कल्पना होती – त्या फाटलेल्या खांद्याशी गन-रेस्ट घट्ट धरून, गनचे रिकॉइलचे जबर धक्के सहन करत फायरिंग करायचं म्हणजे सोपं काम नव्हतं. तिथल्या तिथे टर्नरनं मनोमन निश्चय केला– जर आपण यदाकदाचित जिवंत राहिलोच, तर क्रायस्लरची व्हिक्टोरिया क्रॉस मिळण्यासाठी शिफारस करायची. त्याच क्षणी खालचं फायरिंग थांबलं, आणि दोन्ही इंजिनांमधून धुराचे लोट बाहेर पडत असलेलं एक हाइन्केल विमान सपाट्यानं उजव्या बाजूला वळलं.

चटकन कॅपॉक किडबरोबर टर्नर उठला आणि ब्रिजच्या कठड्यावर चढला- मागे न बघताच- आणि त्या क्षणी तो जवळजवळ मेलाच होता. तिसऱ्या आणि शेवटच्या हाइन्केल विमानानं झाडलेली गोळीबाराची एक फैर– ब्रिज हेच सगळ्यांचं आवडतं टार्गेट होतं– त्याचं डोकं आणि खांद्यांजवळून सुसाटत पुढे गेली, आणि त्या विमानाच्या पंख्यानं मागे फेकलेल्या हवेच्या जबरदस्त झोतामुळे तो पुन्हा डकबोर्डवर पडला. डकबोर्ड त्याच्या डोळ्यांपासून फक्त काही थोड्या इंचांवर होता, पण त्याला तो दिसतच नव्हता. त्याला फक्त क्रायस्लर दिसत होता. पाठीवर हाताच्या मुठीएवढी जखम झालेला क्रायस्लर त्या ऑर्लिकॉन गन्सवर पुढे झुकून पडलेला होता, त्याच्या वजनामुळे त्या गन्सच्या नळ्या कशातरीच आकाशाकडे वळलेल्या होत्या. दोन्ही नळ्यांमधून अजूनही गोळ्या सुटत होत्या, आणि गोळ्यांची ड्रम्स रिकामी होईपर्यंत त्या तशाच सुटत राहणार होत्या, कारण मरताना बिचाऱ्या क्रायस्लरचा हात ट्रिगरवर घट्ट बसलेला होता.

एकएक करत काफिल्यातल्या सगळ्या तोफांचा गोळीबार थांबत गेला, विमानांच्या इंजिनांचे आवाजही दूर जात नाहीसे झाले. हल्ला संपलेला होता. या वेळी

मात्र टर्नर हळूहळू, जडपणानं उठून उभा राहिला. त्यानं कठड्यावरून खाली त्या ऑर्लिकॉनच्या कॉकपिटमध्ये बघितलं, आणि निर्विकार चेहऱ्यानं नजर दुसरीकडे वळवली. उठल्याबरोबर त्याला मागे कुणीतरी खोकत असल्याचा आवाज ऐकू आला. तो खोकला विचित्र वाटत होता– बुडबुडे येत असल्यासारखा. त्यानं गर्रकन मागे वळून पाहिलं, आणि तो एकदम जागीच खिळून उभा राहिला. त्याच्या हातांच्या मुठी अभावितपणेच वळलेल्या होत्या. कॅपॉक किड शांतपणे ॲडमिरलच्या खुर्चीच्या पायांना टेकून खाली बसलेला होता, आणि कॅरिंग्टन असहायपणे वाकून त्याच्याकडे बघत होता. पोटाच्या डाव्या बाजूपासून सुरू झालेली एक गोलाकार भोकांची तिरपी रेघ पार त्याच्या उजव्या खांद्यापर्यंत गेलेली होती– कोटावर भरतकाम केलेल्या 'जे' अक्षरावरून. त्या हाइन्केलच्या मशिनगननं हे काम केलेलं दिसत होतं, आणि त्या गोळ्यांच्या सपाट्यामुळे तो ब्रिजवरून उडून थेट ॲडमिरलच्या खुर्चीपर्यंत फेकला गेलेला दिसत होता. टर्नर जराही हालचाल न करता उभा होता. एकाएकी त्याला समजून चुकलं, की कॅपॉक किड फारतर आणखी काही सेकंदच जिवंत राहू शकेल : त्यानं जरा जरी हालचाल केली, तरी आतापर्यंत तग धरलेली त्याच्या आयुष्याची दोरी तुटेल. हळूहळू कॅपॉक किडला त्याच्याकडेच एकटक बघत उभा असलेला टर्नर दिसला, आणि त्यानं आपली थकलेली नजर वर करून त्याच्याकडे पाहिलं. एव्हाना त्याच्या त्या गर्द निळ्या डोळ्यांमधलं तेज बरंचसं मंदावलेलं होतं, आणि चेहरा पांढराफटक पडलेला होता. अभावितपणे, हळूहळू त्याचा एक हात अंगावरच्या त्याच्या खास कोटावरून, त्याला पडलेल्या भोकांवरून फिरला. आणि अचानक त्याच्या चेहऱ्यावर स्मित आलं. त्यानं मान खाली करून आपल्या कोटाकडे बघितलं. 'गेला...माझा कोट.' तो पुटपुटला. 'पार...खलास...' आणि त्याचा हात निर्जीवपणे खाली पडला, आणि मान कलंडली. त्याचे सोनेरी रंगाचे केस वाऱ्यावर भुरभुरत उडत होते.

रविवारची सकाळ

पहाटेच्या वेळी *स्टर्लिंगनं* अखेरचा श्वास घेतला. पुढे जात असताना, लाटांशी धडका घेत हेलकावत चाललेली असतानाच तिला मरण आलं. तिचा उद्ध्वस्त झालेला ब्रिज- वरचा सगळा भाग वाऱ्यामुळे लालबुंद, तर कधी भडकलेल्या ऑइल टँक्सच्या भडकलेल्या आगीच्या ज्वाळा पांढऱ्याशुभ्र तेजानं चमकत असलेल्या अवस्थेत. दृश्य भयानक होतं खरं, पण असं दृश्य पूर्वीही दिसलेलं होतं : *श्रॉपशायरच्या* टॉर्पेडोंनी समद्राच्या तळाशी धाडण्यापूर्वी *बिस्मार्कही* अशीच पांढऱ्याशुभ्र तेजानं चमकत होती.

तशीही *स्टर्लिंग* खलास होणारच होती, पण स्टुका विमानांनी ती खलास होईल याची खात्री केली. आता नॉर्दर्न लाइट्सचा खेळ निसर्गानं आवरता घेतलेला होता. आतापर्यंत निरभ्र असलेलं आकाशही बदलत होतं, आणि काळेकुट्ट ढग उत्तरेकडे जमत होते. काफिल्यातले लोक प्रार्थना करत होते, की हे ढग काफिल्यावर पांघरूण घालतील, त्याला बर्फाच्या आवरणात लपवतील, पण ढगांच्या आधी स्टुका विमानं तिथे पोचली.

ही स्टुका, किंवा जुंकर्स ८७ जातीची विमानं– गल पक्ष्यांसारखे पंख असलेल्या या भयंकर जर्मन डाइव्ह-बॉम्बर विमानांची दहशत प्रचंड होती– दक्षिणेकडून आली, त्यांनी काफिल्यावरून चक्कर मारली, आणि वळून ती परत दक्षिणेकडे निघून गेली. *युलिसिस* हे आता उत्तरेकडे जात असलेल्या एफआर ७७ काफिल्यातलं शेवटचं, म्हणजे सगळ्यात दक्षिणेकडचं जहाज होतं. त्याच्यावरून ती विमानं पलीकडे गेली, आणि तिथून त्यांनी परत उलट्या दिशेनं वळायला सुरुवात केली. आणि मग खास स्टुका विमानांच्या पद्धतीप्रमाणे एक एक करत ती विमानं त्यांच्या फॉर्मेशनमधून बाहेर पडली, आणि डावे पंख खाली झुकवून झपाट्यानं आकाशातून खाली पडत असल्यासारखी ती बाणाच्या अचूकतेनं आपापल्या लक्ष्याकडे निघाली.

कोणतंही विमान जे खाली वाट बघत असलेल्या विमानविरोधी तोफांच्या रोखानं, दिशा न बदलता सूर मारतं, त्याला त्या तोफांच्या माऱ्यातून वाचण्याची

जराही संधी नसते- निदान असं व्हेल आयलंडवरच्या तज्ज्ञ मंडळींचं आणि शिक्षक लोकांचं म्हणणं होतं, आणि त्यांनी खेळण्यातल्या विमानविरोधी तोफा आणि विमानांच्या साहाय्यानं त्यांच्या म्हणण्यातली सत्यता सिद्ध करून दाखवली होती. त्यानं त्यांचं स्वतःचं समाधान झालं होतं खरं; पण दुर्दैवानं त्यांनी त्या वेळी स्टुका विमानं विचारात घेतली नव्हती.

'दुर्दैवानं' म्हणण्याचं कारण असं, की त्या सगळ्या लढाईतल्या परिस्थितीत स्टुका हा एकमेव खरा महत्त्वाचा घटक होता. स्टुका विमान ही काय चीज आहे, हे समजून घ्यायचं, तर तुम्हाला प्रत्यक्षात त्या विमानविरोधी तोफेमागे बसून, त्या विमानानं आकाशातून जवळजवळ उभ्या दिशेनं मारलेला सूर बघणं, गन साइटमधून ते क्षणाक्षणाला मोठं होत जाताना बघणं, त्याचा तो कानठळ्या बसवणारा आवाज ऐकणं, त्याच्यातून सुटलेल्या गोळ्यांपासून स्वतःला वाचवायचा प्रयत्न करणं भाग असतं. म्हणजे मग तुमच्या लक्षात येतं, की तुम्ही किती असमर्थ असता, त्याच्याखाली लावलेल्या त्या बॉम्बपासून वाचणं किती अशक्यप्राय असतं! आज अशी शेकडो माणसं जिवंत आहेत– स्टुकाच्या हल्ल्यामधून वाचलेली सुदैवी माणसं – की जी ताबडतोब कबूल करतात, की स्टुकाचा आवाज आणि दृश्य यांच्याइतकं भेदरवणारी, पाचावर धारण बसवणारी दुसरी कुठलीही गोष्ट त्या युद्धात नव्हती.

पण शंभरांत एखादी, किंवा हजारांत एखादी वेळ अशी असते, की जेव्हा त्या तज्ज्ञांचं म्हणणं बरोबर असू शकतं– भीती नावाची गोष्ट त्या गनच्या पाठीमागे बसलेल्या सैनिकाच्या खिजगणतीतही नसते, अशी वेळ. आणि आज ही अशीच हजारावी वेळ होती. *युलिसिस*वरच्या लोकांच्या मनातला भीतीचा राक्षस त्या रात्रीच कुठेतरी तोंड लपवून पळून गेलेला होता. स्टुका विमानांचा प्रतिकार करायला फक्त एक डबल बॅरल पॉम-पॉम आणि अर्धा डझन ऑर्लिकॉन गन्स सज्ज होत्या– कारण पुढच्या बाजूची टरेट्स विमानांच्या दिशेनं वळवणं शक्य नव्हतं. पण त्या शांत, उत्तर ध्रुवावरच्या वाऱ्यापेक्षाही थंड, मनोमन पेटलेल्या आणि जिवावर उदार झालेल्या माणसांच्या हातांत इतकी शस्त्रं पुरेशी होती. पहिल्या तीन सेकंदांतच हवेत उडणारी तीन स्टुका विमानं नष्ट झाली. त्यांतली दोन समुद्रात कोसळली, आणि तिसरं विमान प्रचंड जोरानं आधीच उद्ध्वस्त झालेल्या ॲडमिरलच्या केबिनमध्ये जाऊन पडलं.

आता विमान पडलंय म्हटल्यावर त्यातल्या बॉम्बचा स्फोट होणार नाही, आणि त्यामुळे विमानाच्या पेट्रोलच्या टाक्याही पेट घेणार नाहीत, असं होण्याची शक्यता जवळपास नव्हतीच : आश्चर्य असं, की या दोन्ही गोष्टी झाल्या नाहीत. अत्यंत हातघाईच्या प्रसंगी शौर्य आणि धैर्य या गोष्टी नेहमीच्याच होऊन बसतात, त्यांच्यावर कुठलीही टीकाटिप्पणी करायची गरज नसते. तसं आताही झालं. ते विमान पाडलेला दाढीवाला डॉइल पटकन आपल्या पॉम-पॉम गनमागून उठला, धावत

फोरकॅसल डेकवर गेला, आणि संपूर्ण शुद्ध ऑक्टेन पेट्रोलच्या थारोळ्यात इकडेतिकडे गडगडत असलेल्या त्या बॉम्बवर जाऊन स्वार झाला. डॉइलच्या बुटाच्या, किंवा त्या विमानाच्या घासत असलेल्या एखाद्या तुकड्याच्या घर्षणानं उत्पन्न झालेली एक लहानशी ठिणगीसुद्धा त्या बॉम्बचा स्फोट व्हायला पुरेशी होती. बॉम्बचा कॉंटॅक्ट फ्यूज अजून चांगल्या अवस्थेत होता, आणि डॉइल स्वार झालेल्या त्या बॉम्बनं, बर्फामुळे निसरड्या झालेल्या डेकवरून गडगडत असताना त्याचं ते नाजूक नाकाड कुठेतरी आपटून स्फोट करायचा जणू चंगच बांधलेला होता.

डॉइलच्या मनात जर हे विचार येत असलेच, तर त्यानं तिकडे साफ दुर्लक्ष केलं. शांतपणे, थंडपणे त्यानं बॉम्बला कठड्याच्या एका तुटलेल्या भागाकडे नेलं, बॉम्बच्या मागच्या फिन्स खाली समुद्राकडे केल्या, डिटोनेटरपासून बॉम्बचं नाक वळवून दूर केलं, आणि त्याला खाली ढकलून दिलं. बॉम्ब एखाद्या दगडासारखा समुद्रात जाऊन पडला.

ज्या क्षणी *युलिसिस*वरचा बॉम्ब समुद्रात पडला, नेमक्या त्याच क्षणी पहिल्या बॉम्बनं *स्टर्लिंग*वरची एका इंची डेक प्लेट लीलया भेदली, अणि तो इंजिनरूममध्ये जाऊन पडला. आधीच मरायला टेकलेल्या बिचाऱ्या *स्टर्लिंग*च्या पोटात तीन, चार, पाच, सहा बॉम्ब लागोपाठ घुसले. हे बॉम्ब सोडल्यामुळे हलकी झालेली स्टुका विमानं झपाट्यानं डावी-उजवीकडे वळली आणि वर गेली. हे बघत असलेल्या *युलिसिस*च्या ब्रिजवर एक भयानक सन्नाटा पसरला. *स्टर्लिंग*वर आधीच लागलेल्या प्रचंड आगीत आणि धुराच्या लोटांमध्ये हे सगळे बॉम्ब एकामागोमाग एक दिसेनासे झाले.

*स्टर्लिंग*चा मृत्यू एका धडाक्यानं झाला नाही, तर एकामागून एक झालेल्या या बॉम्बच्या स्फोटांमुळे झाला. एव्हाना तिची मार खाण्याची शक्ती संपलेली होती. एखाद्या कौशल्य नसलेल्या पण ताकदवान प्रतिस्पर्धी बॉक्सरच्या ठोशांच्या सरबत्तीपुढे जसा आधीच प्रचंड मार खाल्लेला एखादा निष्णात बॉक्सर कोलमडतो, तशी ती आता भेलकांडत होती.

*युलिसिस*वरून हे बघत असलेल्या, आपल्या असहायतेमुळे भयंकर निराश झालेल्या आणि संतापलेल्या टर्नरच्या डोळ्यांसमोर तिचा अंत झाला. त्याच्या मनात आलं, 'काय हे? हीसुद्धा बाकीच्या जहाजांसारखीच निघाली.' पण नंतर लगेचच, तशाही अवस्थेत त्याच्या मनात विचार आला, 'क्रूझर जहाजं ही जगातली सगळ्यात भक्कम आणि टिकाऊ जहाजं असली पाहिजेत. अनेक क्रूझर बुडालेली त्यानं बघितलेली होती; पण त्यांतलं एकही जहाज सहज बुडालं नव्हतं. एका फटक्यात क्रूझर बुडालं, असं कधीच झालं नव्हतं– कायम, प्रत्येक वेळी त्यांनी प्रचंड मार खाल्ला होता, आणि मगच ती बुडाली होती...या *स्टर्लिंग*सारखी. तो भयंकर उद्विग्न

झालेला होता. त्याच्या दृष्टीनं– सगळ्याच चांगल्या खलाशांच्या दृष्टीनं– ज्या जहाजावर आपलं प्रेम असेल, ते जहाज आपल्या जिवलग दोस्तासारखं होतं. गेले पंधरा महिने, ही जुनाट असलेली *स्टर्लिंग* म्हणजे *युलिसिस*ची अत्यंत विश्वासू सहकारी होती, युद्धातल्या वाइटात वाईट ताफ्यांना संरक्षण देण्याच्या कामी तिनं कायम *युलिसिस*ला हातभार लावला होता. जुन्या पिढीतल्या एखाद्या अनुभवी, विश्वासू शिपाईगड्यासारखी होती ती. आपल्या या विश्वासू दोस्ताला मरताना बघणं टर्नरला शेवटी असह्य झालं. त्यानं नजर दुसरीकडे वळवली, आणि दुःखानं त्याची मान खाली गेली.

पण तो फक्त डोळे बंद करू शकत होता; कान बंद करणं त्यालाही शक्य नव्हतं. प्रचंड तापलेली, जळती *स्टर्लिंग* आर्क्टिकच्या अतिथंड पाण्याखाली जात असताना समुद्राच्या उकळत असलेल्या पाण्याचे, भयंकर वेगानं रोरावत बाहेर पडत असलेल्या वाफेचे ते असह्य आवाज कानांवर पडण्याचं थांबवणं त्यालाही शक्य झालं नाही. पुढची पंधरा-वीस सेकंद ते भयंकर आवाज येत राहिले, आणि मग जणू एखाद्या गिलोटिननं तुकडा पाडल्यासारखे ते आवाज एका क्षणी बंद झाले. जेव्हा टर्नरनं हळूहळू मान वर करून समोर पाहिलं, तेव्हा फक्त रिकामा, खवळलेला समुद्र त्याला दिसला, आणि तेलाचे वर येत असलेले मोठमोठे बुडबुडे दिसले. *स्टर्लिंग*चीच वाफ वर गेल्याबरोबर तिचे ढग बनलेले होते, आणि त्यातून बारीक पावसाचे तुषार खाली पाण्यावर पडत होते.

आता *स्टर्लिंग* गेलेली होती, आणि एफआर ७७ काफिल्याची उरलीसुरली फाटकी लक्तरं लाटांमधून भेलकांडत कशीबशी उत्तरेकडे चाललेली होती. आता काफिल्यात फक्त सात जहाजं बाकी राहिलेली होती– चार मालवाहू जहाजं, एकमेव टँकर, *सिरस* आणि *युलिसिस*. एकही जहाज धड अवस्थेत नव्हतं. सगळ्यांचं प्रचंड नुकसान झालेलं होतं, पण *युलिसिस*इतक्या जबर जखमा बाकी कुणालाच झालेल्या नव्हत्या. सात जहाजं. फक्त सात. काफिला रशियाला निघाला, तेव्हा त्यात तब्बल छत्तीस जहाजं होती.

०८.०० वाजता टर्नरनं *सिरस*ला सिग्नल पाठवला. 'आमची डब्ल्यूटी यंत्रणा नष्ट झाली आहे. कमांडर-इन-चीफला आपला मार्ग, ठिकाण, वेग कळवा. भेटण्याची वेळ ०९.३० असल्याचे पक्के करा. कॉडमध्ये सिग्नल पाठवा.'

*सिरस*चं उत्तर बरोबर एका तासानं आलं : 'समुद्र खवळलेला, म्हणून उशीर होईल. भेटण्याची वेळ सुमारे १०.३०. हवाई संरक्षण पाठवणे अशक्य. असेच येत राहा. सी-इन-सी.'

'असेच येत राहा!' टर्नरनं संतापून म्हटलं. 'असेच येत रहा म्हणे! आता

आपण काय करावं अशी अपेक्षा आहे या मूर्खांची? आपणच आपली जहाजं बुडवावीत असं वाटतंय की काय या लोकांना?' त्यानं प्रचंड संतापानं, निराशेनं जोरजोरात मान हलवली. 'मला हे पुन्हापुन्हा बोलायला अजिबात आवडत नाही,' त्यानं म्हटलं, 'पण नाइलाज आहे. हे लोक असेच फार उशिरा येतात– नेहमीप्रमाणेच!'*

पहाट केव्हाच होऊन गेलेली होती, उजाडलंही होतं, पण आता पुन्हा आकाश काळवंडू लागलेलं होतं. करड्या रंगाच्या घनदाट, भीतिदायक दिसणाऱ्या ढगांनी या क्षितिजापासून पार त्या क्षितिजापर्यंत आकाश व्यापून टाकलं. हे बर्फवृष्टी करणारे ढग होते, आणि प्रत्येक जणू मनोमन प्रार्थना करत होता– 'प्लीज, देवा, ते बर्फ लवकर, लगेच पडायला लागू दे; कारण आता तेच फक्त आम्हाला वाचवू शकेल.'

पण देवानं त्यांची प्रार्थना ऐकली नाही : बर्फ पडलं नाही– त्या वेळी तरी नाहीच. बर्फाऐवजी पुन्हा एकदा स्टुका विमानंच आली. लांबून त्यांच्या इंजिनांचे आवाज कमी-जास्त होत होते. ती नक्कीच जिकडे पाहावं तिकडे, नजर जाईल तिथपर्यंत पसरलेल्या समुद्रात त्या काफिल्याला शोधत होती– काफिल्यावर कायम नजर ठेवून असलेला चार्ली पहाटेच्या वेळी निघून गेला होता. एवढासा उरलेला काफिला त्या डाइव्ह बॉम्बर विमानांच्या स्क्वाड्रनला कधी दिसतो, एवढाच प्रश्न होता. विमानं येत असल्याचा पहिला इशारा मिळाल्यापासून दहा मिनिटांनी पहिल्या विमानानं आपला पंख खाली केला आणि खाली झेप घेतली.

दहा मिनिटं वेळ मिळाल– पण एकत्र जमून काहीतरी अगदी आयत्या वेळची व्यूहरचना बनवायला तेवढा वेळ पुरेसा होता. जेव्हा ती विमानं आली, तेव्हा त्यांना काफिला एकापुढे एक जहाज अशा रांगेत नव्हे, तर सगळी जहाजं एकमेकांशेजारी राहून चाललेली दिसली. त्यातही एक निश्चित असा क्रम होता. *वारेला* हे तेलवाहू जहाज सगळ्यात मध्ये होतं, चार मालवाहू जहाजं त्याच्याजवळ पण किंचित पुढे, प्रत्येक बाजूला दोन-दोन अशी चाललेली होती, आणि *सिरस* आणि *युलिसिस*नं या

---

*''हे दुर्दैवी आहे खरं, पण सत्य आहे. ब्रिटनच्या रक्षणासाठी ठेवलेल्या आरमारातली जहाजं कायमच फार उशिरा येत असत. ॲडमिरल्टीला दोष देण्यात अर्थ नव्हता. मोठी, महत्त्वाची जहाजं टिरपिट्झला कुठेही न हलू देण्याच्या दृष्टीनं आवश्यक होती, आणि त्यांना जमिनीवरच्या विमानतळांवरून बॉंबहल्ले करणाऱ्या विमानांपासून या महत्त्वाच्या जहाजांना धोका पोचू द्यायचा नव्हता. दीर्घ काळ मिटण्याची वाट बघायला लावलेला तो सापळा अखेर एकदाचा मिटला, पण त्यात *टिरपिट्झ* सापडलीच नाही, तर त्याऐवजी फक्त *शार्नहॉर्स्ट* हे मोठं क्रूझर सापडलं. *टिरपिट्झ* या सापळ्यात कधीच सापडली नाही. तिला रॉयल हवाई दलाच्या लॅंकास्टर बॉम्बर विमानांनी अल्टा फ्योर्डमध्येच बुडवलं.

सगळ्या जहाजांची एकेक बाजू सांभाळलेली होती. पाणबुड्यांचा वावर असलेल्या समुद्रात अशा पद्धतीची रचना म्हणजे मृत्यूला निमंत्रणच– डाव्या किंवा उजव्या बाजूनं सोडलेल्या टॉर्पेडोला एक तरी जहाज बळी पडणार हे नक्की. पण आत्ताचं हवामान पाणबुड्यांना मुळीच चांगलं नव्हतं, आणि या रचनेमुळे स्टुका विमानांचा चांगला प्रतिकार करता येणार होता. जर ती मागच्या बाजूनं आली– हीच त्यांची हल्ला करण्याची खास आवडती पद्धत होती– तर त्यांना सातही जहाजांवरून जोरदार प्रतिकाराला तोंड द्यावं लागणार होतं; आणि त्यांनी बाजूनं हल्ला केला, तर त्यांना आधी या दोन संरक्षक जहाजांच्या माऱ्याला तोंड देणं भाग होतं, कारण कोणतंही स्टुका विमान जराही संरक्षण नसलेलं आपलं पोट एखाद्या लढाऊ जहाजावरच्या तोफांपुढे उघडं करणं शक्य नव्हतं...विमानांनी दोन्ही बाजूंनी हल्ला करण्याचा निर्णय घेतला. पाच विमानांनी पूर्वेकडून, तर चार विमानांनी पश्चिमेकडून. टर्नरच्या लक्षात आलं, की या वेळी त्या विमानांकडे दूर पल्ल्याचा प्रवास करण्यासाठी योग्य अशा इंधनाच्या टाक्या होत्या.

सिरस काय नि कसा प्रतिकार करतेय हे बघायला टर्नरकडे वेळच नव्हता. खरं तर आपली *युलिसिस* काय प्रतिकार करतेय, हेही त्याला धड दिसत नव्हतं, कारण 'ए' आणि 'बी' टरेट्समधून तिखट वासाच्या दाट धुराचे लोट ब्रिजवर येत होते. त्यांच्या ५.२५ इंची तोफांच्या आवाजांमध्ये मधूनच त्याला डॉइलच्या पॉम-पॉम गनच्या फायरिंगचे आवाज येत होते, आणि ऑर्लिकॉन गन्सचेही आवाज ऐकू येत होते.

अचानक त्याचा श्वासच रोखला गेला. ध्यानीमनी नसताना जहाजावरून निघून दोन अत्यंत प्रखर असे पांढरेशुभ्र प्रकाशाचे झोत सगळ्या अंधाराला आणि धुराला भेदून आकाशात गेले. टर्नर काही क्षण बघतच राहिला, आणि मग त्याच्या चेहऱ्यावर हास्य चमकलं. अरे! आपण विसरलोच होतो, की जहाजावर ४४ इंची दोन मोठेथोरले आणि शक्तिशाली सर्चलाइट्स आहेत! तो जाम खूश झाला. हे सर्चलाइट इतके शक्तिशाली होते, की ते सहा मैलांवर आकाशात असलेल्या शत्रूच्या विमानालाही झगझगाटात आणू शकत होते. काय मूर्ख आहे मी– असं कसं विसरलो? त्यानं मनात म्हटलं. कॅप्टन – नव्हे, रिअर ॲडमिरल व्हॅलेरींनी अनेकदा त्यांचा हल्ला करणाऱ्या विमानांवर उपयोग केलाय– उजेडातही आणि अंधारातही. हे लाइट्स चालू असताना जो कोणी त्यांच्याकडे नुसत्या उघड्या डोळ्यांनी बघेल, तो नक्कीच आंधळा होईल.

तिखट धुरामुळे डोळ्यांमध्ये येणारं पाणी पुसून सर्चलाइट कोण चालवतोय, हे टर्नर बघू लागला, पण त्याला एकदम आठवलं, की ती व्यक्ती म्हणजे राल्स्टनशिवाय दुसरं कोणी असूच शकत नाही– सर्चलाइट कंट्रोल हे राल्स्टनचं कामच होतं, ते त्याचं नेहमीचं ॲक्शन स्टेशन होतं. दुसरं म्हणजे ऐन मोक्याच्या

वेळी क्षणात विचार करून आपण होऊन सर्चलाइट सुरू करण्याचा चाणाक्षपणा फक्त राल्स्टनमध्येच होता.

आपलं जहाज, धूर, आवाज, किंबहुना ती बॉम्बर विमानंही विसरून– तसंही व्यक्तिशः तो स्वतः त्या बाबतीत काहीच करू शकत नव्हता– ब्रिजच्या एका कोपऱ्यात, दारापाशी अडकलेला टर्नर राल्स्टन काय करतोय, हे कुतूहलानं बघू लागला.

राल्स्टनचे डोळे सर्चलाइटच्या साइट्सना जणू चिकटलेले होते, चेहरा अत्यंत निर्विकार होता. सर्चलाइट हलवण्याचं जे व्हील होतं, ते अगदी किंचित इकडे-तिकडे हलवण्याची हालचाल सोडली, तर तो अगदी निश्चल होता. त्याचा दगडासारखा निश्चल चेहरा, आणि त्याची एकाग्रता तर भीती वाटावी इतकी पराकोटीची होती. झेप घेणारं पहिलंच स्टुका विमान त्याच्या सर्चलाइटच्या प्रखर झोतात सापडलं, आणि त्या झोताला चुकवण्याची जिवाच्या आकांतानं धडपड करत इकडेतिकडे झपाट्यानं वळू लागलं, आणि जेव्हा ते झोतातून सुटलं, तेव्हा फार उशीर झालेला होता. *युलिसिस*च्या अलीकडेच जेमतेम शंभर यार्डांवर ते समुद्रात कोसळलं, तरीही राल्स्टनच्या चेहऱ्यावर कोणतेही भाव उमटले नाहीत, की त्याची नजर तसूभर ढळली नाही.

'हा पोरगा कसला विचार करत असेल, या क्षणी? कसले विचार घोळत असतील याच्या मनात?' टर्नर मनात म्हणत होता. 'याची आई आणि बहिणी क्रॉयडनमधल्या एका बंगल्याखाली बॉम्बहल्ल्यात गाडल्या गेल्या आहेत, भाऊ निष्कारण स्कापा फ्लोमधल्या त्या तथाकथित बंडात बळी पडलाय– ते बंड आता किती अशक्य वाटतंय!– आणि याचे वडील याच्याच हातून मारले गेलेत! हे विचार असतील का याच्या डोक्यात?' टर्नरला त्यांचा अंदाजही येणं शक्य नव्हतं. शेवटी त्यानं तो प्रयत्नही सोडून दिला.

राल्स्टनचा चेहरा पूर्णपणे निर्विकार होता. दुसरं स्टुका विमान अंदाज चुकून *युलिसिस*वरून तसंच पुढे गेलं आणि त्याचा बॉम्ब समुद्रात पडला तरीही; तिसरं विमान हवेतच खलास झालं, तरीही; चौथ्या विमानाच्या गोळीबारात त्याचा एक सर्चलाइट फुटला, तरीही; शेवटच्या विमानानं त्याच्यासमोरचा सर्चलाइट कंट्रोल उद्ध्वस्त केला आणि त्याची जवळजवळ निम्मी छाती खलास केली, तरीही त्याचा चेहरा तसाच भावनाहीन, निश्चल होता. त्याच क्षणी त्याला मरण आलं. जणू सर्चलाइट कंट्रोल सोडायला तयार नसल्यासारखा तो काही क्षण तसाच उभा होता, आणि मग हळूच तो डेकवर पडला. त्याच्याजवळ जाऊन टर्नरनं त्याच्या चेहऱ्याकडे बघितलं. त्याचे डोळे उघडे होते आणि कापसासारखं हलकं हिम त्याच्या डोळ्यांवर पडायला सुरुवात झालेली होती. पण त्याचा चेहरा मरतानाही तसाच निर्विकार होता. शहारून टर्नरनं नजर दुसरीकडे वळवली.

*युलिसिस*वर फक्त एकच बॉम्ब पडला होता. तो 'ए' टरेटच्या किंचित पुढे

फोरकॅसल डेकवर पडला होता. कोणीही बळी पडलं नाही की जखमीही झालं नाही; पण त्या हादऱ्यामुळे 'ए' टरेटच्या हायड्रॉलिक लाइन्स फुटल्या होत्या. त्यामुळे आता सध्या तरी जहाजावर फक्त 'बी' टरेटच काही प्रतिकार करण्याच्या परिस्थितीत होतं.

सिरस मात्र इतकी सुदैवी ठरली नव्हती. तिनं एक स्टुका विमान पाडलं होतं – एका मालवाहू जहाजानं आणखी एक नष्ट केलं होतं– पण तिच्यावर दोन बॉम्ब पडले होते. दोन्ही बॉम्बचे स्फोट मागच्या मेस-डेकमध्ये झाले होते. *सिरस*वर बुडणाऱ्या जहाजातून उचलून घेतलेली बरीच माणसं होती : तिच्या क्षमतेच्या दुप्पट लोक या वेळी तिच्यावर होते, आणि सामान्यतः मेस-डेक्समध्ये गर्दी असायला हवी होती, पण नशिबानं त्या वेळी तिथे कोणीही नव्हतं, कारण ॲक्शन स्टेशन्स चालू होती. *सिरस*वरच्या एकाही माणसाचा जीव गेला नव्हता – पुढेही कधी तिच्यावरच्या एकाही माणसाला जीव गमवावा लागणार नव्हता– त्यानंतर रशियाकडे जाणाऱ्या ताफ्यांचं रक्षण करताना *सिरस*चं कधीही नुकसान झालं नाही.

आता *युलिसिस*वर वेगानं आशा वाढत होती. अजून एका तासापेक्षाही कमी वेळ काढायचा होता, आणि नंतर लगेच त्यांची रॉयल आरमाराच्या लढाऊ जहाजांच्या काफिल्याशी गाठ पडणार होती. अतिशय अंधारून आलेलं होतं, त्यातच आर्क्टिक महासागरातलं वादळ आलेलं होतं, जोराची हिमवृष्टी होत होती. इतक्या खराब हवामानात कोणत्याही विमानाला एफआर ७७ काफिला दिसण्याची शक्यता नव्हती - आणि काफिला आता किनाऱ्यावरून येणाऱ्या कोणत्याही विमानांच्या पल्ल्याच्या जवळजवळ बाहेर गेलेला होता; अर्थातच कॉन्डॉर विमानं सोडून. आणि पाणबुड्याही इतक्या वाईट हवामानात येणं अशक्य होतं.

"इट मे बी वुई शॅल टच द हॅपी आइल्स." कॅरिंग्टननं हळूच कवितेची एक ओळ म्हटली.

"काय?" टर्नरनं बुचकळ्यात पडून वर बघितलं. "काय म्हणालास, नंबर वन?"

"मी टेनिसनच्या एका कवितेची ओळ म्हटली." कॅरिंग्टननं काहीसं शरमून म्हटलं. "कॅप्टनसाहेब अशा कवितांच्या ओळी नेहमीच म्हणायचे...कुणी सांगावं, कदाचित आपण आपल्या मुक्कामावर पोचूही."

"शक्य आहे, शक्य आहे." टर्नर मात्र जरा सावध होता. "प्रेस्टन!"

"हो, सर, मला दिसतोय तो." प्रेस्टन उत्तरेकडे एकटक बघत होता – तिकडे *सिरस*चा सिग्नल लॅम्प भराभर उघडमीट करत होता.

"एक जहाज दिसलंय त्यांना, सर." प्रेस्टननं उत्साहानं म्हटलं. "*सिरस* सांगतेय, की त्यांना उत्तरेकडून एक जहाज येताना दिसतंय!"

"उत्तरेकडून येतंय? थँक गॉड! थँक गॉड!" टर्नरनं आनंदानं ओरडून म्हटलं. "उत्तरेकडून येतंय! नक्की आपलंच जहाज असेल! पण त्यांनी कळवलेल्या वेळेआधीच...नाही, मी माझं सगळं म्हणणं मागे घेतोय. तुला काही दिसतंय, नंबर वन?"

"छे! काहीही नाही, सर. जोरात बर्फ पडतंय– पण जरासं दिसायला लागल्यासारखं वाटतंय...ती बघा, *सिरस* परत काहीतरी सिग्नल करतेय."

"काय म्हणतेय ती आता, प्रेस्टन?" टर्नरनं सचिंत आवाजात विचारलं. "कॉंटॅक्ट. एक पाणबुडी. ग्रीन ३०. जवळ येतेय."

"कॉंटॅक्ट? आत्ता या वेळी!" टर्नरनं भयंकर निराशेनं म्हटलं, आणि कठड्यावर मूठ आपटून त्यानं एक शिवी हासडली.

"मुळीच चालणार नाही! आता तीच काय, प्रत्यक्ष *टिरपिट्झ* जरी आली, तरी तीसुद्धा आपल्याला रोखू शकणार नाही! प्रेस्टन, *सिरस*ला सिग्नल पाठव..."

मध्येच बोलणं थांबवून त्यानं अविश्वासानं उत्तरेकडे बघितलं. त्या सगळ्या अंधाराला आणि हिमवर्षावाला भेदून बारीक, धारदार चाकूसारख्या पांढऱ्याशुभ्र ज्वाळा क्षणभरच चमकून दिसेनाशा झाल्या होत्या. आता कॅरिंग्टनही त्याच्याशेजारी येऊन उभा राहिला आणि दोघंही त्या जागी पापणीही न हलवता बघू लागले. कमोडर फ्लेचरच्या *केप हॅटेरास* जहाजाच्या नाकाच्या खाली कुठूनतरी तोफगोळे येऊन पाण्यात पडताना त्यांना दिसले. पांढरंशुभ्र पाणी वर उसळत होतं. मग पुन्हा एकदा त्यांना ते पांढऱ्याशुभ्र प्रकाशाचे फ्लॅशेस दिसले. या वेळी ते जास्त स्पष्ट आणि उठून दिसत होते. ज्या जहाजावरून ते गोळे सुटत होते, त्या जहाजाची आकृती क्षणभरच त्या उजेडात चमकून उठली.

तो कॅरिंग्टनकडे वळला. कॅरिंग्टनही त्याच्याकडेच गंभीर चेहऱ्यानं, चिडलेल्या डोळ्यांनी बघत होता. आधीच प्रचंड थकलेला, आता आपला पराभव होणार याची जाणीव झालेला टर्नर काही क्षण त्याच्या नंबर वनकडे फर्स्ट– लेफ्टनंट कॅरिंग्टनकडे – बघत राहिला.

"आपल्याला पडलेल्या अनेक प्रश्नांचं उत्तर अखेर समोर आलंय." त्यानं हळूच म्हटलं. "गेले दोन दिवस ते आपल्याला आणि *स्टर्लिंग*ला इतकं का बडवून काढताहेत, याचं हे कारण आहे तर! कोंबड्यांच्या खुराड्यात कोल्हा घुसलाय. आपला जुना दोस्त– ते *हिप्पर* क्रूझर– आपल्याला भेटायला आलेला दिसतोय."

"खरंय."

आपल्या मोहिमेच्या शेवटाच्या इतके जवळ येऊन पोचलो आपण, आणि तरी... टर्नरनं खांदे उडवले. "आपल्या कामगिरीचा शेवट यापेक्षा नक्कीच जास्त चांगला व्हायला हवा होता." आणि मग तो खुनशी हसला. "शत्रूशी लढता- लढता

वीराचं मरण आलेलं चालणार आहे का तुम्हाला?''

"अत्यंत चांगली कल्पना आहे!'' त्याच्या पाठीमागून एक दणदणीत आवाज आला. ब्रिजवर ब्रुक्स आलेला होता.''

"मलासुद्धा!'' टर्नरनं मान डोलावली, आणि तो हसला. आता सगळ्या शंका दूर झालेल्या होत्या, मनात काहीही प्रश्न उरलेले नव्हते. आणि पुढच्या कामगिरीचा निर्णयही पक्का झालेला होता. त्यामुळे आता तो चक्क आनंदलेला दिसत होता. "दुसरा काही पर्याय सुचतोय का कुणाला, लोकहो?''

"नाही ना?'' ब्रुक्सनं उदास आवाजात म्हटलं. "दोन्ही इंजिनं पूर्ण वेगानं, उत्तरेकडे!'' कॅरिंग्टननं टर्नरच्या प्रश्नाला उत्तरादाखल स्पीकिंग ट्यूबमध्ये हुकूम सोडला.

"असं नाही, नंबर वन.'' टर्नरनं हसत म्हटलं. "आपल्याला किती घाई आहे हे खाली कळलं पाहिजे...आपल्या जहाजाच्या इंजिनांमध्ये किती प्रचंड ताकद आहे, किती वेग आपलं जहाज घेऊ शकतं, याची आठवण करून दे त्यांना...प्रेस्टन! सगळ्या जहाजांना जनरल इमर्जन्सी सिग्नल पाठव. एकमेकांपासून वेगळे व्हा; रशियन बंदरांकडे स्वतंत्रपणे, वेगवेगळे निघा!''

*सिरस*च्या वरच्या डेकवर नव्यानं पडलेल्या बर्फाचा एक जाड थर जमलेला होता. अजूनही हिमवर्षाव होतच होता. वाऱ्याचा वेग वाढत होता, आणि निकोल्स जिथे काम करत होता, जखमी लोकांवर उपचार करत होता, त्या कँटिनच्या उबदार वातावरणामधून बाहेर येऊन ब्रिजवर जायला निघाल्यामुळे त्याच्या छातीत ती बाहेरची अतिथंड हवा एकदम घुसून त्याला क्षणभर असह्य वेदना झाल्या. 'इथलं तापमान साधारण शून्याच्या आसपास असलं पाहिजे,' त्यानं मनात म्हटलं. अंगावरच्या डुफेल कोटात चेहरा झाकून घेऊन तो मोठ्या कष्टांनी ब्रिजची शिडी एकएक पाऊल टाकत चढून ब्रिजवर आला. तो भयंकर थकलेला होता, आणि त्यानं डेकवर एकएक पाऊल टाकलं, की प्रत्येक वेळी त्याच्या तात्पुरतं स्प्लिंटर बांधलेल्या पायामधून तीव्र वेदनेची एक सणक त्याच्या डोक्यात जात होती. मागच्या मेस-डेकवर फुटलेल्या बॉम्बच्या एका कपच्यानं त्याच्या पायाचं हाड घोट्याच्या थोडंसं वर मोडलं होतं.

*सिरस*चा कमांडर पीटर ऑर त्याची वाट बघत जहाजाच्या त्या छोट्याशा ब्रिजच्या दाराशी उभा होता.

"मला वाटतं तुला हे बघायचं असेल, डॉक्टर.'' कमांडर ऑरनं म्हटलं. त्याच्या प्रचंड देहाला न शोभण्याइतका त्याचा आवाज बारीक पण तीक्ष्ण होता– काहीसा बायकीच होता. "तिकडे बघ, कशी चाललीय ती!'' त्यानं तिकडे बोट केलं.

निकोल्सनं डाव्या बाजूला बघितलं. *सिरस*पासून अर्ध्या मैलावर डावीकडे असलेल्या *केप हॅटेरास*वर प्रचंड आग लागलेली होती, आणि ती जागेवर थांबलेली

होती. उत्तरेला काही मैलांवर असलेलं जर्मन क्रूझर त्याला त्या हिमवर्षावातून आणि अंधारातून जेमतेम दिसलं : त्याच्यावरून होत असलेल्या तोफांच्या वर्षावामुळेच काय ते वेगळं ओळखता येत होतं. बुडत असलेल्या *केप हॅटेरास*वर ते अजूनही अत्यंत निर्दयपणे तोफांचा भडिमार करत होतं. आणि प्रत्येक गोळा अचूकपणे लक्ष्याचा वेध घेत होता. डाव्याच बाजूला पण मागे अर्ध्या मैलावर असलेली *युलिसिस* वेगानं पुढे येत होती. लाटांची फिकीर न करता बेभानपणे फेस आणि तुषार उडवत तिचं नाक लाटांवर जोरात स्वार होत होतं, आणि पुढच्या क्षणी धाडकन पाण्यावर आदळत होतं. वाऱ्याची दिशा उलटी असूनही *सिरस*च्या ब्रिजवर ते आवाज स्पष्ट ऐकू येत होते. तिची प्रचंड शक्तिशाली इंजिनं तिला त्या लाटांमधून झपाट्यानं पुढे ढकलत होती, आणि तिचा वेग क्षणाक्षणाला वाढतच होता.

भारल्यासारखा निकोल्स ते दृश्य बघत होता. *युलिसिस*वरून इथे *सिरस*वर आल्यापासून पहिल्यांदाच त्याला *युलिसिस* दिसत होती, आणि आताचं तिचं रूप बघून त्याला जबर धक्का बसला. तिचं मागचं आणि पुढचं जे काही बांधकाम होतं, ते जवळजवळ सगळंच खलास झालेलं होतं. त्या जागी फक्त तुटलेले, मोडलेले, वाकलेले, पिरगाळलेले लोखंडाचे अवशेष दिसत होते. दोन्ही मास्ट नाहीसे झालेले होते, दोन्ही धुराडी मोडलेली, वाकलेली होती; डायरेक्टर टॉवर खलास होऊन कसातरीच वाकलेला होता. फोरकॅसल आणि पूपमधल्या भगदाडांमधून अजूनही भरपूर प्रमाणात धूर येत होता. मागच्या बाजूची टरेट्स त्यांच्या पायांमधून पार निघालेली होती आणि प्रत्येक धक्क्यासरशी जोरजोरात हेलकावत होती. जहाजावर पडलेल्या त्या कॉन्डॉरचा सांगाडा अजूनही 'वाय' टरेटवर आडवा पडलेला दिसत होता. फोरकॅसल डेकवर एक स्टुका विमान पार त्याच्या पंखापर्यंत आत रुतून बसलेलं होतं, आणि ती टॉर्पेडो ट्यूब्जपाशी पार पाण्याच्या रेषेपर्यंत दुभंगलेली होती. *युलिसिस* म्हणजे एखाद्या अत्यंत वाईट अशा स्वप्नात दिसावी, तशी दिसत होती.

*सिरस*ही पाण्यावर प्रचंड हेलकावत होती, आणि आपला तोल कसाबसा सावरत निकोल्स डोळे फाडफाडून, सुन्नपणे बघत होता. ऑरही त्याच्याकडे बघत होता. तेवढ्यात एक माणूस एक सिग्नल घेऊन त्याच्याकडे आला. ऑरनं तो सिग्नल मोठ्यानं वाचला.

'भेटीची वेळ १०.१५.' त्यानं म्हटलं. "माय गॉड, अजून पंचवीस मिनिटं! ऐकलंस तू, डॉक? पंचवीस मिनिटं!"

"हो, सर." निकोल्सनं अन्यमनस्कपणे म्हटलं. त्याचं ऑरच्या बोलण्याकडे लक्ष नव्हतं.

ऑरनं त्याच्याकडे बघितलं, त्याच्या दंडाला स्पर्श केला आणि *युलिसिस*कडे बोट केलं.

"खरंच, कमाल आहे, नाही? विश्वासच बसत नाही, हो ना?"

"मी खरंच तिथे असायला हवं होतं." निकोल्स कमालीच्या निराशेनं पुटपुटला. "कशाला मला इथे पाठवलं! अरे, ते काय दिसतंय?"

*युलिसिस*च्या यार्डआर्मच्या खाली एक प्रचंड मोठा, चांगला वीस फूट लांबीचा ध्वज फडकताना दिसू लागला. आणि तो वाऱ्यावर जोरजोरानं फडकत होता. निकोल्सनं असलं दृश्य पूर्वी कधीच बघितलं नव्हतं. तो ध्वज खरोखरच भला मोठा होता. लाल, निळा आणि स्वच्छ पांढरा. "हा युद्धाचा ध्वज आहे." ऑरनं हळूच म्हटलं. "बिल टर्नरनं युद्धाचा ध्वज फडकावलाय." त्यानं अचंब्यानं मान हलवली. "आत्ता, या वेळी ध्वज फडकवण्यासाठी वेगळा वेळ काढलाय– हे फक्त टर्नरच करू जाणे! तू जवळून ओळखतोस त्याला, डॉक?"

निकोल्सनं काही न बोलता फक्त मान डोलावली.

"मीही." ऑरनं सहज म्हटलं. "आपण दोघंही फार सुदैवी आहोत."

*सिरस*चा स्वतःचा वेग पंधरा नॉट होता, ती अजूनही शत्रूच्या रोखानं जात होती, आणि तरीही *युलिसिस* अचाट वेगानं तिला सहज मागे टाकून, तिच्याजवळून पुढे गेली. इतक्या सहज, की *सिरस* जणू जागेवरच उभी असावी.

त्यानंतर बऱ्याच काळानं निकोल्सला त्या दृश्याचं नेमकं वर्णन करता आलं नाही. त्या वेळच्या त्याच्या सगळ्या आठवणी पुसट होत्या. *युलिसिस* आता उसळत नव्हती की खाली आदळत नव्हती. ती प्रचंड वेगानं लाटांना सहज भेदून पुढे चालली होती. तिचं नाक पाण्यावर उचललं गेलेलं होतं, आणि मागचा भाग समुद्राच्या पाण्यात चांगला पंधरा फूट रुतलेला होता. मागच्या भागाव– उद्ध्वस्त झालेल्या पूप-डेकवर– समुद्राच्या फेसाळत्या पाण्याचे प्रचंड फवारे उसळत होते. त्याला आठवत होतं, की 'बी' टरेट अविरतपणे आग ओकत होतं, आणि गोळ्यामागून गोळा त्या जर्मन क्रूझरच्या वरच्या बाजूला झगझगीत पांढरा प्रकाश फेकत फुटत होता : कारण 'बी' टरेटकडे आता फक्त स्टार-शेल्सच उरली होती. त्याच्या मनावर असंही एक पुसटसं चित्र कोरलं गेलं होतं, की *सिरस*जवळून जात असताना टर्नर त्यांच्याकडे बघत जोरजोरात हात हलवत होता, मागे तो प्रचंड ध्वज जणू काही वाऱ्यावर ताठ उभा असल्यासारखा फडकत होता– प्रचंड उलट्या वाऱ्यामुळे आणि *युलिसिस*च्या जबरदस्त वेगामुळे एवढ्यातच तो फाटायला सुरुवात झाली होती. पण एक आवाज तो मरेपर्यंत विसरणं शक्य नव्हतं. तो आवाज *युलिसिस*च्या बॉयलर-रूममधल्या प्रचंड शक्तिशाली इनटेक फॅन्सचा होता. भयंकर वेगानं ते फॅन्स हवेचे प्रचंड झोतावर झोत आत घेताना होणारा तो आवाज होता. कारण *युलिसिस* इतक्या प्रचंड वेगानं लाटांना लाथाडत पुढे जात होती, की खरं म्हणजे त्यामुळे तिचा पाठीचा कणा मोडून जायला हवा होता, तिची इंजिनं जळून

जायला हवी होती. टर्नरच्या मनात काय आहे, याबद्दल काहीही शंका नव्हती. तो विश्वास बसणार नाही अशा– चाळीस नॉटपेक्षाही जास्त– वेगानं शत्रूच्या त्या क्रूझरवर थेट जाऊन आदळणार होता, आणि आपल्याबरोबर त्यालाही समुद्राच्या तळाशी घेऊन जाणार होता.

निकोल्स डोळे फाडफाडून ते दृश्य बघत होता. त्याच्या मनात त्या वेळी वेगवेगळ्या भावनांचा पूर उसळला होता. *युलिसिस* त्याचीही होती, तिच्यावरचे सगळे जण त्याचे दोस्त होते. विशेषतः कॅपॉक किड. अर्थात, कॅपॉक किड जिवंत नाही, हे त्याला समजलेलं नव्हतं. *युलिसिस,* तिच्यावरची माणसं, सारं काही त्याच्या आयुष्याचा एक अविभाज्य भाग बनून गेलं होतं. *युलिसिस*सारखं एक दंतकथा बनून गेलेलं जहाज मरताना बघणं म्हणजे अत्यंत क्लेशदायक गोष्ट होती. पण त्याच वेळी तो मनोमन खूशही झाला होता. असा मृत्यू पाहिजे! लढतालढता आलेलं मरण! आणि पूर्वीच्या खलाश्यांची जी समजूत होती, की जहाज हे जिवंत असतं, त्याला मनही असतं आणि आत्माही असतो. ते जर खरं असेल, तर आपल्याला असं मरण यावं, अशी खुद्द *युलिसिस*चीही इच्छा असती!

युलिसिस अजूनही चाळीस नॉटपेक्षाही जास्त वेगानं पुढे जात होती, तेवढ्यात अचानक तिच्या पुढच्या भागात, पाण्याच्या रेषेच्या थोडंसंच वरच्या बाजूला एक भलं मोठं भगदाड पडलेलं दिसलं. तोफगोळ्यामुळे? शक्य आहे; पण त्या कोनात शक्य वाटत नव्हतं. हा एखादा टॉर्पेडोच असला पाहिजे, अजून न दिसलेल्या एखाद्या यू-बोटीनं सोडलेला. अचानक जहाजाचं नाक खाली गेलं आणि त्याच वेळी टॉर्पेडो उसळी मारून वर आला असला, तर असं घडू शकतं. अशा गोष्टी पूर्वीही घडलेल्या होत्या... *युलिसिस*नं त्या टॉर्पेडोला वाटेतून लाथाडलं, आणि झालेल्या त्या गंभीर जखमेकडे साफ दुर्लक्ष करून, तोफगोळ्यांच्या वर्षावाकडेही दुर्लक्ष करून ती तशीच पुढे जात राहिली.

हे सगळं घडूनही *युलिसिस* चाळीस नॉट वेगानं तशीच पुढे जात होती, शत्रूच्या गन्सच्या खालून, त्यांची तोंडं पूर्णपणे खाली वळलेली असूनही जात होती, आणि अचानक तिच्यावरच्या 'ए' मॅगझिनचा 'ए' टरेटसाठीच्या दारूगोळ्याच्या कोठाराचा प्रचंड स्फोट झाला. तो इतका अजस्त्र होता, की त्या एकाच स्फोटात तिचं संपूर्ण नाक फाडकन नाहीसं झालं. आता अचानक हलक्या झालेल्या तिच्या फोरकॅसलनं क्षणभर एकदम हवेत उंच उसळी घेतली, आणि मग ते तितक्याच वेगानं खवळलेल्या समुद्रात घुसलं. ती खाली निघाली, ती परत वर न येण्यासाठीच. तिची जी अत्यंत शक्तिशाली इंजिनं आणि प्रॉपेलर तिला आयुष्यभर प्रचंड वेग देत आले होते, तेच प्रॉपेलर आणि इंजिनं तिला त्याच अफाट वेगानं आर्क्टिक सागराच्या काळ्या, अंधारलेल्या तळाशी नेत राहिली...

उपसंहार

छान, उबदार आणि शांत हवा होती. आकाश अत्यंत सुंदर, निळं दिसत होतं, आणि छोटेछोटे कापसाच्या पुंजक्यासारखे ढग आळसटपणे दूर क्षितिजाकडे तरंगत चाललेले होते. रस्त्यावरच्या बागा नाजूक, सुंदर निळ्या, लाल, पिवळ्या, सोनेरी रंगांच्या फुलांनी बहरलेल्या होत्या. रंगांच्या छटा इतक्या सुंदर असतात, हेसुद्धा तो – निकोल्स – विसरून गेलेला होता. अधूनमधून एखादा वयस्कर गृहस्थ किंवा एखादी गृहिणी, किंवा आपल्या सुंदर तरुण मैत्रिणीबरोबर असलेला एखादा तरुण चालत असताना मध्येच थांबून ते सौंदर्य, ती रंगांची उधळण बघत होते, ते मंद सुगंध श्वासात भरून घेत होते.

दूरवरून रहदारीचे आवाज येत होते, पण झाडांमधल्या घरट्यांतून पक्षी गोड कूजन करत होते, त्यांचे मंजूळ आवाज त्या रहदारीच्या गोंगाटातूनही स्पष्ट ऐकू येत होते. इतक्यात बिग बेनच्या टोल्यांचे आवाज वातावरणात घुमू लागले. जॉनी निकोल्स टॅक्सीमधून कसाबसा बाहेर आला, त्यानं टॅक्सी ड्रायव्हरला पैसे दिले, आणि तो हळूहळू, लंगडत त्या संगमरवरी पायऱ्यांवरून वर चढू लागला.

आपला चेहरा ठरवून निर्विकार ठेवत दाराजवळच्या रक्षकानं त्याला सॅल्यूट केला, आणि ते जड, फिरतं दार उघडलं. आत शिरून निकोल्स त्या प्रचंड हॉलमध्ये बघू लागला. दोन्ही बाजूंना बरीच काही मोठाली, जड दारं दिसत होती. हॉलच्या पलीकडच्या टोकाला वळणदार जिन्याच्या खाली एक भला रुंद गोलाकार काउंटर होता– असे काउंटर बहुधा बँकांमध्ये बघायला मिळतात– आणि त्या काउंटरच्या वरच्या बाजूला एक पाटी होती : 'टायपिस्ट पूल : इनक्वायरीज' निकोल्स त्या काउंटरकडे निघाला. संगमरवरी फरशीवर त्याच्या कुबड्यांचा होणारा 'टॉक टॉक' आवाज हॉलमधल्या शांत वातावरणात चांगलाच मोठा येत होता. 'किती हृदयस्पर्शी आणि मेलोड्रॅमॅटिक वाटतंय हे, जॉनी,' त्यानं कोरडेपणानं स्वतःशीच म्हटलं. लोकांची सुरेख करमणूक होत असणार– अगदी पैसे वसूल परफॉर्मन्स. त्याचं कारणही तसंच होतं. अर्धा डझन टायपिस्ट पोरी कामं थांबवून

त्याच्याकडे उघडउघड कुतूहलानं टक लावून बघत होत्या. तांबडे केस असलेली शेलाट्या बांध्याची एक तरुण पोरगी– तिनं अंगात चक्क शर्ट घातलेला होता– लगबगीनं काउंटरवर आली.

"मी काही मदत करू शकते का, सर?" तिनं शांत आवाजात विचारलं. तिच्या निळ्या डोळ्यांमध्ये काळजी दिसत होती. निकोल्सला तिच्या पाठीमागच्या एका आरशात स्वतःचं प्रतिबिंब दिसलं. अंगापेक्षा बराच मोठा असलेल्या एका खलाशाच्या जर्सीवर घातलेलं, चार ठिकाणी विरलेलं, मळलेलं युनिफॉर्म जॅकेट, खोल गेलेले निस्तेज डोळे, गालफडं वर आलेला पांढुरका चेहरा, थोडीशी वाढलेली दाढी. त्यानं स्वतःशीच कबूल केलं, की आपली काळजी हिला वाटत असली, तर तिला दोष देण्यात काही अर्थ नाही. आपली तब्येत एकदम खंगलीय, हे समजायला काही ती डॉक्टर असण्याची गरज नव्हती.

"माझं नाव निकोल्स. सर्जन-लेफ्टनंट निकोल्स. माझी अपॉइंटमेंट आहे."

"लेफ्टनंट निकोल्स...एचएमएस युलिसिस!" त्या मुलीनं एकदम श्वास आत घेतला. "हो, हो सर. ते तुमची वाटच बघताहेत." निकोल्सनं एकदा तिच्याकडे पहिलं, मग आपापल्या खुर्च्यांवर निश्चल बसून त्याच्याकडे नवलानं बघत असलेल्या बाकीच्या पोरींकडे बघितलं. सगळ्या जणी आपल्याकडे एखाद्या परग्रहावरून आलेल्या माणसाकडे बघावं तशा नजरेनं बघत असल्याचं त्याच्या लक्षात आलं. नाही म्हटलं तरी त्याला जरा लाजल्यासारखंच झालं. "वर जायचं ना?" त्यानं विचारलं. "इतकं तुटक आणि कोरडं बोलायचं खरंतर त्याच्या मनात नव्हतं.

"नाही, सर." ती पोरगी लगबगीनं काउंटरच्या मागून चालत त्याच्यापाशी आली. "त्यांना– अं... त्यांना माहीतंय, की तुम्ही जखमी झाला आहात." तिनं हळूच म्हटलं. "असेच चला माझ्याबरोबर." त्याच्याबरोबर चालण्यासाठी तिनं तिचा वेग कमी केला.

एका दाराशी जाऊन तिनं टकटक केलं, दार उघडून तो आला असल्याचं आतल्या कुणालातरी सांगितलं– कोणाला, ते त्याला दिसलं नाही – आणि तो आत गेल्यावर तिनं हळूच दार लावून घेतलं.

त्या खोलीत तिघं जण होते. त्यांतल्या एकाला त्यानं ओळखलं– व्हाइस-ॲडमिरल स्टार. स्टार चटकन उठून त्याच्यापाशी आला. आधी– जेमतेम पंधरवड्यापूर्वी– त्यानं त्याला बघितलं होतं, त्या मानानं तो आता फारच वयस्कर दिसत होता, फार जास्त थकलेला दिसत होता.

"कसा आहेस, निकोल्स?" स्टारनं विचारलं. "नीट चालता येत नाहीसं दिसतंय तुला." त्याच्या बोलण्यातल्या त्या खोट्या आश्वासकतेखाली, खोट्या मोकळेपणाखाली त्याच्या मनावरचा ताण स्पष्ट जाणवत होता. "ये, बस."

निकोल्सला घेऊन तो खोलीतल्या भल्यामोठ्या, लांबलचक, वर लेदरचं आच्छादन असलेल्या टेबलाकडे आला. टेबलामागे दोन माणसं बसलेली होती, आणि त्यांच्या मागच्या बाजूला भिंतीवर दोन मोठेथोरले नकाशे लावलेले होते. त्या दोघां पैकी एक जण चांगला उंच बांध्याचा, जाडजूड, तांबडालाल दिसणारा माणूस होता. त्याच्या अंगावर पूर्ण युनिफॉर्म होता, आणि कोटाच्या बाह्यांवर तो ॲडमिरल ऑफ द फ्लीट– ब्रिटिश आरमाराचा नौदलप्रमुख– असल्याचं सांगणाऱ्या चार पट्ट्या आणि एक रुंद बँड होता. दुसरा माणूस साधा सिव्हिलियन दिसत होता. तो अंगानं लहान चणीचा पण आडव्या बांध्याचा होता. त्याचे केस पिकलेले होते, आणि नजर स्थिर, विचारी आणि अनुभवी होती. निकोल्सनं त्यालाही लगेच ओळखलं. बाकीचे दोन ॲडमिरल त्याच्याशी ज्या अदबीनं वागत होते, त्यावरून त्यानं तसंही त्याला ओळखलंच असतं. 'अरे वा!', त्यानं कोरडेपणानं स्वतःशीच म्हटलं, 'आपलं स्वागत करायला इतके मोठे लोक येतात...' पण ते तिघंही आपलं स्वागत करायला सुरुवात करायला जरासे मागेपुढे बघत असावेत, असं त्याला जाणवलं– मग त्याच्याच लक्षात आलं, की या क्षणी आपण असे दिसतोय, की ते असं वागणं स्वाभाविकच आहे. शेवटी तो केस पिकलेला माणूस हळूच खाकरला.

"तुझा पाय कसा आहे, बेटा?" त्यानं विचारलं. "फारसा काही चांगला आहेसं दिसत नाही मला." तो अगदी खालच्या स्वरात बोलत होता, पण त्याचा आवाज चांगला जिवंत होता, आणि त्यातून त्याचा अधिकार स्पष्ट जाणवत होता.

"नाही, बरा आहे. थँक्यू, सर." निकोल्सनं उत्तर दिलं. "दोन-तीन आठवडे विश्रांती घेतली, की मी परत रुजू होऊ शकेन."

"मुळीच नाही, बेटा, तू दोन महिन्यांची रजा घ्यायचीयस." त्या केस पिकलेल्या माणसानं शांतपणे म्हटलं. "हवी तर आणखीही घे." तो फिकटसं हसला. "कुणी विचारलं तर त्याला माझं नाव सांग. सिगारेट?"

निकोल्सला सिगारेट देऊन, स्वतःही एक सिगारेट शिलगावून तो खुर्चीत मागे टेकून बसला. काही वेळ असं वाटलं, की पुढे काय बोलावं हे त्याला सुचत नसावं. मग त्यानं एकदम वर बघितलं.

"परतीचा प्रवास चांगला झाला?"

"अतिशय छान झाला, सर. सगळीकडे मला व्हीआयपी ट्रीटमेंट मिळाली. मॉस्को, तेहरान, कैरो, जिब्राल्टर." निकोल्सचं तोंड कडवट झालं. "जाताना जो प्रवास झाला, त्या मानानं येतानाचा प्रवास खूपच आरामदायक होता." थांबून त्यानं सिगारेटचा एक जोरदार झुरका घेतला, आणि टेबलापलीकडे बसलेल्या तिघांकडे स्थिर नजरेनं बघितलं. "मला सिरसमधून घरी परत यायला जास्त आवडलं असतं."

"हो, नक्कीच." स्टारनं कडवट आवाजात म्हटलं. "पण प्रत्येकाच्या आवडीनिवडी

जपणं आम्हाला परवडण्यासारखं नाही. आम्हाला लवकरात लवकर एफआर ७७ ची– त्यातही विशेषतः युलिसिसची- संपूर्ण, प्रत्यक्ष घडलेली हकिगत जाणून घ्यायची घाई होती.''

निकोल्सची खुर्चीच्या हातावरची पकड एकदम घट्ट झाली. त्याच्या मनात क्षणार्धात संतापाचा आगडोंब उसळून आलेला होता; पण त्याच्या लक्षात आलं, की समोर बसलेला तो केस पिकलेला माणूस आपल्याकडे बारीक नजरेनं पाहतोय. त्यामुळे त्यानं लगेच स्वतःर ताबा मिळवला. शांत होऊन त्यानं त्या माणसाकडे प्रश्नार्थक नजरेनं, भुवया उंचावून पाहिलं.

केस पिकलेल्या माणसानं मान डोलावली. ''तू फक्त तुला जे काही माहीतंय, ते सगळं आम्हाला सांग.'' त्यानं मायेनं म्हटलं. ''सगळं काही, प्रत्येक गोष्टीबद्दल. तुला हवा तितका वेळ घे.''

''सुरुवातीपासून?'' निकोल्सनं हळूच विचारलं.

''हो. सुरुवातीपासून.''

निकोल्सनं त्यांना सगळी हकिगत सांगितली. खरंतर त्याच्या मनात होतं, की एफआर ७७ काफिल्याच्या आधीच्या काफिल्यापासून जे काही घडलं, ते सगळं काही जसं घडलं तसं सांगावं; पण त्यानं किंचित विचार करून शेवटी फक्त एफआर ७७ काफिल्याचीच हकिगत सांगायचं ठरवलं. त्यानं सगळी हकिगत सांगायचे जास्तीत जास्त प्रयत्न केले; पण शेवटी त्याच्या बोलण्याला काहीसं तुटक-तुटक स्वरूप आलं, आणि का कोण जाणे, सत्य सांगताना जो एक प्रकारचा जोर, ठामपणा त्यात असतो, तो त्याच्या बोलण्यात नव्हता. कारण प्रत्यक्ष त्या सफरीत अनुभवलेलं वातावरण, ती वादळं, खवळलेला समुद्र, बर्फवृष्टी, हाडं गोठवणारी थंडी, शत्रूचे हल्ले, उपासमार, थकवा वगैरे, आणि इथलं शांत, उबदार वातावरण यांच्यात जमीन-अस्मानाचा फरक होता; सफरीतलं ते वातावरण आणि ते प्रसंग ही प्रत्यक्ष अनुभवण्याची आणि समजून घेण्याची गोष्ट होती. इथे सांगताना त्याला स्वतःलाच आपलं बोलणं सपक वाटत होतं. इथे लंडन शहराच्या मध्यवर्ती भागात बसून सांगताना ती भयंकर, कुणाचाही विश्वास बसणं शक्य नाही अशी हकिगत म्हणजे थाप असावी असं वाटेल, असं त्याच्या स्वतःच्या कानांनासुद्धा जाणवलं. हकिगत अर्धी सांगून झाल्यावर त्यानं समोर बसलेल्या त्या तिघांकडे बघितलं. तो केस पिकलेला माणूस आणि नौदलप्रमुख या दोघांच्या चेहऱ्यांवरचे भाव बदललेले त्याला जाणवले. काय होतं त्या नजरांमध्ये? अविश्वास? नाही. अविश्वास नव्हता, तर एक प्रकारच्या गोंधळात पडल्याचे भाव, तो जे सांगत होता ती परिस्थिती, ती हकिगत समजून घेण्यात खरीखुरी असमर्थता त्याला त्या दोघांच्या नजरांमध्ये जाणवली. स्टारला काय वाटतं याच्याशी त्याला देणंघेणं नव्हतं.

त्याच्याकडे त्यानं साफ दुर्लक्ष केलं.

पण नंतर त्यानं सांगण्याच्या पद्धतीत थोडा बदल केला, आणि मग मात्र त्याचं बोलणं बरंच जास्त परिणामकारक होऊ लागलं. ज्या घडलेल्या गोष्टी सिद्ध होऊ शकत होत्या, किंवा त्यांची माहिती मिळवणं त्यांना शक्य होतं, त्यांच्याशीच त्यानं चिकटून राहायचं ठरवलं : विमानवाहू जहाजं समुद्रामुळे जायबंदी होणं, विमानवाहू जहाजं पाणसुरुंगांना किंवा टॉर्पेडोंना बळी पडणं, ते प्रचंड वादळ, जिवंत राहण्यासाठी करावा लागलेला भयंकर झगडा, प्रदीर्घ काळ झालेली उपासमार, थकवा, झोपेचा अभाव, वेगवेगळ्या कारणांसाठी काफिल्यातून हळूहळू कमी होत गेलेली जहाजांची संख्या, काफिल्यातल्या जहाजांची हळूहळू खालावत गेलेली परिस्थिती, दोन पेट्रोल टँकर्सचा झालेला भयानक अंत, काफिल्यातल्या जहाजांनी बुडवलेल्या यू-बोटी आणि पाडलेली बॉम्बर विमानं, युलिसिसनं बर्फाच्या भयानक वादळातून ४० नॉट वेगानं जात केलेला शेवटचा हल्ला, जर्मन क्रूझरच्या हातून झालेला तिचा अंत, रॉयल आरमाराच्या जहाजांचं आगमन, त्या जहाजांना तोंड न देता त्या जर्मन क्रूझरनं हल्ला अर्धवट सोडून केलेलं पलायन, इतस्ततः विखुरलेल्या काफिल्यातल्या उरल्यासुरल्या जहाजांचं एकत्र येणं, बेरेंट्सच्या समुद्रात रशियन विमानांनी काफिल्याला दिलेलं संरक्षण, आणि शेवटी एफआर ७७ काफिल्यातल्या उरलेल्या जहाजांचं– एकूण फक्त पाच जहाजांचं - कोला इन्लेटमध्ये झालेलं आगमन.

पण पुन्हा एकदा, जेव्हा त्यानं ज्या गोष्टी सहज पडताळून पाहता येण्यासारख्या नव्हत्या, त्या सांगायला सुरुवात केली, तेव्हा पुन्हा एकदा त्याला त्या दोघांच्या चेहऱ्यांवर कधी काहीसे साशंक, तर कधी कमालीचे आश्चर्याचे भाव जाणवले. त्यानं या गोष्टी शक्य तितक्या शांतपणे, भावनिक न होण्याचा प्रयत्न करत सांगितल्या. त्यानं त्यांना राल्स्टननं सर्चलाइटच्या मदतीनं पाडलेल्या विमानांबद्दल सांगितलं, त्याच्या वडिलांचंच काफिल्यातलं जहाज त्याला नाइलाजानं कसं बुडवावं लागलं, हे सांगितलं. त्याच्या भावाच्या मृत्यूबद्दल, त्याच्या संपूर्ण कुटुंबाच्या मृत्यूबाबत सांगितलं. जहाजावर झालेल्या बंडाचा म्होरक्या असलेल्या रायलेनं शाफ्ट टनेलमधून बाहेर यायला दिलेल्या नकाराची हकिगत त्यानं सांगितली, एका मरीनचा जीव घेतलेल्या आणि नंतर अडकलेल्या लोकांना वाचवण्यासाठी मोठ्या आनंदानं स्वतःचाच बळी दिलेल्या पीटरसेनची हकिगत सांगितली, मॅक्वेटरची, क्रायस्लरची, डॉइलची, आणि आणखी डझनभर इतर सहकाऱ्यांच्या हकिगती त्यानं त्यांना सांगितल्या.

युलिसिस बुडाल्यानंतर सिरसनं युलिसिसमधल्या समुद्रात तरंगत असलेल्या सहा माणसांना उचलून घेतलं, ती हकिगत सांगताना काही क्षण त्याचा आवाज कातर झाला. ब्रुक्सनं त्याचं लाइफ जॅकेट एका साध्या नौसैनिकाला दिलं, आणि

तो स्वतःही त्या भयंकर थंड पाण्यात पंधरा मिनिटं जिवंत कसा राहिला, हे त्यानं सांगितलं, डोक्याला आणि हाताला जखमा झालेल्या असूनही टर्नरनं सुन्न झालेल्या स्पायसरला सिरस येईपर्यंत कसं आधार देऊन पाण्यावर ठेवलं, त्याच्याभोवती दोर कसा गुंडाळला आणि तो स्वतः मात्र लगेचच कसा बुडाला, हे सांगितलं. खऱ्या अर्थानं लोहपुरुष असलेल्या कॅरिंग्टननं आपल्या काखांमध्ये एक लाकडाचा ओंडका धरून दोन माणसांना कसं पाण्यावर ठेवलं, हे सांगितलं. ते दोघंही जण नंतर मृत्युमुखी पडले होते– त्यांतला एक प्रेस्टन होता. कॅरिंग्टन कुणाच्याही मदतीशिवाय दोराला धरून सिरसवर चढला होता– त्याचा डावा पाय गुडघ्याखाली तुटून लोंबकळत असूनही. कॅरिंग्टन जगणार होता. त्याला बहुतेक कशानंच मरण येणार नाही. डॉइलही बुडाला होता. त्याच्यासाठी सिरसवरून दोर फेकला होता, पण तो पूर्णपणे आंधळा झाल्यामुळे तो दोर त्याला दिसलाच नव्हता.

पण निकोल्सच्या लक्षात आलं, की त्या तिघांना युलिसिसवरचं वातावरण कसं होतं, युलिसिसवरची बंडखोर माणसं कशी वागत होती, हे हवं होतं. त्यानं कधीही विश्वास बसणं शक्य नाही अशा गोष्टी त्यांना सांगितल्या, लोकांच्या वागण्यात कसा बदल झाला होता हे सांगितलं, पण आधी ज्यांनी त्यांच्याच जहाजाच्या विरोधात– आणि पर्यायानं ब्रिटनच्या सम्राटाच्या विरोधात शस्त्रं उचलली होती, तीच माणसं अशी कशी वागली, या दोन गोष्टींचा मेळ त्यांना घालता येईना.

त्यामुळे निकोल्सनं त्यांना या लोकांच्या वर्तनात हा बदल का नि कसा झाला, हे सांगायचा प्रयत्न केला; पण सांगतासांगताच त्याच्या लक्षात येत गेलं, की हे त्यांना पटेल अशा भाषेत आपल्याला कधीच सांगता येणं शक्य नाही. काय सांगणार त्यांना? कॅप्टन व्हॅलेरी त्यांच्याशी ब्रॉडकास्ट सिस्टिमवरून कसे बोलले होते; ते कसे सगळ्या जहाजातून फिरून प्रत्येकाला भेटले होते आणि त्यांनी सगळ्यांना त्यांच्या स्वतःसारखं बनवलं होतं; मरते वेळी ते त्या आपल्या सगळ्या सहकाऱ्यांबद्दल काय बोलले होते; आणि सगळ्यात महत्त्वाचं म्हणजे, त्यांच्या मृत्यूमुळेच सगळ्या लोकांना स्वतःचं पौरुष गवसलं होतं, आणि निराशेमधून बाहेर पडून ते कॅप्टनसाहेबांच्या मृत्यूचा बदला घेण्यासाठी कसे पेटून उठले होते, हे कसं समजावून सांगणार या तिघांना? कारण सांगण्यासारख्या याच गोष्टी त्याच्याकडे होत्या, आणि त्या प्रत्यक्षात घडलेल्याही होत्या, आणि या तिघांच्या दृष्टीनं त्या तशा निरर्थकच होत्या. बोलता-बोलता अचानक निकोल्सला जणू अंतर्ज्ञानच झालं, की युलिसिसवरच्या सगळ्या माणसांमध्ये हा जो बदल झाला होत– चिडलेल्या, निराश, मोडून गेलेल्या माणसांमध्ये आमूलाग्र, अतर्क्य परिवर्तन होऊन त्यांचं रूपांतर स्वतःचं सगळं काही सोडून देऊन खऱ्याखुऱ्या लढवय्यांमध्ये झालं होतं, त्याचा अर्थ समजावून सांगताही येण्यासारखा नाही, आणि समजून घेताही येण्यासारखा

नाही; कारण सारा अर्थ एकट्या कॅप्टनसाहेबांमध्ये – कॅप्टन व्हॅलेरींमध्ये – सामावलेला आहे. ते जिवंत असते तर काही सांगू तरी शकले असते, पण ते तर आता जिवंत नाहीत.

निकोल्सचा मेंदू आता पुरता थकून गेलेला होता. आपली तब्येत मुळीच चांगली नाही, हे त्याला माहीत होतं. त्याचं मन गोंधळून गेलेलं होतं, आणि तो सरळ विचार करू शकत नव्हता. गोष्टी जशा घडल्या, तशा क्रमानं त्याला आठवेनाशा झालेल्या होत्या, सांगण्यातही त्याची गडबड होत होती, दोन घटनांमध्ये घडलेल्या गोष्टी आठवताना त्याचा गोंधळ उडत होता. अचानक त्याला या सगळ्यातल्या निरर्थकतेची प्रचंड जाणीव झाली, आणि त्याच्या शब्दांमधला ठामपणा हळूहळू कमी होत गेला, आणि एक वेळ अशी आली, की त्याचं बोलणं पूर्णपणे थांबलं.

त्या केस पिकलेल्या माणसानं आपल्याला शांत आवाजात काहीतरी विचारलं, अशी अंधूक जाणीव त्याला झाली, आणि तो विचार न करताच काहीतरी मोठ्यानं पुटपुटला.

"काय झालं? काय म्हणालास तू?" तो केस पिकलेला माणूस त्याच्याकडे विचित्र नजरेनं बघत होता. समोर बसलेल्या नौदलप्रमुखाचा चेहरा निर्विकार होता, तर स्टारच्या चेहऱ्यावर त्याला स्पष्ट अविश्वास दिसला.

"त्यांना सांग, की ते नसते तर मी कामच करू शकलो नसतो, देवानं एखाद्या जहाजाच्या कॅप्टनला दिलेली ही सर्वोत्तम माणसं आहेत, असं कॅप्टन व्हॅलेरी मरताना म्हणाले, एवढंच मी बोललो." निकोल्सनं हळूच म्हटलं.

"आय सी." केस पिकलेल्या त्या माणसाची वृद्ध, विचारी, अनुभवी नजर त्याच्यावर खिळलेली होती, पण तो आणखी काहीच बोलला नाही. बोटांनी टेबलावर वाजवत त्या माणसानं सावकाश, आळीपाळीनं बाकीच्या दोघांकडे बघितलं, आणि मग पुन्हा निकोल्सकडे त्याची नजर वळली.

"एक-दोन मिनिटं इथेच बसून जरा आराम कर, बेटा...आलोच आम्ही."

तो माणूस खुर्चीवरून उठला, आणि हळूहळू, विचारमग्न अवस्थेत चालत त्या लांबलचक दालनाच्या दुसऱ्या टोकाला असलेल्या भल्यामोठ्या खिडक्यांजवळ जाऊन उभा राहिला. बाकीचे दोघंही त्याच्यापाठोपाठ तिकडे गेले. निकोल्स जागेवरून हललाही नाही, त्यानं कसली हालचालही केली नाही की त्यांच्याकडे वळून पाहिलं नाही. निरुत्साहानं, हताश झाल्यासारखा तो पाठीत वाकून खुर्चीत बसला. वारंवार त्याची नजर पायांमध्ये ठेवलेल्या आपल्या कुबड्यांकडे जात होती.

अधूनमधून त्याला त्या तिघांची कुजबुज ऐकू येत होती. स्टारचा मोठा आवाज तर त्याला तिथेही स्पष्ट ऐकू येत होता : "बंडखोरांचं जहाज होतं, सर...ते कधीच

परत पहिल्यासारखं होणं शक्य नव्हतं... जे झालं तेच जास्त बरं आहे.'' त्याला हळू आवाजात एक उत्तरही दिलं गेलं, पण ते ऐकू येणं शक्य नव्हतं, मग परत त्याला स्टारचं बोलणं ऐकू आलं : ''...फायटिंग युनिट म्हणून ते संपलेलं होतं.'' त्या केस पिकलेल्या माणसानं हळू आवाजात, पण जोरात काहीतरी म्हटलं; त्याचे शब्द नीट ऐकू आले नाहीत, पण त्यानं स्टारच्या मताशी आपण असहमत असल्याचं दर्शवणारं काहीतरी म्हटलेलं होतं, हे निकोल्सला जाणवलं. मग नौदलप्रमुखाचा वजनदार, घोगरा आवाज ऐकू आला. त्यातला फक्त 'प्रायश्चित्त' एवढाच शब्द त्याला स्पष्ट समजला, आणि त्यावर त्या केस पिकलेल्या माणसानं सावकाश मान डोलावली. नंतर स्टारनं मागे मान करून निकोल्सकडे एक कटाक्ष टाकला, तेव्हा त्याला ते आता आपल्याबद्दल बोलत असल्याचं लक्षात आलं. आपल्याला 'तब्येत ठीक नाही', 'प्रचंड ताण' असं काहीतरी ऐकू आल्यासारखं त्याला वाटलं, पण तेही खात्री होण्याइतकं स्पष्ट नव्हतं.

तसंही त्याला एव्हाना काहीच वाटेनासं झालेलं होतं– काही का म्हणेनात, आपल्याला काय घेणं-देणं आहे त्याच्याशी? आता त्याला एकाच गोष्टीची घाई झालेली होती : इथून बाहेर पडायचं. आपल्याच देशात, या इथल्या सगळ्या वातावरणात आपण परके आहोत, अशी जाणीव त्याला होत होती, आणि त्यामुळे आपण जे काही सांगितलं त्यावर त्यांचा विश्वास बसतो की न बसतो, बसला तर किती बसतो, याला आता त्याच्या दृष्टीनं काहीच अर्थ उरलेला नव्हता.

कॅपॉक किड जिवंत असता, तर तो काय बोलला असता यावर? आपल्या जिवलग दोस्ताच्या आठवणीनं त्याच्या चेहऱ्यावर क्षणभर स्मित आलं. कॅपॉक किड शिव्या न देता बोलणं शक्यच नव्हतं. अत्यंत शिवराळ भाषा वापरून तो स्पष्ट, बोचरं बोलला असता. कॅप्टन व्हॅलेरी काय बरं बोलले असते? त्याच्या चेहऱ्यावर पुन्हा हलकंसं स्मित आलं. ते अगदी सभ्य, समजूतदार, विचारीपणानं बोलले असते, ''ते चांगले आहेत की वाईट आहेत हे ठरवू नकोस, कारण त्यांना तुझं बोलणं समजतच नाहीय.''

हळूहळू त्याला जाणीव झाली, की कुजबुज थांबलीय, आणि ते तिघं आपल्या शेजारीच उभे आहेत. त्याच्या चेहऱ्यावरचं ते हसू मावळलं, आणि त्यानं वर त्यांच्याकडे बघितलं. ते त्याच्याकडे विचित्र नजरेनं बघत होते, पण त्यांच्या नजरेत त्याला आपल्याबद्दलची काळजीही जाणवली.

''आय ॲम व्हेरी सॉरी, माय बॉय!'' केस पिकलेल्या त्या माणसानं मनापासून म्हटलं. ''तू खूप आजारी आहेस, आणि तरीही आम्ही तुला नको इतका त्रास दिला. ड्रिंक घेशील का तू? जरा बरं वाटेल तुला.''

''नको, सर. थँक्स!'' निकोल्स खुर्चीत ताठ बसला. ''मी एकदम ठीक आहे.''

मग त्यानं जरासं चाचरत विचारलं, "अजून काही माहिती हवीय, सर?"

"नाही. आम्हाला हवं होतं ते सगळं काही सांगितलंयस तू." तो केस पिकलेला माणूस छानपैकी, एखाद्या मित्रासारखा हसला. "खूप मदत झालीय तुझी, लेफ्टनंट. तुझा रिपोर्ट अगदी उत्तम आहे. थँक्यू व्हेरी मच!"

निकोल्सला सुटल्यासारखं वाटलं. हा माणूस थापाड्या आहे पण सज्जन आहे, त्यानं मनात म्हटलं. हळूहळू, मोठ्या कष्टांनी तो उठून उभा राहिला, आणि त्यानं आपल्या कुबड्या हातात घेतल्या. त्यानं स्टार आणि नौदलाच्या प्रमुखांशी शेकहँड केला आणि त्यांचा निरोप घेतला. केस पिकलेला तो माणूस त्याचा दंड धरून त्याला आधार देत त्याला सोडायला त्याच्याबरोबर दारापाशी आला.

दाराशी आल्यावर निकोल्स थांबला.

"तुम्हाला त्रास देतोय त्याबद्दल सॉरी, पण– माझी रजा केव्हापासून घेऊ मी?"

"ताबडतोब, या क्षणापासून." त्या केस पिकलेल्या माणसानं अधिकारवाणीनं म्हटलं. "आणि मजा कर, चांगला आराम कर. हवी तर अजून रजा वाढव – फार कष्ट घेतलेयस तू, त्याची भरपाई झालीच पाहिजे... कुठे जाणार आता?"

"हेन्लेला, सर."

"हेन्ले! पण तू तर स्कॉट्स आहेस, अशी माझी कल्पना होती."

"मी स्कॉट्सच आहे, सर– मला जवळचं कोणीही नाही."

"ओ...मग एखादी पोरगी, लेफ्टनंट?"

निकोल्सनं फक्त मान डोलावली. त्या केस पिकलेल्या माणसानं त्याच्या खांद्यावर थाप मारली आणि तो हसला.

"सुंदरच असेल, हो ना?"

निकोल्सनं त्याच्याकडे बघितलं, मग समोर दिसत असलेल्या रक्षकाकडे बघितलं. त्या रक्षकानं बाहेरचं दार उघडून धरलेलं होतं.

"मला माहीत नाही, सर."त्यानं शांतपणे म्हटलं. "मला खरंच माहीत नाही. मी अजून तिला भेटलेलो नाही."

कुबड्यांच्या आधारानं टॉक-टॉक आवाज करत तो हॉलमधून बाहेर पडला, आणि लंगडत बाहेर स्वच्छ उन्हात आला.

◆